# சுதந்திரத்திற்குப் பிறகு
# இந்தியா

பிபன் சந்திரா
மிருதுளா முகர்ஜி
ஆதித்ய முகர்ஜி

தமிழாக்கம்:
நா. தர்மராஜன்

நியூ செஞ்சுரி புக் ஹவுஸ் (பி) லிட்.,
41-பி, சிட்கோ இண்டஸ்டிரியல் எஸ்டேட்,
அம்பத்தூர், சென்னை- 600 050.
☎: 044 - 26251968, 26258410, 48601884

Language : Tamil
# Suthanthiraththirku Piraku India
Authors: **Bipan Chandra, Mridula Mukherjee, Aditya Mukherjee**
Translated by: **N. Dharmarajan**
First Edition: January, 2010
Ninth Edition: December, 2020
Tenth Edition: November, 2022
Copyright: Authors
No.of Pages : xvi + 488 = 504

Publisher:
**New Century Book House Pvt. Ltd.,**
41-B, SIDCO Industrial Estate,
Ambattur, Chennai - 600 050.
Tamilnadu State, India.
Email : info@ncbh.in
Online: www.ncbhpublisher.in

| | |
|---|---|
| **English Title :** | India Since Independence |
| **Published by :** | Penguin Books |

ISBN : 978 - 81- 2341- 703 - 5
Code No. A 2088

₹ 630/-

### Branches
**Ambattur (H.O.)** 044 - 26359906 **Spenzer Plaza (Chennai)** 044-28490027
**Trichy** 0431-2700885 **Pudukkottai** 04322- 227773 **Thanjavur** 04362-231371
**Tirunelveli** 0462-4210990, 2323990 **Madurai** 0452 2344106, 4374106
**Dindigul** 0451-2432172 **Coimbatore** 0422-2380554 **Erode** 0424-2256667
**Salem** 0427-2450817 **Hosur** 04344-245726 **Krishnagiri** 04343-234387
**Ooty** 0423 2441743 **Vellore** 0416-2234495 **Villupuram** 04146-227800
**Pondicherry** 0413-2280101 **Nagercoil** 04652-234990

சுதந்திரத்திற்குப் பிறகு இந்தியா
ஆசிரியர்கள்: பிபன் சந்திரா, மிருதுளா முகர்ஜி, ஆதித்ய முகர்ஜி
தமிழாக்கம் : நா.தர்மராஜன்
முதல் பதிப்பு : ஜனவரி, 2010
ஒன்பதாம் பதிப்பு : டிசம்பர், 2020
பத்தாம் பதிப்பு : நவம்பர், 2022

*அச்சிட்டோர்:* **பாவை பிரிண்டர்ஸ் (பி) லிட்.,**
16 (142), ஜானி ஜான் கான் சாலை, இராயப்பேட்டை, சென்னை - 14
☎: 044-28482441

All rights reserved. No part of this book may be reprinted or reproduced or utilised in any form or by any electronic, mechanical, or other means, now known or hereafter invented, including photocopying and recording, or in any information storage or retrieval system, without permission in writing from the publishers.

## பதிப்புரை

**பி**ரபல வரலாற்று ஆசிரியர்களான பிபன் சந்திரா, மிருதுளா முகர்ஜி, ஆதித்ய முகர்ஜி ஆகிய மூவரும் சேர்ந்து எழுதிய **சுதந்திரத்திற்குப் பிறகு இந்தியா** என்ற நூலினை, நூற்றுக்கு மேற்பட்ட நூல்களைத் தமிழாக்கம் செய்து பாராட்டுதல்களைப் பெற்ற எழுத்தாளர் **நா. தர்மராஜன்** தமிழாக்கித் தந்துள்ளார்.

சுதந்திரத்திற்காகப் பாடுபட்ட தியாகிகள் அனுபவித்த கொடுமைகளை அளவிடமுடியாது. நாடு அடிமை விலங்கிலிருந்து விடுபடவேண்டும் என்பதற்காக லட்சிய வெறிகொண்டு எத்தனையோ தியாகிகள் போராடினார்கள். விடுதலை அடைந்த பின் ஆட்சிக்கு வந்த பலர் சுதந்திரத்தின் பெருமையும் புனிதமும் புரியாமல், நாட்டின் வளர்ச்சியில் கவனம் செலுத்தாமல், பதவியைப் பிடிப்பதிலும், பணம் சுருட்டிக்கொள்வதிலும் கவனம் செலுத்தும் போக்கு மிகுந்து நிற்கிறது.

நாட்டுக்கு நன்மை செய்வதற்காகத்தான் மக்கள் நம்மை ஆட்சியில் அமர்த்தியிருக்கிறார்கள் என்று உணராமல் தங்கள் சாதனைகளைப் பட்டியலிடுகிறார்கள். தடுமாற்றங்களால் தடங்களை மாற்றி மக்களை வேதனைப்படுத்துவதில்தான் ஆட்சியாளர்கள் பலர் சாதனை செய்துகொண்டிருக்கிறார்கள்.

அன்று காந்திஜி "நாம் தடுமாறாமல் இருந்தால் எல்லாப் பிரச்சினைகளையும் தீர்க்கமுடியும்" என்று நம்பிக்கையூட்டினார். "நமது குறிக்கோள்களை ஒவ்வொன்றாக நிறைவேற்றிக் கொண்டிருக்கிறோம். எதிர்காலத்தைப் பற்றி நாட்டில் அதிகமாக நம்பிக்கை ஏற்பட்டிருக்கிறது" என்று நேரு கூறினார். "எதிர்கால இந்தியர்கள் தமது வெற்றிகள் மூலம் நாட்டுக்கு அதிகமான சேவைகளைச் செய்வார்கள்" என்று கோபாலகிருஷ்ணகோகலே நம்பிக்கையூட்டினார். இவை அடிப்படை இலட்சியங்களாக இந்நூலில் பதிக்கப்பட்டுள்ளன.

1950 ஜனவரியில் உச்சநீதிமன்றம் அமைக்கப்படுவதற்கு முன்பு ஃபெடரல் கோர்ட் இருந்தது. இலண்டனில் உள்ள பிரிவி கவுன்சிலில்

மேல்முறையீடுகள் செய்யப்பட்டன. இந்தியாவில் அரசாங்க நடவடிக்கையினால் பாதிக்கப்படுகின்ற எந்த நபரும், அமைப்பும் நீதி கோரி நீதிமன்றத்திற்கு மனு செய்யலாம். இந்தியா சுதந்திரம் அடைந்தபொழுது காலனிய ஆட்சி மாபெரும் நிர்வாக அமைப்பைப் புதிய அரசாங்கத்திடம் ஒப்படைத்தது. அதிகாரிகள் காரணமின்றி, விசாரணையின்றி நீக்கப்படமுடியாது என்று அரசியல் அமைப்புச் சட்டம் உத்தரவாதம் அளிக்கிறது. அதிகாரிகள் சுதந்திரமாகவும் நேர்மையாகவும் இருக்கவேண்டும் என்பதற்காக அரசியலமைப்புச் சட்டத்தில் அவர்களுக்குப் பாதுகாப்பு தரப்பட்டது.

இந்தியா "பிரச்சினைகளின் குவியலாக இருந்தது. 200 ஆண்டு கால காலனியாதிக்கம் விட்டுச்சென்ற குப்பைகளை அகற்றவேண்டும். சுதந்திரப் போராட்ட கால வாக்குறுதிகளை நிறைவேற்ற வேண்டும். ஓய்வெடுக்காமல் உழைத்தால்தான் வாக்குறுதிகளை நிறைவேற்றி சாதனை படைக்க முடியும்" என்று நேரு கூறினார். சுதந்திரமடைந்த இந்தியாவில் அறிவும் அர்ப்பணிப்பும் உள்ள தலைவர்கள் இருந்தார்கள். சமஸ்தானங்களில் அரசர்களுடைய சர்வாதிகாரத்தை எதிர்த்து மக்கள் போராடினார்கள். 1947-இல் சமஸ்தானங்கள் இந்தியாவுடன் இணையவேண்டும் என்று மக்கள் போராட்டங்களைத் தொடங்கியிருந்தார்கள். இந்தியாவில் இருந்த எல்லா சமஸ்தானங்களும் இந்திய யூனியனுடன் இணைந்துவிட்டன.

வகுப்புவாதம் இந்தியாவில் வெறியுணர்ச்சியை ஏற்படுத்தியதன் விளைவாக காந்திஜி 30-1-1948-இல் படுகொலை செய்யப்பட்டார். மேற்குப் பாகிஸ்தானிலிருந்து இந்தியாவுக்கு ஓடிவந்த 60 லட்சம் அகதிகள் குடியமர்த்தப்பட்டார்கள். பாகிஸ்தானுடன் நல்லுறவு வைத்துக்கொள்வதில் சிக்கல்கள் ஏற்பட்டன.

நாடு சுதந்திரமடைந்த பிறகு மக்கள் வகுப்புவாதக் கட்சிகளை ஒதுக்கினார்கள். சாதி, இனம், மதம் ஆகியவற்றைக்காட்டிலும் இந்தியன், இந்தியா என்ற சிந்தனை வளர்ந்தது. இந்தியா சுதந்திரம் பெற்ற பிறகு இந்திய அரசாங்கம் தேசியத் திட்டக்குழுவை நிறுவியது. அரசியலமைப்புச் சட்டம் தாழ்த்தப்பட்ட சாதியினருக்குக் கல்வி நிலையங்களில், அரசாங்க வேலைகளில் இடஒதுக்கீடு அளித்தது.

1947க்குப் பிறகு ஜமீன்தார், ஜாகிர்தார் முறை ஒழிக்கப்பட்டது. நிலச் சீர்திருத்தச் சட்டங்கள் ஒழிக்கப்பட்டன. தீண்டாமையைக் கடைப்பிடிப்பது குற்றம் என்னும் சட்டம் நிறைவேற்றப்பட்டது. நாட்டில் சாதி ஒழிப்பு நடவடிக்கைகள் இருந்தாலும் 1950-களில் சமூகச் சீர்திருத்த வேகம் குறைந்தது. தேர்தல்களுக்காகச் சாதிக்கட்சிகள் தோன்றின. அவற்றின் தீவிரமான செயல்பாட்டினால் தேசிய ஒருமைப்பாடு பாதிக்கப்பட்டது.

சுதந்திர இந்தியாவின் முதல் இருபது ஆண்டுகளில் மொழிப் பிரச்சினை மக்களிடம் அதிகமான பிளவுகளை ஏற்படுத்தியது. அரசியலமைப்புச் சட்டத்தைத் தயாரித்தவர்கள் இந்தியாவின் முக்கியமான மொழிகளைத் தேசியமொழிகள் என்று ஏற்றுக்கொண்டனர். இந்தியாவில் எந்த மொழி பேசப்படுகின்ற பகுதிக்கும் பாதிப்பு ஏற்படக்கூடாது என்ற அக்கறை தேசியத் தலைவர்களுக்கு இருந்தது. இந்தியாவின் ஆட்சிமொழி மற்றும் இணைப்பு மொழி சம்பந்தமாகக் கிளர்ச்சிகளும் போராட்டங்களும் தீக்குளிப்புகளும் நடைபெற்ற பிறகு எல்லாரும் ஏற்றுக்கொள்ளக்கூடிய உடன்பாடு தயாரிக்கப்பட்டது.

மாகாணங்கள் மொழியை அடிப்படையாகக்கொண்டு அமைக்கப்படவேண்டும் என்பதற்கு வலிமையான காரணங்கள் இருந்தன. இந்திய அரசாங்கம் மாகாணங்களைத் திருத்தி அமைக்கின்ற குழுவை அமைத்தது. சுதந்திரத்திற்காக ஒற்றுமையாகப் போராடிய வர்கள் இப்பொழுது பிரிந்து சண்டைபோடுகின்ற சம்பவங்கள் சில மாகாணங்களில் நடைபெற்றன. மாகாணங்களின் சீரமைப்புச் சட்டம் 1956 நவம்பரில் பாராளுமன்றத்தில் நிறைவேறியது.

1950-களின் நடுவில் பழங்குடியினரில் சில பகுதியினர் தனியரசு வேண்டும் என்று கோரினார்கள். 1967க்குப் பிறகு ஜார்கண்டில் பழங்குடியினருக்குச் சில கட்சிகளும் இயக்கங்களும் தோன்றின. பழங்குடியினருடைய முன்னேற்றத்திற்கென்று தனிக் கோரிக்கைகளை முன்வைத்தபொழுது பழங்குடியினர் அல்லாதவர்கள் அவற்றுக்கு ஆதரவளிக்க வில்லை.

மாகாணங்களின் பொருளாதார வளர்ச்சியில் இருந்த ஏற்றத்தாழ்வுகளைப் போக்க வேண்டும் என்பது மத்திய அரசாங்கத்தின் கொள்கையாக இருந்தது. எல்லா மாகாணங்களிலும் சமநிலையான

ஒருங்கிணைந்த வளர்ச்சியை உருவாக்கவேண்டும் என்று தொழிற்கொள்கைத் தீர்மானம் கூறியது. மத்திய அரசாங்கத்தின் நிதி வருமானங்களை மாநிலங்களுக்குப் பகிர்ந்தளிக்கும் நெறிமுறைகளை நிதிக்கமிஷன் பரிந்துரைக்கிறது. 1969-இல் வங்கிகள் நாட்டுடைமையாக்கப்பட்டன. அதுவரை புறக்கணிக்கப்பட்ட சிறிய நகரங்களில் வங்கிக் கிளைகள் தொடங்கப்பட்டன. இந்தியாவில் பசுமைப்புரட்சி ஏற்பட்டபொழுது விவசாயம் மற்றும் நீர்ப்பாசனத் துறைகளில் அதிகமான முதலீடு செய்யப்பட்டது.

1951-64 ஆம் ஆண்டுகளின்போது நாடு முதிர்ச்சியடைந்ததுடன் புதிய சாதனைகளை நிறைவேற்றியது. நேரு காலத்தில் கூட்டாட்சி முறை நிலவியது. அவர் மாநில முதலமைச்சர்களின் கருத்துகளைக் கேட்டறிந்து, உரிய நடவடிக்கைகளை மேற்கொண்டார். அவர் மாகாணங்களின் உரிமைகளில் தலையிடமாட்டார். அமைச்சர்கள் மீது ஊழல் குற்றச்சாட்டுகள் வந்தபொழுது நேரு நடவடிக்கை எடுத்தார். இந்தியாவின் பிரச்சினைகளுக்கு அறிவியல் மற்றும் தொழில்நுட்பவியல் மூலமாகவே தீர்வு காணமுடியும் என்று நேரு நம்பினார். கிராமங்களில் விவசாயத் துறையில் முன்னேற்றம் ஏற்பட்டது. 'உலக விவகாரங்களில் நேரு சிறப்பான முறையில் பங்கெடுக்கிறார்' என்று இங்கிலாந்து பிரதமர் சர்ச்சில் பாராட்டினார்.

உலகத்தில் போர் நடைபெறுகின்ற இடங்களுக்கு ஐ.நா.சபையின் சார்பில் சமாதானப் படைகள் அனுப்பப்பட்டபொழுது இந்திய வீரர்களும் அங்குச் சென்றார்கள். இந்தியாவின் பொருளாதார வளர்ச்சிக்கு சோவியத் யூனியன் சிறப்பான உதவிகளைச் செய்தது. சீனா இந்தியா மீது படையெடுத்தது. நேரு சீனாவுடன் நட்பாக இருப்பதற்குப் பாடுபட்டார்.

இந்திராகாந்தி பிரதமரான பிறகு அமெரிக்கா மற்றும் மேற்கு நாடுகளுடன் இந்தியாவின் உறவுகளை மேம்படுத்த விரும்பினார். இந்திராகாந்தி பசுமைப்புரட்சியை நிறைவேற்றி, இந்தியாவின் உணவு நெருக்கடிக்குத் தீர்வு கண்டார். சர்வதேச அரங்கில் அணிசேரா கொள்கையை உறுதியாகக் கடைப்பிடித்தார். இந்திராகாந்தியின் தலைமைக்குச் சவால்கள் ஏற்பட்டன. அவரது செல்வாக்கு குறைந்தது.

1975இல் அவசரநிலை அறிவிக்கப்பட்டது. 16 ஆண்டுகள் ஆட்சி செய்த இந்திராகாந்தியிடம் தொலைநோக்குச் சிந்தனை இல்லை, அவர் நாட்டுக்கு பயன்படக்கூடிய நிரந்தர அமைப்புகளை உருவாக்கவில்லை. ஆனால் 1966இல் அவர் பதவியேற்ற பொழுது இருந்ததைவிடவும் 1984இல் அவர் சுட்டுக்கொல்லப்பட்ட பொழுது அதிகமான வலிமை, தன்னம்பிக்கை உள்ள நாடாக இந்தியா இருந்தது.

1985இல் பிரதமரான ராஜீவ்காந்தி அமெரிக்காவுடன் நெருக்கமாக இருக்க முயற்சிகள் செய்தார். இந்தியாவில் தொழில்நுட்பவியலைப் பரவச்செய்வதில் ஈடுபாடு கொண்டிருந்தார். பஞ்சாயத்து அமைப்புகளை வலுப்படுத்தவேண்டும் என்று விரும்பினார். உலகநாடுகளின் மாநாடுகளில் கலந்துகொண்டு அணு ஆயுதங்களையும் இனவெறியையும் கண்டித்தார்.

மேலே சொல்லப்பட்ட விவரங்களும் ராஜீவ்காந்தி மனித வெடிகுண்டுக்குப் பலியான பின் நிகழ்ந்த மாற்றங்களும் நூலில் விவரிக்கப்படுகின்றன. லால்பகதூர் சாஸ்திரி, சந்திரசேகர், தேவகவுடா, வாஜ்பாய் போன்றவர்களின் ஆட்சிக் காலகட்டங்களைப் பற்றியும் மாகாணங்களின் அரசியல் நிலவரங்கள், பஞ்சாப் நெருக்கடி, இந்தியப் பொருளாதாரம், நெருக்கடிகள் 1991-க்குப் பிறகு செய்த பொருளாதார சீர்திருத்தங்கள் வரையிலும் இந்நூலில் இடம்பெறுகின்றன.

சுதந்திரத்திற்குப் பிறகு இந்தியாவின் ஆட்சிநிலை, அரசியல்நிலை, ஏற்பட்ட மாற்றங்கள் பற்றிய வரலாற்றுச் செய்திகள் எளிதாக அறிந்துகொள்ளும் வகையில் நூலில் தெளிவான விளக்கங்கள் உள்ளன. படித்துப் பயன்பெற வேண்டுகிறோம்.

-பதிப்பகத்தார்

அமரர் பேரா. V.D. மகாஜன்

அவர்களுக்கு

# திருத்தப்பட்ட பதிப்புக்கு முன்னுரை

**'இந்தியாவின் சுதந்திரப் போராட்டம் (1857-1947)'** என்ற நூலை நாங்கள் முன்பு எழுதினோம். அதன் ஆங்கிலப் பதிப்பு ஒரு லட்சத்துக்கு அதிகமான பிரதிகள் விற்பனையாகின. அதன் தொடர்ச்சியாக இந்தியாவின் சுதந்திரத்திலிருந்து 20-ஆவது நூற்றாண்டின் முடிவுவரை உள்ள காலகட்டத்தைப் பற்றி எழுத வேண்டுமென்று பெங்குயின் நிறுவனத்தைச் சேர்ந்த டேவிட் தவிதார் விரும்பினார். **'சுதந்திரத்திற்குப் பிறகு இந்தியா (1947-2000)'** என்ற புத்தகம் வெளியிடப்பட்டது. வரலாறு, சமூகவியல், அரசியல் விஞ்ஞானத் துறைகளைச் சேர்ந்த மாணவர்களும், பொதுமக்களும் அந்தப் புத்தகத்தை ஆர்வத்துடன் படித்தார்கள். சில பல்கலைக்கழகங்கள் அந்த நூலைப் பாடப்புத்தகமாக ஆக்கின. இந்தியிலும், சில இந்திய மொழிகளிலும் மொழிபெயர்க்கப்பட்டது. அந்தப் புத்தகத்தை விரிவுபடுத்தி மறுபதிப்பு செய்ய வேண்டும் என்று பலர் வற்புறுத்தினார்.

இந்தியாவில் கடந்த பத்தாண்டுகளில் முக்கியமான மாற்றங்கள் ஏற்பட்டிருக்கின்றன. நாட்டின் வளர்ச்சி விகிதம் வேகமாக அதிகரித்திருக்கிறது. உலக நாடுகளுடன் இந்தியாவின் உறவுகளில் குறிப்பிடத்தக்க மாற்றங்கள் ஏற்பட்டிருக்கின்றன. அணு ஆயுதத்தைத் தயாரித்த நாடு என்ற முறையில் இந்தியாவுடன் மற்ற நாடுகள் பேச்சுவார்த்தைகளை நடத்துகின்றன.

இந்திய அரசியலில் சில ஆபத்தான போக்குகளும் வளர்ச்சி யடைந்தன. 2002-இல் நடைபெற்ற கோத்ரா படுகொலைக்குப் பிறகு குஜராத் மாநிலத்தில் நடைபெற்ற கலவரங்கள் இந்திய ஜனநாயகத்திற்குப் பேராபத்தாக இருந்தன. குஜராத்தின் ஆயிரக்கணக்கான முஸ்லிம்கள் வீடுகளிலிருந்து விரட்டப்பட்டார்கள். பலர் படுகொலை செய்யப் பட்டார்கள். குஜராத் அரசாங்கமும் காவல்துறையும் அதைத் தடுக்கவில்லை. ஆனால் இந்தியாவில் மனித உரிமை அமைப்புகள்

இந்தப் பிரச்சினையை எடுத்துக்கொண்டு நீதிமன்றத்தில் வழக்குகளைத் தொடுத்தன. உயர்நிலைப் பள்ளிப் பாடப்புத்தகங்கள் திருத்தி எழுதப்பட்டு, வகுப்புவாதக் கருத்துகள் புகுத்தப்பட்டன. மத்திய அரசாங்கமும் அதற்கு உதவி செய்தது. இந்தியா முழுவதும் அதைக் கண்டித்தது. 2004-இல் மத்திய அரசாங்கத்தில் மாற்றம் ஏற்பட்ட போது இந்த ஆபத்தான போக்கு முடிவடைந்தது. இதே காலகட்டத்தில் நாடு வேகமான வளர்ச்சியை அடைந்தது. ஆனால் அதன் பலன்கள் ஏழைகளுக்குக் கிடைக்கவில்லை. நாட்டின் வகுப்புவாதமும், சாதிப் பிரசாரமும் வளர்ந்தன.

1999-2000இலிருந்து 2007 வரை நடைபெற்ற முக்கியமான சம்பவங்களைப் பற்றி இந்தப் புத்தகத்தில் எழுதியிருக்கிறோம். 'புத்தாயிரத்தில் இந்தியப் பொருளாதாரம்' என்ற தலைப்பில் ஓர் அத்தியாயம் எழுதப்பட்டிருக்கிறது. 'வகுப்பு வாதமும் அரசு அதிகாரத்தைப் பயன்படுத்துதலும்' என்னும் புதிய அத்தியாயத்தில் குஜராத்தில் நடைபெற்ற சம்பவங்களைப் பற்றி எழுதியிருக்கிறோம். வகுப்புவாத நோக்கில் பாடப் புத்தகங்கள் திருத்தி எழுதப்பட்டதை விவரித்திருக்கிறோம். சுதந்திரத்திற்குப் பிறகு இந்தியாவில் நடைபெற்ற நிலச் சீர்திருத்தங்களைப் பற்றி ஆராய்ந்திருக்கிறோம். ராஜிவ் மரணத்திற்குப் பிறகு இந்திய அரசியலில் ஏற்பட்ட மாற்றங்களை 2007 வரை எழுதியிருக்கிறோம்.

இந்தியா சுதந்திரம் அடைந்த பிறகு ஏற்பட்ட வளர்ச்சியின் தன்மை இந்த நூலில் ஆராயப்பட்டிருக்கின்றது. இந்தியாவின் சுதந்திரம் அடைந்த 60-ஆவது ஆண்டில் வாசகர்களுக்கு இந்தப் புத்தகத்தை அளிப்பதில் நாங்கள் பெருமையடைகிறோம்.

நவம்பர், 2007

பிபன்சந்திரா
மிருதுளாம் முகர்ஜி
ஆதித்ய முகர்ஜி

## பொருளடக்கம்

| | | பக்கம் |
|---|---|---|
| 1. | அறிமுகம் | 1 |
| 2. | காலனிய மரபுரிமை | 8 |
| 3. | தேசிய இயக்கத்தின் மரபுகள் | 20 |
| 4. | அரசியலமைப்புச் சட்டமும் முக்கியமான ஷரத்துக்களும் | 30 |
| 5. | அரசியலமைப்புச் சட்டத்தின் அடிப்படையான அம்சங்கள் மற்றும் உறுப்புகள் | 48 |
| 6. | தொடக்க ஆண்டுகள் | 66 |
| 7. | இந்தியாவை வலுப்படுத்துதல் | 81 |
| 8. | இந்தியாவில் மொழிவாரி மாநிலங்கள் அமைத்தல் | 96 |
| 9. | பழங்குடியினரை முன்னேற்றுதல் | 104 |
| 10. | பிராந்தியங்களின் ஏற்றத்தாழ்வான வளர்ச்சி | 115 |
| 11. | நம்பிக்கை மற்றும் சாதனை ஆண்டுகள் (1951 - 64) | 124 |
| 12. | நேருவின் வெளிநாட்டுக் கொள்கை | 136 |
| 13. | வரலாற்றில் நேருவின் இடம் | 155 |
| 14. | அரசியல் கட்சிகள் (1947-64) - காங்கிரஸ் கட்சி | 165 |
| 15. | அரசியல் கட்சிகள் (1947-65): எதிர்க்கட்சிகள் | 173 |
| 16. | லால் பகதூர் சாஸ்திரி மற்றும் இந்திரா காந்தி (1964-69) | 190 |
| 17. | இந்திரா காந்தியின் ஆட்சி (1969-73) | 203 |
| 18. | ஜெயபிரகாஷின் இயக்கமும் அவசர நிலைப் பிரகடனமும் | 213 |
| 19. | ஜனதா ஆட்சியும் இந்திராவின் வெற்றியும் (1977-84) | 226 |
| 20. | ராஜிவ் ஆட்சி | 237 |

| | |
|---|---|
| 21. சந்திரசேகர் முதல் வாஜ்பாயி வரை - சுருக்கமான பார்வை | 255 |
| 22. மாகாணங்களில் அரசியல் (தமிழ்நாடு, ஆந்திரா மற்றும் அஸ்ஸாம்) | 275 |
| 23. மாகாணங்களில் அரசியல் (மேற்கு வங்காளம் மற்றும் ஜம்மு - காஷ்மீர்) | 287 |
| 24. பஞ்சாப் நெருக்கடி | 299 |
| 25. இந்தியப் பொருளாதாரம் (1947-1965) | 312 |
| 26. இந்தியப் பொருளாதாரம் (1965-1991) 1960-களின் மத்தியில் ஏற்பட்ட நெருக்கடிகளும் எதிர் நடவடிக்கைகளும் | 321 |
| 27. 1991க்குப் பிறகு பொருளாதார சீர்திருத்தங்கள் | 333 |
| 28. புத்தாயிரத்தில் இந்தியப் பொருளாதாரம் | 338 |
| 29. நிலச் சீர்திருத்தங்கள் - I | 355 |
| 30. நிலச் சீர்திருத்தங்கள் - II | 364 |
| 31. நிலச் சீர்திருத்தங்கள் - III உச்சவரம்புச் சட்டம் மற்றும் பூமிதான இயக்கம் | 369 |
| 32. கூட்டுறவுச் சங்கங்கள் மற்றும் நிலச் சீர்திருத்தங்களைப் பற்றி... | 375 |
| 33. விவசாய வளர்ச்சியும் பசுமைப் புரட்சியும் | 383 |
| 34. சுதந்திரத்திற்குப் பிறகு விவசாயிகள் போராட்டங்கள் | 389 |
| 35. வகுப்புவாதம் புத்துயிர் பெற்று வளர்ச்சியடைகிறது | 398 |
| 36. வகுப்புவாதமும் அரசு அதிகாரமும் | 407 |
| 37. சாதி மற்றும் தீண்டாமை எதிர்ப்புப் போராட்டங்கள் | 418 |
| 38. இந்தியாவில் சுதந்திரத்திற்குப் பிறகு பெண்கள் முன்னேற்றம் | 424 |
| 39. வளர்ச்சியின் அரசியல் பொருளாதாரம் | 429 |
| 40. அரசின் நிர்வாகத் திறமை வீழ்ச்சியடைதல் | 435 |
| 41. 2000-ல் இந்தியாவில் பிரச்சினைகளும் புதிய வாய்ப்புகளும் | 445 |

# சுதந்திரத்திற்குப் பிறகு இந்தியா

# 1
## அறிமுகம்

இந்தியாவின் சுதந்திரம் ஒரு புதிய சகாப்தத்தின் தொடக்கம் இந்திய மக்களிடம் மாபெரும் எதிர்பார்ப்புகள் ஏற்பட்டிருந்தன. பிரிட்டிஷ் ஆட்சியில் இந்தியாவில் நிலவிய வறுமை, கல்லாமை, பின்தங்கிய நிலை ஆகியவற்றை ஒழிப்பதற்கு நெடும் பயணம் தொடங்கியது. சுதந்திரப் போராட்ட கால வாக்குறுதிகளை நிறைவேற்ற வேண்டும். கனவுகள் நனவாக வேண்டும்.

இந்தியாவின் தலைவர்களிடமும் மக்களிடமும் மனவுறுதி இருந்தது. 1947 ஆகஸ்ட் 14 இரவில் நேரு விதியுடன் உடன்படிக்கை செய்தோம் என்று பேசினார். சுதந்திர இந்தியாவின் இலட்சியங்களும் நாடு செல்லவேண்டிய பாதையும் தேசிய இயக்கத்தால் செதுக்கப்பட்டிருந்தது. அதை மேலும் செம்மைப்படுத்த வேண்டும்.

### அடிப்படையான இலட்சியங்கள்

முதலாவதாக இந்தியத் திருநாட்டின் ஒற்றுமையைப் பாதுகாத்து வலுப்படுத்தவேண்டும். இந்திய மக்களிடம் மொழி, இனம், மதம், பிராந்தியம் ஆகிய கூறுகள் அதிகமான பிரிவினைகளைச் செய்திருக் கின்றன. இந்திய யூனியனில் எல்லோரும் வளர்ச்சி அடைவதற்குப் போதிய வாய்ப்பு இருக்கவேண்டும்.

இந்தியா மதச் சார்பற்ற நாடாக இருக்கவேண்டும் என்று தலைவர்கள் விரும்பினார்கள். இந்தியப் பிரிவினையின்போது ஏற்பட்ட கலவரங்களும், படுகொலைகளும் அவர்களிடம் அத்தகைய உணர்ச்சியை ஏற்படுத்தியிருந்தன.

அரசியல் களத்திலிருந்த இந்தியப் புரட்சியைப் பொருளாதார மற்றும் சமூகத் துறைகளுக்கு விரிவுபடுத்த வேண்டும் என்று அவர்கள் விரும்பினார்கள். இந்தியாவில் விவசாயம் மற்றும் தொழில்துறை மிகவும் குறைவான உற்பத்தித் திறனைக் கொண்டிருந்தது. அதை

உயர்த்தி மேலும் அதிகப்படுத்த வேண்டும். இந்தியப் பொருளாதாரத்தில் சுயசார்பு நிலையைக் கொண்டுவரவேண்டும். அதற்காகத் தனியாரின் முயற்சியை நம்பிக்கொண்டிருக்கக்கூடாது. அதற்குத் திட்டமிடுதலும் பெரிய அளவிலான பொதுத்துறையும் அவசியம். 1955க்குப் பிறகு இந்தியப் பொருளாதாரக் கட்டமைப்பை மாற்றி, சுதந்திரமான, தேசியப் பொருளாதாரத்தை அமைப்பதற்குத் தீவிரமாக முயற்சிகள் செய்யப்பட்டன. சோஷலிசம் ஒரு குறிக்கோளாக முன்வைக்கப்பட்டது.

நாட்டின் சில பகுதிகளில் கீழ்ச்சாதி மற்றும் ஒடுக்கப்பட்ட மக்களை முன்னேற்றுவதற்கு இயக்கங்கள் தோன்றின. காந்திஜி தீண்டாமை ஒழிப்புக்குப் பாடுபட்டார். ஆனால் கிராமங்களில் சாதிக்கொடுமை நிலவியது. ஆணாதிக்கம் பெண்களை அடிமைப்படுத்தியது. ஹிந்துக்கள் மற்றும் முஸ்லிம்களிடம் பலதார மணம் இருந்தது. பெண்களுக்குச் சொத்தில் பங்கு கிடையாது. விவாகரத்து செய்ய முடியாது. கல்வி கற்கும் வாய்ப்பு மறுக்கப்பட்டது. 1951இல் ஆண்களில் 25 சதவிகிதமும் பெண்களில் 7.9 சதவிகிதமும் மட்டுமே கல்வியறிவு பெற்றிருந்தார்கள்.

இந்தியாவின் தலைவர்கள் தொலைநோக்குடன் இரண்டு இலட்சியங்களுக்குப் பாடுபட்டார்கள். 1. கல்வியறிவில்லாத மக்களிடம் ஜனநாயக மற்றும் சமத்துவ சமூகத்தை அமைத்தல், 2. ஜனநாயக அரசியல் கட்டமைப்பில் பொருளாதார வளர்ச்சியை ஏற்படுத்துதல். இந்தியா ஜனநாயகத்தை, சமத்துவத்தை வலியுறுத்தியது. வயது வந்த எல்லோருக்கும் வாக்குரிமை என்ற அடிப்படையில் முறையான தேர்தல்கள் நடத்தி அரசாங்கங்கள் அமைக்கப்பட்டன. கல்வி, பத்திரிகை, விவசாயிகள் சங்கம், தொழிற்சங்கம் ஆகியவற்றின் சுதந்திரத்தை அரசாங்கம் அங்கீகரித்தது. நாட்டில் ஏற்படுகின்ற சமூக-பொருளாதாரம் மற்றும் அரசியல் சவால்களை ஜனநாயக அடிப்படையில் தீர்ப்பதற்கு அரசு முயற்சி செய்தது.

சுதந்திரப் போராட்டக் காலத்தில் பொதுமக்களிடம் ஏற்பட்ட ஜனநாயக உணர்ச்சியை மேன்மேலும் வளர்க்கவேண்டும். 'ஏழைகளுக்கு ஜனநாயகம் முக்கியமல்ல, ஒரு குவளை கஞ்சிதான் முக்கியம்' என்னும் கருத்தை அரசியல் தலைவர்கள் நிராகரித்தார்கள். இந்தியாவின் ஏழை மக்களுக்கு உணவு, உடை, இருப்பிடம் தரவேண்டும், ஜனநாயகத்தையும் அளிக்கவேண்டும் என்று அவர்கள் விரும்பினார்கள். இந்தியா வேற்றுமைகளைக் கொண்ட நாடு என்பதால்

தேசிய ஒருமைப்பாட்டை வளர்ப்பதற்கு ஜனநாயக ஆட்சிமுறை அவசியம் என்று கருதப்பட்டது.

இந்தியாவிலுள்ள பொருளாதார, சாதி அடிப்படையிலான, ஏற்றத்தாழ்வுகளை அகற்றவேண்டும். அதற்கு ஜனநாயகம் இன்றியமையாதது. ஏழை மக்கள் தேர்தல் மூலம் தங்களுடைய பலத்தைக் காட்டி சமத்துவமான சமூக அமைப்பை உருவாக்குவார்கள் என்ற கற்பனாவாதக் கருத்தில் நேரு நம்பிக்கை வைத்திருந்தார்.

இந்திய சமூகத்தை சோஷலிஸ்ட் திசையில் விரைவாக மாற்றவேண்டும். ஆனால் சோவியத் ரஷ்யாவைக் காப்பியடிக்கத் தேவையில்லை என்று கருதப்பட்டது. அதே சமயத்தில் நாட்டில் பரந்த அளவிலான தேசிய ஒற்றுமையை உருவாக்கவேண்டும்.

இந்தியாவில் சமூகத்தில் சமத்துவத்தையும் பொருளாதாரத்தில் வளர்ச்சியையும் ஏற்படுத்தவேண்டும். 1950க்குப் பிறகு நாட்டில் ஏற்பட்ட அரசியல் வளர்ச்சியும் 1971இல் இந்திராகாந்தி 'வறுமையை ஒழிப்போம்' என்ற முழக்கத்தை முன்வைத்ததும் பொதுமக்களுடைய எதிர்பார்ப்புகளைத் தூண்டின. மற்ற நாடுகள் 100-150 ஆண்டுகளில் சாதித்த மாற்றங்களை இந்தியா சில பத்தாண்டுகளில் சாதிக்க வேண்டும். இரத்தப் புரட்சி, சர்வாதிகாரம் ஆகியவை இல்லாமல் படிப்படியாக சமூக மாற்றத்தைக் கொண்டுவர வேண்டும். அரசியல் ஸ்திரத் தன்மையைக் கொண்ட புரட்சிகரமான மாற்றங்கள் என்பது தலைவர்களுடைய குறிக்கோளாக இருந்தது.

### ஜனநாயகத்துக்கு சோதனைகள்

1947இலிருந்து இன்று வரை இந்தியாவைப் பற்றி எழுதிய வெளிநாட்டுக்காரர்கள் இந்தியா வளர்ச்சி அடையமுடியுமா? இந்தியா நிலைத்திருக்குமா? என்ற கேள்விகளை எழுப்பினார்கள். சில இந்திய விமர்சகர்களும் அதே சந்தேகங்களை எழுப்பினார்கள். இந்தியாவின் அரசியல் அமைப்பு சீக்கிரத்தில் தகர்ந்துவிடும், இந்திய யூனியன் அல்லது இந்திய அரசு, மொழி அல்லது இன அடிப்படையில் சிதறிவிடும் என்றார்கள். இந்தியாவில் மதம், சாதி, இனம், இனக்குழு ஆகியவற்றை அடிப்படையாகக்கொண்ட எண்ணற்ற வேறுபாடுகள் இருப்பதை அவர்கள் ஆதாரமாகக் காட்டினார்கள். நவீன இந்தியாவில் சமூக - பொருளாதாரப் பிரச்சினைகள், குறிப்பாக, வேலையில்லாத்

திண்டாட்டம்) இந்தியாவின் ஒற்றுமையை, இந்தியாவின் ஜனநாயக அமைப்புகளை அழித்துவிடும் என்றார்கள். இந்தியாவில் ராணுவ (அல்லது சிவிலியன்) சர்வாதிகாரம் ஏற்படும் என்று ஆரூடம் கூறப்பட்டது.

இந்தியாவில் 1960-களில் பிராந்தியக் கட்சிகள் தோன்றின. 1980-களில் அவற்றின் எண்ணிக்கை மற்றும் பலம் அதிகரித்தபொழுது இந்தியா சீக்கிரத்தில் உடைந்து சிதறிவிடும் என்றார்கள். சீனா மற்றும் பாகிஸ்தான், இந்தியா மீது போர் தொடுத்தபொழுது, ஜவஹர்லால் நேரு மரணமடைந்தபொழுது, இந்திரா காந்தி படுகொலை செய்யப்பட்ட பொழுது, காஷ்மீரில் வடகிழக்கு இந்தியாவில் பஞ்சாபில், தமிழ்நாட்டில் பிரிவினை இயக்கங்கள் தோன்றி வளர்ந்தபொழுது விமர்சகர்கள் இந்தியாவின் எதிர்காலத்தைப் பற்றி அவநம்பிக்கையுடன் எழுதினார்கள்.

1960இல் அமெரிக்கப் பத்திரிகையாளர் செலிக் ஹாரிசன் "இந்தியா சுதந்திர நாடாக நீடிக்க முடியாது. இந்தியா என்னும் நாடு இனிமேல் இருக்காது" என்று எழுதினார். டைம்ஸ் (லண்டன்) பத்திரிகையின் நிருபரான நெவில மாக்ஸ்வெல் "ஜனநாயக அடிப்படையில் இந்தியாவை வளர்ப்பதற்குச் செய்யப்பட்ட மாபெரும் முயற்சி தோல்வி அடைந்துவிட்டது. வரப்போகின்ற நான்காவது பொதுத் தேர்தல்தான் இந்தியாவில் கடைசித் தேர்தலாக இருக்கும்" என்று எழுதினார்.

1975இல் இந்தியாவில் அவசர நிலை அறிவிக்கப்பட்டபொழுது இந்தியாவில் ஜனநாயகம் குழிதோண்டிப் புதைக்கப்பட்டுவிட்டது என்று அவர்கள் எழுதினார்கள்.

இந்தியாவில் வன்முறைப் புரட்சியில்லாமல் சமூக மாற்றத்தைக் கொண்டுவர முடியாது. தேர்தல்களைக் காட்டி ஒடுக்கப்பட்ட மக்களை ஏமாற்றமுடியாது என்று தீவிர இடதுசாரியினர் எழுதினார்கள். சுதந்திரமான முறையில் இந்தியா பொருளாதார வளர்ச்சி அடையமுடியாது. இந்தியா வல்லரசுகளின் புதிய காலனியாக மாறிக்கொண்டிருக்கிறது என்று அவர்கள் கூறினார்கள். இந்தக் கருத்தை ஒத்துக்கொள்ளாதவர்கள் இந்திய அரசாங்கத்தின் கைக்கூலிகள் என்று எழுதினார்கள். இந்தியாவைப் பற்றி அனுதாபத்தோடு எழுதிய மாரிஸ் ஜோன்ஸ் 1966இலேயே இந்தப் போக்கைக் கண்டித்தார். "இந்தியாவைப் பற்றி அவநம்பிக்கைகளை ஒருவர் எழுதவில்லை என்றால், இந்தியராக இருந்தால் அவர் அரசாங்கத்தால் பலனடைபவர்; வெளிநாட்டுக்காரராக

இருந்தால் இந்தியாவைப் புரிந்துகொள்ளத் தெரியாத பாசக்காரர் என்று பட்டம் சூட்டப்பட்டார்."

இந்தியா பல துறைகளில் தோல்வி அடைந்திருக்கிறது. உதாரணமாகக் குறைந்த வளர்ச்சி விகிதம், சாதி வெறி, அரசியல் கோஷ்டிகள், குற்றவாளிகள் அரசியல் குழுக்களுக்குத் தலைமை தாங்குவது அரசாங்கத்தில் ஊழல்கள், போலீசின் அடக்குமுறை இதரவை) ஆனால் நாட்டில் ஜனநாயக ஆட்சிக்கு ஆபத்து ஏற்படவில்லை என்பது அவர்களுக்குப் புதிராக இருந்தது. சுதந்திரப் போராட்ட காலத்திலேயே இந்தியாவில் ஜனநாயக மரபு வேரூன்றிவிட்டதை அவர்கள் புரிந்துகொள்ளவில்லை.

## இந்தியாவின் அரசியல் தலைவர்கள்

இந்தியா மாபெரும் ஜனநாயக நாடாக நீடிப்பதற்குச் சில காரணங்கள் உண்டு. இந்தியாவின் அரசியல் தலைவர்கள் எல்லோரிடமும் அர்ப்பணிப்பு, தொலைநோக்கு, இலட்சிய உறுதி இருந்தன. அவர்கள் மக்களிடம் அதிகமான நம்பிக்கை வைத்திருந்தார்கள். மக்கள் அவர்களை நேசித்தார்கள். அவர்களுடைய கட்டளைகளை நிறைவேற்றி னார்கள். கட்சிகளில் ஜனநாயகம் நிலவியது. அந்த ஜனநாயக அடிப்படையிலிருந்து அவர்கள் தமது பலத்தைப் பெற்றார்கள். அவர்கள் அகில - இந்தியப் பார்வையைக் கொண்டிருந்ததுடன் மாநிலத் தலைவர்கள் மற்றும் வட்டாரத் தலைவர்கள் மூலம் இயங்கினார்கள்.

காங்கிரஸ் கட்சியில் மட்டுமே அத்தகைய தலைவர்கள் இருந்ததாகக் கருதமுடியாது. சுதந்திரா கட்சியின் தலைவராக சி.இராஜகோபாலாச்சாரியும் காங்கிரஸ் அதிருப்தியாளர்களுடைய தலைவராக ஜே.பி. கிருபளானியும் இருந்தார்கள். ஹிந்து வகுப்பு வாதிகளின் தலைவராக சியாம, பிரசாத முகர்ஜியும், தலித்களின் தலைவராக பி. ஆர். அம்பேத்கரும் சோஷலிஸ்டுகளின் தலைவர்களாக ஜெயப்பிரகாஷ் நாராயணனும் ஆச்சார்யா நரேந்திர தேவும் இருந்தார்கள். கம்யூனிஸ்டுகளுக்கு பி.சி. ஜோஷி, அஜாய் கோஷ், ஈ.எம்.எஸ். நம்பூதிரிபாட் ஆகியோர் தலைவர்களாக இருந்தார்கள்.

இந்தியக் குடியரசை நிறுவிய தலைவர்களுடைய அர்ப்பணிப்பும் ஆற்றலும் நேர்மையும் பிற்காலத்தில் பதவி வகித்த தலைவர்களிடம் இல்லை. பெரும்பாலான தலைவர்கள் ஒரு மாகாணத்தின், மதத்தின், சாதிப்பிரிவின் (அல்லது சாதிகளின் கூட்டமைப்பின்) தலைவர்களாகத்

தான் இருந்தார்கள். அவர்கள் பாப்புலிசத்தை அல்லது சாதி அரசியலை ஊக்குவித்தார்கள்.

## நமது அணுகுமுறை

இது படிப்படியான புரட்சியில் ஈடுபட்ட மக்களுடைய வரலாறு சுதந்திரப் போராட்ட கால இலட்சியங்களை நிறைவேற்றுவதற்குப் பாடுபட்ட மக்களுடைய வரலாறு சமீப கால வரலாற்றையும் சமகாலத்திய சம்பவங்களையும் பற்றி விமர்சன ரீதியான அணுகு முறையை நாங்கள் கடைப்பிடித்திருக்கிறோம். எதிர்காலத்தின் மீது நம்பிக்கையைக் கைவிடாமல் அந்தப் பணியைச் செய்திருக்கிறோம்.

1947ஆம் ஆண்டு மாற்றத்தையும், தொடர்ச்சியையும் ஆரம்பித்தது. பழைய பிரச்சினைகளோடு புதிய பிரச்சினைகள் சேர்ந்துகொண்டன. "அடிமை வாழ்க்கை முடிவுக்கு வரப் போகிறது. சுதந்திரம் உதயமாகப்போகிறது. சமூகத்தின் எல்லாக் குறைகளும் மேற்பரப்புக்கு வரப்போகின்றன." என்று காந்திஜி கூறினார். "நாம் தடுமாறாமல் இருந்தால் எல்லாப் பிரச்சினைகளையும் தீர்க்கமுடியும்" என்று காந்திஜி நமக்கு நம்பிக்கையூட்டினார்.

நேரு சகாப்தத்தின் தொடக்கத்தில் நம்பிக்கையும் சாதனைப் பெருமிதமும் இருந்தன. 1955இல் குடியரசு தின அணிவகுப்பைப் பார்வையிட்ட பிறகு நேரு முதலமைச்சர்களுக்குப் பின்வருமாறு எழுதினார்: "நமது குறிக்கோள்களை ஒவ்வொன்றாக நிறைவேற்றிக் கொண்டிருக்கிறோம். எதிர்காலத்தைப் பற்றி நாட்டில் அதிகமான நம்பிக்கை ஏற்பட்டிருக்கிறது" சில மாதங்களுக்குப் பிறகு அவர் மறுபடியும் இதே கருத்தை எழுதினார். "கீழ்த்திசையில் கதிரவன் உதயமாகிவிட்டான். இந்தியாவின் நீண்ட வரலாற்றில் புதிய அத்தியாயம் எழுதப்படுகிறது. நானும் நாட்டில் ஏராளமானவர்களும் அப்படி எண்ணுகிறோம்."

"தனிநபர் சுதந்திரம், சமூக நீதி, பொதுமக்கள் பங்கேற்பு, ஐந்தாண்டுத் திட்டங்கள், சுய-சார்பு, உலக அரங்கில் சுயமரியாதைக்குப் பங்கமில்லாத நிலை ஆகிய உயர்ந்த குறிக்கோள்கள் பிரதமருடைய வழிகாட்டுதலில் நிறைவேறிக்கொண்டிருந்தன" என்று நேருவின் வாழ்க்கை வரலாற்றை எழுதிய எஸ்.கோபால் எழுதினார்.

இந்திய மக்களும் அறிவுப் பகுதியினரும் இன்னும் கூடுதலான முன்னேற்றத்தை எதிர்பார்த்தார்கள் என்பது உண்மை. எனினும் நேரு

காலத்தில் மட்டுமன்றி 1973-74 வரை கூட அவர்கள் நம்பிக்கையோடு இருந்தார்கள். ஆனால் மக்களுடைய உற்சாகம், பெருமிதம் ஆகியவை மறையத் தொடங்கின; கவலை, வெறுப்பு மற்றும் அவநம்பிக்கை வளர்ந்தன.

இந்தியாவில் மதப்பிரசாரத்துக்கு வந்து இந்தியக் குடிமகனாக மாறிய வெர்ரியர் எல்வின் என்ற பிரிட்டிஷ்காரர் 1963இல் பின்வருமாறு எழுதினார். "இந்தியாவின் கோபமிக்க இளைஞர்களும் நம்பிக்கை யிழந்த முதியவர்களும் வெறுப்பைக் கக்குகிறார்கள். நாட்டில் ஊழல்கள் நடைபெறுவதும் அரசாங்கம் திறமையில்லாதிருப்பதும் மெய்யே. போலித்தனம் அதிகமாகப் பரவிவிட்டது. ஆனால் வரவு இனத்தைப் பாருங்கள். எதிர்ப்புகளைக் கண்டு சோர்ந்துவிடாமல் தன்னைப் புத்தாக்கம் செய்துகொள்ள முயல்வது பரவசமூட்டுகின்ற பாடம் அல்லவா?"

கோபால கிருஷ்ண கோகலே மிதவாதிகளைப் பற்றி தன்னுடைய வாழ்க்கையின் இறுதியில் பின்வருமாறு எழுதினார்: "இந்தக் கட்டத்தில், நம் சாதனைகள் குறைவாக இருப்பதும் ஏமாற்றங்கள் அதிகமாக இருப்பதும் இயற்கையே. இந்தப் போராட்டத்தில் கடவுள் நமக்கு இந்த இடத்தையே கொடுத்திருக்கிறார்... எதிர்கால இந்தியர்கள் தமது வெற்றிகள் மூலம் நாட்டுக்கு அதிகமான சேவைகளைச் செய்வார்கள். இன்றைய தலைமுறையைச் சேர்ந்த நாம் தோல்விகள் மூலம் சேவை செய்திருக்கிறோம். தோல்விகளிலிருந்து பிறக்கின்ற சக்தி முடிவில் சிறப்பான சாதனைகளை நிறைவேற்றும்."

# 2

# காலனிய மரபுரிமை

**கா**லனிய ஆட்சி இந்தியாவின் பொருளாதாரத்தைத் தீவிரமாக மாற்றியது. விவசாயம், தொழில் துறை, போக்குவரத்து, செய்தித் தொடர்பு, நிதி, நிர்வாகம், கல்வி, ரயில்வே ஆகிய துறைகளில் ஆக்கபூர்வமான மாற்றங்கள் ஏற்பட்டன. ஆனால் காலனிய அமைப்பின் சுற்றுவட்டத்திற்குள், அதன் ஒரு பகுதியாகவே மாற்றங்கள் ஏற்பட்டன. பிரிட்டனுக்கு உட்பட்ட காலனிய அமைப்பு இந்தியாவில் வறுமையை வளர்த்தது. ஏ. குன்டர் பிராங்க் என்பவர் 'குறைவளர்ச்சியின் வளர்ச்சி' என்று இதைப் பற்றி எழுதினார்.

## அடிப்படைக் கூறுகள்

இந்தியாவில் காலனியக் கட்டமைப்பில் நான்கு அடிப்படைக் கூறுகள் இருந்தன.

1. இந்தியப் பொருளாதாரம் முதலாளித்துவப் பொருளாதார அமைப்புடன் முழுமையாக, ஆனால் கீழ்ப்படிந்த நிலையில் இணைக்கப்பட்டது. 1750களிலிருந்து பிரிட்டிஷ் பொருளாதார நலன்களுக்காக இந்தியப் பொருளாதாரம் தகவமைக்கப்பட்டது.

2. பிரிட்டிஷ் தொழில்துறைக்கு உதவுகின்ற முறையில் இந்தியாவின் தொழில்வளர்ச்சி மாற்றியமைக்கப்பட்டது. இந்தியா உணவுப் பொருட்களையும் மூலப்பொருட்களையும் (உதாரணமாக, பருத்தி, சணல், எண்ணெய் வித்துக்கள், கனிமங்கள், இதரவை) உற்பத்தி செய்து ஏற்றுமதி செய்தது. பிரிட்டனிலிருந்து பிஸ்கட்டுகள், காலணிகள், தொழிற்சாலை இயந்திரங்கள், கார்கள், ரயில்வே எஞ்ஜின்கள் இறக்குமதி செய்யப்பட்டன. அன்று நிலவிய சர்வதேச உழைப்புப் பிரிவினையில் பிரிட்டன் உயர் - தொழில்நுட்ப இயந்திரங்களை, அதிகமான முதலீடு தேவைப்படுகின்ற பொருட்களை உற்பத்தி செய்தது. இந்தியப் பொருளாதாரம் அதற்கு எதிரிடையாக இருந்தது. இந்தியாவின்

வெளிநாட்டு வர்த்தகம் இந்தியப் பொருளாதாரத்தின் காலனியத் தன்மையை எடுத்துக்காட்டியது. 1935-39ஆம் ஆண்டுகளில் உணவுப் பொருட்கள், மதுபானம் புகையிலை மற்றும் மூலப்பொருட்கள் இந்தியாவின் ஏற்றுமதியில் 68.5 சதவிகிதத்தைக் கொண்டிருந்தன. இறக்குமதியில் தயாரிப்புப் பொருட்கள் 64.4 சதவிகிதமாக இருந்தன.

3. பொருளாதார அமைப்பில் உருவாக்கப்படுகின்ற உபரி அல்லது சேமிப்பின் அளவு மற்றும் பயன்பாடு பொருளாதார வளர்ச்சிக்கு அடிப்படையாக உள்ளது. ஏனென்றால் உபரி அல்லது சேமிப்பைக்கொண்டு பொருளாதார அமைப்பு வளர்ச்சி அடைகிறது. 1914முதல் 1946முடிய உபரி, மொத்த தேசிய உற்பத்தியில் (அதாவது தேசிய வருமானத்தில்) 2.75 சதவிகிதமாக இருந்தது. 1971-1975ஆம் ஆண்டுகளில் சேமிப்பு மொத்த உற்பத்தியில் 12 சதவிகிதமாக இருந்தது.

இந்தியப் பொருளாதாரத்தின் உபரியில் (அல்லது சேமிப்பில்) பெரும் பகுதியை காலனிய அரசு கைப்பற்றிக்கொண்டு தவறான வழிகளில் செலவு செய்தது. அடுத்தபடியாக சுதேசி நிலக்கிழார்களும் லேவாதேவிக்காரர்களும் உபரியில் மற்றொரு பெரிய பகுதியைக் கைப்பற்றினார்கள். காலனியாதிக்க காலத்தின்போது விவசாயிகள் கட்டிய குத்தகை மற்றும் வட்டி ஆண்டுக்கு 1400 மில்லியன் ரூபாய் என்று கணக்கிடப்பட்டிருக்கிறது. 1937இல் மொத்த விவசாயக் கடன் 18,000 மில்லியன் ரூபாய் என்று கணக்கிடப்பட்டது. அரசர்கள் நிலக்கிழார்கள் மற்றும் இடைத்தரகர்கள் தேசிய வருமானத்தில் 20 சதவிகிதத்தை எடுத்துக்கொண்டதாக கணக்கிடப் பட்டிருக்கிறது. பெரிய அளவிலிருந்த உபரியில் மிகவும் சிறிய பகுதிதான் விவசாயத்திலும் தொழிலிலும் முதலீடு செய்யப்பட்டது. பெரும் பகுதி ஆடம்பரமான கொண்டாட்டங்களுக்கு செலவு செய்யப்பட்டது.

அடுத்தபடியாக உடைமையிழப்பு அதாவது காலனிய அரசும் அந்நிய வர்த்தகர்களும் இறக்குமதியைக் காட்டிலும் ஏற்றுமதி அதிகமாக இருக்கும்படி பார்த்துக்கொண்டார்கள். அதாவது உபரி யாருக்கும் தெரியாதபடி பிரிட்டனுக்கு அனுப்பிவைக்கப்பட்டது. ஆனால் அதற்குச் சமதையான எந்தப் பொருளும், எந்த வடிவத்திலும் இந்தியாவுக்குள் வரவில்லை. இந்தியாவின் தேசிய வருமானத்தில் 5 முதல் 10 சதவிகிதம் நாட்டிலிருந்து எடுத்துச் செல்லப்பட்டது.

இப்படிப்பட்ட கொள்ளைக்குப் பிறகு எந்த நாடாவது வளர்ச்சி அடையுமா?

4. காலனிய அமைப்பைக் கட்டுவதிலும் அதைப் பாதுகாப்பதிலும் இந்தியாவிலிருந்த காலனிய அரசு முக்கியமான பங்கு வகித்தது. இந்தியக் கொள்கை லண்டனில் முடிவு செய்யப்பட்டது. அது பிரிட்டிஷ் முதலாளி வர்க்கத்துக்கும் பிரிட்டிஷ் பொருளாதாரத்துக்கும் சாதகமாக இருந்தது. இந்திய அரசாங்கம் இந்தியாவில் தொழில்துறை மற்றும் விவசாயத்துக்கு ஆதரவு தரவில்லை. எல்லா முதலாளித்துவ நாடுகளிலும் தொழில் வளர்ச்சியின் ஆரம்பகட்டத்தில் அரசாங்கம் உதவி செய்தது. பிரிட்டனிலும் அப்படி உதவி செய்யப்பட்டது. இந்தியாவில் தயாரிக்கப்பட்ட பொருட்களுக்கு வரிச் சலுகை தரப்படவில்லை. ஆனால் பிரிட்டன், மேற்கு ஐரோப்பா, அமெரிக்கா ஆகிய நாடுகளில் உள்நாட்டுத் தயாரிப்புகளுக்கு வரிச் சலுகை தரப்பட்டது.

1918ஆம் ஆண்டுக்குப் பிறகு தேசிய இயக்கத்தின் வற்புறுத்தலை முன்னிட்டு பிரிட்டிஷ் அரசாங்கம் சில தொழில்களுக்கு வரிச்சலுகை மற்றும் பாதுகாப்பு கொடுத்தது. ஆனால் அது போதுமான அளவுக்கு இல்லை. அத்துடன் 1880களிலிருந்து இந்திய அரசாங்கத்தின் நாணயக் கொள்கை பிரிட்டிஷ் தொழில்துறைக்கு சாதகமாகவும் இந்தியாவின் தொழில்துறைக்கு பாதகமாகவும் இருந்தது.

இந்தியாவின் உபரி வருமானத்தின் பெரும்பகுதியைக் காலனிய அரசு கைப்பற்றிக்கொண்டதென்று ஏற்கெனவே குறிப்பிட்டோம். அதில் சிறிய பகுதி விவசாய வளர்ச்சிக்கும் கல்வி, சுகாதாரம் ஆகிய துறைகளிலும் செலவு செய்யப்பட்டது.

காலனிய அரசு மொத்த வருமானத்தை நிர்வாகத்துக்கும் பிரிட்டனுக்கு நேரடியாக அல்லது மறைமுகமாக கப்பம் கட்டுவதற்கும் செலவு செய்தது. 1890க்குப் பிறகு மத்திய அரசாங்கத்தின் வருமானத்தில் சுமார் 50 சதவிகிதம் ராணுவத்துக்கு செலவு செய்யப்பட்டது. 1947-48இல் இராணுவச் செலவு சுமார் 47 சதவிகிதமாக இருந்தது.

இந்திய விவசாயிகள் மீது அதிகமான நிலவரி விதிக்கப்பட்டது. ஏழைகள் மீதுகூட உப்பு வரி, இதரவை விதிக்கப்பட்டன. அதிகமான

சம்பளம் வாங்கிய அதிகாரிகள், நிலக்கிழார்கள் வணிகர்கள் ஆகியோர் அநேகமாக வரி கட்டவில்லை. நேரடியான வரிவிதிப்பு மிகவும் குறைவாக இருந்தது. 1946-47இல் 3,60,000 நபர்கள்தான் வருமான வரி கட்டினார்கள். தேசிய இயக்கத்தின் கிளர்ச்சியினால் இருபதாம் நூற்றாண்டில் நிலவரி மற்றும் உப்புவரி குறைக்கப்பட்டது. 1900-91இல் வரிகள் மூலம் அரசாங்கத்துக்குக் கிடைத்த மொத்த வருமானத்தில் நிலவரி 53 சதவிகிதம், உப்புவரி 16 சதவிகிதமாக இருந்தது.

## பொருளாதார ரீதியில் பின்தங்கிய நிலைமை

இந்தியா முழுவதும் விவசாயம் பின்தங்கியிருந்தது. ஏக்கருக்கு மகசூல் மிகக் குறைவாக இருந்தது. சில சமயங்களில் விவசாயிகள் சாவியாகிப்போன கதிர்களை அறுவடை செய்து மனம் நொந்தார்கள். 1901-1941 ஆம் ஆண்டுகளுக்கு இடையில் தனிநபர் விவசாய உற்பத்தி 14 சதவிகிதம் குறைந்தது. தனிநபர் தானிய உற்பத்தி 24 சதவிகிதம் குறைந்தது.

கிராமங்களில் - ஜமீன்தாரி மற்றும் ரயத்வாரி பிரதேசங்களில் - நிலக்கிழார்கள், லேவாதேவிக்காரர்கள், வர்த்தகர்கள், அதிகாரிகள் ஆதிக்கம் செலுத்தினார்கள். 1940களில் விவசாய நிலத்தில் 70 சதவிகிதத்துக்கும் அதிகமான நிலம் நிலக்கிழார்களுக்குச் சொந்தமாக இருந்தது. அவர்களும் லேவாதேவிக்காரர்களும் அரசும் விவசாய உற்பத்தியில் பாதிக்கு மேல் சுவீகரித்துக்கொண்டார்கள்.

அரசாங்கம் விவசாயிகளை மிரட்டி வரி வசூலித்தது. ஆனால் நீர்ப்பாசன வசதிகளை அபிவிருத்தி செய்யவில்லை. நிலக்கிழார்களும் விவசாயிகளும் விவசாயிகளைக் கசக்கிப் பிழிந்து வட்டி வசூலித்தார்கள். எனவே விவசாயத்துறை வளர்ச்சி குன்றித் தேங்கியிருந்தது.

நாட்டில் பணக்கார விவசாயிகள் உருவானார்கள். அவர்கள் ஏழை விவசாயிகளிடமிருந்து நிலங்களை வாங்கினார்களே தவிர விவசாயத்தில் அக்கறை காட்டவில்லை. சிறு விவசாயிகளால் தரமான விதைகள், உரம் ஆகியவற்றைப் பயன்படுத்த முடியவில்லை. பருவமழையை நம்பிய அவர்களுடைய விவசாயம் பெயரளவுக்குத் தான் இருந்தது. நிலமில்லாத விவசாயத் தொழிலாளர்கள் எண்ணிக்கை 1877இல் 13 சதவிகிதத்திலிருந்து 1951இல் 28 சதவிகிதமாக அதிகரித்தது.

குத்தகை விவசாயம் அதிகரித்தது. நிலவுடைமை மேன்மேலும் பாகப்பிரிவினை செய்யப்பட்டதால் விவசாயி உயிர் வாழமுடியவில்லை.

உலகச் சந்தையுடன் இந்திய விவசாயம் இணைக்கப்பட்டதால் தானியங்கள் நகரங்களுக்கும் அந்நிய நாடுகளுக்கும் கொண்டு செல்லப்பட்டன. பணப் பயிர் விவசாயம் தொடங்கியது. எனினும் முதலாளித்துவ விவசாயம் இன்னும் ஆரம்பமாகவில்லை தண்ணீரைத் தேக்கி வைப்பதற்கு அணைகள் கட்டப்பட்டன. பணக்கார விவசாயிகள் உணவுப் பயிர் விவசாயத்துக்குப் பதிலாக பணப்பயிர் விவசாயத்துக்கு மாறினார்கள். வளர்ச்சியடைந்த நாடுகளில் விவசாயத்துறையில் புதிய தொழில்நுட்பவியல் மாற்றங்கள் செய்யப்பட்டன. ஆனால் இந்தியாவில் மரக்கலப்பை விவசாயம் சிறிதும் மாற்றமில்லாமல் நடைபெற்றது. 1931இல் இந்தியாவில் 9,30,000 இரும்பு ஏர்கள் இருந்தன. ஆனால் 31.3 மில்லியன் மரக்கலப்பைகள் இருந்தன. ரசாயன உரம், தரமான விதைகள் பயன்படுத்தப்படவில்லை.

இந்தியாவில் 1946இல் ஒன்பது விவசாயக் கல்லூரிகள்தான் இருந்தன. அவற்றில் 3,110 மாணவர்கள் படித்தார்கள். நீர்ப்பாசனம் அபிவிருத்தி செய்யப்பட்டது. 1940க்களில் விவசாயம் செய்யப்பட்ட நிலத்தில் 27 சதவிகிதத்துக்கு அணைகள் மற்றும் ஏரிகளிலிருந்து தண்ணீர் கிடைத்தது.

பத்தொன்பதாம் நூற்றாண்டில் இந்தியாவில் கைத்திறன் தொழில்கள் அழியத் தொடங்கின. இங்கிலாந்தில் தயாரிக்கப்பட்ட அதே பொருட்கள் மலிவான விலைக்குக் கிடைத்தன. கைத்திறன் தொழிலாளர்கள் குறு விவசாயிகளாக அல்லது விவசாயக் கூலிகளாக மாறினார்கள்.

1850களுக்குப் பிறகு இந்தியாவில் நவீன தொழில் வளர்ச்சி ஏற்பட்டது. ஆனால் உற்பத்தி மற்றும் தொழிலாளர் எண்ணிக்கை குறைவாகவே இருந்தது. வேலையிழந்த கைத்திறன் தொழிலார்களுக்கு கூட அது வேலை கொடுக்க இயலவில்லை. முதலில் பருத்தி, சணல், தேயிலைத் தொழில்கள் வளர்ச்சியடைந்தன. பிறகு 1930-களில் சர்க்கரை, சிமென்ட், மற்றும் காகிதம் தயாரிக்கும் தொழில்கள் வளர்ச்சியடைந்தன. 1907க்குப் பிறகு இரும்பு மற்றும் உருக்குத் தொழில்கள் வளர்ச்சியடைந்தன. ஆனால் 1946இல் கூட இந்தியாவில்

சுதந்திரத்திற்குப் பிறகு இந்தியா 13

தொழிலாளர்களின் மொத்த எண்ணிக்கையில் 30 சதவிகிதம் பருத்தி மற்றும் சணல் தொழிற்சாலைகளில் வேலை செய்தார்கள். பிரிட்டிஷ் நவீன தொழில்துறையின் பங்கு 7.5 சதவிகிதமாகவே இருந்தது. மின்சார உற்பத்தியிலும் இந்தியா பின்தங்கியிருந்தது. வங்கி மற்றும் ஆயுள் காப்பீட்டுத் துறைகளில் இந்தியா மிகவும் பின்தங்கியிருந்தது.

1950இல் இந்தியாவுக்கு தேவையான இயந்திரங்களில் 90 சதவிகிதம் இறக்குமதி செய்யப்பட்டது. 1950ஐ 1984ஆம் ஆண்டுடன் ஒப்பிட்டால் இந்தியாவின் பின்தங்கிய நிலைமை தெளிவாகும். (1984ஆம் ஆண்டுகுரிய புள்ளி விவரம் அடைப்புக்குறிக்குள் தரப்படுகிறது) 1950இல் இந்தியாவின் இரும்பு மற்றும் எஃகு உற்பத்தி 1.04 மில்லியன் டன்கள் (1984இல் 6.9 மில்லியன் டன்கள்). நிலக்கரி 32.8 மில்லியன் டன்கள் (155.2 மில்லியன் டன்கள்); சிமெண்ட் 2.7மில்லியன் டன்கள் (29.9 மில்லியன் டன்கள்); ஆலை இயந்திரங்கள் மற்றும் கருவிகள் 3 மில்லியன் ரூபாய் மதிப்பு (3.28 மில்லியன் ரூபாய்); 7 ரயில் வண்டிகள் (200 ரயில்வண்டிகள்); 99,000 சைக்கிள்கள் (59,44,000 சைக்கிள்கள்; 14 மில்லியன் மின்சார பல்புகள் (317.8 மில்லியன்); 33,000 தையல் மிஷின்கள் (3,38,000 தையல் மிஷின்கள். தனிநபருக்கு 14 kvh மின்சாரம் (160kvh) 1950இல் 5072 வங்கிக் கிளைகள் (33,055 கிளைகள்). 1957இல் 357 மில்லியன் மக்கள் தொகையில் 2.3 மில்லியன் மட்டுமே நவீன தொழில்துறையில் வேலை செய்தார்கள்.

பின்தங்கிய நிலைமையைப் புரிந்துகொள்வதற்குக் கிராமங்களிலும் நகரங்களிலும் மக்கள் வசித்த விகிதம் முக்கியமான குறியீடாகும்: 1951இல் 82.3 சதவிகிதத்தினர் கிராமங்களில் வசித்தார்கள். 1901இல் 63.7 சதவிகிதத்தினர் விவசாயத்தை நம்பியிருந்தார்கள். 1941இல் அது 70 சதவிகிதமாக அதிகரித்திருந்தது. 1901இல் சிறு தொழில்களில் ஈடுபட்டிருந்தவர்கள் 10.3 மில்லியன் 1951இல் அது 8.8 மில்லியனாகக் குறைந்தது. (இதற்கிடையில் மக்கள் தொகை 40 சதவிகிதம் அதிகரித்திருந்தது).

1940க்கள் வரை நிதி மற்றும் தொழில்துறையில் அந்நிய மூலதனம் ஆதிக்கம் வகித்தது. நிலக்கரி, சணல், கப்பல், வங்கி, ஆயுள் காப்பீடு, காபி மற்றும் தேயிலைத் தொழில்களில் பிரிட்டிஷ் கம்பெனிகள் ஆதிக்கம் செலுத்தின. மானேஜிங் ஏஜென்சி என்ற பிரத்யேகமான

முறையின் மூலம் பிரிட்டிஷ் முதலாளிகள் இந்தியக் கம்பெனிகளை நிர்வாகம் செய்தார்கள்.

இந்தியாவில் சில முக்கியமான நகரங்களில், இயற்கை மற்றும் கனிம வளம் நிறைந்த பகுதிகளில் தொழிற்சாலைகள் குவிக்கப்பட்டன. அதனால் வருமான வேறுபாடுகளும் பிரதேச வளர்ச்சியில் ஏற்றத்தாழ்வுகளும் ஏற்பட்டன. ஆனால் 1930-களிலும் 1940-களிலும் இந்தியப் பொருளாதாரத்தில் ஏற்பட்ட மாற்றங்கள் சுதந்திரமடைந்த பிறகு பொருளாதாரம் வளர்ச்சி அடைவதற்கு உதவின. போக்குவரத்து மற்றும் செய்தித் தொடர்பில் ஏற்பட்ட வளர்ச்சி ஆக்கபூர்வமானதாகும். 1940க்களில் இந்தியாவில் 65,000 மைல் நீளத்துக்கு கற்சாலைகளும் 42,000 மைல் ரயில் பாதையும் இருந்தன. சரக்குகள் வேகமாக நகரங்களுக்கும் அடுத்த மாவட்டங்களுக்கும் கொண்டு செல்லப்பட்டன. மூலப் பொருட்களைக் கொள்முதல் செய்து துறைமுகங்களுக்கு கொண்டு செல்வதற்கு ரயில் வண்டிகள் பயன்பட்டன. இந்தியாவிலுள்ள தொழிற்சாலைகளுக்கு மூலப்பொருட்கள் சப்ளை புறக்கணிக்கப்பட்டது. பிரிட்டனிலும் அமெரிக்காவிலும் ரயில்பாதைகள் இரும்பு மற்றும் எஃகுத் தொழில் வளர்ச்சி அடையத் தூண்டுதலாக இருந்தன. தபால் மற்றும் தந்தி இலாகாக்கள் திறமையோடு இயங்கின. தொலைபேசி அமைப்பு வளர்ச்சி அடையவில்லை.

இந்தியர்களுக்குச் சொந்தமான தொழில்கள் சிறிய அளவில் இருந்தாலும் மேன்மேலும் வளர்ச்சி அடைந்தன. ஆனால் அவை பெரும்பாலும் நுகர்வுத் தொழில்களே (உதாரணம், பருத்தி மற்றும் சணல் நெசவாலைகள், சர்க்கரை, சோப், காகிதம் தீப்பெட்டி). இரும்பு மற்றும் எஃகுத் தொழிற்சாலைகள், சிமென்ட், ரசாயன மற்றும் என்ஜினியரிங் தொழில்கள் தொடங்கப்பட்டன. 1939இல் இந்தியாவில் ஏழு பொறியியல் கல்லூரிகள்தான் இருந்தன. அவற்றில் 2,217 மாணவர்கள் படித்தார்கள். தொழிற்சாலைகளில் நிபுணர்களும் நிர்வாகிகளும் அநேகமாக வெளிநாட்டுக்காரர்களாக இருந்தார்கள்.

1914-க்குப் பிறகு சுதேசி முதலாளி வர்க்கம் சொந்த நிதி ஆதாரத்துடன் தோன்றியது. மற்ற காலனி நாடுகளில் உள்நாட்டு முதலாளிகள் வெளிநாட்டு முதலாளிகளுக்குத் தரகர்களாக அல்லது இளைய பங்குதாரர்களாக இருந்தார்கள். ஆனால் இந்தியாவில் சுதேசி

முதலாளிகள் அந்நிய முதலாளிகளைக் காட்டிலும் துணிச்சலானவர்களாக இருந்தார்கள். ஆகவே இந்திய முதலாளிகளின் முதலீடு பிரிட்டிஷ் மற்றும் அந்நிய முதலாளிகளின் முதலீடுகளைக் காட்டிலும் வேகமாக வளர்ச்சியடைந்தது. இரண்டாவது உலகப் போர் முடிவடைந்தபொழுது பெரிய தொழிற்சாலைகளில் 60 சதவிகிதம் இந்தியர்களுக்குச் சொந்தமாக இருந்தது. சிறிய அளவு தொழில்துறை முற்றிலும் இந்தியர்களின் ஆதிக்கத்திலிருந்தது. அது பெரிய அளவு தொழில் துறையைக் காட்டிலும் அதிகமான தேசிய வருமானத்தைப் படைத்தது

1947க்குள் வங்கி மற்றும் ஆயுள் காப்பீட்டுத் துறைகளில் இந்திய மூலதனம் கணிசமாக முன்னேறியிருந்தது. இந்தியர்களுக்குச் சொந்தமான வங்கிகளில் மொத்த டெபாசிட்டுகளில் 64 சதவிகிதத்தைக் கொண்டிருந்தன. இந்தியர்களுக்குச் சொந்தமான ஆயுள் காப்பீட்டுக் கம்பெனிகள் மொத்த காப்பீட்டுத் தொழிலில் 75 சதவிகிதத்தை வைத்திருந்தன. உள்நாட்டு வர்த்தகத்தின் பெரும்பகுதி இந்தியர்களிடம் இருந்தது.

இந்தியப் பொருளாதாரத்தில் மேற்கண்ட ஆக்கபூர்வமான அம்சங்கள் இருந்தாலும் வரலாற்றுப் பின்னணியில் அவற்றை ஆராயவேண்டும். முதலாவதாக, இந்தியத் தொழில்துறை மற்றும் முதலாளித்துவத்தின் வளர்ச்சி மிகவும் குறுக்கப்பட்டிருந்தது. காலனியப் பொருளாதாரத்துக்குள் இந்தியாவில் தொழில்வளர்ச்சி நடைபெற்றதால் அதில் வேகம் இல்லை. காலனி அரசாங்கத்தின் கட்டுப்பாடுகளை மீறி இந்தியாவில் தொழில் வளர்ச்சி முன்னேறியது. இரண்டு உலகப் போர்களும் இந்திய முதலாளிகளின் தொழில்கள் வளர்ச்சி அடைவதற்கு உதவின.

இந்தியாவில் விவசாயிகள் மற்றும் கைவினைஞர்கள் ஓட்டாண்டிகளாக இருந்தார்கள். சாதாரண மக்கள் வறுமை மற்றும் பட்டினியோடு வாழ்ந்தார்கள். 19ஆம் நூற்றாண்டின் பிற்பாதியில் நாட்டின் பல பகுதிகளில் பஞ்சம் நிலவியது. 1943இல் வங்காளப் பஞ்சத்தில் 30 லட்சம் மக்கள் மரணமடைந்தார்கள்.

இந்தியாவின் பின்தங்கிய நிலைமையை சில குறியீடுகள் மூலம் விளக்கமுடியும். 1941-50இல் மரணவிகிதம். ஆயிரம் நபர்களுக்கு 25 ஆக இருந்தது. ஆண்டுதோறும் ஆயிரம் சிசுக்களில் 175-190 சிசுக்கள்

மரணமடைந்தன. இந்தியர்களின் சராசரி வயது 32 ஆக இருந்தது. அம்மை, பிளேக், காலரா, ஆகிய தொத்து நோய்களிலும் வயிற்றுப் போக்கு, டயரியா, மலேரியா காய்ச்சல் மற்றும் இதர நோய்களில் ஆண்டுதோறும் லட்சக்கணக்கான மக்கள் மரணமடைந்தார்கள். மக்களில் 25 சதவிகிதத்தினர் மலேரியா காய்ச்சலில் வாடிக்கையாக பாதிக்கப்பட்டார்கள். நாட்டில் சுகாதார சேவை என்பதே இல்லை. 1943இல் இந்தியாவில் 10 மருத்துவக் கல்லூரிகள் இருந்தன. ஆண்டுதோறும் 700 டாக்டர்கள் படிப்பை முடித்தார்கள். 27 மருத்துவப் பள்ளிகள் இருந்தன. அவற்றிலிருந்து 7,000 பேர் பட்டயப் பயிற்சி பெற்றார்கள். 1951இல் நாட்டில் 18,000 எம்.பி.பி.எஸ். படித்த டாக்டர்கள் இருந்தார்கள். அவர்களில் பெரும்பான்மையினர் நகரங்களில் தொழில் செய்தார்கள். 1915 மருத்துவமனைகள் இருந்தன; அவற்றில் 1,16,731 படுக்கைகள் இருந்தன; 6589 மருந்து கொடுக்குமிடங்கள் இருந்தன. அவற்றில் 7072 படுக்கைகள் இருந்தன. பெரும்பாலான நகரங்களில் நவீன சுகாதார வசதிகள் இல்லை. ஐரோப்பியர்கள் மற்றும் பணக்காரர்கள் வசித்த பகுதிகளில் மட்டும் நவீன சுகாதார வசதிகள் இருந்தன. பெரும்பாலான நகரங்களில் மின்சார விளக்குகள் இல்லை. கிராமங்களில் மின்சார வசதியைப் பற்றி நினைக்கக்கூட முடியாது.

1951இல் இந்தியர்களில் 84 சதவிகிதத்தினர் கல்வியில்லாதவர்கள். பெண்களில் 92 சதவிகிதத்தினருக்கு கல்வி இல்லை. 13,590 நடுநிலைப் பள்ளிகளும் 7288 உயர்நிலைப்பள்ளிகளும் இருந்தன. ஏழைகள் கல்வி கற்க முடியாததால் அவர்கள் முன்னேற முடியவில்லை.

இந்தியாவின் மக்கள் தொகை வேகமாக அதிகரித்துக் கொண்டிருந்த காரணத்தால் நாட்டில் வறுமை அதிகரித்ததாகச் சொல்வது உண்மையல்ல. 1871க்கும் 1941க்கும் இடையில் மக்கள் தொகை அதிகரிப்பு விகிதம் ஆண்டுக்கு 0.6 சதவிகிதமாக இருந்தது.

## காலனிய அரசு

ஆங்கிலத்தைப் பாடமொழியாகக்கொண்ட பொதுவான கல்வி முறை நாடு முழுவதிலும் அமுலாக்கப்பட்டது. அது இந்தியா முழுவதிலும் அறிவுப் பகுதியினரை உருவாக்கியது. அவர்கள் இந்திய சமூகத்தைப் பற்றிப் பொதுவான அணுகுமுறையைக்கொண்டிருந்தார்கள்.

19ஆம் நூற்றாண்டின் பிற்பாதியிலும், அதன் பிறகும் அவர்களில் சிறந்தவர்கள் காலனிய ஆட்சியை விமர்சிக்கின்ற தகுதி உடையவர்களாக இருந்தார்கள். எனினும் அன்றைய கல்விமுறை இரண்டு எதிர்மறை விளைவுகளைக் கொண்டிருந்தது. முதலாவதாக படித்தவர்களுக்கும் சாதாரண மக்களுக்கும் இடையில் பெரிய இடைவெளியை ஏற்படுத்தியது. தேசிய இயக்கம் அதை ஓரளவு சமப்படுத்தினாலும் சுதந்திர இந்தியாவில்கூட அந்த இடைவெளி நீடித்தது. இரண்டாவதாக ஆங்கில மொழிக்குத் தரப்பட்ட முக்கியத்துவம் பிராந்திய மொழிகளின் வளர்ச்சியை பாதித்தது. சாதாரண மக்களுக்குக் கல்வி எட்டாக் கனியாக இருந்தது. அன்றைய கல்வி முறை மனப்பாடமாகப் படிப்பதை ஊக்குவித்தது. மாணவர்கள் மற்றவர்களுடைய கருத்துக்களைத் தெரிந்து கொண்டார்களே தவிர, சுயமாக சிந்திக்கவில்லை. அறிவியல் மற்றும் தொழில்நுட்பக் கல்வி புறக்கணிக்கப்பட்டது. பெண்கள் கல்வி கற்க வசதிகள் இல்லை. 1951இல் 100 பெண்களில் 8 சதவிகிதத்தினருக்குத் தான் எழுதப்படிக்கத் தெரியும்.

பிரிட்டிஷ் அரசாங்கம் அடிப்படையில் எதேச்சதிகாரமாக இருந்தாலும் அதில் மிதவாதக் கூறுகளும் இருந்தன. சட்டத்தின்படி ஆட்சி, ஓரளவுக்கு சுதந்திரமான நீதி முறை ஆகியவற்றை உதாரணங்களாகக் குறிப்பிடலாம். ஆனால் பிரிட்டிஷ் அதிகாரிகளால் எழுதப்பட்ட சட்டங்கள் ரெவினியு மற்றும் போலீஸ் அதிகாரிகளிடம் அடக்குமுறை அதிகாரத்தை ஒப்படைத்தன. நிர்வாகத்துறையும் நீதித்துறையும் பிரிக்கப்படவில்லை. கலெக்டர் மாவட்டத்தை நிர்வாகம் செய்ததுடன் மாவட்ட நீதிபதியாகவும் இருந்தார்.

ஒரு நபருடைய சாதி, மதம், வர்க்கம் ஆகியவற்றைப் பாராமல் மனித சமத்துவம் என்ற அடிப்படையில் நீதி வழங்கப்பட்டது. ஆனால் ஒரு ஐரோப்பியன் மீது குற்றம் சாட்டினால் நீதிபதி வளைந்து கொடுத்தார். வழக்குகளில் பணக்காரர்கள் தப்பித்தார்கள், ஏழைகள் சிக்கினார்கள்.

பத்திரிகை சுதந்திரம், எழுத்துச் சுதந்திரம் அனுமதிக்கப்பட்டது. ஆனால் நெருக்கடி ஏற்படும்பொழுது, குறிப்பாக, போராட்ட காலங்களில் அரசாங்கம் அந்த உரிமைகளை ரத்து செய்தது.

இந்தியா ஜனநாயக ஆட்சிக்கு ஏற்ற நாடு அல்ல. உதவிகரமான எதேச்சதிகாரமே இந்தியாவுக்குப் பொருத்தமானது என்று பிரிட்டிஷ்

தலைவர்கள் அடிக்கடி கூறுவதுண்டு. எனினும் இந்தியர்களுடைய நிர்ப்பந்தத்தினால் மத்தியிலும் மாநிலங்களிலும் சட்டசபைகள் அமைக்கப்பட்டன. வாக்குரிமை மிகவும் சிலருக்குத் தரப்பட்டது. 1919க்குப் பிறகு 3 சதவிகித இந்தியர்களுக்கு மட்டும் வாக்குரிமை தரப்பட்டது. 1935க்குப் பிறகு 15 சதவிகித இந்தியர்கள் வாக்குரிமை பெற்றார்கள். அரசாங்க நடவடிக்கைகளை சட்ட சபைகள் கட்டுப்படுத்த முடியாது எனினும் சட்டசபை உறுப்பினர்கள் அரசாங்கத்தின் எதேச்சதிகாரத்தை கண்டித்தார்கள். அரசியலமைப்புச் சீர்திருத்தங்களின் போலியான தன்மையை அம்பலப்படுத்தினார்கள்.

பிரிட்டிஷ் அரசு இந்தியாவை அரசியல் ரீதியாகவும் நிர்வாக ரீதியாகவும் முன்னெப்போதும் இல்லாத அளவில் ஒன்று சேர்த்தது முகலாயர்களின் நிர்வாக அமைப்பைப் பின்பற்றி வடிவமைக்கப்பட்ட பிரிட்டிஷ் அரசாங்கம் நாடு முழுவதிலும் ஒரே மாதிரியான நிர்வாகத்தை ஏற்படுத்தியது. கல்வி முறை அகில இந்தியப் பார்வையைக் கொண்ட அறிவுப் பகுதியினரை உருவாக்கியது. போக்குவரத்து மற்றும் செய்தித் தொடர்பு வளர்ச்சியும் இந்தியா ஒரு நாடு என்னும் கருத்துக்கு அடிப்படையைக் கொடுத்தது.

இந்தியாவை ஒன்று சேர்த்த ஆங்கிலேயர்கள் அதற்கு எதிரான சக்திகளையும் தூண்டினார்கள். ‘பிரிவினை செய்; பிறகு ஆட்சி சுலபம், என்ற ஏகாதிபத்தியக் கொள்கையை அவாகள் கடைப்பிடித்தார்கள். மதத்துக்கு எதிராக மதம், சாதிக்கு எதிராக சாதி, ஒரு மாகாணத்துக்கு எதிராக இன்னொரு மாகாணம் என்ற முறையில் இந்திய மக்களைப் பிளவுபடுத்தினார்கள். அவர்கள் ஹிந்துக்களுக்கு எதிராக முஸ்லிம்களைத் திருப்பினார்கள். சமஸ்தான மன்னர்களையும் ஜமீன்தார்களையும் தேசிய இயக்கத்தை எதிர்க்குமாறு தூண்டினார்கள். 1947இல் அவர்கள் முயற்சி வெற்றியடைந்தது. இந்தியா இரண்டு நாடுகளாகப் பிரிவினை செய்யப்பட்டது.

இந்தியாவை ஆட்சி செய்வதற்கு இந்தியன் சிவில் சர்விஸ் (ஐ.சி.எஸ்) என்னும் அமைப்புக்கு அதிகாரிகள் தேர்வு செய்யப்பட்டார்கள். அவர்கள் திறமைசாலிகள், மேல்மட்டத்தில் நேர்மையானவர்களாக இருந்தார்கள். அதில் 1918க்குப் பிறகு இந்தியர்களுடைய எண்ணிக்கை படிப்படியாக அதிகரித்தது.

1947இல் 48 சதவிகிதத்தினர் இந்தியர்களாக இருந்தார்கள். ஆனால் முக்கியமான பொறுப்புகள் ஆங்கிலேயர்களிடம் இருந்தன. இந்திய அதிகாரிகள் பிரிட்டிஷ் அரசாங்கத்தின் ஏஜென்டுகளாக இருந்தார்கள். அவர்கள் உயர் குடும்பங்களைச் சேர்ந்தவர்களாகவும் பழமையைப் பாராட்டுபவர்களாகவும் இருந்தார்கள். இந்தியாவில் அரசியல் மாற்றங்கள் ஏற்பட்டுக் கொண்டிருந்தபொழுது அவர்களால் ஈடுகொடுக்க முடியவில்லை.

அரசாங்கத்தில் சில இலாகாக்களில் (உதாரணமாக பொதுப் பணித்துறை, நீர்ப்பாசனம், போலீஸ், உணவு சப்ளை, இதரவை) ஊழல்கள் இருந்தன. அரசாங்கம் ரேஷன், முறையைக் கொண்டு வந்த பொழுது ஊழல்கள் அதிகரித்தன. வரி கட்டாமல் அரசாங்கத்தை ஏமாற்றுவதும் அதிகரித்தது. நாட்டுப் பொருளாதாரத்துக்குப் போட்டியாக கறுப்புச் சந்தைப் பொருளாதாரம் உருவாயிற்று.

இந்திய ராணுவம் பிரிட்டிஷ் ஆட்சியைப் பாதுகாத்தது. ராணுவத்திலுள்ள இந்தியர்கள் தேசிய இயக்கத்தின் பாதிப்பு இல்லாதிருக்கவேண்டும் என்பதற்காகப் பிரிட்டிஷ் அரசாங்கம் பல நடவடிக்கைகளை மேற்கொண்டது. தேசிய நாளிதழ்களை ராணுவக் குடியிருப்புகளில் விற்பனை செய்யமுடியாது. படைவீரர்கள் சந்தா கட்டி அவற்றைப் படிக்கமுடியாது. ராணுவத்தில் உள்ளவர்கள் அரசியல் ஈடுபாடு இல்லாதவர்களாக இருக்கவேண்டும் என்று வற்புறுத்தப்பட்டது. பிற்காலத்தில் பாகிஸ்தானில் நடைபெற்ற நிகழ்வுகளைப் பார்க்கும் பொழுது அது சரியானதே என்று பலர் எண்ணுவார்கள்.

இரவீந்திரநாத் தாகூர் 1941இல் மரணமடைவதற்கு மூன்று மாதங்களுக்கு முன்பு பின்வருமாறு எழுதினார். "ஆங்கிலேயர்கள் இந்தியப் பேரரசைக் கைவிடுமாறு விதி என்றாவது கட்டாயப்படுத்தும். ஆனால் எப்படிப்பட்ட இந்தியாவை அவர்கள் விட்டுச் செல்வார்கள்? அவர்களுடைய நூற்றாண்டுக்கால ஆட்சி முடிகின்றபொழுது குப்பைக் கூளத்தை விட்டுச்செல்வார்கள்."

# 3
# தேசிய இயக்கத்தின் மரபுகள்

**நூ**று ஆண்டுகள் நடைபெற்ற சுதந்திரப் போராட்டத்தை சரியாகப் புரிந்துகொண்டால்தான் 1947க்குப் பிறகு இந்தியாவின் வளர்ச்சியை ஆய்வு செய்யமுடியும். இந்தியாவின் பொருளாதார மற்றும் நிர்வாகக் கட்டமைப்புகள் காலனி ஆட்சி மற்றும் அதற்கு முந்திய ஆட்சியிலிருந்தும் பெற்றுக் கொள்ளப்பட்டன. தேசிய இயக்கத்தின் தெளிவான சித்தாந்தப் பார்வை சுதந்திர இந்தியாவை நிர்மாணிப்பதற்கு உதவி செய்தது.

தேசிய இயக்கத்தின் குறிக்கோள்களும் மதிப்புகளும் மத்திய வர்க்கம் மற்றும் அறிவு ஜீவிகளுடன் நின்றுவிடவில்லை. ஆயிரக் கணக்கான காங்கிரஸ் தொண்டர்கள் அவற்றை நகரங்களிலும் கிராமங்களிலும் சாதாரண மக்களிடம் பரப்பினார்கள். அந்த இலட்சியங்கள் இந்திய சமூகத்தையும் அரசியலையும் ஒருங்கிணைப்பதில் முக்கியமான பங்கு வகித்தன. நேரு அதைப் 'புரட்சியின் தொடர்ச்சி' என்றார்.

**தேசிய இயக்கத்தின் குணாம்சம்**

இந்தியாவின் சுதந்திரப் போராட்டத்தை உலக வரலாற்றில் மாபெரும் வெகுசன இயக்கம் என்று கூறவேண்டும். 1919க்குப் பிறகு 'மக்கள் தங்களுடைய விடுதலைக்குப் போராடவேண்டும்' என்ற கருத்தைச் சுற்றி சுதந்திரப் போராட்டம் நடைபெற்றது. மக்களே - தலைவர்கள் அல்ல - வெகுசன சமூக - அரசியல் இயக்கங்களைப் படைக்கிறார்கள் என்ற கருத்தை காந்திஜி தன் வாழ்நாள் முழுவதும் பிரச்சாரம் செய்தார்.

அவர் சத்யாகிரகம் என்ற போராட்ட முறையை உருவாக்கினார். தொண்டர்கள் சத்யாகிரகம் செய்ய, லட்சக்கணக்கான மக்கள் அவர்களை ஆதரிக்கின்ற நடவடிக்கைகளில் ஈடுபட்டார்கள். வன்முறைப் புரட்சியை அர்ப்பணிப்புள்ள சிறுபான்மையினர் செய்ய முடியும்

அகிம்சைப் புரட்சி லட்சக்கணக்கான மக்களுடைய ஆதரவோடு நடைபெற்றது.

தனி நபருக்கு சிவில் உரிமைகளைக் கொடுத்தல், ஜனநாயக முறையைக் கடைப்பிடித்தல் ஆகியவை தேசிய இயக்கத்தின் கொள்கையாக இருந்தன.

20ஆம் நூற்றாண்டின் ஆரம்பத்தில், வயது வந்த எல்லோருக்கும் வாக்குரிமை கொடு என்று தேசிய இயக்கம் கோரியது. பத்திரிகை சுதந்திரம் வலியுறுத்தப்பட்டது. 1937இல் பதவியேற்ற காங்கிரஸ் மந்திரி சபைகள் விவசாயி, தொழிலாளி மற்றும் மாணவர்களுக்கு சிவில் உரிமைகளைக் கொடுத்தன. காங்கிரஸ் சோஷலிஸ்ட் கட்சி மற்றும் கம்யூனிஸ்ட் கட்சி தீவிரமான கொள்கைகளைப் பிரசாரம் செய்ய அனுமதிக்கப்பட்டன.

1885இல் ஆரம்பிக்கப்பட்ட இந்திய தேசிய காங்கிரஸ் ஜனநாயக அடிப்படையில் இயங்கியது. கட்சிக் கமிட்டிகளில் சூடான விவாதங்கள் நடைபெற்றன. பகிரங்கமான வாக்களிப்புக்குப் பிறகு பெரும்பான்மையினர் முடிவு அறிவிக்கப்படும். 1920இல் ஒத்துழையாமை இயக்கத்தை நடத்தலாமா என்று வாக்கெடுப்பு நடைபெற்றது. காந்திஜியின் தீர்மானத்துக்கு 1336 பிரதிநிதிகள் ஆதரவு கொடுத்தார்கள். 884 பிரதிநிதிகள் எதிர்த்தார்கள். 1929இல் நடைபெற்ற லாகூர் மாநாட்டில் வைசிராய் பயணம் செய்த ரயில் வண்டி மீது பயங்கரவாதிகள் குண்டு வீசியதைக் கண்டிக்கின்ற தீர்மானத்தை 942 பிரதிநிதிகள் ஆதரித்தார்கள், 794 பிரதிநிதிகள் எதிர்த்தார்கள். 1942 சனவரியில் அரசாங்கத்தின் போர் முயற்சிகளுக்கு ஒத்துழைப்புத் தரவேண்டும் என்னும் காந்திஜியின் தீர்மானம் தோற்கடிக்கப்பட்டது.

காங்கிரஸ் பேரியக்கத்தில் எல்லோரும் ஒரே மாதிரியான கருத்தைக் கொண்டிருக்கவேண்டும் என்ற வற்புறுத்தல் இல்லை. கருத்து வேறுபாடுகள் பகிரங்கமாக வெளியிடப்பட்டன. ஜனநாயக ரீதியில் இயங்குதல் காங்கிரஸ் சோஷலிஸ்ட் கட்சி, தொழிற்சங்கம், விவசாயிகள் சங்கம் மற்றும் இதர அமைப்புகளிலும் கடைப்பிடிக்கப்பட்டது.

காங்கிரஸ் தலைவர்கள் சிவில் உரிமைகளை ஆதரித்தார்கள். "பத்திரிகை சுதந்திரம் மற்றும் பேச்சு சுதந்திரம் நாட்டை உருவாக்கி

வளர்க்கின்றன என்று திலகர் கூறினார்." பேச்சு சுதந்திரம் மற்றும் சங்கம் அமைக்கின்ற சுதந்திரத்தை நாம் ஆதரிக்கவேண்டும். அவற்றைப் பாதுகாப்பதற்கு உயிரைக் கொடுப்பதற்குத் தயாராக இருக்கிறோம்" என்று 1922இல் காந்திஜி எழுதினார். பிறகு 1939இல் அவர் பின்வருமாறு கூறினார்: "சிவில் உரிமைகளுடன் அஹிம்சையை சேர்த்துக் கொள்வது சுயராஜ்யத்துக்கு முதல் காலடியாகும். அரசியல் மற்றும் சமூக வாழ்க்கையின் சுவாசக்காற்று அது. அதில் சமரசம் செய்துகொள்ள முடியாது." ஜவஹர்லால் நேரு 1936இல் பின்வருமாறு எழுதினார். "சிவில் உரிமைகள் ரத்து செய்யப்படுகின்ற பொழுது நாடு தன் ஜீவனை இழந்துவிடும். அந்த நாடு சாதனைகளை செய்யமுடியாது" 1931இல் கராச்சியில் நடைபெற்ற காங்கிரஸ் மாநாட்டில் பேச்சுரிமை, எழுத்துரிமை, சங்கம் அமைக்கின்ற உரிமைகளை வலியுறுத்தித் தீர்மானம் நிறைவேற்றப்பட்டது.

தேசிய இயக்கம் அஹிம்சையை வலியுறுத்தியதால் நாட்டில் ஜனநாயக சூழல் நிலவியது. விவாதம், சொற்போர் ஆகியவற்றின் மூலம் மாற்றுக் கருத்துள்ளவர்களைக் காங்கிரஸ் அணிக்குக் கொண்டு வருதல் வலியுறுத்தப்பட்டது. தலைவர்கள் எதிரணிகளில் இருந்தாலும் மாற்றுக் கருத்துடையவர்களின் சிவில் உரிமைகளைப் பறிக்கக்கூடாது என்று கூறினார்கள். மிதவாதிகளான கோகலே மற்றும் சுரேந்திரநாத் பானர்ஜி தீவிரவாதியான திலகருடைய பேச்சுரிமை மற்றும் எழுத்துரிமைக்குக் குரல் கொடுத்தார்கள். அஹிம்சையை ஆதரித்த காங்கிரஸ்வாதிகள் பகத்சிங் மற்றும் புரட்சிகரப் பயங்கரவாதிகளுக்கு லாகூர் வழக்கு நடைபெற்ற பொழுது ஆதரவளித்தார்கள். மீரட்சதி வழக்கு நடைபெற்றபொழுது கம்யூனிஸ்டுகளுக்கு ஆதரவு கொடுத்தார்கள். இடதுசாரிகளையும் தொழிற்சங்கங்களையும் நசுக்குவதற்கு அரசாங்கம் 1928இல் பொதுமக்கள் பாதுகாப்பு மசோதா, தொழில் தகராறு மசோதா ஆகியவற்றைக் கொண்டுவந்த பொழுது மோதிலால் நேரு அதை எதிர்த்தார். பழமைவாதிகளான மதன்மோகன் மாளவியா மற்றும் ஜெயகர் அதை எதிர்த்தார்கள். இந்திய முதலாளிகளுடைய பிரதிநிதிகளான ஜி.டி. பிர்லா மற்றும் புருஷோத்தம் தாகூர் தாஸ் எதிர்த்தார்கள்.

இந்தியாவில் ஜனநாயக ஆட்சி முறை வெற்றி பெறாது என்ற கருத்தை பிரிட்டிஷ் ஆட்சியாளர்களும் அவர்கள் ஆதரித்த

சிந்தனையாளர்களும் நாட்டில் பரப்பினார்கள். ஆனால் காங்கிரஸ் பேரியக்கம் இந்திய மக்களிடம் ஜனநாயக மரபுகள் வேரூன்றும்படி செய்தது. இந்திய அரசியலமைப்புச் சட்டம் ஜனநாயக அடிப்படையில் தயாரிக்கப்பட்டு நன்கு விவாதிக்கப்பட்டு நிறைவேற்றப்பட்டது. பல கட்சிகள் பங்கெடுக்கின்ற ஜனநாயக முறை இந்தியாவில் வெற்றி பெற்றது; ஆனால் பாகிஸ்தானில் தோல்வியடைந்தது ஏன்? பாகிஸ்தானை உருவாக்கிய அரசியல் கட்சி ஜனநாயக அடிப்படையில் இயங்கவில்லை; சிவில் உரிமைகளை ஆதரிக்கவில்லை. அரசியல் வாதிகளின் மாற்றுக் கருத்துகளைக் கூற அனுமமதிக்கப்படவில்லை.

இந்தியாவில் பிரிட்டிஷ் ஆட்சியிலும் அதற்கு முன்பும் அரசியல் வாழ்க்கையில் எதேச்சதிகாரம் நிலவியது. 'ஐயோ பாவம்' என்று மக்களுக்கு உதவுகின்ற பரோபகார உணர்ச்சியும் இருந்தது. ஆனால் தேசிய இயக்கம் கருத்துச் சுதந்திரத்தை வலியுறுத்தியது. சிறுபான்மையினர் தமது கருத்தை வெளியிடுவதற்கும் ஆதரவு தேடுவதற்கும் உரிமையுள்ளவர்கள் என்று வாதிட்டது.

பிரிட்டன் இந்தியாவில் காலனியப் பொருளாதாரத்தை அமைத்ததையும் சுரண்டியதையும் தேசிய இயக்கம் மிகவும் சிறப்பான முறையில் அம்பலப்படுத்தியது. சுதந்திர இந்தியாவின் பொருளாதார வளர்ச்சிக்குத் திட்டம் தீட்டியது.

இந்தியாவில் சுய - சார்புள்ள, சுதந்திரப் பொருளாதாரம் அமைக்கப்படவேண்டும் என்று வலியுறுத்தப்பட்டது. சுயசார்பு என்றால் உலகப் பொருளாதாரத்தில் இன்னொரு நாட்டுக்கு உட்பட்டிருக்கக்கூடாது என்று அர்த்தம் "சுயசார்பு உலக நாடுகளுடன் வர்த்தகம் செய்வதைத் தடுக்காது." என்று நேரு 1946இல் கூறினார் இந்தியாவில் நவீன தொழில்நுட்பத்தோடு தொழில் வளர்ச்சி இருக்கவேண்டும் என்று அநேகமாக எல்லோரும் ஒரு மனதாகக் கூறினார்கள். தொழில்துறைக்கும் விவசாயத்துக்கும் இடையிலான நெருக்கமான பிணைப்பு சுட்டிக் காட்டப்பட்டது. கிராமங்களில் எண்ணற்ற மக்கள் வேலையில்லாமல், உணவில்லாமல் வாழ்கின்ற துன்பத்தை தொழில் வளர்ச்சியின் மூலம் போக்க முடியும் என்று கருதினார்கள்.

இந்தியாவில் கன இயந்திரத் தொழிலை ஏற்படுத்தவேண்டும். இந்தியாவின் பின்தங்கிய நிலையை மாற்றுவதற்கு அது இன்றியமையாதது.

அதே சமயத்தில் நடுத்தரமான தொழில்கள் மற்றும் குடிசைத் தொழில்கள் இந்தியாவுக்கு அவசியம். இந்தியாவுக்குள் அந்நிய மூலதனம் தடையில்லலாமல் வரக்கூடாது. அது உள்நாட்டுத் தொழிலை நசுக்குகிறது என்று சுதந்திரப் போராட்ட காலத்தில் சொல்லப்பட்டது. சுதந்திரத்துக்குப் பிறகு உள்நாட்டு மூலதனத்துக்கு உதவியாக அந்நிய மூலதனம் வரவேற்கப்பட்டது. அந்நிய நாடுகளிலிருந்து இயந்திரங்களும் தொழில்நுட்பமும் இறக்குமதி செய்யப்பட்டன.

இந்தியாவில் விவசாய உறவுகள் மாற்றியமைக்கப்பட வேண்டும். ஜமீன்தாரி முறை ஒழிக்கப்படவேண்டும். தாமே விவசாயம் செய்கின்ற விவசாயிகளை அடிப்படையாகக் கொண்டிருக்கவேண்டும் என்று தேசிய இயக்கம் 1930க்கள் மற்றும் 1940க்களில் கூறியது.

அரசு பொதுத் துறையில் முதலீடு செய்து அதை வேகமாக வளர்க்கவேண்டும். 1931இல் கராச்சி காங்கிரஸ் மாநாட்டில் நிறைவேற்றப்பட்ட தீர்மானம் “அரசு ரயில்பாதை, கப்பல் தொழில், கனிமங்கள், போக்குவரத்து ஆகிய முக்கியமான துறைகளில் முதலீடு செய்து வளர்க்கவேண்டும்” என்று பரிந்துரை செய்தது. அந்த அமர்வுக்கு வல்லபாய் படேல் தலைமை தாங்கினார்; நேரு தயாரித்த தீர்மானத்தை காந்திஜி முன்மொழிந்தார் என்பது குறிப்பிடத்தக்கது. காங்கிரஸ் கட்சி 1938இல் தேசிய திட்டக் கமிட்டியை அமைத்தது. இந்தியாவின் பெரு முதலாளிகள் 1943இல் பம்பாய் திட்டத்தைத் தயாரித்தார்கள்.

இந்தியாவில் நவீனத் தொழில்களின் வளர்ச்சியை காந்திஜி எதிர்த்தார். ஆனால் பிற்பாடு தன்னுடைய நிலையை மாற்றிக் கொண்டார். ‘எல்லாவிதமான இயந்திரங்களையும் நான் ஒரேயடியாக எதிர்க்கவில்லை. தொழிலாளிகளை வேலையிலிருந்து விரட்டுகின்ற நவீன இயந்திரங்களை நான் எதிர்க்கிறேன்’ என்றார். பெரிய தொழிற்சாலைகளை தனியாரிடம் விடக்கூடாது. அரசாங்கமே நடத்தவேண்டும் என்றார். காங்கிரஸ்வாதிகள் அஹிம்சையைக் கடைப்பிடிக்க வேண்டும் என்று வற்புறுத்திய காந்திஜி தன்னுடைய பொருளாதாரக் கொள்கையை காங்கிரஸ் ஏற்றுக்கொள்ள வேண்டும் என்று வற்புறுத்தவில்லை. குடிசைத் தொழில்கள் மற்றும் சிறு தொழில்களைப் பற்றிய காந்திஜியின் கருத்துகளை தேசிய இயக்கம்

ஏற்றுக்கொண்டது. இரண்டாவது ஐந்தாண்டுத் திட்டத்தில் இந்தப் பார்வை இடம் பெற்றிருந்தது.

இந்தியாவின் தேசிய இயக்கம் அன்றைய நிலைமைகளுடன் ஒப்பிட்டால் மிகவும் தீவிரமான இயக்கமாக இருந்தது. காலனியச் சுரண்டலே இந்திய மக்களுடைய வறுமையின் காரணம் என்று தாதாபாய் நௌரோஜி எழுதினார். காந்திஜி அந்த வாதத்தை மேலும் ஸ்தூலப்படுத்தினார். சோஷலிஸ்ட் குழுக்கள் தோன்றிய பிறகு மக்களுடைய வறுமை ஒழிப்பு முக்கியமான குறிக்கோளாயிற்று.

1940க்களிலிருந்து நேரு, சுபாஷ் சந்திர போஸ், காங்கிரஸ் சோஷலிஸ்டுகள், கம்யூனிஸ்டுகள் மற்றும் தீவிரவாதக் குழுக்கள் இந்தியாவின் அரசியலை சோஷலிசப் பாதையில் செலுத்தின. சோஷலிசக் கருத்துக்கள் இளைஞர்களை வசீகரித்தன. காங்கிரஸ் கட்சி சோஷலிசத்தைத் தன்னுடைய குறிக்கோளாக அங்கீகரிக்கா விட்டாலும் "எல்லோருக்கும் சமவாய்ப்புக்களை, நாகரிகமான வாழ்க்கை வசதிகளைத் தருகின்ற சமத்துவ சமூகம் அதன் குறிக்கோள்" என்று நேரு கூறினார்.

எதிர்கால இந்தியாவில் சமூகம் எவ்வாறு மாற்றியமைக்கப்படும் என்ற பிரச்சினை முடிவு செய்யப்படாவிட்டாலும் இந்திய சோஷலிஸ்டுகள் தேசிய இயக்கத்துக்கு இடதுசாரி சாய்வைக் கொடுத்தார்கள். காங்கிரஸ் இயக்கம் சமூகத்திலும் பொருளாதாரத்திலும் அடிப்படையான மாற்றங்கள் நிறைவேற்றப்படும் என்று அறிவித்தது. கட்டாய, இலவச ஆரம்பக் கல்வி, ஏழைகள் மற்றும் கீழ் மத்தியதர வகுப்பினருக்கு வரிகளைக் குறைத்தல், உப்பு வரி மற்றும் நிலவரியைக் குறைத்தல், விவசாயிகள் மற்றும் குத்தகைதாரர்களின் உரிமைகளைப் பாதுகாத்தல், ஜமீன்தாரி முறை ஒழிப்பு, உழுபவனுக்கே நிலம், போலீஸ் அமைப்பில் சீர்திருத்தங்கள், தொழிலாளிக்கு நியாயமான கூலி, வேலை நேரத்தைக் குறைத்தல், விவசாயிகள் மற்றும் தொழிலாளர்களுக்குச் சங்கம் அமைக்கின்ற உரிமைகள் வழங்கப்படும் என்று கூறியது. "மக்கள் சுரண்டப்படுதல் ஒழிக்கப்பட வேண்டுமானால் பட்டினியில் வாடுகின்ற கோடிக்கணக்கான மக்களுக்கு அரசியல் சுதந்திரம் என்பது பொருளாதார சுதந்திரமாக இருக்கவேண்டும்" என்று கராச்சியில் நிறைவேற்றப்பட்ட தீர்மானம் வலியுறுத்தியது. "நிலம் அதை

உழுபவர்களுக்கே சொந்தம்; மற்றையோருக்கு அல்ல" என்ற தீர்மானம் எல்லாவற்றுக்கும் மகுடம் சூட்டியதாக இருந்தது.

காங்கிரஸ் இயக்கம் மகளிர் விடுதலை, கீழ் சாதியினர் விடுதலைக்கு நடைபெற்ற இயக்கங்களுடன் இணைந்து, பாடுபட்டது. தேசிய இயக்கத்தின் தாக்கத்தில் பெண்கள் பொது வாழ்க்கைக்கு வந்தார்கள். 1920க்குப் பிறகு காங்கிரஸ் தீண்டாமை ஒழிப்பை முக்கியமான பிரச்சினையாக எடுத்துக் கொண்டு அதை ஒழிக்கப் பாடுபட்டது. ஆனால் சாதி ஒழிப்பு இயக்கம் வலிமையான முறையில் நடத்தப்படவில்லை. அரசியலமைப்புச் சட்டத்தில் தாழ்த்தப்பட்டவர்கள் மற்றும் அட்டவணைச் சாதியினருக்கு இடஒதுக்கீடு செய்யப்பட்ட பொழுது அரசியல் நிர்ணய சபையில் ஒரு நபர்கூட அதை எதிர்க்கவில்லை என்பது குறிப்பிடத்தக்கது. அதைப் போல ஹிந்து சட்டதிருத்த மசோதா சுலபமாக நிறைவேறியது. இந்தியாவில் பெண்களின் சமூக விடுதலைக்கு தேசிய இயக்கம் தீவிரமாகப் பிரசாரம் செய்தது காரணமாகும்.

## மதச் சார்பின்மை

இந்தியாவின் தேசிய இயக்கம் தொடக்கத்திலிருந்து மதச் சார்பின்மையை வலியுறுத்தியது. சுதந்திர இந்தியாவில் ஒவ்வொரு நபரும் தன் மதத்தைக் கடைப்பிடிக்க அனுமதிக்கப்படுவார்கள்; மதத்தின் காரணமாக வேலை மறுப்பு இருக்காது, அரசாங்கம் நாட்டு மதங்களுக்கிடையில் நடுநிலை வகிக்கும் என்று 1931 கராச்சி தீர்மானம் தெளிவுபடுத்தியது.

காந்திஜி மதநம்பிக்கை உள்ளவர். மதம் மக்களிடம் அற நெறியை வளர்க்கும் என்று அவர் நம்பினார். வகுப்புவாதிகள் மக்களைப் பிரிப்பதற்கு மதத்தைப் பயன்படுத்துவதைப் பார்த்த பிறகு அரசியலிலிருந்து மதத்தைப் பிரிக்கவேண்டும் என்று பேசினார். "மதம் ஒரு மனிதருடைய தனிப்பட்ட விஷயம். அரசியலில் அதற்கு இடமில்லை" என்று 1942இல் கூறினார். "மதம் தனிநபர்களின் தனிப்பட்ட விஷயம்; அரசியல் அல்லது தேசியப் பிரச்சினைகளில் அதற்கு இடமில்லை" என்று 1947இல் கூறினார்.

நேரு வகுப்புவாதத்தைத் தீவிரமாகக் கண்டித்துப் பேசினார். வகுப்புவாதம் பாசிசத்தின் இந்திய வடிவம் என்று கூறிய முதல் இந்தியர் அவரே. பிரிட்டிஷ் ஆட்சியாளர்கள் கிறிஸ்துவ மதத்தைச்

சேர்ந்தவர்கள் என்பதால் இந்தியாவிலிருந்து அவர்களை வெளியேற்ற வேண்டும் என்று காங்கிரஸ் தலைவர்கள் எவரும் பேசவில்லை. அவர்கள் பொருளாதார, அரசியல், சமூக காரணங்களுக்காக பிரிட்டிஷ் ஆட்சியை எதிர்த்தார்கள்.

தேசிய இயக்கம் வகுப்புவாத சக்திகளை எதிர்ப்பதற்கு சரியான திட்டத்தை உருவாக்கவில்லை என்பது உண்மை. அதனால்தான் நாட்டுப் பிரிவினை ஏற்பட்டது. 1946-47இல் வகுப்புக் கலவரங்கள் நடைபெற்றன.

## உருவாகிக் கொண்டிருந்த இந்தியா

1885இல் ஆரம்பிக்கப்பட்ட காங்கிரஸ் ஓர் அகில இந்திய அமைப்பு அதன் கோரிக்கைகள் நாட்டுக்குப் பொதுவானவை. அதன் தலைவர்கள் இந்தியாவின் பல மாகாணங்களைச் சேர்ந்தவர்கள். தொண்டர்களும் அப்படியே. சமஸ்தானங்களில் வசித்த மக்கள், அகில இந்திய சமஸ்தானங்களின் மக்கள் காங்கிரசில் திரட்டப்பட்டிருந்தார்கள்.

இந்தியா பல இனங்கள் வாழ்கின்ற நாடு. பல மதங்கள், பல மொழிகள், பல கலாசாரங்கள் உள்ள நாடு. அகில இந்தியச் சிந்தனை மாநிலங்களுக்கு எதிரானதல்ல. மாநிலங்களின் வளர்ச்சியில் பன்முகப் பரிமாணத்தைக் கொண்ட புதிய தேசியம் உருப்பெற்றது. தேசிய இயக்கம் தேசிய ஒருமைப்பாட்டை வளர்த்தது.

## வெளிநாட்டுக் கொள்கை

காங்கிரஸ் இயக்கம் உலக அரங்கில் காலனியத்தை எதிர்த்து மக்களுடைய சுதந்திரப் போராட்டங்களை ஆதரித்தது. 1930-40களில் தேசிய இயக்கம் முனைப்பான பாசிச எதிர்ப்புக் கொள்கையைக் கடைப்பிடித்தது. யூதர்களின் இனப் படுகொலையை நடத்திய ஹிட்லரை காந்திஜி வன்மையாகக் கண்டித்தார். "மனித குலத்துக்காக ஒரு போர் நடத்தலாம் என்றால், ஒரு இனத்தைப் படுகொலை செய்கின்ற ஹிட்லரை எதிர்த்துப் போர் செய்வது முற்றிலும் நியாயமானதே" என்று காந்திஜி எழுதினார். 1936இல் லக்னோ காங்கிரசில் நேரு பின்வருமாறு பேசினார்:

"உலகம் இரண்டு முகாம்களாக பிரிந்திருக்கிறது. ஏகாதிபத்திய வாதிகளும் பாசிஸ்டுகளும் ஒரு அணியில் இருக்கிறார்கள்.

சோஷலிஸ்டுகளும் தேசியவாதிகளும் எதிரணியில் இருக்கிறார்கள். பாசிசத்தையும் ஏகாதிபத்தியத்தையும் எதிர்க்கின்ற உலக முற்போக்கு சக்திகளுடன் நாம் சேர்ந்திருக்கிறோம்.''

## அரசியல் நெறிகள்

வெகுசன இயக்கங்களில் சித்தாந்தம் முக்கியமான பங்கு வகிக்கிறது. லட்சக்கணக்கான மக்கள் எல்லாப் பிரச்சினைகளிலும் ஒரே கருத்துக்கொண்டிருக்கமாட்டார்கள். எனினும் அவர்கள் எல்லோரையும் திரட்டவேண்டும். ஒற்றுமையை ஏற்படுத்த வேண்டும். அந்த வெகுசன இயக்கம் ஒற்றைப் பார்வையைக் கொண்ட சர்வாதிகார இயக்கமாக இருக்கமுடியாது.

இந்தியாவில் ஏகாதிபத்திய எதிர்ப்புப் போரை நடத்திய காங்கிரஸ் இயக்கத்தில் சித்தாந்தத் தெளிவும் ஸ்தாபனக் கட்டுப்பாடும் இருந்தன. காங்கிரஸ் இயக்கம் ஒரு வர்க்கத்தை அல்லது அதன் பகுதியைப் பிரதிநிதித்துவம் செய்யவில்லை; அது மொத்தமாக இந்திய மக்களைப் பிரதிநிதித்துவம் செய்தது. அதற்குள் மிகவும் வித்தியாசமான சித்தாந்தப் போக்குகள் இருந்தன. அவர்கள் பொதுவான இலட்சியங்களுக்குப் போராடுவதற்காக ஒன்று சேர்ந்தார்கள் காங்கிரசுக்கு வெளியிலிருந்த அரசியல் குழுக்கள் கூட காங்கிரஸ் கட்சியிடம் நட்புறவுகளைக் கொண்டிருந்தன.

காங்கிரஸ் கட்சி ஜனநாயக ரீதியில் இயங்கியதால் அது சாத்தியமாயிற்று. முக்கியமான பிரச்சினைகளில் பெரும்பான்மையினர் கருத்து ஏற்றுக்கொள்ளப்படும். ஆனால் சிறுபான்மையினர் நசுக்கப்படமாட்டார்கள். அவர்கள் இயக்கத்தில் நீடித்தார்கள். வகுப்புவாதக் கட்சிகள், அரசாங்க விசுவாசிகள் மட்டுமே காங்கிரசுக்கு வெளியில் இருந்தார்கள். காங்கிரசை மூர்க்கமாக எதிர்த்தார்கள்.

பிரச்சினைகளை விவாதித்தல், கருத்து வேறுபாடுகளை இணக்கமாகத் தீர்த்துக்கொள்ளுதல் என்ற அரசியல் மரபைக் காங்கிரஸ் கட்சி நாட்டுக்குக் கொடுத்தது. நேரு பிரதமரான பிறகு இதே கொள்கையைக் கடைப்பிடித்தார். மாபெரும் இயக்கத்தின் பாரம்பரியத்தை அரசாங்கத்துக்கு மாற்றுவது சுலபமானதல்ல. ஆனால் நேருவினால் அதைச் செய்யமுடிந்தது.

சுதந்திரத்திற்குப் பிறகு இந்தியா 31

பிரிட்டிஷ் ஆட்சியில் பத்திரிகைகள் தேசிய இயக்கத்துக்கு ஆதரவாக எழுதினால் அரசாங்கம் அபராதம் விதித்தது. தேசியத் தலைவர்களால் நடத்தப்பட்ட பத்திரிகைகள் அரசாங்க அடக்குமுறைக்கு ஆளாயின. எனவே புதிய அரசியலமைப்புச் சட்டத்தில் எழுத்துச் சுதந்திரம் முக்கியமான இடத்தைப் பெற்றது.

காந்திஜி 1922இல் பின்வருமாறு கூறினார்:

சுயராஜ்யம் பிரிட்டிஷ் பார்லிமென்ட் நமக்குத் தருகின்ற நன்கொடை அல்ல. அது பார்லிமென்டில் சட்டமாக நிறைவேற்றப்படும் என்பது மெய்யே. ஆனால் மக்களுடைய விருப்பத்துக்குத் தரப்படுகின்ற சட்ட அங்கீகாரம் அது.

சுயராஜ்யத்தை ஒருநாடு மற்றொரு நாட்டுக்கு ஒருபோதும் அன்பளிப்பாகத் தரமுடியாது. அது ரத்தம் சிந்திப் பெறவேண்டிய பொக்கிஷம். நாம் தியாகத்தால் அதைப் பெறுகின்றபொழுது அது நன்கொடையாக இருக்காது."

பிரிட்டிஷ் ஆட்சியாளர்கள் இந்தியாவில் அரசியலமைப்புச் சீர்திருத்தங்களை செய்தார்கள். பிரிட்டிஷ் அரசாங்கம் 1861, 1892, 1909, 1919, 1935 ஆகிய ஆண்டுகளில் செய்த அரசியல் சீர்திருத்தங்கள் இந்திய அரசியலமைப்புச் சட்டத்துக்கு அடிப்படை என்று பிரிட்டிஷ் அதிகாரிகளும் ஏகாதிபத்திய வரலாற்றாசிரியர்களும் கூறுவது தவறாகும்.

மத்திய சட்டசபை முற்றிலும் நியமனம் செய்யப்பட்ட அமைப்பாகும். மொத்த உறுப்பினர்கள் 17; அதில் அரசாங்கத்துக்குப் பெரும்பான்மை இருந்தது. 1892இல் சில உறுப்பினர்களைத் தேர்ந்தெடுப்பதற்குச் சட்டமியற்றப்பட்டது என்றாலும் அவர்கள் சிறுபான்மையினரே. அவர்களுக்கு அதிகாரம் தரப்படவில்லை. இந்தியர்கள் ஹோம் ரூல் மசோதாவைத் தயாரித்து வெளியிட்டார்கள். அதை யார் தயாரித்தார் என்பது தெரியாவிட்டாலும் பாலகங்காதர திலகர் அதைத் தூண்டினார் என்று அன்னிபெசன்ட் கூறினார். இந்திய மக்கள் எல்லோருக்கும் அடிப்படையான சிவில் உரிமைகள் (பேச்சுச் சுதந்திரம், சட்டத்துக்கு முன்னால் எல்லோரும் சமம், சொத்துரிமை, இதரவை) வலியுறுத்தப்பட்டன. இந்திய மக்களின் உரிமைகளுக்குச் சட்ட வடிவம் அளிக்கப்படவேண்டும் என்று 1895இல் கோரிக்கை வைக்கப்பட்டது.

இந்திய அரசாங்கச் சட்டம் (1935)இல் கூட அது இடம்பெறவில்லை. எனினும் அந்தச் சட்டத்திலுள்ள நல்ல அம்சங்களுக்கு இந்திய தேசிய இயக்கம் காரணமாக இருந்தது

**அரசியலமைப்புச் சட்டத்தின் வளர்ச்சி**

இந்தியாவுக்கு அரசியலமைப்புச் சட்டத்தைத் தயாரிக்கின்ற முயற்சிகள் 1880 மற்றும் 1890களில் தொடங்கின. முதல் உலகப் போர் நடைபெற்றபொழுது திலகரும் அன்னிபெசன்டும் ஹோம் ரூல் கிளர்ச்சியை ஆரம்பித்தார்கள். 1916இல் காங்கிரஸ் – லீக் ஒப்பந்தம் ஏற்பட்டது. "மாகாண சட்ட சபைகளின் ஐந்தில் நான்கு பகுதி உறுப்பினர்களாவது, சாத்தியமான அளவுக்கு மிகவும் விரிவான வாக்குரிமையின் அடிப்படையில் தேர்ந்தெடுக்கப்பட வேண்டும்" என்று கோரிக்கை வைக்கப்பட்டது. 1918இல் டில்லியில் நடைபெற்ற காங்கிரஸ் மாநாட்டில் "ஜனாதிபதி வில்சன் லாயிட்ஜியார்ஜ் மற்றும் இதரர்கள் உலக சமாதானத்தைப் பாதுகாப்பதற்கு முற்போக்கான நாடுகளுக்கு சுயநிர்ணய உரிமை கொடுக்கப்படவேண்டும் என்று கூறியுள்ளார்கள். இந்தியாவுக்குச் சுயநிர்ணய உரிமை அளிக்கப்பட வேண்டும்" என்று தீர்மானம் நிறைவேற்றப்பட்டது. இந்தியாவின் அரசியலமைப்பில் சீர்திருத்தங்கள் செய்யப்படும்; ஆனால் என்ன செய்யவேண்டும், எப்பொழுது செய்யவேண்டும் என்பது பிரிட்டிஷ் அரசாங்கத்துக்குத் தெரியும் என்று பதிலளிக்கப்பட்டதன் விளைவு என்ன? இந்தியாவில் ஒத்துழையாமை இயக்கம் ஆரம்பிக்கப்பட்டது. பிற்பாடு காங்கிரஸ் வாதிகளில் ஒரு பகுதியினர் சுயராஜ்யக் கட்சியை அமைத்து அதன் சார்பில் சட்டசபைத் தேர்தலில் போட்டியிட்டார்கள்.

அன்னிபெசன்ட், டேஜ் பகதூர் சாப்ரு, வி.எஸ். சீனிவாச சாஸ்திரி ஆகியோர் இந்திய காமன் வெல்த் மசோதாவைத் தயாரித்தார்கள். இங்கிலாந்திலுள்ள லேபர் கட்சித் தலைவர்கள் அதில் திருத்தங்களைச் செய்தார்கள். 1925டிசம்பரில் காமன்ஸ் சபையில் (லண்டன்) அந்த மசோதா முதல் பிரேரணை செய்யப்பட்டது (லேபர் கட்சி அரசாங்கம் தோற்கடிக்கப்பட்டதால் அந்த மசோதா கைவிடப்பட்டது) "இந்தியாவுக்கு சுயநிர்வாக உரிமையுள்ள டொமினியன் அந்தஸ்து அளிக்கப்பட வேண்டும்" என்று மசோதாவில் எழுதப்பட்டிருந்தது. "நாங்கள்

கௌரவமான உடன்பாட்டை விரும்புகிறோம். பிரிட்டன் அமெரிக்கக் காலனிகளுடன் அத்தகைய உடன்பாட்டுக்கு வராததால் அங்கே குடியரசு ஏற்பட்டது" என்ற எச்சரிக்கையும் மசோதாவின் இணைப்பில் இருந்தது.

இந்தக் கட்டத்தில் மோதிலால் நேரு மத்திய சட்ட சபையில் 8-2-1924இல் முன் மொழிந்த தீர்மானம் மிகவும் முக்கியமானது. "இந்தியாவுக்கு அரசியலமைப்புத் தயாரிக்க வட்ட மேசை மாநாட்டை அரசாங்கம் கூட்டவேண்டும்" என்று தீர்மானம் வலியுறுத்தியது. மத்திய சட்ட சபையில் தீர்மானம் விவாதிக்கப்பட்டது. 76 உறுப்பினர்கள் ஆதரித்தார்கள். 48 உறுப்பினர்கள் எதிர்த்தார்கள். தீர்மானம் நிறைவேற்றப்பட்டது. அந்தத் தீர்மானம் தேசியக் கோரிக்கை என்று சொல்லப்பட்டது.

பிரிட்டிஷ் அரசாங்கம் 1927 நவம்பரில், ஆங்கிலேயர்களை மட்டுமே உறுப்பினர்களாகக் கொண்ட சைமன் குழுவை நியமித்தது. "இந்தியாவின் மக்களினங்களின் உடன்பாட்டை ஓரளவுக்கேனும் பெறக்கூடிய அரசியலமைப்புச் சட்டத்தை அவர்கள் தயாரித்துக் கொடுப்பார்களா?" என்று பாக்கென்ஹெட் பிரபு 24-11-1927இல் காமன்ஸ் சபையில் சவால் விட்டார்.

இந்தியாவின் தலைவர்கள் அந்த சவாலை ஏற்றுக் கொண்டார்கள். 1928 மே மாதத்தில் சர்வக் கட்சிக் கமிட்டியின் கூட்டம் நடைபெற்றது. "இந்தியாவுக்கு அரசியலமைப்புச் சட்டத்தின் கோட்பாடுகளை முடிவு செய்வதற்கு மோதிலால் நேருவின் தலைமையில் கமிட்டி நியமிக்கப்பட்டது." நேரு அறிக்கை என்று சொல்லப்பட்ட அரசியலமைப்புச் சட்ட நகல் 10-8-1928இல் வெளியிடப்பட்டது. பார்லிமென்டரி முறையிலான அரசாங்கம் கூட்டுத் தொகுதிகள், சிறுபான்மையினருக்கு குறிப்பிட்ட காலம் வரை ஒதுக்கீடு ஆகியவை அறிக்கையில் இடம் பெற்றிருந்தன. அடிப்படையான சிவில் உரிமைகள் வலியுறுத்தப்பட்டன. அரசாங்கம் மதச் சார்பின்றி இருக்கவேண்டும் என்ற கோரிக்கை அடிப்படை உரிமைகளில் சேர்க்கப்பட்டிருந்தது. மக்கள் பேசும் மொழி அடிப்படையில் மாகாணங்கள் திருத்தி அமைக்கப்பட வேண்டும் என்று வலியுறுத்தப்பட்டது.

சைமன் குழு இந்தியாவில் சுற்றுப்பயணம் செய்தபொழுது எல்லா இடங்களிலும் பகிஷ்கரிக்கப்பட்டது. முழுமையான சுதந்திரம் எமது

இலட்சியம் என்று காங்கிரஸ் 1929 டிசம்பரில் அறிவித்தது. 1930 ஏப்ரலில் சட்ட மறுப்பு இயக்கம் தொடங்கியது. பல லட்சம் மக்கள் ஆர்ப்பாட்டங்களில் ஈடுபட்டார்கள். சுமார் ஒரு லட்சம் இந்தியர்கள் சிறையில் அடைக்கப்பட்டார்கள். மக்களால் தேர்ந்தெடுக்கப்பட்ட அரசியல் நிர்ணய சபை அரசியலமைப்புச் சட்டத்தைத் தயாரிக்க வேண்டும் என்று நேரு 1933இல் கூறினார். (மார்க்சிய சிந்தனையாளர் எம்.என்.ராய் இந்தக் கருத்தை ஏற்கெனவே கூறியிருந்தார்.) காங்கிரஸ் செயற்குழு பிரிட்டிஷ் அரசாங்கத்தின் வெள்ளை அறிக்கையை நிராகரித்தது. 'வயது வந்தோருக்கு வாக்குரிமை மூலம் தேர்ந்தெடுக்கப்பட்ட அரசியல் நிர்ணய சபைதான் அரசியலமைப்புச் சட்டத்தைத் தயாரிக்க வேண்டும்" என்று செயற்குழு தீர்மானம் நிறைவேற்றியது.

1936-37இல் தேர்தல் அறிக்கையில் அரசியல் நிர்ணய சபையைக் கூட்டவேண்டும் என்ற கோரிக்கை இடம்பெற்றது. காங்கிரஸ் ஏழு மாகாணங்களில் (மொத்தம் 11 மாகாணங்கள்) வெற்றி பெற்று மந்திரி சபை அமைத்தது. வார்தா ஆஸ்ரமத்தில் 27-2-1937இல் காங்கிரஸ் செயற்குழு கூடியபொழுது மந்திரிசபை அமைப்பதற்கு அனுமதியளித்தது. அரசியல் நிர்ணய சபையை சீக்கிரமாகக் கூட்டவேண்டும் என்று பிரச்சாரம் செய்யுமாறு சட்டசபை உறுப்பினர்களைக் கேட்டுக்கொண்டது.

சட்டசபை உறுப்பினர்கள் மற்றும் அகில இந்திய காங்கிரஸ் கமிட்டி உறுப்பினர்கள் கூட்டம் டில்லியில் நேரு தலைமையில் மார்ச் 19-20 தேதிகளில் நடைபெற்றது. "மக்களால் தேர்ந்தெடுக்கப்பட்ட அரசியல் நிர்ணய சபை அதாவது மாபெரும் பஞ்சாயத்துக்கு நாம் பாடுபட வேண்டும். இன்றுள்ள அரசியலமைப்பை மொத்தமாகத் தூக்கி எறியவேண்டும்" என்றார்.

சட்டசபை உறுப்பினர்கள் பழைய அரசியலமைப்பு சட்டத்தை நிராகரித்தும் அரசியல் நிர்ணய சபை அமைக்கப்பட வேண்டும் என்று சட்டசபைகளில் தீர்மானங்களை நிறைவேற்றவேண்டும் என்று 1937 ஜூலையில் நேரு கேட்டுக்கொண்டார். ஆச்சார்யா கிருபளானி தாயரித்த நகல் தீர்மானம் மாகாணச் சட்டசபைகளின் காங்கிரஸ் வாதிகளுக்கு அனுப்பப்பட்டது. 1937 ஆகஸ்ட் மற்றும் அக்டோபர் மாதத்துக்கு இடையில் காங்கிரஸ் ஆட்சி செய்த பம்பாய், மதராஸ், ஐ.மா., பிகார், ஒரிசா, ம.மா, வடமேற்கு எல்லைப்புற மாகாணங்களும் சிந்து மாகாணமும் "1935ஆம் ஆண்டு இந்திய அரசாங்கச் சட்டம்

வாபஸ் பெறப்பட வேண்டும், வயது வந்தோருக்கு வாக்குரிமை அடிப்படையில் அரசியல் நிர்ணய சபை கூட்டப்படவேண்டும்" என்று கோரின. மத்திய சட்டசபையில் 17-9-1937 இல் காங்கிரஸ் தலைவர் தீர்மானத்தை முன்மொழிந்து பேசினார். "காந்திஜி நட்புணர்ச்சியுடன் கரத்தை நீட்டுகிறார். இந்த சந்தர்ப்பத்தை பிரிட்டிஷ் அரசாங்கம் பயன்படுத்திக்கொள்ளவேண்டும் மாபெரும் நாட்டு மக்கள் சுதந்திரத்தை அடைவோம் என்று முடிவு செய்துவிட்டால், உலகத்தில் எந்த சக்தியும் - வல்லமை மிக்க பிரிட்டன்கூட- அதைத் தடுக்க முடியாது" என்று கூறினார். 1938 பிப்ரவரியில் ஹரிபுராவில் நடைபெற்ற காங்கிரஸ் மாநாட்டிலும் இத்தீர்மானம் நிறைவேற்றப்பட்டது.

இரண்டாவது உலகப் போர் ஆரம்பமாயிற்று, காங்கிரஸ் அரசாங்கங்களின் கருத்தைக் கேட்காமல் இந்தியா போரில் பங்கெடுப்பதாக வைசிராய் அறிவித்தார். அதைக் கண்டித்து காங்கிரஸ் அமைச்சர்கள் பதவியிலிருந்து விலகினார்கள். காந்திஜி 'ஒரே பாதை' என்ற கட்டுரையை எழுதினார். "எந்தப் பெயரைக் கூறினாலும் சரி அரசியல் நிர்ணய சபை மூலமே சுயராஜ்யம் கிடைக்கும்" என்று அவர் எழுதினார்.

காங்கிரஸ் செயற்குழு 1949 ஏப்ரல் 15இல் வார்தாவில் கூடியது. பிரிட்டிஷ் அரசாங்கம் முதலில் இந்தியாவின் சுதந்திரத்தை அறிவிக்கவேண்டும், பிறகு அரசியல் நிர்ணய சபையைக் கூட்டவேண்டும் என்று நேரு கூறினார். அரசியல் நிர்ணய சபை முதலில் கூடிச் சுதந்திரத்தைப் பற்றி முடிவு செய்யப்படும் என்றார் காந்திஜி. அவர் கூறியபடி சம்பவங்கள் நடைபெற்றன.

வைசிராய் லின்லித்கோ 1940இல் போர் முயற்சிகளில் இந்தியாவின் ஒத்துழைப்பைப் பெறுவதற்காக அரசியலமைப்புச் சட்டத்தைத் தயாரிக்கிற பொறுப்பு இந்தியர்களிடம் ஒப்படைக்கப்படும் என்றார். தேர்தலில் வயது வந்தோருக்கு வாக்குரிமை உண்டா அல்லது வரையறுக்கப்பட்ட வாக்குரிமை தானா என்ற கேள்விக்குப் பதில் இல்லை.

இந்தியாவில் முக்கியமான அரசியல் கட்சிகள் அனைத்தும் வைசிராயின் ஆகஸ்ட் பிரேரணையை நிராகரித்தன. போரில் இந்தியாவை ஈடுபடுத்தியதற்கு எதிர்ப்புத் தெரிவிப்பதற்காக காங்கிரஸ் 1940-ல் தனிநபர் சத்யாகிரகத்தைத் தொடங்கியது. எனினும்

பிரிட்டனுடன் பேச்சுவார்த்தை நடத்தத் தயார் என்று அறிவித்தது. 1942 மார்ச்சில் தென்கிழக்கு ஆசியாவில் பிரிட்டிஷ் ராணுவம் தோல்வியடைந்தது. ரங்கூன் வீழ்ச்சியடைந்தது. மூன்று நாட்களுக்குப் பிறகு பிரிட்டிஷ் பிரதமர் சர்ச்சில் லேபர் கட்சிப் பிரமுகரும் அமைச்சருமான சர் ஸ்டாபோர்டு கிரிப்ஸை இந்தியாவுக்கு அனுப்பினார். அவருடைய பிரேரணைகளில் அரசியல் நிர்ணய சபையை அமைக்கின்ற முறை முதல் முறையாகத் தெளிவுடன் சொல்லப்பட்டது.

"போர் முடிவடைந்ததும் மாகாண சட்டசபைகளுக்குத் தேர்தல்கள் நடைபெறும் சட்டசபை உறுப்பினர்கள் அ.நி.சபைக்கு விகிதாசாரப் பிரதிநிதித்துவ முறையின்படி உறுப்பினர்களைத் தேர்ந்தெடுப்பார்கள். சமஸ்தானங்கள் மக்கள் தொகையின் அடிப்படையில் விகிதாசாரப்படி உறுப்பினர்களை அனுப்பும். பிரிட்டிஷ் இந்தியாவிலிருந்து தேர்ந்தெடுக்கப்படுகின்ற உறுப்பினர்களுக்குள்ள அதிகாரம் அவர்களுக்கும் கொடுக்கப்படும்."

கிரிப்ஸின் பிரேரணைகள் பெரிய முன்னேற்றமாக இருந்தன. அரசியலமைப்புச் சட்டத்தைத் தயாரிப்பது இந்தியர்களுடைய பொறுப்பு என்பதோடு அ.நி.சபைக்குத் தேர்தல் நடைபெறுகின்ற முறை தெளிவாக எடுத்துரைக்கப்பட்டது. ஆனால் இதர பகுதிகள் நாட்டைப் பிளவுபடுத்துகின்ற தன்மையைக் கொண்டிருந்ததால், நிராகரிக்கப்பட்டன.

மறுபடியும் பிரிட்டிஷ் அரசாங்கத்துக்கும் தேசிய இயக்கத்துக்கும் போர் தொடங்கியது. 1942 ஆகஸ்ட் 8இல் பம்பாயில் நடைபெற்ற அகில இந்திய காங்கிரஸ் கமிட்டிக் கூட்டத்தில் 'வெள்ளையனே வெளியேறு' தீர்மானம் நிறைவேற்றப்பட்டது. 'செய் அல்லது செத்துமடி' என்று காந்திஜி உணர்ச்சிகரமாகப் பேசினார். நாட்டில் மாபெரும் எழுச்சி ஏற்பட்டது. 1945 மே மாதத்தில் உலகப்போர் முடிவடைந்ததும் பிரிட்டிஷ் அரசாங்கம் இந்தியாவைப் பற்றி ஒரு வெள்ளை அறிக்கையை வெளியிட்டது. 1945 ஜூன் - ஜூலை மாதங்களில் நடைபெற்ற சிம்லா மாநாடு தோல்வியடைந்தது.

1945 ஜூலை மாதத்தில் இங்கிலாந்தில் நடைபெற்ற பொதுத் தேர்தலில் லேபர் கட்சி வெற்றி பெற்றது. வைசிராய் இர்வின்பிரபு 19-9-1945இல் இந்தியாவைப் பற்றி புதிய அரசாங்கத்தின் கொள்கையை எடுத்துக் கூறினார். இந்தியாவின் அரசியல் பிரச்சினையைத் தீர்ப்பதற்கு

கேபினெட் மிஷன் இந்தியாவுக்கு அனுப்பப்படுகிறது என்று பிரிட்டிஷ் அரசாங்கம் 19-2-1946 இல் அறிவித்தது.

24-3-1946 இல் இந்தியாவுக்கு அந்தக் குழு வந்தது. இந்தியாவின் அரசியல் தலைவர்களுடன் நீண்ட விவாதங்களை நடத்தியது. அவர்களுடன் உடன்பாடு ஏற்படாததால் 16-5-1946இல் தன்னுடைய திட்டத்தை அறிவித்தது. வயது வந்தோருக்கு வாக்குரிமை என்ற அடிப்படையில் தேர்தலை நடத்தி அ.நி. சபைக்குப் பிரதிநிதிகளைத் தேர்ந்தெடுப்பதுதான் சிறந்த முறை என்றாலும் இப்பொழுது அந்த முறையை அமுலாக்கினால் புதிய அரசியலமைப்புச் சட்டத்தைத் தயாரிப்பதில் காலதாமதம் ஏற்படும் என்று கூறியது. ஆகவே மாகாண சட்ட சபைகளுக்குத் தேர்ந்தெடுக்கப்படுகின்ற புதிய உறுப்பினர்கள் பத்து லட்சம் மக்களுக்கு ஒரு பிரதிநிதி என்ற அடிப்படையில் அ.நி. சபைக்கு உறுப்பினர்களைத் தேர்ந்தெடுக்கவேண்டும். சீக்கிய மற்றும் முஸ்லிம் உறுப்பினர்கள் மக்கள் தொகை அடிப்படையில் பிரதிநிதிகளைத் தேர்ந்தெடுப்பார்கள். யூனியன் மற்றும் மாகாணங்களின் அதிகாரங்களைப் பற்றி பல ஷரத்துக்கள் இருந்தன. மாகாணங்கள் 'அ', 'ஆ', 'இ' என்று பிரிக்கப்பட்டன. 'அ' பிரிவில் மதராஸ், பம்பாய், ஐ.மா. பிகார், ம.மா, ஒரிஸா ஆகிய மாகாணங்கள் இருந்தன. இவை ஹிந்துக்கள் பெரும்பான்மையாக உள்ள மாகாணங்கள் 'ஆ' மற்றும் 'இ' பிரிவுகளில் முஸ்லிம்கள் பெரும்பான்மையாக உள்ள பஞ்சாப், வடமேற்கு எல்லைப்புற மாகாணம் மற்றும் சிந்து இருந்தன. அத்துடன் கிழக்கிலுள்ள அஸ்ஸாமும் வங்காளமும் இருந்தன. அ.நி. சபை தலைவரைத் தேர்ந்தேடுத்த பிறகு பிரதிநிதிகள் குழுக்களாகப் பிரிக்கப்பட வேண்டும். அவர்கள் தங்களுடைய மாகாண அரசியலமைப்புச் சட்டங்களைத் தயாரிக்கவேண்டும். பிறகு எல்லாப் பிரதிநிதிகளும் கூடி இந்திய யூனியனின் அரசியலமைப்புச் சட்டத்தைத் தயாரிக்க வேண்டும். இந்திய யூனியன், வெளிநாட்டு விவகாரங்கள், பாதுகாப்பு மற்றும் செய்தித் தொடர்புத் துறைகளை நிர்வாகம் செய்யும்.

அ.நி. சபை முழு அதிகாரத்தைக் கொண்டிருக்கும். கேபினெட் மிஷனுடைய பிரேரணைகளை அங்கீகரிக்கின்ற அல்லது நிராகரிக்கின்ற உரிமையைக் கொண்டிருக்கும் என்று காங்கிரஸ் கூறியது. இந்தப் பிரச்சினையில் பிரிட்டிஷ் அரசாங்கம் உறுதியளிக்காவிட்டாலும் ஆட்சியதிகாரத்தை மாற்றுவதில் காலதாமதத்தைத் தவிர்க்கவேண்டும் என்பதற்காக, கேபினெட் மிஷன் திட்டத்தை அங்கீகரிக்க காங்கிரஸ்

கட்சி முடிவு செய்தது. (காலதாமதத்தை ஏற்படுத்துவது முஸ்லிம் லீகின் திட்டமாக இருந்தது) அ.நி. சபை அமைப்பதற்கு முன்னரும் பின்னரும் ஒவ்வொரு கட்டத்திலும் முஸ்லிம் லீக் அதை எதிர்த்தது.

**அரசியல் நிர்ணய சபை**

சுதந்திர இந்தியாவுக்குப் புதிய அரசியலமைப்புச் சட்டத்தைத் தயாரிப்பது, பட்டினியில் வாடுகின்ற மக்களுக்கு உணவளிப்பது கந்தலை அணிகின்றவர்களுக்கு உடைகளைக் கொடுப்பது, ஒவ்வொரு இந்தியனும் தன்னுடைய தகுதிக்கு ஏற்றபடி வளர்ச்சி அடைவுதற்கு முழுமையான வாய்ப்பினைத் தருவது அ.நி. சபையின் முதலாவது வேலையாக இருக்கும் என்று நேரு விளக்கினார்.

அ.நி. சபைக்கு பிரிட்டிஷ் இந்தியாவிலிருந்து 296 உறுப்பினர்களும் சமஸ்தானங்களிலிருந்து 93 உறுப்பினர்களும் (மொத்த எண்ணிக்கை 389) தேர்ந்தெடுக்கப்படவேண்டும் முதலில் பிரிட்டிஷ் இந்தியாவிலிருந்து மட்டும் உறுப்பினர்கள் தேர்ந்தெடுக்கப்பட்டார்கள். 1946 ஜூலை - ஆகஸ்ட் மாதங்களில் தேர்தல்கள் நடைபெற்றன. காங்கிரஸ் கட்சி பொதுப் பிரிவில் 210 இடங்களுக்குப் போட்டியிட்டு 199 இடங்களில் வெற்றி பெற்றது. பஞ்சாபுக்கு ஒதுக்கப்பட்ட நான்கு சீக்கியர் தொகுதிகளில் மூன்றில் காங்கிரஸ் வெற்றி பெற்றது. 78 முஸ்லிம் தொகுதிகளில் மூன்றில் காங்கிரஸ் கட்சி வெற்றியடைந்தது. குடகு, அஜ்மீர் மெர்வாரா, டில்லி ஆகிய இடங்களில் 3 இடங்களில் காங்கிரஸ் வெற்றி பெற்றது. காங்கிரசுக்கு 208 இடங்களும் 78 முஸ்லிம் தொகுதிகளில் 73 இடங்களும் முஸ்லிம் லீகுக்குக் கிடைத்தது.

பிரிட்டிஷ் அரசாங்கம் முஸ்லிம்கள் மற்றும் சீக்கியர்களை மட்டும் சிறுபான்மையினர் என்று அங்கீகரித்தபடியால், மாகாண காங்கிரஸ் கமிட்டிகள் தாழ்த்தப்பட்ட பிரிவினர், பார்சிகள், இந்திய கிறிஸ்துவர்கள், ஆங்கிலோ இந்தியர்கள், பழங்குடியினர், பெண்கள் ஆகியோரைக் காங்கிரஸ் பட்டியலில் சேர்க்கவேண்டும் என்று காங்கிரஸ் செயற்குழு மாகாண கமிட்டிகளைக் கேட்டுக்கொண்டது.

இந்தியாவின் தலைசிறந்த அறிவாளிகள் காங்கிரஸ் பட்டியலில் இருக்கவேண்டும் என்று வலியுறுத்தப்பட்டது. காந்திஜி 16 சிறந்த இந்தியர்களைப் பரிந்துரை செய்தார். காங்கிரசில் உறுப்பினர்களாக இல்லாத 30 அறிஞர்கள் காங்கிரஸ் பட்டியலில் இடம்பெற்று அ.நி.

சபைக்குத் தேர்ந்தெடுக்கப்பட்டார்கள். அத்துடன் காங்கிரஸ் கட்சியில் பல சமூகப் பிரிவினர் இருந்ததால் அ.நி. சபையில் பல போக்குகள் பிரதிநிதித்துவம் பெற்றன.

அ.நி. சபை அமைவதை முஸ்லிம் லீக் கட்சியினால் தடுக்க முடியவில்லை. அதன் விவாதங்களில் பங்கெடுக்க மாட்டோம் என்று முஸ்லிம் லீக் அறிவித்தது. காங்கிரசும் இடைக்கால அரசாங்கத்தின் தலைவர் என்ற முறையில் நேருவும் சமரசப்படுத்த முயற்சிகளை செய்தார்கள். ஆனால் அவர்கள் வெற்றி அடையவில்லை. அ.நி. சபை 9-12-1946இல் கூட்டப்படும் என்று அறிவிக்கப்பட்டது.

வைசிராய் வேவல் பிரபு அ.நி. சபையைக் கூட்டுவதற்கு அக்கறை காட்டவில்லை. அ.நி. சபைக்கு உறுப்பினர்கள் தேர்ந்தெடுக்கப்பட்ட பிறகு (சிலர் கலந்து கொள்ளமாட்டோம் என்று கூறினாலும்) சபையைக் கூட்டி செயல்படவேண்டும் என்று நேரு விரும்பினார். அ.நி. சபையின் செயலாளர் சபையின் முதல் கூட்ட அழைப்புக் கடிதத்தை அனுப்பினார். உறுப்பினர்களில் மூத்தவரான டாக்டர் சச்சிதானந்த சின்கா தலைமை வகிப்பதென்று நேரு முடிவு செய்தார். அ.நி. சபை பிரிட்டிஷ் நிர்வாகத்துக்குக் கட்டுப்படவில்லை என்பதை நேரு துலாம்பரமாகக் காட்டினார். அ.நி. சபைக்காகப் பாடுபட்டது காங்கிரஸ் கட்சியே. இப்பொழுது பிரிட்டிஷ் அரசாங்கம் அதைக் கூட்டி நெறிப்படுத்துவதாகக் காடட நேரு விரும்பவில்லை. அத்துடன் அது சுய அதிகாரமுள்ள அமைப்பு என்பது எல்லோருக்கும் தெரியவேண்டும் என்று நேரு விரும்பினார்.

9-12-1946 காலை 11 மணிக்கு அ.நி. சபையின் முதல் அமர்வு தொடங்கியது. சுதந்திர இந்தியா அன்று செயல்பட ஆரம்பித்தது. இனிமேல் இந்திய அரசாங்கம் எப்படி நடைபெறவேண்டும் என்பதை அ.நி. சபை முடிவு செய்யும். அதன் வரலாற்றுப் பயணத்தை யாரும் தடை செய்யமுடியாது.

முதல் கூட்டத்தில் 207 உறுப்பினர்கள் கலந்துகொண்டார்கள். முஸ்லிம் லீகின் முடிவின்படி 76 லீக் பிரதிநிதிகள் கலந்து கொள்ளவில்லை. காங்கிரசைச் சேர்ந்த நான்கு முஸ்லிம் உறுப்பினர்கள் கலந்துகொண்டார்கள். டிசம்பர் 11இல் டாக்டர் இராஜேந்திர பிரசாத் அ.நி. சபையின் தலைவராகத் தேர்ந்தெடுக்கப்பட்டார். டிசம்பர் 13இல் பிரபல குறிக்கோள்கள் தீர்மானத்தை நேரு முன்மொழிந்தார். 19ஆம்

நாள் வரை விவாதம் நடைபெற்றது. முஸ்லிம் லீக் மற்றும் சமஸ்தானங்களுடைய பிரதிநிதிகள் கலந்துகொள்ள அவகாசம் கொடுப்பதற்காக விவாதம் ஒத்தி வைக்கப்பட்டது. 1947 சனவரி 20-22இல் சபை மறுபடியும் கூடியபொழுது முஸ்லிம் லீகிற்காக இனிமேலும் காத்திருக்க விரும்பாமல் குறிக்கோள்கள் தீர்மானம் நிறைவேற்றப்பட்டது.

அ.நி. சபையின் மூன்றாம் அமர்வு 28-4-1947 முதல் 2-5-1947 முடிய நடைபெற்றது. முஸ்லிம் லீக் இன்னும் வரவில்லை. ஜூன் 3இல் இந்தியாவை இரண்டு நாடுகளாகப் பிரிக்கின்ற மவுண்ட் பேட்டன் திட்டம் அறிவிக்கப்பட்டது. புதிய சூழலில் அ.நி. சபையின் குறிக்கோள் மாற்றமடைந்தது. முஸ்லிம் லீகுடன் சமரசத்தை வலியுறுத்திய கேபினெட் மிஷன் திட்டம் பொருத்தமில்லலாமற் போயிற்று.

இந்தியா 15-8-1947இல் சுதந்திரமடைந்தபொழுது அ.நி. சபை முழு அதிகாரமுள்ள அமைப்பாகவும் புதிய அரசின் சட்டசபையாகவும் இயங்கியது. அரசியலமைப்புச் சட்டமியற்றுவதோடு நாட்டின் நடைமுறைத் தேவைகளுக்குச் சட்டமியற்றுவதும் அதன் வேலையாக இருந்தது. சபையின் முக்கியமான உறுப்பினர்களைக்கொண்ட நகல் கமிட்டி அறிக்கைகளைத் தயாரித்தது. பி.என்.ராவ் அவற்றைப் படித்து அசியலமைப்புச் சட்ட பூர்வாங்க நகலைத் தயாரித்தார். டாக்டர் அம்பேத்கர் தலைமை தாங்கிய கமிட்டி அரசியலமைப்புச் சட்ட நகலைத் தயாரித்து வெளியிட்டது. பொதுமக்களுடைய விவாதம் மற்றும் ஆலோசனைகளைக் கோரியது. அ.நி. சபையில் ஷரத்துக்களைப் பற்றி விவாதங்கள் நடைபெற்று திருத்தங்கள் செய்யப்பட்டன. முடிவில் அரசியலமைப்புச் சட்டம் நிறைவேற்றப்பட்டது.

காங்கிரஸ் கட்சி 4-7-1946இல் அமைத்த நிபுணர்கள் குழு சிறந்த முறையில் பணியாற்றியது. நேரு தலைவராகவும், ஆசப் அலி, கே.டி. ஷா, டி.ஆர். காட்கில், கே.எம். முன்ஷி, ஹுமாயுன் கபீர், கே.சந்தானம், என். கோபாலசாமி ஐயங்கார் உறுப்பினர்களாகவும் இருந்தார்கள். காங்கிரஸ் உறுப்பினர்கள் ஒவ்வொரு ஷரத்தையும் கட்சியின் கூட்டங்களில் விவாதித்தார்கள். அ.நி. சபைக் கூட்டத்திலும் விவாதித்து முடிவு செய்தார்கள். ஷிப்பன்லால் சாக்செனா என்ற காங்கிரஸ் உறுப்பினர், ஷரத்துக்களைப் பற்றி கட்சிக் கூட்டத்தில் இவ்வளவு விரிவாக விவாதம் செய்ய வேண்டுமா என்று ஆட்சேபம் செய்தார். ஆனால் டாக்டர் அம்பேத்கர் அதைப் பாராட்டினார்.

"அரசியலமைப்புச் சட்டத்தின் ஒவ்வொரு ஷரத்தும் காங்கிரஸ் கட்சியை சேர்ந்த உறுப்பினர்கள் கூட்டத்தில் மிகவும் விரிவாக விவாதிக்கப்பட்டது" என்று கிரென்வில் ஆஸ்டின் எழுதினார்.

ஜவஹர்லால் நேரு குறிக்கோள் பகுதியை எழுதியதுடன் விவாதங்களில் பங்கெடுத்து வழிகாட்டினார். வல்லபாய் படேல் சமஸ்தானங்களின் பிரதிநிதிகள் அ.நி. சபைக் கூட்டத்தில் கலந்து கொண்டதற்குக் காரணமாக இருந்தார். தனித் தொகுதிகளை ஒழித்தார். பார்லிமென்டில் மதச் சிறுபான்மையினருக்குத் தொகுதிகளை ஒதுக்கீடு செய்யாமல் பார்த்துக்கொண்டார். டாக்டர் இராஜேந்திர பிரசாத் அ.நி. சபையின் தலைவராகக் கண்ணியத்தோடு பணியாற்றினார். மௌலானா ஆசாதின் அறிவுத் திறனும் தத்துவப் பார்வையும் பேருதவியாக இருந்தன.

காங்கிரஸ் கட்சிக் கண்ணோட்டத்துடன் நடந்துகொள்ளவில்லை. இந்தியாவின் தலைசிறந்த அறிஞர்கள் அ.நி. சபையின் உறுப்பினர்களாவதற்கு உதவியது. வரலாற்றுச் சிறப்புமிக்க கடமையை நிறைவேற்றியது. கிரென்வில் ஆஸ்டின் பின்வருமாறு எழுதினார்.

"அ.நி. சபைதான் இந்தியா; இந்தியாதான் அ.நி. சபை. முக்கோணத்தின் மூன்றாவது பக்கமாக காங்கிரஸ் அரசாங்கம் இருந்தது... மற்ற நாடுகளில் ஆட்சி செய்கின்ற வெகுசனக் கட்சிகள் மாற்றுக் கருத்துகளின் பிரதிநிதிகளுக்கு இடமளிக்கமாட்டா. முடிவு செய்கின்ற பொறுப்பைத் தானே வைத்துக்கொள்ளும் காங்கிரஸ் கட்சியின் பிரதிநிதிகளிடம் பிற்போக்கு முதல் புரட்சி வரை எல்லாக் கருத்துக்களும் இருந்தன. அவற்றை வெளியிடுவதற்கு அவர்கள் தயங்கவில்லை. காங்கிரஸ் தலைவர்கள் மக்களுடைய பேரன்பைப் பெற்றவர்கள். அவர்களிடம் எல்லையற்ற அதிகாரம் இருந்தது. ஆனால் அவர்கள் ஜனநாயக ரீதியில் முடிவுகளைச் செய்தார்கள். இந்தியாவின் அரசியலமைப்புச் சட்டம் சிலருடைய விருப்பங்களைப் பிரதிபலிக்கவில்லை; மக்களின் சித்தத்தைப் பிரதிபலித்தது."

## முக்கியமான ஷரத்துக்கள்

அரசியலமைப்புச் சட்டம் சில விதிகளை வரையறுத்துக் கொடுக்கிறது. நாட்டில் எல்லா சட்டங்களும் அந்த விதிகளின்படி அமைந்திருக்கவேண்டும். அரசியலமைப்புச் சட்டம் அடிப்படை

உரிமைகளையும் வழிகாட்டும் நெறிகளையும் கூறுகிறது. அடிப்படை உரிமைகளை அரசு மீறக்கூடாது. அரசாங்கம் செய்யவேண்டிய சீர்திருத்தங்களை வழிகாட்டும் நெறிகள் சுட்டிக்காட்டுகின்றன.

இந்தியா பார்லிமென்டரி முறையைக் கடைப்பிடிப்பதா? பஞ்சாயத்து முறையைக் கடைப்பிடிப்பதா? பார்லிமென்டரி முறைக்கு அதிகமான ஆதரவு இருந்தது. அதிகாரப் பரவலை அடிப்படையாகக் கொண்ட பஞ்சாயத்து ராஜ்ய முறையை ஸ்ரீமன் நாராயணன் உள்ளிட்ட சில காந்தியவாதிகள் ஆதரித்தார்கள். ஆனால் அதிகாரம் மையப்படுத்தப்பட்ட பார்லிமென்டரி முறை அங்கீகரிக்கப்பட்டது.

காங்கிரஸ் கட்சியைச் சேர்ந்த உறுப்பினர்களில் பலர் சோஷலிசத்தை ஆதரித்தார்கள். "அரசியல் சட்டத்தில் சோஷலிசத் திசையமைவு இருக்கவேண்டும். எதிர்காலத்தில் இந்திய மக்கள் விரும்பினால் சோஷலிசத்தைத் தேர்வு செய்வதற்கு இடமிருக்கவேண்டும்" என்று கூறினார்கள்.

### வயது வந்தோருக்கு வாக்குரிமை

வயது வந்தோருக்கு வாக்குரிமை 1920-களிலிருந்து காங்கிரஸ் கட்சியின் கொள்கையாக இருந்தது. அதை நிறைவேற்ற இப்பொழுது சந்தர்ப்பம் ஏற்பட்டிருந்தது. வயதுவந்தோருக்கு வாக்குரிமை கிராமங்களில் பஞ்சாயத்துகளுக்கு நடைபெறுகின்ற தேர்தல்களுக்கு மட்டும் இருக்கட்டும்; பிற தேர்தல்கள் மறைமுக முறையில் நடைபெறலாம் என்று சில உறுப்பினர்கள் கூறினார்கள். எனினும் வயது வந்தோர் வாக்குரிமைக்கு அதிகமான ஆதரவு இருந்தது. உயர்சாதி மற்றும் பிராமணர்கள், ஆண்கள், ஆதிக்கம் செலுத்துகின்ற கல்வியறிவில்லாத நாடு இந்த முடிவுக்கு வந்தது பெரிய விஷயம்.

அல்லாடி கிருஷ்ணசாமி அய்யர் பின்வருமாறு கூறினார்: "இந்தியாவின் சாதாரண மனிதனை நம்பி, ஜனநாயகம் இறுதியில் வெற்றி அடையும் என்று நம்பி வயது வந்தோர் வாக்குரிமைக்கு ஆதரவு கொடுக்கிறோம்... கிராம சமூகங்கள் அல்லது பஞ்சாயத்துகளை அடிப்படையாகக் கொண்ட மறைமுகத் தேர்தல் முறை சாத்தியமல்ல."

"வயது வந்தோருக்கு வாக்குரிமை என்பது மணியோசை. அதன் ஓசை உறங்கிக்கொண்டிருக்கும் இந்தியாவை எழுப்பக்கூடியது" என்றார் கிரென்வில் ஆஸ்டின். வரலாற்று அறிஞர் கே.எம். பணிக்கர்

தொலைநோக்குடன் கூறினார்: "வயது வந்தோர் வாக்குரிமைக்கு அரசியல் முக்கியத்துவத்தைக் காட்டிலும் அதிகமான சமூக முக்கியத்துவம் இருக்கிறது. தமது பலத்தை இதுவரை உணராமலிருந்த, அரசியல் மாற்றங்களைப் பற்றி அறியாதிருந்த சமூகக் குழுக்கள் தங்களிடம் அதிகாரம் இருப்பதை திடீரென்று உணர்ந்தார்கள்" வேட்பாளர் எவ்வளவு உயர்ந்த நிலையில் இருந்தாலும் அவர் மிகவும் கீழான நிலையிலுள்ள வாக்காளரைச் சந்தித்து ஆதரவு கேட்கவேண்டும்.

பிரிட்டிஷ் ஆட்சி சொத்து, கல்வி மற்றும் சில தகுதிகள் அடிப்படையில் இந்தியர்களுக்கு வாக்குரிமை அளித்தது. பிரிட்டிஷ் ஆட்சி முடிவடைந்தபொழுது மக்கள் தொகையில் சுமார் 15 சதவிகிதத்தினருக்கு மட்டுமே வாக்குரிமை தரப்பட்டிருந்தது.

## அரசியலமைப்புச் சட்டத்தின் முகப்புரை

இந்திய அரசியலமைப்புச் சட்டத்தின் உணர்ச்சியை, அடிப்படையை அதன் முகப்புரையில் காணமுடியும். நேருவினால் தயாரிக்கப்பட்டு அ.நி. சபையில் 22-1-1947இல் நிறைவேற்றப்பட்ட "குறிக்கோள்களை" அது அடிப்படையாகக்கொண்டிருந்தது. "எல்லாக் குடிமக்களுக்கும் சமூக பொருளாதார மற்றும் அரசியல் நீதி, சிந்தனை, பேச்சு, மதம், வழிபாடு ஆகிய உரிமைகள்; எல்லோருக்கும் சம அந்தஸ்து மற்றும் சம வாய்ப்புக்கள்; தனிநபருடைய கண்ணியம் மற்றும் நாட்டின் ஒற்றுமையை உறுதி செய்கின்ற சகோதர உணர்ச்சியை அவர்களிடம் ஊக்குவித்தல்" எமது குறிக்கோள் என்று முகப்புரை அறிவித்தது. சமூக - பொருளாதார நீதி முதலில் சொல்லப்பட்டு அரசியல் நீதி பிறகுதான் வருகிறது. சமூகநீதி அரசியலமைப்பின் அடிப்படையாக இருக்கிறது.

## அடிப்படை உரிமைகளும் வழிகாட்டும் கோட்பாடுகளும்

சமூகப் புரட்சிக்கு அர்ப்பணிப்பு III & IV ஆம் பகுதிகளிலும் அடிப்படை உரிமைகள் மற்றும் வழிகாட்டுகின்ற கோட்பாடுகளில் உள்ளது. அரசியலமைப்புச் சட்டத்தின் மனசாட்சி என்று சொல்ல வேண்டும்.

அடிப்படை உரிமைகள் மீறப்பட்டால் வழக்குத் தொடரமுடியும். வழிகாட்டுகின்ற கோட்பாடுகள் அப்படிப்பட்டவை அல்ல. அவற்றை நிறைவேற்றுவது அரசாங்கத்தின் கடமை.

அடிப்படை உரிமைகளைப் பட்டியலிட வேண்டும் என்று தேசிய இயக்கம் நெடுங்காலமாகக் கூறியது. பிரிட்டனின் அந்தப் பழக்கம் நெடுங்காலமாக இல்லை. ஆனால் உலக அரசியலில் அட்லாண்டிக் சாசனம், மற்றும் ஐ.நா. சாசனம் எழுதப்பட்டன.

அரசியலமைப்புச் சட்டத்தில் அடிப்படை உரிமைகள் சேர்க்கப்பட வேண்டும் என்று மோதிலால்நேரு அறிக்கை (1928) வலியுறுத்தியது. "அது நவீன ஜனநாயக சிந்தனை மட்டுமல்ல; சிறுபான்மைப் பிரிவினருடைய அச்சங்களைப் போக்குகின்ற வழி அது."

சிறுபான்மையினரைப் பாதுகாப்பதற்காகவே நாங்கள் இந்தியாவில் இருக்கிறோம். நாங்கள் இல்லாவிட்டால் பெரும்பான்மையினர் சிறுபான்மையினரை அழித்துவிடுவார்கள் என்று அந்நிய ஆட்சியாளர்கள் கூறினார்கள். அவர்களுடைய வாதம் போலியானது என்று எடுத்துக்காட்டுவதற்கு காங்கிரஸ் கட்சி விரும்பியது.

"இதில் உண்மையில்லை. போலிவாதம். சிறுபான்மையினர் பாதுகாப்பில் எங்களைக் காட்டிலும் அக்கறை உள்ளவர்கள் யாருமில்லை. அவர்கள் ஒவ்வொருவரையும் திருப்தி செய்வதற்கு நாங்கள் விரும்புகிறோம்" என்று படேல் பேசினார்.

அடிப்படை உரிமைகள் ஏழு பகுதிகளாகப் பிரிக்கப்பட்டிருக் கின்றன. சம அந்தஸ்து, சுதந்திரம், சுரண்டல் ஒழிப்பு, மதம், கலாசாரம், கல்வி உரிமைகளுக்கான சுதந்திரம், சொத்துரிமை, அரசியலமைப்புச் சட்டம் வழங்கும் உரிமைகளை அனுபவிக்கும் உரிமை. 12 முதல் 35ஆம் ஷரத்துக்களில் இடம் பெற்றுள்ள உரிமைகள் அரசாங்கத்தின் சர்வாதிகார நடவடிக்கைகளிலிருந்து தனிநபர்கள் மற்றும் சிறுபான்மையினரைப் பாதுகாக்கின்றன. ஆனால் மூன்று ஷரத்துக்கள் தனிநபர்களை பிற தனிநபர்களின் நடவடிக்கைகளிலிருந்து பாதுகாக்கின்றன. 17ஆம் ஷரத்தின்படி தீண்டாமை ஒழிக்கப்படுகிறது. ஓர் இந்தியக் குடிமகன் தன்னுடைய மதம், இனம், சாதி, பால் மற்றும் பிறந்த இடம் காரணமாக கடைகள், உணவு விடுதிகள், கிணறுகள், தெருக்கள் மற்றும் பொதுஇடங்களைப் பயன்படுத்துவதைத் தடைசெய்யக்கூடாது என்று 15(2) ஷரத்து கூறுகிறது. 23ஆம் ஷரத்து கட்டாய இலவச உழைப்பைத் தடைசெய்கிறது (சமஸ்தானங்களில் அந்தப் பழக்கம் இருந்தாலும், நிலப்பிரபுத்துவ ஜமீன்தார்களுக்கு எதிரான நடவடிக்கை இது). குடிமகனுடைய உரிமையில் அரசு

சுதந்திரத்திற்குப் பிறகு இந்தியா 45

தலையிடக்கூடாது; இதர குடிமக்களும் குறுக்கிடாதபடி அரசு மக்களைப் பாதுகாக்க வேண்டும். அடிப்படை உரிமைகள் பாதிக்கப்பட்டால் குடிமகன் வழக்குப் போட உரிமையுண்டு. (அவசர நிலைக் காலத்தில் அந்த உரிமை கிடையாது.)

வழிகாட்டும் கோட்பாடுகள் சம்பந்தமாக குடிமக்கள் நீதிமன்றத்துக்குப் போகமுடியாது. அவை எதிர்கால ஆட்சியாளர்களுக்கும் சட்டமன்றங்களுக்கும் தரப்படும் ஆலோசனைகள். அடிப்படை உரிமைகளுக்கும் வழிகாட்டும் கோட்பாடுகளுக்கும் இடையில் மோதல் ஏற்படாது. இரண்டும் சேர்த்தே புரிந்துகொள்ளப்படும் என்று அரசியலமைப்புச் சட்டம் உத்தேசித்தது. 1971க்கு முன்பு நீதிமன்றங்கள் அடிப்படை உரிமைகளுக்கு முக்கியத்துவம் அளித்தன. ஆனால் இந்திராகாந்தி நிறைவேற்றிய 25வது திருத்தம் (1971) மற்றும் 42வது திருத்தம் (1976) வழிகாட்டும் கோட்பாடுகளுக்கு அதிக முக்கியத்துவம் அளித்தன. எனினும் உச்ச நீதிமன்றம் மினர்வா மில் Vs. இந்திய யூனியன் (1980) என்னும் வழக்கில் இரண்டும் சமஅளவில் முக்கியத்துவம் உள்ளவை; ஒன்றுக்காக மற்றதைக் கைவிடக்கூடாது என்று முடிவு செய்தது (AIR 1980, SC 1789). வழிகாட்டும் கோட்பாடுகளின் சாராம்சம் 36வது ஷரத்தில் இடம் பெற்றிருக்கிறது.

'சமூக பொருளாதார மற்றும் அரசியல் நீதி நிலவுகின்ற சமூக அமைப்பை ஏற்படுத்தி மக்களுடைய நலனைப் பெருக்குவதற்கு அரசு பாடுபடவேண்டும்' என்று அந்த ஷரத்து கூறுகிறது. குடிமக்கள் வாழ்வதற்குப் போதிய வசதிகளை, பொருளாயத செல்வம் எல்லோருக்கும் சமமாகக் கிடைப்பதை உறுதிப்படுத்த வேண்டும். செல்வம் மற்றும் உற்பத்தி சாதனங்கள் சிலரிடம் குவிதல் ஆகியவற்றை அரசு தடுக்கவேண்டும். குடிமக்கள் கல்வி கற்பதற்கு, வேலை செய்வதற்கு உரிமையுள்ளவர்கள் வேலை இல்லாதவர்கள் நோயாளிகள் மற்றும் முதியவர்களுக்கு அரசு உதவியளிக்க வேண்டும். அரசியலமைப்புச் சட்டம் நடைமுறைக்கு வந்து பத்தாண்டுகளுக்குள் எல்லா குழந்தைகளுக்கும் பதினான்கு வயதாகின்ற வரை கட்டாய ஆரம்பக் கல்வி அளிக்கப்பட வேண்டும். பொதுவான சிவில் சட்டம் அவசியம் என்றும் கூறப்பட்டது. அரசு கிராமங்களில் பஞ்சாயத்துகளை அமைக்க வேண்டும். வாழ்க்கைத்தரம் உயர்த்தப்படவேண்டும். இலவச சட்ட உதவி தரவேண்டும், தாழ்த்தப்பட்ட மக்கள் மற்றும் நலிந்த பிரிவினருக்குக் கல்வி மற்றும் இதர உதவிகளைச் செய்யவேண்டும்.

உலக அமைதி மற்றும் பாதுகாப்புக்குப் பாடுபட வேண்டும். நாடுகளுக்கு இடையில் நியாயமான, கண்ணியமான உறவுகள் அமைக்கப்பட வேண்டும். சர்வதேச சட்டங்கள் மற்றும் உடன்படிக்கைகளை நிறைவேற்ற வேண்டும். சர்வதேசத் தகராறுகள் மத்தியஸ்தத்தின் மூலம் தீர்க்கப்படவேண்டும்.

தனிமனித சுதந்திரத்துக்குப் பாதுகாப்புத் தருகின்ற சமத்துவ சமூகத்தைக் கட்டுவது அரசியலமைப்புச் சட்டத்தின் குறிக்கோள் என்பது அடிப்படை உரிமைகள் மற்றும் வழிகாட்டும் கோட்பாடுகள் மூலம் பெறப்படும். தனிநபர் சுதந்திரத்துக்கும் சமூக மாற்றத்துக்கும் இடையிலான உறவு இயக்காற்றலுடன் இருக்கும். நேரு பின்வருமாறு கூறினார்:

"ஒரு குறிக்கோளை நோக்கி நாம் சுறுசுறுப்பாக முன்னேறுவதை 'வழிகாட்டும் கோட்பாடுகளில்' காணலாம். அடிப்படை உரிமைகள் ஏற்கெனவே உள்ள உரிமைகளைப் பாதுகாப்பதற்குச் செய்கின்ற முயற்சியாகும். இரண்டும் நன்றே. சுறுசுறுப்பான முன்னேற்றத்தின் போது பழைய உறவுகள் பாதிக்கப்படுகின்றன அல்லது மாறுகின்றன. இறுகிப்போன உறவுகளில் மாற்றம் செய்வது நமது நோக்கம் என்றும் கூறலாம்... அடிப்படை உரிமைகளுக்கு வந்தால் நிலைத்துவிட்ட உறவுகளை பாதுகாப்பதற்கு முயற்சி செய்கிறோம். இரண்டு அணுகுமுறைகளுக்கும் இடையில் உள்ளுறையாக மோதல் இருக்கிறது. எனினும் நாங்கள் அதை உத்தேசிக்கவில்லை."

மோதல்கள் வெடித்தன. 1950-களில் ஜமீன்தாரி மற்றும் ஜாகீர்தாரி முறை ஒழிக்கப்பட்டபொழுது சொத்துடைமை உரிமையைக் காரணம் காட்டி நீதிமன்றங்கள் சட்டங்களைத் தடுத்தன. நிலச் சீர்திருத்தங்களை எதிர்த்து அதிகமானவர்கள் வழக்குப் போட்டதால் முதலாவது திருத்தம் அவசியப்பட்டது. 1951இல் கொண்டு வரப்பட்ட திருத்தம் 31 (ஏ) மற்றும் 31 (பி) மற்றும் ஒன்பதாம் அட்டவணையைச் சேர்த்தன. ஜமீன்தாரி முறை ஒழிப்புச் சட்டங்கள் அடிப்படை உரிமைகளை மீறுவதாக வழக்குத் தொடர முடியாது.

அரசியலமைப்புச் சட்டத்தை உருவாக்கியவர்கள் சிறிதும் எதிர்பார்க்காத புதிய விளக்கங்களை நீதிபதிகள் ஷரத்துகளுக்கு அளித்தபடியால் 1951இல் முதல் திருத்தம் நிறைவேற்றப்பட்டது. 15, 19 மற்றும் 31 ஆம் ஷரத்துக்களுக்குத் திருத்தங்கள் நிறைவேற்றப்பட்டன. கல்லூரிகளிலும் அரசாங்க வேலைகளிலும் இடஒதுக்கீட்டை

சமத்துவ உரிமையைக் காட்டி ஆட்சேபிப்பது தடுக்கப்பட்டது. 1955இல் 31 மற்றும் 31 (ஏ) ஷரத்துக்கள் திருத்தப்பட்டன. அடிப்படை உரிமைகளுக்கும் வழிகாட்டும் கோட்பாடுகளுக்கும் இடையில் முரண்பாடு எழுந்ததைப் பற்றி ஆஸ்டின் பின்வருமாறு எழுதினார். "பொது நலத்துக்குப் பாடுபடுகின்ற பொழுது தனிநபர் சுதந்திரத்தை எப்படிப் பாதுகாப்பது என்ற பழைய தகராறு தீர்க்கப்பட்டது"

## மதச் சார்ப்பில்லாத அரசு

இந்தியா மதச் சார்பில்லாத சோஷலிஸ்ட் அரசு என்று 1976இல் நிறைவேற்றப்பட்ட 42வது திருத்தம் கூறியது. ஆனால் ஆரம்பத்திலிருந்து அந்த உணர்ச்சியில்தான் அரசியலமைப்புச் சட்டம் தயாரிக்கப்பட்டது. மேற்கு நாடுகளில் திருச்சபைக்கும் அரசுக்கும் போராட்டம் நடைபெற்றது. திருச்சபை மத விவகாரங்களை முடிவு செய்வதற்கும் அரசு மதச் சார்பில்லாத விவகாரங்களை முடிவு செய்வதற்கும் அதிகாரமளிக்கப்பட்டது. இந்தியாவில் தேசிய சக்திகளுக்கும் வகுப்புவாத சக்திகளுக்கும் நடைபெற்ற போராட்டத்தில் மதச்சார்பின்மை என்னும் கருத்து உருவாயிற்று. நேரு அதைப்பற்றி பின்வருமாறு விளக்கினார்.

"இந்திய அரசு மதச் சார்பில்லாதது என்று நாம் கூறுகிறோம். அதன் அர்த்தம் என்ன? மதத்தை நிராகரிக்கின்ற சமூகத்தை அது குறிப்பிடவில்லை. மக்கள் மதத்தை நம்புவதற்கு உரிமையுண்டு; மதத்தை நம்பாதிருப்பதற்கும் உரிமையுண்டு. மதங்களின் பெயரால் அல்லது அரசின் அடிப்படையான கருதுகோளைப் பற்றி சச்சரவுகள் கூடாது என்பது அதன் அர்த்தம்"

தத்துவஞானி டாக்டர் எஸ். ராதாகிருஷ்ணன் மதச்சார்பின்மையை இந்தியப் பண்பாட்டின் ஒரு பகுதியாக விளக்கினார். "(அரசு) ஏதாவதொரு மதத்துக்கு முக்கியத்துவம் அளிக்காது. மற்றவர்களைக் காட்டிலும் எங்களுக்கு அதிகமான உரிமைகளுண்டு என்று யாரும் சொல்லமுடியாது. ஒரு மனிதர் தன்னுடைய மதத்தின் காரணமாக துன்பப்படக்கூடாது. எல்லோரும் முழுமையான அளவுக்கு சமூக வாழ்க்கையில் பங்கெடுக்கவேண்டும்... இங்கு சொல்லப்படும் மதச்சார்பின்மை இந்தியாவின் தொன்மையான சமய மரபுடன் பொருந்துகிறது."

# 5
# அரசியலமைப்புச் சட்டத்தின் அடிப்படையான அம்சங்கள் மற்றும் உறுப்புகள்

"அரசியலமைப்புச் சட்டம் அடிப்படையான கட்டமைப்பைக் கொண்டிருக்கிறது. அதை மாற்ற முடியாது" என்று உச்ச நீதிமன்றத்தின் பெரும்பான்மை நீதிபதிகள் 1973இல் கூறினார்கள். (கேசவானந்த பாரதி வழக்கு.) "368வது ஷரத்து அரசியலமைப்புச் சட்டத்தைத் திருத்தம் செய்கின்ற முறையை விவரிக்கிறது. ஆனால் அதைப் பயன்படுத்தி அடிப்படையான கட்டமைப்பை மாற்றமுடியாது. மாற்றினால் அந்தத் திருத்தம் செல்லாது" என்று டி.டி பாசு கூறுகிறார். அரசாங்கத்தின் குடியரசுவாத ஜனநாயகத்தன்மை, சட்டசபை, நிர்வாகம், நீதித்துறை ஆகியவற்றுக்கு இடையில் அதிகாரம் பிரித்து வைக்கப்பட்டிருத்தல் ஆகியவை அடிப்படையான கட்டமைப்பில் உள்ளன என்று நீதிபதி சிக்ரி கூறினார். சுதந்திரமான தேர்தல் முறை. நாட்டின் ஒற்றுமை, சமத்துவம், சமூக - பொருளாதார நீதி, நீதித்துறையின் சுதந்திரம் ஆகியவை அதில் சேர்க்கப்பட்டுள்ளன.

அவசரநிலைக் காலத்தில் செய்யப்பட்ட 42வது திருத்தம் அரசியலமைப்பைத் திருத்துவதற்கு பார்லிமென்டின் அதிகாரத்தை நீதிமன்றம் தடைசெய்யமுடியாது என்றது. இன்றைய நிலை என்ன? அரசியலமைப்புச் சட்டத்தின் அடிப்படையான கட்டமைப்பை, திருத்தம் மாற்றினால் நீதிமன்றம் அந்தத் திருத்தம் சட்ட விரோதம் என்று நிராகரிக்கமுடியும்.

அடிப்படைக் கட்டமைப்பில் எவை உள்ளன என்பதைப் பற்றி நீதிபதிகளிடம் கருத்து வேறுபாடு இருந்தாலும், 'அடிப்படையான கட்டமைப்பை' மாற்றக்கூடாது என்று எல்லா நீதிபதிகளும், கூறுகிறார்கள். ஆகவே பார்லிமென்டில் உள்ள பெரும்பான்மையைப் பயன்படுத்தி அரசியலமைப்புச் சட்டத்தைத் தகர்க்கமுடியாது.

**கூட்டாட்சியா? தனியாட்சியா?**

இந்திய அரசியலமைப்புச் சட்டம் கூட்டரசா அல்லது தனியாட்சியா என்று சொல்லமுடியாது. "அ.நி. சபை உறுப்பினர்கள் ஐக்கிய அமெரிக்கா, கனடா, ஸ்விட்சர்லாந்து, ஆஸ்டிரேலியா ஆகிய கூட்டாட்சி நாடுகளின் அனுபவத்தைப் பரிசீலித்த பிறகு இந்தியச் சூழ்நிலைக்குப் பொருந்தக்கூடிய அம்சங்களை மட்டும் எடுத்துக் கொண்டார்கள். இந்தியாவுக்குப் பொருத்தமான புதிய ரகத்தைச் சேர்ந்த கூட்டாட்சி தோன்றியது" என்று ஆஸ்டின் எழுதினார்.

ஏ.எம். பிர்ச் மற்றும் சிலர் 'கூட்டுறவுக் கூட்டாட்சி' என்று அதைக் கூறுகிறார்கள். இந்தியப் பிரிவினையின் போதும் பிறகும் வகுப்புக் கலவரங்கள் வெடித்தன. உணவுப் பற்றாக்குறை ஏற்பட்டது. லட்சக்கணக்கான அகதிகளுக்கு வீடுகள் கட்டித்தர வேண்டும். வலிமையான மத்திய அரசாங்கம் தேவைப்பட்டது. ஆகவே கூட்டாட்சி அமைப்பில் வலிமையான மத்திய அரசாங்கம் இடம் பெற்றது நாட்டுப் பிரிவினைக்கு முன்பு வலிமையான மத்திய அரசாங்கத்தைப் பற்றி யாரும் பேசவில்லை. நேரு தலைமை தாங்கிய முதல் கமிட்டி பலவீனமான மத்திய அரசாங்கத்தைப் பரிந்துரை செய்தது. ஆனால் 3-6-1947இல் இந்தியா பிரிவினை செய்யப்படும் என்று அறிவிக்கப்பட்டவுடன் அ.நி. சபை வலிமையான மத்திய அரசைக் கொண்ட கூட்டாட்சியை நோக்கி முன்னேறியது.

(மாகாண) 'அரசுகளின் கூட்டமைப்பு' என்று கூறாமல் (மாகாண) அரசுகளின் யூனியன் என்ற சொல்லைத் தேர்வு செய்த காரணத்தை டாக்டர் அம்பேத்கர் பின்வருமாறு விளக்கினார். இந்தியக் கூட்டரசில் சேருவதென்று மாகாணங்கள் முடிவு செய்யவில்லை. அவை பிரிந்து செல்ல முடியாது. இந்தியக் கூட்டரசைக் கலைக்க முடியாது. ஆகவே அதை யூனியன் என்று சொல்கிறோம். நாடும் மக்களும் நிர்வாக வசதிக்காகப் பல மாகாணங்களாகப் பிரிக்கப்பட்டிருந்தாலும், நாடு ஒரே அமைப்பாக, மக்கள் ஒரு ஆட்சியின் குடிமக்களாக இருக்கிறார்கள்"

அமெரிக்காவில் ஒரு நபர்தான் வசிக்கின்ற மாகாணத்தின் குடிமகனாகவும் ஐக்கிய அமெரிக்காவின் குடிமகனாகவும் இருக்கிறார். ஆனால் இந்தியாவில் ஒரு குடியுரிமைதான் உண்டு.

யூனியனுக்கும் மாகாணங்களுக்கும் இடையில் ஏற்படக்கூடிய பிரச்சினைகளைக் குறைப்பதற்கு அரசியலமைப்புச் சட்டம் இரண்டு அமைப்புகளின் சட்டமியற்றும் அதிகாரத்தைத் தெளிவாக

வரையறுத்திருக்கிறது. யூனியன் பட்டியலில் உள்ள விஷயங்களைப் பற்றி யூனியன் பார்லிமெண்ட் மட்டுமே சட்டமியற்ற முடியும். மாகாணங்களின் பட்டியலில் உள்ள விஷயங்களைப் பற்றி மாகாண சட்டசபைகள் மட்டுமே சட்டமியற்ற முடியும். யூனியன் மற்றும் மாகாண சட்டங்களுக்கு இடையில் வேற்றுமை இருந்தால் யூனியன் சட்டம்தான் உறுதிப்படும்.

யூனியன் அரசாங்கம் அதிகமான நிதி ஆதாரங்களைக் கொண்டிருப்பதால் மாகாணங்கள் யூனியனைச் சார்ந்திருக்கின்றன. எனவே நடைமுறையில் கூட்டாட்சித் தத்துவம் வீழ்ந்துவிட்டது என்று சில ஆய்வாளர்கள் கூறுவது சரியல்ல. மாகாணங்களில் மிகவும் வேறுபாடான கட்சிகள் ஆட்சி செய்தாலும் யூனியன் அரசாங்கம் அவற்றுடன் ஒத்துழைக்கிறது. இடது முன்னணி மற்றும் ஐக்கிய முன்னணி அரசாங்கங்கள் மேற்கு வங்காளம், கேரளா, திரிபுரா ஆகிய மாகாணங்களில் உள்ளன. தமிழ்நாட்டில் தி.மு.க மற்றும் அ.தி.மு.க ஆந்திராவில் தெலுங்கு தேசம், குஜராத் மற்றும் கர்னாடகாவில் ஜனதா தளம், உ.பி., ம.பி., ராஜஸ்தான், குஜராத் ஹிமாச்சல் பிரதேசம் ஆகிய மாகாணங்களில் பி.ஜே.பி. அரசாங்கங்கள் மத்தியில் காங்கிரஸ்/ ஜனதா தளம்/ ஐக்கிய முன்னணி/ பி.ஜே.பி. அரசாங்கத்துடன் இணைந்து இயங்கியுள்ளன. மாகாணங்களுக்கு அதிகமான நிதி அதிகாரம் வேண்டும் என்னும் கிளர்ச்சியிலிருந்து கூட்டாட்சித் தத்துவம் வாழ்ந்து கொண்டிருப்பதைப் பார்க்கிறோம். மேற்கு வங்காளத்தில் சட்டம் மற்றும் ஒழுங்குமுறையைப் பற்றி ஆய்வு செய்வதற்கு மத்தியிலிருந்து பி.ஜே.பி. அரசாங்கம் அதிகாரிகள் குழுவை அனுப்பியபொழுது மேற்கு வங்காள அரசாங்கம் அதை ஆட்சேபித்தது (18.6.1998) சட்டம் மற்றும் ஒழுங்குமுறை மாகாணம் சம்பந்தப்பட்ட விஷயம் என்று சுட்டிக்காட்டியது. மார்க்சிஸ்ட் கம்யூனிஸ்ட் கட்சியின் தலைமையிலிருந்த அரசாங்கம் கூட்டாட்சி தத்துவத்தைப் பயன்படுத்தி பி.ஜே.பி. மத்திய அரசாங்கத்தை எதிர்த்தது.

இந்திய அரசியலமைப்புச் சட்டம் நெகிழ்ச்சியானது. “பொதுவாக அது கூட்டாட்சி அமைப்பு: விசேஷமாக சூழ்நிலையில் அது தனியாட்சி” அல்லது கால்பங்கு கூட்டாட்சி என்று அரசியலமைப்புச் சட்ட அறிஞர் டி.டி. பாஸு கூறினார்.

இந்தியாவில் கடந்த 50 ஆண்டுகளில் பல அரசியல் நெருக்கடிகள் ஏற்பட்டுள்ளன. மத்திய - மாகாண உறவுகளில் எதிர்பாராத

பிரச்சினைகள் ஏற்பட்டிருக்கின்றன. இந்திய அரசு அவற்றை வெற்றிகரமாக சமாளித்ததென்றால், அரசியலமைப்புச் சட்டத்தின் நெகிழ்ச்சியே அதற்குக் காரணமாகும்.

## ஆட்சியுறுப்புகள் - குடியரசுத் தலைவர்

அரசியலமைப்புச் சட்டத்தின்படி குடியரசுத் தலைவர் இந்தியாவை ஆட்சி செய்கிறார். "அவர் இங்கிலாந்தின் அரசியலமைப்பு அரசருக்கு அளிக்கின்ற அதிகாரத்தைப் பெற்றவர். அவர் அரசுத் தலைவர் - அரசாங்கத் தலைவர் அல்ல. அவர் நாட்டைப் பிரதிநிதித்துவம் செய்கிறார்; நாட்டை ஆட்சி செய்யவில்லை" என்று அம்பேத்கர் கூறுகிறார்.

இந்திய அரசாங்கத்தின் தலைவர் பிரதமர். பார்லிமென்டுக்குப் பொறுப்பைக் கொண்டுள்ள அரசாங்கத்துக்கு அவர் தலைவர். பிரிட்டிஷ் அமைப்பை இந்தியா பின்பற்றுகிறது. ஒரு வேறுபாடு என்னவென்றால் இங்கிலாந்தில் பரம்பரை முடியாட்சி உள்ளது. இந்தியாவில் குடியரசுத் தலைவர் தேர்ந்தெடுக்கப்படுகிறார்.

அரசியலமைப்புச் சட்டத்தின்படி குடியரசுத் தலைவரிடம் ஏராளமான அதிகாரம் குவிக்கப்பட்டிருக்கிறது. ஆனால் மந்திரி சபையின் ஆலோசனைப்படி அவர் செயல்படுகிறார். எனினும் குடியரசுத் தலைவர் பொம்மை அல்ல. அரசியல் நெருக்கடிகளின் போது அவர் அரசியல் நுட்பத்துடன் செயல்படுகிறார். 1951இல் குடியரசுத் தலைவராக இருந்த ராஜேந்திர பிரசாத் தனக்கு அதிகமான அதிகாரம் இருப்பதாகக் கருதி ஹிந்து சட்டத்திருத்த மசோதாவைப் பற்றி ஆட்சேபங்களை எழுப்பினார். பிரதமராக இருந்த நேரு அப்பொழுது அட்டார்னி ஜெனரலாக இருந்த எம்.சி.செதல்வாட் மற்றும் அரசியலமைப்புச்சட்ட நிபுணர் அல்லாடி கிருஷ்ணசாமி அய்யர் ஆகியோரிடம் ஆலோசனை கேட்டார். குடியரசுத் தலைவருடைய வாதத்தை ஏற்றுக்கொண்டால் அரசியலமைப்புச் சட்டம் கவிழ்ந்துவிடும், குடியரசுத் தலைவர் சர்வாதிகாரியாக முடியாது என்று அவர்கள் கருத்துக் கூறினார்கள்.

அரசியலமைப்புச் சட்ட நகல் அ.நி. சபையில் விவாதிக்கப்பட்ட பொழுது இராஜேந்திர பிரசாத் கூறிய கருத்தும் சுட்டிக்காட்டப்பட்டது. "இங்கிலாந்தின் அரசர் மந்திரிசபையின் முடிவை நிறைவேற்றுகிறார். இந்தியக் குடியரசின் தலைவர் எல்லா விவகாரங்களிலும் அரசியலமைப்புச் சட்டத்தைப் பின்பற்ற வேண்டும்" என்று அவர் கூறியிருந்தார்.

தனிக்கட்சி அதிகப் பெரும்பான்மையில் இருந்தால் குடியரசுத் தலைவர் தன் உசிதப்படி நடந்துகொள்ள முடியாது. தேர்தலில் எந்தக் கட்சிக்கும் பெரும்பான்மை இல்லையென்றால் அல்லது ஆளும் கட்சியில் பிளவு ஏற்பட்டு கூட்டணி அரசாங்கம் அமைந்தால் குடியரசுத் தலைவரது நடவடிக்கைக்கு வாய்ப்பு ஏற்படுகிறது. 1979இல் மொரார்ஜி தேசாய் தலைமை தாங்கிய ஜனதா கட்சியில் பிளவு ஏற்பட்டதால் அரசாங்கம் பதவியிலிருந்து விலகியது. புதிய அரசாங்கத்தை அமைப்பதற்கு தனக்கு வாய்ப்பளிக்க வேண்டும் என்று மொரார்ஜி தேசாய் குடியரசுத் தலைவர் சஞ்சீவ ரெட்டியைக் கேட்டார். அவர் அதை நிராகரித்தார். சரண்சிங்கைப் பிரதமராக நியமித்துவிட்டு குறிப்பிட்ட நாளில் அவர் நம்பிக்கை வாக்கெடுப்பு நடத்த வேண்டும் என்றார். மக்கள் சபையைக் கலைக்கும்படி சரண்சிங் பரிந்துரை செய்தபொழுது அவர் மற்ற கட்சிகளின் தலைவர்களைக் கலந்துகொண்டார். அரசியலில் ஸ்திரமற்றநிலை ஏற்பட்டபொழுது குடியரசுத் தலைவர் உசிதப்படி நடந்துகொள்ள முடிந்தது.

1984-85இல் ராஜிவ் காந்தி பிரதமரான பொழுது மட்டுமே காங்கிரஸ் கட்சி தெளிவான பெரும்பான்மையைக் கொண்டிருந்தது. ... அதன்பிறகு 1989, 1991, 1996, 1998 ஆகிய ஆண்டுகளில் நடைபெற்ற தேர்தல்களில் ஸ்திரமற்ற அரசியல் நிலைமை ஏற்பட்டதால் குடியரசுத் தலைவர் குறுக்கிடுவதற்கு அதிகமான வாய்ப்புகள் ஏற்பட்டன. உதாரணமாக 1998 மார்ச் மாதத்தில் பி.ஜே.பி. அரசாங்கம் அமைக்கின்ற வாய்ப்பைக் கோரியது. தோழமைக் கட்சிகள் எழுத்து மூலம் ஆதரவைத் தெரிவிக்க வேண்டும் என்றார் குடியரசுத் தலைவராக இருந்த நாராயணன் செல்வி ஜெயலலிதா தன்னுடைய கட்சியின் ஆதரவை எழுத்து மூலம் தெரிவிப்பதில் காலதாமதம் செய்தார். அந்தக் காலதாமதத்தைக் குடியரசுத் தலைவர் பொறுத்துக்கொண்டார். பி.ஜே.பி.க்குப் பதிலாக அடுத்த பெரிய கட்சித் தலைவருக்கு வாய்ப்பு அளித்திருக்கக்கூடும்.

அரசியலில் ஸ்திரமான நிலைமை இருக்கும்பொழுது கூட குடியரசுத் தலைவர்கள் தமது ஆசை காரணமாக சில நடவடிக்கைகளைச் செய்யலாம். உதாரணமாக, ஜெயில் சிங் ஒரு மசோதாவை பார்லிமென்டுக்குத் திரும்ப அனுப்பினார். (பார்லிமென்ட் வரலாற்றில் அது முதல் தடவை.) அரசாங்கத்தின் முக்கியமான நடவடிக்கைகள் எனக்குத் தெரிவிக்கப்படுவதில்லை அதனால் நான் முறையாக

செயல்பட முடியவில்லை என்று அவர் பிரதமர் ராஜீவ் காந்திக்குக் கடிதம் எழுதினார். அவர் பிரதமரைப் பதவி நீக்கம் செய்யப்போகிறார் என்று வதந்திகள் பரவின. போபர்ஸ் பீரங்கிகளை வாங்கியதில் லஞ்சம் கொடுக்கப்பட்டதாகப் பத்திரிகைகள் எழுதியபொழுது பிரதமர் ராஜீவ் காந்தியைப் பதவி நீக்கம் செய்வதைப்பற்றி குடியரசுத் தலைவர் அரசியல் கட்சிகளின் தலைவர்களுடன் பேசினார். ஆனால் பதவி நீக்கம் இல்லை. பிரதமர் ராஜீவ் காந்திக்கு மிகவும் அதிகமான பெரும்பான்மை இருந்தபொழுது கூட குடியரசுத் தலைவர் சித்து விளையாட்டில் இறங்க விரும்பினார்.

குடியரசுத் தலைவர் மாகாண அரசாங்கங்களை டிஸ்மிஸ் செய்து குடியரசுத் தலைவர் ஆட்சியைக் கொண்டு வரமுடியும். 1938இல் உ.பி. மாகாணத்தில் ஆளுநராக இருந்த ரொமேஷ் பண்டாரி பி.ஜே.பி. தலைமையில் இருந்த அரசாங்கத்தை டிஸ்மிஸ் செய்து மற்றொருவரை முதலமைச்சர் ஆக்கினார். ஆளுநருடைய அறிக்கையை மத்திய அரசாங்கம் ஏற்றுக்கொண்டது; கல்யாண்சிங் அரசாங்கத்தை நீக்குமாறு குடியரசுத் தலைவர் நாராயணனுக்குப் பரிந்துரை செய்தது. மந்திரிசபை மறுபரிசீலனை செய்யவேண்டும் என்று குடியரசுத் தலைவர் திருப்பி அனுப்பினார். இதற்கிடையில் ஆளுநர் பதவி விலகினார். கல்யாண்சிங் முதலமைச்சராக நீடித்தார்.

கல்யாண் சிங்கின் மெய்யான பலத்தைப் பற்றி மாறுபாடான கணிப்புகள் இருந்தன. எனினும் சட்டசபையில் அவர் தன்னுடைய பெரும்பான்மையை நிரூபித்துவிட்டதால் அரசாங்கத்தை நீக்கமுடியாது என்று நாராயணன் கூறினார். ஆதரவை நிரூபித்தால் மட்டும் போதாது. அச்சுறுத்தல் அல்லது ஆசை காட்டுதல் மூலம் ஆதரவைப் பெறமுடியும். அது சட்டவிரோதமானது என்பதை குடியரசுத் தலைவர் கவனிக்கவேண்டும் என்று சிலர் கூறினார்கள்.

குறிப்பிட்ட முடிவை மறுபரிசீலனை செய்யவேண்டும் என்று மந்திரி சபையைக் குடியரசுத்தலைவர் கேட்டுக்கொள்ள 44வது திருத்தம் அதிகாரமளிக்கிறது. மந்திரி சபை பழைய முடிவை வலியுறுத்தினால் குடியரசுத்தலைவர் அதை ஏற்றுக்கொள்ள வேண்டும்.

111வது ஷரத்தின்படி பார்லிமெண்டில் நிறைவேற்றப்பட்ட மசோதாவை மறுபரிசீலனை செய்யும்படி அவர் திருப்பியனுப்ப முடியும். அந்த மசோதா இரண்டு சபைகளிலும் நிறைவேற்றப்பட்டால்

அவர் ஒப்புதல் அளிக்கவேண்டும். நிதி சம்பந்தப்பட்ட மசோதாக்களை அவர் திருப்பி அனுப்பமுடியாது. குடியரசுத்தலைவருக்கு ரத்து (வீட்டோ) அதிகாரம் கிடையாது.

நாட்டில் அவசர நிலையை அறிவிக்குமாறு மந்திரிசபை எழுத்து மூலம் பரிந்துரை செய்யவேண்டும் என்று 44வது திருத்தம் (1978) கூறுகிறது.

ஆளுநர்கள், உயர்நீதிமன்ற நீதிபதிகள், தூதர்கள், அட்டர்னி ஜெனரல், ஆடிட்டர் - ஜெனரல் ஆகியவர்களை மந்திரி சபையின் பரிந்துரையின் பேரில் குடியரசுத்தலைவர் நியமிக்கிறார். பார்லிமென்ட் ஒத்திவைக்கப்பட்டுள்ள இடைக்காலத்தில் மந்திரி சபையின் பரிந்துரையின் பேரில் அவர் அவசரச்சட்டங்களைப் பிறப்பிக்க முடியும்.

குடியரசுத்தலைவர் 5 ஆண்டுகள் பதவி வகிப்பார். அவர் மறுபடியும் தலைவர் தேர்தலுக்குப் போட்டியிடலாம். அரசியலமைப்புச் சட்டத்தை மீறியதாகக் குற்றம் சாட்டி அவரைப் பதவியிலிருந்து நீக்க முடியும். எம்.பிக்கள் மற்றும் எம்.எல்.ஏக்கள் ஒற்றை மாற்று வாக்குச்சீட்டு மூலம் அவரைத் தேர்ந்தெடுக்கிறார்கள்.

## குடியரசின் துணைத்தலைவர்

குடியரசுத்தலைவர் பதவியில் இருக்கும்பொழுது மரணமடைந்தால், நோய் அல்லது இதர காரணங்களுக்காகத் தன் பொறுப்புகளை நிறைவேற்ற முடியாவிட்டால் அல்லது அவர் பதவி விலகினால் அல்லது அவர் நீக்கப்பட்டால் துணைத் தலைவர் அவருக்குப் பதிலாகப் பதவியேற்பார் என்று 65 ஆம் ஷரத்து கூறுகிறது. பார்லிமென்டின் இரண்டு சபைகளும் அவரைத் தேர்ந்தெடுக்கின்றன. அவர் ராஜ்ய சபையின் தலைவராக இருப்பார்.

## மந்திரி சபை மற்றும் பிரதமர்

பிரதமர் தலைமை தாங்குகின்ற மந்திரிசபை நாட்டை நிர்வாகம் செய்கிறது. லோக் சபாவில் பெரும்பான்மையான உறுப்பினர்களைக் கொண்ட கட்சியின் தலைவரை அல்லது பெரும்பான்மை உறுப்பினர்களின் நம்பிக்கையைப் பெற்ற ஒருவரை, குடியரசுத்தலைவர் பிரதமராக நியமிக்கிறார். அமைச்சர்களைப் பிரதமர் தேர்ந்தெடுக்கிறார். குடியரசுத்தலைவர் நியமிக்கிறார். அமைச்சர்கள் இரண்டு சபைகளில்

ஏதாவதொன்றில் உறுப்பினராக இருக்கவேண்டும். உறுப்பினராக இல்லாவிட்டால் ஆறு மாதங்களுக்குள் உறுப்பினராகத் தேர்ந்தெடுக்கப்பட வேண்டும். மந்திரி சபை லோக் சபாவுக்கு கூட்டுப்பொறுப்பைக் கொண்டிருக்கிறது. நம்பிக்கையில்லாத தீர்மானம் லோக் சபாவில் நிறைவேறினால் உடனே பதவி விலகவேண்டும்.

பிரதமர் "அரசாங்கத்தின் அச்சாணி" என்று நேரு கூறினார். முதல் பிரதமர் ஜவகர்லால் நேரு சுமார் 17 ஆண்டுகள் பதவி வகித்தார். அவர் மிகவும் அதிகமான செல்வாக்குடன் இருந்தபடியால் பிரதமர் பதவியும் கூடுதலான செல்வாக்குப் பெற்றது. பங்களாதேஷ் போரில் வெற்றியடைந்ததால் பிரதமர் இந்திராகாந்தியும் செல்வாக்குப் பெற்றிருந்தார். பிரதமர் அமைச்சர்களைத் தேர்வு செய்கிறார். அவர்களை நீக்குமாறு குடியரசுத் தலைவர் பரிந்துரைக்கிறார்.

மந்திரி சபையில் காபினெட் அமைச்சர்கள், இணை அமைச்சர்கள், துணை அமைச்சர்கள் ஆகிய மூன்று பிரிவினர் இருக்கிறார்கள். (அரசியல் கட்டத்தின் 352ஆம் ஷரத்தில் இந்தப் பிரிவினை கிடையாது.) காபினெட் கூட்டங்களில் முக்கியமான முடிவுகள் செய்யப்படுவதால் காயினெட் அமைச்சர்களுக்கு அதிகமான அதிகாரம் இருக்கிறது.

மாகாணங்களில் சட்டசபையைக் கலைத்துவிட்டு குடியரசுத் தலைவருடைய ஆட்சியைப் பிரகடனம் செய்ய முடியும். ஆனால் மத்திய அரசாங்கத்தில் அப்படி செய்ய முடியாது. லோக் சபாவில் நம்பிக்கையில்லாத தீர்மானம் நிறைவேறினால் மந்திரிசபை பதவியிலிருந்து விலகும் புதிய அரசாங்கம் பதவியேற்கின்ற வரை காபந்து அரசாங்கமாக பதவியில் நீடிக்குமாறு குடியரசுத் தலைவர் கேட்டுக்கொள்வார்.

### பார்லிமென்ட்

பார்லிமென்ட் இரண்டு சட்டசபைகளைக் கொண்டிருக்கிறது. ராஜ்ய சபையில் 250 உறுப்பினர்கள் இருக்கிறார்கள். அவர்களில் 238 உறுப்பினர்கள் மாகாண சட்ட சபைகளிலிருந்து தேர்ந்தெடுக்கப் படுகிறார்கள். 12 உறுப்பினர்கள் குடியரசுத்தலைவரால் நியமனம் செய்யப்படுகிறார்கள். இரண்டு ஆண்டுகளுக்கு ஒரு முறை ராஜ்ய சபை உறுப்பினர்களில் மூன்றிலொரு பகுதியினர் பதவி விலகுகிறார்கள். அவர்கள் ஆறு ஆண்டுகளுக்குப் பதவி வகிக்கிறார்கள். குடியரசின்

துணைத் தலைவர் ராஜ்ய சபையின் கூட்டங்களுக்குத் தலைமை வகிப்பார். உறுப்பினர்கள் ஒரு துணைத் தலைவரைத் தேர்ந்தெடுக்கிறார்கள்.

இந்தியா முழுவதிலும் வாக்காளர்கள் ஐந்தாண்டுகளுக்கு ஒருமுறை லோக் சபாவின் உறுப்பினர்களைத் தேர்ந்தெடுக்கிறார்கள். சில சமயங்களில் ஐந்தாண்டுகள் முடிவதற்குள் சபை கலைக்கப்படலாம். அவசர நிலை அமுல் செய்யப்பட்டிருந்தால் அதன் காலம் ஒரு ஆண்டுக்கு நீட்டிக்கப்படலாம். (1976இல் பிரதமர் இந்திராகாந்தி அவசர நிலையை அறிவித்தபொழுது லோக் சபாவின் காலம் ஓர் ஆண்டுக்கு நீடிக்கப்பட்டது.)

பதினெட்டு வயது முடிந்தவர்கள் வாக்காளராகும் தகுதியைப் பெறுகிறார்கள். தேர்தலில் அதிகமான வாக்குகளைப் பெற்ற வேட்பாளர் வெற்றி பெற்றதாக அறிவிக்கப்படுகிறார். வேட்பாளர் மொத்த வாக்குகளில் 50 சதவிகிதத்துக்கும் அதிகமாகப் பெற்றால் மட்டுமே வெற்றி அடைந்ததாக அறிவிக்கப்படுகின்ற விதி சில நாடுகளில் இருக்கிறது. இந்தியாவில் அது இல்லை. விகிதாச்சாரப் பிரதிநிதித்துவம் இல்லை.

எல்லாத் தொகுதிகளும் ஒற்றை உறுப்பினர் தொகுதிகளே தாழ்த்தப்பட்ட பிரிவினர் மற்றும் இனக்குழுவினருக்கு அந்த மாகாணத்தில் அவர்களுடைய மொத்த எண்ணிக்கைக்குத் தகுந்தபடி இடங்கள் ஒதுக்கீடு செய்யப்படுகின்றன . (உதாரணமாக, ஒரு மாகாணத்தில் தாழ்த்தப்பட்ட பிரிவின் 40 சதவிகிதமும் தாழ்த்தப்பட்ட இனக்குழுவினர் 10 சதவிகிதமும் இருந்தால் 40 சதவிகிதத் தொகுதிகள் தாழ்த்தப்பட்டோர்களுக்கும் 10 சதவிகித தொகுதிகள் இனக்குழுவினருக்கும் ஒதுக்கப்படும். அத்தொகுதிகளில் அந்தப் பிரிவினர் மட்டும் போட்டியிடுவார்கள். மொத்த வாக்காளர்கள் வாக்களித்து சட்ட சபைக்குப் பிரதிநிதிகளைத் தேர்ந்தெடுப்பார்கள்.

சட்டசபைகளில் பெண்களுக்கு மூன்றிலொரு பகுதியை ஒதுக்கீடு செய்யவேண்டும் என்ற கோரிக்கை சமீப ஆண்டுகளில் அதிக முக்கியத்துவம் பெற்றிருக்கிறது. அதற்குரிய மசோதா பார்லிமென்டில் பிரேரணை செய்யப்பட்டிருக்கிறது. சில கட்சிகள் ஒதுக்கீட்டுக்குள் ஒதுக்கீடு கோருவதால் மசோதா இன்னும் நிறைவேற்றப்படவில்லை. ஒதுக்கீட்டை அமுலாக்கிவிட்டால் பிறகு அதை வாபஸ் பெறமுடியாது. . . அரசியலமைப்புச் சட்டம் முதலில் பத்து ஆண்டுகளுக்கு ஒதுக்கீடு

செய்தது. ஆனால் 50 ஆண்டுகளாகிவிட்ட பிறகும் அது நீடிக்கிறது. மேன்மேலும் அதிகமான சாதியினர் ஒதுக்கீடு கோரிப் போராட்டங்களை நடத்துகின்றார்கள். ஒதுக்கீட்டின் மூலம்தான் எங்கள் சாதி உறுப்பினர்கள் வேகமாக முன்னேற முடியும் என்று அவர்கள் வாதாடுகிறார்கள்.

லோக் சபையில் 552 உறுப்பினர்கள் இருக்கிறார்கள். 550 உறுப்பினர்கள் தேர்ந்தெடுக்கப்படுகிறார்கள். ஆங்கிலேயர் இந்தியர் சமூகத்தைப் பிரதிநிதித்துவம் செய்வதற்கு இரண்டு உறுப்பினர்கள் நியமிக்கப்படுகிறார்கள். உறுப்பினர்களுக்கு 25 வயது முடிந்திருக்க வேண்டும். லோக் சபா உறுப்பினர்களிலிருந்து சபா நாயகரும் துணை சபாநாயகரும் தேர்ந்தெடுக்கப்படுகிறார்கள். ஆளும் கட்சியைச் சேர்ந்தவரைச் சபாநாயகராகவும் எதிர்க்கட்சியைச் சேர்ந்தவரைத் துணை சபாநாயகராகவும் தேர்ந்தெடுக்கின்ற மரபு முன்னர் கடைப்பிடிக்கப்பட்டது. கூட்டணி அரசாங்கங்கள் ஏற்பட்ட பிறகு இந்த மரபு கைவிடப்பட்டுள்ளது.

மசோதாக்கள் எந்த சபையிலும் பிரேரணை செய்யப்படலாம். இரண்டு சபைகளிலும் நிறைவேறிய பிறகு குடியரசுத் தலைவருடைய ஒப்புதலைப் பெற்று மசோதாக்கள் சட்டமாகின்றன. நிதி மசோதாக்கள் முதலில் லோக் சபாவில்தான் பிரேரணை செய்யப்பட வேண்டும்.

அரசியலமைப்புச் சட்டம் பார்லிமென்டை முக்கியமான அமைப்பாகக் கருதி எம்.பி.க்களுக்கு உயர்ந்த இடத்தை அளிக்கிறது. எனினும் சமீப ஆண்டுகளில் பார்லிமென்டின் கண்ணியத்தைப் பாதிக்கின்ற முறையில் உறுப்பினர்கள் நடந்துகொள்கிறார்கள். முறையாக விவாதிக்கப்படாமல் பல மசோதாக்கள் நிறைவேற்றப்படுகின்றன.

## மாகாணங்கள் மற்றும் யூனியன்
## பிரதேசங்களில் அரசாங்கம்

மக்களால் தேர்ந்தெடுக்கப்படுகின்ற சட்டசபை, மந்திரி சபை மூலம் மாகாணங்களில் நிர்வாகம் செய்யப்படவேண்டும். ஆளுநர் மாகாண அரசாங்கத்தின் தலைவராக இருப்பார். மாகாணத்தில் சட்டம் ஒழுங்குமுறை கெட்டுப்போனால் குடியரசுத் தலைவரது ஆட்சியைப் பரிந்துரை செய்கின்ற அதிகாரம் ஆளுநருக்கு உண்டு. (356 ஆம் ஷரத்து) அப்பொழுது யூனியன் அரசாங்கம் நியமிக்கின்ற ஆலோசகர்களின் துணையுடன் ஆளுநர் மாகாணத்தை நிர்வாகம் செய்வார்.

"ஆளுநர்கள் மிகவும் சிறப்பானவர்களாக, அரசியல் தொடர்பு இல்லாதவர்களாக, கல்வி மற்றும் இதர துறைகளில் சாதனை செய்தவர்களாக இருப்பார்கள்" என்று அ.நி.சபையில் கூறப்பட்டது. ஆனால் அந்த நம்பிக்கை நிறைவேறவில்லை. மூத்த அரசியல்வாதிகள். ஆளுநர்களாக நியமிக்கப்பட்டார்கள். பதவிக்காலம் முடிந்த பிறகு கட்சி அரசியலுக்குத் திரும்பினார்கள். தங்களை ஆளுநராக நியமித்த யூனியன் அரசாங்கத்தின் ஆணைகளை நிறைவேற்றினார்கள். மாகாண அரசாங்கங்களைக் கவிழ்க்கின்ற ரகசியமான வேலைகளில் அவர்களும் பங்கெடுத்தார்கள். தொடக்கத்தில் மாகாண முதலமைச்சர்களைக் கலந்துகொண்டு ஆளுநர் நியமிக்கப்பட்டார். பிற்காலத்தில் அந்த மரபு கைவிடப்பட்டது.

ஆளுநர்கள் தமது விசேஷ அதிகாரத்தைத் தவறாகப் பயன்படுத்திய உதாரணங்களுண்டு: 'என்னுடைய பெரும்பான்மை ஆதரவை நிரூபிப்பதற்கு சட்டசபையைக் கூட்டுங்கள்' என்று காஷ்மீர் முதலமைச்சர் பரூக் அப்துல்லா 2.7.1984இல் ஆளுநர் ஜக்மோகனைக் கேட்டுக்கொண்டார். ஆனால் ஆளுநர் அவரை உடனடியாக டிஸ்மிஸ் செய்துவிட்டு ஜி.எம். ஷாவை முதலமைச்சராக நியமித்தார்.

ஆந்திராவில் என்.டி.ராமராவ் முதலமைச்சராக இருந்த பொழுது தெலுங்கு தேசம் கட்சியில் பிளவு ஏற்பட்டது. ராமராவ் தன்னுடைய பெரும்பான்மையை நிரூபிப்பதற்கு இரண்டு நாட்கள் அவகாசம் கேட்டார். ஆனால் 16.8.1984இல் ஆளுநர் அவரை டிஸ்மிஸ் செய்துவிட்டு மற்றொருவரை முதலமைச்சராக நியமித்தார். அவர் பெரும்பான்மையை நிரூபிக்க முப்பது நாட்கள் அவகாசம் தரப்பட்டது. ஆந்திராவில் அதற்கு எதிராகப் பெரிய கிளர்ச்சிகள் நடைபெற்றன. ஆளுநர் பதவி விலகினார். புதிய ஆளுநராக சங்கர் தயாள் சர்மா நியமிக்கப்பட்டார்.

அவர் என்.டி.ராமராவை அழைத்து அரசாங்கம் அமைக்கும் படி கூறினார். ஆளுநர் பதவியின் கௌரவம் சிதைக்கப்பட்டது.

எல்லா மாகாணங்களிலும் சட்டசபைகள் இருக்கின்றன. (உச்ச எண்ணிக்கை 500 குறைந்த எண்ணிக்கை 60). சில மாகாணங்களில் மேல் சபைகள் உண்டு. மாகாணங்களின் பட்டியலில் உள்ள எல்லா விஷயங்களைப் பற்றியும் சட்டமியற்ற அதிகாரமுண்டு. பொதுப் பட்டியலில் உள்ள விஷயங்களைப் பற்றியும் சட்டமியற்றலாம்.

ஆனால் யூனியன் அரசின் சட்டத்துக்கும் மாகாண அரசின் சட்டத்துக்கும் பொருந்தாமை ஏற்பட்டால் யூனியன் அரசின் சட்டமே நிலைக்கும். ஏழு யூனியன் பிரதேசங்கள் இருக்கின்றன. துணை ஆளுநர்கள் இவற்றை நேரடியாக ஆட்சி செய்கிறார்கள். சட்டசபைகள், மந்திரி சபை உண்டு. (உதாரணம், டில்லி, பாண்டிச்சேரி) ஆனால் மாகாண சட்டசபைகளுடன் ஒப்பிட்டால் அவற்றின் அதிகாரம் குறைவுதான்.

## ஸ்தல அரசாங்கம்

கிராமங்களில் பஞ்சாயத்துக்கள் அமைக்கப்பட்டு அவை சுயநிர்வாக உறுப்புகளாக இருக்கவேண்டும் என்று அரசியலமைப்பு சட்டத்தின் வழிகாட்டும் கோட்பாடுகளில் கூறப்பட்டிருக்கிறது. (40ஆம் ஷரத்து) காந்திஜி பஞ்சாயத்துகளின் முக்கியத்துவத்தை வலியுறுத்தினார். சுதந்திரப்போராட்ட இயக்கம் பஞ்சாயத்து ராஜ்யம் அமைக்கப்படும் என்று கூறியது. ஆனால் 1950-கள் வரை நடவடிக்கை இல்லை. நூறு கிராமங்களை ஒரு தொகுதியாக வைத்துக்கொண்டு சில ஊழியர்களின் உதவியுடன் வளர்ச்சி நடவடிக்கைகளை ஊக்குவிக்கின்ற கம்யூனிட்டி வளர்ச்சித்திட்டம் தொடங்கப்பட்டது. அது எதிர்பார்த்தபடி வெற்றி அடையாததால் 1956இல் பல்வந்த் ராய் மேத்தாவின் தலைமையில் உயர்மட்ட கமிட்டி நியமிக்கப்பட்டது. ஸ்தல அமைப்புகளுக்கு உண்மையான அதிகாரம் கொடுக்கப்படாததால் கம்யூனிடி வளர்ச்சித் திட்டம் தோல்வியடைந்தது என்று கமிட்டி கருதியது. மூன்று அடுக்குள்ள பஞ்சாயத்து ராஜ்ய முறை பரிந்துரை செய்யப்பட்டது. கிராமத்திலுள்ள வயது வந்தோர் தேர்ந்தெடுக்கின்ற பஞ்சாயத்து மன்றம், ஒன்றிய மற்றும் மாவட்ட அளவில் பஞ்சாயத்துகள் அமைக்கப்பட வேண்டும். அதில் பஞ்சாயத்துக்களிலிருந்து தேர்ந்தெடுக்கப்பட்ட உறுப்பினர்களும், அதிகாரிகளும், நிபுணர்களும் உறுப்பினர்களாக இருப்பார்கள்.

1959-1962ஆம் ஆண்டுகளுக்கு இடையில் எல்லா மாகாண அரசாங்கங்களும் பஞ்சாயத்து ராஜ்ய சட்டங்களை இயற்றின. ஆனால் வெற்றி இல்லை. மாகாண அரசாங்கங்கள் குறித்தபடி தேர்தல்களை நடத்தவில்லை. பஞ்சாயத்துக்களுக்குப் போதுமான நிதி ஒதுக்கவில்லை. கிராமங்களிலுள்ள பரம்பரைத் தலைவர்கள் பஞ்சாயத்து நிதிகளை ஏப்பமிட்டார்கள். அசோகமேத்தா கமிட்டி (1978), ஜி.வி.கே. ராவ் கமிட்டி (1985), எல்.எம். சிங்வி கமிட்டி (1986) ஆகியவை தேக்கத்தை ஆராய்ந்து ஆலோசனைகளைக் கூறின.

பிரதமர் ராஜீவ் காந்தியின் காலத்தில் (1988) முன்முயற்சி செய்யப்பட்டது. பஞ்சாயத்து அமைப்புகளுக்கு ஐந்து ஆண்டுகளுக்கு ஒருமுறை தேர்தல் நடைபெற வேண்டும். பஞ்சாயத்து சபைகளுக்கு அரசியலமைப்பு சட்டத்தில் இடமளிக்க வேண்டும் என்று பி.கே. துங்கன் கமிட்டி பரிந்துரை செய்தது. அரசியலமைப்புச் சட்ட 64வது திருத்த மசோதா 1989இல் லோக் சபாவில் நிறைவேற்றப்பட்டது. ஆனால் ராஜ்ய சபாவில் காங்கிரஸ் கட்சிக்குப் பெரும்பான்மை இல்லை. எதிர்க்கட்சிகள் மசோதாவை எதிர்த்தன. பிறகு தேசிய முன்னணி ஆட்சி செய்தபொழுது பிரதமர் வி.பி.சிங் அதே மசோதாவை முன் மொழிந்தார். மசோதா நிறைவேறுவதற்குள் அவருடைய அரசாங்கம் கவிழ்ந்தது. காங்கிரஸ் அரசாங்கம் 1993இல் அரசியலமைப்பு சட்ட 73 மற்றும் 74வது திருத்தங்களை நிறைவேற்றியது.

முதல் முறையாக, பஞ்சாயத்துக்கள் அவற்றின் பதவிக்காலம், உறுப்பினர் தகுதிகள் ஆகியவை அரசியலமைப்புச் சட்டத்தில் இடம்பெற்றுள்ளன. அவற்றின் நிதிநிலையைப் பற்றி ஆராய்வதற்கு நிதி கமிஷன் அமைக்கப்படும். அரசியலமைப்புச் சட்டத்தில் பதினோராவது அட்டவணை சேர்க்கப்பட்டது பஞ்சாயத்து அமைப்புகளுக்குரிய 29 விஷயங்கள் பட்டியலிடப்பட்டுள்ளன.

**நீதித்துறை**

இந்தியாவின் நீதித்துறையைப் பற்றி 124-147 மற்றும் 214-237 ஆம் ஷரத்துக்களில் கூறப்பட்டுள்ளது. நீதிபதிகள் தகுதிகள் தேர்வு செய்யப்படுகின்ற முறை, பதவிக்காலம், நீதிமன்றங்களின் அதிகாரம், ஊதியம் மற்றும் சலுகைகள், இதரவை அரசியலமைப்புச் சட்டத்தில் எழுதப்பட்டுள்ளன.

இந்தியாவில் 1950 ஜனவரியில் உச்சநீதிமன்றம் அமைக்கப் படுவதற்கு முன்பு பெடரல் கோர்ட் இருந்தது. லண்டனிலுள்ள பிரிவி கவுன்சிலில் மேன்முறையீடுகள் செய்யப்பட்டன.

உச்சநீதிமன்றத்துக்கு ஒரு தலைமை நீதிபதி மற்றும் 25 நீதிபதிகள் நியமிக்கப்படுவார்கள். (1950 இல் ஏழு நீதிபதிகள் இருந்தார்கள். அது படிப்படியாக அதிகரிக்கப்பட்டு 1986இல் 25ஆக இருந்தது). குடியரசுத் தலைவர் தலைமை நீதிபதியைக் கலந்துகொண்டு நீதிபதிகளை நியமிக்கிறார். (124ஆம் ஷரத்து) பணியில் மூத்த நீதிபதி தலைமை நீதிபதியாக நியமிக்கப்படுகிறார். 1976இல் பிரதமர் இந்திராகாந்தி மூன்று

மூத்த நீதிபதிகளை ஒதுக்கிவிட்டு ஒருவரைத் தலைமை நீதிபதியாக நியமித்தார். அது நீதித்துறையின் சுதந்திரத்தில் தலையிடுகின்ற நடவடிக்கை என்று கண்டிக்கப்பட்டது.

உச்ச நீதிமன்றத்தின் நீதிபதிகள் 65வயது வரை பதவி வகிப்பார்கள். நீதிபதியைப் பதவியிலிருந்து விலக்கவேண்டும் என்றால் பார்லிமென்டின் இரண்டு சபைகளிலும் தீர்மானம் கொண்டு வந்து சபைக்கு வந்துள்ள உறுப்பினர்களில் மூன்றிலிரண்டு பகுதியினர் ஆதரித்து வாக்களிக்க வேண்டும். குடியரசுத் தலைவருடைய நடவடிக்கைக்கு அனுப்பப்படும் (124(4)1). உச்சநீதிமன்ற நீதிபதி ஓய்வுபெற்ற பிறகு இந்தியாவில் எந்த நீதிமன்றத்திலும் ஆணையத்திலும் வழக்கில் வாதாடக்கூடாது (124(7)1).

அடிப்படை உரிமைகளைப் பற்றிய வழக்குகளில் நேரடியாக உச்ச நீதிமன்றத்தில் வழக்குத்தொடரலாம் (32ஆம் ஷரத்து) மாகாணங்களுக்கு இடையிலான வழக்குகள் மற்றும் மாகாணத்துக்கும் யூனியனுக்கும் இடையிலான வழக்குகளை நேரடியாக உச்ச நீதிமன்றத்தில் தொடரலாம். இந்தியாவில் கீழ் நீதிமன்றங்களில் நடைபெறுகின்ற எந்த வழக்கையும் தனக்கு மாற்றிக்கொள்ளலாம்.

இந்தியாவில் அரசாங்க நடவடிக்கையினால் பாதிக்கப்படுகின்ற எந்த நபரும் அல்லது அமைப்பும் நீதி கோரி உச்ச நீதிமன்றத்துக்கு மனுச்செய்யலாம்.

தொழில் நகரங்களில் புறச்சூழல் மாசுபடுகிறது. நகரங்களில் கட்டிட வேலை செய்யும் தொழிலாளர்களுக்கு மிகவும் குறைந்த ஊதியம் தரப்படுகிறது. தொழிற்சாலைகளில் சிறுவர்கள் வேலை செய்கிறார்கள். இவற்றைப்பற்றி உச்சசீதிமன்றத்திடம் புகார் செய்தால் நீதி கிடைக்கும்.

அடிப்படை உரிமைகளை மறுக்கின்ற சட்டங்களை உச்ச நீதிமன்றம் ரத்துச்செய்யும்.

அரசியலமைப்புச் சட்ட நகல் தயாரிப்புக் குழுவில் உறுப்பினராக இருந்த அல்லாடி குப்புசாமி அய்யர் பின்வருமாறு கூறினார்.

"எதிர்காலத்தில் அரசியலமைப்புச் சட்டத்தின் பரிணாமம் பெருமளவில் உச்ச நீதிமன்றத்தைச் சார்ந்திருக்கிறது. அது அரசியலமைப்புச் சட்டத்துக்கு விளக்கம் கூறுகின்றபொழுது பிற்காலத்தில் எழுகின்ற சமூக, பொருளாதார மற்றும் அரசியல் போக்குகளைப் புறக்கணிக்க இயலாது. . . . சில சமயங்களில் அது மாகாணங்களுக்கு

எதிராக யூனியனை வலுப்படுத்துவதாகத் தோன்றும்; சில சமயங்களில் அது மாகாண சுயாட்சி மற்றும் பிராந்திய வாதத்தை ஆதரிப்பதாகத் தோன்றும். ஒரு சமயத்தில் சமூகம் அல்லது அரசுக்கு எதிராக தனிநபர், சுதந்திரத்தை ஆதரிப்பதாகத் தோன்றும்; வேறு சமயத்தில் சமூக அல்லது அரசின் கட்டுப்பாட்டை ஆதரிப்பதாகத் தோன்றும். தனிநபர் உரிமைக்கும் சமூகத்தின் கட்டுப்பாட்டுக்கும் இடையில் கோடு கிழிக்கின்ற பொறுப்பு அந்த மாபெரும் நீதிமன்றத்திடம் ஒப்படைக்கப் பட்டிருக்கிறது."

மாகாணங்களிலுள்ள உயர்நீதிமன்றங்களுக்குக் கீழ்நிலை நீதிமன்றங்கள் எல்லாவற்றின் மீதும் அதிகாரம் உண்டு. ரிட் மனுக்களைப் பொறுத்த மட்டில் உச்ச நீதிமன்றத்தைக் காட்டிலும் உயர்நீதிமன்றங்களுக்கு அதிகமான அதிகாரம் இருக்கிறது. உயர்நீதிமன்றத்தின் தலைமை நீதிபதியும், நீதிபதிகளும் குடியரசுத் தலைவரால் நியமிக்கப்படுகிறார்கள். மாவட்ட மற்றும் கீழ்நிலை நீதிமன்றங்கள் உயர்நீதிமன்றத்தின் நேரடியான கட்டுப்பாட்டில் உள்ளன. நீதிபதிகள் மாகாண தேர்வாணையத்தால் தேர்வு செய்யப்படுகின்றார்கள். நீதித்துறையில் வழக்குகள் விரைவாக தீர்க்கப்பட வேண்டும். நீதித்துறை நிர்வாகத்தில் சீர்திருத்தங்கள் செய்யப்பட வேண்டும்.

## நிர்வாகத்துறை

இந்தியா சுதந்திரமடைந்தபொழுது காலனிய ஆட்சி மாபெரும் நிர்வாக அமைப்பைப் புதிய அரசாங்கத்திடம் ஒப்படைத்தது. அய்.சி.எஸ். அதிகாரிகளுக்கு அதிகமான ஊதியம் தரப்பட்டது. அவர்கள் நாட்டு மக்களுடைய உணர்ச்சிகளைப் புரிந்து கொள்ளாமல் சட்டப்படி நடந்துகொண்டார்கள். அப்படியானால் அரசியலமைப்புச் சட்டத்தின் அவர்களுக்கு உத்தரவாதங்கள் கொடுத்தது ஏன்? இந்தியாப்பிரிவினையின்போது வெடித்த வகுப்புக் கலவரங்கள், படுகொலைகள், வன்முறை, காந்திஜி சுட்டுக்கொல்லப்பட்டது. காஷ்மீரில் போர், 300 சமஸ்தானங்களை இந்தியாவுடன் இணைத்தல் மற்றும் இதர பிரச்சினைகள் அதற்குக் காரணம். இந்தியாவை நிர்வாகம் செய்வதற்குப் பயிற்சி பெற்ற அதிகாரிகள் வேண்டும். அய்.சி.எஸ். அந்த இடத்தை நிரப்பியது. இந்திய அதிகாரி சர் உமா சங்கர் வாஜ்பாய் கூறினார், "அந்நிய ஆட்சியாளர்களுக்கு நாங்கள் சிறப்பாகப் பாடுபட்டோம். இந்தியத் தலைவர்களுக்கு அதிகமான பற்றுதலுடன்

உழைக்கமாட்டோமா!" (அய்.சி.எஸ்.க்குப் பதிலாக அய்.ஏ.எஸ். என்ற அமைப்பு ஏற்படுத்தப்பட்டது.)

அதிகாரிகள் காரணமின்றி, விசாரணையின்றி நீக்கப்பட முடியாது என்று அரசியலமைப்புச் சட்டம் உத்தரவாதமளிக்கிறது. அதிகாரிகள் தகுதி அடிப்படையில் தேர்ந்தெடுப்பதற்கு ஒவ்வொரு மாகாணத்திலும் தேர்வாணையக் குழுக்கள் அமைக்கப்பட்டன. அதன் உறுப்பினர்களை ஆளுநர் நியமிக்கிறார். பதவிக்காலம் ஆறு ஆண்டுகள். தேர்வுகளை நடத்துதல் பதவி உயர்வு, அளித்தல், புகார்களை விசாரணை செய்து நடவடிக்கை எடுத்தல் ஆகிய பணிகளை தேர்வாணையக் குழு நிறைவேற்றும்.

அரசியலமைப்புச் சட்டத்தில் அய்.ஏ.எஸ். மற்றும் அய்.பி.எஸ். என்னும் இரண்டு துறைகள் மட்டுமே சொல்லப்பட்டன. பிற்பாடு பொறியியல் வனத்துறை ரெவினியு, சுங்கத்தீர்வை, ரயில்வே ஆகிய இலாகாக்களில் அகில இந்திய சர்வீஸ்கள் அமைக்கப்பட்டன. ஒரு மாகாணத்தில் உயர்நிலை அதிகாரிகளில் பாதிப்பேராவது மற்ற மாகாணங்களைச் சேர்ந்தவர்களாக இருக்கவேண்டும் என்ற விதி இருப்பதால் தேசிய ஒருமைப்பாடு வளர்கிறது.

அதிகாரிகள் சுதந்திரமாகவும் நேர்மையாகவும் இருக்க வேண்டும் என்பதற்காக அரசியலமைப்புச் சட்டத்தில் அவர்களுக்குப் பாதுகாப்புத் தரப்பட்டது. ஆனால் அரசுப் பாதுகாப்பு ஊழல் செய்கின்ற அதிகாரிகளுக்கும் கிடைக்கிறது. அவர்களைத் தண்டிக்க முடியவில்லை. அவசர நிலை (1975-77) மற்றும் ஜனதா அரசாங்கம் (1977-79) இருந்த காலகட்டம் அதிகார வர்க்கத்துக்கு சோதனைக் காலமாக இருந்தது. இந்திரா காந்தி மற்றும் சஞ்சய் காந்தியின் கட்டளைகளை அதிகாரிகள் நிறைவேற்றினார்கள். பணிந்தவர்களுக்குப் பாராட்டும், பணியாதவர்களுக்கு அவமதிப்பும் என்ற நிலை இருந்தது. 1977இல் ஜனதா அரசாங்கம் பதவியேற்ற பிறகு நிலைமை தலைகீழாக மாறியது. மொத்தத்தில் அதிகார வர்க்கம் மரியாதையை இழந்தது. அதன்பிறகு மத்தியில் பதவிக்கு வந்தவர்கள் பெரிய அளவில் அதிகாரிகளை மிரட்டவில்லை, பாராட்டவுமில்லை. ஆனால் வேறொரு ஆபத்து தலை தூக்கிற்று. மத்திய அமைச்சர்களில் சிலர் தமது சாதிகளைச் சேர்ந்த அதிகாரிகளுக்கு முக்கியமான பொறுப்புகளைக் கொடுத்து ஊக்குவித்தார்கள்.

## முடிவுரை

இந்தியா பல நூற்றாண்டுகளாகச் செய்ததை இனியும் செய்யும், அதாவது மற்ற கலாசாரங்களிடமிருந்து தனக்கு வேண்டியதை எடுத்துக் கொண்டு அதைத் தன் தேவைகளுக்குத் தக்கபடி மாற்றியமைக்கும்.

– கிரென்வில் ஆஸ்டின்

இந்தியாவின் அரசியலமைப்புச் சட்டத்தைத் தயாரித்தவர்கள் மற்ற நாடுகளின் அரசியலமைப்புக்களிலிருந்து தமக்குத் தேவையானவற்றை எடுத்துக்கொண்டார்கள். பிரிட்டிஷ் பார்லிமென்டை மாடலாக வைத்துக்கொண்டார்கள். அமெரிக்க உச்சநீதிமன்றம், அயர்லாந்தின் அரசியல் சட்டத்திலுள்ள புதுமைகள், இந்தியாவின் சுதந்திரப் போராட்ட அனுபவங்கள் ஆகியவை அரசியலமைப்புச் சட்டத் தயாரிப்பில் பயன்பட்டன.

ஐம்பத்தைந்து ஆண்டுகளுக்குப் பிறகு இன்றைய நிலை என்ன? அரசியலமைப்புச் சட்டம் உருவாக்கிய நிறுவனங்கள் காலத்தின் தாக்குதலில் வீழ்ந்துவிடவில்லை. அவை உறுதியாக நிற்கின்றன. சட்டசபை, நிர்வாக அமைப்பு, நீதித்துறை ஆகியவை மக்களின் நம்பிக்கையைப் பெற்றுள்ளன. இந்தியர்கள் தங்களுடைய ஜனநாயக அமைப்பைப் பற்றி பெருமிதம் அடைகிறார்கள். அது இயற்கையான உணர்ச்சியே. பக்கத்திலுள்ள நாடுகளில் ஜனநாயகம் அழிக்கப்பட்டு விட்டது. ஆசியா, ஆப்பிரிக்கா, லத்தீன் அமெரிக்காவில் பல நாடுகளில் சர்வாதிகார ஆட்சி நிலவுகிறது. எனவே இந்தியாவில் ஜனநாயகம் நீடிப்பது மகிழ்ச்சி அளிக்கிறது.

அரசியலமைப்புச் சட்டத்தில் கூறப்பட்ட அடிப்படை உரிமைகளை நீதிமன்றங்கள் பாதுகாத்ததுடன் அவற்றை மேலும் விரிவுபடுத்தியுள்ளன. 21ஆம் ஷரத்தில் குறிப்பிடப்பட்டுள்ள வாழ்க்கை உரிமை என்பது ‘ஒரு முக்கியமான வாழ்வாதாரத்துக்கான உரிமை’ என்று விரிவுபடுத்தப் பட்டது. (ஓல்கா டெல்லிஸ் பம்பாய் மாநகராட்சி கார்ப்பரேஷன்) கடன் வாங்கிய பணத்தைக் கட்டமுடியாததற்காக ஒரு ஏழையை சிறையில் அடைக்கமுடியாது என்று 21ஆம் ஷரத்துக்கு விளக்கம் தரப்பட்டிருக்கிறது. அதன்மூலம் பரம ஏழைகள் பாதுகாக்கப்பட்டார்கள்.

அரசியலமைப்புச் சட்டத்திருத்தங்களிலும் அதன் நெகிழ்ச்சியைப் பார்க்கிறோம். சபையில் உள்ள உறுப்பினர்களில் மூன்றிலிரண்டு பங்கு

உறுப்பினர்கள் ஆதரவு கொடுக்கவேண்டும். குறிப்பிட்ட சில பிரிவுகளுக்குத் திருத்தங்களை குறைந்தபட்சமாக, மாகாண சட்டசபைகளில் பாதி ஆதரவளிக்கவேண்டும் என்று சொல்லப் பட்டிருக்கிறது. முக்கியமான திருத்தங்களுக்கு நாடு முழுவதிலும் ஆதரவு இருந்தால்தான் அவை நிறைவேறும். உச்ச நீதிமன்றம் அடிப்படையான கூறுகள் என்னும் கருத்தின் மூலம் திருத்தங்களை நடைமுறையில் தடுத்திருக்கிறது.

இந்தியாவில் குடியரசுத்தலைவருடைய ஆட்சி ஏற்பட வேண்டும்; தேர்தலில் இப்போதுள்ள முறைக்குப் பதிலாக விகிதாசாரப் பிரதிநிதித்துவ முறை வேண்டும். வெற்றி பெறுகின்ற வேட்பாளர் 50 சதவிகிதத்துக்கும் அதிகமான வாக்குகளைப் பெற்றிருக்கவேண்டும் என்று ஆலோசனைகள் சொல்லப்படுகின்றன. நம்பிக்கையில்லாத் தீர்மானம் கொண்டுவருபவர்கள் எந்தக் கட்சி (கூட்டணி மீது நம்பிக்கை வைக்கிறோம் என்பதையும் தீர்மானத்தில் தெரிவிக்கவேண்டும் என்ற ஆலோசனையும் கூறப்பட்டுள்ளது. பி.ஜே.பி. தலைமையிலான அரசாங்கம் 2000இல் அரசியலமைப்புச் சட்டத்திருத்த ஆலோசனைக் கமிட்டியை நியமித்தது. இந்தியாவின் அரசியலில், பொது வாழ்க்கையில் குறைபாடுகள் இருக்கின்றன. அவற்றுக்கு அரசியலமைப்புச் சட்டம் காரணமல்ல.

அரசியலமைப்புச் சட்டத்தின் சிறப்பு அதனைச் செயல்படுத்துகின்ற மக்களிடம்தான் இருக்கிறது. அவர்கள் நல்லவர்களாக இருந்தால் சட்டம் வெற்றிகரமாக இருக்கும். அவர்கள் தீயவர்களாக இருந்தால் சட்டம் தோல்வியடையும் என்று டாக்டர் இராஜேந்திர பிரசாத் கூறியதை நினைவுகூர வேண்டும்.

# 6
## தொடக்க ஆண்டுகள்

15.8.1947இல் இந்தியா சுதந்திரமடைந்தது. மக்களிடம் உற்சாகம் பொங்கிவழிந்தது. எண்ணற்ற தேசபக்தர்களுடைய தியாகத்தினால் இந்திய மக்களுடைய கனவு நனவாகிவிட்டது. ஆனால் இந்தியா இரண்டு நாடுகளாகப் பிரிக்கப்பட்டுவிட்டது. மதக் கலவரங்கள் வெடித்தன. அப்பாவி மக்கள் படுகொலை செய்யப்பட்டார்கள். இரண்டு நாடுகளிலிருந்தும் லட்சக்கணக்கான மக்கள் குடும்பத்தோடு ஓடிவந்தார்கள். உணவு மற்றும் நுகர்வுப் பொருள்களுக்குப் பஞ்சம் ஏற்பட்டது.

ஜவகர்லால் நேரு அ.நி.சபையில் 14.8.1947 இரவில் பேசியபொழுது. மக்களின் உணர்ச்சியை வர்ணித்தார்:

"பல்லாண்டுகளுக்கு முன்பு நாம் விதியுடன் உடன்படிக்கை செய்தோம். அந்த உடன்படிக்கையை நிறைவேற்றுகின்ற காலம் வந்துவிட்டது.... நள்ளிரவில் இந்தியா விழித்துக்கொண்டு வாழ்க்கை, சுதந்திரம் ஆகியவற்றைப் பெறுகின்றது. வரலாற்றில் அபூர்வமான தருணம் இது. நாம் பழமையிலிருந்து புதுமைக்கு அடியெடுத்து வைக்கிறோம். ஒரு யுகம் முடிவடைகிறது. நெடுங்காலமாக அடக்கப்பட்டு துன்பமடைந்த நாட்டின் ஆன்மா பேச ஆரம்பிக்கிறது. இந்த நேரத்தில் நாம் இந்தியாவுக்கும் இந்திய மக்களுக்கும் மனிதகுலத்திற்கும் சேவை புரிய அர்ப்பணித்துக் கொள்கிறோம்.... கடந்த காலத் துன்பங்கள் முடிந்துவிட்டன. இந்தியா மறுபடியும் வீறுடன் எழுந்துவிட்டது."

ஆனால் இந்தியா பிரச்சினைகளின் குவியலாக இருந்தது. 200 ஆண்டுக் காலனியாதிக்கம் விட்டுச் சென்ற குப்பைகளை அகற்ற வேண்டும். சுதந்திரப் போராட்ட கால வாக்குறுதிகளை நிறைவேற்ற வேண்டும். "இன்று நாம் முதற்காலடியை வைக்கிறோம். நாம் அதிகமாக சாதிக்கவேண்டும். நாம் ஓய்வெடுக்கமுடியாது. உழைக்க வேண்டும். அப்பொழுதுதான் வாக்குறுதிகளை நிறைவேற்ற முடியும்" என்று நேரு கூறினார்.

சுதேச சமஸ்தானங்களை இந்தியாவுடன் இணைத்தல், மதக் கலவரங்களை ஒடுக்குதல், பாகிஸ்தானிலிருந்து ஓடிவந்த 60 லட்சம் அகதிகளுக்கு உணவு, குடிசை, வேலை கொடுத்தல், இந்தியாவில் வசித்த முஸ்லிம்களுக்குப் பாதுகாப்பு கொடுத்தல், கம்யூனிஸ்டுகளின் புரட்சியை அடக்குதல் ஆகிய பிரச்சினைகளைத் தீர்க்கவேண்டும். இந்தியப் பிரிவினை இந்தியாவின் உயர் அதிகாரிகளையும் ராணுவத்தையும் பாதித்திருந்தது." முதலாவதாக நாட்டைப் பாதுகாக்க வேண்டும், ஸ்திரமான நிலையை ஏற்படுத்த வேண்டும்" என்றார் நேரு.

மாகாணங்களில் தேர்தல்களை நடத்த வேண்டும். அரசாங்கங்கள் அமைக்கப்படவேண்டும். சிறுபான்மையினரைப் பாதுகாக்கவேண்டும். பல நூற்றாண்டுகளாக ஒடுக்கப்பட்டுள்ள மக்களைக் காப்பாற்றி உயர்த்த வேண்டும். உலகத்தில் சமாதானத்தை நிலைநாட்ட வேண்டும்.

இந்தியாவின் அரசியல் தலைவர்கள் பிரச்சினைகளைக் கண்டு அஞ்சவில்லை. அவர்களிடம் நம்பிக்கை இருந்தது. அவர்கள் உற்சாகத்தோடு களத்தில் இறங்கினார்கள். அந்த உற்சாகம் நேருவின் இறுதிக்காலம் வரை இந்தியாவின் தலைவர்களிடமும் மக்களிடமும் இருந்தது. பிரதமர் நேருவுடன் வேலை செய்த அதிகாரிகள் அதைப் பற்றி பெருமைப்படுகிறார்கள். "உலகத்தில் பரபரப்பான சம்பவங்கள் நடைபெறுகின்றன. இந்தியாவிலும் அத்தகைய சம்பவங்களுக்குக் குறைவில்லை. இந்தியாவின் நீண்ட வரலாற்றில் முக்கியமான இந்தக் காலகட்டத்தில் வாழ்வது பெருமைக்குரியதாகும்" என்றார் நேரு.

1962இல் சீனா இந்தியா மீது படையெடுத்தபொழுது அந்த உற்சாகம் குறைந்தது. நாம் உலகத்தை எதார்த்தமாகப் பார்க்கத் தொடங்கினோம். தோல்வி மனப்பான்மை ஏற்படவில்லை. "இன்று இந்தியா என்ன செய்ய வேண்டும்? தன்னுடைய வெற்றியில் நம்பிக்கை வைக்கவேண்டும்" என்றார் நேரு.

இந்தியாவின் குறுகிய காலப் பிரச்சினைகளை இந்த அத்தியாயத்தில் ஆராய்வோம்.

சுதந்திரமடைந்த இந்தியாவில் அறிவும் அர்ப்பணிப்பும் உள்ள தலைவர்கள் இருந்தார்கள். இந்தியாவின் நகரங்களில், மற்றும் கிராமங்களில் கிளைகளைக் கொண்ட அரசியல் இயக்கம் - காங்கிரஸ் கட்சி இருந்தது. பிரதமர் நேருவின் துணைப்பிரதமராக இருந்த சர்தார் படேல் நிர்வாகத் திறமையும் மனஉறுதியும் உள்ளவர். ஆசாதும்

இராஜேந்திர பிரசாதும் இராஜகோபாலாச்சாரியும் பேரறிஞர்கள். உ.பி. மாகாணத்தில் கோவிந்த வல்லபந்த், மேற்கு வங்காளத்தில் டாக்டர் பி.சி.ராய், பம்பாயில் பி.ஜி. கேர் மற்றும் மொரார்ஜி தேசாய் ஆகிய தலைவர்கள் இருந்தார்கள். அவர்கள் ஜனநாயகத்தில் நம்பிக்கை உள்ள தேசியத் தலைவர்கள். எதிர்க்கட்சிகளில் ஜெயபிரகாஷ் நாராயணன், ஆச்சார்ய நரேந்திர தேவ், பி.சி. ஜோஷி அஜாய்கோஷ் ஆகிய தலைவர்கள் இருந்தார்கள். டாக்டர் அம்பேத்கர் தலித்துகளின் தலைவராக இருந்தார். கல்வியாளர்களான டாக்டர் ராதாகிருஷ்ணன் மற்றும் டாக்டர் ஜாகிர் உசேன் இருந்தார்கள். இங்கிலாந்தில் இந்தியாவின் சுதந்திரத்துக்குப் பாடுபட்ட கிருஷ்ண மேனன் இருந்தார். நாட்டுப்பணிக்குத் தம்மை அர்ப்பணித்துக்கொண்ட இன்னும் பலர் இருந்தார்கள். அவர்கள் எளிமையாக வாழ்க்கை நடத்தினார்கள். நேர்மையைக் கடைப்பிடித்தார்கள்.

இங்கு சர்தார் படேல் அவர்களைப் பற்றிக் குறிப்பிட வேண்டும். வலது சாரிகள் நேருவின் கொள்கைகளைத் தாக்குவதற்கு படேலின் பெயரைப் பயன்படுத்தினார்கள். இடதுசாரிகள் அவரை. வலதுசாரிக் கருத்துகளைக்கொண்டவராக சித்திரித்தார்கள். இரண்டும் தவறானவை. இந்தியாவின் அனைத்துத் தலைவர்களும் ஜனநாயகம், சிவில் உரிமைகள், மதச்சார்பின்மை, நாட்டின் சமூக பொருளாதார வளர்ச்சி ஆகியவற்றுக்குப் பாடுபட்டார்கள்.

காங்கிரஸ் கட்சிக்கு மக்களிடம் அதிகமான செல்வாக்கு இருந்தது இயக்கம் என்ற நிலையிலிருந்து கட்சியாக மாறிக் கொண்டிருந்தது. இந்திய அரசாங்கத்தில் எல்லா கருத்துகளையும் சேர்த்துக்கொள்ள வேண்டும் என்று காங்கிரஸ் தலைவர்கள் விரும்பினார்கள் ஆகவே நேருவின் முதல் அரசாங்கத்தின் ஐந்து காங்கிரஸ் அல்லாத அமைச்சர்கள் இருந்தார்கள். அம்பேத்கரும் சியாம பிரசாத் முகர்ஜியும் சுதந்திரப் போராட்ட காலத்தில் காங்கிரசை எதிர்த்தவர்கள். ஜான் மத்தாய், சி.எச்.பாபா, ஆர்.கே. சண்முகம் செட்டியார் காங்கிரசில் சேராதவர்கள். இந்தியக் குடியரசில் முதல் துணைத்தலைவர் டாக்டர் ராதாகிருஷ்ணன் காங்கிரஸ் உறுப்பினரல்லர். அவர் பிறகு குடியரசுத் தலைவராகவும் தேர்ந்தெடுக்கப்பட்டார்.

### சமஸ்தானங்களின் பிரச்சினை

நாடு சுதந்திரமடைந்தபொழுது சமஸ்தானங்களின் நிலை என்ன என்ற கேள்வி எழுந்தது. பெரிய சமஸ்தானங்கள் சுதந்திரமான அரசுகளாக

இருக்க விரும்பின. பிரிட்டிஷ் அரசருடைய பாரமவுன்ட் அதிகாரம் முடிந்ததும். சமஸ்தானங்கள் விருப்பப்படி நடந்துகொள்ளலாம் என்று பிரிட்டிஷ் பிரதமர் அட்லி 20.2.1947இல் அறிவித்தார். ஆகவே 15.8.1947க்குப் பிறகு நாங்கள் சுதந்திரமான அரசுகளாக இருப்போம் என்று சில சமஸ்தானங்களின் அரசர்கள் அறிவித்தார்கள். அவை இறையாண்மையுள்ள சுதந்திர அரசுகளாக இருக்கமுடியும் என்று 18.6.1947இல் ஜின்னா கூறினார். எனினும் அட்லி தன்னுடைய நிலையை மாற்றிக்கொண்டார். "இரண்டு அரசுகளில் ஏதாவதொன்றில் சமஸ்தானங்கள் இணைய வேண்டும்" என்று இந்திய சுதந்திர மசோதாவின் மீது நடைபெற்ற விவாதத்தில் அவர் கூறினார்.

இந்தியாவில் பெரிய மற்றும் சிறிய சமஸ்தானங்கள் நூற்றுக் கணக்கில் இருந்தன. அவை இறையாண்மையுள்ள அரசுகளாக நீடித்தால் இந்தியாவின் நிலை என்ன?

சமஸ்தானங்களில் அரசர்களுடைய சர்வாதிகாரத்தை எதிர்த்து மக்கள் போராடினார்கள். இந்திய சமஸ்தான மக்கள் காங்கிரஸ் என்னும் அமைப்பை ஏற்படுத்தியிருந்தார்கள். 1947இல் சமஸ்தானங்கள் இந்தியாவுடன் இணைய வேண்டும் என்று மக்கள் போராட்டங்களைத் தொடங்கியிருந்தார்கள்.

சர்தார் படேல் தன்னுடைய முழுத் திறமையைப் பயன்படுத்தி நூற்றுக்கணக்கான சமஸ்தானங்களை இந்தியாவுடன் இணையும்படி செய்தார். சில சமஸ்தானங்கள் அ.நி. சபைக்குத் தமது பிரதிநிதிகளை அனுப்பி வைத்தன. ஆனால் திருவாங்கூர், போபால், ஹைதராபாத் ஆகிய சமஸ்தானங்கள் சுதந்திரமான அரசுகளாக இருப்போம் என்று அறிவித்தன.

27.6.1947இல் சர்தார் படேல் புதிதாக உருவாக்கப்பட்ட சமஸ்தான இலாகாவின் அமைச்சராகப் பொறுப்பேற்றார். வி.பி.மேனன் இலாகாவின் செயலாளராக இருந்தார். "ஆபத்தான நிலைமை ஏற்பட்டிருக்கிறது. நாம் உடனே சரியான நடவடிக்கை எடுக்காவிட்டால், தியாகங்களைச் செய்து பெற்ற சுதந்திரம் சமஸ்தானம் என்ற கதவின் வழியாக வெளியேறிவிடும்" என்று அவர் வி.பி. மேனனிடம் கூறினார்.

இந்திய யூனியன் பிரதேசத்திற்குள் உள்ள சமஸ்தானங்கள் உடனடியாக மூன்று விஷயங்களில் (அந்நிய உறவுகள், தற்காப்பு மற்றும் செய்தித் தொடர்பு) இந்திய யூனியனுடன் இணைந்து கொள்ளவேண்டும்.

தாமதம் செய்தால் கடும் விளைவுகள் ஏற்படும். சமஸ்தான மக்களுடைய போராட்டங்களை நான் தடுக்கமுடியாது என்று படேல் எச்சரித்தார்.

படேலின் மனவுறுதியைப் பற்றி நன்றாகத் தெரிந்திருந்த அரசர்கள் தமது சமஸ்தானங்களை இந்திய யூனியனுடன் இணைத்தார்கள். ஆனால் ஜுனகாத், ஜம்மு - காஷ்மீர், ஹைதராபாத் ஆகிய மூன்று சமஸ்தானங்களின் அரசர்கள் மட்டும் காலதாமதம் செய்தார்கள்.

ஜுனகாத் சமஸ்தானம் சௌராஷ்டிரா கடற்பகுதியில் உள்ள சிறிய சமஸ்தானம் அதைச்சுற்றிலும் இந்தியப் பிரதேசம் இருக்கிறது. பாகிஸ்தானுக்கும் அதற்கும் தொடர்பு கிடையாது சமஸ்தானத்தில் ஹிந்து மக்கள் அதிகமான பெரும்பான்மையில் இருந்தார்கள். ஜுனகாத் பாகிஸ்தானுடன் இணைவதாக அரசர் அறிவிக்க பாகிஸ்தான் உடனே அதை அங்கீகரித்தது. மக்கள் இந்திய யூனியனுடன் இணைய வேண்டும் என்று போராடினார்கள். நவாப் நாட்டைவிட்டு ஓடிய பிறகு தற்காலிக அரசாங்கத்தை ஏற்படுத்தினார்கள். ஜுனகாத் திவான் ஷா நவாஸ் பூட்டோ இந்திய அரசாங்கம் உடனே தலையிட வேண்டும் என்று கேட்டுக் கொண்டார். இந்தியத் துருப்புகள் உள்ளே நுழைந்தன. 1948 பிப்ரவரியில் பொது மக்கள் வாக்கெடுப்பு நடைபெற்றது. இந்தியாவுடன் சேர வேண்டும் என்று மக்கள் அதிகமான பெரும்பான்மையில் வாக்களித்தார்கள்.

காஷ்மிர் சமஸ்தானம் இந்தியா மற்றும் பாகிஸ்தானின் எல்லைகளில் அமைந்திருக்கிறது. காஷ்மீர் மக்களில் 75 சதவிகிதத்தினர் முஸ்லிம்கள். ஆனால் அரசர் ஹிந்து. அரசர் ஹரிசிங் சுதந்திர அரசராக இருக்க விரும்பினார். தேசிய மாநாடு என்னும் இயக்கத்தினரும் அதன் தலைவர் ஷேக் அப்துல்லாவும் காஷ்மீரை இந்தியாவுடன் இணைப்பதற்கு விரும்பினார்கள். பொதுமக்களுடைய விருப்பத்துக்கேற்றபடி இந்தியாவுடனோ, பாகிஸ்தானுடனோ காஷ்மீர் சேரலாம் என்று 1947 ஆகஸ்டில் காந்திஜி கூறினார். காஷ்மீர் மக்கள் அதை முடிவு செய்து கொள்ளட்டும் என்பது இந்தியாவின் அணுகுமுறையாக இருந்தது.

22.10.1947இல் பட்டாணிய இனக்குழுவினர் பாகிஸ்தான் ராணுவ அதிகாரிகளின் தலைமையில் காஷ்மீருக்குள் நுழைந்து வேகமாக முன்னேறி ஸ்ரீநகரை நெருங்கிவிட்டார்கள். அரசர் ஹரிசிங் இந்தியாவிடம் ராணுவ உதவியைக் கோரினார். காஷ்மீர் இந்தியாவுடன்

இணையவேண்டும் என்று நேரு இந்தக் கட்டத்தில் கூட கூறவில்லை. சர்வதேச சட்டப்படி காஷ்மீர் சமஸ்தானம் இந்திய யூனியனுடன் இணைந்தால்தான் இந்தியா ராணுவ உதவி அளிக்க முடியும் என்று மவுண்ட் பேட்டன் பிரபு சுட்டிக்காட்டினார். ஆகவே அக்டோபர் 26இல் மகாராஜா ஹரிசிங் இணைப்புக் கடிதத்தில் கையெழுத்திட்டார். ஷேக் அப்துல்லா காஷ்மீர் பிரதமராக நியமிக்கப்பட்டார்.

காஷ்மீர் இந்தியாவுடன் இணைந்த பிறகு இந்தியத் துருப்புகள் விமானத்தில் ஸ்ரீநகருக்கு அனுப்பிவைக்கப்பட்டன. ஆக்கிரமிப் பாளர்களை வெளியேற்றுங்கள்; தீமைக்கு அடிபணியக்கூடாது என்று காந்திஜி கூறினார். அக்டோபர் 27இல் சுமார் 100 விமானங்களில் இந்தியத் துருப்புகள் ஸ்ரீநகருக்கு அனுப்பப்பட்டன. தலைநகரம் காப்பாற்றப்பட்டது. படையெடுத்து வந்தவர்கள் படிப்படியாக காஷ்மீர் பள்ளத்தாக்கிலிருந்து வெளியேற்றப்பட்டார்கள். எனினும் அவர்கள் சில பகுதிகளைக் கைப்பற்றினார்கள்.

ஐக்கிய நாடுகள் சபையின் பாதுகாப்பு கவுன்சிலுக்கு காஷ்மீர் பிரச்சினையைக் கொண்டுசெல்லவேண்டும் என்று மவுண்ட் பேட்டன் பிரபு ஆலோசனை கூறினார். 30.12.1947 இல் பாகிஸ்தானுடைய ஆக்கிரமிப்பைப் பற்றி பாதுகாப்பு கவுன்சிலில் இந்தியா புகார் செய்தது.

பாதுகாப்பு கவுன்சிலில் அமெரிக்காவும் பிரிட்டனும் பாகிஸ்தானை ஆதரித்துப் பேசின. இரண்டு நாடுகளும் 1948 டிசம்பரில் போர்நிறுத்தம் செய்தன. இன்றும் அந்தப் போர்நிறுத்த எல்லைக்கோடு காஷ்மீரை இரண்டு பகுதிகளாகப் பிரிக்கிறது.

பாதுகாப்பு கவுன்சில் நீதி வழங்கும் என்று எதிர்பார்த்த நேரு சீக்கிரத்தில் ஏமாற்றமடைந்தார். "ஐ.நா. சபையின் பாதுகப்பு கவுன்சில் இவ்வளவு அற்பத்தனமாக நடந்துகொள்ளும் என்று நான் எதிர்பார்க்கவில்லை. அமெரிக்காவும், பிரிட்டனும் மோசமாக நடந்து கொண்டிருக்கின்றன அதில் திரைக்குப் பின்னாலுள்ள முக்கிய குற்றவாளி பிரிட்டனே" என்று நேரு 1948 பிப்ரவரியில் தன்னுடைய சகோதரி விஜயலட்சுமி பண்டிட்டுக்குக் கடிதம் எழுதினார்.

பாகிஸ்தான் ஆக்கிரமித்துள்ள பகுதியிலிருந்து தன்னுடைய துருப்புகளை வாபஸ் பெறவேண்டும். பிறகு காஷ்மீரில் பொது வாக்கெடுப்பு நடைபெற வேண்டும் என்று 1951இல் ஐ.நா. சபை தீர்மானம்

நிறைவேற்றியது. பாகிஸ்தான் தன்னுடைய துருப்புகளை இதுவரை வாபஸ் பெறவில்லை. ஆகவே தீர்மானம் அமுலாக்கப்படவில்லை.

காஷ்மீர் இந்தியாவுடன் நிரந்தரமாக இணைந்துவிட்டது. காஷ்மீர் இந்திய யூனியனின் பிரிக்கமுடியாத பகுதி என்று இந்தியா கூறுகிறது. பாகிஸ்தான் இதை மறுக்கிறது.

இந்தியாவில் மிகப்பெரிய சமஸ்தானமாக ஹைதராபாத் இருந்தது. முற்றிலும் இந்தியப்பிரதேசத்தால் சூழப்பட்டிருந்தது. நிஜாம் (பேரரசர்) ஹைதராபாதை சுதந்திரமான நாடாக அறிவித்தார். தன்னுடைய ராணுவத்தை விரிவுபடுத்தினார். நவீன ஆயுதங்களை வாங்கினார். மவுண்ட் பேட்டன் பிரபு நிஜாமுடன் பேச்சு வார்த்தைகள் நடத்த முன்வந்ததால் படேல் அவசரப்பட வில்லை. "இந்தியாவுக்குள் ஒரு சுதந்திர நாடு ஏற்பட்டால் எங்கள் ரத்தத்தையும் கடும் உழைப்பையும் அர்ப்பணித்து அடைந்த சுதந்திரம் பாதிக்கப்படும்" என்று படேல் கூறினார்.

1947 நவம்பரில் இந்தியா ஹைதராபாத்துடன் நிலைமை அப்படியே நீடிக்கின்ற ஒப்பந்தத்தைச் செய்துகொண்டது. நிஜாம் மக்களுடைய பிரதிநிதிகளைக்கொண்ட அரசாங்கத்தை அமைக்க வேண்டும். அது இந்திய யூனியனுடன் இணைப்பை சுலபமாக்கும் என்று இந்தியா எதிர்பார்த்தது. மவுண்ட் பேட்டன் பிரபுவின் நண்பரும் வழக்கறிஞருமான சர் வால்டர் மான்க்டன் என்பவரை நிஜாம் இந்தியாவுடன் பேச்சுவார்த்தை நடத்துவதற்கு நியமித்தார். காஷ்மீர் பிரச்சினையில் இந்தியாவுக்கும், பாகிஸ்தானுக்கும் இடையில் தகராறு ஏற்பட்டிருப்பதால் பேச்சுவார்த்தைகளை நீடித்துக்கொண்டு தன்னுடைய ராணுவ பலத்தை அதிகப்படுத்தி ஹைதராபாத்தின் சுதந்திரத்தை இந்தியா அங்கீகரிக்கும்படி செய்ய வேண்டும். இது நிஜாம் திட்டமாக இருந்தது. அது நடைபெறாவிட்டால் பாகிஸ்தானுடன் இணைந்து விடுவதற்கு நிஜாம் முடிவு செய்தார்.

இதற்கிடையில் ஹைதராபாதில் போர்க்குணமிக்க வகுப்புவாத அமைப்பாகிய இத்தேகாத் - முஸ்லிமின் மற்றும் அதன் ஆயுதப்பிரிவாகிய ரஜாக்கர் படை வேகமாக வளர்ச்சி அடைந்தது. நிஜாம் பொறுப்பாட்சி வழங்கவேண்டும் என்னும் மாபெரும் போராட்டத்தை 7.8.1947இல் ஹைதராபாத் மாகாண காங்கிரஸ் தொடங்கியது. 20,000 தொண்டர்கள் கைது செய்யப்பட்டார்கள்.

ஆயுதமேந்திய ரஜாக்கர்கள் செய்த அட்டூழியங்களுக்கு பயந்து மக்கள் இந்திய யூனியனில் தஞ்சமடைந்தார்கள். இந்திய அரசாங்கம் அவர்களைத் தற்காலிக முகாம்களில் வைத்துப் பராமரித்தது. காங்கிரஸ் தொண்டர்கள் தம் உயிரைப் பாதுகாத்துக் கொள்ள ஆயுதங்களை வைத்துக் கொண்டார்கள். கம்யூனிஸ்டுகள் தெலிங்கானா பிரதேசத்தில் வலிமையான விவசாயிகள் போராட்டத்தை ஆரம்பித்தார்கள். விவசாயிகள் ரஜாக்கர்கள், நிஜாம் பிரபுக்கள் ஆகியோரை எதிர்த்துப் போராடி அவர்களுடைய நிலங்களைக் கைப்பற்றி நிலமில்லாத விவசாயிகளுக்குக் கொடுத்தார்கள்.

நிஜாமின் பிரதிநிதியுடன் பேச்சுவார்த்தைகள் நீண்டு கொண்டிருந்த பொழுது படேல் பொறுமையிழந்தார். அவர் டெராடூனில் சிகிச்சை பெற்றுக்கொண்டிருந்தார். "இந்தியாவுடன் நிபந்தனையின்றி இணையவேண்டும்; சமஸ்தானத்தில் மக்கள் பிரதிநிதிகளுடைய ஆட்சியை ஏற்படுத்தவேண்டும் இவற்றை ஆணித்தரமாகச் சொல்லவேண்டிய நேரம் வந்துவிட்டது" என்று படேல் நேருவுக்குக் கடிதம் எழுதினார். நிஜாமும் ரஜாக்கர்களும் ஆத்திரமூட்டுகின்ற நடவடிக்கைகளில் ஈடுபட்டாலும் இந்திய அரசாங்கம் பொறுமையுடன் இருந்தது. நிஜாம் வெளிநாடுகளிலிருந்து ஆயுதங்களை வாங்கி விமானங்களில் ஹைதராபாத்துக்குக் கொண்டுவந்தார். 11.9.1948இல் இந்திய ராணுவம் ஹைதராபாத் சமஸ்தானத்துக்குள் நுழைந்தது. நிஜாம் சரணடைந்தார். நவம்பரில் ஹைதராபாத் சமஸ்தானம் இந்திய யூனியனுடன் இணைந்தது. இந்திய அரசாங்கம் நிஜாமை கண்ணியமாக நடத்தியது. அவர் ராஜ பிரமுகராக நியமிக்கப்பட்டார். ஆண்டுதோறும் 50 லட்சம் ரூபாய் மானியம் தரப்பட்டது. ஏராளமான சொத்துக்களைச் சொந்தமாக வைத்துக்கொள்ள நிஜாம் அனுமதிக்கப்பட்டார்.

ஹைதராபாத் பிரச்சினை தீர்க்கப்பட்ட பிறகு படேல் சுஹ்ரவர்த்திக்கு செப்டம்பர் 28இல் எழுதினார்.

"முஸ்லிம் மக்கள் பகிரங்கமாக இந்திய அரசாங்கத்தை ஆதரித்தார்கள். நாடு முழுவதிலும் அது நல்ல அபிப்பிராயத்தை ஏற்படுத்தியது." இந்தியாவின் மதச்சார்பின்மைக் கொள்கை வெற்றியடைந்தது.

இந்தியாவிலிருந்து எல்லா சமஸ்தானங்களும். இந்திய யூனியனுடன் இணைந்துவிட்டன. அதன்பிறகு இரண்டாவது கட்டம் தொடங்கியது. சிறிய சமஸ்தானங்கள் பெரிய சமஸ்தானங்களுடன்

அல்லது பக்கத்திலுள்ள மாகாணங்களுடன் இணைக்கப்பட்டன. ஐந்து புதிய ராஜ்யங்கள் அமைக்கப்பட்டன. மத்திய பாரத், ராஜஸ்தான், பாடியாலா மற்றும் கிழக்கு பஞ்சாப் அரசுகளின் யூனியன் (PEPSU) சௌராஷ்டிரா மற்றும் திருவாங்கூர் கொச்சி, மைசூர், ஹைதராபாத், ஜம்மு மற்றும் காஷ்மீர் தனி மாகாணங்களாக நீடித்தன.

சமஸ்தானங்களையும் அதிகாரத்தையும் ஒப்படைத்ததற்காக அரசர்களுக்கு ஆயுட்கால மானியம் கொடுக்கப்பட்டது. அதற்கு வரி விதிக்கப்பட மாட்டாது. 1949இல் 4.66 கோடியாக மானியம் இருந்தது. அரசர்கள் தங்களுடைய பட்டங்கள், கொடிகள் மற்றும் இதர சம்பிரதாயங்களை வைத்துக் கொள்ளலாம். வாரிசுகள் அரசர் பதவிக்கு வர உரிமையுண்டு இவை அரசியலமைப்புச் சட்டத்தில் சேர்க்கப்பட்டன. அரசர்களுக்குத் தரப்பட்ட சலுகைகள் மற்றும் மானியங்களைப்பற்றி விமர்சனம் செய்யப்பட்டது. ஆனால் நெருக்கடியான சந்தர்ப்பத்தில் சமஸ்தானங்களையும் இந்திய யூனியனில் இணைத்தது மாபெரும் சாதனை. அதற்குக் கொடுக்கப்பட்ட விலை குறைவே. சமஸ்தானங்கள் இணைந்த பொழுது இந்திய யூனியன் பிரதேசமும் வருமானங்களும் அதிகரித்தன.

இந்தியாவில் பாண்டிச்சேரி என்னும் துறைமுக நகரம் பிரெஞ்சு அரசுக்கும் கோவா என்னும் துறைமுக நகரம் போர்த்துக்கீசிய, அரசுக்கும் சொந்தமாக இருந்தன. அங்கே வசித்த மக்கள் இந்திய யூனியனுடன் இணைவதற்குத் துடித்தார்கள் பிரெஞ்சு அரசாங்கத்துடன் பேச்சு வார்த்தைகள் நடைபெற்றன. 1954இல் பாண்டிச்சேரியும் (இப்பொழுது புதுச்சேரி) பிரெஞ்சு நிர்வாகத்திலிருந்த இதர பகுதிகளும் இந்தியாவுடன் இணைந்தன.

போர்ச்சுகல் இந்தியாவில் தனக்கிருந்த கோவா உள்ளிட்ட பிரதேசங்களை ஒப்படைக்க விரும்பவில்லை. போர்ச்சுக்கல் நாட்டோ (Nato) அமைப்பில் உறுப்பினராக இருந்ததால் பிரிட்டனும் அமெரிக்காவும் அதை ஆதரித்தன. இந்திய அரசாங்கம் சமாதான முறையில் பேச்சு வார்த்தைகளை நடந்த விரும்பியது. ஆயுத பலத்தைப் பயன்படுத்த விரும்பவில்லை. இந்தியாவில் இணைவதற்கு சத்யாகிரகம் நடத்திய தொண்டர்கள் மீது போர்த்துகீசியப் படைகள் துப்பாக்கிப் பிரயோகம் செய்தன. 17.12.1961இல் இந்தியப் படைகள் கோவாவுக்குள் பிரவேசித்தன. கோவாவின் கவர்னர் ஜெனரல் உடனே சரணடைந்தார். இந்தியப்

பிரதேசத்தில் எஞ்சியிருந்த ஏகாதிபத்திய திட்டுகள் இந்தியாவுடன் இணைந்தன.

## வகுப்புவாத வெறியாட்டம்

பிரிவினையின்போது பாகிஸ்தானிலிருந்து சுமார் 60 லட்சம் அகதிகள். இந்தியாவுக்கு ஓடிவந்தார்கள். இந்தியாவிலும் பாகிஸ்தானிலும் சிறுபான்மையினர் வன்முறைக்கு ஆளானார்கள். சில மாதங்களில் சுமார் ஐந்து லட்சம் மக்கள் கொல்லப்பட்டார்கள். கோடிக்கணக்கான ரூபாய் மதிப்புள்ள உடைமைகள் கொள்ளையடிக்கப்பட்டன. தலைநகரமான டில்லியில் கூட முஸ்லிம்கள் கொல்லப்பட்டு அவர்களுடைய உடைமைகள் அழிக்கப்பட்டன.

இந்திய நாடு முழுவதிலும் வகுப்புக் கலவரங்கள் வெடிக்கும் என்ற பேரச்சம் ஏற்பட்டது. ஆனால் தேசியத் தலைவர்களுடைய அரசியல் மற்றும் நிர்வாக நடவடிக்கைகள் மூலம் நிலைமை கட்டுப்படுத்தப் பட்டது. உதாரணமாக, டில்லியில் வகுப்புக்கலவரம் உச்சத்திலிருந்த பொழுது ராணுவம் தெருக்களில் ரோந்து வந்தது. குற்றம் செய்பவர்களைச் சுடுவதற்கு உத்தரவிடப்பட்டது. அரசாங்கம் முஸ்லிம் சிறுபான்மையினருடைய உயிர் மற்றும் உடைமைகளைப் பாதுகாத்தது. அந்த சாதனையின் விளைவாக நாலரைக் கோடி முஸ்லிம்கள் இந்தியாவில் இருக்க முடிவு செய்தார்கள்.

மதக்கலவரங்களை ஒடுக்கிவிட்டோம். வகுப்பு வாதத்தை விரட்ட வேண்டும். அவற்றை எதிர்த்து தொடர்ச்சியாகப் போராட வேண்டும் என்று நேரு வலியுறுத்தினார். "வகுப்புவாதம் இந்தியாவை உடைத்துவிடும்" என்று நேரு கூறினார். வகுப்புவாதம் என்பது "பாசிசத்தின் இந்திய வடிவம்" என்று நேரு கருதினார். "முஸ்லிம் லீக் ஜெர்மனியின் நாஜிக் கட்சியினரிடமிருந்து பாசிசத்தைக் கற்றுக் கொண்டது. . . . பாசிச ஸ்தாபன முறைகள் ஹிந்துக்களிடம் பரவிக் கொண்டிருக்கின்றன. ஹிந்து அரசை அமைப்போம் என்ற கோஷம் அதன் பிரதிபலிப்பேயாகும்" என்றார் நேரு.

நேரு தன்னுடைய சுற்றுப்பயணங்களில் பொது நிகழ்ச்சிகளில், பார்லிமெண்டில் வகுப்புவாதத்தை வன்மையாகக் கண்டித்தார். "மதச்சார்பு இல்லாத அரசு ஒன்றே நாகரிகமான அரசு" என்று அவர் கூறினார்.

"எங்காவது ஒரு நபர் மற்றொருவரைக் கொல்வதற்குத்தன் கரத்தை உயர்த்தினால் நான் அவனை எதிர்த்துக் கடைசி மூச்சு உள்ளவரை போராடுவேன்" என்று 1951இல் நேரு டில்லியில் காந்தி ஜெயந்தியின் போது பேசினார். அவர் ஜனநாயகவாதி என்றாலும் மதத்தை அடிப்படையாகக்கொண்ட அரசியல் ஸ்தாபனங்களைத் தடை செய்தார். வகுப்புவாதத்தை வளர்க்கின்ற பேச்சையும் எழுத்தையும் கட்டுப்படுத்துவதற்காக அரசியலமைப்புச் சட்டத்தில் திருத்தங்களைக் கொண்டுவந்தார். சர்தார் படேல் அவருடன் ஒத்துழைத்தார். "ஹிந்து ராஜ்யத்தை அமைப்போம் என்பது பைத்தியக்காரத்தனம்" என்றார் படேல். "இது மதச்சார்பற்ற அரசாங்கம். இந்தியாவின் குடிமகன் என்ற முறையில் முஸ்லிம்களுக்கு சமஉரிமை தரப்படுகிறது. இந்த நாட்டின் மகத்தான பாரம்பரியம் இது" என்று படேல் 1949 பிப்ரவரியில் பேசினார்.

வகுப்புவாதம் இந்தியாவில் வெறியுணர்ச்சியை ஏற்படுத்தியதன் விளைவாக காந்திஜி 30.1.1948இல் படுகொலை செய்யப்பட்டார். நாட்டில் ஏற்பட்ட மதக்கலவரங்கள் காந்திஜியை வேதனைப்படுத்தின. 1947 ஆகஸ்டில் நாடு சுதந்திரத்தைக் கொண்டாடியபொழுது, 1919இலிருந்து நாட்டுக்குத் தலைமை தாங்கியவர், அஹிம்சை மற்றும் அன்பைப் போதித்தவர், இந்தியப் பண்பாட்டில் மிகச் சிறந்த அம்சங்களைப் பிரதிநிதித்துவம் செய்தவர் நவகாளி (வங்காளம்) கிராமம் கிராமமாகச் சென்று வகுப்புவாத நெருப்பை அணைப்பதற்குப் பாடுபட்டுக்கொண்டிருந்தார். 1947இல் பிறந்த நாள் வாழ்த்துக்கூற வந்தவர்களிடம் "நான் இனிமேல் வாழ விரும்பவில்லை. இங்கு மனிதன் காட்டுமிராண்டியாக மாறிக்கொண்டிருக்கிறான். அவன் ஹிந்துவாக அல்லது முஸ்லிமாக அல்லது வேறு எந்தப் பெயரில் இருந்தாலென்ன?" என்று வேதனையோடு பேசினார்.

நாதுராம் கோட்சே என்ற ஹிந்து மதவெறியன் ஜனவரி 30ஆம் நாளன்று மாலையில் காந்திஜியை சுட்டுக்கொன்றான். இந்தியாவிலும் உலகத்திலும் மக்களும் அரசியல் தலைவர்களும் அதிர்ச்சியடைந்தார்கள்.

"நண்பர்களே, தோழர்களே! தீபம் அணைந்துவிட்டது. இருள் நம்மைச் சூழ்ந்துவிட்டது. . . . தீபம் அணைந்துவிட்டது என்று நான் கூறியது தவறாகும். ஏனென்றால் அது சாதாரண தீபம் அல்ல. அது நம் நிகழ்காலத்தைப் பிரதிநிதித்துவம் செய்யவில்லை. அது அழிவில்லாத உண்மைகளைப் பிரதிநிதித்துவம் செய்தது; நமது

தவறுகளைத் திருத்தி, சரியான பாதையை சுட்டிக்காட்டியது; தொன்மையான இந்திய நாட்டை சுதந்திரத்தை நோக்கி அழைத்துச் சென்றது" என்று நேரு வானொலியில் பேசினார்.

ராஷ்டிரிய சுயம் சேவக்சங் (ஆர். எஸ். எஸ்.) என்ற அமைப்பு வகுப்புவாதத்திலும் வன்முறையிலும் நம்பிக்கை வைத்திருந்தது. காந்திஜி மற்றும் மதச்சார்பின்மையை எதிர்த்து பிரசாரம் செய்தது. காந்திஜி படுகொலை செய்யப்பட்ட செய்தி கிடைத்தவுடன், அந்த இயக்கத்தைச் சேர்ந்தவர்கள் சில இடங்களில் அதைக் கொண்டாடினார்கள். இந்திய அரசாங்கம் ஆர்.எஸ்.எஸ். இயக்கத்தைத் தடைசெய்தது; அதன் முக்கிய பிரமுகர்களைக் கைது செய்தது. ஆர்.எஸ்.எஸ். ஒரு பாசிஸ்ட் இயக்கம் என்று நேரு சிறிது காலமாகப் பேசி வந்தார். 1947 டிசம்பரில் அவர் பின்வருமாறு கூறினார். "ஆர். எஸ். எஸ். தனியார் நடத்துகின்ற சேனை, நாஜிக்கட்சி மாதிரியானது. அதன் ஸ்தாபன முறையை அப்படியே பின்பற்றுகிறது" எனினும் ஆர்.எஸ்.எஸ். மாதிரியான அமைப்புகளைக் கூட தடை செய்ய நேரு விரும்பவில்லை. "இன்றைய சூழலில் கைது மற்றும் தடை செய்தலைப் பற்றி நாம் சிந்திக்க வேண்டாம்" என்று நேரு 29.6.1949இல் படேலுக்கு எழுதினார்.

உள்துறை அமைச்சர் என்ற முறையில் படேல் விதித்த நிபந்தனைகளை ஆர்.எஸ்.எஸ். ஏற்றுக்கொண்ட பிறகு 1949 ஜூலை மாதத்தில் தடை நீக்கப்பட்டது. ஆர்.எஸ்.எஸ். அமைப்பு விதிகளை எழுதி வைத்திருக்கவேண்டும். அரசியலில் ஈடுபடக்கூடாது. கலாசாரப் பணிகளில் ஈடுபடலாம். வன்முறை மற்றும் ரகசிய செயல்முறையை ஒழிக்கவேண்டும். இந்தியாவின் தேசியக் கொடிக்கும் அரசியலமைப்புச் சட்டத்துக்கும் விசுவாசமாக நடந்து கொள்ள வேண்டும், ஜனநாயக முறையில் இயங்க வேண்டும்.

## அகதிகளுக்குப் புதுவாழ்க்கை அமைத்தல்

மேற்கு பாகிஸ்தானில் உடைமைகளைப் போட்டுவிட்டு இந்தியாவுக்கு ஓடிவந்த 60 லட்சம் அகதிகள் குடியமர்த்தப்பட்டார்கள். 1951க்குள் அந்தப் பிரச்சினை முற்றாகத் தீர்க்கப்பட்டது. கிழக்கு வங்காளத்திலிருந்து ஹிந்துக்கள் தொடர்ச்சியாக வந்து கொண்டிருந்ததால் அகதிகள் பிரச்சினை தீர்க்கப்படாமல் நீடித்தது. மேற்கு பஞ்சாபிலிருந்து வந்த அகதிகளில் பெரும் பகுதியினர் பஞ்சாப், உ.பி., ராஜஸ்தான் ஆகிய

மாகாணங்களில் குடியமர்த்தப்பட்டார்கள். பஞ்சாபி மற்றும் சிந்து அகதிகளை இன்றைய ஹிமாசலப் பிரதேசம் மற்றும் ஹரியானாவில் குடியமர்த்த அவர்கள் பேசிய மொழி உதவி செய்தது. ஆனால் கிழக்கு வங்காளத்திலிருந்து ஓடி வந்த அகதிகளை பிரதானமாக வங்காளம், ஓரளவுக்கு அஸ்ஸாம், திரிபுரா ஆகிய மாநிலங்களில்தான் குடியமர்த்த முடியும். ஏற்கெனவே விவசாயிகளாக இருந்த அகதிகள் தற்பொழுது நகரங்களில் கூலி வேலைகளில் ஈடுபட்டார்கள்.

## பாகிஸ்தானுடன் உறவுகள்

பாகிஸ்தானுடன் நல்லுறவு வைத்துக்கொள்வதில் சிக்கல்கள் ஏற்பட்டன. காஷ்மீர் பிரச்சினையைப் பொருட்படுத்தாமல், பாகிஸ்தானுடன் இந்திய அரசாங்கம் நியாயமாக நடந்துகொண்டது. பாகிஸ்தானுக்குத் தருவதாக ஒப்புக்கொண்ட நிதியைக் கொடுத்து விடுங்கள் என்று காந்திஜி 1948 சனவரியில் உண்ணாவிரதம் இருந்தார். இந்தியா 55 கோடி ரூபாயைப் பாகிஸ்தானிடம் கொடுத்தது. அகதிகளாக ஓடிவந்தவர்களுடைய சொத்துக்களைப் பற்றிய பிரச்சினையைத் தீர்ப்பதற்கு இரண்டு அரசாங்கங்களும் பேச்சுவார்த்தைகளை நடத்தின.

கிழக்கு வங்காளத்தில் ஹிந்துக்கள் உயிருக்கும் உடைமைக்கும் பாதுகாப்பில்லாமல் துன்பமடைந்தார்கள். அவர்கள் கிழக்கு வங்காளத்திலிருந்து மேற்கு வங்காளத்துக்கு ஓடிவந்தார்கள் மேற்கு வங்காளத்தில் வசித்த முஸ்லிம்கள் மீது தாக்குதல்கள் நடைபெற்றதால் அவர்கள் பாகிஸ்தானுக்குத் தப்பிச் சென்றார்கள். இந்திய அரசாங்கம் பாகிஸ்தானிலுள்ள ஹிந்து சிறுபான்மையினரைப் பாதுகாக்க ராணுவ ரீதியில் நடவடிக்கை எடுக்கவேண்டும் என்ற கோரிக்கை எழுந்தது. நேருவும் இந்திய அரசாங்கமும் ஆத்திரமூட்டலுக்குப் பலியாகவில்லை. பாகிஸ்தானுடன் பிரச்சினையைப் பேசித்தீர்ப்பதில் நம்பிக்கை வைத்தார்கள். ஹிந்து சிறுபான்மையினருக்குப் பாதுகாப்பளிப்பது பாகிஸ்தான் அரசாங்கத்தின் கடமை என்று நேரு வலியுறுத்தினார்.

இந்தியா மற்றும் பாகிஸ்தான் பிரதமர்கள் 8.4.1950இல் இருநாடுகளிலும் சிறுபான்மையினருடைய பாதுகாப்பைப் பற்றி உடன்படிக்கை செய்தார்கள். நேரு - லியாகத் உடன்படிக்கை என்று அது அழைக்கப்பட்டது. ஹிந்து வகுப்புவாதிகள் அதை ஆட்சேபித்தார்கள். மத்திய அமைச்சர்களான சியாம பிரசாத் முகர்ஜி மற்றும் கே.சி. நியோகி மந்திரி சபையிலிருந்து விலகினார்கள். சர்தார் படேல் உடன்படிக்கையை

ஆதரித்தார். எனினும் கிழக்கு வங்காளத்திலிருந்து ஹிந்துக்கள் வெளியேறுகின்ற அவலம் நீடித்தது. பஞ்சாபில் கால்வாயில் ஓடிவருகின்ற தண்ணீரை இரண்டு நாடுகளும் பகிர்ந்துகொள்ள வேண்டும். உலக வங்கி மத்தியஸ்தராக நியமிக்கப்பட்டது. அதற்கிடையில் பாகிஸ்தானுக்குத் தாராளமாகத் தண்ணீர் கொடுப்பதற்கு இந்தியா முன்வந்தது.

மொத்தத்தில் பாகிஸ்தானுடன் பகைமைகூடாது, நல்லுறவுகளை ஏற்படுத்த வேண்டும் என்று நேரு விரும்பினார். பாகிஸ்தானைப் பற்றி தன்னுடைய அணுகுமுறையை நேரு 1950இல் விவரித்தார்.

"வரலாறு என்ற நீரோட்டத்தில் நாம் எதிர்நீச்சல் போட முடியாது. ... இந்தியா இரண்டு நாடுகளாகப் பிரிக்கப்பட்டிருக்கிறது. இரண்டு நாடுகளும் விலகி நிற்கின்றன. வரலாறு, பண்பாடு, மற்றும் இதர தொடர்புகள், பூகோளம், பொருளாதாரம் மற்றும் இதர உறவுகள், அடிப்படையில் பெரியவை. வெறுப்பும், படுகொலைகளும் இருந்தாலும் அடிப்படையான கோட்பாடுகள் நிலைக்கும். இவை நம்மை ஒன்றுசேர்க்கும். ..."

### நேருவும் கம்யூனிஸ்டுகளும்

இந்தியாவில் புரட்சிக்கான நேரம் வந்துவிட்டது என்று இந்திய கம்யூனிஸ்ட் கட்சி 1948 பிப்ரவரி மாதத்தில் அறிவித்தது. நேருவின் அரசாங்கம் ஏகாதிபத்திய நிலப்பிரபுத்துவ சக்திகளின் ஏஜெண்டு என்று கூறப்பட்டது. நாடு முழுவதும் அரசாங்கத்தை எதிர்த்து கிளர்ச்சிக்குத் தயாரிப்புகள் நடைபெற்றன. 9.3.1949இல் அகில - இந்திய ரயில்வே வேலை நிறுத்தம் அறிவிக்கப்பட்டது. தெலுங்கானாவில் ஏற்கெனவே விவசாயிகளின் ஆயுதப் போராட்டம் நடைபெற்றுக் கொண்டிருந்தது.

இந்தியக் கம்யூனிஸ்ட் கட்சியின் கொள்கையும் நடைமுறையும் தவறானவை என்று நேரு கருதினார். அது வன்முறைச் செயல்களில் ஈடுபட்டதற்கு ஆதாரங்கள் வேண்டும்; அப்பொழுதுதான் அதைத் தடை செய்ய முடியும் என்றார். மேற்கு வங்காளம் மற்றும் சென்னை மாகாணங்களில் அந்தக் கட்சி தடை செய்யப்பட்டது. இந்தியக் கம்யூனிஸ்ட் கட்சி எல்லா மாகாணங்களிலும் (தெலுங்கானா உள்பட) ஆயுதப் போராட்டத்தைக் கைவிட்டு பார்லிமென்டரி அரசியலில் ஈடுபடுவதற்கு விருப்பம் தெரிவித்தது கட்சி சட்டபூர்வமாக இயங்குவதற்கு அனுமதிக்கப்பட்டது. கட்சியின் தலைவர்கள் விடுதலை

செய்யப்பட்டார்கள். 1951-52 இல் நடைபெற்ற பொதுத்தேர்தலில் அக்கட்சி பங்கெடுத்தது.

நேரு கம்யூனிஸ்டுகளையும் வகுப்புவாதிகளையும் பிரித்தே பார்த்தார். 1964இல் பத்திரிகையாளர் கராஞ்சியா அவரைப் பேட்டியெடுத்த பொழுது பின்வருமாறு கூறினார்.

"இந்தியாவில் வலதுசாரிக் கட்சிகள் மற்றும் இடதுசாரிக் கட்சிகள் இருக்கின்றன. சமூக மற்றும் பொருளாதாரப் பிரச்சினைகளைப் பற்றி ஆழமாக சிந்தித்து தனக்கென்று ஒரு சித்தாந்தத்தை உருவாக்கிக் கொண்ட கட்சியை நான் ஆதரிப்பேன். கம்யூனிஸ்டுகளைப் பற்றி நீங்கள் குறிப்பிட்டீர்கள். கம்யூனிஸ்டுகளிடம் குறைகள் இருந்தாலும் பிரச்சினைகளுக்குப் பொருளாதார ரீதியில் தீர்வுகளைப் பற்றி அவர்கள் சிந்திக்கிறார்கள். அவர்களிடமுள்ள வறட்டுத்தனத்தை, வன்முறையை, நாம் நிராகரிக்கிறோம். அவர்கள் பார்லிமென்டரி ஜனநாயகத்தில் நம்பிக்கை வைத்தால், சோஷலிசத்தைப் பற்றி அவர்களுடைய பார்வைக்கும் எங்களுடைய பார்வைக்கும் அதிகமான வேறுபாடு கிடையாது. ஜனசங் மற்றும் சுதந்திரா கட்சி பாசிசத்தன்மையைக் கொண்டிருக்கின்றன. சமூக - பொருளாதார அடிப்படை இல்லாதவை. அவை நாட்டுக்கு, ஜனநாயகம் மற்றும் சோஷலிசத்தைப் பற்றி நம்முடைய மதிப்புகளுக்கு ஆபத்தானவை"

# 7
## இந்தியாவை வலுப்படுத்துதல்

1947க்குப் பிறகு, இந்திய மக்களை ஒன்றுபடுத்துதல் இந்தியாவின் தலையாய பிரச்சினையாக இருந்தது. அதை தேசிய ஒருமைப்பாடு என்றும் கூறலாம்.

இந்திய நாடு என்பது சுமார் 500 ஆண்டுகளாக உருவாகிக் கொண்டிருக்கிறது. அதன் மூலவேர்கள் வரலாற்றில் புதைந்திருக்கின்றன. சுதந்திரப் போராட்ட அனுபவங்கள் அதை வளர்த்தன. காலனியாட்சிக்கு முன்புகூட இந்தியாவில் பொதுப் பண்புகள் இருந்தன. கலாசார ரீதியில் வேறுபாடுகள் இருந்தாலும் மக்கள் சகிப்புத்தன்மையோடு வேற்றுமையில் ஒற்றுமையைத் தேடி அந்தக் கூறுகளை வளர்த்தார்கள். இந்தியாவின் ஒற்றுமை என்பது 'ஆன்மாவின் ஒற்றுமை' என்று இரவீந்திரநாத் தாகூர் கூறினார். முகலாயர்கள் ஆட்சியில் அரசியல் நிர்வாக மற்றும் பொருளாதார ஒருமைப்பாடு சாதிக்கப்பட்டது. முகலாயப் பேரரசர்களுடைய பேராசை பிரதேசங்களைக் கடந்து துணைக்கண்ட அளவில் விரிவடைந்திருந்தது. சாலைகள் மோசமாக இருந்தன. சரக்கு வண்டிகள் குறைவு. ஆனால் ஒரு பிரதேசத்தில் விளைந்த பொருட்கள் அடுத்த மாகாணத்துக்குக் கொண்டுசெல்லப்பட்டு விற்பனை செய்யப்பட்டன. பாரத் வர்ஷம், ஹிந்துஸ்தான் என்னும் கருத்துக்கள் மக்களிடம் பரவலாக இருந்தன. இந்தியர்கள் என்ற பொது உணர்ச்சி மக்களிடம் உருவாகிவிட்டது. காலனியாதிக்கம் இந்திய சமூகத்தையும் பொருளாதாரத்தையும் ஒன்று சேர்த்தது. மக்களிடம் மொழி, இனம் ஆகிய வேறுபாடுகள் இருந்தாலும் பொதுவான பொருளாதார வளர்ச்சியுடன் சமூக, கலாசார வளர்ச்சியும் சேர்ந்து இந்தியர்கள் என்ற உணர்ச்சியை ஏற்படுத்தின.

சுதந்திரப் போராட்டம் உணர்ச்சி ரீதியாகவும் அரசியல் ரீதியாகவும் ஐக்கிய இந்தியாவை உருவாக்கியது. இந்தியப் பிரிவினை தேசிய உணர்ச்சிக்கு முதல் காயத்தை ஏற்படுத்தியது. இந்தியாவின் ஒற்றுமையைப் பாதுகாப்பதும் வலுப்படுத்துவதும் தங்களுக்கு

முன்னாலுள்ள மாபெரும் சவால் என்று தேசியத் தலைவர்கள் உணர்ந்தார்கள். "இந்தியாவின் ஒற்றுமை நமக்கு முன்னாலுள்ள முக்கியமான பிரச்சினை" என்றார் நேரு. "இந்தியாவின் பொருளாதாரம் முக்கியமான பிரச்சினை என்றாலும் இந்தியாவின் மக்களை உணர்ச்சி ரீதியாக ஒன்றுசேர்ப்பது மிகவும் முக்கியமான பிரச்சினை" என்று 1957இல் நேரு கூறினார்.

இந்தியாவின் பன்முகத்தன்மை ஓர் அதிசயம். ஹிந்து, முஸ்லிம், கிறிஸ்தவர், சீக்கியர், பார்சி, பௌத்தர், யூதர் இந்தியாவில் வசிக்கிறார்கள். இன்னும் தமக்குரிய சிறுதெய்வ நம்பிக்கையோடு இனக்குழு மக்கள் வசிக்கிறார்கள். 1950இல் அரசியலமைப்புச் சட்டம் 14 மொழிகளை அங்கீகரித்தது. நாட்டில் இன்னும் நூற்றுக்கணக்கான கிளை மொழிகள் லட்சக்கணக்கான மக்களால் பேசப்படுகின்றன. 1961 சென்சஸ் கணக்குப்படி இந்தியா முழுவதிலும் 1549 மொழிகள் பேசப்படுகின்றன.

மொழி மற்றும் இன வேறுபாடுகளை அங்கீகரித்துக்கொண்டு வலிமையான தேசிய உணர்ச்சியை நிறுவவேண்டும் என்று தலைவர்கள் கருதினார்கள். "பல்வகைப்பட்ட கலாசாரங்கள், மரபுகள், பழக்கங்கள், வாழ்க்கை முறைகளைக்கொண்ட நாடு இந்தியா என்பதை நாம் மறக்கக்கூடாது. இந்தியாவில் வேறுபாடுகள் எண்ணற்றவை. அவற்றை ஒரே சட்டத்துக்குள் நாம் கொண்டு வர வேண்டியதில்லை. அது நடக்கப்போவதுமில்லை. ஆனால் இந்தியா என்பது அதன் பகுதியைக் காட்டிலும் மிகவும் பெரியதாக வளமிக்கதாக, வேறுபாடுள்ளதாக இருக்கிறது. இந்தியாவின் பன்முகத்தன்மையை செரித்துக்கொள்கின்ற கண்ணோட்டத்தை நாம் வளர்த்துக்கொள்ளவேண்டும்" என்று நேரு கூறினார். மதம், மொழி, இனம், பண்பாடு ஆகியவற்றிலுள்ள வேறுபாடுகள் தேசியப் பண்புக்குத் தடைகள் அல்ல; அவை வலிமை சேர்க்கின்ற ஆக்கக்கூறுகளாகும்.

இந்தியாவிலுள்ள வேற்றுமைகள் ஒற்றுமையை பலவீனப்படுத்த முடியும். அவற்றை வகுப்புவாதம், சாதியம், மொழிவெறி, பிராந்திய வெறி ஆகியவை பயன்படுத்தமுடியும். நாடு வேகமாக வளர்ச்சி அடைகின்றபொழுது சமூக முரண்பாடுகள் அதிகரித்தன. கல்வி, வேலை, அரசியல் பங்கு ஆகிய பிரச்சினைகள் தோன்றின. தேசிய வளப் பெருக்கத்தில் என்னுடைய பங்கு குறைந்திருக்கிறது என்று ஒவ்வொரு சாதிக்காரர்களும் போராடினார்கள்.

"இந்திய மக்களைக் கட்டாயப்படுத்தி ஒன்றுசேர்க்க முடியாது. அவர்களை ஜனநாயக முறைகள் மூலமாகவே ஒன்றுசேர்க்க முடியும். ஜனநாயகத்தைக் கைவிட்டால் வன்முறை ஓங்கும், நாடு சிதறிவிடும்" என்று நேரு அடிக்கடி எச்சரிக்கை செய்தார்.

"இந்தியா வலிமையான மத்திய அரசையும் கூட்டாட்சிக் கட்டமைப்பையும் கொண்டிருந்தது. மாகாணங்கள் அதிக அளவில் சுயாட்சியைக் கொண்டிருந்தன. இந்தியாவில் பார்லிமென்டரி ஜனநாயகம் குறைகளை வெளியிடுவதற்கும் அவற்றைத் தீர்ப்பதற்கும் போதிய வாய்ப்புக்களை அளித்தது. பார்லிமென்டில் அகில இந்தியப் பிரச்சினைகள் விவாதித்து முடிவு செய்யப்பட்டன பார்லிமென்ட் நாட்டை ஒற்றுமைப்படுத்தியது" என்று அசோக் மேத்தா கூறினார்.

அரசியல் கட்சிகளும் நாட்டை ஒற்றுமைப்படுத்தின. எல்லா அரசியல் கட்சிகளும் அகில இந்திய அளவில் இயங்கின. அவை தேசிய இலட்சியங்களுக்கு ஆதரவாக மக்களைத் திரட்டின. காங்கிரஸ் கட்சிக்கு நாடு முழுவதிலும் கிளைகள் இருந்தன; எண்ணற்ற ஊழியர்கள் இருந்தார்கள்.

நாடு சுதந்திரமடைந்த பிறகு மக்கள் வகுப்புவாதக் கட்சிகளை ஒதுக்கினார்கள். சாதி, இனம், மதம் ஆகியவற்றைக் காட்டிலும் இந்தியன், இந்தியா என்ற சிந்தனை வளர்ந்தது. முதலாளிகள் மத்திய வர்க்கத்தினர், தொழிலாளி வர்க்கம் மூன்று பெரும் பிரிவுகளும் அகில இந்தியப் பார்வையை வளர்த்துக்கொண்டிருந்தன. அகில இந்தியத் தொழிற்சங்கங்கள் அகில இந்திய விவசாயிகள் சங்கங்கள் FICCI மற்றும் CII போன்ற முதலாளிகளின் அகில இந்திய அமைப்புகள் இயங்கின.

இந்தியாவில் நேரு, படேல், ஆசாத், இராஜேந்திர பிரசாத் போன்ற பெருந்தலைவர்கள் ஒரு மாகாணத்தை சேர்ந்தவர்களாகக் கருதப்படவில்லை. அகில இந்தியத் தலைவர்களாக மதிக்கப்பட்டார்கள். எதிர்க்கட்சிகளில் ஜெயபிரகாஷ் நாராயணன், ஆச்சாரிய கிருபளானி, ராம் மனோகர் லோகியா, சியாம பிரசாத் முகர்ஜி, ஜோதி பாசு, ஈ.எம்.எஸ். நம்பூதிரிபாட், ஆகிய தலைவர்கள் அகில இந்தியத் தலைவர்களாக இருந்தார்கள்.

காங்கிரஸ் கட்சிக்கு நாட்டில் அதிகமான பலம் இருந்தாலும் அது எதிர்க்கட்சிகளை அரவணைத்துக் கொண்டது. கம்யூனிஸ்டுகள் வன்முறை வழியைக் கைவிட்ட பிறகு அவர்களிடம் நட்பாக நடந்துகொண்டது. கம்யூனிஸ்டுகள் உள்பட முக்கியமான எதிர்க்கட்சிகள் காங்கிரசுடன்

கொள்கை வேறுபாடுகளைக் கொண்டிருந்தாலும் பொதுவான விஷயங்களில் ஒத்துழைத்தன.

இந்திய ராணுவமும் இந்திய நிர்வாகத்துறையும் (அய். ஏ. எஸ்.) அகில இந்திய உணர்ச்சியை மக்களிடத்தில் ஊக்குவித்தன. 1947க்குப் பிறகு இந்தியாவின் பொருளாதாரம் போக்குவரத்து மற்றும் செய்தித்துறைகளின் வளர்ச்சி மாபெரும் அணைக்கட்டுகள் மற்றும் உருக்காலைகள், உரம் மற்றும் சிமெண்ட் தொழிற்சாலைகள், மின்சார உற்பத்தி நிலையங்கள் ஆகியவை மக்களிடம் அகில இந்தியச் சிந்தனையை வளர்ந்தன.

இந்தியா சுதந்திரம் பெற்ற பிறகு இந்திய அரசாங்கம் தேசிய திட்டக்குழுவை நிறுவியது. மாகாணங்களின் முதலமைச்சர்களுடன் கலந்து பேசி அந்த மாகாணத்தில் திட்டவழி முதலீடு முடிவு செய்யப்பட்டது. முதலமைச்சர்கள் திருப்தி அடையாவிட்டாலும் திட்டக்குழு நியாயமாக நடந்துகொண்டு எல்லா மாகாணங்களும் தொழில் வளர்ச்சி அடைவதற்கு உதவி செய்தது.

நாட்டு முன்னேற்றத்தில் சமூகத்தின் எல்லாப் பகுதியினருக்கும் பங்கு இருக்கவேண்டும். பின்தங்கிய மக்கள் தாழ்த்தப்பட்ட மக்கள் கல்வி கற்று அரசாங்கத்தில் பதவி வகித்து சமத்துவ உணர்ச்சியை வளர்க்க வேண்டும். அரசியலமைப்புச் சட்டம் தாழ்த்தப்பட்ட சாதியினருக்கு கல்வி நிலையங்களில் அரசாங்க வேலைகளில் இடஒதுக்கீடு அளித்தது. 1947க்குப் பிறகு ஜமீன்தார், ஜாகிர்தார் முறை ஒழிக்கப்பட்டது. நில சீர்திருத்தச் சட்டங்கள் நிறைவேற்றப்பட்டன. தீண்டாமையைக் கடைப்பிடிப்பது குற்றம் என்னும் சட்டம் நிறைவேற்றப்பட்டது. நாட்டில் சாதி ஒழிப்பு நடவடிக்கைகள் இருந்தாலும் 1950-களில் சமூக சீர்திருத்த வேகம் குறைந்தது. தேர்தல்களுக்காக சாதிக் கட்சிகள் தோன்றின. அவற்றின் தீவிரமான செயல்பாட்டினால் தேசிய ஒருமைப்பாடு பாதிக்கப்பட்டது.

## மொழிப் பிரச்சினை

சுதந்திர இந்தியாவின் முதல் இருபது ஆண்டுகளில் மொழிப் பிரச்சினை மக்களிடம் அதிகமான பிளவுகளை ஏற்படுத்தியது. இந்தியாவின் அரசியல், கலாசார ஒற்றுமை பாதிக்கப்படும் என்ற அச்சமும் ஏற்பட்டது.

# சுதந்திரத்திற்குப் பிறகு இந்தியா 85

மக்கள் மொழியை நேசிக்கிறார்கள். பல மொழிகள் பேசப்படுகின்ற இந்திய நாட்டில் மொழி அடையாளம் வலிமையான அரசியல் சக்தியாக இருக்கிறது. தாய்மொழி அழிக்கப்படுகிறது என்று குரல் கொடுத்தால் மொழி ஆர்வலர்கள் திரண்டுவிடுகிறார்கள். அரசியல் அதிகாரம் பெறுவதற்கு வழி பிறக்கிறது.

இந்திய அரசியலமைப்புச் சட்டம் ஆங்கிலம், சமஸ்கிருதம் உள்பட 16 மொழிகளை அங்கீகரித்தது. அத்துடன் கிளை மொழிகள் எழுதப்படாமல் பேசப்படுகின்றன.

இந்த நூலில் இந்தப் பிரச்சினை இரண்டு பிரிவுகளில் ஆராயப்படுகிறது. 1. மத்திய அரசாங்கத்தின் ஆட்சி மொழி; 2. மொழிவாரி மாநிலங்கள்.

## ஆட்சி மொழி

ஆட்சி மொழிப் பிரச்சினை ஹிந்தி மொழியைப் பேசாத மக்களுக்கும் ஹிந்தி மொழியைப் பேசுகின்ற மக்களுக்கும் இடையில் பிளவை ஏற்படுத்தியது. இந்தியாவில் ஒரு தேசியமொழி இருக்க வேண்டும் என்னும் கருத்து தேசியத் தலைவர்களால் ஏற்கெனவே நிராகரிக்கப்பட்டிருந்தது. தேசியத் தலைவர்கள் பிராந்திய மொழிகளில்தான் அரசியல் பிரசாரம் செய்தார்கள். ஆங்கிலத்துக்குப் பதிலாகத் தாய்மொழியைப் பயன்படுத்த வேண்டும், அரசாங்க அலுவலகங்களில், நீதிமன்றங்களில், கல்வி நிலையங்களில் பிராந்திய மொழிகளைப் பயன்படுத்தவேண்டும் என்று கோரிக்கை வைக்கப்பட்டது. நேரு 1937 இல் இதைப்பற்றி மிகவும் தெளிவாகப் பேசினார்:

"இந்தியாவின் மாகாணங்களில் தொன்மையான, வளமான மொழிகள் பேசப்படுகின்றன. கோடிக்கணக்கான மக்கள் அந்த மொழிகளைப் பேசுகிறார்கள். அவை உயர் குடியினருடைய வாழ்க்கை மட்டுமின்றி சாதாரண மக்களுடைய வாழ்க்கை, கலாசாரம், கருத்துக்களோடு பின்னிப் பிணைந்திருக்கின்றன. வெகு சனங்கள் தமது மொழியின் மூலமாகத்தான் கல்வி மற்றும் கலாசாரத் துறைகளில் வளர்ச்சி அடைய முடியும். ஆகவே நாம் மாகாண மொழிகளைப் பிரதானப்படுத்துகிறோம். அவற்றின் மூலமாக நாட்டுக்கு சேவை செய்கிறோம். இந்தியாவின் கல்வி முறை மாகாணங்களில் பேசப்படுகின்ற மொழிகளை அடிப்படையாகக் கொண்டிருக்கவேண்டும்."

அரசியலமைப்புத் திட்டத்தைத் தயாரித்தவர்கள் இந்தியாவின் முக்கியமான மொழிகளை தேசிய மொழிகள் என்று ஏற்றுக் கொண்டார்கள். ஆனால் அரசாங்கத்தின் நடவடிக்கைகளுக்குப் பல மொழிகளைப் பயன்படுத்த முடியாது. மத்திய அரசாங்கம் தன்னுடைய வேலைகளை செய்வதற்கும் மாகாணங்களுடன் தொடர்புகளை வைத்துக் கொள்வதற்கும் ஒரு மொழி வேண்டும். இந்தியாவின் ஆட்சி மொழி மற்றும் இணைப்பு மொழி எது? ஆங்கிலம், ஹிந்தி என்ற இரண்டு மொழிகள் பரிசீலிக்கப்பட்டன. இரண்டில் எந்த மொழியைத் தேர்வு செய்யலாம் என்று அரசியல் நிர்ணய சபையில் சூடான விவாதம் நடைபெற்றது.

சுதந்திரப் போராட்ட காலத்திலேயே ஆட்சி மொழி தேர்வு செய்யப்பட்டுவிட்டது. சுதந்திர இந்திய அரசாங்கத்தின் நடவடிக்கைகளுக்கு அந்நியமொழியான ஆங்கிலத்தைப் பயன்படுத்த முடியாது. மேற்கு நாடுகளின் அறிவியல், இலக்கியம் ஆகியவற்றை ஆங்கிலத்தின் மூலமாகவே இந்தியர்கள் தெரிந்து கொண்டார்கள் என்பது உண்மை. இன்றுகூட நவீன வளர்ச்சிகளைத் தெரிந்துகொள்வதற்கு ஆங்கில மொழியறிவு அவசியம். ஆனால் ஒரு நாட்டு மக்களின் அறிவு மற்றும் கலாசாரம் ஆங்கிலத்தின் மூலம் வளர முடியாது என்று காந்திஜி கூறினார். "ஆங்கிலேயர்கள் நமக்கு எஜமானர்களாக இருக்கிறார்கள்." ஆகவே ஆங்கில மொழி நமது பலத்தை அழித்துவிட்டது. இந்தியர்கள் ஆங்கிலத்தின் மாயவலையிலிருந்து தம்மைச் சீக்கிரமாக விடுவித்துக்கொள்ள வேண்டும். அப்பொழுதுதான் அவர்களுக்கும் மக்களுக்கும் நன்மை ஏற்படும்" என்று காந்திஜி கூறினார்.

"நான் ஆங்கிலத்தை நேசிக்கிறேன். ஆனால் அந்த மொழி தனக்கு உரிமையில்லாத இடத்தைக் கைப்பற்றுகின்றபொழுது அதை எதிர்க்கிறேன். ஆங்கிலம் இன்று உலக மொழியாக இருக்கிறது. ஆகவே இரண்டாவது விருப்பமொழி என்னும் இடத்தை அதற்குக் கொடுப்பேன்" என்று காந்திஜி கூறினார். நேரு அரசியல் நிர்ணயசபையில் நிகழ்த்திய சொற்பொழிவுகளில் இதே மாதிரியான கருத்துகளைக் கூறினார்.

ஹிந்தி மொழி சுதந்திரப் போராட்டத்தின்போது மக்களைத் திரட்டுவதில் முக்கியமான பங்கு வகித்தது. நாட்டில் அதிகமான மக்களால் பேசப்பட்டதும் புரிந்துகொள்ளப்பட்டதுமான ஹிந்தி மொழியை ஹிந்தி மொழியைப் பேசாத மாகாணங்களைச் சேர்ந்த

காங்கிரஸ் தலைவர்கள் (உதாரணமாக, காந்திஜி, சர்தார் படேல், ராஜகோபாலாச்சாரியார், சுபாஷ் சந்திர போஸ்) ஆதரித்தார்கள். காங்கிரஸ் மாநாடுகளில் ஹிந்தி மொழி அதிகமாகப் பயன்படுத்தப்பட்டது. ஹிந்தி மொழி தெரியாதவர்கள் ஆங்கிலத்தில் அல்லது பிராந்திய மொழியில் பேசினார்கள். மாகாண காங்கிரஸ் கமிட்டிகளில் பிராந்திய மொழியில் பேசினார்கள். ஹிந்தியும் பேசப்பட்டது. காங்கிரஸ் அதற்கு அனுமதியளித்தது." தேவநாகரி அல்லது உருது எழுத்துக்களில் எழுதப்படுகின்ற ஹிந்துஸ்தானி இந்தியாவின் பொதுமொழியாக இருக்கும். எனினும் ஆங்கிலத்தை உபயோகிப்பது நீடிக்கும் என்று 1928இல் (மோதிலால்) நேரு அறிக்கை கூறியது.

அரசியல் நிர்ணய சபை இந்தக் கருத்தை ஒரு திருத்தத்துடன் ஏற்றுக்கொண்டது. ஹிந்துஸ்தானி என்பதற்குப் பதிலாக ஹிந்தி என்று முடிவு செய்யப்பட்டது.

ஹிந்தி (அல்லது ஹிந்துஸ்தானி) ஆங்கிலத்தின் இடத்தை நிரப்பமுடியுமா? அதற்கு எத்தனை ஆண்டுகள் தேவைப்படும்?

காந்திஜியும் நேருவும் தேவநாகரி அல்லது உருது எழுத்துக்களில் எழுதப்படுகின்ற ஹிந்துஸ்தானியை ஆதரித்தார்கள். ஹிந்தி ஆதரவாளர்கள் காந்திஜி -நேருவின் கருத்தை ஒரு கட்டம் வரை ஆதரித்தார்கள். பாகிஸ்தான் அமைந்த பிறகு, உருது பாகிஸ்தானின் ஆட்சிமொழியாக முடிவு செய்யப்பட்டது. அது முஸ்லிம்களுடைய மொழி என்று பிரச்சாரம் செய்யப்பட்டது.

தேவநாகரி எழுத்துக்களில் எழுதப்படுகின்ற ஹிந்தியை இந்தியாவின் தேசிய மொழியாக அறிவிக்கவேண்டும் என்று ஹிந்தி ஆதரவாளர்கள் கூறினார்கள். காங்கிரஸ் பார்லிமென்டரி கட்சி இந்தப் பிரச்சினையை விவாதித்தது. ஹிந்திக்கு ஆதரவாக 78 வாக்குகளும் ஹிந்துஸ்தானிக்கு ஆதரவாக 77 வாக்குகளும் கிடைத்தன. ஹிந்தி ஆட்சி மொழியாக இருக்கும் எனினும் அது தேசிய மொழியல்ல என்ற கருத்து ஏற்றுக்கொள்ளப்பட்டது. ஹிந்தி ஆதரவாளர்களுக்குக் கிடைத்த தோல்வி அது.

ஆங்கிலத்திலிருந்து ஹிந்திக்கு மாறுவதற்குரிய காலம் ஹிந்தி பேசும் உறுப்பினர்களுக்கும் ஹிந்தி பேசாத உறுப்பினர்களுக்கும் இடையில் பிளவை ஏற்படுத்தியது. ஹிந்தி பேசும் பிரதேசங்களைச்

சேர்ந்த எம்.பி.க்கள் உடனே ஹிந்தியைப் பயன்படுத்தவேண்டும் என்றார்கள். ஆனால் ஹிந்தி பேசாத பிரதேசங்களிலிருந்து வந்த எம்.பி.க்கள் நீண்ட காலத்துக்கு ஆங்கிலத்தைப் பயன்படுத்த வேண்டும் என்றார்கள். நேரு ஹிந்தியை ஆட்சி மொழியாக்குவதை ஆதரித்தார். ஆனால் ஆங்கிலத்தையும் கூடுதல் ஆட்சி மொழியாகப் பயன்படுத்தி, படிப்படியாக ஹிந்தியைப் பயன்படுத்தலாம் என்றார். உலகத்தில் ஆங்கிலத்துக்கு அதிகமான முக்கியத்துவம் இருப்பதால் அதைக் கைவிடக்கூடாது என்றார்.

இந்தியாவில் அதிகமான மக்கள் ஹிந்தி மொழியைப் பேசினார்கள்; அவர்கள் பெரும்பான்மையான மக்கள் அல்ல. இந்தியாவில் பஞ்சாப், வங்காளம், மகாராஷ்டிரா, குஜராத் ஆகிய மாநிலங்களில் நகரங்களில் ஹிந்தி புரிந்துகொள்ளப்பட்டது. ஹிந்தி வளர்ச்சி அடையவில்லை. சில மாகாண மொழிகள் இலக்கியம், அறிவியல் ஆகிய துறைகளில் இந்தியைக் காட்டிலும் அதிகமான வளர்ச்சி அடைந்திருக்கின்றன என்று சுட்டிக்காட்டப்பட்டது. ஹிந்தியை ஆட்சி மொழி ஆக்கினால் கல்வி மற்றும் தொழில் துறைகளில் ஹிந்தி பேசாத தென்னிந்தியர்கள் பாதிக்கப்படுவார்கள்; மத்திய அரசாங்கம் மற்றும் பொதுத்துறை நிறுவனங்களில் அவர்களுக்கு வேலைவாய்ப்பு பாதிக்கப்படும் என்று தென்னிந்தியாவைச் சேர்ந்த எம்.பி.க்கள் கூறினார்கள். ஹிந்தி திணிப்பு செய்தால் ஹிந்தி பேசாத பிரதேசங்களில் ஹிந்தி பேசுகின்ற பிரதேசங்களின் அரசியல், பொருளாதார, சமூக, கலாசார ஆதிக்கம் ஏற்படும் என்றார்கள்.

இந்தியாவில் எந்த மொழி பேசப்படுகின்ற பகுதிக்கும் பாதிப்பு ஏற்படக்கூடாது என்ற அக்கறை தேசியத் தலைவர்களுக்கு இருந்தது. எனவே சமரசம் செய்யப்பட்டது. அரசியலமைப்புச் சட்டத்தில் ஆட்சி மொழியைப் பற்றிய ஷரத்துக்கள் சில அம்சங்களில் தெளிவில்லாமலும் குழப்பத்தை ஏற்படுத்துவதாகவும் இருந்தன. தேவநாகரி எழுத்துக்களில் எழுதப்படுகின்ற ஹிந்தி (சர்வதேச எண்களுடன்) இந்தியாவின் ஆட்சி மொழியாக இருக்கும். அரசாங்கப் பணிகளில் 1965 வரை ஆங்கிலம் பயன்படுத்தப்படும். அதன் பிறகு ஆங்கிலத்துக்கு பதிலாக ஹிந்தி, உபயோகிக்கப்படும். அது மட்டுமே ஆட்சி மொழியாக இருக்கும். 1965க்குப் பிறகும் குறிப்பிட்ட துறைகளில் ஆங்கிலத்தைப் பயன்படுத்த பார்லிமெண்ட் சட்டமியற்ற அதிகாரமுண்டு. ஹிந்தி மொழியை வளர்க்கவேண்டும். இந்தியாவில் பரப்பவேண்டும் என்று

கூறிய அரசியலமைப்புச் சட்டம் அதைப் பரிசீலிப்பதற்கு பார்லிமென்டரி குழுவை அரசாங்கம் நியமிக்க வேண்டும் என்று கூறியது. மாகாணங்களில் ஆட்சி மொழியை மாகாண சட்டமன்றங்கள் முடிவு செய்யும். மத்திய அரசாங்கத்தின் ஆட்சி மொழியில் மாகாண அரசாங்கத்துடன் கடிதப் போக்குவரத்து நடைபெறும்.

இந்தியாவில் மத்திய அரசாங்கத்திலும் மாகாணங்களிலும் காங்கிரஸ் கட்சிதான் ஆட்சி செய்தது. எனினும் மேற்கூறிய ஷரத்துக்களை நிறைவேற்றுவது மிகவும் கடினமாக இருந்தது. அவ்வப்பொழுது சிக்கல்கள் ஏற்பட்டன. எனினும் எதிர்காலத்தில் ஹிந்தி மட்டும் ஆட்சிமொழியாக இருக்கும் என்ற ஷரத்தை நெடுங்காலத்துக்கு யாரும் ஆட்சேபிக்கவில்லை.

தேசியத் தலைவர்கள் என்ன நினைத்தார்கள்? ஹிந்தியை ஆதரிப்பவர்கள் 1965க்குள் அதை வளர்த்து ஹிந்தி பேசாத மக்களுடைய ஆதரவைப் பெறுவார்கள். நாட்டில் கல்வி வளர்ச்சி ஏற்படுகின்றபொழுது ஹிந்திக்கு எதிர்ப்பு குறைந்துவிடுவதோடு மறைந்துவிடும் என்று நம்பினார்கள். அவர்களுடைய எதிர்பார்ப்புகள் நிறைவேறவில்லை. மற்ற மொழிகளைப் பேசுபவர்கள் ஹிந்தியை ஏற்றுக்கொள்வதற்கு ஹிந்தி ஆதரவாளர்களே தடையாக இருந்தார்கள். அவர்கள் நிதானம் அடக்கம் ஆகிய குணங்களைக் கடைப்பிடிக்கவில்லை. மற்ற மாகாணங்கள் உடனே ஹிந்தியைக் கற்பதற்கு அரசாங்கம் நடவடிக்கை எடுக்க வேண்டும் என்று கோரினார்கள். அவர்கள் வெறியுணர்ச்சியுடன் பேசியபொழுது ஹிந்தி பேசாத மாகாணங்களில் ஹிந்தி எதிர்ப்பு தீவிரமடைந்தது. அவர்களுடைய மிகையான பேச்சுக்கள் ஹிந்தியை மக்கள் ஏற்றுக்கொள்வதைத் தடை செய்கின்றன. "அவர்கள் பேச்சு என்னிடம் வெறுப்பைத் தூண்டுகிறது; மற்றவர்களும் வெறுப்படைவார்கள்." என்று நேரு கூறினார்.

1950-களில் ஹிந்து மொழியில் சில இலக்கிய ஏடுகள் இருந்தன. அறிவியல் மற்றும் சமூகவியல் இதழ்கள் ஹிந்தி மொழியில் இல்லை. ஹிந்தியை உடனே ஆட்சி மொழியாக்கவேண்டும் என்று கூறியவர்கள். அந்த மொழியில் அறிவார்ந்த இதழ்களை, புத்தகங்களை வெளியிடுவதற்கு முயற்சி செய்யவில்லை. அவர்கள் எளிமையான ஹிந்தியைப் பயன்படுத்தவில்லை அதிகமான சமஸ்கிருதச் சொற்களைப் பயன்படுத்தினார்கள். அகில இந்திய வானொலி ஹிந்தி மொழியைப்

பரப்புவதில் முக்கியமான பங்கு வகித்திருக்க முடியும். ஆனால் அது தூய்மையான ஹிந்தியைப் பயன்படுத்தியது. வட மாநிலங்களில் வசித்தவர்கள் கூட அதன் செய்தி அறிக்கைகளைக் கேட்க விரும்பவில்லை. ஹிந்தி மொழியில் சொற்பொழிவாற்றிய நேரு, தன்னுடைய சொற்பொழிவுகளின் சுருக்கத்தை வானொலியில் கேட்கும் பொழுது தனக்கே புரியவில்லை என்றார். நடுநிலைமை வகித்தவர்கள் கூட ஹிந்தி எதிர்ப்பாளர்களின் அணியில் சேர்ந்தார்கள்.

ஹிந்தி ஆட்சி மொழியாக வேண்டும் என்பதில் நேருவுக்கு உடன்பாடு இருந்தது. (ஏனென்றால் இந்திய அரசாங்கம் ஆங்கிலத்தை நிரந்தரமாகப் பயன்படுத்தமுடியாது. 10-15 ஆண்டுகளுக்குள் ஆட்சி மொழியாக வேண்டும் என்று பேசுவதால் பயனில்லை. அதே சமயத்தில் ஹிந்தி பேசாத மக்களின் மனப்பூர்வமான ஆதரவுடன் ஹிந்தி ஆட்சி மொழியாக வேண்டும்.

ஆனால் காலப்போக்கில் ஹிந்திக்கு எதிர்ப்பு அதிகரித்தது. நிரந்தரமாக ஆங்கிலமே ஆட்சி மொழியாக இருக்கட்டும் என்றும் அவர்கள் பேசினார்கள்.

ஹிந்தி ஆட்சி மொழி ஆவதற்குத் தேவையான செயல்முறைகளைப் பரிந்துரை செய்வதற்கு 1955இல் ஆட்சி மொழிக் கமிஷன் நியமிக்கப்பட்டது. கமிஷன் உறுப்பினர்களான டாக்டர் சுநீதிகுமார் சாட்டர்ஜி (மேற்கு வங்காளம்) மற்றும் டாக்டர் பி. சுப்பராயன் (தமிழ் நாடு) ஆகியோர், கமிஷனுடைய இதர உறுப்பினர்கள் ஹிந்தி ஆதரவு மனப்பான்மையைக் கொண்டிருப்பதாகக் குற்றம் சாட்டினார்கள். ஆங்கிலமே ஆட்சி மொழியாக நீடிக்கவேண்டும் என்று பதிவு செய்தார்கள். (டாக்டர் சுநீதிகுமார் சாட்டர்ஜி சுதந்திரத்துக்கு முன்பு வங்காளத்தில் ஹிந்தி பிரச்சார சபைக்குத் தலைவராக இருந்தார்.) கமிஷனுடைய அறிக்கையை பார்லிமென்டின் கூட்டுக் கமிட்டி பரிசீலித்தது. அதன் பரிந்துரைகளை ஏற்றுக் குடியரசுத் தலைவர் 1960 ஏப்ரலில் அரசாணை வெளியிட்டார். 1965இல் ஹிந்தி முதன்மை ஆட்சி மொழியாகும் ஆங்கிலம் துணை. ஆட்சி மொழியாக இருக்கும் இதுவரை யு.பி.எஸ்.சி. தேர்வுகளை ஆங்கிலத்தில் எழுதினார்கள். இனிமேல் ஹிந்தியில் எழுதுவதற்கு அனுமதியுண்டு. குடியரசுத் தலைவருடைய அரசாணையின் அடிப்படையில் மத்திய அரசாங்கம் சில உத்தரவுகளை வெளியிட்டது. மத்திய ஹிந்தி ஆணையம் அமைக்கப்பட்டது. பல்வேறு துறைகளில் சிறப்பான நூல்களை

ஹிந்தியில் மொழிபெயர்ப்பதற்குத் திட்டம் தயாரிக்கப்பட்டது. மத்திய அரசாங்க ஊழியர்களுக்கு ஹிந்தி மொழியைக் கற்பித்தல் முக்கியமான சட்டங்களை ஹிந்தியில் மொழிபெயர்த்தல் ஆகிய முடிவுகள் செய்யப்பட்டன.

மேற்கூறிய நடவடிக்கைகள் ஹிந்தி பேசாத மாநிலங்களில் சந்தேகங்களை, அச்சங்களை ஏற்படுத்தின. "ஹிந்தி பேசுபவர்களுக்கு நிரந்தரமாக இல்லாவிட்டாலும் நெடுங்காலத்துக்கு சாதகங்களைச் செய்ய ஆட்சி மொழிக் கமிஷன் விரும்பியது." என்று சுநீதிகுமார் சாட்டர்ஜி கூறினார். சி. இராஜகோபாலாச்சாரியார் சென்னையில் ஹிந்தி பிரச்சார சபையின் தலைவராக முன்பு இருந்தார். "ஹிந்தி பேசாத மக்களுக்கு ஆங்கிலத்தைப் போல ஹிந்தியும் அந்நிய மொழியே" என்றார்.

ஹிந்தியை ஆதரித்தவர்களில் புருஷோத்தமதாஸ் டாண்டனும் சேட் கோவிந்த தாசும் முக்கியமானவர்கள். ஆட்சி மொழிக் கமிஷன் ஆங்கில மொழிக்கு ஆதரவாக இருந்தது என்று அவர்கள் குற்றம் சாட்டினார்கள். நேருவும் கல்வி அமைச்சர் ஆசாதும் ஆங்கிலத்தை அகற்றாமல் தாமதம் செய்கிறார்கள் என்று பேசினார்கள். அரசியலமைப்புச் சட்டத்தில் உள்ளபடி 1965இல் ஹிந்தி ஆட்சி மொழியாகவேண்டும் என்று அவர்கள் வலியுறுத்தினார்கள். ஜனசங் மற்றும் சமயுகத சோஷலிஸ்ட் கட்சி ஹிந்தியை ஆட்சி மொழியாக்க வேண்டும் என்று போராட்டம் நடத்தினார்கள்.

ஆட்சி மொழிப் பிரச்சினை இந்தியாவின் ஒற்றுமையை பாதிக்கும் என்பதால் நேருவும் மற்ற காங்கிரஸ் தலைவர்களும் சமரசத்துக்கு முயற்சி செய்தார்கள். ஹிந்தி பேசாத பிரதேசத்தின் மீது ஹிந்தி திணிப்பு இருக்காது என்று நேரு உறுதிமொழி அளித்தார். கம்யூனிஸ்ட் கட்சியும் பிரஜா சோஷலிஸ்ட் கட்சியும் ஹிந்தியை ஆதரிப்பவர்களுடைய தீவிரவாதத்தைக் கண்டித்தன." பல மொழிகளைப் பேசுகின்ற இந்தியாவின் ஒற்றுமை பாதிக்கப்படலாம்" என்று பி.சோ.க. கூறியது.

நேரு பார்லிமென்டில் 7.8.1959இல் முக்கியமான சொற்பொழிவை நிகழ்த்தினார். ஹிந்தி பேசாத மக்களுக்குத் திட்டவட்டமான உறுதிமொழியைக் கொடுத்தார். "மக்கள் விரும்புகின்ற வரை ஆங்கிலம் மாற்று ஆட்சி மொழியாக நீடிக்கும். எப்பொழுது மாற்ற வேண்டும்? ஹிந்தி மொழி பேசாத மக்கள் அதை முடிவு செய்வார்கள்" என்றார். தென்னிந்திய மக்கள் ஹிந்தி மொழியைக் கற்க விரும்பவில்லை

என்றால், கற்க வேண்டாம்" என்றார். அவர் 4.9.1959யிலும் பார்லிமென்டில் இந்த உறுதிமொழியை மீண்டும் கூறினார்.

காங்கிரஸில் உள் கட்சி நெருக்கடிகள் மற்றும் இந்தியா - சீனா போர் நடைபெற்றதாலும் தாமதப்பட்ட ஆட்சி மொழிச் சட்டம் 1963இல் நிறைவேற்றப்பட்டது. 1965க்குப் பிறகு ஆட்சி மொழியாக ஆங்கிலத்தைப் பயன்படுத்துவது அரசியலமைப்புச் சட்டம் தடை செய்திருக்கிறது. தடையை நீக்குவது சட்டத்தின் நோக்கம்" என்றார் நேரு. எனினும், நேருவின் உறுதிமொழி சட்டத்தில் தெளிவாக எழுதப்படவில்லை.

The English Language may continue to be used in addition to Hindi என்று சட்டத்தில் எழுதப்பட்டிருந்தது. May என்ற சொல்லுக்கு பதிலாக Shall என்ற சொல்லைப் பயன்படுத்தியிருக்க வேண்டும் என்று ஹிந்தி பேசாத மக்கள் கூறினார்கள். நீங்கள் நேருவை நம்பவில்லையா என்று ஹிந்தி ஆதரவாளர்கள் கேட்டார்கள். 'நேருவை நம்புகிறோம். ஆனால் அவருக்குப் பிறகு உறுதிமொழி நிலைக்குமா?' என்று ஹிந்தி பேசாதவர்கள் கேட்டார்கள். 1964இல் நேரு மரணமடைந்தார். அடுத்த ஆண்டில் ஹிந்தி ஆட்சி மொழியாவதற்குத் தயாரிப்புகளைச் செய்கின்ற நோக்கத்துடன் மத்திய அரசாங்கத்தின் இலாகாக்கள் உத்தரவுகளை வெளியிட்டன. உதாரணமாக, மத்திய அரசாங்கம் ஹிந்தி மொழியில்தான் கடிதங்களை அனுப்பும். ஹிந்தி பேசாத மாநிலங்களுக்கு அதன் ஆங்கில மொழிபெயர்ப்பு இணைக்கப்படும் என்று ஆணை வெளியிடப்பட்டது.

நேருவுக்குப் பிறகு பிரதமராக இருந்த லால் பகதூர் சாஸ்திரி ஹிந்தி பேசாத மாநிலங்களில் மக்களுடைய தீவிரமான உணர்ச்சியைப் புரிந்துகொள்ளவில்லை. ஹிந்தி ஒரே ஆட்சி மொழியாவதைப் பற்றி அவர்கள் கவலைப்படுவதை அவர் புரிந்து கொள்ளவில்லை. மத்திய அரசாங்க வேலைகளுக்கு ஹிந்தி மொழியில் தேர்வு எழுதலாம் என்றார்.

ஹிந்தி பேசாத மாகாணங்களில் தலைவர்கள் தங்களுடைய நிலையை மாற்றிக்கொண்டார்கள். ஹிந்தி எப்பொழுது ஆட்சி மொழியாகலாம் என்று கால அட்டவணையை விவாதித்தவர்கள் இப்பொழுது ஹிந்தி வேண்டாம் என்று கூறினார்கள். திராவிட முன்னேற்றக் கழகம் மற்றும் இராசகோபாலாச்சாரியார் ஆங்கிலத்தை ஆட்சி மொழியாக்கும் வகையில் அரசியலமைப்புச் சட்டத்தைத் திருத்த வேண்டும் என்று பேசினார்கள்.

1965 ஜனவரி 26ஆம் நாள் நெருங்கிய பொழுது ஹிந்தி பேசாத மாகாணங்களில் குறிப்பாக தமிழ் நாட்டில் பேரச்சம் ஏற்பட்டது. தமிழ்நாட்டில் ஹிந்தி எதிர்ப்பு வலிமையாக இருந்தது. தி.மு.கழகம் சனவரி 17இல் சென்னை மாகாண ஹிந்தி எதிர்ப்பு மாநாட்டை நடத்தியது. சனவரி 26 தமிழ்நாட்டுக்கு துக்க நாளாக இருக்கும் என்று அறிவித்தது. அகில இந்திய சர்வீசுகளில் தங்களுடைய வேலை வாய்ப்பைப் பற்றிக் கவலைப்பட்ட தமிழ்நாட்டு மாணவர்கள் ஹிந்தி எதிர்ப்பில் முன்னணியில் இருந்தார்கள். ஹிந்தி வேண்டாம்; ஆங்கிலம் வேண்டும் என்ற கோஷத்தை அவர்கள் பரப்பினார்கள். அரசியலமைப்புச் சட்டத்தைத் திருத்தவேண்டும் என்று அவர்கள் கோரினார்கள். மாணவர்கள் தொடங்கிய கிளர்ச்சி தமிழ்நாடு முழுவதும் மாபெரும் போராட்டமாக வளர்ச்சி அடைந்தது. சென்னை மாகாணத்தில் காங்கிரஸ் கட்சி ஆட்சியாளர்கள் மக்களுடைய கொந்தளிப்பைப் புரிந்துகொண்டு பேச்சுவார்த்தை நடத்தாமல் போராட்டத்தை அடக்குவதற்கு முயன்றார்கள். பிப்ரவரி மாதத்தில் முதலிரண்டு வாரங்களில் வன்முறைச் சம்பவங்கள் நடைபெற்றன. பஸ், ரயில்வே மற்றும் பொதுச் சொத்துக்கள் அழிக்கப்பட்டன மத்திய அரசாங்கத்தின் மொழிக் கொள்கையை எதிர்த்து நான்கு மாணவர்கள் உள்பட தமிழ் இளைஞர்கள் தீக்குளித்து மரணமடைந்தார்கள். மத்திய அரசாங்கத்தில் அமைச்சர்களாக இருந்த சி.சுப்பிரமணியம் மற்றும் ஓ.வி. அளகேசன் பதவி விலகினார்கள். போராட்டம் சுமார் இரண்டு மாதங்கள் நீடித்தது. போலீஸ் துப்பாக்கிச் சூடுகளில் அறுபது நபர்கள் மரணமடைந்தார்கள். போராட்டம் உச்சத்திலிருந்தபொழுது செய்தி மற்றும் ஒலிபரப்புத் துறை அமைச்சராக இருந்த இந்திரா காந்தி மட்டும் சென்னைக்குச் சென்று கிளர்ச்சி செய்தவர்களைப் பற்றி அனுதாபத்துடன் பேசினார். அதன் மூலம் தென்னிந்தியர்களின் குறிப்பாக, தமிழ்மக்களுடைய நம்பிக்கையைப் பெற்றார்.

ஜனசங் மற்றும் ச.சோ.கட்சி ஹிந்தி பேசுகின்ற மாநிலங்களில் ஆங்கிலத்தை எதிர்த்துக் கிளர்ச்சிகளை நடத்தத் திட்டமிட்டன. ஆனால் பொதுமக்கள் அந்தக் கட்சிகளை ஆதரிக்கவில்லை.

மத்திய அரசாங்கமும் சென்னை அரசாங்கமும் ஹிந்தி எதிர்ப்புக் கிளர்ச்சிகாரர்களுடைய முக்கியமான கோரிக்கைகளை ஏற்றுக்கொள்ள முடிவுசெய்தன. காங்கிரஸ் செயற்குழு சலுகைகளை அறிவித்தது.

அதற்குப் பிறகு தமிழ்நாட்டில் ஹிந்தி எதிர்ப்புப் போராட்டம் விலக்கிக் கொள்ளப்பட்டது.

1966 சனவரியில் பிரதமர் லால் பகதூர் சாஸ்திரி மரணமடைந்தார். இந்திரா காந்தி பிரதமரானார். தென்னிந்தியர்களுடைய நம்பிக்கையை இந்திரா காந்தி ஏற்கெனவே பெற்றிருந்தார். அரசியல் மாற்றங்களில் இந்தி எதிர்ப்பு தணிந்தது.

நாட்டில் பொருளாதார நெடுக்கடிகள் ஏற்பட்டிருந்தாலும், 1967 தேர்தலின் விளைவாக காங்கிரஸ் கட்சி பலவீனமடைந்திருந்தாலும் ஆட்சிமொழிச் சட்ட திருத்த மசோதாவை இந்திரா காந்தி முன்மொழிந்தார். 205 உறுப்பினர்கள் ஆதரித்தார்கள். 41 உறுப்பினர்கள் எதிர்த்தார்கள். 16.12.1967இல் லோக் சபாவில் மசோதா நிறைவேறியது.

மத்திய அரசாங்கத்திலும் மத்திய அரசாங்கம் மாகாணங்களுடன் கடிதப்போக்குவரத்திலும் ஹிந்தியுடன் ஆங்கிலம் பயன்படுத்தப்படும் ஹிந்தி பேசாத அரசுகள் விரும்புகின்ற வரை இந்த ஏற்பாடுகள் நீடிக்கும் என்று சட்டத்தில் எழுதப்பட்டது. செயல்முறையில் இரண்டு மொழிகளும் ஆட்சி மொழிகளாக இருந்தன. அரசுத் தேர்வாணையக் குழுக்கள் ஹிந்தி, ஆங்கிலம் மற்றும் பிராந்திய மொழிகளில் தேர்வுகளை நடத்தும். தேர்தலில் வெற்றி பெறுபவர் ஹிந்தி அல்லது ஆங்கில மொழியைக் கற்றிருக்க வேண்டும் என்று குறிப்பிடப்பட்டது.

கல்வித்துறையில் மாகாணங்களில் மும்மொழிக் கொள்கை கடைப்பிடிக்கப்பட வேண்டும். மாணவர்களுக்கு ஹிந்தி, ஆங்கிலம், தாய்மொழி கற்பிக்கப்பட வேண்டும். ஹிந்தி மொழியைப் பேசுகின்ற பிரதேசங்களில் ஹிந்தி அல்லாத மொழி (குறிப்பாக தென்னிந்திய மொழி) கற்பிக்கப்பட வேண்டும்.

1966இல் கல்விக் கமிஷனுடைய அறிக்கை வெளிவந்த பிறகு அரசாங்கம் ஒரு முக்கியமான நடவடிக்கையைச் செய்தது. பல்கலைக்கழக மட்டத்தில் எல்லாப் பாடங்களும் இந்திய மொழிகளில் கற்பிக்கப்படும். அதற்குரிய கால அட்டவணையை சம்பந்தப்பட்ட பல்கலைக்கழகங்கள் தயாரிக்கும் என்று இந்திய அரசாங்கம் 1967இல் அறிவித்தது.

இந்தியாவின் ஆட்சிமொழி மற்றும் இணைப்புமொழி சம்பந்தமாகக் கிளர்ச்சிகளும் போராட்டங்களும் தீக்குளிப்புகளும் நடைபெற்ற பிறகு எல்லோரும் ஏற்றுக்கொள்ளக்கூடிய உடன்பாடு

தயாரிக்கப்பட்டது. 1967க்குப் பிறகு ஆட்சி மொழிப் பிரச்சினை முக்கியத்துவம் பெறவில்லை. மக்களைப் பிளவுபடுத்தி நாட்டின் ஒற்றுமையைப் பாதிக்கக்கூடிய பிரச்சினையாக இருந்தாலும் பேச்சு வார்த்தைகள் மூலம் தீர்வு கிடைத்தது. காங்கிரஸ் தலைமை தொடக்கத்தில் சுறுசுறுப்பாக இல்லாவிட்டாலும் பிறகு எல்லோரும் ஏற்றுக்கொள்ளக்கூடிய தீர்வைக் கண்டது. இறுதிக் கட்டத்தில் எதிர்க்கட்சிகளும் பொறுப்புடன் நடந்துகொண்டன. 1967இல் தமிழ்நாட்டில் தி.மு.க. ஆட்சிக்கு வந்த பிறகு இந்தப் பிரச்சினையில் நிதானமாக நடந்துகொண்டது.

கடந்த நாற்பது ஆண்டுகளின் ஹிந்திமொழி வளர்ச்சி அடைந்திருக்கிறது. கல்வி, வர்த்தகம், திரைப்படம் மற்றும் தொலைக்காட்சி ஆகிய துறைகளில் ஹிந்தி பேசாத மாகாணங்களில் ஹிந்தி மொழி சிறப்பான இடத்தைப் பிடித்து முன்னேறியிருக்கிறது. இப்பொழுது காஷ்மீரிலிருந்து கன்னியாகுமரி வரை ஆங்கிலம் வழிப் பள்ளிக்கூடங்கள் வெற்றிகரமாக நடைபெறுகின்றன. மாகாண மொழிகளில் புனைகதை இலக்கியம் வளர்ச்சி அடைந்திருக்கிறது தரமான பத்திரிகைகள் வெளியாகின்றன. ஹிந்தி மொழி இணைப்பு மொழியாக இருக்கமுடியும். ஆட்சி மொழியாவதற்கு இன்னும் வளர்ச்சி அடையவேண்டும்.

# 8
# இந்தியாவில் மொழிவாரி மாநிலங்கள் அமைத்தல்

பிரிட்டிஷ் ஆட்சியில் மாகாணங்களின் எல்லைகள் தற்செயலாக அமைக்கப்பட்டிருந்தன. ஏனென்றால் பிரிட்டன் இந்தியாவை வெற்றி கொள்வதற்கு நூறு ஆண்டுகளாயிற்று. அநேகமாக எல்லா மாகாணங்களிலும் பல மொழிகளைப் பேசுகின்ற மக்கள் இருந்தார்கள். அவர்களுடைய பண்பாடும் வெவ்வேறாக இருந்தது. பல மாகாணங்களின் நடுவில் சுதேச சமஸ்தானங்கள் இருந்ததும் வேறுபட்ட தன்மையை அதிகப்படுத்தியது.

மாகாணங்கள் மொழியை அடிப்படையாகக் கொண்டு அமைக்கப்பட வேண்டும் என்பதற்கு வலிமையான காரணங்கள் இருந்தன. மனிதனுடைய அன்றாட வாழ்க்கையில் மொழி முக்கியமான பங்கு வகிக்கிறது. தாய்மொழியில் கல்வி கற்பிக்கப்படுதல், தாய் மொழியில் நிர்வாகம் நடைபெறுதல் ஆகியவை ஜனநாயகத்தின் அடிப்படை ஆகும். மாகாணங்கள் மொழி அடிப்படையில் திருத்தி அமைக்கப்பட்டால்தான் அது சாத்தியம்.

காங்கிரஸ் இயக்கம் தாய்மொழியைப் பயன்படுத்தவேண்டும் என்று காந்திஜி வழிகாட்டினார். மாகாண காங்கிரஸ் கமிட்டிகள் மொழி அடிப்படையில் அமைக்கப்பட்டன. சுதந்திரத்துக்குப் பிறகு மாகாணங்கள் மொழி அடிப்படையில் மாற்றி அமைக்கப்படும் என்று காங்கிரஸ் வாக்குறுதி அளித்தது. காந்திஜி மரணமடைவதற்கு ஐந்து நாட்களுக்கு முன்பு பின்வருமாறு பேசினார்: "மாகாண மொழிகள் முழுஅளவில் வளர்ச்சி அடையவேண்டுமானால் மாகாணங்கள் மொழி அடிப்படையில் மாற்றியமைக்கப்பட வேண்டும்."

சுதந்திரத்துக்குப் பிறகு காங்கிரஸ் தலைமை இந்த விஷயத்தில் தடுமாறியது. பாகிஸ்தான் பிரிவினையினால் பல பிரச்சினைகள் ஏற்பட்டிருந்தன. காஷ்மீர் பிரச்சினையில் பாகிஸ்தானுடன் போர்

நடக்கலாம் என்று கருதப்பட்டது. இப்பொழுது மாகாணங்களில் எல்லைகளைத் திருத்தினால் குறுகிய பிரிவினை சக்திகள் தகராறுகளைத் தூண்டிவிடுவார்கள். சட்டம் ஒழுங்குமுறை பாதிக்கப்படும் மாகாணங்களின் பொருளாதார வளர்ச்சி தடைப்படும் என்ற கவலை ஏற்பட்டது. "முதன்மையான விஷயங்களை முதலில் எடுத்துக்கொள்ள வேண்டும். இந்தியாவின் பாதுகாப்பு மற்றும் ஸ்திர நிலைமைதான் நமக்கு முக்கியம்" என்று நேரு 27.11.1947இல் கூறினார். ஆனால் மொழிவாரி மாகாணங்களை அமைக்கின்ற பிரச்சினை அரசியல் நிர்ணய சபையில் ஆரம்பத்திலேயே பேசப்பட்டது. நீதிபதி எஸ்.கே.தார் தலைமையில் மொழிவாரி மாகாணங்களின் கமிஷன் அமைக்கப்பட்டது. இப்பொழுது மொழி அடிப்படையில் மாகாணங்களைப் பிரிவினை செய்தால் நாட்டின் ஒற்றுமை மற்றும் நிர்வாகம் பாதிக்கப்படும் என்று தார் கமிஷன் கூறியது. ஆனால் தென்னிந்தியாவில் அது முக்கியமான பிரச்சினையாக நீடித்தது. காங்கிரஸ் நேரு, படேல், பட்டாபி சீதாராமையா (காங்கிரஸ் தலைவர்) ஆகியோரைக்கொண்ட குழுவை (JVP குழு) நியமித்தது. நாட்டில் ஒற்றுமையும் பாதுகாப்பும் பொருளாதார வளர்ச்சியும் முக்கியத்துவமடைந்துள்ள இன்றைய சூழ்நிலையில் மொழிவாரி மாகாணங்களை அமைப்பதைத் தள்ளிப்போட வேண்டும் என்று குழு பரிந்துரை செய்தது. எனினும் தெலுங்கு மொழியைப் பேசுகின்ற மக்களுக்கு ஆந்திர மாகாணம் அமைக்கப்பட வேண்டும் என்ற கோரிக்கை உத்வேகம் பெற்றது. ஆந்திராவில் எல்லா அரசியல் கட்சிகளும் அதை ஆதரித்தன. ஆந்திரா பிரிந்து செல்வதைத் தமிழ்நாடு எதிர்க்கவில்லை. சென்னை எங்களுக்கு சொந்தமானது என்று ஆந்திரத் தலைவர்கள் கூறியதைத் தமிழ்நாடு வன்மையாக எதிர்த்தது.

பொட்டி ஸ்ரீராமுலு என்ற சுதந்திரப் போராட்ட வீரர். ஆந்திர மாகாணத்தை அமைக்கக்கோரி 19.10.1952இல் சாகும்வரை உண்ணாவிரதத்தை தொடங்கினார். ஐம்பத்தெட்டாவது நாளில் அவர் மரணமடைந்தார். ஆந்திராவில் மூன்று நாட்கள் ஹர்த்தால் மற்றும் வன்முறைச் சம்பவங்கள் நடைபெற்றன. இந்திய அரசாங்கம் ஆந்திர மாகாணத்தை அமைப்பதற்கு ஒத்துக் கொண்டது. 1953 அக்டோபரில் ஆந்திர மாகாணம் தொடங்கப்பட்டது. ஆந்திரப் பிரிவினைக்குப் பிறகு தமிழ்மொழி பேசுகின்ற மாகாணமாகத் தமிழ்நாடு இருந்தது.

ஆந்திர மக்கள் வெற்றியடைந்த பிறகு பல மாகாணங்களிலும் மொழிவாரி மாகாணம் கோரிப் போராட்டங்கள் நடைபெற்றன. நேரு

அவற்றை ஆதரிக்கவில்லை. ஆனால் ஜனநாயகவாதியான நேருவினால் அந்தக் கோரிக்கைகளை எதிர்க்க இயலவில்லை.

"மொழி உணர்ச்சியை நசுக்குவது ஜனநாயகத்துக்கு எதிரானது மொழிவாரி மாகாணங்கள் இந்தியாவின் ஒற்றுமையை வலுப்படுத்தலாம். ஆனால் வன்முறைக் கிளர்ச்சிகள் மக்களிடம் வேற்றுமைகளை ஏற்படுத்துகின்றன என்று நேரு கருதினார்" என்று டாக்டர் எஸ். கோபால் எழுதினார்.

இந்திய அரசாங்கம் மாகாணங்களைத் திருத்தியமைக்கின்ற குழுவை (SRC) அமைத்தது. நீதிபதி பசல் அலி தலைவராகவும், கே.எம்.பணிக்கர் மற்றும் ஹிருதய நாத் குன்ஸ்ரு உறுப்பினர்களாகவும் நியமிக்கப்பட்டார்கள். நாடு முழுவதிலும் குழு சுற்றுப்பயணம் செய்தது. சென்ற இடங்களில் எல்லாம் ஆர்ப்பாட்டங்களும் உண்ணா விரதங்களும் கிளர்ச்சிகளும் நடைபெற்றன. வெவ்வேறு மொழிகளைப் பேசியவர்கள் தமது கோரிக்கைகளை வலியுறுத்தி சண்டை போட்டுக்கொண்டார்கள்.

"சுதந்திரத்துக்காக ஒற்றுமையாகப் போராடியவர்கள் இப்பொழுது பிரிந்து, சண்டை போடுகின்ற சம்பவங்கள் சில மாகாணங்களில் நடைபெற்றன. பொது மக்களிடம் வெறியுணர்ச்சி தூண்டிவிடப்பட்டது. ஒரு மொழியைப் பேசுகின்றவர்களுடைய கோரிக்கையை ஏற்றுக்கொண்டால் நாங்கள் அவர்களை ஒழித்து விடுவோம் என்று மிரட்டல்கள் இருந்தன. இதைப்பற்றி நாங்கள் வேதனைப்பட்டோம்" என்று கமிஷன் அறிக்கையில் எழுதியது. பம்பாய் மற்றும் பஞ்சாப் மாகாணங்களைப் பிரிப்பதை கமிஷன் எதிர்த்தது. கமிஷனுடைய சிபாரிசுகளுக்குப் பல மாகாணங்களில் எதிர்ப்பு இருந்தாலும் அரசாங்கம் சில திருத்தங்களுடன் அவற்றை ஏற்றுக்கொண்டு உடனே அமுலாக்கியது.

மாகாணங்களின் சீரமைப்புச் சட்டம் 1956 நவம்பரில் பார்லிமென்டில் நிறைவேறியது. இந்தியாவில் 14 மாகாணங்கள் இருக்கும். ஆறு பிரதேசங்களை மத்திய அரசு நேரடியாக நிர்வாகம் செய்யும். ஹைதராபாத் சமஸ்தானத்தின் ஒரு பகுதியான தெலிங்கானா ஆந்திராவில் சேர்க்கப்பட்டது. சென்னை மாகாணத்திலிருந்த மலபார் மாவட்டம் திருவாங்கூர் - கொச்சியுடன் இணைக்கப்பட்டது. பம்பாய், சென்னை ஹைதராபாத், குடகு ஆகியவற்றுடன் இருந்த கன்னட மொழிப் பகுதிகள் மைசூருடன் இணைக்கப்பட்டன. கட்ச் சௌராஷ்டிரா,

ஹைதராபாத்தின் மராத்தி மொழிப் பிரதேசங்கள் பம்பாயில் இணைக்கப்பட்டன.

பம்பாயில் கமிஷனுடைய சிபாரிசுகளுக்குத் தீவிரமான எதிர்ப்பு உருவாயிற்று. 1956 சனவரியில் கலவரங்கள் வெடித்த பொழுது துப்பாக்கிச் சூடுகளில் சுமார் 80 நபர்கள் பலியானார்கள். எதிர்க்கட்சிகள் நடத்திய போராட்டங்களில் மாணவர்கள், விவசாயிகள், தொழிலாளர்கள், வர்த்தகர்கள் பங்கெடுத்தார்கள். பம்பாய் மாகாணத்தை மகராஷ்டிரா மற்றும் பம்பாய் என்ற இரண்டு மாகாணங்களாகப் பிரிப்பது, பம்பாய் நகரத்தை மத்திய அரசாங்கம் நேரடியாக நிர்வாகம் செய்வது என்று முடிவு செய்யப்பட்டது. மராட்டியர்கள் அதை ஏற்கவில்லை. பழைய பம்பாய் மாகாணம் நீடிக்கும் என்றார் நேரு. மகராஷ்டிரா, குஜராத் ஆகிய இரண்டு மாகாணங்களிலும் மக்கள் அதை எதிர்த்தார்கள். மகராஷ்டிராவில் சமயுக்த மகராஷ்டிரா சமிதியும் குஜராத்தில் மகா குஜராத் ஜனதா பரிஷத்தும் போராட்டங்களுக்குத் தலைமை தாங்கின. பம்பாயைத் தலைநகராகக்கொண்ட மகராஷ்டிரா மாகாணத்தை அமைக்க வேண்டும் என்ற கோரிக்கையை காங்கிரஸ்வாதிகளில் ஒரு பகுதியினரும் ஆதரித்தார்கள். மத்திய அரசாங்கத்தில் நிதி அமைச்சராக இருந்த சி.டிதேஷ்முக் பதவி விலகினார். பம்பாய் மீது தங்களுக்கு உரிமை இருப்பதாகக் குஜராத் மக்கள் வலியுறுத்தினார்கள். அஹமதாபாத் உள்பட பல நகரங்களில் தீவைப்பு, கொள்ளைகள் நடைபெற்றன. போலீஸ் நடவடிக்கைகளில் 16 நபர்கள் கொல்லப்பட்டார்கள், 100 நபர்கள் காயமடைந்தார்கள்.

பம்பாய் நகரத்தைப் பற்றி உடன்பாடு ஏற்படாததால் அரசாங்கம் மாகாண சீரமைப்புச் சட்டத்தை 1956 நவம்பரில் நிறைவேற்றியது. 1957இல் பொதுத் தேர்தல் நடைபெற்ற பொழுது காங்கிரஸ் கட்சி மிகவும் குறைந்த பெரும்பான்மையில் வெற்றி பெற்றது. இன்னும் ஐந்து ஆண்டுகளுக்குக் கிளர்ச்சிகள் தொடர்ந்தன. காங்கிரஸ் கட்சியின் தலைவர் என்ற முறையில் இந்திராகாந்தி இந்தப் பிரச்சினையைத் தீர்ப்பதற்கு முயற்சிகளைச் செய்தார். பம்பாய் மாகாணத்தை இரண்டாகப் பிரிப்பது, பம்பாய் மகராஷ்டிரா மாகாணத்தின் தலைநகரமாக இருக்கும், அஹமதாபாத் குஜராத் மாகாணத்தின் தலை நகரமாக இருக்கும் என்று 1960 மே மாதத்தில் முடிவு செய்யப்பட்டது.

1956இல் பெப்சு மாகாணம் பஞ்சாபுடன் இணைக்கப்பட்டது. பஞ்சாபில் ஹிந்தி, பஹாரி ஆகிய மூன்று மொழிகளைப் பேசுபவர்கள்

அந்த மாகாணத்தில் வசித்தார்கள். பஞ்சாபிகள் தங்களுக்கு பஞ்சாபி சுபா (மாகாணம்) வேண்டும் என்று கிளர்ச்சியைத் தொடங்கினார்கள். அது வகுப்புவாதத் தன்மையோடு நடைபெற்றது. அகாலிதளம் சீக்கிய வகுப்புவாதிகளுக்குத் தலைமை தாங்கியது. ஜனசங்கம் ஹிந்து வகுப்புவாதிகளுக்குத் தலைமை தாங்கியது. பஞ்சாபி சுபா போராட்டத்தை கம்யூனிஸ்டுகளும் காங்கிரஸ்வாதிகளில் ஒரு பகுதியினரும் ஆதரித்தார்கள். ஆனால் அது சீக்கியர்களுடைய மதப்போராட்டமாக மாறியது. சீக்கியர்கள் பெரும்பான்மையாக உள்ள மாகாணத்தை அமைப்பதால் மொழிப் பிரச்சினையைத் தீர்க்க முடியாது. சீக்கியர் - ஹிந்து பிரச்சினையையும் தீர்க்க முடியாது என்று கமிஷன் பஞ்சாபி சுபா கோரிக்கையை நிராகரித்தது (பஞ்சாபி சுபா அடைவதற்காக நடைபெற்ற வலிமையான போராட்டங்களைப் பற்றி 25ஆம் அத்தியாயத்தில் விரிவாக எழுதப்பட்டிருக்கிறது.) 1966இல் பஞ்சாபி பேசுகின்ற பஞ்சாப் மாநிலம், ஹிந்தி பேசுகின்ற ஹரியானா மாநிலங்கள் அமைக்கப்பட்டன. பஹாரி மொழி பேசுகின்ற காங்ரா மாவட்டமும் ஹோஷியார்பூர் மாவட்டத்தின் ஒரு பகுதியும் ஹிமாச்சல பிரதேஷில் இணைக்கப்பட்டன. சண்டிகர் யூனியன் பிரதேசமாக இருக்கும்; பஞ்சாப் மற்றும் ஹரியானா மாகாணங்களின் தலைநகரம் அங்கே இருக்கும் என்று முடிவு செய்யப்பட்டது. எஸ். ஆர். சி. கமிஷன் தன்னுடைய சிபாரிசுகளை வெளியிட்டு பத்தாண்டுகளுக்குப் பிறகு மொழியின் அடிப்படையில் மாகாணங்களைத் திருத்தியமைக்கின்ற பணி முடிவடைந்தது.

மொழிப்பற்றில் தவறில்லை. அது நாட்டுப் பற்றுக்குத் துணையாக உள்ளது. "மொழி அடிப்படையில் மாகாணங்களைத் திருத்தியமைத்தது தேசிய ஒருமைப்பாட்டை வளர்ப்பதற்கு உதவியது." அதனால் இந்தியக் கூட்டாட்சிக்கு ஆபத்தேற்படவில்லை. மத்திய அரசாங்கத்தின் அதிகாரம் குறையவில்லை. மாகாண அரசுகள் பொருளாதார வளர்ச்சித் திட்டங்களில் மத்திய அரசாங்கத்துடன் ஒத்துழைக்கின்றன. மொழி காரணமாக என்னுடைய மாகாணத்துக்கு நிதி ஒதுக்கீடு குறைந்துவிட்டது என்று யாரும் புகார் சொல்லவில்லை. "புதிய மாகாணங்களில் மொழி சார்ந்த வேகம் இருக்கிறது. இந்தியா என்ற மொத்தத்தின் பகுதிகளாக அவை மத்திய அரசாங்கத்தோடு சேர்ந்து இயங்குகின்றன." என்று மாரிஸ் ஜோன்ஸ் எழுதினார்.

மொழிவாரி மாகாணங்கள் இந்தியாவின் ஒற்றுமையை பலவீனப்படுத்தும் என்று எதிர்பார்த்தவர்கள் ஏமாற்றமடைந்தார்கள். "இந்தியாவின் தலைவர்கள் கவலைப்பட்டார்கள். இந்தியாவின் நண்பர்கள் 'ஆபத்து' என்று எச்சரித்தார்கள். ஆனால் மொழிவழி மாகாணங்கள் இந்தியாவை பலவீனப்படுத்தவில்லை. அது ஒருங்கிணைந்த மாகாணங்களை ஏற்படுத்தியது. இந்தியாவை ஒன்று சேர்த்தது" என்கிறார் அரசியலறிஞர் ரஜினி கோத்தாரி.

எல்லை சம்பந்தமாகப் பிரச்சினைகள் இருக்கின்றன. நதிகளின் தண்ணீர்ப் பங்கீடு, மின்சாரப் பற்றாக்குறை ஆகிய பிரச்சினைகள் இருக்கின்றன. எனினும் மொழிவாரி மாகாணங்கள் மூலம் இந்தியா முன்னேற்றமடைந்திருக்கிறது.

## சிறுபான்மையினருடைய மொழிகள்

மொழிவாரி மாகாணங்கள் அமைக்கப்பட்டாலும் அந்த மாகாண மொழியைத் தவிர வேறு மொழிகளைப் பேசுகின்ற சிறுபான்மையினர் அங்கு வசித்தார்கள். இந்தியா முழுவதற்கும் அவர்களுடைய எண்ணிக்கை 18 சதவிகிதமாக இருந்தது. கேரளாவில் 4 சதவிகிதம், கர்நாடகத்தில் 34 சதவிகிதம், அஸ்ஸாமில் 3.9 சதவிகிதம் காஷ்மீரில் 44.5 சதவிகிதம் ஆக இருந்தது.

மொழிச் சிறுபான்மையினர் தமது மொழி மற்றும் பண்பாட்டை வளர்க்க உரிமை உண்டு. சிறுபான்மையினர் மாகாணத்தின் மொத்த வளர்ச்சியில் பங்கெடுக்க வேண்டும். அரசியலமைப்புச் சட்டத்தில் சிறுபான்மையினருக்கு சில உரிமைகள் கொடுக்கப்பட்டுள்ளன. "மதம் அல்லது மொழிச் சிறுபான்மையினர் கல்வி ஸ்தாபனங்களை நடத்த உரிமை உண்டு. அரசாங்கம் அந்த ஸ்தாபனங்களுக்கு பாரபட்சமின்றி நிதி அளிக்கவேண்டும்" என்று 30ஆம் ஷரத்து கூறுகிறது. சிறுபான்மையினர் வசிக்கின்ற இடங்களில் மாணவர்கள் அவர்களுடைய தாய்மொழியில் ஆரம்பக் கல்வி மற்றும் உயர்நிலைப் பள்ளிக் கல்வி கற்க வசதி செய்யப்படும் என்பது 1956க்குப் பிறகு அரசாங்கத்தின் கொள்கையாக இருக்கிறது. மொழிச்சிறுபான்மையினருடைய நலனுக்காக ஒரு கமிஷனர் நியமிக்கப்படுகிறார். அரசியலமைப்புச் சட்டப் பாதுகாப்புகள் நிறைவேற்றப்படுகின்றனவா என்று விசாரித்து மத்திய அரசாங்கத்துக்கு அறிக்கை சமர்ப்பிப்பார். மத்திய அரசாங்கம் சிறுபான்மையினர் உரிமைகளைப் பாதுகாப்பதற்கு அக்கறை

காட்டுகிறது. ஆனால் மாகாணங்கள் அரசியலமைப்புச் சட்ட உத்தரவாதங்களைத் திருப்திகரமான முறையில் அமுலாக்கவில்லை. கமிஷனர் தன் ஆண்டறிக்கையில் பல குறைகளை சுட்டிக் காட்டியிருக்கிறார். எனினும் சிறுபான்மையினருடைய மொழிகளில் ஆரம்பக்கல்வி அளிக்கப்படுகிறது. தகுதியுள்ள ஆசிரியர்கள், பாடபுத்தகங்கள் இல்லாமையால் உயர்நிலைப்பள்ளி மற்றும் கல்லூரி அளவில் சிறுபான்மையினர் கல்வி பாதிக்கப்படுகிறது.

## உருது மொழி

சிறுபான்மையினரால் பேசப்படுகின்ற மொழிகளில் உருது மொழி சிறப்பான இடத்தைப் பெற்றிருக்கிறது. 1951இல் இரண்டு கோடி முப்பத்து மூன்று லட்சம் மக்கள் உருது மொழியைப் பேசினார்கள். மாகாணங்களின் மக்கள் தொகையில் அவர்கள் சதவிகிதம் பின்வருமாறு: உ.பி. - 10.5; பீகார் - 8.8; மகராஷ்டிரா - 7.2; ஆந்திரப் பிரதேசம் - 7.5; கர்நாடகம் - 9. இந்தியாவில் மதச் சிறுபான்மையர்களில் முதல் இடத்தைப் பெற்றுள்ள முஸ்லிம்களில் அதிகப்பெரும்பான்மை யானவர்கள் உருது தங்களுடைய தாய்மொழி எனக் கூறுகிறார்கள். உருது இந்தியாவின் தேசிய மொழிகளில் ஒன்றாக அங்கீகரிக்கப் பட்டிருக்கிறது. அரசியலமைப்புச் சட்டத்தின் 8ஆம் அட்டவணையில் இடம் பெற்றிருக்கிறது.

இந்தியாவின் முக்கியமான மொழிகள் அனைத்தும் ஏதாவதொரு மாகாணத்தில் ஆட்சி மொழியாக உள்ளன. ஆனால் உருது மொழி ஜம்மு - காஷ்மீர் என்னும் சிறிய அரசைத் தவிர வேறு எந்த மாகாணத்திலும் ஆட்சி மொழியாக இல்லை. ஜம்மு - காஷ்மீர் மாகாணத்தில் காஷ்மீரி, டோக்ரி, லடாக்கி ஆகிய மொழிகள் தாய்மொழிகள் ஆகும். உ.பி. மற்றும் பீகார் மாகாணங்களில் உருது புறக்கணிக்கப்பட்டது. உ.பி. மாகாணத்தை எடுத்துக்கொள்வோம் (பீகார் மாகாணத்திலும் இதே நிலைமை தான்.) உ.பி.யில் ஹிந்தி மட்டுமே ஆட்சிமொழி என்று அந்த மாகாணம் ஆரம்பத்திலேயே முடிவு செய்தது. ஆரம்பப்பள்ளிக் கூடங்களில் உருதுமொழி கற்பித்தல் படிப்படியாக ஒழிக்கப்பட்டது. 1979-80இல் தொடக்கப் பள்ளிகளில் 3.69 சதவிகிதத்தினருக்குத்தான் உருது கற்பிக்கப்பட்டது. ஆனால் 1981இல் உ.பி.யில் உருது பேசுபவர்கள் மக்கள் தொகையில் 10.5 சதவிகிதம் இருந்தார்கள். ஹிந்தி மொழியிலிருந்து உருது மொழிச் சொற்கள்

## சுதந்திரத்திற்குப் பிறகு இந்தியா

நீக்கப்பட்டன. எஹ்டெஷாம் ஹுசேன் என்ற சிந்தனையாளர் பின்வருமாறு கூறினார்: "உருதுவை அந்நியர்களின், முஸ்லிம்களின், இந்தியாவின் எதிரிகளின் மொழி என்று கூறுகிறார்கள். உருதுவை அழிப்பதற்காக இப்படிப் பேசுகிறார்கள்"

உ.பி. மற்றும் பீகாரில் உருது மொழியை இரண்டாவது ஆட்சி மொழியாக அங்கீகரிக்க வேண்டும் என்று கோரினார்கள் உ.பி. அரசாங்கம் அதை ஏற்கவில்லை.

வட இந்தியாவில் உருதுமொழிக்கு எதிர்ப்பைத் தூண்டுவதை நேரு விரும்பவில்லை. (உருது மொழியை எதிர்த்தவர்களில் காங்கிரஸ்வாதிகளும் இருந்தார்கள்.) "உருது மொழி இலக்கியங்களின் கலாசாரங்களின் இணைப்பின் சின்னம். அது நூறு சதவிகிதம் இந்திய மொழி"[9] என்றார். "இந்தியக் கலாசாரம் மற்றும் சிந்தனையை உருது மொழி வளப்படுத்தியிருக்கிறது" என்றார் நேரு. அவருடைய தலையீட்டால் உ.பி. அரசாங்கம் உருதுக்கு சாதகமான முடிவுகளைச் செய்தது. ஆனால் அவை அக்கறையோடு நிறைவேற்றப்படவில்லை. உருது மொழிக்குச் சட்டபூர்வமான அங்கீகாரம் கொடுத்தால் வகுப்புக் கலவரங்கள் நடைபெறும் என்று உ.பி. அரசாங்கம் தெரிவித்தது.

ஆந்திரா மற்றும் கர்நாடகத்தில் அரசாங்கங்கள் உருது மொழிக்கு ஆதரவளித்தன. ஆந்திராவில் தெலிங்கானா பிரதேசத்தில் உருது கூடுதல் மொழியாக அங்கீகரிக்கப்பட்டிருக்கிறது. இரண்டு மாகாணங்களிலும் உயர்நிலைப்பள்ளிகளில் உருது மொழியில் படிக்கமுடியும்.

உருது மொழி துரதிர்ஷ்ட வசமாக மதப்பிரச்சினையில் மாட்டிக் கொண்டிருக்கிறது. முஸ்லிம்கள் அதை இஸ்லாமிய சமூகத்தின் மொழி என்று கருதுகிறார்கள். ஹிந்துக்கள் வகுப்புவாத உணர்ச்சியில் அதை எதிர்க்கிறார்கள். அரசாங்கம் உருதுவைப் புறக்கணித்தாலும் பத்திரிகைகளில், திரைப்படம் மற்றும் தொலைக்காட்சிகளில் உருது மொழி வாழ்கிறது.

# 9
## பழங்குடியினரை முன்னேற்றுதல்

இந்தியாவில் 400 பழங்குடிச் சமூகங்கள் இருப்பதாகவும் அவர்களது மொத்த எண்ணிக்கை 3.8 கோடி என்றும் 1971 மக்கள் தொகை கணிப்பு தெரிவித்தது. அப்படியானால் மொத்த மக்கள் தொகையில் அவர்கள் 6.9 சதவிகிதமாக இருந்தார்கள். அவர்கள் இந்தியாவின் வெவ்வேறு பகுதிகளில் வசித்தார்கள். வெவ்வேறு மொழிகளைப் பேசினார்கள். வெவ்வேறு வாழ்க்கை முறைகளைக் கொண்டிருந்தார்கள்.

அவர்கள் மத்திய பிரதேசம், பீகார், ஒரிசா, வடகிழக்கு இந்தியா, மேற்கு வங்காளம், மகராஷ்டிரா குஜராத் மற்றும் ராஜஸ்தானில் அதிகமாக இருந்தார்கள். காலனிய ஆட்சியில் அவர்கள் மலைகளில் அல்லது காடுகளில் தனித்து வாழ்ந்தார்கள். எனினும் வடகிழக்கு இந்தியாவைத் தவிர மற்ற மாகாணங்களில் நாகரிகமடைந்த மக்களுடன் சமூக பொருளாதார, கலாசார உறவுகளைக் கொண்டிருந்தார்கள்.

காலனிய ஆட்சியில் சந்தைப் பொருளாதாரத்துக்குள் அவர்கள் இழுக்கப்பட்டார்கள். லேவாதேவிக்காரர்கள், வர்த்தகர்கள், அதிகாரிகள் தரகர்கள் அவர்கள் வசித்த இடங்களுக்குச் சென்று அவர்களுடைய நிலங்களைக் கைப்பற்றினார்கள். "பிரிட்டிஷ் ஆட்சியில் அவர்கள் ஒடுக்கப்பட்டார்கள். பிறகு வர்த்தகர்களும் சாராய வியாபாரிகளும் வந்தார்கள். பழங்குடி மக்களை ஏமாற்றி அவர்களுடைய நிலங்களைப் பறித்தார்கள். அவர்களுடைய வறுமையை சொற்களால் வர்ணிக்க இயலாது" என்று டாக்டர் வெர்ரியர் எல்வின் எழுதினார். அதே சமயத்தில் மிஷனரிகள் அவர்களுடைய நெசவுத் தொழிலை, கூட்டு நடனங்களை, கலாசாரத்தை அழித்தார்கள்.

பழங்குடியினர் காடுகளை நம்பி வாழ்ந்தார்கள். அதாவது, காடுகள் அவர்களுக்கு உணவு, விறகு, கால்நடைத் தீவனம், கைத்திறன் தொழில்களுக்கு மூலப்பொருள் ஆகியவற்றை அளித்தன. காடுகள் அழிக்கப்பட்ட பொழுது அவர்களுடைய வாழ்க்கை அழிந்தது.

காடுகளைப் பாதுகாக்க அரசாங்கம் வனச் சட்டங்களை இயற்றியது. பழங்குடியினர் காடுகளுக்குள் சென்று கனி, கிழங்குகள், விறகு ஆகியவற்றைச் சேகரிப்பது தடை செய்யப்பட்டது.

கடன் சுமை, தரகர்களின் மிரட்டல்கள், காட்டுப் பொருள்களைச் சேகரிக்க இயலாமை போலீஸ் மற்றும் வனத்துறை அதிகாரிகளின் அத்துமீறல்களை எதிர்த்து பழங்குடியினர் கலகம் செய்தார்கள். உதாரணமாக சாந்தால் எழுச்சி, பிர்சா முன்டா தலைமை தாங்கிய முன்டா கலகம் ஆகியவை நடைபெற்றன. ஒரிசா, பீகார், மேற்கு வங்காளம் ஆந்திரா குஜராத் மகாராஷ்டிரா ஆகிய மாகாணங்களில் பழங்குடியினர் தேசிய இயக்கத்திலும் போர்க்குணமிக்க விவசாய இயக்கத்திலும் திரட்டப்பட்டார்கள்.

## இந்திய அரசாங்கத்தின் கொள்கை

பழங்குடியினருடைய வளமான சமூக, கலாசார மரபுகளை இந்திய மக்களுடைய வாழ்க்கையுடன் இணைக்க வேண்டும். என்பது அரசாங்கத்தின் கொள்கையாக இருந்தது. "நாம் பழங்குடியினருக்கு நம்பிக்கையைத் தந்து இந்தியாவுடன் அவர்களை இணைத்துக் கொள்ளவேண்டும். இந்தியாவில் தங்களுக்கு ஒரு கௌரவமான இடம் இருக்கிறது என்று அவர்கள் உணரவேண்டும். இந்தியா அவர்களைக் காப்பாற்ற வேண்டும், அவர்களை விடுதலை செய்யவேண்டும்" என்று நேரு கூறினார். இந்திய தேசியம் பழங்குடியினருடைய பண்பாட்டைத் தன்வயப்படுத்த வேண்டும் என்றார் நேரு.

பழங்குடியினரைப் பற்றி இரண்டு வகையான அணுகுமுறைகள் இருந்தன. அவர்களுடைய வாழ்க்கை அப்படியே மாறாமலிருக்கட்டும், அவர்கள் நகரத்தின் தாக்கத்துக்கு உட்படவேண்டாம் என்பது ஒரு அணுகுமுறை, பழங்குடியினரை நவீன இந்திய சமூகத்துக்குள் கொண்டுவர வேண்டும் என்பது இரண்டாவது அணுகுமுறை. நேரு இரண்டு அணுகுமுறைகளையும் நிராகரித்தார்.

"பழங்குடியினரை அருங்காட்சியகக் காட்சிப் பொருளாக வைத்துக்கொண்டு அவர்களைப் பற்றி எழுதுவது அவர்களை அவமதிப்பதாகும். பழங்குடியினருடைய வாழ்க்கையில் உலகம் ஊடுருவிவிட்டது. அவர்களைத் தனியாக வைத்திருக்க முடியாது. அது விரும்பத்தக்கதல்ல" என்று நேரு கூறினார். இந்தியர்கள் அல்லது

வெளியுலக சக்திகள் அவர்களைச் சுவீகரித்துக்கொள்ள விடக்கூடாது" என்றார். நாம் சும்மா இருந்தால் மனசாட்சி இல்லாதவர்கள் பழங்குடியினருடைய நிலங்களைக் கைப்பற்றி அவர்களுடைய வாழ்க்கையை சீர்குலைப்பார்கள். அவர்களுடைய வாழ்க்கையில், கலாசாரத்தில் நல்ல விஷயங்கள் அதிகமாக இருக்கின்றன. அவை அழிக்கப்படும்" என்று நேரு கூறினார்.

பழங்குடியினர் தமது சொந்த அடையாளத்தையும் கலாசாரத்தையும் பாதுகாத்துக்கொண்டு இந்திய சமூகத்தில் இணைக்கப்பட வேண்டும். அவர்கள் முன்னேற வேண்டும், தங்களுக்குரிய முறையில் முன்னேறவேண்டும், இன்றைய இந்தியாவின் நல்ல அம்சங்களை அவர்கள் படிப்படியாக ஏற்றுக் கொள்வதற்கு உதவி செய்யவேண்டும்.

அரசாங்கத்தின் கொள்கையை நேரு பின்வருமாறு வகுத்தளித்தார்:

முதலாவதாக பழங்குடி மக்கள் இயல்பான முறையில் வளர்ச்சி அடையவேண்டும். நாங்கள் உயர்ந்தவர்கள் என்ற ஆணவத்துடன் மற்றவர்கள் அவர்களிடம் நடந்துகொள்ளக்கூடாது. இந்தியாவில் பொதுவான கலாசாரத்தை உருவாக்குவதில் அவர்களுக்குப் பங்கு இருப்பதை அங்கீகரிக்க வேண்டும்.

இரண்டாவதாக, பழங்குடியினருக்கு நிலம் மற்றும் காடுகளில் உள்ள உரிமைகளை அங்கீகரிக்க வேண்டும், பழங்குடியினர் வசிக்கின்ற பிரதேசங்களில் சந்தைப் பொருளாதாரத்தின் ஊடுருவலை ஒழுங்கு படுத்த வேண்டும்.

மூன்றாவதாக, அவர்களிடமிருந்து ஆட்களைத் தேர்வு செய்து பயிற்சி கொடுத்து கிராம அதிகாரிகளாக நியமிக்க வேண்டும். அவர்களுடன் சேர்ந்து வாழத் தயாராக இருக்கின்ற வெளியாட்களை நியமிக்கலாம்.

நான்காவதாக, பழங்குடியினர் கிராமங்களில் அதிகமான நிர்வாகம் இருக்கக் கூடாது. அவர்களுடைய சொந்த முறைகளின் மூலமாகவே அவர்களை உயர்த்துகின்ற முயற்சிகளை மேற்கொள்ளவேண்டும்.

அரசியலமைப்புச் சட்டத்தில் பழங்குடியினருக்கு முழுமையான அரசியல் உரிமைகள் அளிக்கப்பட்டன. கல்வி ஸ்தாபனங்களில் சட்ட சபைகளில், அரசாங்கத்தில் அவர்களுக்கு இடங்கள் ஒதுக்கப்பட்டன.

பொதுவான சட்டங்களிலிருந்து பழங்குடியினருக்கு விதிவிலக்கு அளிப்பதற்கு ஆளுநர்களுக்கு விசேஷ அதிகாரம் அளிக்கப்பட்டது.

பழங்குடியினருடைய நிலங்களை லேவாதேவிக்காரர்கள் கைப்பற்றுவது தடை செய்யப்பட்டது. அவர்களுடைய கைத்திறன் தொழில் வளர்ச்சிக்கும் நிதி ஒதுக்கப்பட்டது. 1971-க்குப் பிறகு நிதி ஒதுக்கீடு கணிசமாக அதிகரித்தது.

மத்திய - மாகாண அரசாங்கங்கள் தீவிரமாக முயற்சி செய்தாலும் பழங்குடியினரது முன்னேற்றம் மெதுவாகவே நடைபெற்றது. வடகிழக்கு இந்தியாவில் அவர்கள் இன்னும் வேலையில்லாதவர்களாக, கடனாளிகளாக, நிலமில்லாதவர்களாகத் தான் இருக்கிறார்கள். அவர்களுடைய வளர்ச்சிக்கு ஒதுக்கப்பட்ட நிதி செலவழிக்கப் படுவதில்லை. பழங்குடியினர் ஆலோசனைக் குழுக்கள் முறையாக இயங்கவில்லை.

பழங்குடியினருக்குச் சட்டம் தெரியாததால் லேவாதேவிக்காரர்கள் அவர்களை ஏமாற்றி பணத்தை / நிலங்களைப் பறிக்கிறார்கள். அதிகாரிகள் மோசடிகளுக்குத் துணையாக இருக்கிறார்கள். மாகாண அரசாங்கங்கள் பழங்குடியினர் மொழிகளைப் புறக்கணிக்கின்றன. பழங்குடி மக்கள் மத்தியில் பணக்காரர் - ஏழை என்னும் வர்க்க வேறுபாடுகள் தோன்றியுள்ளன. பழங்குடிப் பணக்காரர்கள் வெளியிலுள்ள பணக்காரர்களுடன் சேர்ந்துகொண்டு மோசடி செய்கிறார்கள். பழங்குடி மக்கள் கல்வி வளர்ச்சி, பஞ்சாயத்து ராஜ்யம் ஆகியவற்றால் தேர்தலில் பங்கெடுக்கிறார்கள். நவீன வளர்ச்சியின் விளைவாக டாக்டர்கள், ஆசிரியர்கள், விவசாயிகள் மற்றும் தொழிலாளர்கள் பழங்குடியினர் பிரதேசங்களில் குடியேறியிருக்கிறார்கள். பல இடங்களில் அவர்களுடைய எண்ணிக்கை பழங்குடியினரைக் காட்டிலும் அதிகமாக இருக்கிறது. அவர்கள் இன்றியமையாத பணிகளை நிறைவேற்றுகிறார்கள். ஆனால் பழங்குடியினர் அவர்களை சந்தேகத்துடன் பார்க்கின்றார்கள். இனிமேல் பழங்குடியினர் தனித்து வாழமுடியாது. அவர்கள் வெளியுலகத்துடன் ஒத்துழைக்கவேண்டும்.

### வடகிழக்குப் பிரதேசத்தில் பழங்குடியினர்

வடகிழக்கு இந்தியாவில் நூற்றுக்கும் அதிகமான பழங்குடி இனங்கள் வாழ்கின்றன. அவர்கள் வெவ்வேறு கிளை மொழிகளைப்

பேசுகிறார்கள். அவர்கள் தாங்கள் வசிக்கின்ற பகுதிகளில் பெரும்பான்மையினராக இருக்கின்றார்கள். அந்நியர்கள் பழங்குடியினருடன் வர்த்தகத் தொடர்புகள் வைத்திருந்தாலும் அவர்கள் அங்கு குடியேறவில்லை, ஏனென்றால் சட்டப்படி அவர்கள் அங்கே குடியேற முடியாது. அங்கு நிலத்தை வாங்க முடியாது. ஆகவே பழங்கடி மக்கள் தமது நிலங்களை அந்நியர்களிடம் பறிகொடுக்க வில்லை. ஆனால் கிறிஸ்துவ மதப் பிரசாரகர்கள் அங்கு சென்று பள்ளிக்கூடங்கள், மருத்துவமனைகள், மாதா கோயில்கள் கட்டுவதற்கு பிரிட்டிஷ் அரசாங்கம் அனுமதி கொடுத்தது. கிறிஸ்துவ சமயத் தொண்டர்கள் அங்குள்ள மக்களிடம் தேசிய உணர்ச்சி பரவாமல் பார்த்துக்கொண்டார்கள். அஸ்ஸாம் மாகாணத்துக்குள் பழங்குடியினர் தனித்தீவாக இருந்தார்கள். இந்தியா சுதந்திரமடைந்த பிறகு சமயத் தொண்டர்களில் சிலர் பழங்குடியினர் சுதந்திர நாடு கோரிக்கை வைப்பதை ஊக்குவித்தார்கள்.

இந்தியாவில் நடைபெற்ற சுதந்திரப் போராட்டம் மக்களிடம் தேசிய உணர்ச்சியை ஏற்படுத்தியது. ஆனால் வடகிழக்கில் வாழ்ந்த பழங்குடி மக்களுக்குச் சுதந்திரப் போராட்டத்தைப் பற்றித் தெரியாது.

“சுதந்திரப் போராட்டத்தின் விளைவாக இந்தியாவில் விடுதலை உணர்ச்சி பரவியது. அந்த உணர்ச்சி எல்லையில் வாழ்ந்த பழங்குடியினரை எட்டவில்லை. இந்தியாவில் சுதந்திரத்துக்காக நடைபெற்ற போராட்டங்களைப் பற்றி அவர்களுக்குத் தெரியாது. அவர்களுக்கு பிரிட்டிஷ் அதிகாரிகள் மற்றும் கிறிஸ்துவ மிஷனரிகளைப் பற்றி மட்டுமே தெரியும். அவர்கள் பழங்குடியினரை இந்தியாவை எதிர்ப்பவர்களாக மாற்றியிருந்தார்கள்” என்று நேரு எழுதினார்.

நேரு உருவாக்கிய கொள்கை வடகிழக்குப் பகுதியில் வசித்த பழங்குடியினருக்கு மிகவும் ஏற்றதாக இருந்தது. “அது அவர்களுக்கு, நன்மை செய்யும்; நமக்கும் நன்மை செய்யும்; இந்தியாவுக்கு வலிமையைத் தரும். இநதியாவின் பன்முகக் கலாசாரத்தை வளப்படுத்தும்” என்றார் நேரு.

அரசியலமைப்புச் சட்டத்தின் ஆறாவது அட்டவணை அல்லாமல் மாகாணத்திலுள்ள பழங்குடி மக்களுக்காகத் தயாரிக்கப்பட்டது. சில மாவட்டங்களுக்கு சுயநிர்வாக அதிகாரம் கொடுக்கப்பட்டது.

மாவட்டங்கள் மற்றும் பிராந்திய அளவில் கவுன்சில்கள் அமைக்கப்பட்டன. அவை அஸ்ஸாம் சட்ட சபையின் அதிகாரத்துக்கு உட்பட்டு சட்ட மியற்றவும் நீதி வழங்கவும் அதிகாரம் பெற்றிருந்தன. "அரசாங்கம் கவுன்சில்களுக்கு இன்னும் கூடுதலான அதிகாரத்தைக் கொடுக்கும்; ஆனால் பழங்குடியினர் இந்தியாவிலிருந்து பிரிந்து செல்ல நினைக்கக்கூடாது" என்றார் நேரு. 1948 இல் வடகிழக்கு எல்லை ஏஜன்சி (NEFA) மத்திய அரசின் ஆட்சியில் வைக்கப்பட்டது. மக்களுடைய வாழ்க்கை முறையை மாற்றாமல் அபிவிருத்தித் திட்டங்கள் அமுலாக்கப்பட்டன. "இந்திய அரசாங்கம் முற்போக்கான கொள்கையை அனுதாபத்தோடு அமுலாக்கியதால் மற்ற மாகாணங்களில் இல்லாத வளர்ச்சி இங்கு ஏற்பட்டிருக்கிறது" என்று பிரபலமான சமூகவியலாளர் ஒருவர் எழுதியுள்ளார்.

1987 இல் NFEA வுக்கு அருணாசல பிரதேஷ் என்று பெயரிடப்பட்டு தனி அரசாக அமைக்கப்பட்டது. இந்தியாவின் இதர மாகாணங்களுடன் சேர்ந்து அது வளர்ந்துகொண்டிருந்த பொழுது அஸ்ஸாம் மாகாணத்தின் உறுப்புகளாக இருந்த பழங்குடியினர் பிரதேசங்களில் பிரச்சினைகள் தோன்றின. அஸ்ஸாம் மலைகளில் வசித்த பழங்குடியினருக்கு சமவெளியில் வசித்த அஸ்ஸாமியர் மற்றும் வங்காளிகளுடன் இணக்கமில்லாதது பிரச்சினைகளை ஏற்படுத்தியது. அஸ்ஸாமியப் பண்பாடு ஓங்கி வளர்ந்து தங்களுடைய இன அடையாளத்தை அழித்துவிடப் போகிறது. என்று அவர்கள் அஞ்சினார்கள் தங்களுடைய கிராமங்களில் வேலை செய்த அஸ்ஸாமிய டாக்டர்கள், ஆசிரியர்கள், அதிகாரிகள் ஆகியோருடைய மேற்குடி மனோபாவம் அவர்களிடம் எரிச்சலை ஏற்படுத்தியது. தங்களுடைய பிரச்சினைகளைப் பற்றி அஸ்ஸாமிய அரசாங்கத்துக்கு அக்கறை கிடையாது என்று அவர்கள் நினைத்தார்கள்.

1950க்களின் நடுவில் பழங்குடியினரில் சில பகுதியினர் தனியரசு வேண்டும் என்று கோரினார்கள். மலைகளில் வசித்த பழங்குடியினருக்கு அதிகமான சுயாட்சி கொடுக்கலாம்; ஆனால் அவர்களுடைய வாழ்க்கை அஸ்ஸாமுடன் பின்னிப் பிணைந்திருக்கிறது என்று இந்திய அரசாங்கம் கருதியது.

1960 இல் அஸ்ஸாமியத் தலைவர்கள் அஸ்ஸாமிய மொழியை ஒரே ஆட்சி மொழியாக அறிவித்தபொழுது தனி அரசு கோரிக்கை வலுப்பெற்றது. மலைத்தலைவர்களின் அனைத்துக் கட்சிகளின்

தலைவர்கள் மாநாடு (APHLC) அமைக்கப்பட்டது. இந்திய யூனியனுக்குள் தனியரசு வேண்டும் என்று APHLC கோரியது. அஸ்ஸாமிய மொழியை ஒரே ஆட்சிமொழியாக்கும் சட்டம் நிறைவேற்றப்பட்டவுடன் பழங்குடியினர் வசித்த மாவட்டங்களில் ஆர்ப்பாட்டங்களும் ஹர்த்தால்களும் நடைபெற்றன. 1962 தேர்தலில் பழங்குடியினர் வசித்த மாவட்டங்களில் தனியரசு கோரிக்கையை ஆதரித்தவர்கள். அதிகமாக வெற்றியடைந்தார்கள். அவர்கள் மாகாண சட்டசபையை பகிஷ்கரிக்க முடிவு செய்தார்கள். அரசாங்காத்தின் சார்பில் அவர்களுடன் பேச்சுவார்த்தைகள் நடத்தப்பட்டன. பிரச்சினைகளை ஆராய்வதற்குக் கமிட்டிகள் அமைக்கப்பட்டன. அஸ்ஸாம் மாகாணத்திலிருந்து மேகாலயா என்னும் அரசு ("அரசுக்குள் அரசு") அமைக்கப்பட்டது. சட்டம் மற்றும் ஒழுங்குமுறை அஸ்ஸாம் அரசாங்கத்தின் பொறுப்பு; மற்ற எல்லா விஷயங்களிலும் சுயாட்சி உரிமை அளிக்கப்பட்டது. இரண்டு மாகாணங்களுக்கும் ஒருவரே ஆளுநராக இருப்பார். அஸ்ஸாம் உயர்நீதி மன்றம் மற்றும் தேர்வாணையக் குழு மேகாலயாவுக்கும் பொறுப்புக் கொண்டிருக்கும். 1972 இல் காரோ, காஸி, ஜெயின்ஷியா ஆகிய பழங்குடி இனங்களைச் சேர்த்துக் கொண்டு மேகாலயா தனியரசாக அமைக்கப்பட்டது. அதே சமயத்தில் யூனியன் பிரதேசங்களான மணிப்பூர் மற்றும் திரிபுராவுக்கு அரசு அந்தஸ்து அளிக்கப்பட்டது. மேகாலயா, மணிப்பூர், திரிபுரா, அருணாசல பிரதேஷ் ஆகிய புதிய அரசுகளை அமைத்தபொழுது பெரிய பிரச்சினைகள் எழவில்லை. ஆனால் நாகாலாந்திலும் மிஜோரமிலும் ஆயுதமேந்திய பிரிவினை இயக்கங்கள் வளர்ச்சியடைந்திருந்ததால் பிரச்சினைகள் ஏற்பட்டன.

## நாகாலந்து

இந்தியாவின் வடகிழக்கில் அஸ்ஸாம் - பர்மா எல்லையில் நாகா மலைகளில் நாகர். இன மக்கள் வசிக்கிறார்கள். 1961 இல் அவர்களுடைய எண்ணிக்கை 5 லட்சம் அவர்கள் பல கிளை மொழிகளைப் பேசினார்கள். கிறிஸ்தவ மிஷனரிகள் நடத்திய பள்ளிக் கூடங்களில் கல்வி கற்றவர்கள் சொற்ப எண்ணிக்கையில் இருந்தார்கள்.

1947-க்குப் பிறகு இந்திய அரசாங்கம் நாகர் பிரதேசத்தை அஸ்ஸாம் அரசுடன் இணைத்தது. அதை எதிர்த்த நாகர்கள் ஏ. இஜட். பிசோ தலைமையில் தனிநாடு கோரிக் கிளர்ச்சி செய்தார்கள். 1955 இல் நாகா பிரதேசத்தை சுதந்திர நாடாக அறிவித்து வன்முறை நடவடிக்கையில் ஈடுபட்டார்கள்.

இந்திய அரசாங்கம் பிரிவினைக் கோரிக்கையை உறுதியாக எதிர்த்தது; இந்திய ராணுவத்தை அனுப்பி கிளர்ச்சிகளை ஒடுக்கியது. எனினும் பிரிவினைக் கோரிக்கையைக் கைவிட்டால் நாகர்களுடன் பேச்சுவார்த்தைக்குத் தயாராக இருப்பதாக அறிவித்தது.

1957 மத்தியில் ஆயுதப்புரட்சி நசுக்கப்பட்டது. மிதவாத நாகர்களின் தலைவரான டாக்டர் இ. ஆவோ இந்திய அரசாங்கத்துடன் பேச்சு வார்த்தை நடத்தினார். சில இடைக்கால நடவடிக்கைகளுக்குப் பிறகு 1963 இல் நாகாலாந்து மாகாணம் அமைக்கப்பட்டது. பிரிவினைவாதிகள் நசுக்கப்பட்டாலும் சிலர் சீனா, பாகிஸ்தான், பர்மா ஆகிய நாடுகளில் பதுங்கிக்கொண்டு கொரில்லா போராட்டத்தை நீடித்தார்கள்.

**மிஜோரம்**

வடகிழக்குப் பகுதியிலுள்ள சுயாட்சி அதிகாரமளிக்கப்பட்ட மிஜோரம் மாவட்டத்தில் 1947 இல் இந்தியாவிலிருந்து பிரிவினை பேசப்பட்டது. பிரிட்டிஷ் அதிகாரிகளும் மிஷனரிகளும் அதைத் தூண்டினார்கள். எனினும் மிஜோ இனத்தைச் சேர்ந்த இளைஞர்கள் அதை ஆதரிக்கவில்லை, மிஜோக்களின் சமூக அமைப்பில் சீர்திருத்தங்களைச் செய்தல், சட்ட சபைப் பிரதிநிதித்துவம் ஆகியவற்றில் அவர்கள் கவனம் செலுத்தினர்கள். அஸ்ஸாமி மொழி மட்டுமே ஆட்சி மொழியாக இருக்கும் என்று 1961 இல் சட்டமியற்றப்பட்டபொழுது மிஜோக்கள் கொந்தளித்தார்கள். லால்டெங்காவைத் தலைவராகக் கொண்ட மிஜோ தேசிய முன்னணி (MNF) அமைக்கப்பட்டது. அது தேர்தலில் பங்கெடுத்தாலும் அதன் ராணுவப் பிரிவு சீனா மற்றும் கிழக்கு பாகிஸ்தானிலிருந்து ஆயுதங்களைப் பெற்றது. தொண்டர்கள் மேற்கூறிய நாடுகளுக்குச் சென்று ராணுவப் பயிற்சி பெற்றார்கள். 1966 மார்ச்சில் மிஜோக்கள் சுதந்திரப் பிரகடனம் செய்து இந்திய ராணுவ முகாம்கள் மற்றும் சிவிலியன்கள் மீது தாக்குதல் நடத்தினார்கள். சில வாரங்களில் கிளர்ச்சி ஒடுக்கப்பட்டது. முக்கியமான தலைவர்கள் கிழக்கு பாகிஸ்தானுக்குத் தப்பியோடினார்கள்.

1973 இல் தீவிரவாதம் குறைந்தது. இந்திய யூனியனுக்குள் தனியரசு வேண்டும் என்ற கோரிக்கை மட்டும் வற்புறுத்தப்பட்டது. அஸ்ஸாமிலிருந்து மிஜோ மாவட்டம் பிரிக்கப்பட்டு யூனியன் பிரதேசமாக அறிவிக்கப்பட்டது. 1970-களின் இறுதியில் மிஜோக்கள்

கிளர்ச்சி மறுபடியும் தொடங்கினாலும் மத்திய அரசு உறுதியான நடவடிக்கைகளைச் செய்து அதை ஒடுக்கியது; கலகக்காரர்களுக்கு மன்னிப்பளித்தது.

லால் டெங்காவும் விடுதலை முன்னணியின் படைவீரர்களும் இந்திய அதிகாரிகளிடம் ஆயுதங்களை ஒப்படைத்துச் சரணடைந்தார்கள். மிஜோரம் முழுமையான அரசாக இருக்கும் என்று அறிவிக்கப்பட்டது.

1987 பிப்ரவரியில் மிஜோரம் அரசின் முதலமைச்சராக லால் டெங்கா பதவியேற்றார்.

### ஜார்க்கண்ட்

பீகாரிலுள்ள சோட்டா நாகபுரி மற்றும் சாந்தால் பர்கானா ஜார்க்கண்ட் என்று சொல்லப்படுகிறது. இங்கு சாந்தால் ஹோ, ஓரான், முன்டா ஆகிய முக்கியமான பழங்குடியினர் வசிக்கிறார்கள். அவர்கள் ஹிந்து மதம் மற்றும் கிறிஸ்துவத்தைப் பின்பற்றுகிறார்கள். அவர்கள் கலப்பையைப் பயன்படுத்தி விவசாயம் செய்கிறார்கள். நிலம் உள்ள விவசாயிகள், நிலமில்லாத விவசாயக் கூலிகள், சுரங்கத் தொழிலாளிகள் ஆலைத் தொழிலாளர்கள் இப்படிப் பலர் இருக்கிறார்கள். சிலர் லேவாதேவி தொழில் செய்கிறார்கள். அவர்கள் நெடுங்காலமாகச் சுயாட்சி உரிமையைக் கேட்டுக் கொண்டிருக்கிறார்கள்.

மற்றப் பழங்குடியினருக்கும் இவர்களுக்கும் ஒற்றுமைகள் இருக்கின்றன. இவர்கள் கந்துவட்டிக்காரர்களிடம் சொந்த நிலங்களை இழந்திருக்கிறார்கள். 19ஆம் நூற்றாண்டில் கலகங்கள் செய்தார்கள். 1919 க்குப் பிறகு தேசிய இயக்கத்தில் பங்கெடுத்தார்கள்.

பழங்குடியினர் மத்தியில் கல்வியும் நவீன செயல்பாடுகளும் வளர்ந்தபொழுது அவர்கள் ஜார்க்கண்ட் என்ற தனி மாகாணம் அமைக்க வேண்டும் என்று கோரினார்கள். ஜார்க்கண்ட் கட்சி 1950இல் அமைக்கப்பட்டு ஜெய்பால் சிங் அதன் தலைவரானார். 1952 தேர்தலில் பீகார் அசெம்பிளிக்கு சோட்டா நாகபுரியில் 32 இடங்களை வென்று பிரதான எதிர்க்கட்சியாக இருந்தது. 1957 இல் 25 இடங்களில் வென்றது.

ஜார்க்கண்ட் கட்சி கேட்ட தனி மாகாணத்தில் கூட பழங்குடியினர் சிறுபான்மையினராகத்தான் இருப்பார்கள். ஆகவே அந்தக் கட்சி பழங்குடி அல்லாதவர்களையும் உறுப்பினர்களாகச் சேர்த்துக்கொண்டது. புதிய மாகாணத்தில் பழங்குடியினர் ஆட்சி செய்வார்கள் என்று கூறியது.

பழங்குடியினர் சிறுபான்மையினராக் இருப்பதாலும், பொதுவான மொழி இல்லாததாலும் அவர்களுடைய தனி மாகாணக் கோரிக்கையை மாகாண சீரமைப்பு கமிஷனும் மத்திய அரசாங்கமும் நிராகரித்தன. 1962 இல் ஜார்க்கண்ட் கட்சி 20 இடங்களில் மட்டுமே வெற்றி பெற்றது. 1963 இல் ஜெய்பால் சிங் உள்பட பல தலைவர்கள் தங்கள் கோரிக்கை வெற்றி பெறுவதற்காகக் காங்கிரஸ் கட்சியில் சேர்ந்தார்கள்.

1967-க்குப் பிறகு ஜார்க்கண்டில் பழங்குடியினருக்குச் சில கட்சிகளும் இயக்கங்களும் தோன்றின. 1972 இல் ஜார்கண்ட் முக்தி மோர்ச்சா என்ற கட்சி ஆரம்பிக்கப்பட்டது. அக்கட்சி ஜார்க்கண்ட் அரசு என்ற பழைய கோரிக்கைக்குப் புத்துயிர் அளித்தது. ஜார்க்கண்டில் வசிக்கின்ற அனைவரும் வடக்கு பீகாரிகளால் சுரண்டப்படுகிறார்கள். அவர்களுடைய ஆதிக்கத்துக்கு உட்பட்டிருக்கிறார்கள் என்று பிரச்சாரம் செய்தது. ஆகவே அந்தப் பிரதேசத்திலுள்ள விவசாயிகள் மற்றும் தொழிலாளர்களுடைய முன்னேற்றத்துக்காகத் தனிநாடு அமைக்கப்பட வேண்டும் என்று கோரியது. ஜார்க்கண்ட் அரசில் பழங்குடியினர். சிறுபான்மையினராக இருந்தால் கூட, பீகார் மாகாணத்தில் இருந்ததைக் காட்டிலும் அதிகமான செல்வாக்கு புதிய மாகாணத்தில் அவர்களுக்கு இருக்கும் என்று கருதினார்கள்.

JMM கட்சி தீவிரமான செயல்திட்டத்தையும் சித்தாந்தத்தையும் வகுத்துக் கொண்டது. மார்க்சிஸ்ட் ஒருங்கிணைப்புக் குழுவைத் தன்னுடன் சேர்த்துக்கொண்டது. பழங்குடியினரிடமிருந்து, கைப்பற்றப்பட்ட நிலங்களைத் திரும்பப் பெறுதல். கந்துவட்டிக் கொடுமை, சுரங்கத் தொழிலாளர்களுக்கு ஊதிய உயர்வு மற்றும் வசதிகள் வனத்துறை அதிகாரிகளின் அத்துமீறலை எதிர்த்தல் ஆகிய பிரச்சினைகளில் தீவிரமான போராட்டங்களை நடத்தினார்கள். 1970-களில் ஷிபு ஸோரன் JMM இன் எழுச்சி மிக்க தலைவராக இருந்தார்.

இடதுசாரிகளுடன் ஒத்துழைப்பு நீடிக்கவில்லை. பழங்குடியினர் - பழங்குடியினர் அல்லாதவர் கூட்டணியும் நீடிக்கவில்லை. JMM இல் புதிய குழுக்கள் தோன்றின. அகில இந்தியக் கட்சிகளில் JMM எந்தக் கட்சியுடன் கூட்டணி அமைப்பது என்பதில் கருத்து வேறுபாடுகள் தோன்றின. அரசாங்கத்தை எப்பொழுதும் எதிர்த்துக் கொண்டிருக்கக் கூடாது. நெகிழ்ச்சியுடன் நடந்துகொள்ள வேண்டும் என்று ஷிபு ஸோரன் கருதினார்.

பழங்குடியினரை ஆதாரமாகக்கொண்டு ஆரம்பிக்கப்பட்ட கட்சி வர்க்க அரசியலுக்கு மாறுவது சுலபமல்ல, அத்துடன் பழங்குடியினருடைய முன்னேற்றத்துக்கு விசேஷமான கோரிக்கைகளை முன்வைத்தபொழுது பழங்குடியினர் அல்லாதவர்கள் ஆதரவளிக்க வில்லை. பழங்குடியினர் எல்லோரும் ஏழைகளாக இருக்கவில்லை. அவர்களில் பணக்கார விவசாயிகள், கந்துவட்டிக்காரர்கள், ஆகியோர் இருந்தார்கள் அவர்களுக்குச் சுயாட்சி உரிமை அளிப்பதற்கு பீகார் மற்றும் மத்திய அரசாங்கங்கள் தயாராக உள்ளன.

# 10
## பிராந்தியங்களின் ஏற்றத்தாழ்வான வளர்ச்சி

இந்தியர்கள் ஒவ்வொருவருக்கும் தமிழன், வங்காளி, பஞ்சாபி, குஜராத்தி, என்ற அடையாளம் இருக்கிறது. அவர்கள் அதைப் பற்றி பெருமைப்படுவதில் தவறில்லை.

"நான் இந்தியன் என்று பெருமைப்படுவதைப் போல குஜராத்தி என்றும் பெருமைப்படுகிறேன்" என்று காந்திஜி 1909இல் கூறினார்.

இந்தியாவில் தேசிய இயக்கம் தொடக்கத்திலிருந்து அகில இந்திய இயக்கமாக இருந்தது. பிரதேச அடையாளம், தேசிய அடையாளம், ஆகிய இரண்டையும் அங்கீகரித்தது. ஒரு மாகாணத்தின் வளர்ச்சிக்குப் பாடுபடுவது குறுகிய பிராந்திய உணர்ச்சி அல்ல. வறுமை ஒழிப்பு, சமூக நீதி, ஆகிய துறைகளில் பிராந்தியங்களுக்குள் போட்டி இருந்தால், அது ஆரோக்கியமானதே. ஏனென்றால் அதன் மூலம் சாதி, மத உணர்ச்சி குறையும்.

இந்தியா சுதந்திரமடைந்த பிறகு, 1950-களிலிருந்து தமிழ் நாட்டில் பிராந்திய உணர்ச்சி தீவிரமடைந்ததைப் பற்றி 22 ஆம் அத்தியாயத்தில் விவாதிக்கப்படுகிறது. (திராவிட முன்னேற்றக் கழகம் தன்னுடைய பிராந்திய அணுகுமுறையைப் படிப்படியாகக் கைவிட்டது). 1980-களில் பஞ்சாபின் உதாரணத்தைச் சிலர் சுட்டிக்காட்டுகிறார்கள். பஞ்சாபில் வகுப்புவாதமே வளர்ந்தது, பிராந்தியவாதம் அல்ல என்பது 24 ஆம் அத்தியாயத்தில் விளக்கப்படுகின்றது. அமெரிக்காவைச் சேர்ந்த செலிக் ஹாரிசன் என்னும் ஆய்வாளர் தன்னுடைய பிரபலமான புத்தகத்தில் ("India -The most Dangerous Decades) மாகாணங்களில் கலாசார தேசியம் மேன்மேலும் அதிகரிக்கின்றபொழுது இந்தியாவின் ஒற்றுமைக்கு ஆபத்தேற்படும் என்று 1960 இல் எழுதினார். இந்திய தேசம் இந்தியாவிலுள்ள பல்வகையான கலாசாரங்களைப் பெருமையுடன் கொண்டாடுகிறது. இந்தியாவில் மொழி அடிப்படையில் மாகாணங்கள்

சீரமைக்கப்பட்டன. ஆட்சிமொழிப் பிரச்சினை வெற்றிகரமாகத் தீர்க்கப்பட்டது. பிராந்திய உணர்ச்சி இந்தியாவின் ஒற்றுமைக்கு ஆபத்துண்டாக்கவில்லை.

தமிழ்நாட்டுக்கும் கர்னாடகத்துக்கும், கர்னாடகத்துக்கும் ஆந்திராவுக்கும், பஞ்சாபுக்கும் ஹரியானாவுக்கும், ராஜஸ்தானுக்கும் நதிகளில் வரும் தண்ணீரைப் பங்கீடு செய்வதில் பிரச்சினைகள் உள்ளன. சில மாகாணங்களில் எல்லைப் பிரச்சினைகள் இருக்கின்றன. மாகாணங்களில் தீவிரமான கிளர்ச்சிகள் நடைபெற்றாலும அவை எல்லை மீறுவதில்லை. பொதுவாக மத்திய அரசாங்கத்தின் மத்திய ஸ்தம் ஏற்றுக்கொள்ளப்படுகிறது.

## ஏற்றத்தாழ்வான வளர்ச்சியும் பிராந்திய உணர்ச்சியும்

இந்தியா சுதந்திரமடைந்தபொழுது. சில பிராந்தியங்கள் மற்றவற்றைக் காட்டிலும் அதிகமாகப் பின்தங்கியிருப்பது உணரப்பட்டது. கல்கத்தா, பம்பாய், சென்னை ஆகிய பெருநகரங்களைச் சுற்றியுள்ள பகுதிகளில்தான் தொழில் வளர்ச்சி ஏற்பட்டிருந்தது. 1948இல் நாட்டின் மொத்த மூலதனத்தில் 59 சதவிகிதம் பம்பாய் மற்றும் மேற்கு வங்காளத்தில் முதலீடு செய்யப்பட்டிருந்தது தொழில்துறை உற்பத்தியில் 64 சதவிகிதம் அங்கு நடைபெற்றது. காலனிய ஆட்சியில் விவசாயம் அழிந்துவிட்டது. எனினும் வடக்கு இந்தியா மற்றும் தென்னிந்தியாவுடன் ஒப்பிடுகின்றபொழுது கிழக்கு இந்தியாவில் அதிகமாக அழிந்து விட்டிருந்தது. தனிநபர் வருமானம்பிராந்தியங்களுக்கு இடையிலான பொருளாதார ஏற்றத்தாழ்வைப் பிரதிபலித்தது. 1949 இல் மாகாணங்களில் தனிநபர் வருமானம் பின்வருமாறு:

| | |
|---|---|
| மேற்கு வங்காளம் | ரூ. 353 |
| பஞ்சாபி | ரூ. 331 |
| பம்பாய் | ரூ. 272 |
| பீகார் | ரூ. 200 |
| ஓரிசா | ரூ. 188 |
| ராஜஸ்தான் | ரூ. 173 |

மாகாணங்களின் பொருளாதார வளர்ச்சியிலிருந்த ஏற்றத் தாழ்வுகளைப் போக்கவேண்டும் என்பது மத்திய அரசாங்கத்தின் கொள்கையாக இருந்தது. எல்லா மாகாணங்களிலும் சமநிலையான

ஒருங்கிணைந்த வளர்ச்சியை உருவாக்கவேண்டும், என்று தொழிற்கொள்கைத் தீர்மானம் கூறியது.

எல்லா மாகாணங்களும் குறிப்பிட்ட காலத்திற்குள் குறைந்த பட்ச வளர்ச்சியைப் பெறவேண்டும், பின் தங்கிய பிராந்தியங்களின் பொருளாதார வளர்ச்சிக்கு முன்னுரிமை அளிக்கவேண்டும் என்று 1961 இல் தேசிய ஒருங்கிணைப்பு கவுன்சில் வலியுறுத்தியது.

மத்திய அரசாங்கத்தின் நிதி வருமானங்களை மாநிலங்களுக்குப் பகிர்ந்தளிக்கும் நெறிமுறைகளை நிதிக்கமிஷன் பரிந்துரைக்கிறது. (குடியரசுத் தலைவர் நிதிக் கமிஷனை நியமிக்கிறார்). பின்தங்கிய மாகாணங்களின் மக்கள் தொகை குறைவாக இருந்தாலும் அதிகமான நிதி ஒதுக்கப்பட்டது. ஐந்தாண்டுத் திட்டங்களைத் தயாரிக்கின்ற பொழுது இந்தக் கொள்கை கடைப்பிடிக்கப்பட்டு முக்கியமான தொழிற்சாலைகள் (எஃகுத் தொழில், உரத் தொழிற்சாலை, பெட்ரோலியம் தொழில்கள் மின்சார உற்பத்தி, பெரிய அணைக்கட்டுத்திட்டங்கள், ரயில் பாதைகள் ஆகியவை) பின்தங்கிய மாகாணங்களில் நிறுவப்பட்டன.

1969 இல் வங்கிகள் நாட்டுடைமை ஆக்கப்பட்டன. அதுவரை புறக்கணிக்கப்பட்ட சிறிய நகரங்களில் வங்கிக் கிளைகள் தொடங்கப்பட்டன. விவசாயிகள் மற்றும் சிறிய வர்த்தகர்களுக்கு வங்கிகள் கடன் கொடுத்தன. பின்தங்கிய மாவட்டங்களில் தொழில்களைத் துவக்குபவர்களுக்கு மானியம் மற்றும் வரிச்சலுகை அளிக்கப்பட்டன. பின் தங்கிய மாவட்டங்களில் ஐ. ஆர். டி.பி., வேலைக்கு உணவு ஆகிய வறுமை ஒழிப்பு நடவடிக்கைகள் மேற்கொள்ளப்பட்டன.

எனினும் இந்தியாவில் பசுமைப் புரட்சி ஏற்பட்டபொழுது, விவசாயம் மற்றும் நீர்ப்பாசனத் துறைகளில் அதிகமான முதலீடு செய்யப்பட்டது. பஞ்சாப், ஹரியானா, மாகாணங்களிலும் மேற்கு உத்தரப் பிரதேசத்திலும் அதிகமாக முதலீடு செய்யப்பட்டது. அதன் விளைவாக அங்கு விவசாய உற்பத்தி அதிகரித்தது. மற்ற மாகாணங்களில் விவசாயிகளின் வறுமை நிலை தொடர்ந்தது. 1970-களில் பசுமைப் புரட்சி ஆந்திரா, தமிழ்நாடு கர்னாடகம், உ.பி. மற்றும் ராஜஸ்தானில் சில பகுதிகளுக்கு விஸ்தரிக்கப்பட்ட பொழுது இந்த நிலையில் மாற்றம் எற்பட்டது. 1980-களில் பீகார், மேற்கு வங்காளம், ஒரிசா, அஸ்ஸாம் ஆகிய மாகாணங்களில் பசுமைப் புரட்சியினால் விவசாயத்தில் முன்னேற்றம் ஏற்பட்டது.

இந்திய அரசாங்கத்தின் முயற்சிகள் எந்த அளவுக்குப் பிராந்திய ஏற்றத் தாழ்வுகளைக் குறைத்துள்ளன? பின் தங்கிய மாகாணங்களின் சில முன்னேறியிருக்கின்றன. மற்றவை முன்னேற்றவில்லை. பீகார், மத்தியபிரதேசம், ஒரிசா ஆகிய மாநிலங்கள் பட்டியலின் கடைசியில் தான் இருக்கின்றன. மகராஷ்டிரா, பஞ்சாப் மற்றும் குஜராத் உச்சத்தில் இருக்கின்றன. ஹரியானா, கர்னாடகா மற்றும் தமிழ்நாடு குறைவாக வளர்ச்சியடைந்திருப்பதாக முன்பு கருதப்பட்டது. இப்பொழுது அவை முன்னேறியிருக்கின்றன. அஸ்ஸாம், மேற்கு வங்காளம், கேரளா, உ.பி. ஆகிய மாநிலங்கள் பின்தங்கிவிட்டன. உ.பி. மாநிலம் மிகவும் கீழே போய்விட்டது. மேற்கு வங்காளம் பட்டியலின் மத்தியில் இருக்கிறது. ஆந்திரா, ராஜஸ்தான் மாநிலங்கள் கீழிடத்துக்குக் கொஞ்சம் மேலே உள்ளன. மொத்தத்தில் ஹரியானா அதிக வளர்ச்சி அடைந்திருக்கிறது. பீகார் மாநிலம் பழைய இடத்துக்கும் கீழே போய்விட்டது.

பீகார் மற்றும் உ.பி. மாகாணங்கள் ஏன் வளர்ச்சி அடையவில்லை? அங்கு இயற்கை வளங்கள் இல்லையா? தொழிலாளர்கள் திறமை இல்லாதவர்களா? பீகார், உ.பி., ஒரிசா ஆகிய மாநிலங்களில் இயற்கை வளங்கள் போதிய அளவில் இருக்கின்றன. தொழிலாளர்கள் கடும் உழைப்பைச் செய்யக்கூடியவர்கள். அதனால்தான் அவர்களை அந்நிய நாடுகள் வரவேற்கின்றன.

பல மாகாணங்களில் பின்தங்கிய நிலைமை நீடிப்பதற்கு இந்தியப் பொருளாதாரத்தின் குறைந்த வளர்ச்சி விகிதம் காரணமாகும். 1970களின் கடைசிவ்ரை 3.5 சதவிகிதமாகவும் 1980களில் 5 சதவிகிதமாகவும் இருந்தது. சமீப ஆண்டுகளில் 7 சதவிகிதமாக உயர்ந்திருக்கிறது. பொருளாதார வளர்ச்சி குறைகின்றபொழுது மத்திய அரசாங்கத்தின் வருமானம் குறைவதால் பின்தங்கிய மாகாணங்களின் வளர்ச்சிக்குக் கணிசமாக நிதி ஒதுக்க முடியவில்லை.

அந்த மாநிலங்களின் சமூக - பொருளாதார கட்டமைப்பு மற்றும் சிந்தனை வளர்ச்சிக்கு ஏற்றவையாக இல்லை. நிலப்பிரபுத்துவம் வலுவாக இருக்கிறது. நிலச் சீர்திருத்தங்கள் நிறைவேற்றப்படவில்லை. (ஒரிசாவில் நிலச்சீர்திருத்தங்கள் சமீப காலத்தில் செய்யப்பட்டுள்ளன). பீகாரிலும் ஒரிசாவிலும் சிறிய நிலவுடைமைகள் அதிகமுள்ளன. பஞ்சாபிலும் ஹரியானாவிலும் பெரிய நிலவுடைமைகள் உள்ளன. பின்தங்கிய மாகாணங்களில் மின்சாரம், நீர்ப்பாசன வசதி, சாலைகள், சந்தைகள் இல்லை. அங்கு கிராமங்களில் வளர்ச்சிக்கு குறைவான நிதி

செலவிடப்படுகிறது. எனவே விவசாய உற்பத்தி குறைவாக இருக்கிறது. கல்வி மற்றும் சுகாதார வசதிகள் குறைந்த அளவில்தான் உள்ளன.

பீகார், உ.பி. ஆகிய இரண்டு மாகாணங்களிலும் திறமையில்லாத நிர்வாகத்தால் மத்திய அரசாங்கம் உதவி செய்தும் முன்னேற்றம் ஏற்படவில்லை. தொழிலதிபர்கள் புதிய தொழில்களை ஆரம்பிக்க வரலாம். ஆனால் அதிகாரிகள் அவர்களுக்குத் தேவையான கட்டமைப்புகளைச் செய்யாவிட்டால் அவர்கள் வேறு மாகாணங்களுக்குப் போய்விடுவார்கள் தென்னிந்தியாவிலும் மேற்கு இந்தியாவிலும் மாகாண அரசாங்கங்களில் நிர்வாகத் திறமை இருக்கிறது. உ.பி. மற்றும் பீகார் அரசாங்கங்களிடம் சுறுசுறுப்பு, திறமை இல்லை.

அடுத்தபடியாக, மாகாணத்திற்குள் சில மாவட்டங்கள் வளர்ச்சி இல்லாதிருக்கின்றன. அந்த மாவட்டங்கள் விசேஷமான சலுகைகள் அல்லது பாதுகாப்பு அல்லது சுயாட்சி கோருகின்றன. ஆந்திராவில் விதர்பா, குஜராத்தில் சௌராஷ்டிரா மத்தியப் பிரதேசத்தில் சட்டீஸ்கார் இதற்கு உதாரணங்களாகும். மேற்கு வங்காளத்தில் டார்ஜிலிங், உ.பி.யில் உத்தர கான்ட் ஆகியவற்றையும் குறிப்பிடலாம்.

மற்றொரு விஷயத்தையும் இங்கு குறிப்பிட வேண்டும். உ.பி., பீகார், ம.பி., ராஜஸ்தான் ஆகிய ஹிந்தி பேசும் மாநிலங்கள் லோக் சபாவில் 37 சதவிகித இடங்களை வைத்திருக்கின்றன. இவை பொருளாதார அடிப்படையில் பின்தங்கிய மாகாணங்கள். அதிகமான வளர்ச்சியடைந்த பஞ்சாப், ஹரியானா, குஜராத், மகாராஷ்டிரா மாகாணங்கள் லோக்சபாவில் 17 சதவிகித இடங்களை வைத்திருக்கின்றன. ஹிந்தி மொழி பேசுகின்ற மாகாணங்கள் மத்திய அரசாங்கத்தில் ஆதிக்கம் செலுத்துகின்றன என்று சொல்வதை ஏற்கமுடியாது. அய். ஏ. எஸ். மற்றும் அகில இந்திய சர்வீஸ்களில் அமைப்புகளில் பஞ்சாப், மேற்கு வங்காளம், தமிழ்நாடு, கேரளம் ஆகிய மாகாணங்களைச் சேர்ந்தவர்கள் அதிகமாகத் தேர்வு பெறுகிறார்கள்.

பின்தங்கிய மாகாணங்கள் மற்றும் பிராந்தியங்கள் பொருளாதார ரீதியில் வளர்ச்சியடைவதற்கு மத்திய அரசாங்கம் உதவி செய்ய வேண்டும். மாகாணங்களும் சுய முயற்சிகளைச் செய்யவேண்டும். "மத்திய அரசாங்கம் பொருளாதார மற்றும் சமூக வளர்ச்சிக்குப் புதிய முறையிலான திட்டங்களைக் தயாரிக்கவேண்டும். பணக்கார அரசுகளிடமிருந்து ஏழை அரசுகளுக்கு வளங்களை மாற்றிக் கொடுக்க வேண்டும்" என்று அஜித் மஜூம்தார் கூறுகிறார்.

## மண்ணின் மைந்தர்கள்

1950-களிலிருந்து ‘மண்ணின் மைந்தர்கள்’ என்னும் கோட்பாடு வலியுறுத்தப்படுகிறது. ஒரு மாகாணத்தின் முக்கியமான மொழியைப் பேசுபவர்கள் அந்த மாகாணத்தின் மைந்தர்கள். அந்த மொழியைத் தாய்மொழியாகக் கொண்டிராதவர்கள் அந்நியர்களாகக் கருதப்படுகிறார்கள். அவர்கள் அந்த மாகாணத்துக்கு சமீபத்தில் வந்தவர்களாக இருக்கலாம். அல்லது பல தலைமுறைகளாக அங்கு வசிப்பவர்களாக இருக்கலாம். எனினும் அவர்கள் அந்நியர்களே.

1952 க்குப் பிறகு பல மாகாணங்களில் கல்வி வளர்ச்சியடைந்தது. வேலை வாய்ப்புகள் அதிகரித்தன. ‘மண்ணின் மைந்தர்களுக்கு வேலை கொடு; அந்நியர்களுக்குக் கொடுக்காதே’ என்று முழங்கப்பட்டது. நகரத்தின் அல்லது மாகாணத்தின் பொருளாதார வாழ்க்கையிலிருந்து அந்நியர்களை ஒதுக்கவேண்டும் என்று பேசப்பட்டது. சாதியுணர்ச்சி மோசமானது என்றால் இதுவும் அப்படிப்பட்டதே.

பல பெரிய நகரங்களில் அந்த மாகாண மொழியைப் பேசுபவர்கள் சிறுபான்மையினராக இருந்ததால் இந்தப் பிரச்சினை தீவிரமடைந்தது. உதாரணமாக 1961 இல் பம்பாயில் மராத்தி பேசுபவர்கள் மொத்த மக்கள் தொகையில் 42.8 சதவிகிதம்தான் இருந்தார்கள். பெங்களூரில் கன்னட மொழியைப் பேசுபவர்கள் 25 சதவிகிதம்தான் இருந்தார்கள். கல்கத்தாவில் வங்காளிகள் 50 சதவிகிதத்துக்கு சற்று அதிகமாக இருந்தார்கள். அஸ்ஸாம் மாகாணத்தில் நகரங்களில் அஸ்ஸாமியர்கள் 33 சதவிகிதமே இருந்தார்கள். 1951க்குப் பிறகு நகரங்களில் குடியேறுபவர்களுடைய எண்ணிக்கை அதிகரித்தது.

மண்ணின் மைந்தர்கள் கோட்பாடு சில மாகாணங்களில் அல்லது சில நகரங்களில் மட்டும் ஏன் தோன்றியது? குடியேறிகளில் சில பிரிவினர் வெறுக்கப்பட்டது ஏன்? மற்ற பிரிவினர்களைக் காணாமல்விட்டது ஏன்? இதற்கு முன்பு அவர்கள் நெருங்கிப் பழகவில்லையா? நண்பர்களாக வாழவில்லையா? நாட்டில் ஏற்பட்ட வேலையின்மை மற்றும் வாழ்க்கைப் போராட்டம் அதற்குக் காரணமா?

தொழிற்சாலைகளில் அல்லது அரசாங்கம் (மற்றும் தனியார்) அலுவலகங்களில் வேலையில் சேருவதற்கு மண்ணின் மைந்தர்களுக்கும் ‘அந்நியர்களுக்கும்’ போட்டி ஏற்பட்டது. அந்நியர்கள் ஈடுபட்ட சில

தொழில்களில் போட்டி இல்லை. அவர்கள் சீக்கிரத்தில் பணக்காரர்களானார்கள் அவர்களுடைய வாரிசுகள் சிறப்பான கல்வி நிலையங்களுக்குச் சென்று தம்முடைய தகுதிகளை உயர்த்திக் கொண்டார்கள். உள்ளூர்க்காரர்கள் பட்டம் பெற்றிருந்தாலும் குறைந்த தாகுதிகளைக் கொண்டிருந்தார்கள். பொருளாதரம் மந்த நிலையில் இருக்கும்பொழுது வேலை வாய்ப்புகள் குறைந்துவிடுகின்றன காலியாகின்ற. வேலைகளை அதிகத் தகுதியுள்ள அந்நியர்களுக்குத் தரக்கூடாது. குறைவான தகுதி என்றாலும் மண்ணின் மைந்தர்களுக்கு தர வேண்டும் என்று வலியுறுத்தப்பட்டது. மொழிப் பெரும்பான்மையினர் மக்களைத் திரட்டினார்கள். 'எங்களுக்கு வேலை கொடு' என்று அரசாங்கத்தைக் கட்டாயப்படுத்தினர்கள். சில அரசியல் கட்சிகள் அவர்களை ஆதரித்தன. கல்கத்தாவில் கம்யூனிஸ்டுகள் அந்த இயக்கத்தை ஆதரிக்கவில்லை. ஆகவே அங்கு மண்ணின் மைந்தர்கள் இயக்கம் வளரவில்லை. காங்கிரஸ்வாதிகள் சில இடங்களில் அவர்களை ஆதரித்தார்கள். ஆனால் காங்கிரஸ் கட்சி அத்தகைய போராட்டங்களில் ஈடுபடவில்லை.

கிராமங்களில் விவசாய வேலைகளுக்கு ஆயிரக்கணக்கில் அந்நியர்கள் வருகிறார்கள். உள்ளூர் நிலவுடைமையாளர்கள் அவர்களை வரவேற்று வேலை கொடுக்கிறார்கள். பீகார் மற்றும் உ.பி. மாகாணங்களிலிருந்து விவசாயத் தொழிலாளர்கள் பஞ்சாபுக்கு போகிறார்கள். பீகாரிலிருந்து தொழிலாளர்கள் கல்கத்தாவின் சணல் தொழிற்சாலைகளுக்குப் போகிறார்கள். அஸ்ஸாம் தேயிலைத் தோட்டங்களுக்குப் போகிறார்கள். ஒரிசாவின் கட்டடத் தொழிலாளர்கள். குஜராத்துக்குப் போகிறார்கள். இவை ஆட்சேபிக்கப்படவில்லை; ஆனால் சமீப ஆண்டுகளில் தொழில்நுட்பவியல் திறமை தேவைப்படுகின்ற வேலைகளுக்கு அதிக சம்பளம் தரப்படுவதால் மண்ணின் மைந்தர்களுக்கும் அந்நியர்களுக்கும் இடையில் போட்டி வளர்ந்துகொண்டிருக்கின்றது.

அரசியலமைப்புச் சட்டத்தில் அந்நியர்கள் அல்லது குடியேறிகளின் உரிமைகளைப் பற்றி பட்டும் படாமலும்தான் எழுதப்பட்டிருக்கிறது. பிறந்த இடம் அல்லது வசித்த இடத்தைக் காரணம் காட்டி வேலை கொடுக்க மறுப்பதை 16 ஆம் ஷரத்து தடை செய்கிறது. எனினும் பல மாகாண அரசாங்கங்கள் கல்வி அமைப்புகளிலும் வேலைகளிலும்

மண்ணின் மைந்தர்களுக்கு ஒதுக்கீடு செய்கின்றன. மாகாண ஆட்சி மொழியைத் தாய்மொழியாகக் கொண்டவர்கள் மட்டும் மனு செய்யலாம் என்று விளம்பரம் செய்கின்றன. 'நெடுங்காலமாக அந்த மாகாணத்தில் குடியிருக்கின்ற 'அந்நியர்களின்' வாரிசுகள் புறக்கணிக்கப்படுகிறார்கள். உள்ளூர்க்காரர்களுக்கு முன்னுரிமை கொடுங்கள்' என்று மாகாண அரசாங்கங்கள் தொழிலதிபர்களைக் கேட்டுக்கொள்கின்றன.

வெளி மாகாணங்களிலிருந்து அந்நியர்கள் வேலை தேடி எங்கள் மாகாணத்துக்கு வரக்கூடாது என்ற இயக்கம் தொடங்கியது. அது அஸ்ஸாம், தெலிங்கானா (ஆந்திர மாகாணம்) கர்நாடகா, மகாராஷ்டிரா, ஒரிசா ஆகிய மாகாணங்களின் நகரங்களில் நிலவியது. மகராஷ்டிராவில் சிவசேனா என்ற இயக்கம் 1966 இல் பால்தாக்கரே தலைமையில் நிறுவப்பட்டது. மராட்டியர்களுக்கு (அதாவது மராட்டிய மொழியைப் பேசுபவர்களுக்கு) வேலை மற்றும் சிறுதொழில்களில் முன்னுரிமை கொடுக்கவேண்டும் என்று சிவசேனா கோரியது. தென்னிந்தியர்களை, குறிப்பாக, தமிழர்களை எதிர்த்துப் பிரசாரம் செய்தது. 1969இல் தென்னிந்தியர்கள் நடத்திய தேநீர்க்கடைகள் மற்றும் சிறுதொழில் களுக்குத் தீ வைத்து நாசப்படுத்தியது. எனினும் பம்பாய் நகரத்துக்கு வெளியில் அது செல்வாக்குப் பெற முடியவில்லை. அது ஹிந்து வகுப்புவாதத்தைத் தொடங்கியது. சிறிது காலத்துக்குப் பிறகு பி. ஜே.பி. கட்சியுடன் கூட்டுச் சேர்ந்தது.

அஸ்ஸாம் மற்றும் தெலிங்கானாவில் நடைபெற்ற மண்ணின் மைந்தர்கள் போராட்டங்கள் மிகவும் சிக்கலானவையாக இருந்தன. அவற்றில் புதிய கூறுகள் வெளிப்பட்டன. இரண்டு மாகாணங்களிலும் நடைபெற்ற இயக்கங்களைப் பற்றி மாகாண அரசியல் என்ற அத்தியாயத்தில் எழுதப்படுகிறது.

மண்ணின் மைந்தர்கள் பிரச்சினை உச்சத்திலிருந்த பொழுதுகூட சில நகரங்களும் சில மாகாணங்களுமே பாதிக்கப்பட்டன. இந்தியாவின் ஒற்றுமையை அது பாதிக்கவில்லை. ஆனால் மத்தியதர வர்க்கத்தினர் வேலையில்லாமல் துன்பமடைகின்ற நிலை மறைகின்றவரை இந்தப் பிரச்சினை இருக்கும். பொருளாதார வளர்ச்சிதான் அதற்குத் தீர்வு.

சுதந்திரமடைந்த பிறகு மொழிவாரி மாநிலங்கள் இந்தியாவின் ஒற்றுமைக்கு ஆபத்துண்டாக்கவில்லை. ஆட்சி மொழியில் பிரச்சினை வெற்றிகரமாகத் தீர்க்கப்பட்டது. 1967 ஆட்சிக்கு வந்த தி. மு. கழகம் மெட்ராஸ் அரசு என்பதைத் தமிழ்நாடு என்று பெயர் மாற்றம் செய்தது. அதன் வேகம் குறைந்து மத்திய அரசாங்கத்துடன் ஒத்துழைக்கிறது. பழங்குடியினருக்குச் சமூகப் பொருளாதார கலாசார சுயாட்சி அளிக்கப்பட்டுள்ளது. இந்தியாவின் பன்முகக் கலாசாரத்தை இந்தியாவின் தேசியத் தலைவர்கள் சரியாகப் புரிந்துகொண்டு வழிகாட்டியதால் இந்தியாவின் ஒற்றுமை வளர்ந்திருக்கிறது.

# 11
# நம்பிக்கை மற்றும் சாதனை ஆண்டுகள் (1951 - 64)

1951-64 ஆம் ஆண்டுகளின்போது நாடு முதிர்ச்சி அடைந்ததுடன் புதிய சாதனைகளை நிறைவேற்றியது. நாட்டு மக்களிடம் நம்பிக்கையும் எழுச்சியும் நிலவின. 1953 ஏப்ரலில் நேரு பின்வருமாறு கூறினார்:

"இந்தியாவில் பிறந்த ஆண், பெண், குழந்தை ஒவ்வொருவருக்கும் குறைந்தபட்ச வாழ்க்கைத் தரத்தை உத்தரவாதம் செய்கின்றவரை நான் ஓயமாட்டேன். ஐந்து அல்லது ஆறு ஆண்டுகளைக்கொண்டு ஒரு நாட்டைப் பற்றி முடிவுசெய்ய முடியாது. இன்னும் பத்து ஆண்டுகளுக்குப் பொறுத்திருங்கள். நமது திட்டங்கள் நாட்டை முற்றிலும் மாற்றப் போகின்றன. உலகம் அதைப் பார்த்து வியப்படையும்."

நேரு 1955 இல் பின்வருமாறு எழுதினார்:

"எண்ணற்ற பிரச்சினைகள் நம்மைச் சூழ்ந்திருக்கின்றன, அவை நம்மைத் தோற்கடித்துவிடலாம்" என்ற சூழ்நிலை இருந்தாலும் இந்த நாட்டின்மீது நம்பிக்கை இருக்கிறது. எதிர்காலம் சிறப்பானதாக இருக்கும் என்ற நம்பிக்கை இருக்கிறது. நாம் இதுவரை பின்பற்றிய கொள்கைகளில் நம்பிக்கை இருக்கிறது. கதிரவன் மேலே எழுகிறது. இந்தியாவின் நெடிய வரலாற்றில், துன்பப்பட்ட வரலாற்றில் புதிய சகாப்தம் தோன்றிவிட்டது என்ற உற்சாகம் பிறந்திருக்கிறது."

இந்தியாவில் நிலையான ஆட்சி இருந்தது. மக்கள் ஜனநாயகம் மற்றும் சிவில் உரிமைகளை அனுபவித்தார்கள். இந்தியாவின் மதச் சார்பின்மை திட்டமிட்ட வளர்ச்சி, அணிசேராமை ஆகிய கொள்கைகள் மக்களுக்கு உத்வேகமூட்டின. எனினும் மத்தியதர வர்க்கத்தினர் வேகமான வளர்ச்சி ஏற்படவில்லையே என்று அதிருப்தி அடைந்தார்கள். நிலச் சீர்திருத்தங்கள் இல்லாமல் விவசாயிகள் வறுமையின் பிடியில் சிக்கியிருந்தார்கள்.

**ஜனநாயகத் தேர்தல்கள்**

இந்தியாவின் முதலாவது பொதுத்தேர்தல் 1951-52 இல் நடைபெற்றது. உலகத்தில் வேறு எந்த நாட்டிலும் பல கோடி மக்கள் பங்கெடுத்த ஜனநாயகத் தேர்தல் இதுவரை நடைபெறவில்லை. 21 வயதான இந்தியர்கள் எல்லோருக்கும் வாக்குரிமை அளிக்கப்பட்டது. மொத்த வாக்களர்களுடைய எண்ணிக்கை 17 கோடி 30 லட்சம் அவர்களில் பெரும்பான்மையினர் ஏழைகள், கல்வியறிவில்லாதவர்கள், கிராமவாசிகள். அவர்கள் எப்படி வாக்களிக்கப்போகிறார்கள் என்பது கேள்விக்குறியாக இருந்தது.

அரசியலமைப்புச் சட்டம் தேர்தல் கமிஷனை உருவாக்கியது. தலைமைத் தேர்தல் கமிஷனர் தேர்தல்களைத் திட்டமிட்டு நடத்தினார். அரசியல் கட்சிகளுக்கும் சுயேச்சை வேட்பாளர்களுக்கும் தேர்தல் சின்னங்கள் ஒதுக்கப்பட்டன. முதலாவது பொதுத்தேர்தலில் சின்னங்கள் வாக்குப் பெட்டிகள் மீது ஒட்டப்பட்டன. அடுத்த தேர்தலிலிருந்து வாக்குச் சீட்டில் அச்சடிக்கப்பட்டன. ஆயிரம் வாக்காளர்களுக்கு ஒரு வாக்குச் சாவடி அமைக்கப்பட்டது. பத்து லட்சம் அதிகாரிகள் தேர்தல் பணியில் ஈடுபடுத்தப்பட்டார்கள்.

பதினான்கு தேசியக் கட்சிகள் 63 பிராந்திய அல்லது ஸ்தலக் கட்சிகள் மற்றும் சுயேச்சைகள் 489 லோக் சபா தொகுதிகளுக்கும் 3,283 அசெம்பிளி தொகுதிகளுக்கும் போட்டியிட்டன. சுமார் 117, 500 வேட்பாளர்கள் மற்றும் சட்ட சபைத் தொகுதிகளுக்குப் போட்டியிட்டார்கள். தேர்தல் சுமார் நான்கு மாதகாலம் நீடித்தது (1957 பொதுத்தேர்தலுக்கு 19 நாட்கள் மற்றும் அதற்குப் பிறகு 7-10 நாட்களாகக் குறைந்தது. தேர்தலில் காங்கிரஸ், ஜனசங்,சோஷலிஸ்ட், இந்தியக் கம்யூனிஸ்ட் மற்றும் ஸ்தல கட்சிகள் போட்டியிட்டன.

நேரு இந்தியா முழுவதிலும் காங்கிரசுக்கு ஆதரவாகப் பிரச்சாரம் செய்தார். அவருடைய தேர்தல் சொற்பொழிவுகள் அரசியல் வகுப்புகளாக இருந்தன. எதிர்க் கட்சிகள் அவரைக் குறிவைத்துத் தாக்கின என்று டாக்டர் எஸ். கோபால் எழுதினார் தேர்தலில் தன்னுடைய முக்கியத்துவத்தை நேரு புரிந்துகொண்டார். "மத்தியிலும் மாகாணங்களிலும் ஸ்திரமான காங்கிரஸ் ஆட்சிக்கு நான் காரணமாக இருக்கிறேன்; நான் இல்லாவிட்டால் சீர்குலைவு ஏற்படும்" என்றார் நேரு.

நாட்டில் வகுப்புவாத சக்திகளுக்கும் மதச் சார்பற்ற சக்திகளுக்கும் போர் நடைபெறுகிறது. வகுப்பு வாத சக்திகள் வளர்ந்துவிட்டால் இந்தியா உடைந்துவிடும்; "உயிர் போனால் கூட மதச் சார்பின்மையை நாங்கள் கைவிட மாட்டோம்" என்றார் நேரு.

பொதுமக்கள் தேர்தலைத் திருவிழாவைப் போலக் கொண்டாடினார்கள். வாக்காளர்கள் தங்களுடைய வாக்குரிமையைக் கவனமாகப் பயன்படுத்தினார்கள். மொத்த வாக்காளர்களில் 46.6 சதவிகிதத்தினர் வாக்களித்தார்கள். செல்லாத வாக்குகள் 3.4 சதவிகிதமே இருந்தது. பெண் வாக்காளர்களில் 40 சதவிகிதத்தினர் வாக்களித்தார்கள்.

லோக்சபா மற்றும் மாகாண சட்ட சபைகளுக்கு நடைபெற்ற தேர்தல் முடிவுகள் கீழே தரப்பட்டுள்ளன.

**லோக்சபா**

| கட்சி | வெற்றியடைந்த இடங்கள் | பெற்ற வாக்கு சதவிகிதம் | மாகாண சட்ட சபைகளில் வெற்றியடைந்த இடங்கள் |
|---|---|---|---|
| 1. காங்கிரஸ் | 364 | 45.00 | 2,248 |
| 2. கம்யூனிஸ்ட் மற்றும் கூட்டணி | 23 | 4.60 | 147 |
| 3. சோஷலிஸ்டுகள் | 12 | 10.60 | 125 |
| 4. கே. எம். பி. க | 9 | 5.80 | |
| 5. ஜனசங் | 3 | 3.10 | |
| 6. ஹிந்து மகா சபா | 4 | 0.95 | 85 |
| 7. ராம் ராஜ்ய பரிஷத் | 3 | 2.03 | |
| 8. இதர கட்சிகள் | 30 | 12.08 | 273 |
| 9. சுயேச்சைகள் | 41 | 15.80 | 325 |
| மொத்தம் | 489 | -- | 3,279 |

**குறிப்பு:** கே. எம்.பி. க, என்பது கிசான் மஸ்தூர் பிரஜா கட்சியைக் குறிக்கும்.

முதல் பொதுத்தேர்தலில் வெளிப்பட்ட சில கூறுகளைக் காண்போம்:

1. காங்கிரஸ் லோக் சபாவில் 75 சதவிகித இடங்களையும் மாகாண சட்ட சபைகளில் 68.5 சதவிகித இடங்களையும் காங்கிரஸ் பெற்றது.

இரண்டிலும் 50 சதவிகிதத்துக்கும் குறைவான வாக்குகளைப் பெற்றது. காங்கிரஸ் கட்சி மத்தியிலும் எல்லா மாகாணங்களிலும் அரசாங்கம் அமைத்தது. சென்னை, திருவாங்கூர். கொச்சி, ஒரிசா, பெப்சு (PEPSU) ஆகிய நான்கு மாகாணங்களில் காங்கிரஸ் கட்சிக்குத் தனிப் பெரும்பான்மை கிடைக்கவில்லை. எனினும் ஸ்தல கட்சிகள் மற்றும் சுயேச்சைகளின் ஆதரவோடு அரசாங்கம் அமைத்தது.

2. இடதுசாரிக் கட்சிகளும் வலதுசாரி வகுப்புவாதக் கட்சிகளும் குறைவான இடங்களையே பெற்றன. மூன்று ஹிந்து வகுப்புவாதக் கட்சிகளுக்கு லோக்சபாவில் 10 இடங்கள் கிடைத்தன. 6 சதவிகித வாக்குகளைப் பெற்றன. சோஷலிஸ்ட் கட்சி லோக்சபாவில் 12 தொகுதிகளிலும் அதன் தளம் என்று கருதப்பட்ட உ.பி. யில் 19 சட்டசபைத் தொகுதிகளிலும் வெற்றிபெற்றது.

3. கம்யூனிஸ்ட் கட்சியும் அதன் கூட்டணியும் லோக்சபாவுக்கு 23 இடங்களில் வெற்றிபெற்று பிரதான எதிர்க்கட்சி அந்தஸ்தைப் பெற்றது. சென்னை, திருவாங்கூர், கொச்சி, ஹைதராபாத், ஆகிய மாகாணங்களில் சட்டசபைகளில் கணிசமான இடங்களைப் பிடித்தது.

4. ராஜாக்கள் மற்றும் பெரிய நிலக்கிழார்கள் இன்னும் செல்வாக்குடன் இருப்பதை தேர்தல் எடுத்துக்காட்டியது. அவர்களுடைய கட்சியான காண தந்திர பரிஷத் ஒரிசா மாகாணத்தில் 22.10 சதவிகித வாக்குகளை (31 இடங்கள்) பெற்றது. மூன்று ஹிந்து வகுப்புவாதக் கட்சிகளும் சேர்ந்து மாகாணங்களில் 85 தொகுதிகளில் வெற்றி பெற்றன. அவற்றில் 64 இடங்கள் பழைய சமஸ்தானங்களில் இருந்தன.

5. லோக் சபாவுக்கும் சட்டசபைகளுக்கும் பிரபலமான சுயேச்சை வேட்பாளர்கள் வெற்றி பெற்றார்கள். எனினும் 1962-க்குப் பிறகு சுயேச்சை வேட்பாளர்களை வாக்காளர்கள் ஆதரிக்கவில்லை.

முதலாவது பொதுத் தேர்தலில் எதிர்மறையான சில போக்குகள் கருவடிவத்தில் தோன்றின. காங்கிரஸ் கட்சியின் சார்பில் தேர்தலில் போட்டியிடுகின்ற வாய்ப்புப் பெறாதவர்கள் சுயேச்சை வேட்பாளராகத் தேர்தலில் போட்டியிட்டார்கள். கிராமங்களில் செல்வாக்குள்ளவர்கள் தங்களிடம் இத்தனை வாக்காளர்கள் இருப்பதாக வேட்பாளர்களிடம் பேரம் பேசினார்கள். அதாவது வாக்கு வங்கிகள் உருப்பெற்றன. சாதி, மற்றும் ரத்த உறவுகள் முக்கியத்துவம் பெறத் தொடங்கின. பொதுத்தேர்தல் அமைதியாகவும் நேர்மையாகவும் நடைபெற்றதால் உலக அரங்கில் இந்தியாவுக்கும் நேருவுக்கும் மரியாதை ஏற்பட்டது.

## ஜனநாயக அமைப்புகளை நிறுவுதல்

லோக்சபாவில் காங்கிரசுக்கு அதிகமான பெரும்பான்மை இருந்தது. பிரதமர் நேரு பார்லிமென்டின் அதிகாரத்தையும் கௌரவத்தையும் உயர்த்த எப்பொழுதும் பாடுபட்டார். முக்கியமான விவாதங்களின் போது அவர் பார்லிமென்டில் இருப்பார். மதிப்பீட்டுக் கமிட்டி, பொதுக் கணக்குக் கமிட்டி மற்றும் இதர கமிட்டிகள் சிறப்பாக செயலாற்றின. நேருவின் தலைமையில் கேபினெட் முறையும் வளர்ச்சியடைந்தது. நேரு தன்னுடைய சக மந்திரிகளை அன்புடன் நடத்தினார்.

"நேரு பிரதமர் என்ற முறையில் கேபினெட்டில் முடிவுகளைத் திணிக்கமாட்டார். கூட்டு முடிவு இருந்தது. வாக்கெடுப்பு இருக்காது." என்றார் நிதி அமைச்சராக இருந்த சி.டி. தேஷ்முக்

நேரு எதிர்க் கட்சிகளின் தலைவர்களை மதித்தார். அவர்களுடைய விமர்சனங்களைக் கேட்டுக்கொண்டார்.

"ஜனநாயகம் என்பது உங்களுடைய அண்டை வீட்டுக்காரரிடம், உங்களுடைய எதிரியிடம் பண்புடன் நடந்துகொள்வதாகும்" என்றார். நேரு காங்கிரஸ் கட்சியிலும் உள்கட்சி ஜனநாயத்தை வளர்த்தார்.

நேரு காலத்தில் கூட்டாட்சி முறை நிலவியது. அவர் மாநில முதலமைச்சர்களின் கருத்துகளைக் கேட்டு நடவடிக்கைகளைச் செய்தார். அவர் மாகாணங்களின் உரிமைகளில் தலையிடமாட்டார். நேரு நிலச் சீர்திருத்தங்களை ஆதரித்து மாகாண முதலமைச்சர்களுக்குக் கடிதங்கள் எழுதினார். நிலச்சீர்திருத்தம் மாகாணங்களின் அதிகாரத்துக்கு உட்பட்டிருந்தது. முதலமைச்சர்கள் போதிய அக்கறை காட்டவில்லை.

ராணுவத்தின் மீது சிவில் அதிகாரிகளின் கட்டுப்பாட்டினை அவர் ஆதரித்தார். இந்திய ராணுவம் எப்பொழுதும் அரசியலில் சம்பந்தப்பட்டவில்லை. நேரு காலத்தில் வரவு-செலவுத் திட்டத்தில் ராணுவத்துக்கு 2 சதவிகிதமே ஒதுக்கப்பட்டது.

1959இல் கேரளத்தில் கம்யூனிஸ்ட் அரசாங்கம் டிஸ்மிஸ் செய்யப்பட்டு குடியரசுத் தலைவர் ஆட்சி அமுலாக்கப்பட்டது. அது நேருவின் ஆட்சியில் கரும்புள்ளியாகும்.

**அரசு நிர்வாகக் கட்டமைப்பு**

பிரிட்டிஷ் ஆட்சியில் இந்தியாவை அய். சி. எஸ். என்ற அமைப்பு நிர்வாகம் செய்தது. காலனிய அரசாங்கத்தின் நலன்களைப் பாதுகாப்பது உயர் அதிகாரிகளுடைய குறிக்கோளாக இருந்தது. நேரு அய். சி. எஸ். அதிகாரிகளைக் கடுமையாக விமர்சனம் செய்திருக்கிறார். சுதந்திர இந்தியாவின் புதிய அரசாங்கத்தில் உள்துறை அமைச்சராக படேல் இருந்தார். "அய். சி. எஸ். அதிகாரிகளின் மிகவும் மெதுவான நிர்வாகம் இக்காலத்துக்குப் பொருந்தாது. அதை மாற்றி வேறு அமைப்பைக் கொண்டு வரவேண்டும்" என்று நேரு கூறினார்.

'நாட்டில் இன்னும் அமைதி ஏற்படவில்லை. உறுதியான நிர்வாக முறையே நாட்டின் அமைதியை நிலைநாட்டும். நிர்வாகத்தில் அனுபவமுள்ள அய். சி.எஸ். அதிகாரிகளை ஒதுக்கிவிட்டால் இந்தியாவை வேறு யார் நிர்வாகம் செய்ய முடியும்?' என்று படேல் கேட்டார். " சோதனைகள் மிக்க காலத்தில் அவர்கள் நமக்கு உதவியாக இருந்தார்கள். கடந்த இரண்டு அல்லது மூன்று ஆண்டுகளில் அவர்களில் பெரும்பான்மையினர் நமக்கு உதவியாக இருந்தனர். அவர்கள் இல்லையென்றால் அரசாங்கம் கவிழ்ந்திருக்கும்" என்று படேல் அரசியல் நிர்ணய சபையில் கூறினார்.

அய். சி. எஸ். அதிகாரிகளைப் போகுமாறு சொல்லிவிட்டால் நிர்வாகம் சீர்குலைந்துவிடும் என்பதை நேரு உணர்ந்தார். அவர்களுடைய திறமையை அவர் பாராட்டினார். ஆகவே அவர் படேலின் நிலையை ஒத்துக்கொண்டார்.

"அதிகாரிகள் பொதுவில் நல்லவர்களே. ஆனால் அவர்கள் பொதுமக்களை ஊக்கப்படுத்துவதில்லை" என்றார் நேரு- புதிதாக அய். ஏ. எஸ். என்ற அமைப்பு கொண்டுவரப்பட்டது. அந்த அதிகாரிகள்

பழைய அய்.சி.எஸ். அதிகாரிகளின் வார்ப்பிலேயே இருந்தார்கள் . நிர்வாகத்தில் அபிவிருத்தி ஏற்படவில்லை. மக்களிடமிருந்து வெகுதூரம் விலகிச் சென்றது. மாபெரும் திட்டங்களை நிறைவேற்றுகின்ற பொறுப்பு ஒப்படைக்கப்பட்டது. சில அதிகாரிகள் ஊழல் குற்றச்சாட்டுகளுக்கு இலக்கானார்கள். 1948 மே மாதத்தில் "நம்முடைய (அரசாங்கம்) திறமையின்மை, மக்களிடமிருந்து விலகியிருத்தல், காலதாமதங்கள், எல்லாவற்றுக்கும் மேலாக ஊழல்களைப் பற்றிப் புகார்கள் செய்யப்படுகின்றன. அவை நியாயமே" என்று நேரு வரவு செலவுத் திட்டத்தில் முதலமைச்சர்களுக்கு எழுதினார். "அரசாங்கத்தில் ஊழல் மற்றும் திறமையின்மைக்கு எதிராகப் போர் செய்யவேண்டும்" என்று 1963 மே மாதத்தில் முதலமைச்சர்களுக்கு எழுதினார்.

அமைச்சர்கள் மீது ஊழல் குற்றச்சாட்டுகள் வந்தபொழுது நேரு நடவடிக்கை எடுத்தார். ஆனால் பதவியிலிருப்பவர்களைக் குறைகூறுவது இந்தியர்களுடைய வழக்கம். ஆகவே ஊழல் புகார்களைப் பெரிதுபடுத்தக்கூடாது. என்று அவர் கருதினார்."

## அறிவியல் மற்றும் தொழில் நுட்பவியல் வளர்ச்சி

இந்தியாவின் பிரச்சினைகளுக்கு அறிவியல் மற்றும் தொழில் நுட்பவியல் மூலமாகவே தீர்வு காணமுடியும் என்று நேரு நம்பினார்.

இந்தியாவின் வறுமை, பசி, சுகாதாரக்கேடுகள் மற்றும் கல்வியின்மை, ஆகியவற்றை அறிவியலைக் கொண்டுதான் தீர்க்க முடியும்" என்று 1938 சனவரியில் இந்திய அறிவியல் காங்கிரசுக்கு அனுப்பிய செய்தியில் நேரு கூறினார். அறிவியல் வளர்ச்சி சம்பந்தமாக முக்கியமான தீர்மானம் 1958 மார்ச்சில் லோக் சபாவில் நிறைவேற்றப்பட்டது.

இந்தியாவின் முதல் ஆய்வு நிலையமாகிய தேசிய இயற்பியல் ஆய்வு நிலையத்துக்கு 1947 சனவரியில் டில்லியில் அடிப்படைக் கல் போடப்பட்டது. நேருவின் காலத்தில் 17 தேசிய ஆய்வு நிலையங்கள் அமைக்கப்பட்டன. சி. எஸ். ஐ. ஆர். எனப்படுகின்ற மத்திய அமைப்பு ஆய்வு நிலையங்களை நிர்வாகம் செய்தது.

அமெரிக்காவிலுள்ள பிரபலமான எம். ஐ.டி. யைப் போல 5 அறிவியல் உயர் கல்வி நிலையங்கள் காரக்பூர், சென்னை, பம்பாய், கான்பூர், டில்லி ஆகிய நகரங்களில் ஆரம்பிக்கப்பட்டன. அறிவியல் ஆராய்ச்சிக்கு 1948 இல் 1.10 கோடி செலவிடப்பட்டது 1956-66 இல் 85-06 கோடி செலவிடப்பட்டது.

இந்தியா அணுசக்தி ஆராய்ச்சிக்கு முக்கியத்துவம் கொடுத்தது. டாக்டர் ஹோமி பாபா என்ற அணுசக்தி விஞ்ஞானியின் தலைமையில் 1948 இல் இந்திய அரசாங்கம் அணுசக்தி கமிஷனை அமைத்தது. பிரதமர் நேருவின் தீவிரமான அக்கறையின் விளைவாக 1954 இல் அணுசக்தி இலாகா அமைக்கப்பட்டது. இந்தியாவின் முதல் அணு உலை (ஆசியாவுக்கும் அது முதல் அணு உலையாக இருந்தது) 1956 ஆகஸ்டில் கருவுற்றது. சில ஆண்டுகளில் நாட்டின் வெவ்வேறு பகுதிகளில் மின்சார உற்பத்திக்காக அணு மின்சார நிலையங்கள் நிறுவப்பட்டன. அணு சக்தியை சமாதான காரியங்களுக்குப் பயன்படுத்த இந்தியா உறுதிகொண்டிருக்கிறது.

இந்தியா விண்வெளி ஆராய்ச்சியிலும் ஈடுபட்டது. 1962 இல் விண்வெளி ஆராய்ச்சிகளுக்கு இந்திய தேசிய கமிஷன் அமைக்கப்பட்டது. தும்பா என்னுமிடத்தில் ஏவுகணை செலுத்தும் பரிசோதனைகள் செய்யப்பட்டன.

### சமூக மாற்றம்

இந்தியக் குடியரசை நிறுவியவர்கள் அரசியலமைப்புச் சட்டத்தின் வழிகாட்டும் கோட்பாடுகளில்

"பொருளாதார மற்றும் அரசியல் நீதி சமூகத்தின் எல்லாத் துறைகளிலும் நிலவும்படி செய்யவேண்டும்." (36 ஆம் ஷரத்து) என்று எழுதினார்கள். 1955 ஆவடியில் (சென்னை) நடைபெற்ற காங்கிரஸ் மாநாட்டில் 'சோஷலிசபாணி சமூகத்தை' அமைப்பது காங்கிரஸ் கட்சியின் குறிக்கோள் என்று தீர்மானம் நிறைவேற்றப்பட்டது. இரண்டாவது மற்றும் மூன்றாவது ஐந்தாண்டுத் திட்டங்களில் பொதுத் துறை விரிவுபடுத்தப்பட்டது. (அதைப் பற்றி மற்றொரு அத்தியாயத்தில் எழுதப்படுகிறது.)

"நாம் அரசியல் புரட்சியை நிறைவேற்றிவிட்டோம். பொருளாதாரப் புரட்சிக்குப் பாடுபட்டுக்கொண்டிருக்கிறோம். சமூகப் புரட்சியும் நமது குறிக்கோள். இவை மூன்றும் இணைந்தால் இந்திய மக்களுடைய வாழ்க்கை வளம் பெறும்" என்று நேரு 1956 இல் கூறினார்.

அரசியலமைப்புச் சட்டத்தில் தீண்டாமை ஒழிக்கப்பட்டிருந்தது. அதன் தொடர்பாக 1955 இல் தீண்டாமை ஒழிப்புச் சட்டம்

நிறைவேற்றப்பட்டது. அதில் தீண்டாமையை கடைப்பிடிப்பது தண்டனைக்குரிய குற்றமாக ஆக்கப்பட்டது. தாழ்த்தப்பட்ட பிரிவினர் (எஸ். சி.) மற்றும் தாழ்த்தப்பட்ட இனக்குழுவினருக்கு (எஸ்.டி.) கல்வி நிலையங்களிலும் அரசாங்க அலுவலங்களிலும இட ஒதுக்கீடு செய்யப்பட்டது. அவர்களுக்குக் கடன், மானியம், ஹாஸ்டல்கள், அமைப்பதற்கு நிதி ஒதுக்கப்பட்டது. அந்த வேலைகளை நிறைவேற்றுவதற்கு ஒரு கமிஷனர் நியமிக்கப்பட்டார். எனினும் எஸ்.சி. மற்றும் எஸ். டி. க்கள் பின்தங்கிய நிலையில்தான் இருந்தார்கள். கிராமங்களில் சமூக ஒடுக்குமுறை நீடித்தது. கிராமங்களில் நிலவிய சாதிய உணர்ச்சி நகரங்களுக்கும் பரவியது. முன்பு உயர்சாதியினர் தாழ்த்தப்பட்ட மக்களைத் துன்புறுத்தினார்கள். இப்பொழுது பின்தங்கிய வகுப்பினரும் சாதிய ஒடுக்குமுறைகளைச் செய்தார்கள்.

குடும்பத்திலும் சமூகத்திலும் நெடுங்காலமாகப் பெண்களுக்கு உரிமைகள் இல்லை. மாதர் அமைப்புகள் உரிமைகளைக் கோரின. நேரு அவர்களை ஆதரித்தார். சுதந்திரத்துக்கு முன்பு அவர் பிரெஞ்சுத் தத்துவஞானி சார்லஸ் பூரியரை மேற்கோள் காட்டியிருந்தார்: "ஒரு நாட்டில் பெண்களுடைய சமூக அரசியல் நிலையைக்கொண்டே நாட்டின் நாகரிகத்தை மதிப்பிட முடியும்" என்றார்.

சமூகத்தில் பெண்களுடைய நிலைமை உயர்த்துவதற்கு 1951 ஹிந்து சட்டதிருத்த மசோதா கொண்டு வரப்பட்டது. பார்லிமெண்டிலிருந்த பழமைவாதிகளும் நாட்டிலிருந்த ஹிந்து வகுப்புவாத அமைப்புகளும் அதை எதிர்த்தன. மசோதா ஒத்திவைக்கப்பட்டது. மக்களிடம் ஆதரவைத் திரட்டவேண்டும் என்று நேரு முடிவுசெய்தார்.

1952 தேர்தலுக்குப் பிறகு மறுபடியும் பதவிக்கு வந்த நேரு நான்கு தனிச் சட்டங்களாக அந்த மசோதாவை நிறைவேற்றினார். ஒருதார மணம், கணவனுக்கும் மனைவிக்கும் திருமண ரத்து உரிமை, பெண்களுக்குச் சொத்துரிமை, மற்றும் சில உரிமைகள் பெண்களுக்கு அளிக்கப்பட்டன. பெண்களுடைய சமூக நிலையில் மாபெரும் முன்னேற்றம் ஏற்பட்டது.

இந்தியாவில் முஸ்லிம்கள் உள்பட எல்லோருக்கும் ஒரே சீரான சிவில் சட்டம் நிறைவேற்றப்படவில்லை. முஸ்லிம் சிறுபான்மையினர் சீர்திருத்தங்களுக்குத் தயாராக இல்லை. சட்டத்தின் மூலம் அவர்களுடைய நெடுங்கால வழக்கங்களை மாற்றுவதற்கு நேரு தயாராக இல்லை.

## கல்வி

நாட்டின் சமூகப் பொருளாதார முன்னேற்றத்துக்குக் கல்வி இன்றியமையாததாகும். 1951 இல் மக்கள் தொகையில் 16.6 சதவிகிதத்தினர் மட்டுமே கல்வித் தகுதி பெற்றிருந்தார்கள். (கிராமங்களில் 6 சதவிகிதமாக இருந்தது).

தொடக்கப் பள்ளிகள் உயர்நிலைப் பள்ளிகள், கல்லூரிகள் மற்றும் தொழில்நுட்பக் கல்லூரிகளை அமைப்பதற்கு அரசாங்கம் அதிகமாக நிதி ஒதுக்கியது. 1951-52 இல் கல்வித்துறைக்கு 198 மில்லியன் ரூபாய் செலவிடப்பட்டது. 1964 65க்குள் அது 1462.7 மில்லியனாக அதிகரித்தது.

ஏழு மடங்கு உயர்வு, ஆரம்பக் கல்விக்குச் செலவு செய்வதைக் குறைக்கவேண்டாம் என்று நேரு மாகாண முதலமைச்சர்களைக் கேட்டுக்கொண்டார். "இதுதான் அடிப்படையான செலவு. தலை போனாலும் இந்தச் செலவைக் குறைக்கக்கூடாது" என்று தேசிய வளர்ச்சிக் கவுன்சில் கூட்டத்தில் நேரு கூறினார்.

நேருவின் காலத்தில் ஆரம்பக் கல்வி வேகமாக வளர்ச்சி அடைந்தது. 1951-1966 ஆம் ஆண்டுகளில் ஆரம்பப் பள்ளிக் கூடங்களில் 1-5 ஆம் வகுப்புகளில் சேர்க்கப்பட்டவர்களின் எண்ணிக்கை மாணவர்களுக்கு இரண்டு மடங்கும் மாணவிகளுக்கு மூன்று மடங்கும் அதிகரித்தது. உயர்நிலைப் பள்ளி மட்டத்திலும் வேகமான வளர்ச்சி இருந்தது. 1951 இல் 1.2 மில்லியன் மாணவர்கள் படித்தார்கள். 1966 இல் 4.08 மில்லியன் மாணவர்கள் படித்தார்கள் இதில் மாணவிகளின் எண்ணிக்கை 1951 உடன் ஒப்பிட்டால் 6.5 மடங்கு அதிகரித்திருந்தது. இதே காலகட்டத்தில் உயர்நிலைப் பள்ளிக்கூடங்களின் எண்ணிக்கை 7,288 இலிருந்து 24,477 ஆக அதிகரித்தது.

சுதந்திரத்தின்போது இந்தியாவில் 18 பல்கலைக்கழகங்கள் இருந்தன. சுமார் 3 லட்சம் மாணவர்கள் பட்ட வகுப்புகளில் படித்தார்கள். 1964 இல் 54 பல்கலைக்கழகங்களில் 2,500 கல்லூரிகள் இணைக்கப்பட்டிருந்தன.

இளங்கலை மற்றும் முதுகலை வகுப்புகளில் 6,13,000 மாணவர்கள் படித்தார்கள். மக்கள் தொகை வேகமாக அதிகரித்துக்கொண்டிருந்தது. ஆனால் ஆரம்பக்கல்வி போதுமான அளவில் வளர்ச்சி அடையவில்லை. 1965-66 இல் ஆறு மற்றும் பதினான்கு வயதுக்கு இடையிலுள்ள சிறுவர் மற்றும் சிறுமியர்களில் 61 சதவிகிதத்தினர் மட்டுமே பள்ளிக் கூடங்களில் சேர்க்கப்பட்டிருந்தார்கள்.

1965 இல் 5 சதவிகித கிராமங்களில் பள்ளிக்கூடங்கள் இல்லை. பெரும் பாலான பள்ளிக் கூடங்களுக்குக் கட்டடங்கள், கரும்பலகை, குடிநீர் வசதி இல்லை, 40 சதவிகித பள்ளிக்கூடங்கள் ஓராசிரியர் பள்ளிகளாக இருந்தன. முதல் வகுப்பில் சேர்ந்த மாணவர்கள் நான்காம் வகுப்புக்கு வருவதற்குள் பள்ளிக்கூடத்திலிருந்து நின்றுவிடுவார்கள். அப்படிப் படிப்பை நிறுத்தியவர்களில் சிறுவர்களைக் காட்டிலும் சிறுமியர்கள் சதவிகிதம் அதிகமாக இருந்தது. படிப்பை நிறுத்தியவர்கள் கற்ற கல்வியை சில மாதங்களில் மறந்துவிட்டார்கள்.

கல்வித்துறையில் நிலவிய குறைகளை நேரு உணர்ந்திருந்தார். 1963 இல் நேரு முதலமைச்சர்களுக்கு எழுதிய கடிதத்தில் பின்வருமாறு எழுதினார்:

"எல்லோருக்கும் தரமான கல்வி அளிக்க வேண்டும். நாட்டிலுள்ள குறைகளைப் போக்குவதற்கு அது ஒன்றே வழி... கீழ் மட்டத்தில் தரமான கல்விக்கு ஏற்பாடு செய்துவிட்டால் தொழில் வளர்ச்சிகூடத் தேவையில்லை."

### சமுதாய வளர்ச்சித் திட்டம்

கிராம வளர்ச்சிக்குச் சமுதாய வளர்ச்சித் திட்டம் (1952) மற்றும் பஞ்சாயத்து ராஜ்யம் (1959) அமுலாக்கப்பட்டன. முதலில் 55 வட்டாரங்கள் தேர்ந்தெடுக்கப்பட்டு, ஒவ்வொரு வட்டாரத்திலும் சுமார் 100 கிராமங்களில் அத்திட்டம் அமுலாக்கப்பட்டது. 6,000 அதிகாரிகள் (BDO) 6,00,000 கிராம சேவக்குகள் நியமிக்கப்பட்டார்கள். விவசாயம், செய்தித் தொடர்பு, சுகாதாரம், கல்வி ஆகியவற்றில் முன்னேற்றத்தை ஏற்படுத்துவது திட்டத்தின் நோக்கம். "கீழே உள்ள சக்திகளைக் கட்டவிழ்த்துவிட வேண்டும். தனிநபரையும் சமூகத்தையும் உயர்த்த வேண்டும் எல்லோருக்கும் சமவாய்ப்புத் தர வேண்டும். இந்தியாவின் புத்தெழுச்சியின் சின்னங்கள் இவை" என்று நேரு கூறினார்.

கிராமங்களில் விவசாயத் துறையில் முன்னேற்றம் ஏற்பட்டது. கண்மாய்கள், குளங்கள் ஆழப்படுத்தப்பட்டன, சாலைகள் அமைக்கப்பட்டன; கல்வி மற்றும் சுகாதார வசதிகள் நிறுவப்பட்டன. எனினும் விவசாயிகளின் பங்கு குறைவாகவும் அதிகாரிகள் பங்கு

# சுதந்திரத்திற்குப் பிறகு இந்தியா

அதிகமாகவும் இருந்தது. அதிகார வர்க்கக் கலாசாரம் தவிர்க்க முடியாதபடி இடம் பெற்றது.

"நெடுங்காலமாக விவசாயி குழியில் விழுந்துகிடக்கிறான். நாம் அந்தக் குழியிலிருந்து விவசாயியைத் தூக்க நினைத்தோம். இப்பொழுது இந்தத் திட்டம் குழியில் விழுந்துவிட்டது" என்றார் நேரு. சமுதாய வளர்ச்சித் திட்டத்தை மதிப்பீடு செய்து. ஆலோசனைகளைத் தெரிவிப்பதற்காக 1957 இல் பல்வந்த்ராய் மேத்தா கமிட்டி நியமிக்கப்பட்டது. கமிட்டி அதிகாரிகள் பங்கைக் குறைத்து ஜனநாயக செயல்பாட்டை வலியுறுத்தியது. மக்களால் தேர்ந்தெடுக்கப்படுகின்ற கிராம பஞ்சாயத்து, பிரதிநிதிகளால் தேர்ந்தெடுக்கப்படுகின்ற பிளாக் அளவிலான பஞ்சாயத்து சமிதிகள் மற்றும் மாவட்ட அளவிளான ஜில்லா பரிஷத்துகளை அமைப்பதற்கு ஆலோசனை கூறப்பட்டது. கூட்டுறவு வங்கிகள், நில அடமான வங்கிகள் மற்றும் சேவைக் கூட்டுறவு அமைப்புகளைத் தொடங்குமாறு பரிந்துரை செய்யப்பட்டது. அவை மக்களிடம் அதிகாரத்தை ஒப்படைக்கும். மக்களுடைய கண்ணோட்டத்தை மாற்றி அவர்களைப் புதிய மனிதர்களாக்கும் என்று எதிர்பார்க்கப்பட்டது.

மாகாண அரசாங்கங்கள் கமிட்டியின் பரிந்துரைகளை நிறைவேற்றின. ஆனால் பஞ்சாயத்துகளுக்குப் போதிய நிதி ஒதுக்கவில்லை. அவற்றின் அதிகாரம் குறைக்கப்பட்டது. பஞ்சாயத்துகள் மீது அதிகாரிகளின் இறுக்கமான பிடி தளரவில்லை. நேருவின் கனவு நிறைவேறவில்லை.

வேளாண்மைச் சீர்திருத்தங்களை பணக்கார விவசாயிகள் பயன்படுத்திக் கொண்டார்கள். பஞ்சாயத்து ராஜ்ய அமைப்புகளிலும் கூட்டுறவு சங்கங்களிலும் அவர்களே ஆதிக்கம் செலுத்தினார்கள். கிராமங்களில் ஆதிக்கம் செலுத்திய பணக்காரர்கள் கிராம சமூகங்கள் முற்போக்கான திசையில் மாறுவதை விரும்பவில்லை.

# 12
## நேருவின் வெளிநாட்டுக் கொள்கை

இந்தியா சுதந்திரமான வெளிநாட்டுக் கொள்கையைக் கடைப்பிடிக்க விரும்பியது. இந்தியா மாபெரும் நாடு; தொன்மையான நாடு; காலனியாதிக்கத்திலிருந்து விடுதலை அடைந்த நாடு . இந்தியா வல்லரசுகளின் குரலை எதிரொலிக்கக் கூடாது. இந்தியாவுக்கென்று தனியான கொள்கை, தனியான குரல் இருக்கவேண்டும்.

இரண்டாவது உலகப்போருக்குப் பிறகு உலகம் இரண்டு முகாம்களாகப் பிரிந்துவிட்டது. மேற்கு நாடுகளின் முகாமுக்கு அமெரிக்கா தலைமை வகித்தது. சோஷலிச நாடுகளின் முகாமுக்கு சோவியத் யூனியன் தலைமை தாங்கியது. வல்லரசுகளின் ராணுவக் கூட்டணிகளில் சேருமாறு புதிதாக சுதந்திரம்பெற்ற நாடுகள் அழைக்கப்பட்டன. இந்தியா ராணுவக் கூட்டணிகளில் சேரக்கூடாது. இந்தியா இனிமேல்தான் வளர்ச்சி அடைய வேண்டும். அதற்கு உலகத்தில் அமைதி நிலவவேண்டும். இந்தியா அணி சேராக் கொள்கையைக் கடைப்பிடித்தது. அணிசேரா நாடுகள் பிரச்சினைகளை சீர்தூக்கிப் பார்த்து முடிவுசெய்தன.

"பாசிசம், காலனியம், இன வெறி, ஆக்கிரமிப்பு ஆகியவற்றை நாங்கள் எதிர்க்கிறோம்... ஆசிய ஆப்பிரிக்க நாடுகளை ராணுவக் கூட்டணிகளுக்குள் இழுப்பதை நாங்கள் எதிர்க்கிறோம். உலகத்துக்கும் எங்களுக்கும் ஆபத்தேற்படுத்துகின்ற போக்குகளை நாங்கள் எதிர்க்கிறோம்" என்றார் நேரு.

காலனியாதிக்கத்திலிருந்து முதலில் சுதந்திரம் பெற்ற நாடு. இந்தியா. அப்படி சுதந்திரம் பெற்ற நாடுகளின் கூட்டணிக்கு இந்தியா தலைமை தாங்கியது ஐக்கிய நாடுகள் சபையில் மேற்கு நாடுகள் ஆதிக்கம் செலுத்துவதை இந்தியாவும் புதிதாக சுதந்திரமடைந்த நாடுகளும் சோவியத் யூனியனுடைய உதவியுடன் தடுத்தன.

## சுதந்திரத்திற்குப் பிறகு இந்தியா

ஹிரோஷிமா மீது வீசப்பட்ட அணுகுண்டு ஏற்படுத்திய பயங்கரமான அழிவின் விளைவாக குண்டுகளைத் தடை செய்யுமாறு உலகப் பெரியார்கள் (மகாத்மா காந்தி, ஐன்ஸ்டைன், பெர்ட்ரண்ட் ரஸ்ஸல் ஆகியோர்) கோரினார்கள். நேரு அவர்களைப் பின்பற்றி அணு ஆயுதங்களை ஒழித்தல், ஆயுதப் பெருக்கத்தைத் தடை செய்தலைக் கோரினார்.

மாறுபட்ட சித்தாந்தங்களைக்கொண்ட நாடுகள் உலகத்தில் சேர்ந்து வாழமுடியும் என்று அவர் நம்பினார். அதற்குப் பஞ்சசீலக் கொள்கையை உருவாக்கினார். சமாதான சக வாழ்வு அதன் முக்கியமான அம்சமாகும்.

இந்தியா சுதந்திரமடைவதற்கு முன்பு 1947 மார்ச்சில் ஆசிய உறவுகள் மாநாட்டை டில்லியில் கூட்டினார். இருபதுக்கும் அதிகமான நாடுகள் அதில் பங்கெடுத்தன. காலனியாதிக்கத்தை ஒழிக்கவேண்டும் என்று மாநாடு அறை கூவியது. இரண்டாம் உலகப்போர் முடிவடைந்த பிறகு இந்தோனேஷியாவில் தேசபக்தர்கள் சுதந்திரத்தை அறிவித்தார்கள் 1948 டிசம்பரில் டச்சு அரசாங்கம் இந்தோனேஷியாவில் படைகளைக் கொண்டுவந்து இறக்கியது. இந்தியப் பெருங்கடலைச் சுற்றியுள்ள ஆசிய நாடுகளின் மாநாட்டை நேரு கூட்டினார். ஆஸ்திரேலிய நாடும் அதில் கலந்துகொண்டது. ஐ. நா. சபையின் பாதுகாப்புக் கவுன்சிலும் தலையிட்டது. சில வாரங்களில் இந்தோனேஷியாவின் தேசிய அரசாங்கம் மறுபடியும் பதவியேற்றது.

இந்தோனேஷியாவிலுள்ள பாந்துங்கில் 1955 இல் ஆசிய ஆப்பிரிக்க மாநாடு நடைபெற்றது. காலனியாதிக்க எதிர்ப்பு உச்சகட்டத்தை அடைந்தது. நேரு, நாசர் (எகிப்து) டிட்டோ (யுகோஸ்லேவியா) ஆகிய தலைவர்களுடைய முயற்சிகளினால் பெல்கிரேடில் அணிசேரா நாடுகள் மாநாடு நடைபெற்றது.

இந்தியாவின் பொருளாதார நலன்களை வளர்ப்பதும் அவற்றைப் பாதுகாப்பதும் இந்திய வெளிநாட்டுக் கொள்கையின் முக்கியமான குறிக்கோளாகும். இந்தியா அணி சேராக் கொள்கையைக் கடைப்பிடித்ததால், மேற்கு நாடுகளிலிருந்து மூலதனம், தொழில் நுட்பம், எந்திரங்கள், உணவுப் பொருட்களைப் பெற்றது. இந்தியாவின் பொதுத் துறையை வளர்ப்பதற்கு சோவியத் யூனியன் உதவி செய்தது.

இந்திய ராணுவத்துக்குத் தேவையான ஆயுதங்கள், பீரங்கிகள், விமானங்கள், ஆகியவற்றை இரண்டு முகாம்களிலிருந்தும் இந்தியா வாங்கியது. எந்தவொரு நாட்டையும் இந்தியா சார்ந்திருக்கவில்லை. ஐ.நா. சபையின் பல அமைப்புகளில் இந்தியா ஆக்கபூர்வமான முறையில் பங்கெடுத்தது.

1963-65 ஆம் ஆண்டுகளில் இந்தியா சோவியத் யூனியனிடமிருந்து அதிகமான ஆயுதங்களை வாங்குவதற்கு ஒப்பந்தம் செய்து கொண்டது. இந்திய - சோவியத் உறவுகள் குணரீதியில் வளர்ச்சியடைந்தன. அதே காலத்தில் இந்தியாவின் வேளாண்மையில் பசுமைப் புரட்சி அறிமுகப்படுத்தப்பட்டது. அது முற்றிலும் அமெரிக்க உதவியுடன் நடைபெற்றது. இரண்டு நாடுகளுக்கும் கொடுக்கவேண்டிய தொகையை ரூபாய்களில் இந்தியா கொடுத்தது. இந்தியாவின் அந்நியச் செலாவணி காப்பாற்றப்பட்டது.

இந்தியா பிரிட்டிஷ் காமன் வெல்த்தில் உறுப்பினராக இருந்தது. இந்தியா வெளியேறவேண்டும். என்று சில கட்சிகள் கோரின. இனிமேல் பிரிட்டன் சுதந்திர இந்தியா மீது ஆதிக்கம் செலுத்த முடியாது. இந்தியா உலக அரங்கில் இப்பொழுதுதான் நுழைந்திருக்கிறது. நண்பர்கள் யார், எதிரிகள் யார் என்பதை இந்தியா தெரிந்துகொள்வதற்குச் சில ஆண்டுகளாகும். இத்தகைய சூழ்நிலையில் காமன்வெல்த்தில் இருப்பது இந்தியாவுக்குப் பாதுகாப்பு அளிக்கிறது என்று நேரு விளக்கினார்.

ஐ. நா. சபையின் சார்பில் உலகத்தில் போர் நடைபெறுகின்ற இடங்களுக்குச் சமாதானப் படைகளை அனுப்பிய பொழுது இந்திய வீரர்களும் அங்குச் சென்றார்கள்.

## உலக அரங்கு - கொரியா

இரண்டாவது உலகப் போர் முடிவடைந்தபொழுது கொரியா இரண்டாகப் பிரிக்கப்பட்டிருந்தது. வடகொரியாவில் கம்யூனிஸ்டுகள் ஆட்சி செய்தார்கள். தென்கொரியாவில் மேற்கு நாடுகளின் ஆதிக்கம் இருந்தது. 1950 இல் வடகொரியா தென்கொரியா மீது படையெடுத்தது. ஜெனரல் மக்கார்தர் தலைமையிலிருந்த ஐ. நா. படை (அதில் அமெரிக்க விரர்கள்தான் இருந்தார்கள்) வட கொரியாவின் வீரர்களை விரட்டியதுடன் கொரியாவை சீனாவிலிருந்து பிரிக்கின்ற யாலு நதி

வரை முன்னேறியது. அதற்கு ஐ. நா. சபை அனுமதி இல்லை. சீனாவின் பிரதமர் சூ.என்.லாய் சீனா நேரடியாகத் தலையிடும் என்ற எச்சரிக்கையை இந்தியத் தூதர் சர்தார் பணிக்கர் மூலம் தெரிவித்தார். அமெரிக்கா அதை அலட்சியம் செய்தது. சீனா அனுப்பிய ஆயுதமேந்திய "தொண்டர்கள்" அமெரிக்கப் படைகளை 38ஆவது அக்ஷரேகைக் கோட்டுக்குப் பின்னால் தள்ளினார்கள். சீனா தென் கொரியாவை ஆக்கிரமித்திருப்பதாக அமெரிக்கா ஐ. நா. சபையில் தீர்மானம் கொண்டுவந்த பொழுது இந்தியா அதை ஆதரிக்கவில்லை. ஏனென்றால் ஆக்கிரமிப்பு செய்தது மக்கார்தரும் அமெரிக்க வீரர்களும்தான். இந்தியாவின் தீவிர முயற்சிகளால் போர்நிறுத்தம் ஏற்பட்டது. போர்க் கைதிகளின் பரிவர்த்தனைக்கு நடுநிலை நாடுகளுடைய கமிஷன் நியமிக்கப்பட்டது. இந்தியாவைச் சேர்ந்த ஜெனரல் திம்மையா அதன் தலைவராக இருந்தார். போர்க் கைதிகளை அவரவர் நாடுகளுக்கு அனுப்பிவைக்கின்ற சிக்கலான பொறுப்பை இந்தியப் படை வீரர்கள் நிறைவேற்றினார்கள்.

கொரியப் பிரச்சினை இந்தியாவின் நடுநிலைமைக் கொள்கைக்குப் பரிசோதனையாக இருந்தது. முதலில் சீனாவும் சோவியத் யூனியனும் இந்தியாவைச் சந்தேகித்தன. பிறகு அமெரிக்கா இந்தியாவின் நிலை பற்றி ஆத்திரமடைந்தது. இதற்கிடையில் சீனா திபெத் மீது படையெடுத்து அந்த நாட்டை சீனாவுடன் இணைத்துக்கொண்டது. ஐ.நா. சபையின் பாதுகாப்பு கவுன்சிலில் கம்யூனிஸ்ட் சீனாவுக்கு இடம் தரவேண்டும் என்று இந்தியா ஏற்கெனவே வாதிட்டதை மாற்றவில்லை. ஸ்டாலின் மரணமடைந்த பிறகு பதவிக்குவந்த புல்கானின் இந்தியாவின் சமாதான முயற்சிகளைப் பாராட்டினார். அது இந்தியாவின் அணிசேராக் கொள்கைக்குக் கிடைத்த வெற்றி.

### இந்தோ - சீனா

இந்தோ - சீனாவில், பிரெஞ்சு காலனியப் படைகளுக்கும் வியட்மின் புரட்சிக்காரர்களுக்கும் போர் நடைபெற்றுக் கொண்டிருந்தது. பிரெஞ்சுப் படைகள் தொடர்ச்சியாகத் தோல்வியடைந்தபொழுது. அமெரிக்கா ஆயுதங்களையும் படை வீரர்களையும் அனுப்பியது. இந்தோ- சீனாவைப் பற்றி முடிவு செய்வதற்கு நடைபெற்ற ஜெனிவா மாநாட்டில் இந்தியா சார்பில் கிருஷ்ண மேனன் கலந்துகொண்டார். அவருடைய ஆறு அம்சத் திட்டமும் டில்லியில் சௌ என்லாயுடன்

நேரு நடத்திய பேச்சுவார்த்தைகளும் இந்தோசீனா போரை முடிவுக்குக் கொண்டு வருவதற்கு உதவிசெய்தன.

### சூயஸ் கால்வாய்

1956 இல் எகிப்து சூயஸ்கால்வாயை நாட்டுடைமை ஆக்கியது. சூயஸ் கால்வாயைப் பயன்படுத்திய உலக நாடுகள் அதிர்ச்சியடைந்தன. சூயஸ் கால்வாய் சர்வதேசக் கட்டுப்பாட்டின் கீழ் வைக்கப்பட வேண்டும் என்று பிரிட்டனும் பிரான்சும் கோரின. இந்தியாவின் ஏற்றுமதியும் இறக்குமதியும் சூயஸ் கால்வாய் மூலமாகத்தான் நடைபெற்றது. ஆனால் சூயஸ் எகிப்தின் ஒருங்கிணைந்த பகுதி என்று கான்ஸ்டான்டிநோபிள் கன்வென்ஷனை (1888) சுட்டிக்காட்டி இந்தியா அங்கீகரித்தது.

பிரிட்டனும் பிரான்சும் எகிப்து நாட்டின் மீது படையெடுக்குமாறு இஸ்ரேலைத் தூண்டியதுடன் தங்களுடைய படைவீரர்களையும் சூயஸ் பகுதிக்கு அனுப்பின. "இது ஆக்கிரமிப்பு" என்று நேரு கண்டித்தார். அமெரிக்காவும் ஐ. நா. சபையும் கண்டித்தன. பேச்சு வார்த்தைகளில் எகிப்தின் நிலையை இந்தியா ஆதரித்தாலும் சூயஸ் கால்வாயைப் பயன்படுத்துகின்ற நாடுகளுடைய நலன்கள் பாதிக்கப்படுதல் கூடாது என்று இந்தியா வலியுறுத்தியது. இந்தியாவின் நிலையை பிரிட்டன் பிறகு பாராட்டியது.

### ஹங்கேரி

சோஷலிஸ்ட் முகாமிலிருந்த ஹங்கேரியில் கலகம் நடைபெற்ற பொழுது அதை நசுக்குவதற்கு சோவியத் ராணுவம் உள்ளே நுழைந்தது. ஐ. நா. சபை அதைக் கண்டித்ததுடன் சோவியத் ராணுவம் உடனடியாக வெளியேற வேண்டும் என்று கோரியது. இந்தியா அதை ஆதரித்து வாக்களிக்கவில்லை.

ஐரோப்பாவில் சோவியத் யூனியனுக்கும் மேற்கு நாடுகளுக்கும் செல்வாக்கு மண்டலங்கள் இருக்கின்றன. ஹங்கேரியை மேற்கு நாடுகளின் தரப்பில் இழுப்பதற்கு முயற்சி செய்யக்கூடாது. சோவியத் யூனியனை வன்மையாகக் கண்டிப்பதால் பலன் ஏற்படாது. சோவியத் யூனியனுடன் சமரசம் செய்துகொள்ள வேண்டும் என்று நேரு கூறினார். எனினும் ஹங்கேரிக்கு இந்தியத் தூதரை இரண்டு ஆண்டுக்காலம்வரை நேரு நியமிக்கவில்லை. காஷ்மீர் பிரச்சினை பாதுகாப்பு கவுன்சிலில் விவாதத்துக்கு வந்தபொழுது சோவியத் யூனியன் நடுநிலை வகித்தது.

ஏற்கெனவே காஷ்மீர் பிரச்சினை விவாதத்துக்கு வரும்பொழுது சோவியத் யூனியன் வீடோ (ரத்து) உரிமையைப் பயன்படுத்தும். இந்தியா மீது தன்னுடைய அதிருப்தியை சோவியத் யூனியன் வெளிக் காட்டியது. இரண்டு முகாம்களிலிருந்தும் இந்தியாவுக்கு நிர்ப்பந்தங்கள் வந்தன. ஆனால் இந்தியா தடுமாறவில்லை.

**காங்கோ**

1960 இல் காங்கோ பெல்ஜியத்திடமிருந்து சுதந்திரம் பெற்றது. பெல்ஜியத்தின் தூண்டுதலில் தாமிர உலோக வளம் நிறைந்த கடாங்கா மாகாணத்தை சுதந்திர நாடாக அறிவித்தார் ஷோம்பே. காங்கோ பிரதமர் லுமும்பா ஐ. நா. சபை, அமெரிக்கா மற்றும் சோவியத் யூனியனின் உதவியைக் கோரினார். அந்நிய நாடுகள் ஆயுதங்களைக் கொடுத்தன. அமெரிக்கா கசாவுபுவையும் ரஷ்யா லுமும்பாவை ஆதரித்தன. பெல்ஜியம் ராணுவதளபதி மொபுடுவை ஆதரித்தது. லுமும்பா படுகொலை செய்யப்பட்டார். காங்கோவிலிருந்து கூலிப்படைகள் வெளியேற வேண்டும், காங்கோ பார்லிமென்டைக் கூட்டி புதிய அரசாங்கத்தை அமைக்கவேண்டும் என்று நேரு வலியுறுத்தினார் அதற்குத் தேவையான படை வீரர்களை இந்தியா அனுப்பத் தயாராக இருக்கிறது என்றார்.

இந்திய ராணுவம் காங்கோவுக்குச் சென்று உள்நாட்டுப் போரை நிறுத்தியது. பிரிந்துசென்ற கடாங்கா மாகாணம் மத்திய அரசாங்கத்துடன் இணைந்தது. “இந்தியா நம்மைக் காப்பாற்றியது” என்று ஐ. நா. பொதுச்செயலாளர் டாக் ஹாமர்ஷீல்டு பாராட்டியது பொருத்தமே.

**வல்லரசுகளுடன் இந்தியாவின் உறவுகள்**

உலகத்தின் தலைமையான நாடாகிய அமெரிக்காவுடன் இந்தியா நட்புறவுகளை விரும்பியது. இந்தியாவின் பொருளாதார வளர்ச்சிக்கு அமெரிக்கா உதவி செய்யும் என்று எதிர்பார்த்தது. ஆனால் பாகிஸ்தான் காஷ்மீரை ஆக்கிரமித்ததாக இந்தியா பாதுகாப்புக் கவுன்சிலில் குற்றம் சாட்டி ஆதாரங்களைக் கொடுத்தது. ஆனால் அமெரிக்காவும் அதன் ஆதரவு நாடுகளும் இந்திய - எதிர்ப்பு மற்றும் பாகிஸ்தான் - ஆதரவு நிலையைக் கடைப்பிடித்தன.

1950 இல் இந்தியா மக்கள் சீன அரசாங்கத்தை அங்கீகரித்தது. ஐ.நா. சபையில் மக்கள் சீனாவுக்கு இடமளிக்கவேண்டும் என்று இந்தியா

கோரியது. இரண்டு நடவடிக்கைகளும் அமெரிக்காவுக்குப் பிடிக்கவில்லை. 1953 இல் அமெரிக்கா பாகிஸ்தானுக்கு நவீன ஆயுதங்களைக் கொடுத்தது. இந்திய அரசாங்கம் அதை வன்மையாக எதிர்த்தது. சோவியத் யூனியனிடமிருந்து ஆபத்தேற்படும் என்று பாகிஸ்தான் அஞ்சுவதால் அந்த நாட்டுக்கு ஆயுதங்களைக் கொடுப்பதாக அமெரிக்கா கூறியது. அமெரிக்கா தலைமை தாங்கிய ராணுவக் கூட்டணிகளில் பாகிஸ்தான் சேர்த்துக்கொள்ளப்பட்டது.

அமெரிக்கா இந்தியாவுக்கு எதிரான நடவடிக்கைகளில் ஏன் ஈடுபட்டது? அது பனிப்போர் (Cold War) நடைபெற்ற காலம், அமெரிக்கா சோவியத் யூனியன் மற்றும் கம்யூனிச எதிர்ப்பைத் தீவிரமாகக் கடைப்பிடித்தது. நேரு கம்யூனிசத்தை எதிர்க்கவில்லை. பிரிட்டிஷ் காலனிய ஆட்சியை எதிர்த்த பொழுது கம்யூனிஸ்டுகள் அவருக்கு உதவியாக இருந்தார்கள். கம்யூனிசம் தீமையான தத்துவம், கம்யூனிஸ்டுகளை ஒழிக்க வேண்டும் என்ற அமெரிக்க ஆணையை அவர் ஏற்றுக் கொள்ளவில்லை. அத்துடன் இந்தியா அணிசேராக் கொள்கையைக் கடைப்பிடித்தது. இந்தியா காலனியாதிக்கத்தை எதிர்த்தது. அமெரிக்கா தென் ஆப்பிரிக்கா மற்றும் ரொடீஷியாவில் காலனிய வாதிகளை, இனவெறியர்களை ஆதரித்தது.

அமெரிக்காவின் அரசியல் தலைவர்கள் எல்லோரும் இந்தியாவை வெறுக்கவில்லை. செஸ்டர் பௌல்ஸ், ஜான் ஷெர் மன் கூப்பர், செனட்டர் புல்பிரைட் ஆகிய அமெரிக்க அரசியல் தலைவர்கள் இந்தியத் தலைவர்களை மதித்தார்கள். ஜான் கென்னடி அமெரிக்காவின் ஜனாதிபதியான பிறகு இந்திய - அமெரிக்க உறவுகளில் முன்னேற்றம் ஏற்பட்டது.

1962 இல் சீனா இந்தியா மீது படையெடுத்தபொழுது நேரு மிகவும் அதிர்ச்சியடைந்தார். அமெரிக்காவிடம் ராணுவ உதவி கேட்டார். (சீனா தன்னுடைய நட்புநாடாகிய இந்தியாவுக்குத் துரோகம் செய்ததைப் பற்றி பிறகு எழுதுவோம்).

### சோவியத் யூனியன்

இந்தியாவுக்கும் சோவியத் யூனியனுக்கும் உறவுகள் சாதாரணமாகத் தொடங்கின. இந்தியா ஆங்கில, அமெரிக்கர்களுடைய செல்வாக்கில் உள்ள நாடு, என்று சோவியத் யூனியன் கருதியது. இந்திய கம்யூனிஸ்ட்

கட்சி 1948 இல் தெலிங்கானாவில் நடத்திய ஆயுதப் போராட்டத்தை அரசாங்கம் நசுக்கியது மற்றும் பிரிட்டிஷ் காமன்வெல்த்தில் இந்தியா நீடித்தது ஆகியவை காரணங்களாக இருக்கலாம். ஆனால் நேரு 1927 இல் சோவியத் ரஷ்யாவைப் பார்த்துவிட்டு அதன் சாதனைகளைப் பாராட்டினார். அவர் தன்னுடைய சகோதரி விஜயலட்சுமி பண்டிட்டை மாஸ்கோவில் இந்தியாவின் தூதராக நியமித்தார். ஆனால் சோவியத் பிரதமராக இருந்த ஸ்டாலின் அவருக்குப் பேட்டியளிக்கவில்லை.

கொரியப் பிரச்சினை மற்றும் உலக அரசியலில் இந்தியா ஏகாதிபத்திய நாடுகளோடு சேராமல் சுதந்திரமான அணுகுமுறையைக் கடைப்பிடித்ததை சோவியத் ரஷ்யா கவனித்தது. ஸ்டாலின் இந்தியாவின் தூதர் டாக்டர் எஸ். ராதாகிருஷ்ணனுக்குப் (பிற்காலத்தில் இந்தியாவின் குடியரசுத் தலைவர்) பேட்டியளித்தார். காஷ்மீர் பிரச்சினையில் சோவியத் ரஷ்யா இந்தியாவுக்கு ஆதரவாகத் தனது ரத்து அதிகாரத்தைப் பயன்படுத்தியது. 1953 இல் ஸ்டாலின் மரணமடைந்த பிறகு சோவியத் ரஷ்யா சமாதான சகவாழ்வுக் கொள்கையைக் கடைப்பிடித்தது. 1955 இல் நேரு சோவியத் யூனியனில் சுற்றுப்பயணம் செய்தார். அந்த ஆண்டிலேயே குருஷ்சேவும் புல்கானினும் இந்தியாவில் சுற்றுப்பயணம் செய்தார்கள். அவர்களைப் பார்க்க இந்திய மக்கள் லட்சக்கணக்கில் திரண்டு வந்தார்கள். காஷ்மீர் பிரச்சினையில் சோவியத் யூனியன் இந்தியாவை உறுதியாக ஆதரித்தது.

இந்தியாவின் பொருளாதார வளர்ச்சிக்கு சோவியத் யூனியன் சிறப்பான உதவிகளைச் செய்தது. முதலில் பிலாய் உருக்காலை பிறகு பொகாரோ உருக்காலை சோவியத் ரஷ்யாவின் உதவியுடன் நிறுவப்பட்டன.

"இந்தியாவின் உருக்கு உற்பத்தியில் 30 சதவிகிதம், எண்ணெய் உற்பத்தியில் 35 சதவிகிதம், மின்சார உற்பத்தியில் 20 சதவிகிதம், மின்சார எந்திரங்களில் 65 சதவிகிதம், கனரக எந்திரங்களில் 85 சதவிகிதம் சோவியத் நாட்டின் உதவியுடன் நிறுவப்பட்ட தொழிற்சாலைகளில் உற்பத்தி செய்யப்படுகின்றன" என்று 1973-74 இல் கணக்கிடப்பட்டது.

1959 இல் தலாய்லாமா இந்தியாவில் தஞ்சமடைந்தார். இந்திய-சீன எல்லைப் பகுதிகளில் சிறிய அளவில் சண்டைகள் நடைபெற்றது இந்தியாவுக்கும் சீனாவுக்கும் இடையில் நட்புறவுகளைப் பாதித்தது. அப்பொழுதுகூட சோவியத் யூனியன் சீனாவை ஆதரிக்காமல்

நடுநிலைமை வகித்தது. 1960 இல் சோவியத் யூனியன் இந்தியாவுக்கு விமானங்கள், ஹெலிகாப்டர்கள், சீனா உரிமை கோரிய மலைப் பகுதிகளில் சாலைகள் அமைப்பதற்கு பொறியியல் எந்திரங்களைக் கொடுத்தது. 1962 இல் 'மிக்' விமானத்தின் பாகங்களை இந்தியாவில் தயாரிப்பதற்கு சோவியத் யூனியனுடன் ஒப்பந்தம் செய்துகொள்ளப்பட்டது.

1962 அக்டோபரில் சீனா இந்தியாவைத் தாக்கியபொழுது சோவியத் யூனியன் நடுநிலைமை வகித்தது. அமெரிக்காவுக்கும் கியூபாவுக்கும் ஏவுகணை நெருக்கடி ஏற்பட்டு பதற்றம் அதிகரித்திருந்தது. 1962 டிசம்பரில் சீனாதான் இந்தியா மீது போரைத் தொடங்கியது என்று சோவியத் யூனியன் கம்யூனிஸ்ட் கட்சியின் பிரமுகரான சுஸ்லோவ் சுப்ரீம் சோவியத்தில் கூறினார்.

புதிதாக சுதந்திரமடைந்த ஆசிய, ஆப்பிரிக்க நாடுகளுடன் சோவியத் யூனியன் நட்புறவுகளை ஏற்படுத்துவதற்கு இந்தியா உதவி செய்தது. சோவியத் யூனியனைச் சுற்றிலும் அமெரிக்காவுடன் ராணுவக்கூட்டணி வைத்திருந்த நாடுகள் இருந்தன. ஆகவே சோவியத் யூனியன் இந்தியாவுடன் நெருக்கத்தை ஏற்படுத்திக் கொண்டது. மார்க்சியம் ஏகாதிபத்தியத்தை, இனவெறியை எதிர்க்கின்ற, ஏழைகளை ஆதரிக்கின்ற தத்துவம். சோவியத் யூனியனுக்கும் இந்தியாவுக்கும் சமத்துவ அடிப்படையில் நெருங்கிய நட்பு வளர்ந்தது.

## அண்டை நாடுகளுடன் உறவுகள்

இந்தியா தன்னைச் சுற்றிலுமிருந்த எல்லா நாடுகளுடனும் நட்புறவை வளர்த்துக்கொண்டது. 1950இல் நேபாளத்துடன் நட்புறவு உடன்பாடு செய்தது. பர்மாவில் இந்தியர்கள் குடியேறியிருந்தார்கள் இந்தியாவுக்கும் பர்மாவுக்கும் இடையில் நீண்ட எல்லை வரையறுக்கப்படாமலிருந்தது. பர்மாவுடன் உடன்பாடு ஏற்பட்டது. இலங்கையில் இந்திய வம்சா வழியினர் இருந்தார்கள். அவர்களுடைய குடியுரிமையில் பிரச்சினைகள் ஏற்பட்டாலும் தகராறு இல்லை. பாகிஸ்தான், சீனா ஆகிய இரண்டு நாடுகளுடனும் உறவில் பிரச்சினைகள் வெடித்தன.

## பாகிஸ்தான்

இந்தியாவைப் பிரிவினை செய்வதை காங்கிரஸ் தலைவர்கள் விரும்பாவிட்டாலும் ஒத்துக்கொண்டார்கள். பிரிவினைக்குப் பிறகு மதக்

கலவரங்கள் நடைபெற்றன. ஹிந்து மற்றும் சீக்கிய சிறுபான்மையினர் பாகிஸ்தானில் தங்களுடைய உடைமைகளை விட்டு இந்தியாவுக்கு ஓடி வந்தார்கள். 1947 அக்டோபரில் பாகிஸ்தான் காஷ்மீர் மீது படையெடுத்தது. காஷ்மீர் அரசர் காஷ்மீரை இந்தியாவுடன் இணைத்தார். பாகிஸ்தானுடைய ஆக்கிரமிப்பைப் பற்றி இந்தியா ஐ.நா. சபையில் புகார் செய்தது. (பிரிட்டனும், அமெரிக்காவும், பாகிஸ்தானை ஆதரித்தன. சோவியத் யூனியன், இந்தியாவைப் பற்றி இன்னும் முடிவு செய்யவில்லை.) காஷ்மீரில் உடனடியாகப் போர் நிறுத்தம், பிறகு மக்களிடம் பொது வாக்கெடுப்பு நடைபெற வேண்டும் என்று ஐ.நா. சபை தீர்மானித்தது. பாகிஸ்தான் துருப்புகள் காஷ்மீரிலிருந்து வெளியேறவில்லை. ஐ.நா. சபையின் மேற்பார்வையில் பொது வாக்கெடுப்பு நடைபெறவில்லை. காஷ்மீர் அரசியல் நிர்ணய சபைகூடி இந்தியாவுடன் இணைப்பை ஆதரித்தது. பாகிஸ்தான் 1955இல் அமெரிக்காவுடன் ராணுவக் கூட்டணிகளில் சேர்ந்துகொண்டது. இந்தியா சேரவில்லை. இந்தியாவுக்கு நெருக்கடி தருவதற்காக ஐ.நா. சபையில் காஷ்மீர் பிரச்சினை ஆண்டுதோறும் எழுப்பப்படும். மேற்கு நாடுகள் பாகிஸ்தானை ஆதரிக்கும். சோவியத் யூனியன் தன்னுடைய ரத்து அதிகாரத்தை இந்தியா ஆதரவாக செயல்படுத்தியது.

1962இல் சீனா இந்தியாவைத் தாக்கிய பொழுது இந்தியா அமெரிக்காவிடம் ராணுவ உதவி கேட்டது. 1962இலிருந்து பாகிஸ்தான் சீனாவுடன் நட்பை வளர்த்துக்கொண்டு இந்தியாவுக்கு நெருக்கடியைக் கொடுத்தது. சோவியத் யூனியனும் பாகிஸ்தானுடன் நெருக்கத்தை ஏற்படுத்திக்கொண்டது. 1965இல் இந்தியா - பாகிஸ்தான் போர் முடிவடைந்ததும் சோவியத் பிரதமர் கோசிஜின் இந்தியா மற்றும் பாகிஸ்தான் பிரதமர்களை டாஷ்கென்டுக்கு அழைத்துப் பேச்சுவார்த்தைகள் நடத்தினார். எனினும் பாகிஸ்தான் மேற்கு நாடுகளின் திட்டங்களில் ஆழமான பங்கு வகிப்பதை சோவியத் யூனியன் உணர்ந்துகொண்டது.

இந்தியாவுக்கும் பாகிஸ்தானுக்கும், பொதுவான வரலாறு, கலாசாரம், பிரச்சினைகள் இருந்தன. இரண்டு நாடுகளிலும் மக்களுடைய வறுமையை ஒழிப்பது முக்கியமான பிரச்சினையாக இருந்தது. இரண்டு நாடுகளுடன் நட்புடன் இருந்தால் மக்களுடைய வாழ்க்கைத்தரத்தை உயர்த்தமுடியும். இருநாடுகளுக்கும் இடையில் சொத்துப்பிரிவினை,

நதிநீர்ப் பங்கீடு ஆகிய விஷயங்களில் நேரு பெருந்தன்மையுடன் நடந்துகொண்டார்.

வெளிநாட்டுக் கொள்கையில் இந்தியாவைக் காட்டிலும் பாகிஸ்தான் வெற்றி அடைந்திருப்பதாகச் சிலர் கருதுகிறார்கள். கே.பி.எஸ். மேனன் பின்வருமாறு எழுதினார்:

"பாகிஸ்தானுடைய ராஜதந்திரம் வெற்றிகளைக் குவித்திருப்பதாக சிலர் கருதுகிறார்கள். கடைசியில் என்ன நடந்தது? அயூப்கான் வேலையிழந்தார். யாஹியா கான் சுதந்திரத்தை இழந்தார். பாகிஸ்தான் பிரதேசத்தை (கிழக்குப் பாகிஸ்தான்) இழந்தது."

## சீனா

ஏகாதிபத்திய அரசுகளை எதிர்த்து சீனா போராடியபொழுது இந்தியா தன்னுடைய ஆதரவைத் தெரிவிப்பதற்காக ஒரு மருத்துவக் குழுவை அனுப்பியது. ஜப்பான் சீனாவை ஆக்கிரமித்தபொழுது ஜப்பானியப் பொருட்களை இந்திய மக்கள் பகிஷ்கரிக்க வேண்டும் என்று அறைகூவியது. 1.1.1950இல் மக்கள் சீனக்குடியரசு அமைக்கப்பட்ட பொழுது இந்தியா முதல் நாடாக அதை அங்கீகரித்தது. ஐ.நா. சபையில் மக்கள் சீனாவுக்கு இடமளிக்க வேண்டும் என்று இந்தியா வாதிட்டது.

சீனா திபெத்தை ஆக்கிரமித்த பொழுது இந்தியா வேதனைப்பட்டது. ஆனால் திபெத் மீது சீனாவுக்குள்ள உரிமையை அங்கீகரித்தது. எல்லைகளைப் பற்றிய வரைபடங்களில் இந்தியப் பிரதேசத்தை சீனாவுக்குச் சொந்தமென்று காட்டியிருப்பதை நேரு சௌ - என் - லாயிடம் சுட்டிக்காட்டினார். பழைய ஆட்சி (கோமின்டாங்) காலத்திய வரைபடங்கள் அவை நாங்கள் அவற்றை இனிமேல்தான் ஆராய வேண்டும் என்றார் சீனப் பிரதமர். பாந்துங் மாநாட்டில் நேருவும் சௌ-என்-லாயும் கலந்துகொண்டார்கள். நேரு புதிய சீனாவையும் அதன் பிரதமரையும் உலகத்துக்கு அறிமுகப்படுத்தினார்.

1959இல் திபெத்தின் மதத் தலைவரான தலாய்லாமா ஆயிரக்கணக்கான அகதிகளுடன் இந்தியாவில் தஞ்சமடைந்தார். அவர் இந்தியாவில் சீன - எதிர்ப்பு நடவடிக்கைகளில் ஈடுபடக் கூடாது. போட்டி அரசாங்கம் அமைக்கக்கூடாது என்று இந்திய அரசாங்கம் தெரிவித்தது. 1959 அக்டோபரில் சீனாவின் படைகள் லடாக்கில் இந்தியாவின் எல்லைக் காவல்படை மீது சுட்டன. ஐந்து போலீஸ்காரர்கள் கொல்லப்பட்டார்கள்.

ஒரு டஜன் நபர்கள் கைது செய்யப்பட்டார்கள். இரண்டு அரசாங்கங்களும் ஆட்சேபக் கடிதங்களை அனுப்பின. சௌ-என்-லாய் இந்தியாவுக்கு வருகையளிக்குமாறு கேட்டுக்கொள்ளப்பட்டார். இரண்டு நாடுகளின் பிரதமர்களும் பேசினார்கள். உடன்பாடு ஏற்படவில்லை. விவரங்களைச் சேகரித்துக்கொண்டு அதிகாரிகள் பேசட்டும் என்று முடிவு செய்யப்பட்டது.

## 1962இல் சீனாவின் தாக்குதல்

8.9.1962இல் சீனப்படைவீரர்கள் தக்ளா பள்ளத்தாக்கைத் தாக்கி இந்திய வீரர்களை வெளியேற்றினார்கள். இது அற்பமான சம்பவம் என்று கருதப்பட்டது. நேரு லண்டனில் ஒரு மாநாட்டுக்குச் சென்றார். பிறகு 12.10.1962இல் கொழும்புக்குச் சென்றார். ஒரு வாரத்துக்குப் பிறகு சீனாவின் துருப்புகள் நேபாவின் (பிற்காலத்தில் அருணாசல பிரதேஷ் என்று பெயரிடப்பட்டது) கிழக்குப் பகுதியில் காவல் நிலையங்களைக் கைப்பற்றின. இந்தியத் தளபதி ஓடிவிட்டார். அக்டோபர் 20 இல் கல்வான் பள்ளத்தாக்கில் 13 முன்னரங்கக் காவல் நிலையங்களை சீனப் படைவீரர்கள் கைப்பற்றினார்கள். சுசூல் விமான நிலையத்தை இந்தியா பயன்படுத்த முடியாத நிலை ஏற்பட்டது. இந்தியாவில் மாபெரும் கூக்குரல் எழுந்தது. நேரு அமெரிக்க ஜனாதிபதி கென்னடிக்கு 9.11.1992இல் இரண்டு கடிதங்கள் எழுதினார். நாங்கள் ஆபத்தான நிலையில் இருக்கிறோம் என்று தெரிவித்த பிறகு அமெரிக்காவின் ராணுவ உதவியைக் கோரினார். நேரு பிரிட்டனிடமும் உதவி கேட்டார். இருபத்து நான்கு மணி நேரத்துக்குப் பிறகு சீனப் படையினர் இந்தியப் பிரதேசங்களிலிருந்து திடீரென்று வெளியேறினார்கள்.

## சீனாவின் தாக்குதலின் விளைவு

சீனாவின் தாக்குதல் கொடுத்த அதிர்ச்சியிலிருந்து இந்தியா மீள்வதற்கு நெடுங்காலமாயிற்று. நேரு மீண்டதாகச் சொல்ல முடியாது. அவர் 1964 மே மாதத்தில் மரணமடைந்தார். அவருடைய அரசியல் எதிரிகள் அவரைத் தீவிரமாகத் தாக்கினார்கள். பாதுகாப்பு அமைச்சராகவும் நேருவின் நண்பராகவும் இருந்த கிருஷ்ண மேனன் பதவி விலகினார். நட்பு நாடாகக் கருதப்பட்ட சீனாவின் தாக்குதலில் நேரு உருவாக்கிய அணி சேராக் கொள்கைக்கு ஆபத்தேற்பட்டது. வலதுசாரி சக்திகளும் மேற்கு நாடுகளின் ஆதரவாளர்களும் நேருவைக்

கடுமையாக விமர்சனம் செய்தார்கள். பார்லிமென்டுக்கு நடைபெற்ற மூன்று உப-தேர்தல்களில் காங்கிரஸ் தோல்வியடைந்தது. 1963 ஆகஸ்டில் நேரு அரசாங்கத்தை எதிர்த்து முதல் தடவையாக நம்பிக்கை இல்லாத் தீர்மானம் கொண்டு வரப்பட்டது.

இந்தியாவின் வெளிநாட்டுக் கொள்கையில் சீனாவை சமாளிப்பது ஒரு முக்கியமான காரணி ஆயிற்று. நெருக்கடியின் போது அமெரிக்காவும் பிரிட்டனும் உதவி செய்தன. நெருக்கடி மறைந்ததும் அந்த நாடுகளை உதறிவிட முடியாது. இந்தியா, பாகிஸ்தானுடன் பேசி காஷ்மீர் பிரச்சினையைத் தீர்க்கவேண்டும் என்று அவை வற்புறுத்தின. ஆனால் நேரு நிர்ப்பந்தங்களுக்குப் பணியவில்லை. அவை 60-120 மில்லியன் டாலர்களுக்கு உதவி செய்ய முன்வந்தன. அது பெரிய தொகை அல்ல. ஆனால் ராணுவத் துறையில் அமெரிக்காவின் செல்வாக்கு அதிகரித்தது. சீனாவின் ராணுவ நடவடிக்கைகளைப் பற்றி உளவு பார்ப்பதற்கு அமெரிக்கா இமயமலையில் அணுசக்தியில் இயங்குகின்ற கருவியைப் பொருத்தியது. நேரு சோவியத் யூனியனுடன் ராணுவத் தேவைகளுக்கு ஒப்பந்தம் செய்துகொண்டார். பாகிஸ்தான் சீனாவுடன் நெருக்கமாயிற்று. இந்தியா பலவீனமடைந்துவிட்டது என்று கருதி 1965 இல் இந்தியா மீது போர் தொடுத்தது.

### போருக்கு யார் பொறுப்பு?

சீனாவின் துரோகத்துக்கு யார் பொறுப்பு? சீனா இந்தியா மீது படையெடுத்தவுடன் பத்திரிகைகளும் ஆய்வாளர்களும் இந்தக் கேள்வியை எழுப்பினார்கள். 'நேரு உணர்ச்சிக்கு ஆளாகின்ற நபர். சீனாவுடன் நட்புக்குப் பாடுபட்டார். கம்யூனிஸ்ட் சீனா துரோகம் செய்யும் என்று அவர் எதிர்பார்க்கத் தவறிவிட்டார்' என்று சிலர் எழுதினார்கள். நேரு தீவிரமான தேசியவாதி. சீன அரசாங்கம் நியாயமான உடன்பாட்டுக்கு வர விரும்பியது. ஆனால் நேரு சமாதான முறையில் பிரச்சினையைத் தீர்க்க விரும்பவில்லை. அவர் 1959இலிருந்து முன்னேறித் தாக்கும் கொள்கையைக் கடைப்பிடித்ததால் சீனா தற்காப்புக்குப் போர் செய்தது (நெவில் மாக்ஸ்வெஸ் தன்னுடைய புத்தகத்தில் இப்படி எழுதியிருக்கிறார்). நாம் இரண்டு கருத்துகளையும் ஏற்கமுடியாது.

நேருவுக்கு உலக வரலாறு தெரியும்; புரட்சிகளின் வரலாறு தெரியும். சீனாவுக்கு வலிமை ஏற்பட்டால் அது நாடுகளின் மீது படையெடுக்கும்

என்று வரலாறு கூறுகிறது. "சீனாவைத் தனிமைப் படுத்தக்கூடாது. சீனாவில் புரட்சி வெற்றி பெற்றவுடன் இந்தியாவின் எல்லைகளில் ஆபத்து ஏற்படும் என்பதை உணர்ந்தேன்" என்று நேரு லோக் சபாவில் சீனாவின் தாக்குதலுக்கு முன்பு (7.12.1961) கூறினார். இந்தியா ஏன் ராணுவத்துக்கு அதிகமான நிதி ஒதுக்கவில்லை என்ற கேள்விக்கு நேரு ராஜ்ய சபாவில் 3.9.1963இல் பதிலளித்தார். "ஒரு நாட்டிடமிருந்து துப்பாக்கி, இன்னொரு நாட்டிடமிருந்து விமானம் வாங்கலாம். அது இந்தியாவுக்கு வலிமையைக் கொடுக்காது. இந்தியாவில் தொழில் வளர்ச்சியை ஏற்படுத்தினால் அது இந்தியாவுக்கு வலிமையைத் தரும்" என்றார். பாகிஸ்தான் தொடக்கத்திலிருந்து இந்தியாவுக்கு எதிரிநாடாக இருக்கிறது. இன்னொரு நாட்டையும் எதிரியாக்க வேண்டுமா? இரண்டு முனைகளில் நாம் போர் செய்ய முடியுமா? அப்படியானால் இந்தியா வளர்ச்சி அடையுமா? நேருவின் கேள்விகளில் உண்மை இருந்தது.

தலாய்லாமா இந்தியாவில் தஞ்சமடைந்த பிறகு எல்லைச் சண்டைகள் தொடங்கின. இந்தியாவினால் சீனாவைப் பயமுறுத்த முடியுமா? அதனால்தான் நேரு சோவியத் யூனியனுடன் நட்புறவை வளர்த்தார். சீனா, சோவியத் யூனியன் மற்றும் இந்திய கம்யூனிஸ்டுகள் சேர்ந்துகொண்டு இந்திய அரசைத் தாக்குவார்கள் என்று சிலர் கூறியதை நேரு ஏற்றுக்கொள்ளவில்லை.

இந்தியா - சீனா எல்லையில் சிறிய அளவில் சண்டைகள் ஏற்படும் என்று அவர் எதிர்பார்த்தார். ஆனால் சீனா பெரிய அளவில் இந்தியா மீது படையெடுத்தது. அதை எதிர்பார்க்காதது நேரு செய்த தவறு. அமெரிக்கா மற்றும் பிரிட்டனிடம் ராணுவ உதவி கேட்டது அடுத்த தவறு. ஏனென்றால் சீனப்படை மறுநாளே பின்வாங்கியது. பத்திரிகைகள் நேருவைக் கண்டித்து எழுதின. எதிர்க்கட்சிகளும் காங்கிரஸ் கட்சியில் சிலரும் அவரைத் தாக்கிப் பேசினார்கள். இந்திய ராணுவ அதிகாரிகள் உறுதியில்லாமல் நடந்து கொண்டார்கள். இந்தியத் தலைவர்கள் நேருவைத் தாக்குவதில் மகிழ்ச்சி அடைந்தார்கள்.

சமாதானவாதி நேரு ராணுவத்தின் தேவைகளைப் புறக்கணித்தார் என்று சிலர் கூறினார்கள். அது தவறான கருத்து. 1949-54இல் இந்திய ராணுவ வீரர்களின் எண்ணிக்கை 2,80,000. 1962இல் 5,50,000ஆக இருந்தது. இந்திய விமானப் படையில் 1947இல் ஏழு ஸ்குவார்ட்ரன்கள்

இருந்தன. 1962இல் 19 ஆக உயர்த்தப்பட்டிருந்தன. சீனா எல்லைப்பிரச்சினையில் இந்தியாவுடன் சண்டைக்கு வரும் என்று நேரு எதிர்பார்த்தார். ஆனால் அதன் தன்மை மற்றும் அளவை நேருவுடன் இந்திய ராணுவத்தின் தலைமையும் கணிக்கவில்லை. சீனா வேகமாக இந்தியப் பிரதேசத்துக்குள் நுழைந்துவிட்டு பிறகு பின்வாங்கும் என்று அவர்கள் எதிர்பார்க்கவில்லை. சீனாவுக்கு சோவியத் யூனியனுடைய ஆதரவு இருப்பதால் இந்தியா முழு அளவில் போரில் இறங்க முடியாது என்று ஜெனரல் திம்மையா கருதினார். அவருக்கும் ராணுவத்தின் உயர்மட்ட தளபதிகளுக்கும் சீனாவுக்கும் சோவியத் யூனியனுக்கும் உள்ள கருத்து வேறுபாடுகளைப் பற்றித் தெரியாது என்றுதான் கூறவேண்டும். அமெரிக்க விமானங்கள் இந்தியாவின் வானப்பரப்பைப் பாதுகாக்க வேண்டும் என்று நேரு கென்னடியிடம் வேண்டுகோள் விடுத்தார். இந்திய விமானப் படை அந்தப் பணியை நிறைவேற்ற முடியும் என்று ராணுவத் தலைமை பிரதமரிடம் தெரிவிக்கவில்லை.

இந்திய ராணுவத்தில் அந்தக் கட்டத்தில் நிர்வாகம், தலைமை ஆகியவற்றில் குறைகள் இருந்தன. அனுபவமுள்ள ஜெனரல்கள் கூட குறுகிய காலப் பணிகளை செய்தார்களே தவிர, நீண்டகாலத் திட்டமிடுகின்ற பயிற்சி இல்லாமலிருந்தார்கள். சீனாவுடன் இமயமலையில் போர் செய்வது சாதாரண விஷயமல்ல. அதைப் பற்றி ராணுவத் தலைமை சிந்திக்கவில்லை. உளவு பார்த்தல், அதன் மூலம் கிடைத்த தகவல்களை ஆய்வு செய்தல், ராணுவப் படைகளை விமானப் படைகளுடன் ஒருங்கிணைத்தல் ஆகியவை நடைபெறவில்லை. ராணுவத் தளபதி ஒருவர் சண்டைக்குத் தலைமைதாங்காமல் ஓடிவந்தார். இந்திய வீரர்கள் குறைந்தபட்சம் ஏழு நாட்களுக்குச் சண்டை செய்திருக்க முடியும். இந்தியப் பிரதேசத்துக்குள் ஆழமாக நுழைந்து இந்தியாவுக்கு அவமானத்தை ஏற்படுத்திவிட்டு உடனே பின் வாங்குவது சீனாவின் திட்டம். இந்திய ராணுவம் சீனாவின் படையெடுப்பை எதிர்பார்க்காததைப் போல, சீனா திடீரென்று பின்வாங்கியதையும் எதிர்பார்க்கவில்லை.

இந்தியா போரைத் தூண்டியது என்று மாக்ஸ்வெல் எழுதுவதை பெரும்பான்மை நிபுணர்கள் ஒத்துக்கொள்ளவில்லை. இந்தியப் பிரதமரும் பாதுகாப்பு அமைச்சரும் இந்தியாவில் இல்லை. தலைமைத் தளபதி விடுமுறையில் சென்றிருந்தார். மூத்த கமாண்டர் கடற்பயணத்தில் இருந்தார். அத்துடன் போரைத் தூண்டுவதால் இந்தியாவுக்கு

லாபமுண்டா? இல்லை. ஆனால் சீனாவுக்குப் போர் செய்யவேண்டிய நிர்ப்பந்தங்கள் இருந்தன.

உதாரணமாக, திபெத்தை எடுத்துக்கொள்வோம். சீன அரசாங்கங்கள் எப்பொழுதும் திபெத்தை சீனாவுடன் இணைப்பதற்கு விரும்பின. ஆனால் திபெத், சுதந்திரத்தை இழக்க விரும்பவில்லை. திபெத்திலிருந்து ஓடிவந்த தலாய்லாமாவுக்கு இந்தியா அடைக்கலம் கொடுத்தது. சீனாவுக்குப் பிடிக்கவில்லை. தலாய்லாமா இந்தியாவில் திபெத்திய அரசாங்கம் அமைக்கக்கூடாது என்று இந்திய அரசாங்கம் தடுத்தது சீனாவுக்குத் தெரியும்.

1962இல் சீனாவுக்கும் சோவியத் யூனியனுக்கும் வேறுபாடுகள் முற்றியிருந்தன. ரகசியமாக இருந்த வேறுபாடுகள் 1959இல் பகிரங்கமாகிவிட்டன. சீன - சோவியத் எல்லையை சீனா 5000 முறை மீறியது என்று சோவியத் யூனியன் குற்றம் சாட்டியது. அணு ஆயுதங்களைத் தயாரிப்பதில் சீனாவுக்கு உதவி செய்ய சோவியத் யூனியன் மறுத்தது. மிக்ரக விமானத்தை இந்தியாவில் தயாரிப்பதற்கு சோவியத் யூனியன் ஒப்பந்தம் செய்தது. ஆனால் சீனாவுக்கு உதவி செய்ய மறுத்தது. 1962 ஆகஸ்டில் அணு ஆயுதத் தடை ஒப்பந்தத்தில் சோவியத் யூனியன் கையெழுத்திடப் போவதாக சீனாவிடம் தெரிவித்தது. சீனா அணுகுண்டு தயாரிப்பில் ஈடுபட்டிருந்தது. தன்னுடைய பரிசோதனைகளைச் சோவியத் யூனியன் தடுக்க விரும்புவதாகச் சீனா கருதியது. சர்வதேச அரங்கத்தில் ஏற்பட்டிருந்த செல்வாக்கைப் பயன்படுத்தி சீனாவின் சொந்தக் கோரிக்கைகளை சோவியத் யூனியன் நிறைவேற்றவில்லை என்று சீனா கருதியது. நவீன சீனாவின் வரலாற்றறிஞர் டாக்டர் வி.பி. தத் பின்வருமாறு எழுதுகிறார்:

"சீனா தன்னுடைய தேசிய நலன்களைப் பற்றிப் புதிய தத்துவ வார்த்தப் புரிதலுக்கு வந்திருந்தது. தைவான் தீவைப் பெற வேண்டும். ஐ.நா. பாதுகாப்புக் கவுன்சிலில் இடம்பெற வேண்டும். . இப்படிச் சீனாவுக்கு சில கோரிக்கைகள் இருந்தன. . . . . சர்வதேச அரங்கில் சோஷலிச முகாமின் கை ஓங்கியிருக்கிறது. சீனாவின் கோரிக்கைகளை நிறைவேற்று என்று அமெரிக்காவைக் கட்டாயப்படுத்துகின்ற போர்க் குணமிக்க கொள்கையை சோவியத் யூனியன் கடைப்பிடிக்கவேண்டும் என்று சீனா விரும்பியது."

சோவியத் ரஷ்யா மற்றும் அமெரிக்காவிடமிருந்து உதவிகளைப் பெறுகின்ற இந்தியாவின் கொள்கையை ஆசிய ஆப்பிரிக்க நாடுகள் பின்பற்றத் தொடங்கின. இரண்டு நாடுகளிடமிருந்தும் ஒதுங்கியிருக்க வேண்டும் என்று சீனா விரும்பியது. இந்தியாவை ராணுவ ரீதியில் தோற்கடித்தால் இந்தியாவின் செல்வாக்கு குறைந்துவிடும் என்று சீனா கருதியது.

இந்தியாவைத் தாக்கினால் நேரு பதவியிழப்பார் என்று சீனா கருதியிருக்கலாம். இந்தியா மேற்கு நாடுகளின் முகாமுக்கு ஓடும், சோவியத் யூனியன் இந்தியாவுடனான உறவை மறுபரிசீலனை செய்யும் என்றும் சீனா நினைத்திருக்கலாம். டாக்டர். வி.பி. தத் ஒரு தூதுக்குழுவின் உறுப்பினராக சீனாவுக்குச் சென்றபொழுது, டெங்-சியாவே - பிங்கை சந்தித்தார். 1962இல் இந்தியா மீது சீனா படையெடுத்ததற்கு குருஷ்சேவ் காரணம் என்று அவர் கூறினார். சீனா தனிமையுணர்ச்சியினால் பல தப்புக்கணக்குகளைப் போட்டது. அதன் விளைவாகவே 1962இல் இந்தியா மீது படையெடுத்தது.

அமெரிக்கா புதிய சீனாவை அங்கீகரிக்காதது, ஐ.நா.வில் இடம்பெறாதது, ஆசிய, ஆப்பிரிக்கா நாடுகளுடைய தலைமையைப் பெறாதது இந்தியாவுடன் எல்லைப்பிரச்சினையிலும் அணுகுண்டு தயாரிப்பிலும் சோவியத் யூனியனுடைய ஆதரவைப் பெற முடியாமற் போனது ஆகிய காரணங்களால் சீனாவின் கொள்கையில் இடதுசாரித் திருப்பம் ஏற்பட்டது. இந்தியாவுக்கு தலைக்குனிவை ஏற்படுத்தினால் அணி சேராமை மற்றும் உலக அமைதியைக் கடைப்பிடிக்கின்ற இந்தியாவிடமிருந்து ஆசிய ஆப்பிரிக்க நாடுகள் விலகி சீனாவை நோக்கிவரும் என்று நினைத்தது.

உலக வரலாற்றில் யாரும் எதிர்பார்க்காத தற்செயல் நிகழ்வுகள் நடைபெற்றுள்ளன. சீனா இந்தியா மீது படையெடுத்தது அப்படிப்பட்ட நிகழ்வுதான். இந்தியாவின் சீனக் கொள்கை தோல்வி என்று கூறுபவர்கள் உண்டு. அமெரிக்கா தன்னுடைய சீனக் கொள்கையைத் தலைகீழாக மாற்றவில்லையா? 1959க்குப் பிறகு சோவியத் ரஷ்யாவின் சீனக் கொள்கை மாறவில்லையா? இந்தக் கேள்விகளுக்கு அவர்கள் பதிலளிக்கவேண்டும்.

நேரு சீனாவுடன் நட்பாக இருப்பதற்கு பாடுபட்டார். அது சரியான கொள்கை. பாகிஸ்தான் இந்தியாவின் எதிரி நாடாக இருக்கிறது;

சீனாவும் எதிரி நாடாகிவிடக்கூடாது என்று நேரு விரும்பினார். பாதுகாப்பு என்பது ஆயுதங்களைச் சேகரிப்பதல்ல. ஒருநாட்டின் பொருளாதார வளர்ச்சியே நாட்டைப் பாதுகாக்கும் என்று நேரு அடிக்கடி கூறுவார். ஏழை நாட்டின் வளங்களைக் கொண்டு ராணுவத்தை வளர்க்கக்கூடாது; பொருளாதார முன்னேற்றத்தை அடைய வேண்டும் என்றார் அவர். பிற்காலத்தில் வந்த பிரதமர்கள் ராணுவத் துறையில் வெற்றி பெறுவதற்கு இந்தியாவின் பொருளாதார வளர்ச்சி உதவியது.

## முடிவுரை

இந்திரா காந்தி பிரதமரான பிறகு அமெரிக்கா மற்றும் மேற்கு நாடுகளுடன் இந்தியாவின் உறவுகளை மேம்படுந்த விரும்பினார். இந்தியா தீவிரமான உணவு நெருக்கடியில் சிக்கியிருந்தது. எனவே அமெரிக்கா உணவுப் பொருட்களை சப்ளை செய்யவேண்டும் என்று கேட்டார். ஆனால் அமெரிக்க ஜனாதிபதி லின்டன் ஜான்சன் அலட்சியமாக நடந்துகொண்டார். வியத் நாமில் அமெரிக்கா கொத்துக் குண்டுகளை வீசி அந்த நாட்டைச் சுடுகாடாக்குவதை இந்தியா கண்டித்தது அவருக்குப் பிடிக்கவில்லை.

இந்திராகாந்தி பாடம் கற்றுக்கொண்டார்; அவர் பசுமைப் புரட்சியை நிறைவேற்றி இந்தியாவின் உணவு நெருக்கடிக்குத் தீர்வு கண்டார். சர்வதேச அரங்கில் அணிசேராக் கொள்கையை உறுதியாகக் கடைப்பிடித்தார். சோவியத் யூனியன் பாகிஸ்தானுக்கு ராணுவ உதவி அளிக்காமல் பார்த்துக்கொண்டார்.

1977இல் பதவிக்கு வந்த ஜனதா அரசாங்கம் மெய்யான அணிசேராக் கொள்கையை நாங்கள் கடைப்பிடிப்போம் என்று கூறினாலும் உண்மையில் நேருவின் கொள்கையைத்தான் கடைப்பிடித்தது. சோவியத் யூனியனிடமிருந்து அதிகமான அளவில் ஆயுதங்கள் வாங்குவதற்குப் பேச்சு வார்த்தைகளை நடத்தியது. ஜனதா அரசாங்கம் கவிழ்ந்த பிறகு 1980இல் மறுபடியும் ஆட்சிக்கு வந்த இந்திராகாந்தி அவற்றை நிறைவு செய்தார். ராணுவச் செலவைக் குறைப்போம் என்று மக்களிடம் வாக்குறுதி அளித்தவர்களால் அதை நிறைவேற்ற முடியவில்லை.

1985இல் பிரதமரான ராஜிவ் காந்தி அமெரிக்காவுடன் நெருக்கமாக இருக்க முயற்சிகளைச் செய்தார். அவை வெற்றி பெறவில்லை. பிறகு

அவர் அணி சேராக் கொள்கை, அணு ஆயுதத் தடை, தென் ஆப்பிரிக்க மக்களுக்கு ஆதரவு மற்றும் இதர கொள்கைகளைக் கடைப்பிடித்தார்.

அணிசேராமை என்பது ஓர் அணுகுமுறை. அது ஒரு துருவ நட்சத்திரம், புதிதாக சுதந்திரமடைந்த நாடுகள் அந்த நட்சத்திரத்தை வழிகாட்டியாகக் கொண்டு இருளில் முன்னேற முடியும். இந்தியா பிரிட்டிஷ் காமன் வெல்த்தில் உறுப்பினராக இருந்தது. ஆனால் 1954க்குப் பிறகு சோவியத் யூனியனுடன் நெருக்கமான உறவுகளை வளர்த்துக்கொண்டது. நேருவின் சமாதான ஆர்வம் இந்தியாவின் தற்காப்புத் தேவைகளைப் புறக்கணிக்கவில்லை. அணு ஆயுதங்களைத் தயாரிக்கக்கூடாது என்று நேரு பேசியபொழுது அவரை வெகுளி என்றார்கள். ஆனால் இன்று அது உலகரீதியில் அங்கீகரிக்கப்பட்டுள்ளது. அணு ஆயுதப் போரில் எந்த நாட்டுக்கும் வெற்றி கிடைக்காது. ஆகவே அதைத் தவிர்க்க வேண்டும் என்று அமெரிக்காவும் முந்திய சோவியத் யூனிய்னும் ஒற்றுமையாகப் பேசின.

1972 பிப்ரவரியில் அமெரிக்காவும் சீனாவும் ஷாங்காய் உடன்பாட்டில் கையெழுத்திட்டன. பஞ்சசீலக் கொள்கையின் அடிப்படையில் உறவுகளை அமைத்துக்கொள்வோம் என்று இரண்டு நாடுகளும் கூறின. (பஞ்சசீலக் கொள்கையை முதலில் வகுத்தவர் நேரு.) 1986 நவம்பரில் சோவியத் தலைவர் கோர்பசேவும் ராஜிவ் காந்தியும் சர்வதேச உறவுகளில் அஹிம்சையைக் கடைப்பிடிப்போம் என்று கூட்டறிக்கை வெளியிட்டனர். மரபுவழிப்பட்ட போர்களிலும் வெற்றி கிடைப்பதில்லை. இனிமேல் ஆயுதாலத்தின் மூலம் மக்களை அடக்கு முடியாது. (உதாரணமாக, வியத் நாம் ஆப்கானிஸ்தான், இதரவை)

இங்கிலாந்தில் பிரதமராக இருந்த வின்ஸ்டன் சர்ச்சில் காங்கிரசையும் நேருவையும் கண்டித்தவர். அவர் நேருவுக்குப் பின்வருமாறு எழுதினார். "உங்களுடைய சமாதானப் பற்றை நான் போற்றுகிறேன். உங்களுடைய எதிரிகளிடம் நீங்கள் பகைமை கொள்ளவில்லை. நீங்கள் மிகவும் பெரிய பொறுப்பை ஏற்றுக் கொண்டிருக்கிறீர்கள். கோடிக்கணக்கான மக்களுடைய எதிர்காலம் உங்களிடம் ஒப்படைக்கப்பட்டிருக்கிறது. உலக விவகாரங்களில் சிறப்பான முறையில் பங்கெடுக்கிறீர்கள். வெற்றி பெறுக என்று உங்களை வாழ்த்துகிறேன்."

# 13

# வரலாற்றில் நேருவின் இடம்

ஜவஹர்லால் நேருவை நவீன இந்தியாவின் சிற்பி என்று கூறுவது பொருத்தமானதே. அவர் இருபதாம் நூற்றாண்டின் மகத்தான இந்தியர்களில் ஒருவர். ஜனநாயகவாதி, சோஷலிஸ்டு, மனிதநேயவாதி, கற்பனைக்காட்சியாளர் என்று பலவறாக அவரை வர்ணிக்கிறார்கள். அவை உண்மையே. ஆனால் அவர் இவற்றைக் காட்டிலும் உயர்ந்தவர். அவருடைய ஆளுமையும் திறமையும் நவீன இந்தியாவின் ஒவ்வொரு அம்சத்திலும் பதிந்திருக்கின்றன. அவரை மதிப்பீடு செய்வது சுலபமல்ல.

ஏராளமான இந்தியர்கள் இன்றுகூட நேருவைப் பற்றிப் பெருமையுடன் நினைக்கிறோம். அவர் காலத்தில் வறுமையும் துன்பங்களும் இன்றுள்ளதைக் காட்டிலும் கூடுதலாகவே இருந்தன. அப்படியானால் நாம் ஏன் அவரைப் போற்றுகிறோம்? அவர் எதைச் சாதித்தார்? இன்றுள்ள தலைவர்களின் பேச்சு, செயல், சிந்தனை ஆகியவற்றை மதிப்பிடும் போது அவரை அளவுகோலாகக் கொள்வது ஏன்? அவர் சந்தர்ப்பங்களை வெற்றி கொண்டாரா அல்லது சந்தர்ப்பங்களுக்குப் பலியானாரா? இந்த அத்தியாயத்தில் மேற்கூறிய கேள்விகளுக்குப் பதிலளிக்க முயற்சி செய்வோம்

நேரு மறுமலர்ச்சிக் காலத்தின் (Renaissance) படைப்பாக இருந்தார். பகுத்தறிவு, மனித நேயம், தனிமனித வளர்ச்சி, சுதந்திரப்பற்று, அறிவியல் மற்றும் மதச்சார்பின்மை ஆகியவை அவருடைய கொள்கைகள். அவர் தன்னுடைய சகாக்களிடமும் இந்திய மக்களிடமும் மேற்கூறிய பண்புகளை உருவாக்குவதற்குப் பாடுபட்டார். அவர் 1954இல் முதலமைச்சர்களுக்குப் பின்வருமாறு எழுதினார்:

“இந்தியா மாபெரும் நாடாக வளர்ச்சி அடையவேண்டும் என்று நாம் விரும்புகிறோம். அப்படியானால் இந்தியா அகத்திலோ, புறத்திலோ மற்றவற்றை ஒதுக்கக்கூடாது; அறிவின் அல்லது

ஆன்மாவின் அல்லது சமூகத்தின் வளர்ச்சிக்குத் தடையாகவுள்ள எல்லாவற்றையும் கைவிட வேண்டும்."

நேரு முழுமையான தேசியவாதியாக இருந்தார். "சாதி, இனம், மொழி ஆகியவற்றைக் கடந்தவராக அவர் இருந்தார். முதலாவதாகவும் இறுதியாகவும் இந்தியாவே அவருக்கு முக்கியமாக இருந்தது." என்று பிரிட்டனைச் சேர்ந்த அரசியலறிஞர் அவரைப்பற்றி எழுதியிருக்கிறார்.

இந்தியாவில் ஜனநாயகம், சமத்துவம், சோஷலிசம் நிலவ வேண்டும் என்று நேரு விரும்பினார். அவர் தன்னுடைய வாழ்க்கை முழுவதிலும் தேசியம், சோஷலிசம் என்னும் இரண்டு இலட்சியங்களைக் கொண்டிருந்தார்.

அவற்றை இணைப்பதற்குப் பாடுபட்டார். அது மிகவும் கடினமான பணி. அவர் மார்க்சையும் காந்திஜியையும் தனக்கு வழிகாட்டிகளாகக் கொண்டிருந்தார். ஆனால் பின்தங்கிய ஒரு நாட்டைப் புனரமைப்பது எப்படி என்று அவர்கள் எழுதவில்லை. எனினும் நேரு நம்பிக்கையுடனும் உற்சாகத்துடனும் அந்தப் பணியில் ஈடுபட்டார். 1962இல் சீனா இந்தியாவைத் தாக்கிய பிறகும் அவருடைய நம்பிக்கை குறையவில்லை. நேருவின் நம்பிக்கையை எண்ணற்ற இந்தியர்கள் பகிர்ந்துகொண்டார்கள்.

ஜனநாயகம், சட்டத்தின் ஆட்சி, தனிமனிதனுடைய சுதந்திரம் மற்றும் கௌரவம், சமூக நீதி, அஹிம்சை, அறிவியல், அறப்பண்பு ஆகியவை அவருடைய ஆட்சியின் தூண்களாக இருந்தன. நேர்மையும் இந்திய மக்கள் மீது பேரன்பும் இந்தப் பணிக்கு அவருடைய தகுதிகளாக இருந்தன.

## இந்தியாவின் சுதந்திரத்தை வலுப்படுத்துதல்

இந்தியாவின் சுதந்திரத்தைப் பாதுகாப்பதும் வலுப்படுத்துவதும் நேருவின் உடனடிக் கடமையாக இருந்தது. உலகத்தின் வல்லரசுகளான அமெரிக்காவும் சோவியத் யூனியனும் உலக நாடுகளைத் தமது ஆதிக்கத்திற்குள் கொண்டுவருவதற்கு விரும்பின. ஏதாவதொரு வல்லரசின் கைப்பாவையாக இருக்க நேரு விரும்பவில்லை. இந்தியாவின் உள்நாட்டுக் கொள்கையை இந்தியாவே முடிவு செய்தது. இந்தியாவின் அரசியல் மற்றும் பொருளாதாரக் கட்டமைப்பில் அந்நிய நிறுவனங்கள் ஊடுருவுவதற்கு நேரு அனுமதிக்கவில்லை.

இந்தியாவின் சுதந்திரமான, சுய - சார்புள்ள பொருளாதார அமைப்பை நிறுவுவதற்கு நேரு பாடுபட்டு வெற்றி கண்டார். வேகமான வளர்ச்சி, பொதுத்துறையின் வளர்ச்சி, கன எந்திரத் தொழிற்சாலைகளை நிறுவுதல் தொழில்நுட்ப நிபுணர்களைப் பயிற்றுவித்தல் ஆகியவற்றைச் சுயசார்புள்ள பொருளாதார வளர்ச்சியின் கூறுகளாக நேரு கண்டார். "காங்கிரஸ் ஆட்சியின் சாதனை.... மக்களுக்கு நம்பிக்கை ஊட்டியது, சுயசார்பை ஏற்படுத்தியது" என்று நேரு கூறினார்.

## தேசிய ஒற்றுமையை உருவாக்குதல்

சுதந்திரப் போராட்ட காலத்தில் சாதியம், மொழி வெறி, மாகாண வெறி ஆகியவை தலைகாட்டவில்லை. சுதந்திரத்துக்குப் பிறகு அவை தலைதூக்கின. இந்தியா ஒரு நாடாக இன்னும் உருவாக்கம் பெறவில்லை என்று நேரு கருதினார். "இந்தியா பன்முகத் தன்மைகளைக் கொண்ட நாடு. மக்கள் அவை அனைத்தையும் தம்முடைய தாக்கவேண்டும்"4 என்று நேரு கூறினார். நேருவின் ஐந்தாண்டுத்திட்டங்களுக்குப் பின்னால் இந்தியாவின் ஒற்றுமை என்னும் குறிக்கோள் இருந்தது. சுதந்திரமும் ஒற்றுமையும் மிகவும் நெருக்கமானவை என்று அவர் கருதினார்." நாம் ஆபத்தான காலத்தில் வாழ்கிறோம். வலிமை மற்றும் ஒற்றுமை உள்ளவர்களால் மட்டுமே சுதந்திரத்தைத் தக்கவைத்துக் கொள்ள முடியும்" என்று நேரு எழுதினார்.

## ஜனநாயகம் மற்றும் பார்லிமென்டரி அமைப்பை வளர்த்தல்

நேரு இந்தியாவில் ஜனநாயகத்தையும் பார்லிமென்டரி அமைப்பையும் வேரூன்றச் செய்தார். வயது வந்தோருக்கு வாக்குரிமை என்ற அடிப்படையில் நடைபெற்ற மூன்று பொதுத் தேர்தல்களில் அவர் பங்கெடுத்தார். பார்லிமென்டரி ஜனநாயகத்தின் குறைகள் அவருக்குத் தெரியும். எனினும் "ஜனநாயக அமைப்பை நான் கைவிடமாட்டேன்" என்று அவர் கூறினார்.

இந்தியா முழுவதிலும் நேருவுக்குத் தனிப்பட்ட செல்வாக்கு இருந்தது. காங்கிரஸ் அரசாங்கம் என்பது 1950 இலிருந்து நேருவின் அரசாங்கமாக இருந்தது. எனினும் அவர் ஜனநாயக மரபுகளைக் கடைப்பிடித்தார். முழு அதிகாரத்தைக்கொண்ட பார்லிமென்ட், சுதந்திரமான தேர்தல்களை நடத்த தேர்தல் கமிஷன், பத்திரிகை சுதந்திரம், சுதந்திரமான நீதிமன்றங்கள் ஆகியவற்றை அவர் நிறுவினார்.

"சாதாரண மனிதன் மீது நான் நம்பிக்கை வைத்திருக்கிறேன். அதுவே என் மதம்" என்றார் நேரு. இந்தியாவில் - காங்கிரஸ் கட்சியில் கூட எதேச்சதிகாரம் இருப்பது அவருக்குத் தெரியும். "நம்முடைய ஜனநாயகம் இளஞ்செடி, அதை கவனமாக வளர்க்க வேண்டும்" என்றார். அவர் இந்தியா முழுவதும் அடிக்கடி சுற்றுப் பயணம் செய்தார். மக்களுக்கு அரசியலைப் போதித்தார். ஜனநாயகமே உயர்வானது என்று கற்பித்தார்." நீங்கள் நாட்டுக்கு அளித்த கொடை எது என்று கேட்டபொழுது "தங்களை ஆட்சி செய்யக்கூடிய 40 கோடி மக்கள்" என்றார்.

ஜனநாயகத்தில் அரசியல் கட்சிகள் ஆட்சி செய்கின்றன. ஆனால் அதிகாரம் மக்களிடம் இருக்கிறது. அவர்கள் கட்சிகளை ஆய்வுசெய்து ஐந்தாண்டுகளுக்கு ஒருமுறை தீர்ப்புக் கூறுகிறார்கள். அதனால்தான் நேரு பஞ்சாயத்து ராஜ்யம், கூட்டுறவு ஸ்தாபனங்கள் ஆகியவற்றை வளர்த்தார்.

இந்தியாவைப் போல வேறுபாடுகளைக் கொண்ட சமூகத்தை அடக்குமுறையினால் ஒன்றாக வைத்திருக்க முடியாது. "இந்தியாவில் ஜனநாயக முறைகளைக் கைவிட்டால் வன்முறையும் பிரிவினையும் வளரும்" என்று நேரு 1960இல் கூறினார்.

உலகத்தில் மற்ற நாடுகளில் எதேச்சதிகார முறைகளைப் பயன்படுத்தி பொருளாதார வளர்ச்சியை ஏற்படுத்தினார்கள். ஆனால் இந்தியாவில் ஜனநாயக முறையில் பொருளாதார வளர்ச்சிக்குத் திட்டமிடப்பட்டது. தாமதமானாலும் இதுவே சிறந்த முறை என்று நேரு கருதினார்.

### சோஷலிசத்தை அமைத்தல்

இந்தியாவில் சோஷலிசத்தைப்பற்றி பொதுக்கூட்டங்களிலும் மாநாடுகளிலும் அதிகமாகப் பேசியவர் நேரு. லட்சக்கணக்கான இந்தியர்கள் சோஷலிசத்தைப் பற்றி சிந்திப்பதற்குத் தூண்டியவர் நேரு. நேரு சோஷலிசத்தைப் பற்றி பொதுப்படையாகத்தான் பேசினார். சமத்துவம், சமவாய்ப்பு, சமூகநீதி, அறிவியல் மூலம் சமூக வளர்ச்சி இதரவை சோஷலிசத்தின் அடிப்படைகள் என்று அவர் கருதினார்.

இந்தியாவின் சமூக -பொருளாதாரக் கட்டமைப்பில் ஏழை மக்களுக்குச் சாதகமான மாற்றங்களைச் செய்யவேண்டும். அதை

'அறுவை சிகிச்சை' என்று நேரு கூறினார். ஜனநாயக முறையில் தேர்ந்தெடுக்கப்பட்ட சட்டசபை, சட்டங்கள் மூலம் அத்தகைய அறுவை சிகிச்சைகளைச் செய்யும்.

"சீர்திருத்தங்களை மக்கள் ஏற்றுக்கொள்ள வேண்டும், அல்லது ஏற்றுக்கொள்வதற்கு அவர்கள் தயாராக இருக்க வேண்டும் என்று 1956இல் டைபோர் மென்டேயிடம் அவர் கூறினார். மாகாண காங்கிரஸ் கமிட்டிகளின் தலைவர்கள் கூட்டத்தில் அவர் பின்வருமாறு பேசினார்: "நாம் மகான்களல்ல. முன்னேற்றப் பாதையில் இந்திய மக்களோடு செல்கின்ற சகபயணிகள் நாம்." நேரு மக்கள் மீது எந்தத் திட்டத்தையும் திணிப்பதற்கு விரும்பவில்லை. மக்களைத் தயாராக்குவோம். இல்லாவிட்டால் மெதுவாக முன்னேறுவோம் என்பது நேருவின் அணுகுமுறை.

ஐரோப்பாவில் 1930-களில் பாசிசம் தலை தூக்கிய வரலாறு அவருக்குத் தெரியும். மக்களுடைய உடன்பாடு இல்லாமல் சோஷலிசத்தை அமுலாக்கினால் பாசிசம் வளரக்கூடிய ஆபத்தைப் பற்றி அவர் ஜெயபிரகாஷ் நாராயணனுக்கு 1948 இல் எழுதினார். "காலத்துக்கு முந்திய இடதுசாரிக் கொள்கை பிற்போக்கு வாதத்துக்கு உதவும்; அல்லது பிரிவினையைத் தூண்டும்" என்று அவர் எழுதினார்.

நேரு காங்கிரசுக்குத் தேர்தல் பிரச்சாரம் செய்த பிறகும் 1952 மற்றும் 1957 பொதுத்தேர்தல்களில் 50 சதவிகிதத்துக்குக் குறைவான வாக்குகளைப் பெற்றது. ஆனால் வலதுசாரிக் கட்சிகள் மொத்தமாக 25 சதவிகித வாக்குகளைப் பெற்றன. இவர்களுடன் காங்கிரசுக் கட்சியில் உள்ள வலது சாரிகளையும் சேர்த்துக்கொண்டால் அவர்களுடைய பலத்தைப் புரிந்துகொள்ள முடியும். நகரங்களிலும் கிராமங்களிலும் உள்ள நடுப்பகுதியினரிடம் மிகவும் கவனமாக நடந்துகொள்ள வேண்டும். அவர்கள் அதிகமான எண்ணிக்கையில் இருக்கிறார்கள். ஜெர்மனியில் அவர்கள்தான் பாசிசத்தின் முதுகெலும்பாக இருந்தார்கள். பணக்காரர்களைத் தாக்கினால் அவர்களும் இந்தப் பகுதியினரோடு சேர்ந்துகொண்டு பாசிச ஆதரவு நிலை எடுப்பார்கள்.

பெரும்பான்மையான மக்களை வென்றெடுக்காமல் சிறுபான்மைப் புரட்சியை நடத்தினால் நாட்டில் எதிர்ப்புரட்சி ஏற்படும்; ஜனநாயக முறை ஒழிக்கப்படும்; இந்திய மக்கள் பிரிந்து விடுவார்கள் என்றார் நேரு. நேரு மக்களிடம் மென்மையாக நடந்துகொண்டார் என்று குறை

சொல்பவர் உண்டு. அவர் 1964இல் மரணமடைவதற்கு முன்பு பின்வருமாறு கூறினார். "என்னிடமுள்ள மென்மை மற்றும் நாகரிகத்தை பலவீனம் என்று கருதக்கூடாது. இது மாபெரும் நாடு. மக்களின் வாழ்க்கை முறைகளில் அதிகமான வேறுபாடுகள் இருக்கின்றன. தன்னை 'பலசாலி' என்று கருதிக்கொண்டு யாரும் அவர்களை மிதித்து நசுக்கிவிடமுடியாது."

சமாதானமான முறையில், அஹிம்சா வழியில் சோஷலிச சமூகத்தை அமைக்கமுடியும் என்று நேரு நம்பினார். வர்க்கப் போராட்டத்தை அஹிம்சை முறையில் தீர்க்க முடியும் என்று அவர் கருதினார். தவறான வழிமுறை மூலம் நல்ல குறிக்கோள்களை அடைய முடியாது என்ற காந்திஜியின் கருத்தை அவர் ஏற்றுக் கொண்டார்.

**பொருளாதார வளர்ச்சிக்குத் திட்டமிடுதல்**

"இந்தியாவில் வேகமான பொருளாதார வளர்ச்சியின் மூலமாகத் தான் வறுமையைப் போக்கமுடியும், மக்கள் எல்லோருடைய வாழ்க்கைத் தரத்தையும் உயர்த்தமுடியும்" என்று நேரு எழுதினார். ஆவடியில் நடைபெற்ற காங்கிரஸ் மாநாட்டில் அவர் பின்வருமாறு பேசினார்: "தேசிய வருமானத்தை அதிகப்படுத்தாமல் சோஷலிசத்தைப் பற்றிப் பேசிப்பயனில்லை. செல்வத்தைப் பகிர்ந்து கொள்வதற்கு சோஷலிசம் உதவி செய்யும் என்பது உண்மைதான். ஆனால் இந்தியாவில் செல்வம் எங்கே இருக்கிறது? இங்கு வறுமையைத் தான் பகிர்ந்துகொள்ளவேண்டும்." சோஷலிசம் அல்லது முதலாளித்துவ சமூகம் - எந்த சமூகமாக இருந்தாலும் அதில் உற்பத்தி மிகவும் முக்கியமாகும்.

நேருவின் வளர்ச்சித்திட்டத்தில் மூன்று கூறுகள் இருந்தன; விவசாயம் மற்றும் தொழில் துறையில் வேகமான வளர்ச்சி; பொதுத்துறையில் கேந்திரமான தொழில்கள்; கலப்புப் பொருளாதாரம். "இது பெரும்பாலான நிபுணர்களால் ஏற்றுக் கொள்ளப்பட்டிருந்தது." முதற்கட்டத்தில் கலப்புப்பொருளாதாரம் (தனியார் துறை நீடிக்கும்) வளர்ச்சிக்கு அடிப்படையான தொழில்துறைகள் அரசுக்குச் சொந்தமாக இருக்கும். விவசாயத்திலும் தொழில்களிலும் கூட்டுறவு அமைப்புகள் ஊக்குவிக்கப்படும். நெடுங்கால நோக்கில் சந்தைச்சக்திகள் செயலிழந்துவிடும். லாபம் மட்டுமே குறிக்கோள் என்ற நிலை மாறும்.

அரசு கேந்திரமான துறைகளில் முதலீடு செய்யும். லாபகரமாக நடைபெற்றால் நீடிக்கும். தோல்வியடைந்தால் அகற்றப்படும் என்று 1956ஆம் ஆண்டில் தொழில்துறைத் தீர்மானம் கூறியது.

அந்நிய மூலதனத்தைக் குறைவாகப் பயன்படுத்திக்கொண்டு பொதுத்துறையை வளர்க்க வேண்டும், ஏராளமான தொழில்நுட்பவியல் நிபுணர்களை உருவாக்கவேண்டும், இந்தியாவை நவீனப்படுத்த வேண்டும் என்று அவர் விரும்பினார். காலனியப் பொருளாதாரத்திலிருந்து சுயேச்சையான பொருளாதாரத்துக்கு இந்தியா மாறியது. அது கலப்புப் பொருளாதாரம்தான் என்பது வேறு விஷயம். நேருவின் பொருளாதாரக் கொள்கை இந்தியாவுக்கு ஏற்றதாக இருந்தது. இந்தியாவின் பொருளாதார வளர்ச்சி கணிசமாக இருந்தது.

## வகுப்புவாதத்தை எதிர்த்தல்

நேரு வாழ்க்கை முழுவதும் வகுப்பு வாதத்தை உறுதியாக எதிர்த்தார். நாட்டில் மதச்சார்பின்மை வேரூன்றுமாறு செய்தார். எல்லாப் பிரச்சினைகளிலும் பொதுக்கருத்தை உருவாக்குவதற்குப் பாடுபட்ட நேரு வகுப்புவாதப்பிரச்சினையில் சமரசம் செய்து கொள்ள மறுத்தார். "அது நம் கொள்கைக்குத் துரோகம் செய்வதாகும். இந்தியாவின் சுதந்திரத்தை அழிப்பதாகும்" என்று 1950இல் கூறினார்.

இந்தியாவில் கல்வித்துறை, அரசியல் கட்சிகள், அரசாங்கம் மதத்திலிருந்து தனித்திருக்கவேண்டும். மதம் ஒரு இந்தியனுடைய சொந்த விவகாரமாக இருக்கும். அரசாங்கம் எல்லா மதங்களையும் சமமாக பாவிக்கும். எல்லா மதத்தினருக்கும் சம வாய்ப்புகளைத் தரும் என்று நேரு மதச்சார்பின்மையை விளக்கினார்.

வகுப்புவாதத்தின் சமூக - பொருளாதார மூலவேர்களை அவர் விளக்கினார். மத்திய வர்க்கம் அதற்கு ஆதரவு கொடுக்கிறது. அது பாசிசத்தின் இந்திய வடிவம் என்றார். ஹிந்து, முஸ்லிம், கிறிஸ்துவ மற்றும் சீக்கிய வகுப்பு வாதங்கள் அனைத்தும் ஒரே விதமானவை. ஒரே சமயத்தில் எல்லாவற்றையும் எதிர்க்கவேண்டும் என்றார். பல மதங்களைப் பின்பற்றுகின்ற மக்கள் இந்தியாவில் ஒற்றுமையுடன் வாழ்கின்றார்கள். ஆனால் வகுப்புவாதம் இந்தியாவின் ஒற்றுமைக்குத் தீங்கு செய்யும் என்றார்.

வகுப்புவாதத்தைப்பற்றி நேருவின் அணுகுமுறையில் முக்கியமான குறை இருந்தது. நாட்டில் கல்வி வளர்ச்சி அடையும்பொழுது,

மக்களிடம் அறிவியல் சிந்தனை அதிகரிக்கும் பொழுது வகுப்புவாதம், படிப்படியாகக் குறைந்துவிடும் என்று அவர் கருதினார். அவர் சித்தாந்த ரீதியாக வகுப்புவாதத்தை எதிர்த்துப் போராடவில்லை. காங்கிரஸ் பேரியக்கம் வகுப்புவாதத்தை எதிர்த்துப் போராடவில்லை. 'கேரளாவில் 1960இல் முஸ்லிம் மற்றும் கிறிஸ்துவ வகுப்புவாத அமைப்புகளுடன் சேர்ந்து அரசாங்கத்தை எதிர்த்துப் போராட்டம் நடத்தியது. மாகாண அரசாங்கங்கள் வகுப்புவாதத்தை உறுதியாக எதிர்க்கவில்லை. அவருடைய வாழ்க்கையில் இறுதிக்கட்டத்தில் நாட்டில் வகுப்புவாதக் கலவரங்கள் நடைபெற்றபொழுது அவர் மிகவும் வேதனைப்பட்டார்.

## சீர்திருத்தக்காரர்

சமூகத்தில் பல நூற்றாண்டுகளாக நிலவிய மரபுகளை மாற்ற விரும்பியவர்களை சீர்திருத்தக்காரர்கள் என்றோம். நேரு அப்படிப்பட்ட சீர்திருத்தக்காரர் அல்ல. அவர் இந்திய சமூகத்தைப் புதிய கட்டத்துக்கு உயர்த்த விரும்பிய சீர்திருத்தக்காரர். ஹிந்து சமயத்திருத்த மசோதாக்கள் அவருடைய மாபெரும் சாதனை ஆகும். பெண்களுக்குக் கல்வி மற்றும் வேலை வாய்ப்புகளைப் பெருக்கியது நேருவின் அடுத்த சாதனையாகும்.

## நேருவைப் பற்றி மதிப்பீடு

நேருவின் சாதனைகளைக் குறிப்பிட்டோம். அவரை மதிப்பீடு செய்வதற்கு அவருடைய பலவீனங்களையும் குறிப்பிட வேண்டும். காந்திஜி அரசியல் போராட்டத்துக்கு மக்களைத் திரட்டினார். 'செய் அல்லது செத்து மடி' என்று அறைகூவினார். சமூக மாற்றம் தானாக வரும் என்று நேரு நம்பினார். மக்களுக்கு வாக்குரிமை கொடுத்துவிட்டோம். அவர்களுடைய நிலைமையில் படிப்படியான மாற்றங்கள் தானாக ஏற்படும் என்று கருதினார். அடுத்தபடியாகத் தன்னுடைய சொற்பொழிவுகள் மக்களை மாற்றும் என்று நம்பினார். அவருடைய சொற்பொழிவுகளை ஆயிரக்கணக்கான மக்கள் கேட்டார்கள். அவர்கள் நேருவை நேசித்தார்கள். ஆனால் நேருவின் கொள்கைகளுக்குப் போராடவில்லை. அவருடைய சொற்பொழிவுகள் மாகாண காங்கிரஸ் தலைவர்களின் செல்வாக்கை அதிகப்படுத்தின. நேருவின் கொள்கைகளான, நிலச் சீர்திருத்தம், சோஷலிசம், அணி சேராக் கொள்கை ஆகியவற்றை அவர்கள் தீவிரமாக ஆதரிக்கவில்லை.

1951க்குப் பிறகு காங்கிரஸ் கட்சி நேருவின் முழுமையான கட்டுப்பாட்டுக்குள் வந்தது. ஆனால் அது ஜீவனுள்ள இயக்கமாக இல்லாமல் தேர்தல் காலத்தில் மட்டும் இயங்கியது. நேரு தன்னுடைய கொள்கைகளை நிறைவேற்றுவதற்கு அரசு அதிகாரிகளை நம்பினார். அரசு அதிகாரிகள் நகரங்களில், அலுவலகங்களில் உட்கார்ந்துகொண்டு உத்தரவுகளைப் போட்டார்கள். கிராமங்களில் வசித்த கடைக்கோடி இந்தியனைப் பற்றி அவர்கள் நினைக்கவில்லை.

இந்திய சமூகத்தில் சாதிமுறை, ஆணாதிக்கம், கொத்தடிமை முறை, ஊழல் ஆகியவை நெடுங்காலமாக நிலைத்துவிட்டன. நேரு தன்னுடைய சொற்பொழிவுகளில் இவற்றைக் கண்டிக்கவில்லை. சமூகத்தில் ஆதிக்கம் செலுத்திய வர்க்கங்களின் ஒப்புதலைப் பெற வேண்டும் என்று நேரு விரும்பினார். அதனால் அவருடைய சீர்திருத்தங்கள் தடைப்பட்டன.

மக்களுடைய விருப்பங்களை நேரு புரிந்துகொண்டார். அவர்களை முன்னேற்றக்கூடிய திட்டங்களைத் தயாரித்தார். இந்தியாவின் எதிர்காலத்தைப் பற்றிப் பேசி மக்களுக்கு எழுச்சியூட்டினார். ஆனால் அவர் மக்களைப் புதிய பாதையில் செலுத்தக்கூடிய போர்த்திட்டத்தை உருவாக்கவில்லை.

நேருவின் கண்களுக்கு முன்பாக காங்கிரசில் கோஷ்டிகள் அமைக்கப்பட்டன. முதலமைச்சர்கள் மீது ஊழல் குற்றச்சாட்டுகள் வீசப்பட்டன. நேரு பொதுப்படையான முறையில் ஊழல், பதவிப்போட்டி ஆகியவற்றைக் கண்டித்தார். ஆனால் அவற்றில் சம்பந்தப்பட்டவர்களைப் பதவியிலிருந்து நீக்கவில்லை.

மெக்காலே பிரபு உருவாக்கிய கல்வி முறை அப்படியே நீடித்தது. பள்ளிக்கூடங்கள், கல்லூரிகள், பல்கலைக்கழகங்கள் அதிகரித்தன. ஆனால் பத்தாம்பசலி கல்விமுறை மாறவில்லை.

சுதந்திர இந்தியாவின் முதல் பிரதமர் என்ற முறையில் நேரு மாபெரும் பிரச்சினைகளைத் தீர்ப்பதற்கு முயற்சிகளைச் செய்தார். அவர் புதிய இந்தியாவைப் படைப்பதற்கு மக்களை மெதுவாக அழைத்துச் சென்றார். இந்திய மக்களிடம் சில குறிக்கோள்களை, மதிப்புகளைப் பதிய வைத்தார். "நேரு வேறுவிதமான மனிதராக

இருந்திருந்தால் இந்தியா வேறுவிதமான நாடாக இருந்திருக்கும்" என்று ஜியார்ஜ் டைசன் எழுதினார்.

நேருவும் அவருடைய சகாப்தமும் வரலாற்றில் இடம் பெற்றுவிட்டன. இன்று இந்தியா பல சாதனைகளை செய்திருக்கிறது என்றால் நேரு அதற்கு அடிப்படைகளை அமைத்தார். ஒரு தலைவனிடமிருந்து மக்கள் இதற்கு மேல் எதிர்பார்க்கலாமா? எங்களுடைய எல்லாப் பிரச்சினைகளையும் நிரந்தரமாக ஏன் தீர்க்கவில்லை என்று கேட்பது நியாயமா?

# 14
## அரசியல் கட்சிகள்
## (1947-64) - காங்கிரஸ் கட்சி

நேரு காலத்தில் காங்கிரஸ் கட்சி மத்தியிலும் மாகாணங்களிலும் ஆட்சிப்பொறுப்பில் இருந்தது. முதல் பொதுத்தேர்தலில் (1952) காங்கிரஸ் கட்சியை, சோஷலிஸ்ட் கட்சி கம்யூனிஸ்ட் கட்சி KMP கட்சி, பாரதிய ஜனதா கட்சி ஆகிய அகில இந்தியக் கட்சிகள் எதிர்த்துப் போட்டியிட்டன. அவை சில மாகாணங்களில் பலமாக இருந்தன. சில மாகாணங்களில் இல்லை. ஆனால் அவை இந்தியாவின் சமூக - பொருளாதார முன்னேற்றத்துக்கு அகில இந்தியத் திட்டத்தை முன்வைத்தன. கட்சிகளின் தலைவர்கள் அகில இந்தியப் பார்வையைக் கொண்டிருந்தார்கள்.

முதல் பொதுத் தேர்தலில் (1952) காங்கிரஸ் அல்லாத கட்சிகள் லோக்சபாவில் 26 சதவிகித இடங்களைப் பெற்றார்கள். 1957இல் 25 சதவிகிதம், 1962 இல் 28 சதவிகித இடங்களைப் பெற்றார்கள். மாகாண சட்டசபைகளில் 1952இல் 32 சதவிகிதம், 1957இல் 35, 1962இல் 40 சதவிகித இடங்களைப் பெற்றார்கள். எதிர்க்கட்சி உறுப்பினர்கள் சட்ட சபைகளிலும் லோக் சபாவிலும் சுறுசுறுப்பாகப் பங்கெடுத்தார்கள். அவர்களுடைய எண்ணிக்கை குறைவாக இருந்தாலும் அரசியல் முக்கியத்துவம் இருந்தது.

நேரு காலம் முழுவதும் காங்கிரஸ் கட்சி இந்தியாவின் மிகவும் முக்கியமான அரசியல் ஸ்தாபனமாக இருந்தது. மாகாணங்கள், நகரங்கள், கிராமங்களில் அதற்குக் கிளைகள் இருந்தன. பெரிய முதலாளிகளிலிருந்து கிராமங்களிலுள்ள ஏழை விவசாயிகள் வரை அதற்கு உறுப்பினர்கள் இருந்தார்கள். இந்தியாவுக்கு நிலையான ஆட்சியைக் கொடுத்த கட்சி அது.

இந்தியா சுதந்திரமடைவதற்கு முன்பு அது ஒரு இயக்கமாக இருந்தது. சுதந்திரத்துக்குப்பிறகு அது ஓர் அரசியல் கட்சியாக மாறியது.

சுதந்திரத்துக்கு முன்பு பல கட்சிகளின் வர்க்கங்களின் கூட்டணியாக இருந்தது. தனியாக ஸ்தாபனம் மற்றும் அமைப்பு விதிகளைக் கொண்ட கட்சி அல்லது குழு காங்கிரஸில் உறுப்பினராக இருக்கமுடியாது என்ற திருத்தத்தை சர்தார் படேல் கொண்டு வந்தார். (1947க்கு முன்பு கம்யூனிஸ்ட்டுகள் மற்றும் சோஷலிஸ்டுகள் காங்கிரசில் உறுப்பினராக இருந்தார்கள்.) கம்யூனிஸ்டுகள் முன்பே காங்கிரஸ் கட்சியிலிருந்து வெளியேறிவிட்டார்கள். படேல் கொண்டு வந்த திருத்தத்துக்குப் பிறகு சோஷலிஸ்டுகள் காங்கிரஸ் கட்சியிலிருந்து வெளியேறினார்கள்.

நேரு 1950க்குப்பிறகு காங்கிரசை இடதுசாரித் திசையில் செலுத்துவதற்கு முயற்சிகளைச் செய்தார். ஜெயபிரகாஷ் நாராயணன் தலைமையிலிருந்த சோஷலிஸ்டுகளை மறுபடியும் காங்கிரசுக்குள் கொண்டுவருவதற்கு நேரு விரும்பினார். ஆனால் அது நிறைவேறவில்லை.

அகில இந்திய காங்கிரஸ் கமிட்டிக் கூட்டங்கள் பகிரங்கமாகவும் ஜனநாயக முறையிலும் நடைபெற்றன. உறுப்பினர்கள் பிரச்சினைகளை ஆழமாக விவாதித்தார்கள். மாகாணங்களிலும் மாவட்டங்களிலும் காங்கிரஸ் கட்சி மேற்கூறியபடி இயங்கியது. காங்கிரஸ் கட்சியில் பணக்காரார்கள் இருந்தார்கள்; ஆனால் ஏழைகள் அதன் மீது நம்பிக்கையோடிருந்தார்கள்.

நேரு காலத்திய காங்கிரசை மத்திய நிலை, இடதுசாரிச் சாய்வு என்று குறிப்பிடலாம். (ஒரப்பகுதிகளில் வலதுசாரிகளும் இருந்தார்கள்.) மத்திய நிலைக்கட்சி என்ற காரணத்தால் எதிர்க்கட்சிகளின் (வகுப்புவாதக் கட்சிகள் நீங்கலாக) கிளர்ச்சிகள் அதன்மீது தாக்கம் செலுத்தின. காங்கிரஸ் கட்சியின் கொள்கைகள், திட்டங்கள் எதிர்க்கட்சிகளின் செயல்பாட்டைப் பாதித்தன. உதாரணமாக 1956க்குப் பிறகு காங்கிரசின் சோஷலிசத் தீர்மானங்களால் பி.சோ.கட்சி உடைந்தது. கம்யூனிஸ்ட் கட்சியில் காங்கிரசுடன் ஒத்துழைக்க வேண்டும் என்ற கருத்து வளர்ந்து அந்தக் கட்சியிலும் பிளவு ஏற்பட்டது.

## கட்சித் தலைமைக்கும் அரசாங்கத் தலைமைக்கும் இடையிலான உறவு

1946இல் நேரு இடைக்கால அரசாங்கத்தில் சேர்ந்தபொழுது காங்கிரஸ் கட்சியின் தலைவர் பொறுப்பிலிருந்து விலகினார். அவருக்குப் பிறகு கிருபளானி காங்கிரஸ் தலைவரானார். அரசாங்கத்தின்

கொள்கையை உருவாக்குவதில் காங்கிரஸ் கட்சியின் தலைவருக்கு முக்கியமான பங்கு தரப்படவேண்டும் என்று அவர் கோரினார். நேருவும் படேலும் அதை ஏற்கவில்லை. கட்சி நீண்டகாலக் கொள்கையை வகுத்தளிக்க வேண்டும். அரசாங்கம் பார்லிமென்டுக்குத் தான் பொறுப்புக்கொண்டிருக்கிறது. கட்சி அரசாங்கத்தைக் கட்டுப்படுத்தமுடியாது என்று அவர்கள் கூறினார்கள்.

பிரதமர் நேரு முக்கியமான பிரச்சினைகளில் தன்னைக் கலந்து கொள்ளவில்லை என்று கிருபளானி 1947 நவம்பரில் காங்கிரஸ் தலைவர் பதவியை ராஜினாமா செய்தார். கிருபளானிக்குப் பிறகு தலைவராக இருந்த ராஜேந்திர பிரசாத் மற்றும் பட்டாபி சீதாராமையா காங்கிரஸ் ஸ்தாபனத்தின் தலைமைப் பாத்திரத்தை வலியுறுத்தவில்லை.

## நேரு - படேல் கருத்து வேறுபாடுகள்

படேல் காங்கிரசின் வலதுசாரிப் பிரிவுக்குத் தலைமை தாங்கினார். அரசியலமைப்புச் சட்டம் தயாரிக்கப்பட்டபொழுது அடிப்படை உரிமைகளில் சொத்துடைமை உரிமையைச் சேர்க்க வேண்டும் என்று வாதாடி வெற்றிபெற்றார். ஜமீன்தார், ஜாகீர்களை ஒழிக்கும்பொழுது நஷ்டஈடு கொடுக்கவேண்டும் என்றார். அவரிடம் வகுப்புவாத உணர்ச்சி சிறிதுமில்லை. அவர் தொழிலதிபர்களிடம் கட்சிக்கு நிதி வாங்கினார். அவருடைய நேர்மையை எல்லோரும் அங்கீகரித்தார்கள்.

நேருவுக்கும் படேலுக்கும் மனோரீதியான மற்றும் சித்தாந்த ரீதியான வேறுபாடுகள் இருந்தன. 1950இல் படேலின் ஆதரவோடு புருஷோத்தம்தாஸ் டாண்டன் காங்கிரஸ் தலைவரானார். நேரு அதை விரும்பவில்லை.

படேல் காங்கிரஸ் கட்சியின் இரும்பு மனிதராக இருந்தார். நேரு மக்களிடம் செல்வாக்குப் பெற்றவர். இருவரும் வேறுபாடுகளை நேரில் பேசித் தீர்த்துக்கொள்வார்கள். காந்திஜி மரணமடைந்த பிறகு நேருவின் பிறந்த நாளன்று (14.11.1948) படேல் பின்வருமாறு கூறினார். "நேரு என்னுடைய வாரிசு என்று காந்திஜி கூறினார். அவர் மரணமடைந்த பிறகு காந்திஜியின் வாக்கு எவ்வளவு உண்மையானது என்பதை உணர்ந்தோம்."

"சர்தார் படேல் பலம் பொருந்திய தூணாக எனக்கு இருக்கிறார். அவருடைய அன்பும் அறிவுரையும் இல்லாவிட்டால் என்னால் இந்த நாட்டை ஆட்சி செய்யமுடியாது."

1950 ஆகஸ்டில் காங்கிரஸ் கட்சியின் வலதுசாரிகளுக்கும் நேருவுக்கும் கருத்து வேறுபாடுகள் முற்றின. காங்கிரஸ் கட்சியின் தலைமைப் பதவிக்கு புருஷோத்தமதாஸ் டாண்டன் போட்டியிட்டார். பரபரப்பாக நடைபெற்ற கட்சித் தேர்தலில் டாண்டன் 1306, கிருபளானி 1092, சங்கரராவ் தேவ் 202 வாக்குகளும் பெற்றார்கள். கிருபளானியும் அவரை ஆதரித்தவர்களும் காங்கிரசிலிருந்து விலகி கிஸான் மஜ்தூர் பிரஜா கட்சியைத் தொடங்கினார்கள். அந்த முயற்சியை நேருவும் ஆசாதும் வரவேற்கவில்லை.

டாண்டன் காங்கிரஸ் செயற்குழுவிலும் தேர்தல் கமிட்டியிலும் தன்னுடைய ஆதரவாளர்களை உறுப்பினர்களாக நியமித்தார். இதற்கிடையில் படேல் 1950 டிசம்பரில் மரணமடைந்தார். வலதுசாரிகளின் (டாண்டனுடைய) சவாலை சந்திப்பதற்கு நேரு முடிவு செய்தார். அகில இந்திய காங்கிரஸ் கமிட்டி அரசாங்கத்தின் உள்நாட்டு மற்றும் வெளிநாட்டுக் கொள்கைகளை ஆதரித்துத் தீர்மானம் நிறைவேற்றுமாறு செய்தார். 1951 ஆகஸ்டில் காங்கிரஸ் செயற்குழுவிலிருந்தும் தேர்தல் கமிட்டியிலிருந்தும் விலகினார். காங்கிரசில் டாண்டனுடைய கருத்து நிலவுவதா அல்லது என்னுடைய கருத்து நிலவுவதா' என்று காங்கிரஸ் உறுப்பினர்கள் முடிவு செய்யட்டும் என்றார். முதலாவது பொதுத்தேர்தல் நெருங்கிக் கொண்டிருந்தது. நேருவின் பிரச்சாரம் இல்லாமல் காங்கிரஸ் வெற்றிபெற முடியாது. டாண்டன் தலைவர் பதவியிலிருந்து விலகினார். அ.இ.கா. கமிட்டி செப்டம்பர் 8இல் டாண்டனுடைய ராஜினாமாவை அங்கீகரித்துவிட்டு நேருவைத் தலைவராகத் தேர்ந்தெடுத்தது. காங்கிரஸ் கட்சியின் மத்திய நிலை - இடதுசாரிச் சாய்வு பாதுகாக்கப்பட்டது.

பார்லிமென்டரி ஜனநாயக ஆட்சியில் இரண்டு அதிகார மையங்கள் இருக்கமுடியாது. கட்சித் தலைவர் அரசாங்கத் தலைவருக்கு உதவியாக இருக்கவேண்டும்; அரசாங்கத்தின் கொள்கைகளை எதிர்க்கக்கூடாது என்ற நேருவின் கருத்து சரியானது. ஆனால் அவர் கட்சிக்கும் கட்சியின் ஊழியர்களுக்கும் சரியான பொறுப்புகளைத் தரவில்லை. கட்சியில் பதவி ஆசை அதிகரித்தது. தீவிர உறுப்பினர் எம்.எல்.ஏ. ஆக விரும்பினார். எம்.எல்.ஏ அமைச்சராக விரும்பினார். "மாகாண அரசாங்கத்தில் உதவி அமைச்சராக இருப்பது காங்கிரஸ் கட்சியின் தலைவராக இருப்பதைக் காட்டிலும் அதிகமான மகிழ்ச்சியைக் கொடுக்கிறது" என்றார், ஆந்திராவின் முன்னாள் முதலமைச்சரான சஞ்சீவ ரெட்டி.

சுதந்திரத்திற்குப் பிறகு இந்தியா 169

## காங்கிரஸ் கட்சிக்குள் கோஷ்டிகள்

காங்கிரஸ் கட்சி மக்களோடு தன் தொடர்புகளை இழந்தது. "கட்சியில் ஊழல்கள் அதிகரித்தன. அவநம்பிக்கை வளர்ந்தது, கம்பீரம் போய்விட்டது" என்று ஒருவர் எழுதினார். "நாம் உருவாக்கிய தார்மிக நெறிகள் மறைந்துவிட்டன" என்று நேரு வேதனைப்பட்டார். கட்சிக்குள் தரகர்கள் தோன்றினார்கள்; வாக்கு வங்கிகள் அமைக்கப்பட்டன. எதேச்சதிகாரம் வளர்ந்தது. மாகாணங்களில் அமைச்சராக இருப்பவர் களுக்கும் கட்சிப்பதவிகளில் இருப்பவர்களுக்கும் இடையில் பூசல்கள் ஏற்பட்டன. காங்கிரஸ் பதவி வேட்டைக்காரர்களின் கட்சி என்று மக்கள் நினைத்தார்கள்.

காங்கிரஸ் கட்சி இளைஞர்களின், அறிவுப்பகுதியினருடைய ஆதரவை இழந்தது. இளைஞர்கள் எதிர்க்கட்சிகளில் சேர்ந்து தீவிரமாக இயங்கினார்கள்; காங்கிரசிலிருந்த முதியவர்கள் கட்சி அலுவலகத்துக்கு எப்பொழுதாவது வந்தார்கள். மற்ற கட்சிகளிலும் இந்தக்குறைகள் நிலவின. ஆனால் காங்கிரஸ் ஆளும் கட்சி என்பதால் அதிகமாக பாதிக்கப்பட்டது.

காங்கிரஸ் கட்சி செல்வாக்கை இழந்துகொண்டிருப்பதை நேரு உணர்ந்தார். "நாம் சந்தர்ப்பவாதச் சேற்றில் மூழ்கிக் கொண்டிருக்கிறோம்" என்று 1948இல் கூறினார்." கட்சியில் உத்வேகம் மறைந்துவிட்டது. உத்வேகமில்லாமல் கட்சி வளரமுடியாது" என்று 1950இல் கூறினார். 1957இல் எம்.பி.க்களிடம் பேசியபொழுது பின்வருமாறு கூறினார்; "காங்கிரஸ் கட்சி மேன்மேலும் பலவீனமடைந்து கொண்டிருக்கிறது. . . . . படுகுழியிலிருந்து எழுந்து வரவில்லை என்றால் காங்கிரஸ் கட்சிக்கு எதிர்காலம் கிடையாது."

நேருவுக்குக் கட்சியைக் கட்டுகின்ற ஆற்றல் இல்லை. அவர் கட்சியிலும் அரசாங்கத்திலும் ஆதிக்கம் செலுத்திய காலத்தில் கட்சி பலவீனமடைந்தது. ஒவ்வொரு மாகாணத்திலும் கட்சிக்கு ஒரு தளபதி இருந்தார். நேரு கட்சிப் பணிகளை அவரிடம்தான் ஒப்படைத்தார். ஆனால் நேரு சோஷலிசத் திட்டங்களை முன்மொழிந்து மக்கள் மத்தியில் கட்சியின் பிம்பத்தைக் காப்பாற்றினார்.

## சோஷலிஸ்டுகளும் காங்கிரசும்

சுதந்திரத்துக்கு முன்பு காங்கிரஸ் கட்சியிலிருந்த சோஷலிஸ்டுகள், 1948இல் காங்கிரசிலிருந்து வெளியேறினார்கள். அவர்களுக்குப்

பதிலாக முதலாளிகள் மற்றும் பணக்கார விவசாயிகள் காங்கிரசில் சேர்த்துக்கொள்ளப்பட்டார்கள். அதன் விளைவாக, காங்கிரஸில் இடதுசாரி சக்திகள் பலவீனமடைந்தன. காங்கிரஸ் கட்சிக்குத் திரும்புமாறு நேரு சோஷலிஸ்டுகளைக் கேட்டுக்கொண்டார். "நீங்கள் காங்கிரசுக்கு வெளியில் இருப்பது நாட்டுக்கு நல்லதல்ல" என்றார் நேரு. ஜெயபிரகாஷ் நாராயணன் நேரு மீது குற்றம் சாட்டினார்: "முதலாளிகளுடைய உதவியுடன் நீங்கள் சோஷலிசத்தை அடைய விரும்புகிறீர்கள்." அரசாங்கம் வேலை நிறுத்தங்களைத் தடை செய்யப்போவதாக 1949இல் பேசப்பட்டது. "இந்தியாவில் பாசிசம் வளர்ந்துகொண்டிருப்பதற்கு இது மோசமான உதாரணம்" என்று ஜெயபிரகாஷ் நேருவுக்கு எழுதினார்.

1952இல் பொதுத் தேர்தலில் வெற்றிபெற்ற பிறகு நேரு சோஷலிஸ்டுகளைக் காங்கிரஸ் கட்சிக்குள் கொண்டு வருவதற்குத் தீவிரமான முயற்சிகளைச் செய்தார். காங்கிரஸ் கட்சிக்குள் இடதுசாரி சக்திகளை வலுப்படுத்த நேரு விரும்பினார். மந்திரி சபையில் ஜெயபிரகாஷை சேர்த்துக்கொள்ள விரும்பினார். ஜெ.பி. 14 அம்சங்களைக் கொண்ட திட்டத்தை எழுதி அவற்றை நேரு அமுலாக்கவேண்டும் என்றார். பதினான்கு அம்சங்களில் பலவற்றை நேரு ஆதரித்தார். ஆனால் முன் - வாக்குறுதி கொடுக்க மறுத்தார். அப்படிப்பட்ட தீவிரமான திட்டத்தை காங்கிரஸ் கட்சி உடனடியாக ஏற்றுக்கொள்ளாது. சோஷலிஸ்டுகள் காங்கிரசில் சேர்ந்த பிறகு அப்படிப்பட்ட திட்டத்தை காங்கிரஸ் ஏற்றுக்கொள்ளக்கூடிய வாய்ப்புகள் அதிகரிக்கும் என்று நேரு கூறினார். சோஷலிஸ்ட் கட்சிக்குள் எதிர்ப்பு ஏற்பட்டதால் ஜெயபிரகாஷ் பின்வாங்கினார்.

அதன்பிறகு ஜெயபிரகாசுக்கும் நேருவுக்கும் இடையில் உறவுகள் சீர்கேடடைந்தன. அவர்களுக்கு இடையில் தனிப்பட்ட உறவுகள் கூட பாதிக்கப்பட்டன. ஜெய பிரகாஷ் வகுப்புவாதிகளை ஆதரிப்பதாக நேரு குற்றம் சாட்டினார். தேசியத் தலைவராக இருந்த நேரு இப்பொழுது காங்கிரஸ் கட்சியின் ஆதரவாளராகிவிட்டார் என்றார் ஜெயபிரகாஷ்.

சோஷலிஸ்டு கட்சியில் பிளவுகள் ஏற்பட்டன. ஒவ்வொரு பிளவுக்குப் பிறகும் சில சோஷலிஸ்டுகள் காங்கிரஸ் கட்சியில் இணைந்தார்கள்.

## காங்கிரசும் சோஷலிசமும்

காங்கிரஸ் கட்சியில் சோஷலிஸ்டுகளை இணைக்கின்ற முயற்சி தோல்வியடைந்த பிறகு நேரு காங்கிரஸ் கட்சியை தீவிரப்படுத்த விரும்பினார். 1953இல் ஜமீன்தார்முறையை ஒழித்து நிலச்சீர்திருத்தங்களைச் செய்யவேண்டும் என்று தீர்மானம் நிறைவேற்றப்பட்டிருந்தது. 1955 ஜனவரியில் ஆவடியில் (சென்னை) நடைபெற்ற காங்கிரஸ் மாநாட்டில் சோஷலிஸ்ட் பாணி சமூகத்தை அமைப்பது காங்கிரசின் குறிக்கோள் என்று தீர்மானம் நிறைவேற்றப்பட்டது. இரண்டாவது மற்றும் மூன்றாவது ஐந்தாண்டுத் திட்டங்கள் நாட்டில் சோஷலிச சமூகத்தை அமைக்கின்ற குறிக்கோளுடன் தயாரிக்கப்பட்டன. மூன்றாவது ஐந்தாண்டுத் திட்டத்தில் நேரு ஒரு அத்தியாயத்தை எழுதினார்." சோஷலிஸ்ட் பாணி சமூகம் என்று சொல்கிறோமே, அது கறாராக வரையறுக்கப்படவில்லை.... ஒவ்வொரு நாடும் தன்னுடைய சொந்த மரபுகளுக்கு ஏற்றபடி வளர்ச்சி அடையவேண்டும். வரலாற்றுச் சந்தர்ப்பங்களின் ஒளியில் பொருளாதார மற்றும் சமூகக் கொள்கை உருவாக்கப்பட வேண்டும்" என்று நேரு எழுதினார். 1959 சனவரியில், கூட்டுறவு முறையில் நடைபெறுகின்ற கூட்டுப்பண்ணை விவசாயம் எதிர்காலத்தில் விவசாய முறையாக இருக்கும் என்று நாகபுரியில் தீர்மானம் நிறைவேற்றப்பட்டது. நாட்டில் சேவைக் கூட்டுறவுகள் அமைக்கப்படும் நிலவுடைமைக்கு உச்ச வரம்பு, உணவு தானியங்களில் அரசு வர்த்தகம் ஆகியவை பரிந்துரைக்கப்பட்டன. நாகபுரி தீர்மானத்தைக் காங்கிரஸ் கட்சியில் சிலர் எதிர்த்தார்கள். கட்சிக்கு வெளியிலும் அதற்கு எதிர்ப்பு இருந்தது. சில மாகாணங்களில் உச்ச வரம்புச் சட்டங்கள் நிறைவேற்றப்பட்டன. ஆனால் பணக்கார விவசாயிகளுடைய முயற்சிகளால் சட்டத்தில் ஓட்டைகள் இருந்தன. கூட்டுப்பண்ணை விவசாயம் கைவிடப்பட்டது. எனினும் 1964இல் புவனேஸ்வரில் (ஒரிசா) நடைபெற்ற காங்கிரஸ் மாநாட்டில் சோஷலிசம் மீண்டும் வலியுறுத்தப்பட்டது.

## காங்கிரசின் வீழ்ச்சி

காங்கிரஸ் கட்சி மெதுவாக வீழ்ச்சி அடைந்துகொண்டிருந்தது. கட்சியில் பிளவுகள் ஏற்பட்டிருந்தன. பொது மக்கள் கட்சியைப் பற்றி ஏமாற்றமடைந்தார்கள். கட்சி ஸ்தாபனம் பலவீனமடைந்து விட்டது. காங்கிரஸ் தலைவர்கள் ஊழல்கள் மூலம் பணத்தைக் குவித்தார்கள்.

எல்லா மாகாணங்களிலும் எதிர்க்கட்சிகள் வளர்ந்துகொண்டிருந்தன. 1963இல் லோக் சபாவுக்கு நடைபெற்ற மூன்று உபதேர்தல்களில் காங்கிரஸ் தோற்கடிக்கப்பட்டது. நேருவுக்குப் பிறகு யார்? நேருவுக்குப் பிறகு இந்தியாவின் நிலை என்ன? மக்களிடம் இப்படிப்பட்ட கேள்விகள் எழுந்தன.

சென்னை மாகாணத்தில் முதலமைச்சராக இருந்த கே.காமராஜ் 1963 ஆகஸ்டில் காங்கிரஸ் செயற்குழுக்கூட்டத்தில் ஒரு திட்டத்தை முன் மொழிந்தார். மத்திய அரசாங்கத்தின் கேபினெட் அமைச்சர்களாகவும் மாகாணங்களில் முதலமைச்சர்களாகவும் உள்ள காங்கிரஸ்காரர்கள் தங்களுடைய பதவிகளிலிருந்து விலகிக் கொண்டு காங்கிரஸ் ஸ்தாபனத்தை வலுப்படுத்த வேண்டும். கட்சியின் மேல்மட்டத்தில் களையெடுப்பு நடவடிக்கையாக அது இருக்கும்.

காங்கிரஸ் அமைச்சர்கள் சுமார் 300 நபர்கள் பதவி விலகல் கடிதங்களை நேருவிடம் கொடுத்தார்கள். மத்திய அரசாங்கத்தில் கேபினெட் அமைச்சர்கள் எல்லோரும் மாகாணங்களில் காங்கிரஸ் முதலமைச்சர்கள் அனைவரும் பதவி விலகல் கடிதங்களைக் கொடுத்தார்கள். மத்திய அரசாங்கத்தில் ஆறு கேபினெட் அமைச்சர்கள் (மொரார்ஜி தேசாய், லால் பகதூர் சாஸ்திரி, எஸ்.கே.படீல், ஜகஜீவன் ராம், பி.கோபால் ரெட்டி, கே.எல். ஸ்ரீமாலி) மற்றும் ஆறு முதலமைச்சர்களின் பதவி விலகல் கடிதங்களை நேரு ஏற்றுக்கொண்டார்.

காமராஜ் திட்டம் மிகவும் தாமதமாக வந்தது என்று கூற வேண்டும். ஏற்கெனவே நேருவின் உடல்நலம் பாதிக்கப்பட்டிருந்தது. 1964 சனவரியில் புவனேஸ்வரில் அவருக்கு இருதய வலி ஏற்பட்டது. பதவி விலகிய மத்திய அமைச்சர்களுக்குக் கட்சியில் மாற்றுப்பணி கொடுக்கப்படவில்லை. காமராஜ் மட்டும் 1964 சனவரியில் காங்கிரஸ் தலைவராக நியமிக்கப்பட்டார். காமராஜ் திட்டம் காங்கிரசைத் தூய்மைப்படுத்தவில்லை. காங்கிரஸ் கட்சியில் மொரார்ஜி தேசாயின் பலம் குறைந்தது. மாகாண காங்கிரஸ் தளபதிகளின் பலம் அதிகரித்தது. (1969இல் பிரதமராக இருந்த இந்திரா காந்தி அவர்களுடைய செல்வாக்கைக் குறைத்தார்). 1964 ஜூன் மாதத்தில் நேரு மரணமடைந்த பொழுது காங்கிரஸ் கட்சியின் செல்வாக்கு மிகவும் குறைந்திருந்தது.

# 15
## அரசியல் கட்சிகள்
## 1947-65: எதிர்க்கட்சிகள்

**சு**தந்திரத்துக்குப் பிறகு சோஷலிஸ்ட் கட்சி காங்கிரசின் இடத்தைப்பிடிக்கும் என்று நம்பப்பட்டது. அதன் தலைவர் ஜெயபிரகாஷ் நாராயணன் மக்களிடம் அதிகமான செல்வாக்குப் பெற்றிருந்தார். ஆச்சார்ய நரேந்திரதேவ், அச்சுதபட்வர்தன், அசோக் மேத்தா, டாக்டர் லோஹியா, எஸ்.எம்.ஜோஷி ஆகிய தலைவர்கள் இருந்தார்கள். காங்கிரஸ் சோஷலிஸ்ட் கட்சி 1934இல் தனிக்கட்சியாகத் தொடங்கப்பட்டது. அக்கட்சி அரசியல் நிர்ணய சபையில் பங்கெடுக்கவில்லை. இந்தியாவின் சுதந்திரத்துக்கு மவுண்ட்பேட்டன் திட்டத்தை (அதாவது இந்தியப் பிரிவினையை) நிராகரித்தது. காங்கிரஸ் கட்சி சோஷலிசத்தைக் குறிக்கோளாக அறிவிக்கவேண்டும் என்று கோரியது. தனியாக அமைப்புவிதிகள், உறுப்பினர்களைக் கொண்ட கட்சிகள் காங்கிரசிலிருந்து வெளியேற வேண்டும் என்று படேல் 1948இல் திருத்தம் கொண்டுவந்தார். அப்பொழுது சோஷலிஸ்ட் கட்சி காங்கிரசிலிருந்து வெளியேறியது.

காங்கிரஸ் கட்சி ஒரு நெகிழ்வான அரசியல் ஸ்தாபனம். பல கருத்துடையவர்கள் அதில் இருந்தார்கள். சித்தாந்த ஒற்றுமையை அது வற்புறுத்தவில்லை. சுதந்திரமடைந்த பிறகு காங்கிரஸ் கட்சியின் மற்ற உறுப்பினர்களுக்கும் சோஷலிஸ்டுகளுக்கும் பொதுவான இணைப்பு இல்லை என்று சோஷலிஸ்டுகள் தவறாகக் கருதினார்கள்.

சோஷலிஸ்ட் கட்சியின் நிர்வாகக் கமிட்டியின் உறுப்பினரும் தொழிற்சங்கத் தலைவருமான ஹரிஹரநாத் சாஸ்திரி பின்வருமாறு கூறினார்: "தேசியப் புரட்சிக்கடமைகள் இன்னும் பூர்த்தி அடையவில்லை. காங்கிரஸ்காரர்களும் சோஷலிஸ்டுகளும் முற்போக்கான ஒவ்வொரு குழுவினரும் ஒற்றுமையுடன் அதில் பங்கெடுக்கவேண்டும்."

காங்கிரசில் வலதுசாரி சக்திகள் இருந்தன. காங்கிரஸ் சோஷலிசத்தைக் குறிக்கோளாக ஏற்றுக்கொண்டபொழுது வலதுசாரிகள் காங்கிரசை விட்டு வெளியேறவில்லை. சோஷலிஸ்டுகள் அல்லது கம்யூனிஸ்டுகள் தனியாக அல்லது கூட்டாக (அது சாத்தியமில்லை) காங்கிரசை எதிர்த்து சோஷலிசத்தைக் கொண்டு வரமுடியாது. இதை நேரு புரிந்துகொண்டது அவருடைய அரசியல் முதிர்ச்சியைக் காட்டுகிறது. சோஷலிஸ்ட் தலைவரான நரேந்திர தேவ் காங்கிரசை விட்டு வெளியேறுகின்ற முடிவை எதிர்த்தார். எனினும் கட்சிக் கட்டுப்பாட்டுக்குப் பணிந்து காங்கிரஸ் கட்சியிலிருந்து விலகினார். சோஷலிஸ்டுகள் விலகியதால் காங்கிரசில் இடதுசாரி சக்திகள் பலவீனமடைந்தன. சோஷலிஸ்ட் கட்சியின் தற்கொலை தொடங்கியது.

1952 பொதுத் தேர்தலில் கட்சித் தலைவர்கள் எல்லோரும் தோற்கடிக்கப்பட்டார்கள். லோக்சபாவில் 12 இடங்கள் - மொத்த வாக்கு எண்ணிக்கையில் 10.6 சதவிகித வாக்குகள் பெற்றது. மாகாணங்களில் 124 தொகுதிகளில் வெற்றி பெற்றது. உ.பி.யில் 390 தொகுதிகளில் 18 இடங்களிலும் பீகாரில் 240இல் 23 இடங்களிலும் பம்பாயில் 269 இடங்களில் 9 இடங்களிலும் வெற்றி அடைந்தது.

இதற்கிடையில் 1951 ஜூனில் காங்கிரஸ் அதிருப்தியாளர்கள் ஜே.பி. கிருபளானி தலைமையில் கிசான் மஜ்தூர் பிரஜா கட்சியை அமைத்தார்கள். மேற்கு வங்காளத்தில் முதலமைச்சராக இருந்த பி.சி. கோஷ், சென்னை மாகாணத்தில் முதலமைச்சராக இருந்த டிபிரகாசம் ஆகியோர் அவருடன் சேர்ந்தார்கள். கி.ம.பி. கட்சி அதிகமான நம்பிக்கையுடன் தேர்தலில் போட்டியிட்டுத் தோல்வியுற்றது. லோக் சபாவில் 9 இடங்களிலும் மொத்த வாக்குகளில் 5.8 சதவிகிதம்) மாகாண சட்ட சபைகளுக்கு 77 இடங்களிலும் வெற்றி அடைந்தது. இரண்டு கட்சிகளின் தலைவர்களும் தமது பலத்தை மிகவும் அதிகமாக மதிப்பிட்டதை உணர்ந்தார்கள். இந்திய அரசியலில் ஓரங் கட்டப்படக்கூடிய அபாயத்தை உணர்ந்து இரண்டு கட்சிகளும் 1952 செப்டம்பரில் இணைந்து பிரஜா சோஷலிஸ்ட் கட்சியை அமைத்தன. கிருபளானி தலைவராகவும் அசோக் மேத்தா பொதுச் செயலாளராகவும் தேர்ந்தெடுக்கப்பட்டார்கள். "நாங்கள் இருவரும் வர்க்கங்கள் இல்லாத, சாதிப்பிரிவினைகள் இல்லாத சமூகத்தை அமைக்க விரும்புகிறோம். சோஷலிஸ்டுகள் அதை சோஷலிஸ்ட் சமூகம் என்கிறார்கள். நாங்கள் அதை சர்வோதயம் என்கிறோம்." என்று கிருபளானி பேசினார்.

# சுதந்திரத்திற்குப் பிறகு இந்தியா

1952 பொதுத்தேர்தலில் இரண்டு கட்சிகளுக்கும் சேர்த்து 17.4 சதவிகித வாக்குகள் கிடைத்திருந்தன. கட்சியின் தலைவர்கள் அகில இந்தியாவிலும் செல்வாக்குப் பெற்றிருந்தார்கள். ஆனால் கோஷ்டிச் சண்டைகள் கட்சியை பலவீனப்படுத்தின. காங்கிரஸ் கட்சியைப் பற்றித் தங்களுடைய அணுகுமுறை மற்றும் போராட்ட முறைகளைப் பற்றி கட்சியில் கருத்து வேறுபாடுகள் ஏற்பட்டன. 1953இல் பேடுல் (ம.பி) மாநாட்டில் அசோக் மேத்தா காங்கிரசுடன் ஒத்துழைக்க வேண்டும் என்னும் திட்டத்தை வைத்தார். பின்தங்கிய நாட்டில் பொருளாதார வளர்ச்சியே முக்கியமான கடமை, அதை நிறைவேற்றுவதற்கு காங்கிரஸ் கட்சியுடன் ஒத்துழைக்க வேண்டும் என்று அவர் கூறினார். அசோக் மேத்தாவின் கருத்தைப் பிரதிநிதிகள் ஏற்றுக்கொள்ளவில்லை. காங்கிரஸ் கட்சியை உறுதியாக எதிர்க்கவேண்டும் என்னும் லோஹியாவின் வழிகாட்டுதல் ஏற்றுக்கொள்ளப்பட்டது.

பி.சோ.கட்சியின் தலைவர்களில் முக்கியமானவரான ஜெயபிரகாஷ் கட்சி அரசியலிலிருந்து விலகி வினோபாஜியின் பூமிதான இயக்கத்தில் ஈடுபட்டார். 1956இல் நரேந்திர தேவ் மரணமடைந்தார். 1960இல் கிருபளானி விலகினார். மாகாணங்களில் பொறுப்பு வகித்த டி.பிரகாசம் (ஆந்திரா) பட்டம் தாணுப்பிள்ளை (கேரளா) பி.சி.கோஷ் (வங்காளம்) எம்.பி.சின்கா (பீகார்), திரிலோக்சிங் (உ.பி.) ஆகியோர் காங்கிரசில் சேர்ந்தார்கள். 1964இல் அசோக் மேத்தா திட்டக்கமிஷன் துணைத்தலைவராக நியமிக்கப்பட்டதும் கட்சி அவரை விலக்கியது. 1971இல் கட்சியின் உறுப்பினர்களில் அதிகமானவர்கள் காங்கிரசில் சேர்ந்தார்கள்.

பொதுத் தேர்தலில் கட்சி பெற்ற வாக்குகளும் வெற்றியடைந்த இடங்களும் குறைந்தன. லோக்சபாவில் 1957இல் 19 இடங்கள் 1962இல் 12 இடங்கள், 1967இல் 13 இடங்கள் கிடைத்தன. 1971இல் கட்சி 2 இடங்களில் மட்டும் வெற்றி பெற்றது. கட்சியில் எஞ்சியிருந்தவர்கள் லோஹியாவிடம் தஞ்சமடைந்தார்கள்.

காங்கிரஸ் கட்சி ஆவடி மாநாட்டில் சோஷலிச சமூகம் அமைக்கப்படும் என்று தீர்மானம் நிறைவேற்றியது. காங்கிரசுக்கும் பி.சோ.கட்சிக்கும் கொள்கை மற்றும் செயல்முறைகளில் வேறுபாடு இல்லாதபொழுது எதிர்க்கட்சியாக அது நீடிக்க முடியவில்லை.

டாக்டர் லோஹியா 1955 முடிவில் சோஷலிஸ்ட் கட்சியை அமைத்தார். கட்சி கிளர்ச்சிகளுக்கும் போராட்டங்களுக்கும் முக்கியத்துவம் கொடுத்தது. சட்டமன்றங்களில் கட்சியின் உறுப்பினர்கள் அடிக்கடி வெளிநடப்புச் செய்தார்கள். அரசு நடவடிக்கைகளுக்கு ஆங்கிலத்தைப் பயன்படுத்துவதை உடனே நிறுத்தவேண்டும். ஹிந்தியை இணைப்புமொழியாகச் செய்ய வேண்டும். பின்தங்கிய பிரிவினர், எஸ்.சி. மற்றும் எஸ்.டி.க்களுக்கும் பெண்களுக்கும் 60 சதவிகிதத்துக்கும் அதிகமாக இட ஒதுக்கீடு செய்யவேண்டும் என்று கட்சி வலியுறுத்தியது. லோஹியா சிறந்த சிந்தனையாளராக இருந்தாலும் கட்சி உறுப்பினர்களிடம் சிந்தனா சக்தியை வளர்க்கவில்லை. அவர் நேருவை மூர்க்கமாக எதிர்த்தார். 1990-களில் இந்தியாவில் சாதிய அரசியல் வளர்ச்சி அடைந்தது. லோஹியா அதற்கு முன்னோடியாக இருந்தார். காங்கிரஸ் கட்சியை ஆட்சியிலிருந்து அகற்றுவதற்கு சுதந்திரா கட்சி ஜனசங்கம் உள்ளிட்ட எல்லா எதிர்க்கட்சிகளும் ஒன்றுசேர வேண்டும் என்று அவர் பாடுபட்டார். டாக்டர் லோஹியா 1967இல் மரணமடைந்தார். லோஹியா சோஷலிஸ்டுகள் லோக் சபாவுக்கு 1957இல் 8, 1962இல் 6, 1967இல் 23 இடங்களில் வெற்றி பெற்றார்கள். 1971இல் மொத்த வாக்குகளில் 2. 4சதவிகித வாக்குகளைப் பெற்று 3இடங்களில் வெற்றி பெற்றார்கள்.

### கம்யூனிஸ்ட் கட்சி

இந்திய கம்யூனிஸ்ட் கட்சி (CPI) 1936இலிருந்து 1945 வரை காங்கிரஸ் கட்சியில் இருந்தது. 1942இல் தேசிய நீரோட்டத்திலிருந்து தனிமைப்பட்டிருந்தாலும் குறிப்பிடத்தக்க முறையில் வளர்ச்சி அடைந்தது. 1947இல் கம்யூனிஸ்ட் கட்சிக்கு செல்வாக்குள்ள தலைவர்கள் இருந்தார்கள். கட்டுப்பாடுள்ள ஆயிரக்கணக்கான தொண்டர்கள் இருந்தார்கள். விவசாயிகள், தொழிலாளர்கள் மாணவர்கள் மற்றும் அறிவுப்பகுதியினரிடம் அவர்கள் தீவிரமாக வேலை செய்தார்கள். ஆனால் தலைவர்களிடம் சித்தாந்தப் பிரச்சினைகளிலும் செயல்திட்டத்திலும் கருத்து வேறுபாடுகள் இருந்தன. ஆகவே கோஷ்டிகளும் இருந்தன.

1947இல் கம்யூனிஸ்ட் கட்சியின் தலைமை அரசியல் நிலைமையைப் பற்றி மதிப்பீடுகளை மாற்றியது. இந்தியா சுதந்திரமடைந்துவிட்டது. வகுப்புவாத மற்றும் ஏகாதிபத்திய ஆதரவு சக்திகளை எதிர்த்து

முற்போக்கு சக்திகள் நேருவை ஆதரிக்கவேண்டும் என்று முதலில் கூறியது. பிறகு இந்தியாவின் சுதந்திரம் போலியானது, ஆகஸ்ட் 15 துரோக நாள், காங்கிரஸ் கட்சி ஏகாதிபத்தியம் மற்றும் நிலப்பிரபுத்துவத்தின் தரப்புக்கு மாறிவிட்டது என்றது. நேரு ஏகாதிபத்தியத்தின் கையாள்; அவருடைய அரசாங்கம் ஒரு பாசிஸ்ட் அரசாங்கம், அரசியலமைப்புச் சட்டம் இந்திய மக்களுடைய அடிமைச் சாசனம் என்று கூறியது. கம்யூனிஸ்டுகள் உண்மையான சுதந்திரம் மற்றும் ஜனநாயக அமைப்புக்காக ஆயுதப்போராட்டம் நடத்தவேண்டும் என்றது.

1948 பிப்ரவரியில் கல்கத்தாவில் நடைபெற்ற இரண்டாவது காங்கிரசில் பி.டி. ரணதிவே பொதுச்செயலாளரானார். நாட்டில் பொருளாதார நிலைமை மோசமாகிக்கொண்டிருக்கிறது. காங்கிரசின் துரோகத்தை எதிர்த்து மக்கள் புரட்சிக்குத் தயாராகிவிட்டார்கள் என்று கட்சி கூறியது. ஹைதராபாத் சமஸ்தானத்தில் 1946 இலிருந்து கம்யூனிஸ்டுகள் தலைமை தாங்கிய ஆயுதப்போராட்டத்தை நீடிப்பதற்கு முடிவு செய்யப்பட்டது. நிஜாம் சமஸ்தானத்தை இந்திய அரசில் இணைத்துவிட்டதால் ஆயிரக்கணக்கான கம்யூனிஸ்டுகள் இந்திய ராணுவத்தை எதிர்த்துச் சண்டை செய்து மடிந்தார்கள்.

1949 மார்ச் 9 ஆம் நாளன்று அகில இந்திய ரயில் தொழிலாளர் நிறுத்தம் தொடங்கும் என்று கட்சி அறிவித்தது. அது பொது வேலை நிறுத்தமாக வளர்ச்சியடைந்து ஆயுதப் போராட்டத்துக்கு முன்னேறும் என்று கட்சி எதிர்பார்த்தது. ஆனால் வேலை நிறுத்தம் முழுத் தோல்வியடைந்தது. கட்சியின் தலைமையில் கட்சியின் தளங்களில் அதி தீவிரமான நடவடிக்கைகள் மேற்கொள்ளப்பட்டன. அதன் விளைவாகப் பல மாகாணங்களில் கட்சி தடை செய்யப்பட்டது. கட்சி தலைமறைவாக இயங்கினாலும் உறுப்பினர்களுடைய எண்ணிக்கை கணிசமாகக் குறைந்தது.

1951இல் ஸ்டாலினுடைய வழிகாட்டுதலில் புதிய செயல்திட்டம் மற்றும் வேலைத்திட்டம் **(Programme and tactical line)** தயாரிக்கப்பட்டு ஏற்றுக்கொள்ளப்பட்டது. அஜய் கோஷ் பொதுச் செயலாளராகத் தேர்ந்தெடுக்கப்பட்டார். ஆனால் புதிய செயல்திட்டம் கூட இந்தியாவின் எதார்த்த நிலைமைகளுடன் பொருத்தவில்லை. இந்தியா இன்னும் ஒரு காலனி நாடாகக் கருதப்பட்டது. சுதந்திரம்

'துரோகமாக,' இந்திய அரசாங்கம் ஏகாதிபத்தியத்தின் சேவகனாக வர்ணிக்கப்பட்டது. இந்தியாவில் போலீஸ் அரசாங்கம் நடைபெறுவதால் அதை ஆயுதப் போராட்டத்தின் மூலம் ஒழிப்பதற்கு அறைகூவல் விடப்பட்டது.

கம்யூனிஸ்ட் கட்சியின் கொள்கையிலிருந்த புதிய பார்வை என்ன? மக்கள் காங்கிரஸ் கட்சி மீது இன்னும் நம்பிக்கை வைத்திருக்கிறார்கள். ஆகவே காங்கிரஸ் அரசாங்கத்தை உடனே ஒழிக்கமுடியாது. எனவே அது எதிர்காலக் கடமையில் சேர்க்கப்பட்டது. தெலிங்கானாவில் நடைபெற்றுக்கொண்டிருந்த ஆயுதப்போராட்டம் விலக்கப்பட்டது. முதல் பொதுத்தேர்தலில் பங்கெடுப்பதென்று முடிவு செய்யப்பட்டது. இந்திய அரசாங்கம் கட்சி மீதிருந்த தடையை நீக்கியது.

கம்யூனிஸ்ட் கட்சி தனக்கு செல்வாக்குள்ள தளங்களில் ஆந்திரா மற்றும் கேரளாவில் போட்டியிட்டது. ஹைதராபாத் சமஸ்தானத்தில் கம்யூனிஸ்டுகளும் அவர்களை ஆதரித்த சுயேச்சைகளும் மக்கள் ஜனநாயக முன்னணி (PDF) என்ற அமைப்பின் சார்பில் போட்டியிட்டார்கள். லோக்சபாவுக்கு 61 இடங்களில் போட்டியிட்டு 23 இடங்களில் வெற்றி பெற்றது. மொத்த வாக்குகளில் 4.6 சதவிகிதத்தைப் பெற்றது. 1957இல் 27 தொகுதிகளில் வெற்றி பெற்றது. 8.92 சதவிகித வாக்குகளைப் பெற்றது. கேரளா மாகாணத்தில் அரசாங்கத்தை அமைத்தது. உலகத்தில் ஜனநாயக முறைப்படி தேர்ந்தெடுக்கப்பட்ட முதல் கம்யூனிஸ்ட் அரசாங்கம் அது. 1962 இல் லோக் சபாவுக்கு 29 இடங்களில் வெற்றி பெற்றது. 9.94 சதவிகித வாக்குகளைப் பெற்றது.

காலப்போக்கில் காங்கிரசுக்கு மாற்றாக கம்யூனிஸ்ட் கட்சி வரும் என்று எதிர்பார்க்கப்பட்டது. கட்சியில் தத்துவார்த்த சண்டைகள் மறுபடியும் தொடங்கின. இந்திய அரசின் தன்மை, இந்தியாவில் புரட்சியை நடத்தப்போகின்ற வர்க்கக் கூட்டணியின் தன்மை, காங்கிரஸ் மற்றும் நேருவைப்பற்றி மதிப்பீடு, அரசாங்கத்தின் வளர்ச்சி நடவடிக்கைகளில் பங்கெடுத்தல் ஆகியவை பற்றிக் கருத்து வேறுபாடுகள் நீடித்தன. வர்க்கக் கூட்டணியைப் பற்றி ஒரு விஷயத்தில் ஒற்றுமை இருந்தது. தேசிய முதலாளி வர்க்கத்தோடு கூட்டணி அமைக்கலாம். தேசிய முதலாளி வர்க்கம் என்பது யார்? இந்திய அரசியலில் அதன் பிரதிநிதி யார் என்பதில் கட்சிக்குள் உடன்பாடு ஏற்படவில்லை. இந்தியாவில் சமூக - பொருளாதார வளர்ச்சி

ஏற்பட்டபொழுது 1951 இல் தயாரிக்கப்பட்ட செயல்திட்டம் வழிகாட்டவில்லை.

பதினொரு ஆண்டுகளில் கட்சிக்கொள்கையில் நான்கு முக்கியமான மாற்றங்கள் செய்யப்பட்டன. 1. இந்திய அரசாங்கம் சுதந்திரமான வெளிநாட்டுக் கொள்கையைக் கடைப்பிடிக்கிறது; ஆனால் உள்நாட்டுக் கொள்கையில் ஏகாதிபத்தியத்துக்குப் பணிந்து நடக்கிறது. 1953இல் மதுரையில் நடைபெற்ற மாநாட்டில் இப்படி முடிவு செய்யப்பட்டது.

2. இந்தியா 1947இல் சுதந்திரம் அடைந்ததாக ஒப்புக் கொள்ளப்பட்டது. (1956- பாலக்காடு காங்கிரஸ்) இந்திய அரசாங்கம் மக்கள் விரோதக் கொள்கைகளைக் கடைப்பிடித்து முதலாளித் துவத்தைக் கட்ட முயல்கிறது. ஆகவே காங்கிரஸ் ஆட்சியை அகற்ற ஜனநாயக முன்னணியைக் கட்டவேண்டும். அது காங்கிரஸ் எதிர்ப்பு முன்னணியாக இருக்காது. ஏனென்றால் காங்கிரசில் ஜனநாயகவாதிகள் இருக்கிறார்கள். கம்யூனிஸ்டுகள் அவர்களை வென்றெடுக்க வேண்டும்.

3. சமாதான மற்றும் பார்லிமென்டரி முறைகள் மூலம் சோஷலிசத்துக்கு முன்னேறுவது சாத்தியம் (1958 அமிர்தசரஸ் காங்கிரஸ்) கம்யூனிஸ்ட் ஆட்சியில் எதிர்க்கட்சிகள் சட்டபூர்வமான முறைகளைப் பின்பற்றி எதிர்ப்பதற்கு உரிமையுண்டு.

4. காங்கிரஸ் அரசாங்கத்தின்பால் போராட்டம் - ஒற்றுமை (Unity and struggle) என்ற அணுகுமுறை கடைப்பிடிக்கப்படும். (1961 விஜயவாடா காங்கிரஸ்) அரசாங்கத்தை எதிர்த்துப் போராட்டங்கள் நடத்தப்படும்; அதன் முற்போக்கான கொள்கைகளுக்கு ஆதரவு உண்டு. காங்கிரஸ் கட்சியில் முற்போக்கு - பிற்போக்கு அணிகளுக்கு இடையில் பிளவு ஏற்படும் என்று எதிர்பார்க்கப்பட்டது. காங்கிரஸ் முற்போக்கு அணியைக் கம்யூனிஸ்டுகள் ஆதரிப்பார்கள்.

உடன்பாடுகள் கட்சித் தீர்மானத்தோடு நின்றுவிட்டன. கருத்து வேறுபாடுகள் பட்டியலில் 1962இல் நடைபெற்ற இந்திய - சீனப் போரும் சேர்க்கப்பட்டது. கட்சியின் ஒரு அணி இந்திய அரசாங்கத்தின் நிலையை முழுமையாக ஆதரித்தது. எதிரணி இந்திய - சீனா எல்லைப்பிரச்சினையில் சீனாவின் நிலையை எதிர்த்தாலும் நேரு அரசாங்கத்தை ஆதரிக்கவில்லை. அரசாங்கத்தின் வர்க்கத்தன்மை காரணமாகக் கூறப்பட்டது. சோவியத் யூனியனுக்கும் சீனாவுக்கும்

ஏற்பட்ட சித்தாந்தத் தகராறுகளும் அதில் சம்பந்தப்பட்டிருந்தன. 'சீர்திருத்தவாதி' சோவியத் யூனியனை ஆதரிக்கின்ற கம்யூனிஸ்ட் கட்சிகளைப் பிளவுபடுத்துங்கள் என்று சீனா உலகிலுள்ள கம்யூனிஸ்ட் கட்சிகளைக் கேட்டுக்கொண்டது. இந்தியக் கம்யூனிஸ்ட் கட்சியிலிருந்த வேறுபாடுகளை அது தீவிரப்படுத்தியது.

1964 இல் கட்சியில் பிளவு ஏற்பட்டது. கட்சியில் ஏற்கெனவே இடது நிலையெடுத்தவர்கள் பிரிந்து மார்க்சிஸ்ட் கம்யூனிஸ்ட் கட்சியை அமைத்தார்கள். அவர்களுடைய கொள்கையை சுருக்கமாகக் கூறுவோம்: "இந்திய அரசு என்பது முதலாளி வர்க்கம் மற்றும் நிலப்பிரபுக்களுடைய வர்க்க ஆட்சியின் கருவி. அந்நிய முதலாளிகளுடன் மேன்மேலும் நெருக்கத்தை அதிகப்படுத்தி வருகின்ற பெரிய முதலாளிவர்க்கம் அரசை நடத்துகிறது. காங்கிரஸ் கட்சி என்பது ஆளும் வர்க்கத்தின் கருவி. இந்திய அரசியலமைப்புச் சட்டம் ஜனநாயக விரோதமானது என்பதால் அதைத் தூக்கியெறிய வேண்டும். தொழிலாளி வர்க்கத்தின் தலைமையில் ஆயுதப் புரட்சி நடைபெறவேண்டும். புரட்சிக்கு மக்களைத் தயாரிப்பதற்காகவே கட்சி பார்லிமென்டரி அரசியலில் ஈடுபடுகிறது.

ஸ்டாலின் மிகச்சிறந்த மார்க்சியவாதி. அவர் நிர்வாகத்தில் சில தவறுகளைச் செய்திருந்தாலும் அடிப்படையில் சரியான கொள்கைகளைக் கடைப்பிடித்தார். சோவியத் - சீனாவுக்கு இடையிலான கருத்து வேறுபாடுகளில் சுதந்திரமான நிலையெடுப்பதாகக் கூறினாலும் சோவியத் திருத்தல் வாதத்தை எதிர்ப்பதாகக் கூறியதன் மூலம் சீனாவின் நிலையை ஆதரித்தது.

இந்திய கம்யூனிஸ்ட் கட்சி ஏகாதிபத்திய எதிர்ப்பு, நிலப்பிரபுத்துவ எதிர்ப்புப் புரட்சியை முழுமையாக்க விரும்பியது. தேசிய ஜனநாயக முன்னணி அதை நிறைவேற்றும். அதில் காங்கிரஸ் கட்சியின் முற்போக்கு அணியும் இடம்பெறும். அந்த முன்னணிக்குத் தொழிலாளி வர்க்கம் அல்லது கம்யூனிஸ்ட் கட்சி தலைமை தாங்கவேண்டும் என்பது அவசியமல்ல.

சமாதான மற்றும் பார்லிமென்டரி முறைகள் மூலம் தேசிய ஜனநாயகத்துக்கும் சோஷலிசத்துக்கும் முன்னேற முடியும் என்று கூறியது.

மார்க்சிஸ்ட் கம்யூனிஸ்ட் கட்சி தோழமைக் கட்சிகளுடன் சேர்ந்து மேற்கு வங்காளம், கேரளா, திரிபுரா ஆகிய மாகாணங்களில் இடதுசாரி ஐக்கிய முன்னணி அரசாங்கங்களை அமைத்தது. மற்ற மாகாணங்களில் இரண்டு கட்சிகளும் பெயரளவுக்குத்தான் இருக்கின்றன.

இந்தியாவின் கம்யூனிஸ்ட் இயக்கம் ஏன் வளர்ச்சி அடையவில்லை? இந்தியாவின் சிக்கலான சமூக வளர்ச்சியையும் இந்திய மக்களின் மனோபாவத்தையும் அது புரிந்துகொள்ளவில்லை. (உதாரணமாக, இந்தியா 1947இல் சுதந்திரமடைந்தது. ஆனால் 1956இல்தான் கட்சி அதை ஒத்துக்கொண்டது) நாட்டில் பொருளாதார நெருக்கடி தீவிரமடைகிறது, மக்கள் நெருக்கடிகளில் சிக்கித் தவிக்கிறார்கள், இதரவை ஒவ்வொரு அரசியல் தீர்மானத்திலும் எழுதப்படுகிறது. ஆனால் இந்தியப் பொருளாதாரம் அல்லது அரசியலை அவர்கள் ஆழமாக ஆராய்வதில்லை. எனவே கட்சி உறுப்பினர்கள் பழைய பாடங்களைப் படிக்கிறார்கள். புதிய நிலைமைகளைப் புரிந்துகொள்ள இயலாதவர்களாக இருக்கிறார்கள்.

கம்யூனிஸ்டுகள் மூன்று தளங்களில் எதார்த்த நிலைமையை மதிப்பிடத் தவறினார்கள்.

1. இந்தியாவின் சுதந்திரப்போராட்டம், ரஷ்யப்புரட்சி மற்றும் சீனப்புரட்சியைப் போன்ற மாபெரும் தேசியப்புரட்சி என்பதைப் புரிந்துகொள்ளவில்லை.

2. சுதந்திரமடைந்த பிறகு உருப்பெற்ற இந்திய தேசியத்தை கம்யூனிஸ்டுகள் சரியாக புரிந்துகொள்ளவில்லை. ஐரோப்பாவில் தேசியம் முதலாளி வர்க்கத்தின் சித்தாந்தமாக இருந்தது. இந்தியாவில் ஒடுக்கப்பட மக்களுடைய எழுச்சியின் சின்னமாக அது இருந்தது. புதிய இந்தியாவை (கல்வி, அறிவியல், உற்பத்திப் பெருக்கம், இதரவை) நிர்மாணிப்பதில் தலைமை வகிப்பதற்கு அவர்கள் தவறினார்கள். சாதி ஒழிப்பு, சமூக நீதி ஆகியவற்றுக்கான போராட்டங்களில் கம்யூனிஸ்டுகளுடைய பங்கு என்ன? சுதந்திரம், பாதுகாப்பு, இறையாண்மை ஆகியவற்றைப் பாதுகாப்பதற்குப் போராடினார்களா?

3. ஒரு ஜனநாயக நாட்டின் அரசியலில் ஏற்படுகின்ற மாற்றங்களை அவர்களால் உடனே புரிந்துகொள்ள முடியவில்லை, புரட்சியா, சீர்திருத்தமா? வன்முறையா, அஹிம்சையா? தேர்தலா, ஆயுதப் போராட்டமா? - அவர்கள் இப்படிச் சூக்குமமாக விவாதித்தார்கள்.

சுதந்திரத்துக்குப் பிந்திய ஜனநாயக இந்தியாவில் ஒரு புரட்சியாளனுடைய கடமை என்பதை அவர்கள் புரிந்துகொள்ளத் தவறினார்கள். இந்தியாவின் ஜனநாயக அரசியல் ஒரு வரலாற்றுப் பாய்ச்சல் (Historical leap) அதைப் புரிந்துகொண்டு கட்சியின் அரசியல் நடைமுறைகளை மாற்றிக்கொண்டிருக்க வேண்டும்.

இந்தியக் கம்யூனிஸ்ட் கட்சி 1958இல் அமிர்தசிரஸ் காங்கிரசில் இந்தத் தெளிவை நோக்கி முன்னேறியது. ஆனால் அது சிறிது காலமே நீடித்தது. உள்கட்சித் தகராறுகளில் அந்தத் தெளிவு புதைக்கப்பட்டது. கட்சி ஆட்சிக்கு வந்தால் என்ன செய்வோம் என்று சொல்லிக்கொண்டிருந்தால் மட்டும் போதாது. அரசாங்கத் திட்டங்களை நிறைவேற்றுவதில் பங்கெடுத்து கட்சியின் முத்திரையைப் பதித்திருக்க வேண்டும். நேரு அரசாங்கத்தின் வளர்ச்சித் திட்டங்களைப் பற்றி ஆக்கபூர்வமான அணுகுமுறையைக் கம்யூனிஸ்டுகள் கடைப்பிடிக்கவில்லை. தேசிய வளர்ச்சிக்கும் சமூக நீதிக்கும் தன்னுடைய மாற்றுத்திட்டத்தை ஸ்தூலமாக முன்வைக்கவில்லை.

அதன் விளைவாக ஏற்பட்ட அரசியல் வெற்றிடத்தில் வகுப்புவாதக் கட்சிகள், சாதிக் கட்சிகள் நுழைந்தன.

கம்யூனிஸ்ட் கட்சி அடிப்படையில் முழுநேர ஊழியர்கள் மூலம் இயங்குகிறது. இந்தியா ஜனநாயக நாடு; பகிரங்கத்தன்மையுள்ள சமூகம் (Open society) இந்தியாவுக்கு இந்த அமைப்பு பொருந்தாது. கட்சியின் மத்தியப்படுத்தப்பட்ட செயல்முறையில் அதிகாரவர்க்க இயல்பு வளர்கிறது. அத்தகைய கட்சி வெகுசன அமைப்புகளையும் மக்களின் புரட்சிகர எழுச்சியையும் தூண்டமுடியாது. 1962க்கு முன்பு கட்சி சோவியத் தலைமைக்குக் கட்டுப்பட்டிருந்தது மேற்கூறிய குறைகளை அதிகப்படுத்தியது.

## பாரதிய ஜன சங்கம்

பாரதிய ஜனசங்கம் 1951இல் அமைக்கப்பட்டது. அது ஒரு வகுப்புவாதக்கட்சி அதற்கு சித்தாந்தம் உண்டு. நிரந்தரமான கொள்கை கிடையாது. தேர்தல் அல்லது அரசியல் தேவைகளுக்கு தகுந்தபடி அதனுடைய கொள்கை மாறும். அரசியலில் பிற்போக்காளர்களை, சுரண்டல்காரர்களை ஆதரிக்கின்ற வலதுசாரிக்கட்சி.

மதச்சார்பு இல்லாத ஜனநாயக நாட்டில் அது இயங்குவதால் தேர்தலில் வெற்றி பெறுவதற்கு வகுப்புவாத உணர்ச்சி இல்லாதவர்களை

அணுகி வாக்கு வேட்டையில் ஈடுபடுகிறது. அப்பொழுது வகுப்புவாதத்தை விலக்கி பொதுவான பிரச்சினைகளைப் பேசுகிறது. அத்துடன் இந்தியாவில் தேர்தல் பிரசாரத்துக்கு மதத்தைப் பயன்படுத்தக்கூடாது என்ற சட்டம் இருக்கிறது. எனினும் அது சுரண்டல்காரர்களை ஆதரிக்கின்ற வகுப்புவாதக் கட்சி.

1925இல் நிறுவப்பட்ட ராஷ்டிரிய சுயம் சேவக் சங் (ஆர்.எஸ்.எஸ்) என்ற இயக்கம் ஜனசங்கத்தைப் படைத்தது. பிறந்த நாளிலிருந்து இன்றுவரை ஆர்.எஸ். எஸ். இன் கட்டுப்பாடான வழிகாட்டுதலில் அது இருக்கிறது.

ஜனசங்கத்தின் தொண்டர்கள் முதல் உயர்மட்டத் தலைவர்கள் வரை ஆர்.எஸ்.எஸ். இடம் பயிற்சி பெற்றவர்கள். முஸ்லிம் எதிர்ப்பு ஸ்தாபனமாக அமைக்கப்பட்ட ஆர்.எஸ்.எஸ். இல் கட்டுப்பாடு அதிகம்; பயிற்சிகள் போர்க்குணத்தைத் தருகின்றன. இந்திய சுதந்திரப் போரில் அல்லது ஏகாதிபத்திய எதிர்ப்பு நடவடிக்கைகளில் அது பங்கெடுக்கவில்லை. 1946-47இல் வடக்கு மாகாணங்களில் வகுப்புக்கலவரங்கள் நடைபெற்ற பொழுது ஆர்.எஸ்.எஸ். இயக்கம் வளர்ச்சி அடைந்தது. மகாத்மா காந்தி சுட்டுக்கொல்லப்பட்ட பிறகு ஆர்.எஸ்.எஸ். இயக்கம் தடை செய்யப்பட்டது. அதன் தலைவர்கள் கைது செய்யப்பட்டார்கள்.

ஆர்.எஸ்.எஸ். காந்தியையும் மற்ற காங்கிரஸ் தலைவர்களையும் பகிரங்கமாக அவதூறு செய்தது. ஹிந்துக்களுடைய எதிரிகள், துரோகிகள் என்று அவர்களை வர்ணித்தது. அதன் ஆயுள் தலைவராக நியமிக்கப்பட்ட எம்.எஸ். கோல்வால்கர் 1939இல் பின்வருமாறு எழுதினார்: "இந்தியாவில் துரோகிகள் தேசியத் தலைவர்களாக இருப்பது விசித்திரம், மிகவும் விசித்திரம்."

அரசாங்கம் விதித்த தடையை அகற்றுவதற்கு அரசியலில் பங்கெடுக்கமாட்டோம் என்ற உறுதிமொழியைக் கொடுத்தார்கள். எனினும் அவர்கள் தீவிரமாகப் பங்கெடுக்க விரும்பியதால் ஜனசங் என்ற கட்சியைத் தொடங்கினார்கள்.

கோல்வால்கர் நாம் அல்லது நமது தேசியம் (We or our Nationhood Defined) என்ற புத்தகத்தை எழுதினார். அதில் முஸ்லிம்கள் அந்நியர்கள், பகைவர்கள்; அவர்கள் ஹிந்துக்களுக்கு முற்றிலும்

கீழ்ப்படிய வேண்டும் அல்லது முஸ்லிம்களாக இருக்கக்கூடாது என்று எழுதினார். அவருடைய கருத்துக்களுக்கு ஓர் உதாரணத்தைப் படிப்போம்.

"ஹிந்துஸ்தானத்தில் தொன்மைமிக்க ஹிந்துக்கள் வசிக்கிறார்கள். அவர்களைத் தவிர வேறு யாரும் இங்கு வசிக்கக்கூடாது. முஸ்லிம்கள் மற்றும் ஹிந்து அல்லாதவர்கள் தமது இன, மத, கலாசார வேறுபாடுகளை தக்க வைத்துக்கொண்டிருப்பதால் அவர்களை அந்நியர்கள் என்றுதான் சொல்லவேண்டும். அவர்கள் தேசிய இனத்துடன் தங்களை இணைத்துக் கொண்டு அதன் கலாசாரத்தைக் கடைப்பிடிக்கவேண்டும் அல்லது தேசிய இனத்தின் தயவில் இங்கு வாழவேண்டும். இரண்டில் ஒன்றை அவர்கள் கடைப்பிடிக்க வேண்டும்.

ஹிந்துஸ்தானில் வசிக்கின்ற ஹிந்து அல்லாதவர்கள் ஹிந்து மதத்துக்கு மரியாதை செய்யவேண்டும். அவர்கள் அந்நியர்களாக இருக்கக்கூடாது, அவர்கள் ஹிந்துக்களுக்குப் பணிந்து வாழ வேண்டும். அவர்களுக்கு சலுகைகள் தரமாட்டோம், குடியுரிமை கூடக்கிடையாது. இந்த நாட்டில் ஹிந்துக்கள்தான் வசிக்க வேண்டும், முஸ்லிம்களும் மற்றவர்களும் தேச விரோதிகள் அல்ல. ஆனால் குறைந்தபட்சமாக, தேசத்துக்கு சம்பந்தமில்லாதவர்கள்."

கோல்வால்கர் முஸ்லிம்களை 'நம் எதிரிகள்' மிகவும் மோசமான எதிரிகள் என்று பலமுறை கூறினார்.

"ஹிந்துக்களாகிய நாம் ஒரு பக்கத்தில் முஸ்லிம்களுடனும் மறு பக்கத்தில் பிரிட்டிஷ்காரர்களுடனும் போர் செய்கிறோம்" என்று கூறினார். கோல்வால்கருக்குப் பிறகு பாலா சாஹிப் தேவ்ரஸ் இயக்கத்துக்குத் தலைவரானார். "முஸ்லிம்களின் மூர்க்கமான, பிரிவினை மனப்பான்மையை" அவர் கண்டித்தார் மதச் சார்பில்லாத கட்சிகள் முஸ்லிம்களின் தேச விரோதக் கோரிக்கைகளை நிறைவேற்றுவதற்கும் தேசிய நலன்களை பலியிடுவதற்கும் தயாராக இருக்கின்றன." என்று 1991 அக்டோபரில் கூறினார்.

"கடந்த முப்பது ஆண்டுகளில் நடைபெற்ற ஒவ்வொரு மோசமான வகுப்புவாதக் கலவரத்தையும் ஆர்.எஸ்.எஸ். தூண்டிவிட்டது" என்று பிரபல பத்திரிகையாளர் கிருஷ்ணபாட்டியா கூறினார்; ஹிந்துக்கள் மட்டுமே இந்தியர்கள், இந்தியா இஸ்லாமிய மயமாக்கப்பட்டு வருகிறது

என்று ஆர்கனைசர் (ஆங்கிலம்,) பாஞ்சஜன்யம் (ஹிந்தி) ஆகிய பத்திரிகைகளில் இடைவிடாமல் எழுதப்படுகின்றது.

ஜனசங் அரசியல் கட்சியாக 1951 அக்டோபரில் டாக்டர் சியாம பிரசாத் முகர்ஜியின் (வங்காளம்) தலைமையில் நிறுவப்பட்டது. அது சுதந்திரமான அரசியல் கட்சி என்று கூறப்பட்டாலும் ஆர்.எஸ்.எஸ். ஊழியர்கள் முக்கியமான கட்சிப் பொறுப்புகளில் நியமிக்கப்பட்டார்கள். ஜனசங் பிற்காலத்தில் உழுபவனுக்கு நிலம், நில உச்ச வரம்பு, ஜமீன் ஒழிப்பு, திட்டமிடுதல், முக்கியமான தொழில்களை நாட்டுடைமை ஆக்குதல் கிராமங்களில் சேவைக் கூட்டுறவு ஸ்தாபனங்களை அமைத்தல், தனிநபர் வருமானத்துக்கு உச்ச வரம்பு ஆகியவற்றை ஆதரித்தது. அவை வெறும் சம்பிரதாயமே. கட்சியில் முஸ்லிம்கள் உறுப்பினர்கள் சேர்த்துக்கொள்ளப்படுவார்கள் என்று அறிவிக்கப்பட்டது. சிலர் சேர்த்துக் கொள்ளப்பட்டார்கள். எனினும் கட்சித் தலைவர்கள் தமது சொற்பொழிவுகளிலும், தொண்டர்கள் தமது அன்றாட நடவடிக்கைகளிலும் முஸ்லிம் எதிர்ப்பை வளர்த்தார்கள். சியாம பிரசாத் முகர்ஜி நிதான முள்ளவர். “நேரு முஸ்லிம்களைத் திருப்திப்படுத்துகின்ற தற்கொலைக் கொள்கையைக் கடைப்பிடிக்கிறார்” என்று அவர்கூடப் பேசினார். “ஹிந்து அல்லாதவர்களை பாரதியர்களாக, பாரதிய கலாசாரத்தை ஏற்றுக்கொண்டவர்களாக மாற்றுவோம்” என்று ஜனசங் அறிவித்தது.

ஜனசங் தீவிரமான பாகிஸ்தான் எதிர்ப்பு உணர்ச்சியைக் கடைப்பிடித்தது. “இந்தியாவிலுள்ள முஸ்லிம்கள் இந்தியாவில் முஸ்லிம்களுடைய ஆதிக்கத்தை ஏற்படுத்த விரும்புகிறார்கள். அதற்கு பாகிஸ்தான் உதவி செய்கிறது” என்று கூறினார்கள். பாகிஸ்தானை இந்தியாவுடன் இணைத்து ‘அகண்ட பாரதம்’ அமைப்போம் என்று முழங்கினார்கள். ஜனசங் 1977 இல் ஜனதா கட்சியுடன் சேர்ந்தபொழுது பாகிஸ்தான் எதிர்ப்பு குறைந்தது (ஏனென்றால் வாஜ்பாயி இந்தியாவின் வெளிநாட்டு அமைச்சராக இருந்தார்.) எனினும் முஸ்லிம் எதிர்ப்பு நீடித்தது.

இந்தியாவில் பன்முகக் கலாசாரம் நிலவுகின்றது. ஜனசங் ‘ஒருநாடு, ஒரு கலாசாரம், ஒரு தேசியம்’ என்ற கோஷத்தை எழுப்பியது. பாரதிய கலாசாரத்துக்குப் புத்துயிர் கொடுப்போம் என்று கூறினார்கள். “காங்கிரஸ் கட்சி அந்நிய நாடுகளைக் காப்பியடிக்கிறது. நமது சொந்த தொழில்நுட்பத்தைக்கொண்டு இந்தியாவை வளர்ப்போம்” என்று

கூறினார்கள். சில ஆண்டுகளுக்குப் பிறகு பாரதிய கலாசாரம் என்பது கைவிடப்பட்டு ஹிந்துத்வா என்று பேசி வகுப்புவாதத்தைத் தூண்டினார்கள்.

ஜனசங் ஹிந்தியை உடனே இணைப்பு மொழியாக்க வேண்டும் என்று கோரியது. ஹிந்தி பேசாத மாகாணங்களில் கட்சி வளர்ச்சி அடையவேண்டும் என்பதற்காக ஆங்கிலம் இணைப்பு மொழியாக இருக்கட்டும் என்றார்கள். உ.பி. மாகாணத்திலும் வடக்கு மாகாணங்களிலும் உருது மொழியின் வளர்ச்சிக்கு அரசாங்க நிதி ஒதுக்கீடுகளை எதிர்த்தார்கள். ஹிந்து சட்டத்திருத்த மசோதாவை வண்மையாக எதிர்த்தார்கள்.

இந்தக் கட்டம் முழுவதும் ஜனசங் இந்திய அரசியலின் ஓரத்தில்தான் இருந்தது. 1952 இல் லோக்சபாவுக்கு 3 தொகுதிகளில் வெற்றிபெற்றது. (3.06 சதவிகித வாக்குகள்) ஜனசங், ஹிந்து மகாசபா, ராம் ராஜ்ய பரிஷத் ஆகிய மூன்று கட்சிகளும் சேர்ந்து லோக் சபாவுக்கு 10 தொகுதிகளில் வெற்றி அடைந்தன (6.4 சதவிகித வாக்குகள்) 1957 இல் 4 இடங்கள் (5.97 சதவிகித வாக்குகள்). 1962இல் 14 இடங்கள் (6.44 சதவிகித வாக்குகள்) 1967 இல் 35 இடங்கள் (9.35 சதவிகித வாக்குகள்.) இந்த காலகட்டம் முழுவதும் தென்னிந்தியாவில் ஒரு தொகுதியில் கூட வெற்றி பெறவில்லை. வங்காளத்தில் ஆதரவு இல்லை. பஞ்சாப், ஹரியானா, ஹிமாசல பிரதேஷ், டில்லி, ராஜஸ்தான், உ.பி., ம.பி, ராஜஸ்தான் ஆகிய மாகாணங்களில் மட்டும் செல்வாக்குடன் இருந்தது.

**சுதந்திரா கட்சி**

மதச்சார்பு இல்லாத பழமைவாதிகள் 1959 ஆகஸ்டில் சுதந்திரா கட்சியை நிறுவினார்கள். சி. இராஜ கோபாலாச்சாரியார், என்.ஜி. ரங்கா, கே.எம். முன்ஷி, எம். ஆர். மசானி ஆகியோர் அகில இந்திய அளவில் இந்தக் கட்சியை அமைத்தார்கள். காங்கிரஸ் கட்சி ஆவடி மற்றும் நாகபுரி மாநாடுகளில் நிறைவேற்றிய தீர்மானங்கள் இடதுசாரித் தன்மையைக் கொண்டிருந்தபடியால் அவற்றை எதிர்க்கின்ற நோக்கத்துடன் சுதந்திரா கட்சி அமைக்கப்பட்டது. 'தனியார் தொழில் முயற்சிகள் ஊக்குவிக்கப்பட வேண்டும். அரசாங்கம் பொருளாதாரத்தை ஒழுங்குபடுத்த முயற்சி செய்யக்கூடாது. பொதுத்துறையை விரிவுபடுத்தக்கூடாது. நிலவுடைமைக்கு உச்சவரம்பு கூடாது' ஆகிய கோரிக்கைகள் வலியுறுத்தப்பட்டன. காங்கிரஸ் கட்சி தனிச்

சொத்துரிமையை ஒழிக்க விரும்புகிறது என்று சுதந்திரா கட்சி கூறியது "நேரு கம்யூனிசத்தை நோக்கிப் போய்க் கொண்டிருக்கிறார். சர்வாதிகாரத்தின் அபாயங்களிலிருந்து சுதந்திரா கட்சிதான் இந்தியாவைக் காப்பாற்றும்" என்று சி.ராஜகோபாலச்சாரி எழுதினார்.

இந்தியாவின் அணிசேராக் கொள்கையை சுதந்திரா கட்சி எதிர்த்தது. சோவியத் யூனியனுடன் நெருக்கமான உறவுகளை எதிர்த்தது; அமெரிக்கா மற்றும் மேற்கு ஐரோப்பாவுடன் நெருக்கமான உறவுகளை வளர்க்கவேண்டும் என்று வாதாடியது. தெற்கு ஆசியாவில் பாகிஸ்தான் உள்ளிட்ட அனைத்துக் கம்யூனிஸ்ட் அல்லாத நாடுகளையும் கொண்ட கூட்டணியை அமெரிக்காவின் ஆதரவுடன் அமைக்கவேண்டும் என்று சுதந்திரா கட்சி கூறியது.

1. நேருவின் பொருளாதாரக் கொள்கைகளைப் பற்றி அதிருப்தியடைந்த தொழிலதிபர்கள் சுதந்திரா கட்சியில் சேர்ந்தார்கள். 2. அரசர்கள், ஜமீன்தார்கள் மற்றும் நிலக்கிழார்கள் சேர்ந்தார்கள். அவர்கள் நிலச்சீர்திருத்தங்களை எதிர்த்தார்கள். 3. பணக்கார விவசாயிகள் மற்றும் மத்திய நிலை விவசாயிகள் சேர்ந்தார்கள். அவர்கள் ஜமீன் ஒழிப்பை வரவேற்றாலும் நிலத்துக்கு உச்சவரம்பு. விவசாயத் தொழிலாளர்களுக்குக் குறைந்தபட்சக் கூலி நிர்ணயம் ஆகியவற்றை எதிர்த்தார்கள். 4. ஓய்வு பெற்ற உயர்நிலை அதிகாரிகளும் காங்கிரஸ் அதிருப்தியாளர்களும் சேர்ந்தார்கள். அரசர்கள், ஜமீன்தார்கள் ஆகியோருக்கு சமஸ்தானங்களிலும் கிராமங்களிலும் விவசாயிகளிடம் செல்வாக்கு இருந்தது.

1962 தேர்தலில் சுதந்திரா கட்சி லோக் சபாவுக்கு 18 தொகுதிகளில் வெற்றிபெற்றது (6.8 சதவிகித வாக்குகள்) பீகார், ராஜஸ்தான், குஜராத், ஒரிசா ஆகிய மாநிலங்களில் அது பிரதான எதிர்க்கட்சியாக இருந்தது. கட்சி வெற்றி பெற்ற 18 லோக் சபா தொகுதிகளில் ஏழு தொகுதிகள் பீகாரில் இருந்தன. (ராம்கார் அரசருடைய தாயார், மனைவி, அரண்மனை மேலாளர் ஆகியோர் வெற்றிபெற்றார்கள்)

1967இல் லோக் சபாவுக்கு 44 இடங்களில் வெற்றி பெற்றது. (6.8 சதவிகித வாக்குகள்) அரசர்கள், ஜமீன்தார்கள் கட்சியை ஆதரித்தார்கள். பொதுமக்கள் ஆதரிக்கவில்லை. சி. இராஜகோபாலாச்சாரியார் 1972 இல் மரணமடைந்த பிறகு கட்சி பலவீனமடைந்தது. 1971 தேர்தலில் லோக் சபாவுக்கு 8 இடங்களில் வெற்றி பெற்றது. (3 சதவிகித வாக்குகள்)

தலைவர்களில் சிலர் பாரதிய லோக் தளத்திலும் சிலர் காங்கிரசிலும் சேர்ந்தார்கள்.

இந்தியாவில் அரசியல் இடதுசாரித் திசையில் சென்று கொண்டிருந்த பொழுது வலதுசாரிக் கருத்துக்களைக்கொண்ட கட்சி வளர முடியாது. அத்துடன் காங்கிரஸ் கட்சி நிலவுடைமை வர்க்கங்களுடன் உறவை முறித்துக்கொள்ளவில்லை. நில உச்ச வரம்புச் சட்டங்கள் மிகவும் தாராளமாக இருந்தன. அரசாங்கம் மற்றும் கூட்டுறவு வங்கிகளிலிருந்து அவர்களுக்குக் கடன் தரப்பட்டது. புதிய நீர்ப்பாசன வசதிகள் மூலம் தரிசு நிலங்களில் விவசாயம் செய்தார்கள். அரசாங்கத்தின் கொள்கை முதலாளிகளையும் பாதிக்கவில்லை. கலப்புப்பொருளாதாரத்தில் முதலாளி வர்க்கம் வளர்ச்சியடைந்தது. காங்கிரஸ் கட்சி இன்னும் பல ஆண்டுகளுக்கு இந்தியாவை ஆட்சி செய்யும் என்று புரிந்து கொண்டிருந்ததால் அவர்கள் சுதந்திரா கட்சியை ஆதரிக்கவில்லை. கிராமங்களில் உருவான புதிய பணக்கார விவசாயிகள் காங்கிரஸ் கட்சியை ஆதரித்து தங்களுடைய செல்வாக்கை அதிகப்படுத்திக் கொண்டார்கள். மாகாண அரசாங்கங்கள் அவர்களுடைய கோரிக்கைகளை நிறைவேற்றின.

காங்கிரஸ் கட்சியில் வலதுசாரி சிந்தனை உள்ளவர்கள் நேரு என்ற மாபெரும் ஆலமரத்தை விட்டு வரவில்லை. 1969இல் காங்கிரஸ் கட்சி உடைந்து காங்கிரஸ் (ஸ்தாபனம்) என்ற கட்சி ஏற்பட்டது. காங்கிரஸ் வலதுசாரிகள் அதில் சேர்ந்தார்கள். அது வலிமையாக இருந்தபடியால் சுதந்திரா கட்சி தேய்ந்தது.

## வகுப்புவாத மற்றும் பிராந்தியக் கட்சிகள்

1947-1964ஆம் ஆண்டுகளுக்கு இடையில் அதிகமான வகுப்புவாத மற்றும் பிராந்தியக் கட்சிகள் இருந்தன. ஜனசங் வந்த பிறகு ஹிந்து மகாசபா மற்றும் ராம் ராஜ்ய பரிஷத்துக்கு அரசியல் வாய்ப்புகள் இல்லை. பாகிஸ்தான் கோரிக்கையை ஆதரித்ததால் சுதந்திரத்துக்குப் பிறகு முஸ்லிம் லீக் செயல்படாமல் இருந்தது. கேரளாவில் முதலில் காங்கிரசும் பிறகு சி.பி.ஐ., சி.பி.எம். கட்சிகளும் அதனுடன் கூட்டணி சேர்ந்து அதற்கு மறுவாழ்வு கொடுத்தன. தமிழ்நாட்டிலும் பிராந்தியக் கட்சியான தி.மு.கழகம் அதைக்கூட்டணியில் சேர்த்துக்கொண்டது.

பஞ்சாபில் அகாலிதளம் முக்கியமான வகுப்புவாதக் கட்சியாக இருந்தது. (அதைப்பற்றி 24ஆம் அத்தியாயத்தில் எழுதப்படுகிறது.) திராவிட முன்னேற்றக்கழகம் (தமிழ்நாடு) மற்றும் தேசிய மாநாடு (காஷ்மீர்) முக்கியமான பிராந்தியக் கட்சிகள். (அவற்றைப்பற்றி 22 ஆம் அத்தியாயத்தில் எழுதப்படுகிறது.) ஜார்க்கண்ட் கட்சியைப் பற்றி 9 ஆம் அத்தியாயத்தில் எழுதினோம். ஓரிசாவில் கானதந்திர பிரிஷத், அஸ்ஸாமில் அனைத்துக்கட்சி மாநிலத் தலைவர்கள் மாநாடு, (APHLC) மகராஷ்டிராவில் தாழ்த்தப்பட்ட சாதியினர் சம்மேளனம் ஆகியவை முக்கியமான பிராந்தியக் கட்சிகள். புரட்சிகர சோஷலிஸ்ட் கட்சி கேரளாவிலும் மேற்கு வங்காளத்திலும் உள்ளது. அகில இந்திய பார்வர்டுபிளாக் மேற்கு வங்காளத்திலும் தமிழ்நாட்டிலும் உள்ளது. இன்னும் சில இடதுசாரிக் குழுக்கள் இருந்தபோதிலும், அவற்றைப் பற்றி எழுதுவதற்கு இடமில்லை.

# 16

# லால் பகதூர் சாஸ்திரி மற்றும் இந்திரா காந்தி (1964-69)

**1964** மே மாதத்தில் நிகழ்ந்த நேருவின் மரணம் இந்தியாவின் அரசியலமைப்பின் வலிமையை சோதித்தது. அடுத்த பிரதமரைத் தேர்வு செய்யும் பொழுது காங்கிரஸ் கட்சியில் குழப்பம் ஏற்படும், பிளவு ஏற்படும் என்று இந்தியாவிலும் வெளிநாட்டிலும் பலர் எதிர்பார்த்தார்கள். ஆனால் அடுத்த பிரதமர் மிகவும் கௌரவமான முறையில் தேர்ந்தெடுக்கப்பட்டார்.

காங்கிரஸ் பார்லிமெண்டரி கட்சியின் தலைவர் (அதாவது பிரதமர்) பதவிக்கு மொரார்ஜி தேசாய் மற்றும் லால் பகதூர் சாஸ்திரி போட்டியிட்டார்கள். இருவரும் மூத்த தலைவர்கள்; திறமையான நிர்வாகிகள்; நேர்மையானவர்கள். ஆனால் மொரார்ஜி வலதுசாரிக் கருத்துக்களை உடையவர்; நெகிழ்ச்சி இல்லாதவர். கட்சியில் பல எம்.பி.க்களுக்கு அவரைப் பிடிக்காது. லால்பகதூர் மென்மையானவர், வளைந்து கொடுக்கக்கூடியவர். எல்லோராலும் மதிக்கப்பட்டவர்.

காங்கிரஸ் கட்சியில் 1963இலிருந்து காமராஜ் (காங்கிரஸ் தலைவர்) அதுல்யா கோஷ் (வங்காளம்) எஸ்,கே. படீல் (பம்பாய்) சஞ்சீவி ரெட்டி (ஆந்திரா) எஸ். நிஜலிங்கப்பா (கர்னாடகா) ஆகியோர் கூட்டாக இயங்கினார்கள். மொரார்ஜி தேசாய் பிடிவாதக்காரர் என்பதால் கட்சியில் அதிகமானவர்களுக்கு அவரைப் பிடிக்கவில்லை. சாஸ்திரி அன்பும் அடக்ககுணமும் உள்ளவர். கட்சியின் ஒற்றுமையை அவர் பாதுகாப்பார் என்று கருதப்பட்டது. அவர் தங்களை மதிப்பார் என்று சிண்டிகேட் கருதியது.

காங்கிரஸ் தலைவர் காமராஜ் எம்.பி.க்களை சந்தித்துப் பேசி அதிகமானவர்கள் லால்பகதூர் சாஸ்திரியை ஆதரிப்பதாகக் கூறினார். கருத்துக்கணிப்பு என்பது சிண்டிகேட் நடத்திய நாடகம் என்று மொரார்ஜி சிலரிடம் கூறினாலும் முடிவை ஏற்றுக்கொண்டு போட்டியிலிருந்து

விலகினார். நேரு மரணமடைந்து ஒருவாரம் முடிவதற்குள் சாஸ்திரி அடுத்த பிரதமராகப் பதவியேற்றார்.

## சாஸ்திரியின் ஆட்சி

நேரு மந்திரி சபையை சாஸ்திரி மாற்றவில்லை. இந்திராகாந்தி செய்தி மற்றும் ஒலிபரப்புத் துறையில் அமைச்சராகப் பதவியேற்றார். கேபினெட் அமைச்சர்கள் சுதந்திரமாகப் பணியாற்றினார்கள். பிரதமர் மாகாண அரசாங்கங்களின் நிர்வாகத்தில் தலையிடவில்லை. உள்கட்சி விவகாரங்களிலும் தலையிடவில்லை.

நாட்டில் சில முக்கியமான பிரச்சினைகள் இருந்தன. ஆனால் சாஸ்திரி அவற்றைத் தீர்க்க முயற்சி செய்யவில்லை. 1965 இன் ஆரம்பத்தில் ஹிந்தியா ஆங்கிலமா என்ற பிரச்சினை வெடித்தது. மத்திய அரசாங்கம் உறுதியாக இல்லாமல் ஊசலாடியது. அதன் விளைவாக தமிழ்நாட்டில் கலவரங்கள் ஏற்பட்டன. எனினும் 1966 இன் தொடக்கத்தில் பிரச்சினை முடிவு செய்யப்பட்டது. பஞ்சாபி சுபா (அரசு) கோவாவை மகராஷ்டிரத்துடன் இணைத்தல் ஆகிய கோரிக்கைகளும் தீர்க்கப்படாமல் நீடித்தன.

இந்தியப் பொருளாதாரம் தேங்கிவிட்டது. எனினும் உணவு நெருக்கடி நாட்டில் முக்கியமான பிரச்சினையாக இருந்தது. 1965இல் சில மாகாணங்களில் வறட்சி நிலவியது. உணவுக் கையிருப்பு மிகவும் குறைந்துவிட்டது. சில மாகாணங்களில் உணவு தானியங்கள் உபரியாக இருந்தன. ஆனால் மாகாண முதலமைச்சர்கள் அவற்றைப் பற்றாக்குறை மாநிலங்களுக்கு அனுப்பி உதவி செய்ய மறுத்தார்கள். இந்தியா - பாகிஸ்தான் போர் காரணமாக அமெரிக்கா உணவு தானிய உதவியை நிறுத்திவிட்டது. 1965 சனவரியில் அரசு வர்த்தக கார்ப்பரேஷன் (STC) நிறுவப்பட்டது. நாட்டில் பசுமைப் புரட்சிக்குத் தொடக்க முயற்சிகள் செய்யப்பட்டன. எனினும் இந்திரா காந்தி காலத்தில்தான் அது வேகப்படுத்தப்பட்டது.

சாஸ்திரி சட்டென்று முடிவு செய்யமாட்டார். காலதாமதம் செய்வது அவருடைய வழக்கம், அவர் கேபினெட் அமைச்சர்களைத் தூண்டவில்லை. இப்படிப் பல புகார்கள் அவர் மீது சொல்லப்பட்டன. "பிரதம மந்திரி பொறுப்பு மிகவும் பெரிய சுமை. என்னால் அதைத் தாங்கமுடியுமா என்று சந்தேகப்படுகிறேன்" என்று 1965 சனவரியில் அவர் ஒரு பத்திரிகையாளரிடம் கூறினார்.

சீக்கிரத்திலேயே அவர் சுதந்திரமாக இயங்க ஆரம்பித்தார். முக்கியமான விஷயங்களில் என்னை அவர் கலந்து கொள்வதில்லை" என்று காமராஜ் புகார் செய்தார். அமெரிக்கா வடக்கு வியட்நாம் மீது குண்டு வீசிய பொழுது இந்தியா உடனே அதைக் கண்டனம் செய்தது. பிரதம மந்திரியின் அலுவலகம் அமைத்து மூத்த அதிகாரியான எல்.கே. ஜாவை அதற்கு தலைவராக நியமித்தார். 1965 ஆகஸ்ட் - செப்டம்பரில் நடைபெற்ற இந்திய - பாகிஸ்தான் போரில் அவர் புகழடைந்தார்.

1965இல் காஷ்மீரில் ஷேக் அப்துல்லா மற்றும் சிலர் அதிகமான அமைதியின்மையை ஏற்படுத்தினார்கள். அமெரிக்காவிடமிருந்து நவீன ஆயுதங்களைப் பெற்ற பாகிஸ்தான், காஷ்மீரில் தலையிடுவதற்குத் துடித்தது. அதற்கு ஒத்திகையைப் போல குஜராத்தில். எல்லை வரையறுக்கப்படாத இந்தியப் பிரதேசத்திற்குள் பாகிஸ்தான் படைகள் நுழைந்தன. அது சதுப்பு நிலம் என்பதால் இந்தியாவின் எதிர்வினை பலவீனமாக இருந்தது. பிரச்சினையை. சர்வதேச மத்தியஸ்தத்துக்கு விடலாம் என்ற பிரிட்டனுடைய ஆலோசனையை இரண்டு நாடுகளும் ஏற்றுக்கொண்டன. இந்தியா போருக்குத் தயாராக இல்லை என்று பாகிஸ்தான் முடிவு செய்தது. "நாங்கள் போருக்குத் தயார். காலத்தையும் இடத்தையும் நாங்கள் முடிவு செய்வோம்" என்று சாஸ்திரி கூறியதை பாகிஸ்தான் அலட்சியப்படுத்தியது.

ஆகஸ்டில் பாகிஸ்தான் பயிற்சி பெற்ற போராளிகளை காஷ்மீருக்குள் அனுப்பி பாகிஸ்தானுக்கு ஆதரவாகக் கலகங்களைத் தூண்டியது. எல்லைக்கோட்டைத் தாண்டிச்சென்று போருக்கு முக்கியமான கார்க்கில் யூரி மற்றும் ஹாஜிபீரைக் கைப்பற்றுமாறு இந்திய ராணுவத்துக்கு உத்தரவு கொடுக்கப்பட்டது. காஷ்மீரின் தென்மேற்குப் பகுதியான சாம்ப் பிரிவில் பாகிஸ்தான் நவீன டாங்குகள் மற்றும் காலாட்படையை அனுப்பியது. காஷ்மீருக்கும் இந்தியாவுக்கும் இடையிலிருந்த ஒரே சாலைத் தொடர்புக்கு ஆபத்தேற்பட்டது. இந்திய ராணுவம் காஷ்மீரைப் பாதுகாப்பதுடன் எல்லைக்கோட்டைத் தாண்டிச்சென்று லாகூர், சியால் கோட் ஆகிய நகரங்களை நோக்கி முன்னேறுமாறு சாஸ்திரி உத்தரவிட்டார். இரண்டு நாடுகள் அறிவிக்கப்படாத போரில் சிக்கியிருந்தன. அமெரிக்காவும் பிரிட்டனும் இரண்டு நாடுகளுக்கும் ஆயுதங்கள், உணவு மற்றும் இதர சப்ளைகளை நிறுத்தின. சீனா, இந்தியா ஆக்கிரமிப்பை உடனே நிறுத்தவேண்டும் என்றது.

ஐ.நா. சபையின் பாதுகாப்புக் கவுன்சில் இரண்டு நாடுகளும் போர் நிறுத்தம் செய்யுமாறு கூறியது. செப்டம்பர் 23 இல் போர் நிறுத்தம் ஏற்பட்டது. போரில் வெற்றியடைந்ததாகவும் எதிரி நாட்டை அதிகமாக சேதப்படுத்தியதாகவும் இரண்டு நாடுகளும் பிரச்சாரம் செய்தன. காஷ்மீரை ஊடுருவிக் கைப்பற்றுவதற்கு பாகிஸ்தான் செய்த முயற்சி முறியடிக்கப்பட்டது. அது இந்தியாவின் வெற்றி. மூன்று வாரங்கள் நடைபெற்ற போரில் இரண்டு நாடுகளிலும் ஏராளமான வீரர்கள் உயிரிழந்தார்கள், அதிகமான பொருளாதார இழப்பு ஏற்பட்டது. இரண்டு நாடுகளும் ராணுவத்துக்கு அதிகமான நிதியை ஒதுக்கியதால் பொருளாதார வளர்ச்சி பாதிக்கப்பட்டது.

இந்தியர்கள் ராணுவத்தின் வெற்றிகளைப் பாராட்டினார்கள். இந்தியா அரசியல் ஒற்றுமையுடன் போரில் ஈடுபட்டது. பாகிஸ்தானிலிருந்து ஊடுருவியவர்களை காஷ்மீர் மக்கள் பிடித்துப் போலீசில் ஒப்படைத்தார்கள். இந்திய முஸ்லிம்கள் போரை முழுமனதோடு ஆதரித்தார்கள். ராணுவத்திலிருந்த இந்திய முஸ்லிம்கள் ஹிந்து, சீக்கிய, கிறிஸ்துவ வீரர்களோடு இணைந்து வீரமாகப் போர் புரிந்தார்கள். பிரதமர் சாஸ்திரியின் அரசியல் தலைமை பாராட்டப்பட்டது.

சோவியத் யூனியனுடைய ஆலோசனையின்படி பாகிஸ்தான் ஜனாதிபதி அயூப்கானும் சாஸ்திரியும் டாஷ்கெண்டில் 4.1.1966இல் பேச்சு வார்த்தைகள் நடத்தி டாஷ்கெண்ட் உடன்பாட்டில் கையெழுத்திட்டார்கள். இரண்டு நாடுகளும் தாங்கள் கைப்பற்றிய பிரதேசங்களிலிருந்து வெளியேறி போருக்கு முன்பு (ஆகஸ்ட் மாதத்தில்) இருந்த நிலைகளுக்குத் திரும்ப ஒத்துக்கொண்டன. இந்தியா ஹாஜிபீர் கணவாயிலிருந்து வெளியேற வேண்டும் (பாகிஸ்தானியர்கள் அதன் வழியாக மறுபடியும் காஷ்மீருக்குள் நுழைய முடியும்) இன்னும் சில முக்கியமான இடங்களிலிருந்து இந்தியா வெளியேற வேண்டும். காஷ்மீர் பிரச்சினையில் சோவியத் யூனியனுடைய ஆதரவை இழப்பதற்கு சாஸ்திரி விரும்பவில்லை. சோவியத் யூனியன் இந்தியாவுக்கு 'மிக்' ரக் விமானங்கள் டாங்குகள் ஆகியவற்றை சப்ளை செய்தது.

டாஷ்கண்ட் உடன்பாட்டில் கையெழுத்திட்ட பிறகு சனவரி 10 இரவில் சாஸ்திரி இருதய வலியால் மரணமடைந்தார். அவர் 19 மாதங்கள்தான் பிரதமராக இருந்தார்.

இந்தியா இரண்டாவது முறையாகப் பிரதமரைத் தேர்ந்தெடுக்க வேண்டும். மொரார்ஜி தேசாய் தான் போட்டியிடப் போவதாக அறிவித்தார். காமராஜ் மற்றும் சிண்டிகேட் தலைவர்கள் நேருவின் மகள் இந்திராவை ஆதரிக்க முடிவுசெய்தார்கள். இந்திரா எந்தவொரு மாகாணம், மதம், சாதி ஆகியவற்றுடனும் சம்பந்தம் இல்லாதவர். காங்கிரஸ் கட்சியில் வேர்கள் இல்லாததால் நெகிழ்ச்சியுடன் நடந்துகொள்வார் என்று எதிர்பார்க்கப்பட்டது. பதினான்கு மாகாணங்களில் பன்னிரண்டு மாகாணங்களின் முதலமைச்சர்கள் இந்திராவை ஆதரித்தார்கள். வரப்போகின்ற பொதுத்தேர்தலில் நேருவின் மகளான இந்திராவை மக்கள் ஆதரிப்பார்கள் என்று எதிர்பார்த்தார்கள்.

மொரார்ஜி தேசாய் ரகசிய வாக்குப் பதிவு முறையைக் கோரினார். தன்னுடைய வெற்றி நிச்சயம் என்று அவர் நம்பினார். 19.1.1966இல் தேர்தல் நடைபெற்றது. இந்திராவுக்கு 355 வாக்குகளும் மொரார்ஜிக்கு 169 வாக்குகளும் கிடைத்தன.

### இந்திரா காந்தி - தொடக்க ஆண்டுகள்

இந்திரா பிரதமராகப் பதவியேற்றபொழுது பஞ்சாபி சுபா மற்றும் நாகா - மிஸோ இன மக்களின் கோரிக்கைகளுக்குத் தீர்வு காணவேண்டியிருந்தது. அவர் பஞ்சாபி சுபா கோரிக்கையை ஏற்றுக்கொண்டார். (24ஆம் அத்தியாயத்தைப் படிக்கவும்.) நாகா மற்றும் மிஸோ கலகக்காரர்களை ஒடுக்க உறுதியான நடவடிக்கைகளை எடுத்தார். அதே சமயத்தில் அவர்களுடைய சுயாட்சிக் கோரிக்கையை ஏற்றுக்கொண்டார் (9ஆம் அத்தியாயத்தைப் படிக்கவும்.)

இந்தியாவின் பொருளாதாரம் வேகமாக சீர்குலைந்து கொண்டிருந்தது. இரண்டு ஆண்டுகளாகப் பருவ மழை இல்லை. மாகாணங்களில் உணவு நெருக்கடி இருந்தது. பீகார் மற்றும் உ.பி. மாகாணத்தின் கிழக்குப் பகுதியில் பஞ்சம் நிலவியது. ராணுவச் செலவு மிகவும் அதிகரித்திருந்தது. நான்காவது ஐந்தாண்டுத் திட்டம் நெருக்கடியில் சிக்கியிருந்தது.

இந்தியா - பாகிஸ்தான் போர் நடைபெற்றபொழுது உலக வங்கி மற்றும் சர்வதேச நிதி ஆணையம் (IMF) இந்தியாவுக்கு உதவியை நிறுத்திவிட்டன. அமெரிக்காவும் மேலே சொல்லப்பட்ட இரண்டு நிறுவனங்களும் ரூபாயின் மதிப்பைக் குறைக்கவேண்டும் என்று

கோரின. ரூபாய் மதிப்பைக் குறைத்தால் அந்நிய மூலதனம் இந்தியாவுக்கு ஓடிவரும் என்று இந்திராவின் ஆலோசகர்கள் கூறினார்கள். ஜூன் 6இல் இந்திய ரூபாயின் மதிப்பு 35.5 சதவிகிதம் குறைக்கப்பட்டது. எல்லா அரசியல் கட்சிகளும் அதை எதிர்த்தன. இந்தியா அமெரிக்காவுக்குப் பணிந்துவிட்டது என்று இடதுசாரிக் கட்சிகள் குற்றம் சாட்டின. தேர்தல் வரப்போகின்ற சமயத்தில் இப்படிப்பட்ட முடிவு தேவையில்லை என்று காங்கிரஸ்காரர்கள் கூறினார்கள். பிரதமர் என்னைக் கலந்துகொள்ளவில்லை என்று காங்கிரஸ் தலைவர் காமராஜ் வருத்தமடைந்தார்.

ரூபாயின் மதிப்பைக் குறைத்தால் ஏற்றுமதிகள் அதிகரிக்கும், அந்நிய மூலதனம் இந்தியாவுக்கு ஓடிவரும் என்றார்கள். ஆனால் ஏற்றுமதி அதிகரிக்கவில்லை. அந்நிய மூலதனமும் வரவில்லை. "அது தவறான முடிவு; அதிகமான தீங்கு ஏற்பட்டது." என்று இந்திரா 1980இல் கூறினார்.

இந்திரா அமெரிக்காவிடம் நிதி மற்றும் உணவுப் பொருட்களைக் கேட்டார். அமெரிக்க ஜனாதிபதி லின்டன் ஜான்சன் பி.எல். 480 திட்டத்தின் கீழ் 3.50 மில்லியன் டன் உணவு தானியங்களையும் உதவியாக 900 மில்லியன் டாலர்களையும் கொடுக்க ஒத்துக் கொண்டார். ஆனால் உதவி மொத்தமாகக் கிடைக்கவில்லை; சிறிய அளவில் வந்தது. இந்தியா விவசாயக் கொள்கையை மாற்ற வேண்டும், வியத்நாம் பிரச்சினையில் விமர்சனம் செய்யக்கூடாது என்று ஜான்சன் விரும்பியதாக சொல்லப்பட்டது. இந்திரா ஏமாற்றமடைந்தார். 1966 ஜூலையில், அமெரிக்கா வடக்கு வியத்நாமையும் அதன் தலைநகரமான ஹனோயையும் குண்டு வீசித் தாக்கியதைக் கண்டித்தார். வியத்நாமில் அமெரிக்கா ஆக்கிரமிப்புச் செய்கிறது. அமெரிக்கா குண்டு வீசித் தாக்குவதை உடனே நிறுத்தவேண்டும் என்று சோவியத் யூனியனுடன் சேர்ந்து கூட்டறிக்கை வெளியிட்டார்.

இந்தியாவில் PL 480 மூலம் சேர்ந்த இந்தியப் பணத்தில் 300 மில்லியன் டாலர் முதலீட்டில் இந்திய அமெரிக்க கல்வி நிறுவனத்தைத் தொடங்கவேண்டும் என்ற அமெரிக்கப் பிரேரணையை அவர் ஏற்றுக்கொண்டார். காங்கிரஸ் இடதுசாரிகளும் இடதுசாரிக் கட்சிகளும் அதை எதிர்த்தார்கள். இந்தியாவின் உயர்கலவி மற்றும் ஆராய்ச்சித் துறைகளில் ஊடுருவுதல் மற்றும் கைப்பற்றுதல் அமெரிக்காவின்

நோக்கம் என்று அறிவுஜீவிகள் குற்றம் சாட்டினார்கள். இந்திரா அதைக் கைவிட்டார்.

இந்திரா, நாசர் (எகிப்து), டிட்டோ (யுகோஸ்லாவியா) ஆகியோருடன் நெருக்கமான உறவுகளை வளர்த்துக்கொண்டார். அமெரிக்கா மற்றும் மேற்கு ஐரோப்பிய நாடுகள் புதிய காலனியாதிக்கக் கொள்கைகளைப் பின்பற்றுவதால் அணிசேராத நாடுகள் ஒத்துழைக்க வேண்டிய அவசியத்தை வலியுறுத்தினார். சீனாவுடன் பேச்சுவார்த்தை நடத்த முயற்சி செய்தார். ஆனால் இந்திய - சீன உறவுகளில் அபிவிருத்தி ஏற்படவில்லை. அமெரிக்காவில் ஏற்பட்ட அனுபவத்துக்குப் பிறகு, வெளிநாட்டு விவகாரங்களில் உறுதியான சுதந்திரக் கொள்கையைக் கடைப்பிடித்தார்.

1966இல் நாட்டில் விலை உயர்வு, உணவு நெருக்கடி, வேலையில்லாத் திண்டாட்டம் ஆகியவற்றினால் போராட்டங்கள் நடைபெற்றன. அரசாங்கம் முதலாளித்துவ வளர்ச்சிப் பாதையைக் கடைப்பிடித்ததால் சமூகத்தில் பொருளாதார ஏற்றத்தாழ்வுகள் அதிகரித்தன.

நகரங்களில் கடைகளை அடைத்து, பேருந்துகளை நிறுத்தி வாழ்க்கையை ஸ்தம்பிக்கச் செய்கின்ற பந்த்கள் இந்தக் கட்டத்தில் தோன்றின. ஆசிரியர்கள், மருத்துவர்கள் மற்றும் பொறியாளர்கள், போராட்டங்களில் ஈடுபட்டார்கள். அரசாங்கம் மற்றும் அரசியல் தலைமை மீது பொதுமக்களுக்கு நம்பிக்கை குறைந்தது. எதிர்க்கட்சிகள் பந்த்களை நடத்தி அரசாங்கத்துக்கு இடையூறுகளைச் செய்தன. தேர்தல் அல்லது வன்முறை மூலம் ஆட்சிக்கு வந்துவிட முடியும் என்று எதிர்க்கட்சிகள் நம்பின.

ஜனசங் மற்றும் வகுப்புவாதக் கட்சிகள் பசுக்கொலையை முற்றாகத் தடை செய்யவேண்டும் என்று மூர்க்கமாகக் கிளர்ச்சி செய்தன. அரசாங்கம் பசுக் கொலையைத் தடை செய்ய மறுத்தது. மாட்டிறைச்சி குறைந்த விலைக்குக் கிடைப்பதால் சிறுபான்மையினர் மற்றும் தாழ்த்தப்பட்ட பிரிவினர் மாட்டிறைச்சியைப் புசிக்கிறார்கள். நவம்பர் 7 ஆம் நாளன்று பல்லாயிரக்கணக்கான சன்னியாசிகள் (அவர்களில் பலர் நிர்வாணமாக இருந்தார்கள்) கைகளில் வாள், ஈட்டி, திரிசூலம் ஆகியவற்றை வைத்துக்கொண்டு டில்லியில் ஊர்வலமாக வந்தார்கள்.

அவர்கள் வழியிலிருந்த அரசாங்கக் கட்டடங்களுக்கு நெருப்பு வைத்தார்கள். காங்கிரஸ் தலைவர் காமராஜ் வீட்டைச் சூழ்ந்துகொண்டார்கள். அவரைக் கொலை செய்வோம் என்று கூச்சலிட்டார்கள். உள்துறை அமைச்சர் குல்ஜாரி லால்நந்தா பதவி விலகினார்.

பார்லிமென்ட்டை எம்.பி.க்களும் பொதுமக்களும் மதித்தார்கள். 1966இலிருந்து பார்லிமென்ட் தன்னுடைய கௌரவத்தை இழந்தது. எம்.பி.க்கள் தரக்குறைவாகப் பேசினார்கள். டாக்டர் லோஹியா பிரதமர் இந்திரா காந்தியைப் 'பேசா மடந்தை' என்று கிண்டல் செய்தார். எம்.பி.க்கள் சபாநாயகருடைய ஆணைகளுக்குக் கீழ்ப்படிய மறுத்தார்கள். பார்லிமென்டில் கூச்சல், குழப்பம், வெளிநடப்புகள் அதிகரித்தன.

நேரு காலத்திலிருந்து காங்கிரஸ் கட்சியில் கோஷ்டிகள் இருந்தன. இப்பொழுது எல்லா மாகாணங்களிலும் அதிருப்தியாளர்கள் முதலமைச்சர்களை மிரட்டினார்கள். இந்திரா காந்தி பிரதமர் ஆனவுடன் முக்கியமான இலாகாக்களில் உள்ள மூத்த அமைச்சர்கள் நீடிக்கட்டும் என்று அறிவுரை சொல்லப்பட்டது. கட்சியில் வேட்பாளர்களைத் தேர்ந்தெடுப்பதில் பிரதமருடைய கருத்துக்களுக்கு முக்கியத்துவம் தரப்படவில்லை. பார்லிமென்ட் காங்கிரஸ் கட்சியில் இந்திரா காந்தி தனிமைப்பட்டிருந்தார். மந்திரி சபைக் கூட்டங்களில் கூட அவர் கருத்துக்கள் மறுக்கப்பட்டன.

## 1967 பொதுத்தேர்தலும் மாகாணங்களில் கூட்டணி அரசுகளும்

இந்தியாவில் சமூக மாற்றங்களின் கருவியாக இருந்த காங்கிரஸ் தன்னுடைய உத்வேகத்தை இழந்துவிட்டிருந்தது. காங்கிரஸ் கட்சியின் தலைவர்கள் பதவிப்பித்தர்களாக, ஊழல்களில் சிக்கியவர்களாக இருந்தார்கள். அதே சமயத்தில் காங்கிரசின் இடத்தைப் பிடிப்பதற்கு எந்தக்கட்சிக்கும் தகுதியில்லை. மக்களிடம் அரசியல் விழிப்புணர்ச்சி அதிகரித்திருந்தது. 1967 தேர்தலில் 61.1 சதவிகித மக்கள் வாக்களித்தார்கள். முன்னெப்போதும் இல்லாத சாதனை அது.

காங்கிரசின் தேர்தல் இயக்கத்துக்கு சின்டிகேட் தலைமை தாங்கியது. பொதுமக்களிடம் கட்சிக்கு ஆதரவில்லை என்பதை அவர்கள் புரிந்துகொள்ளவில்லை. சின்டிகேட் தலைவர்கள் தங்களுடைய ஆதரவாளர்களை வேட்பாளர்களாக நிறுத்தினார்கள். காங்கிரஸ்

வேட்பாளர்களை எதிர்த்து சுமார் ஆயிரம் காங்கிரஸ்காரர்கள் சுயேச்சைகளாகப் போட்டியிட்டார்கள்.

எதிர்க்கட்சிகள் கூட்டணி அமைத்துக்கொண்டன அல்லது குறிப்பிட்ட தொகுதிகளில் மட்டும் உடன்பாடு வைத்துக்கொண்டன. கூட்டணிக் கட்சிகளுக்கு இடையில் அரசியல் வேறுபாடுகள் இருந்தாலும் காங்கிரசைத் தோற்கடிக்கவேண்டும் என்ற வேகம் இருந்தது. லோஹியா சோஷலிஸ்டுகள் வகுப்புவாத ஜனசங்கத்துடனும் வலதுசாரி சுதந்திரா கட்சியுடனும் கூட்டுச் சேர்ந்தார்கள். தமிழ்நாட்டில் தி.மு.க. சுதந்திரா, சி.பி.எம். முஸ்லிம் லீக் ஆகிய கட்சிகள் கூட்டணி அமைத்தன. கேரளாவில் சி.பி.எம். கட்சி முஸ்லிம் லீகுடன் கூட்டணி அமைத்தது. பஞ்சாபில் அகாலி கட்சி ஜனசங் மற்றும் சி.பி.எம். கட்சியோடு கூட்டணி அமைத்தது.

தேர்தல் முடிவுகள் பரபரப்பாக இருந்தன. பீகார், உ.பி, ராஜஸ்தான், பஞ்சாப், மேற்கு வங்காளம், ஒரிசா, சென்னை, கேரளா ஆகிய எட்டு மாகாணங்களில் காங்கிரசுக்குப் பெரும்பான்மை இல்லை. லோக் சபாவில் 520 இடங்களில் 284 இடங்களில் வெற்றி பெற்றது. மேற்கு வங்காளத்திலும் கேரளாவிலும் இடதுசாரிக் கட்சிகளின் பலம் அதிகரித்தது. மற்ற மாகாணங்களில் வகுப்புவாதக் கட்சிகள், வலதுசாரிக் கட்சிகள் மற்றும் பிராந்தியக் கட்சிகள் அதிகமான இடங்களைப் பெற்றன.

கோஷ்டிச் சண்டைகளால் காங்கிரஸ் கட்சி பலவீனமடைந்ததை ஏற்கெனவே குறிப்பிட்டோம். வடக்கு மாகாணங்களில் அதுவரை காங்கிரசை ஆதரித்த பணக்கார விவசாயிகளும் நடுத்தர விவசாயிகளும் எதிர்க்கட்சிகளை ஆதரித்ததால் காங்கிரஸ் தோல்வியுற்றது.

1950இலிருந்து கிராமங்களில் பணக்கார விவசாயிகளுடைய அதிகாரம் ஓங்கியது. இந்திரா காந்தி மற்றும் இடதுசாரி காங்கிரஸ் காரர்களின் சீர்திருத்தப்பேச்சுக்கள் அவர்களை பயமுறுத்தின. நிலமில்லாத விவ்சாயிகளிடம் அரசியல் விழிப்புணர்ச்சி ஏற்பட்டிருந்தது. காங்கிரஸ் கட்சியே அதற்குக் காரணம் என்று கருதிய பணக்கார விவசாயிகள் எதிர்க்கட்சிகளை ஆதரித்தார்கள். அதன் மூலம் அரசாங்கத்தின் கொள்கைகளை மாற்ற நினைத்தார்கள்.

தென்னிந்தியாவின் வர்க்கக் கட்டமைப்பு வட இந்தியாவிலிருந்து வேறுவிதமாக இருந்தது. கம்யூனிஸ்டுகள் அதிகமான பலத்தைக்

கொண்டிருந்ததால் பணக்கார விவசாயிகள் காங்கிரசை ஒட்டிக் கொண்டிருந்தார்கள். அத்துடன் தென்னிந்தியாவில் பணக்கார விவசாயிகளுடைய கட்சிகள் இல்லை. வட இந்தியாவில் அகாலிதளம், லோக்தளம் ஆகிய கட்சிகள் அவர்களுடைய நலன்களை ஆதரித்தன. காங்கிரஸ் கட்சி பணக்கார விவசாயிகளை மெய்யாகவே எதிர்த்ததா? இல்லை. ஆனால் இடதுசாரி காங்கிரஸ் காரர்களுடைய உரைகள் அப்படிப்பட்ட எண்ணங்களை ஏற்படுத்திவிட்டன.

பணக்கார விவசாயிகள் நடுத்தர விவசாயிகளையும் சிறு விவசாயிகளையும் கூட தங்களுடன் சேர்த்துக் கொண்டார்கள். விவசாய நிலவுடைமை என்ற பொதுவான சித்தாந்தம் அவர்களை இணைத்தது. அவர்கள் பெரும்பாலும் இடைநிலை அல்லது பின்தங்கிய சாதிகளைச் சேர்ந்தவர்களாக இருந்தது மற்றொரு காரணமாகும். அவர்கள் கிராமங்களில் வாக்குவங்கிகளை வைத்திருந்தார்கள். வன்முறை மூலம் தலித்களை வாக்குச் சாவடிக்குப் போகாமல் தடுத்தார்கள்.

1967 தேர்தல், இந்தியாவின் அரசியலில் பணக்கார மற்றும் மத்திய விவசாயிகளுடைய முக்கியத்துவத்தை, கிராமங்களில் அவர்கள் மேலாதிக்கம் செலுத்துவதை விளக்கியது. அவர்கள் காங்கிரஸ் மற்றும் கம்யூனிஸ்ட் கட்சிகளை வெறுத்தார்கள். சிறு விவசாயிகள் மற்றும் விவசாயத் தொழிலாளர்களுடைய கூட்டணிதான் அவர்களை எதிர்க்க முடியும். 1971 தேர்தலில் இந்திரா காந்தி அதை நோக்கமாகக் கொண்டிருந்தார். பணக்கார விவசாயிகளின் அரசியல் மேலாதிக்கத்தை ஒழித்தார்.

## கூட்டணி அரசாங்கங்கள்

மாகாணங்களில் காங்கிரஸ் ஏகபோக ஆட்சி தகர்ந்து கூட்டணி அரசாங்கங்கள் ஏற்பட்டன. தமிழ்நாட்டில் மட்டும் தி.மு.கழகம் தனிப்பெரும்பான்மையுடன் அரசாங்கம் அமைத்தது. பஞ்சாப், பீகார், உ.பி. ஆகிய மாகாணங்களில் எதிர்க்கட்சி அரசாங்கங்களில் சுதந்திரா, ஜனசங், பி.கே.டி, சோஷலிஸ்ட் கட்சி மற்றும் இந்திய கம்யூனிஸ்ட் இடம்பெற்றிருந்தன. மார்க்சிஸ்ட் கம்யூனிஸ்ட் கட்சி அரசாங்கத்தில் சேராமல் ஆதரவு கொடுத்தது. இடதுசாரி - வலதுசாரிகளும், வகுப்புவாதக் கட்சிகளும் வகுப்புவாதத்தின் எதிரிகளும் அரசாங்கத்தில் இடம்பெற்றிருந்தன. காங்கிரசும் சுயேச்சைகளை சேர்த்துக்கொண்டு சில மாகாணங்களில் அரசாங்கம் அமைத்தது.

சென்னை மாகாணத்தில் தி.மு.க. அரசாங்கமும் ஒரிசா மாகாணத்தில் சுதந்திரா கட்சி அரசாங்கமும் நிலையாக இருந்தன. மற்றக் கூட்டணி அரசாங்கங்கள் உள் தகராறுகளால் கவிழ்த்து புதிய கூட்டணி அரசாங்கங்கள் ஏற்பட்டன. இடைக்காலத்தில் ஜனாதிபதி ஆட்சியும் நடைபெற்றது. 1967 தேர்தலிலிருந்து 1970 கடைசி வரை பீகாரில் ஏழு அரசாங்கங்களும், உ.பி. மாகாணத்தில் நான்கு அரசாங்கங்களும் இருந்தன. ஹரியானா, மத்திய பிரதேஷ், பஞ்சாப், மேற்கு வங்காளத்தில் மூன்று அரசாங்கங்களும் கேரளாவில் இரண்டு அரசாங்கங்களும் இருந்தன. ஏழு மாகாணங்களில் எட்டுமுறை ஜனாதிபதி ஆட்சி நடைபெற்றது. ஸ்திர நிலைமை இல்லாததால் சிறிய கட்சிகளுக்கும் சுயேச்சை உறுப்பினர்களுக்கும் அதிகமான முக்கியத்துவம் இருந்தது. உறுப்பினர்கள் கட்சியிலிருந்து வெளியேறி புதிய கட்சியில் சேர்ந்து அமைச்சர் ஆனார்கள். வேறு சில எம்.எல்.ஏக்கள் அதைக் கவிழ்ப்பார்கள். எல்லோருக்கும் லஞ்சம் தரப்பட்டது. அதை 'அயாராம்- கயாராம்' என்று மக்கள் கேலி செய்தார்கள். இரண்டு கம்யூனிஸ்ட் கட்சிகளையும் ஜனசங்கையும் தவிர மற்ற கட்சிகளில் கட்டுப்பாடு இல்லை. 1967 மற்றும் 1970க்கு இடையில் 800 எம்.எல்.ஏக்கள் கட்சி மாறினார்கள். அவர்களில் சுமார் 150 நபர்களுக்கு மந்திரி பதவி கிடைத்தது.

கட்சி மாறிய எம்.எல்.ஏக்களை வாக்காளர்கள் தண்டிக்கவில்லை. அவர்கள் மறுபடியும் சட்டசபைத் தேர்தலில் போட்டியிட்டு வெற்றி பெற்றார்கள். ராஜிவ் காந்தி அரசாங்கம் 1986இல் எம்.எல்.ஏ.க்கள் கட்சி மாறுவதைத் தடை செய்து சட்டமியற்றியது. அதுவரை இந்த அவல நிலை நீடித்தது.

மத்திய அரசாங்கம் குறைவான பெரும்பான்மையைக் கொண்டிருந்தாலும் ஆபத்தில்லாமல் நீடித்தது. மத்தியில் எம்.பிக்கள் கட்சி மாறவில்லை, பல மாகாணங்களை எதிர்க்கட்சிகள் ஆட்சி செய்தாலும் கூட்டாட்சி பாதிக்கப்படவில்லை. மாகாணங்களில் கூட நிர்வாகம் ஸ்தம்பிக்கவில்லை.

காங்கிரசை அடியோடு வெறுப்பதும், காங்கிரசுக்கு பதிலாக பிசாசைக்கூட ஆதரிப்பேன் என்று பேசுவதும் அதிகரித்தது. பி.கே.டி முதல் ஜனசங் வரை எல்லாக் கட்சிகளும் இப்படிப்பட்ட காங்கிரஸ் எதிர்ப்பு நிலையைக் கடைப்பிடித்தன. இரண்டு கம்யூனிஸ்ட் கட்சிகளும்

சுதந்திரத்திற்குப் பிறகு இந்தியா 201

மேன்மேலும் அதே நிலைக்கு வந்தன. சோஷலிஸ்ட் கட்சியின் தலைவரான டாக்டர் லோஹியா கண்மூடித்தனமான காங்கிரஸ் எதிர்ப்புக்குத் தலைமை தாங்கினார் என்று அரசியல் ஆய்வாளர் ரஜினி கோத்தாரி எழுதினார்.

இந்தியாவின் அரசியலில் காங்கிரஸ் கட்சியின் ஆதிக்கம் முடிந்துவிட்டது என்று அரசியல் ஆய்வாளர்கள் எழுதினார்கள். ஆனால் அது உண்மையல்ல. காங்கிரஸ் மத்தியில் ஆட்சி செய்தது. அகில இந்திய ஸ்தாபனம் இருந்தது. தொண்டர்கள் இருந்தார்கள். மாகாணங்களில் ஆட்சியை நடத்திய எதிர்க்கட்சிகள் ஆட்சியைத் தக்கவைத்துக்கொள்ள முடியவில்லை. எனினும் ஒரு உண்மை புலப்பட்டது. சுதந்திரப் போராட்டத்துக்குத் தலைமை தாங்கியதற்காக அல்லது நேரு காலத்திய சாதனைகளுக்காக இனிமேல் மக்கள் காங்கிரசுக்கு வாக்களிக்கமாட்டார்கள்.

சின்டிகேட்டைச் சேர்ந்த காமராஜ் (தமிழ்நாடு) எஸ்.கே.படீல் (பம்பாய்) அதுல்யா கோஷ் (வங்காளம்) ஆகியோர் தேர்தலில் தோற்றார்கள். அவர்களுடைய ஆதரவாளர்களும் தோல்வியடைந்தார்கள். காமராஜ் மற்றும் ஸ்தாபனத்தலைவர்கள் தோல்வியடைந்ததால் (வெற்றி பெற்ற) இந்திரா காந்தியின் செல்வாக்கு அதிகரித்தது. அத்துடன் இந்திரா அம்மையார் இந்தியா முழுவதும் காங்கிரசுக்குப் பிரசாரம் செய்தார். மொரார்ஜி தேசாய் தேர்தலில் வெற்றிபெற்றிருந்தார். அவர் துணைப் பிரதமர் பதவியுடன் திருப்தியடைந்தார். 1967-1969ஆம் ஆண்டுகள் இனிமேல் நடைபெறப்போகின்ற முக்கியமான நிகழ்ச்சிகளுக்கு இடைவேளையாக இருந்தன.

### நக்சலைட்டுகள்

1964இல் இந்திய கம்யூனிஸ்ட் கட்சியிலிருந்து மார்க்சிஸ்ட் கம்யூனிஸ்ட் கட்சி பிரிந்தது. முதலில் புரட்சிகரமான அரசியலை வலியுறுத்தினாலும் தேர்தல்களில் தீவிரமாகப் பங்கெடுத்தது. 1967 தேர்தலுக்குப் பிறகு வங்காள காங்கிரசுடன் கூட்டணி சேர்ந்து அரசாங்கம் அமைத்தது. அந்த அரசாங்கத்தில் ஜோதிபாசு உள்துறை அமைச்சராக இருந்தார்.

கட்சியிலிருந்த இளைஞர்கள் அப்பொழுது சீனாவில் நடைபெற்றுக்கொண்டிருந்த கலாசாரப் புரட்சியினால் உத்வேகம் பெற்று கட்சித் தலைமை புரட்சியைக் கைவிட்டு சீர்திருத்தவாதம் மற்றும்

பார்லிமெண்டரிசத்துக்கு பலியாகிவிட்டது என்று குற்றம் சாட்டினார்கள். கிராமங்களில் விவசாயப்புரட்சிக்கு கட்சி தலைமை தாங்கவேண்டும் என்று கோரினார்கள். அதன் மூலம் நாட்டில் ஆயுதப் புரட்சி ஏற்படும் என்றார்கள்.

மேற்கு வங்காளத்தின் வடக்குப் பகுதியில் நச்சல்பாரி என்ற இடத்தில் விவசாயிகளின் புரட்சிகர எழுச்சிக்குத் தலைமை தாங்கினார்கள். கட்சித் தலைமை அவர்களைக் கட்சியிலிருந்து விலக்கியது. அரசாங்கம் மற்றும் கட்சியின் பலத்தைக்கொண்டு அந்த எழுச்சியை ஒடுக்கியது. அவர்கள் நக்சல்பாரிகள் என்று அழைக்கப்பட்டார்கள். இந்தியா முழுவதிலும் இளைஞர்கள் குறிப்பாக, கல்லூரி மாணவர்கள் நக்சலைட் கருத்துக்களால் ஈர்க்கப்பட்டார்கள்.

1969இல் கம்யூனிஸ்ட் கட்சி (எம்.எல்) சாரு மஜூம்தார் தலைமையில் அமைக்கப்பட்டது. ஆந்திரா, ஒரிசா, பீகார், உ.பி, பஞ்சாப், கேரளா ஆகிய மாகாணங்களில் கிளைகள் அமைக்கப்பட்டன. இந்தியாவில் பாசிஸ்ட் ஆட்சி நடைபெறுகிறது. தரகு முதலாளிகளும் நிலப்பிரபுக்களும் இந்தியாவை ஆட்சி செய்கிறார்கள், அமெரிக்க, பிரிட்டிஷ் மற்றும் சோவியத் ஏகாதிபத்தியங்கள் இந்திய மக்களைச் சுரண்டுகின்றன, கொரில்லாப் போர் முறையில் இந்தியப் புரட்சி நடைபெறும் என்றார்கள். சீனாவின் அரசாங்கம் நக்சலைட்டுகளை ஆதரித்தது. “சீனாவின் சேர்மன் (மா-சே-தூங்) நமது சேர்மன்” என்ற அவர்களுடைய கோஷத்தை சீனா வரவேற்கவில்லை.

நக்சலைட் குழுக்கள் போலீஸ் நிலையங்களைத் தாக்கின. ஆளும் வர்க்க ஏசன்டுகள் என்று கம்யூனிஸ்ட்களைத் தாக்கின. அரசாங்கம் அவர்களை ஒடுக்கியது. நாட்டில் சிற்சில இடங்களில் மட்டும் அவர்கள் இருந்தார்கள். அவர்களுடைய அதி தீவிரவாதம் இந்திய சமூகத்திலிருந்து தனிமைப்பட்டிருந்தது. மா-சே-துங் மரணமடைந்த பிறகு வந்த சீனாவின் கம்யூனிஸ்ட் தலைமை கலாசாரப் புரட்சியைக் கைவிட்ட பொழுது இந்தியாவின் நக்சலைட்டுகள் மேலும் தனிமைப்பட்டார்கள்.

# 17

# இந்திரா காந்தியின் ஆட்சி (1969-73)

**1969**இல் காங்கிரசில் பிளவு ஏற்பட்டது. காங்கிரஸ் கட்சி மக்களின் ஆதரவை இழந்ததைப் பற்றி முந்திய அத்தியாயத்தில் எழுதினோம். 1967 தேர்தலில் காங்கிரஸ் படுதோல்வி அடைந்தது. 1969 பிப்ரவரியில் நான்கு மாகாணங்களில் நடைபெற்ற சட்டசபைத் தேர்தல்களிலும் தோல்வியடைந்தது. கட்சிக்குப் புத்துயிரூட்டுவதற்குத் தீவிரமான நடவடிக்கைகள் இன்றியமையாதவை என்று தொலை நோக்குடைய காங்கிரஸ் காரர்கள் கருதினார்கள்.

பொருளாதார வளர்ச்சி விகிதம் 1962இலிருந்து குறைந்து கொண்டிருந்தது. அமெரிக்க உதவி 1964-65ஆம் ஆண்டுகளுடன் ஒப்பிடும்பொழுது பாதியாகக் குறைந்துவிட்டது. அரசாங்கத்தில் ஊழல்கள் அதிகரித்தன. நாட்டில் கறுப்புப்பணம் அதிகரித்தது. கிராமங்களிலும் நகரங்களிலும் மக்கள் ஆத்திரப்பட்டார்கள். இளைஞர்கள் வன்முறை நடவடிக்கைகளில் ஈடுபட்டார்கள். தொழிலாளர்கள் தங்களுடைய கோரிக்கைகளை நிறைவேற்றிக் கொள்வதற்கு அதிகாரிகளை கேரோ செய்தார்கள். கல்லூரி மாணவர்கள் முதல்வரை கெரோ செய்தார்கள். காமராஜ் மற்றும் எஸ்.கே. படீல் இடைத்தேர்தல்களில் பார்லிமென்டுக்குத் தேர்ந்தெடுக்கப்பட்ட பிறகு மொரார்ஜி தேசாயுடன் சேர்ந்துகொண்டார்கள். காங்கிரஸ் செயற்குழு கொள்கையை உருவாக்கவேண்டும்; அரசாங்கம் அதன்படி நடைபெறவேண்டும் என்றார்கள்.

காமராஜுக்குப் பிறகு சின்டிகேட்டைச் சேர்ந்த எஸ். நிஜலிங்கப்பா காங்கிரஸ் தலைவரானார். இந்திரா காந்தியை ஆதரித்த சில தலைவர்கள் புதிய செயற்குழுவில் சேர்த்துக் கொள்ளப்படவில்லை.

இந்திரா காந்தியைப் பிரதமர் பதவியிலிருந்து நீக்குவதற்கு அவர்கள் சதி செய்தார்கள். “அம்மையார் (இந்திரா காந்தி) இன்னும் பிரதமராக நீடிக்க வேண்டுமா? மாற்றம் விரைவில் ஏற்படும்” என்று

நிஜலிங்கப்பா 12.3.1969இல் நாட் குறிப்பில் எழுதினார். "பிரதமரை நீக்கவேண்டிய அவசியத்தைப் பற்றி தேசாய் என்னுடன் விவாதித்தார்" என்று அவர் 25.4.1969இல் நாட்குறிப்பில் எழுதினார்.

இந்திரா காந்தி சின்டிகேட்டுடன் மோத விரும்பவில்லை. லோக் சபாவில் காங்கிரஸ் கட்சிக்கு குறைவான பெரும்பான்மைதான் இருந்தது. சின்டிகேட் தலைவர்களுடனும் தேசாயுடனும் முடிந்தவரை ஒத்துப் போவதற்கு இந்திரா விரும்பினார். ஆனால் பிரதமருடைய தலைமையான அதிகாரத்தைக் குறைப்பதற்கு அவர் விரும்பவில்லை. மக்களால் தேர்ந்தெடுக்கப்பட்ட அரசாங்கம் இது; பார்லிமென்டுக்கு மட்டுமே கட்டுப்படும் என்றார் இந்திரா.

காங்கிரஸ் கட்சி இழந்த செல்வாக்கைப் பெறுவது எப்படி? மக்களுடைய ஆதரவைத் திரட்டுவது எப்படி? காங்கிரஸ்காரர்கள் இதை விவாதித்தார்கள். காங்கிரசுக்கட்சியில் எப்பொழுதும் தெளிவில்லாத தீவிரவாதம் உண்டு; மத்திய நிலை என்றாலும் இடதுசாய்வு உண்டு. 1967 தேர்தலில் தோல்வி அடைந்தவுடன் காங்கிரஸ் கட்சி இடதுசாரி நிலை எடுத்தது. 1967 மே மாதத்தில் காங்கிரஸ் செயற்குழு பத்து அம்சத் திட்டத்தை நிறைவேற்றியது. வங்கிகள் மீது சமூக நிர்வாகம், பொது இன்ஷுரன்ஸ் தொழிலை நாட்டுடைமை ஆக்குதல், இறக்குமதி மற்றும் ஏற்றுமதிகளில் அரசு வர்த்தகம், நகர சொத்து மற்றும் வருமானத்துக்கு உச்ச வரம்பு விதித்தல், ஏகபோக நிறுவனங்களைக் கட்டுப்படுத்துதல், நியாய விலைக்கடைகளில் உணவு தானிய வினியோகம் நிலச் சீர்திருத்தம், கிராமப்புற ஏழை மக்களுக்கு மனையிடம், ராஜாக்களுக்கு அரசு மானியங்களை ஒழித்தல் ஆகியவை பத்து அம்சத்திட்டத்தில் இருந்தன.

வலதுசாரிகளான மொரார்ஜி தேசாய், நிஜலிங்கப்பா மற்றும் சின்டிகேட்டை சேர்ந்தவர்கள் (காமராஜ் நீங்கலாக) பத்து அம்ச திட்டத்தைப் பெயரளவுக்கு ஏற்றுக்கொண்டார்கள். 1. பொருளாதாரத் துறையில் பொதுத் துறைக்கு முக்கியத்துவம் தரக்கூடாது. அந்நிய மூலதனத்தை வரவேற்க வேண்டும், தனியார் தொழில் முயற்சிகளுக்கு ஊக்கமளிக்க வேண்டும் என்றார்கள். 2. வெளிநாட்டுக் கொள்கையில் அமெரிக்கா மற்றும் மேற்கு நாடுகளுடன் அரசியல் மற்றும் பொருளாதார உறவுகளை வலுப்படுத்தவேண்டும் என்றார்கள்.

3. அரசியல் துறையில் பணக்கார விவசாயிகள் மற்றும் பெரிய நிலவுடைமையாளர்களை ஆதரித்து விவசாயத் தொழிலாளர்களையும் இடதுசாரி இயக்கங்களையும் ஒடுக்கவேண்டும் என்றார்கள்.

இடதுசாரி காங்கிரஸ்காரர்கள் அரசாங்கம் பத்து அம்சத்திட்டத்தை உடனே அமுலாக்கவேண்டும் என்றார்கள். சிறுபான்மையினர் ஹரிஜனங்கள், பழங்குடியினர் மற்றும் பெண்கள் முன்னேற்றத்துக்கும் அரசாங்கம் உதவி செய்யவேண்டும் என்றார்கள். திட்டத்தை வேகப்படுத்து, அந்நிய மூலதனத்தைக் கட்டுப்படுத்து என்று கூறினார்கள். கட்சியில் ஜனநாயகம் கடைப்பிடிக்கப்பட வேண்டும், வெளிநாட்டுக் கொள்கையில் சோவியத் யூனியன் மற்றும் அணிசேராத நாடுகளுடன் ஒத்துழைப்பு அதிகரிக்க வேண்டும் என்று கோரினார்கள்.

கட்சியில் இடது - வலது மோதல்கள் அதிகரித்தன. மொரார்ஜி தேசாய் பெரிய முதலாளிகளுடைய பிரதிநிதி என்று இளம் துருக்கியர்கள் குற்றம் சாட்டினார்கள். வங்கிகளை நாட்டுடைமை ஆக்க வேண்டும், முன்னாள் அரசர்களுக்கு மானியங்களை நிறுத்த வேண்டும், கம்பெனிகள் அரசியல் கட்சிகளுக்கு நன்கொடை அளிப்பதைத் தடை செய்யவேண்டும் என்றார்கள். இளம் துருக்கியர்கள் (அதாவது இடதுசாரி காங்கிரஸ்காரர்கள்) காங்கிரஸ் கட்சி கம்யூனிஸ்டுகள் மற்றும் இடதுசாரி கட்சிகளுடன் ஒத்துழைக்க வேண்டும் என்றார்கள். காங்கிரஸ் கட்சி, சுதந்திரா கட்சி மற்றும் ஜனசங்கத்துடன் ஒத்துழைக்கவேண்டும் என்று வலதுசாரி காங்கிரஸ்காரர்கள் கூறினார்கள். காங்கிரஸ் கட்சியில் பிளவு ஏற்படுமானால் கூட்டணி அரசாங்கத்துக்குக் கூட்டாளிகளை இரண்டு தரப்பினரும் குறிவைத்தார்கள் என்று ஜரீர் மசானி எழுதினார்[2].

காங்கிரஸ் கட்சியில் சித்தாந்த ரீதியில் தகராறு ஏற்பட்ட பொழுது இந்திரா காந்தி முதலில் நடுநிலை வகித்தார். ஆனால் முற்போக்கான கொள்கைகள் மூலமாகவே நாட்டைக் காப்பாற்ற முடியும் என்று முடிவுசெய்து இடதுசாரிகளின் கொள்கையை ஆதரித்தார்.

1969 மே மாதத்தில் குடியரசுத் தலைவர் ஜாகிர் உசேன் மரணமடைந்தார். அரசியலமைப்புச் சட்டத்தின்படி குடியரசுத் தலைவர் தன்னிச்சையாக நடந்துகொள்ள முடியாது. எனினும் பார்லிமென்டில் தனிக்கட்சிக்குப் பெரும்பான்மை இல்லாவிட்டால் பிரதமர் பதவிக்குப் போட்டியிடுகின்றவர்களில் ஒருவரை மந்திரிசபை அமைக்குமாறு

கூறுகின்ற தேர்வு அதிகாரம் அவருக்கு உண்டு. ஆகவே தங்களுடைய பிரதிநிதி குடியரசுத் தலைவராக இருக்கவேண்டுமென்று சின்டிகேட் விரும்பியது சின்டிகேட் இந்திரா காந்தியின் எதிர்ப்பை மீறி சஞ்சீவ ரெட்டியை வேட்பாளராக முடிவு செய்தது. சின்டிகேட் தன்னைப் பிரதமர் பதவியிலிருந்து வெளியேற்ற விரும்புகிறது என்பதை இந்திரா காந்தி புரிந்துகொண்டார். சின்டிகேட்டை எதிர்க்க முடிவு செய்தார். அதற்கு முற்போக்கான கொள்கைகளையும் திட்டங்களையும் அறிவிக்க வேண்டும். ஜூலை 18இல் மொரார்ஜியிடமிருந்து நிதி இலாகாவை இந்திரா காந்தி எடுத்துக்கொண்டார். மொரார்ஜி மந்திரி பதவியை ராஜினாமா செய்தார். இந்திரா காந்தி ஜூலை 21இல் 14 முக்கியமான வங்கிகளை நாட்டுடைமை ஆக்கினார். அரசர்களுக்குத் தரப்படுகின்ற மானியங்கள் விரைவில் நிறுத்தப்படும் என்றார்.

குடியரசுத்தலைவர் பதவிக்கு சஞ்சீவ ரெட்டி மற்றும் சி.டி.தேஷ்முக் வேட்பு மனுக்களைத் தாக்கல் செய்திருந்தார்கள். உதவி - குடியரசுத் தலைவராக இருந்த வி.வி.கிரி பதவியிலிருந்து விலகி, சி.பி.ஐ., சி.பி.எம்., எஸ்.எஸ்.பி., தி.மு.க., முஸ்லிம் லீக், அகாலிதளம் ஆகிய கட்சிகளின் ஆதரவுடன் சுயேச்சையாகப் போட்டியிட்டார்.

காங்கிரஸ் தலைவர் நிஜலிங்கப்பா சுதந்திரா கட்சி மற்றும் ஜனசங் தலைவர்களை சந்தித்து இரண்டாவது வாக்குகளை சஞ்சீவ ரெட்டிக்கு அளிக்குமாறு கேட்டுக்கொண்டார். "என்னை ஆட்சியிலிருந்து வெளியேற்றுவதற்கு வகுப்புவாத மற்றும் பிற்போக்குச் சக்திகளுடன் ஒப்பந்தம் செய்கிறார்கள்" என்று இந்திரா குற்றம் சாட்டினார். காங்கிரஸ் எம்.பி.க்கள் மனச்சாட்சியின் படி வாக்களிக்கவேண்டும் என்று கேட்டுக்கொண்டார். காங்கிரஸ் எம்.பி.க்களில் மூன்றிலொரு பகுதியினர் வி.வி. கிரிக்கு ஆதரவாக வாக்களித்தார்கள். மிகவும் குறைவான பெரும்பான்மையில் கிரி வெற்றி பெற்றார்.

"இது தலைவர்களுக்கு இடையிலான மோதல் அல்ல. ஆட்சியதிகாரத்துக்கு நடைபெறுகின்ற போட்டி அல்ல. நாங்கள் சோஷலிசம் மற்றும் உள்கட்சி ஜனநாயகத்துக்கும் சமூக மாற்றத்துக்கும் போராடுகிறோம். . . . . அவர்கள் இன்றைய நிலையை மாறாமல் வைத்திருக்கப் பாடுபடுகிறார்கள்" இந்திரா காந்தி சர்வாதிகார ஆட்சியை ஏற்படுத்த முயல்கிறார் என்று சின்டிகேட் பிரமுகர்கள் கூறினார்கள்.

கட்சிக்கட்டுப்பாட்டை மீறியதற்காக இந்திரா காந்தி நவம்பர் 12 இல் கட்சியிலிருந்து வெளியேற்றப்பட்டார். ஆனால் லோக் சபா காங்கிரஸ் கட்சியில் 220 உறுப்பினர்கள் இந்திராவை ஆதரித்தார்கள்; 68 உறுப்பினர்கள் சின்டிகேட்டை ஆதரித்தார்கள். அகில இந்திய காங்கிரஸ் கமிட்டியின் மொத்த உறுப்பினர்கள் 705; அதில் 446 உறுப்பினர்கள் இந்திராவை ஆதரித்தார்கள். இந்திரா காந்தியின் கட்சி (காங்(ஆர்) என்றும் சின்டிகேட்டை ஆதரித்தவர்கள் காங்(ஓ) என்றும் அழைக்கப் பட்டார்கள். காங்கி.(ஆர்) மத்திய நிலை - இடதுசாரி சாய்வு என்றால் காங்(ஓ) மத்திய - நிலை - வலதுசாரி சாய்வாக இருந்தது. இந்திரா காந்தி தலைமை தாங்கிய காங்(ஆர்) சீக்கிரத்தில் உண்மையான காங்கிரஸ் கட்சியாக மாறியது. இந்திரா காந்தி கட்சியிலும் அரசாங்கத்திலும் தனிப்பெருந்தலைவராக இருந்தார்.

## 1971 பொதுத்தேர்தலை நோக்கி

இந்திரா காந்தி சின்டிகேட்டை முறியடித்தாலும் லோக் சபாவில் அவர் இரண்டு கம்யூனிஸ்ட் கட்சிகள் தி.மு.க சோஷலிஸ்டுகள், அகாலிதளம் ஆகிய கட்சிகளின் ஆதரவை நம்பியிருந்தார். அந்தக்கட்சிகள் சில பிரச்சினைகளில் அரசாங்கத்தை ஆதரித்தன. சில பிரச்சினைகளில் எதிர்த்தன.

வங்கிகளை நாட்டுடைமை ஆக்கிய சட்டத்தை உச்ச நீதிமன்றம் ரத்து செய்தது. சட்டத்திலிருந்த குறைகளை அகற்றி வங்கிகள் மறுபடியும் நாட்டுடைமை ஆக்கப்பட்டன. சிறு தொழில்களை நடத்துபவர்கள், விவசாயிகள், வாடகைக் காரோட்டிகள், கைவண்டி இழுத்துப் பிழைப்பவர்களுக்குக் கடன் கொடுக்கப்பட்டது.

அரசர்களுக்கு மானியங்களை ரத்துச் செய்த அரசியலமைப்புச் சட்டத்திருத்தம் ராஜ்ய சபாவில் ஒரு வாக்கில் தோல்வியடைந்தது. அரசர்களுக்குத் தரப்பட்ட மானியம் மற்றும் எல்லாச் சலுகைகளையும் ரத்து செய்து குடியரசுத் தலைவர் ஆணை வெளியிடப்பட்டது. உச்ச நீதிமன்றம் அந்த ஆணையை ரத்துச் செய்தது.

மானேஜிங் ஏஜன்சி என்ற முறையின் மூலம் முதலாளிகள் பல கம்பெனிகளை நிர்வாகம் செய்தார்கள். கம்பெனிகளில் முதலீடு செய்யாமலே அவர்களுக்கு லாபம் கிடைத்தது. மானேஜிங் ஏஜன்சி முறை ரத்து செய்யப்பட்டது. ஏகபோகங்களை ஒழிப்பதற்கு சட்டம்

(MRTP ACT) நிறைவேற்றப்பட்டது. மூன்றாவது ஐந்தாண்டுத் திட்டத்தைக் காட்டிலும் இரண்டு மடங்கு முதலீட்டில் நான்காவது ஐந்தாண்டுத் திட்டம் வெளியிடப்பட்டது. நிலச்சீர்திருத்தங்களை வேகமாக நிறைவேற்ற வேண்டும் என்று மாகாண முதலமைச்சர்கள் கேட்டுக்கொள்ளப்பட்டார்கள்.

பொருளாதார நடவடிக்கைகளினால் இந்திரா காந்தியின் செல்வாக்கு அதிகரித்தது. 1962இலிருந்து இந்தியாவில் ஏற்பட்டிருந்த ஏமாற்றம், அவநம்பிக்கை, விரக்தி ஆகியவை விரட்டப்பட்டன. கிராமங்களில் ஏழை விவசாயிகளும் நகரங்களில் ஏழைகளும் வர்த்தகர்களும் இந்திரா காந்தியை ஆதரித்தார்கள். மத்திய வர்க்கத்தினரில் ஒரு பகுதியும் ஆதரித்தது. லோக் சபாவில் அரசாங்கத்துக்குப் பெரும்பான்மை இல்லை. எனவே இந்திரா காந்தி பொதுத்தேர்தலை நடத்த விரும்பினார். அரசர்களுக்கு மானியம் கொடுத்ததை நிறுத்திய அரசாணையை உச்ச நீதிமன்றம் ரத்து செய்தது. 27.12.1970இல் லோக் சபா கலைக்கப்பட்டது. 1971இல் தேர்தல் நடைபெறும் என்று அறிவிக்கப்பட்டது.

காங்(ஓ), ஜனசங், சுதந்திரா, எஸ்.எஸ்.பி. ஆகிய கட்சிகள் கூட்டணி அமைத்துப் போட்டியிட்டன. அந்த மகாகூட்டணி அரசியல் பிரச்சினைகளைப் பேசாமல் இந்திராவை ஒழிப்போம் என்று முழங்கியது. இந்திரா காந்தி சோஷலிசம், மதச்சார்பின்மை, ஜனநாயகம், சமூகமாற்றம் ஆகியவற்றைப் பற்றிப் பேசினார். ஜனசங்கம் மக்களைப் பிளவுபடுத்துகின்ற சக்தி என்று தாக்கினார். விவசாயத் தொழிலாளர்கள், நகர ஏழைகள், தாழ்த்தப்பட்ட பிரிவினர் சிறுபான்மையினர், பெண்கள் வேலையில்லாத இளைஞர்கள் ஆகியோரை இந்திராவின் பேச்சு கவர்ந்தது. வறுமையை ஒழிப்போம் என்று இந்திரா முழங்கினார்.

தேர்தல் முடிவுகள் இந்திரா காந்திக்குத் தனிப்பட்ட வெற்றியாக அமைந்தன. எதிர்க்கட்சிகள் படுதோல்வி அடைந்தன. லோக் சபாவின் 518 தொகுதிகளில் காங்(ஆர்) 352 தொகுதிகளில் வெற்றி பெற்றது. காங்கிரசுடன் கூட்டுச் சேர்ந்த கட்சிகளும் வெற்றி பெற்றன.

காங்கிரஸ் கட்சி மறுபடியும் தலைமையான கட்சியாக வந்தது. மக்கள் மதம், மொழி, சாதி ஆகிய பிரிவினைகளைக் கடந்து வாக்களித்தார்கள். தேசியப் பிரச்சினைகளை தெளிவாகப் புரிந்து கொண்டு வாக்களித்தார்கள். பணத்தைச் செலவிட்டு வாக்குகளை

விலைக்கு வாங்க முடியாது என்று தேர்தல் நிரூபித்தது. ஒரு தேசியத் திட்டத்துக்கு ஆதரவாக ஏழைகளையும் ஒடுக்கப்பட்டவர்களையும் திரட்டினால் அது மாபெரும் சக்தியாக இருக்கும் என்பதை இந்திரா காந்தி நிரூபித்தார்.

மக்கள் தேர்தல் வெற்றியைக் கொண்டாடிக்கொண்டிருந்த சமயத்தில் பங்களாதேஷ் அரசியல் நெருக்கடி தொடங்கியது.

## பங்களாதேஷ் பிரச்சினை

1971இல் கிழக்குப் பாகிஸ்தானில் ஏற்பட்ட அரசியல் நெருக்கடியில் இந்தியா விருப்பமில்லாதபடி இழுக்கப்பட்டது. பாகிஸ்தானுக்கும் இந்தியாவுக்கும் போர் நடைபெற்றது.

இந்தியாவில் வசித்த முஸ்லிம்கள் அனைவரும் தனித்த இனம் என்ற அடிப்படையில் பாகிஸ்தான் அமைக்கப்பட்டது. மேற்கு பாகிஸ்தான் மக்கள் பஞ்சாபி மொழியையும் கிழக்குப் பாகிஸ்தான் மக்கள் வங்காளி மொழியையும் பேசினார்கள். மேற்கு பாகிஸ்தானின் மேற்குடியினர் அரசியல் பொருளாதாரம் மற்றும் அரசாங்கத்தில் தலைமையான சக்தியாக வளர்ச்சி அடைந்தார்கள். ராணுவ சர்வாதிகார ஆட்சியில் கிழக்கு பாகிஸ்தான் புறக்கணிக்கப் பட்டது. அவர்கள் ஜனநாயக உரிமைகள் மற்றும் சுயாட்சி கோரி வலிமையான இயக்கத்தைத் தொடங்கினார்கள். பாகிஸ்தான் ராணுவம் அதை நசுக்கியபொழுது அது சுதந்திரப் போராட்டமாக மாறியது.

ஷேக் முஜிபுர் ரஹ்மான் தலைமை தாங்கிய அவாமி கட்சி வங்காளத்தில் 99 சதவிகிதத்துக்கும் அதிகமான இடங்களில் வெற்றி பெற்று பாகிஸ்தான் தேசிய அசெம்பிளியில் பெரும்பான்மையைப் பெற்றது. சர்வாதிகாரி யாஹியா கான் முஜியுர் ரஹ்மானைக் கைது செய்து மேற்கு பாகிஸ்தானில் எங்கோ ஒரு இடத்தில் சிறையிலடைத்தார். கிழக்கு பாகிஸ்தானில் ஆயிரக்கணக்கான அறிவு ஜீவிகள் கொல்லப்பட்டார்கள். மேற்கு பாகிஸ்தான் ராணுவ வீரர்கள் கொலை, கொள்ளை, கற்பழிப்பு ஆகிய செயல்களில் ஈடுபட்டார்கள். சுமார் ஒரு கோடி மக்கள் அகதிகளாக இந்தியாவுக்கு வந்தார்கள். இந்தியாவுக்குத் தப்பி வந்த தலைவர்கள் விடுதலைப் படையை (முக்தி பாஹினி) அமைத்தார்கள்.

இந்தியா தன்னுடைய நெருக்கடியான நிலையை உலக நாடுகளுக்குத் தெரிவித்தது. இந்தியாவின் எதிர்ப்பை மீறி அமெரிக்கா பாகிஸ்தானுக்கு ஆயுதங்களைக் கொடுத்தது. சீனா - பாகிஸ்தானை முழுமையாக ஆதரித்தது. இந்தியா சோவியத் யூனியனுடன் சமாதான, நட்புறவு மற்றும் ஒத்துழைப்பு ஒப்பந்தம் செய்துகொண்டது. இந்தியாவை எந்த நாடாவது தாக்கினால் சோவியத் யூனியன் இந்தியாவின் உதவிக்கு வரும். இந்தியா - சோவியத் ஒப்பந்தத்தை இந்திய மக்கள் உற்சாகமாக வரவேற்றார்கள்.

இந்திராகாந்தி போருக்குத் தயாராக இருந்தார். ஆனால் பாகிஸ்தான் முந்திக்கொண்டது. டிசம்பர் 3ஆம் நாளன்று பாகிஸ்தான் விமானப் படை இந்தியாவுக்குள் நுழைந்து எட்டு விமான தளங்களைத் தாக்கியது.

ஜெனரல் அரோரா தலைமையில் இந்திய ராணுவம் கிழக்கு பாகிஸ்தானுக்குள் நுழைந்தது. பதினொரு நாட்களில் தலைநகரமான டாக்காவை நெருங்கி கோட்டையை சூழ்ந்துகொண்டது. பாகிஸ்தான் தோற்கக்கூடாது என்று அமெரிக்க ஜனாதிபதி நிக்ஸன் விரும்பியதாக ஹென்ரி கிஸ்ஸிஞ்ஜெர் பிற்காலத்தில் எழுதினார்5 அமெரிக்கா ஐ.நா.வின் பாதுகாப்பு சபையில் உடனடியாகப் போர் நிறுத்தம் செய்யவேண்டுமென்று கோரியது. இந்தியாவை மிரட்டுவதற்காக அமெரிக்காவின் ஏழாவது கப்பற்படை டிசம்பர் 9 இல் வங்காள விரிகுடாவுக்குள் நுழைந்தது. இந்திரா காந்தி சிறிதும் அஞ்சவில்லை. இந்தியாவின் போர்த்திட்டத்தை நிறைவேற்றுமாறு தலைமைத்தளபதி ஜெனரல் மானெக்ஷாவுக்கு உத்தரவிட்டார். டிசம்பர் 13இல் இந்திய ராணுவம் டாக்காவை சூழ்ந்துகொண்டது. டிசம்பர் 16இல் 93,000 பாகிஸ்தான் வீரர்கள் இந்தியாவிடம் சரணடைந்தார்கள். இந்தியா மேற்குப் பாகிஸ்தான் மீது படையெடுக்கவில்லை. பாகிஸ்தான் போர் நிறுத்தத்தை ஏற்றுக்கொண்டு ஷேக் முஜிபுர் ரஹ்மானை விடுதலை செய்தது. இந்தியாவில் தஞ்சமடைந்த ஒரு கோடி அகதிகள் சொந்த நாட்டுக்குத் திரும்பினார்கள். பாகிஸ்தானில் ஒரு மாகாணமாக இருந்த கிழக்கு வங்காளம், பங்களாதேஷ் என்ற பெயரில் சுதந்திர நாடாயிற்று.

உலக அரங்கில் இந்தியாவின் செல்வாக்கு அதிகரித்தது. அது இந்திரா காந்தியின் தனிப்பட்ட வெற்றியாகவும் இருந்தது. முஸ்லிம்களுக்குத் தனிநாடு வேண்டும் என்று கேட்டுப் பெற்றவர்கள்

கிழக்கு பாகிஸ்தானிலுள்ள முஸ்லிம்களைக் கொடுமைப்படுத்தினார்கள். இந்தியாவின் மதச்சார்பின்மைக் கொள்கை வெற்றி அடைந்தது.

போர் முடிந்த பிறகும் அமைதி ஏற்படவில்லை. பாகிஸ்தானில் பூட்டோ பிரதமரானார். பூட்டோவும் இந்திரா காந்தியும் 1972 ஜூனில் சிம்லாவில் பேச்சு வார்த்தைகளை நடத்தினார்கள். இந்திய ராணுவம் பிடித்திருந்த 9,000 சதுர கிலோ மீட்டர் பிரதேசத்தை பாகிஸ்தானிடம் ஒப்படைக்க இந்தியா ஒத்துக்கொண்டது. காஷ்மீரில் இப்பொழுதுள்ள எல்லைக்கோட்டை மீறுவதில்லை என்று பாகிஸ்தான் உறுதியளித்தது. போர்க் கைதிகளை பாகிஸ்தானிடம் ஒப்படைக்க இந்தியா உறுதியளித்தது. 1973 ஆகஸ்டில் பாகிஸ்தான் பங்களா தேஷ் அரசை அங்கீகரித்தது.

இந்திய பார்லிமென்டில் சிம்லா உடன்பாட்டைப் பற்றி இந்திரா காந்தி பின்வருமாறு கூறினார். "நாம் சமாதானத்துக்குப் போராட வேண்டும், சமாதானத்துக்கு இட்டுச் செல்கின்ற நடவடிக்கைகளை செய்ய வேண்டும்."

"ஆசிய நாடுகள் மக்களுடைய தேவைகளைப் புரிந்து கொண்டு தமக்குள் சண்டை போடுவதை நிறுத்தவேண்டும் ஏற்கெனவே நமக்கிடையில் வெறுப்புணர்ச்சியும் கசப்பும் இருந்திருக்கலாம். கடந்த காலத்தை மறக்கவேண்டிய காலம் வந்துவிட்டது."

**வெற்றி**

இந்திய சுதந்திரத்தின் வெள்ளி விழா ஆண்டாகிய 1972இல் நாட்டில் ஸ்திர நிலைமை இருந்தது. இந்திரா காந்தியின் அரசாங்கத்துக்கு லோக் சபாவில் மூன்றிலிரண்டு பங்கு பெரும்பான்மை இருந்தது. இந்தியாவின் எதிர்காலத்தைப் பற்றி இந்திய மக்கள் நம்பிக்கையுடன் இருந்தார்கள்.

1972 மார்ச்சில் தமிழ்நாடு, உ.பி, கேரளா, ஒரிசா ஆகியவற்றைத் தவிர மற்ற மாகாணங்களில் சட்டசபைக்குத் தேர்தல் நடைபெற்றது. எல்லா சட்டசபைகளிலும் காங்கிரசுக்குப் பெரும்பான்மை கிடைத்தது. 1971 மற்றும் 1972 தேர்தல்களில் காங்(ஓ) மற்றும் சுதந்திரா கட்சிகள் அழிந்தன. மத்தியிலும் மாகாணங்களிலும், கட்சியிலும் இந்திரா காந்தியின் தலைமை ஏற்றுக்கொள்ளப்பட்டது.

1971-74இல் அரசாங்கம் முற்போக்கான நடவடிக்கைகளைச் செய்தது பொது இன்ஷூரன்ஸ் தொழில் மற்றும் நிலக்கரிச் சுரங்கங்கள்

நாட்டுடைமையாக்கப்பட்டன. நகர நிலவுடைமைக்கு உச்ச வரம்பு நிர்ணயிக்கப்பட்டது. ஏகபோகத் தொழில் நிறுவனங்களைக் கட்டுப்படுத்துவதற்கு சட்டத்தின்படி கமிஷன் அமைக்கப்பட்டது. மாகாணங்களில் நிலமில்லாத விவசாயிகளுக்கு நில வினியோகம் செய்வதற்கு சட்டமியற்றப்பட்டது. நலிந்த பிரிவினருக்கு மலிவு விலையில் உணவுப் பொருள்களைக் கொடுக்க மத்திய அரசாங்கம் திட்டம் தயாரித்தது. நாட்டுடைமையாக்கப்பட்ட வங்கிகள் சிறிய நகரங்களிலும் பெரிய கிராமங்களிலும் கிளைகளை அமைக்குமாறு தூண்டப்பட்டன. கம்பெனிகள் அரசியல் கட்சிகளுக்குத் தரும் நன்கொடைக்கு உச்ச வரம்பு நிர்ணயிக்கப்பட்டது.

உச்ச நீதிமன்றம் 1951 மற்றும் 1965இல் சொத்துடைமை உரிமையை அடிப்படை உரிமையாக செய்திருப்பதில் திருத்தம் செய்வதற்கு பார்லிமென்டின் அதிகாரத்தை அங்கீகரித்திருந்தது. ஆனால் உச்ச நீதிமன்றம் 1967இல் கோலக்நாத் வழக்கில் அந்த முடிவுகளை நிராகரித்தது. வங்கிகளை நாட்டுடைமை ஆக்கியதும் அரசர்களுக்கு மானியங்களை ரத்து செய்ததும் செல்லாது என்று முடிவு செய்தது. 1971இல் நிறைவேற்றப்பட்ட திருத்தம் அடிப்படை உரிமைகளில் திருத்தம் செய்வதற்கு பார்லிமெண்டுக்கு அதிகாரமளித்தது. தனியார் உடைமைகளை அரசாங்கம் எடுத்துக்கொள்ளும் பொழுது நஷ்ட ஈட்டை முடிவு செய்வதற்கு பார்லிமென்டுக்கு அதிகாரம் தரப்பட்டது (25வது திருத்தம்) நீதிமன்றங்கள் சமூக மாற்றங்களைத் தடை செய்யக்கூடாது என்பதற்காக 24 முதல் 25ஆம் திருத்தங்கள் கொண்டுவரப்பட்டன. அரசர்களின் மானியங்கள், சலுகைகளை ரத்துச் செய்கின்ற மற்றொரு திருத்தமும் நிறைவேற்றப்பட்டது.

ராஜஸ்தான் மாகாணத்தில் பொக்ரான் என்ற இடத்தில் 18.5.1974இல் அணுகுண்டு பரிசோதனை செய்யப்பட்டது. அணுசக்தி தொழில் நுட்பவியலில் இந்தியாவின் திறமையைப் பரிசோதிப்பதற்காகவே இது நடைபெற்றது. இந்தியா அணு ஆயுதங்களைத் தயாரிக்காது என்று இந்திய அரசாங்கம் கூறியது.

1973இல் இந்திரா காந்தியின் தலைமைக்கு சவால்கள் ஏற்பட்டன. அவர் செல்வாக்கு குறைந்தது. 1974இல் ஜெயபிரகாஷ் இந்திரா காந்தியை எதிர்க்கத் தொடங்கினார். 1975இல் அவசர நிலை அறிவிக்கப்பட்டது.

# 18
# ஜெயபிரகாஷின் இயக்கமும் அவசர நிலைப் பிரகடனமும்

**1975** ஜூன் 26ஆம் நாளன்று அவசர நிலைப் பிரகடனம் செய்யப்பட்டது. அதன் காரணங்கள் எவை? வேறு வழியில்லை என்று இந்திரா காந்தி கூறியது சரிதானா? அவருடைய சர்வாதிகார இயல்பு வெளிப்பட்டுவிட்டது என்று எதிர்க்கட்சிகள் கூறியது சரிதானா? இரண்டு தரப்புகளும் உண்மையை மூடி மறைத்தார்களா?

### அவசரநிலைப் பிரகடனத்துக்கு முன்பு

1973 தொடக்கத்தில் இந்திரா காந்தியின் செல்வாக்கு குறையத் தொடங்கியது. கிராமங்களிலும் நகரங்களிலும் நிலவிய வறுமை சிறிதளவு கூட ஒழிக்கப்படவில்லை. கிராமங்களில் சாதிக் கொடுமைகள் நீடித்தன.

பணவீக்கம், வேலையில்லாத் திண்டாட்டம், உணவுப் பொருட்கள் பற்றாக்குறை ஆகியவை பொருளாதாரத்தை சீர்குலைத்தன. 1971இல் சுமார் ஒரு கோடி பங்களாதேஷ் அகதிகளை இந்தியா உணவு கொடுத்துப் பராமரித்ததும் பங்களாதேஷ் போரினால் ஏற்பட்ட செலவும் நிதி நெருக்கடியை ஏற்படுத்தின. அந்நியச் செலாவணி இருப்பு கரைந்துவிட்டது. தொடர்ச்சியாக இரண்டு ஆண்டுகளாகப் பருவமழை இல்லை. பல மாகாணங்களில் வறட்சி நிலவியது. உணவுப் பொருட்களின் விலைகள் மிகவும் அதிகரித்தன. மக்களிடம் வாங்கும் சக்தி குறைந்ததால் கடைகளில் வர்த்தகம் குறைந்தது. 1973இல் பெட்ரோல் விலை நான்கு மடங்கு அதிகரித்தது. 1972-73இல் மட்டும் விலைவாசி 22 சதவிகிதம் அதிகரித்தது. ஏழைகளும் மத்திய வர்க்கத்தினரும் பாதிக்கப்பட்டார்கள். நாட்டின் சில பகுதிகளில் மக்கள் உணவுப் போராட்டம் நடத்தினார்கள்.

1974 மே மாதத்தில் அகில இந்திய ரயில்வே வேலைநிறுத்தம் நடைபெற்றது. இருபத்திரண்டு நாட்கள் நடைபெற்ற வேலை நிறுத்தத்தினால் தொழிலாளர்கள் மத்தியில் இந்திரா காந்தி மீது வெறுப்பு அதிகரித்தது. மாணவர்கள் போராட்டங்களினால் கல்லூரிகளும் பல்கலைக்கழகங்களும் நெடுங்காலம் வரை மூடப்பட்டிருந்தன. உ.பி. மாகாணத்தில் 1973 மே மாதத்தில் மாகாண ஆயுதக் காவலர் படை கலகம் செய்தது. ராணுவம் அதை ஒடுக்கியபொழுது 35 காவலர்களும் வீரர்களும் இறந்தார்கள்.

காங்கிரஸ் கட்சி மறுபடியும் செயலற்றுப்போய்விட்டது. அரசாங்கத்தில் ஊழல் அதிகரித்தது. பிரதமருடைய மகன் சஞ்சய் காந்தியின் கம்பெனி சிறிய காரைத் தயாரிப்பதற்கு மூலதனத்தைத் திரட்டினார். ஆண்டுதோறும் 50,000 கார்களைத் தயாரிக்க அவருக்கு உரிமம் தரப்பட்டபொழுது பிரதமர் சலுகை காட்டுகிறார் என்று குற்றம் சாட்டப்பட்டது.

ஏழைகள் காங்கிரசை ஆதரித்தாலும் அவர்களிடம் தீவிரம் இல்லை. விலைவாசி உயர்வினால் பாதிக்கப்பட்ட மத்திய வர்க்கம் காங்கிரசைக் கண்டனம் செய்தது. அரசாங்கத்தின் முற்போக்கான நடவடிக்கைகளால் பீதியடைந்த பணக்கார விவசாயிகள் இந்திரா காந்தியை எதிர்த்தார்கள். 1971 பொதுத்தேர்தலில் படுதோல்வி யடைந்த எதிர்க்கட்சிகள் 1972 இல் நடைபெற்ற மாகாண சட்டசபைத் தேர்தல்களிலும் தோல்வியடைந்தன. இப்பொழுது அவை இந்திரா காந்தியைப் பழிவாங்கத் துடித்தன. அரசாங்கத்துக்கு எதிராகப் போராடுவதற்குத் துணிவில்லாத எதிர்க்கட்சிகள் யாராவது நடத்துகின்ற இயக்கத்தை ஆதரிப்பதற்கு முடிவுசெய்தன.

### குஜராத் மற்றும் பீகாரில் கலவரங்கள்

1974 ஜனவரியில் குஜராத் மாகாணத்தில் சமையல் எண்ணெய் மற்றும் உணவுப் பொருள்களின் விலை அதிகரித்து கலகங்கள் வெடித்தன. மாணவர்கள் தலைமையேற்ற இயக்கத்தில் அரசியல் கட்சிகளும் ஈடுபட்டன. எம்.எல்.ஏ.க்கள் சட்ட சபையிலிருந்து விலக வேண்டும் என்று கட்டாயப்படுத்தப்பட்டார்கள். போலீஸ் படையினர் அதிகமான வன்முறையைக் கையாண்டு துப்பாக்கிச் சூடு நடத்தினார்கள். மத்திய அரசாங்கம் தலையிட்டதால் முதலமைச்சர் பதவி விலகினார். குடியரசுத் தலைவர் ஆட்சி பிரகடனம் செய்யப்பட்டது.

1975 மார்ச்சில் மொரார்ஜி தேசாய் சாகும்வரை உண்ணாவிரதம் தொடங்கிய பிறகு சட்டசபை கலைக்கப்பட்டது. ஜூன் மாதத்தில் சட்டசபைத் தேர்தல் நடைபெறும் என்று அறிவிக்கப்பட்டது.

குஜராத் போராட்டம் வெற்றி பெற்றவுடன் பீகாரிலும் 1974 மார்ச்சில் மாணவர்கள் போராட்டத்தைத் தொடங்கினார்கள். மார்ச் 18இல் மாணவர்கள் சட்டசபையை கெரோ செய்தபொழுது போலீஸார் சுட்டதில் 27 நபர்கள் மரணமடைந்தார்கள். மாணவர்கள் போராட்டத்தை எதிர்க்கட்சிகள் ஆதரித்தன. கட்சி அரசியலிருந்து ஒதுங்கியிருந்த தலைவர் ஜெயபிரகாஷ் நாராயணன் போராட்டத்திற்குத் தலைமை தாங்கியதுடன் “எல்லோரையும் ஊழல் செய்யத் தூண்டுகின்ற அமைப்பை எதிர்த்து முழுப்புரட்சி நடத்துங்கள்” என்று அறைகூவினார். “சட்டசபை உறுப்பினர்கள் பதவி விலக வேண்டும், அரசாங்க அலுவலகங்களை கெரோ செய்ய வேண்டும் மக்கள் அரசாங்கத்துக்கு வரிகளைக் கட்டக்கூடாது” என்றார் ஜெயபிரகாஷ்.

பீகார் சட்டசபையைக் கலைப்பதற்கு இந்திரா காந்தி உறுதியாக மறுத்தார். ஜெயபிரகாஷ் இந்தியா முழுவதிலும் சுற்றுப்பயணம் செய்தார். ஊழலின் ஊற்றுக்கண் இந்திரா காந்தி. அவர் ஜனநாயகத்தைக் குழியில் புதைத்துவிட்டார் என்றார். வட இந்தியாவில் ஜனசங் மற்றும் சோஷலிஸ்ட் கட்சியின் தளங்களில் அவருக்குப் பெருங்கூட்டம் கூடியது. மாணவர்கள், இளைஞர்கள் வர்த்தகர்கள் மற்றும் மத்திய வர்க்கத்தினர் அவர் கூட்டங்களுக்குத் திரண்டுவந்தார்கள். 1971இல் தோல்வியடைந்த எதிர்க்கட்சிகள் ஜெயபிரகாஷ் இயக்கத்தின் மூலம் தலைதூக்கின. 1974 கடைசியில் இயக்கம் நசிந்தது. மாணவர்கள் கல்லூரிகளுக்குத் திரும்பினார்கள். ஜெயபிரகாஷ் இயக்கம் பார்லிமென்டரி முறைக்கு எதிரானது என்று கூறிய இந்திரா காந்தி தேர்தலில் போட்டியிட்டு மக்களுடைய ஆதரவை நிரூபிக்குமாறு சவால் விட்டார். ஜெயபிரகாஷ் சவாலை ஏற்றுக்கொண்டு அதற்காக தேசிய ஒருங்கிணைப்புக் குழுவை அமைத்தார். ஜெயபிரகாஷா அல்லது இந்திராவா என்ற பிரச்சினை ஜனநாயக முறைப்படி தேர்தலில் முடிவு செய்யப்படும் என்ற நிலை சிறிது காலமே இருந்தது.

இந்திரா காந்தி 1971 தேர்தலில் வெற்றியடைந்ததை ஆட்சேபித்து ராஜ் நாராயணன் அலகபாத் உயர்நீதிமன்றத்தில் வழக்கு நடத்தினார்.

12.6.1975 இல் நீதிபதி சின்ஹா தீர்ப்பை வெளியிட்டார் இந்திராகாந்தி வெற்றிபெற்றதாக முன்னர் அறிவித்ததை ரத்து செய்தார். அவர் தேர்தல் சட்ட விதிகளை மீறியதால் ஆறு ஆண்டுகளுக்கு மறுபடியும் தேர்தலில் போட்டியிடுவதற்குத் தடை விதிக்கப்பட்டது. இந்திரா காந்தி பிரதமராக நீடிக்க முடியாத நிலை ஏற்பட்டது. இந்திரா காந்தி மீது சொல்லப்பட்ட முக்கியமான குற்றச்சாட்டுகளை நீதியரசர் சின்ஹா நிராகரித்தார். மிகவும் அற்பமான விதி மீறல்களை ஆதாரமாகக் கொண்டு பதவி நீக்கம் செய்தது எல்லோராலும் கவனிக்கப்பட்டது. இந்திரா உச்சநீதிமன்றத்தில் மேல்முறையீடு செய்தார்.

குஜராத் சட்டசபைத் தேர்தல் முடிவுகள் ஜுன் 13இல் அறிவிக்கப்பட்டன. காங்கிரசுக்கு 75 இடங்களிலும் ஜனதா முன்னணிக்கு 87 இடங்களிலும் வெற்றி கிடைத்தது. (மொத்த இடங்கள் 182) சிமன்பாய் படேலின் ஊழல்களை எதிர்த்துப் போராட்டம் நடத்திய ஜனதா முன்னணி அவருடன் கூட்டுச் சேர்ந்து அரசாங்கம் அமைத்தது.

ஜெயபிரகாஷ் தலைமை தாங்கிய கூட்டணி உச்சநீதிமன்றத்தின் தீர்ப்புக்குக் காத்திருக்கவில்லை. ஜுன் 25இல் டில்லியில் நடைபெற்ற பேரணியில் இந்திரா காந்தி பதவியிலிருந்து வெளியேற வேண்டும்; இல்லாவிட்டால் நாடு முழுவதும் சட்டமறுப்பு இயக்கம் நடைபெறும் பல்லாயிரக்கணக்கான தொண்டர்கள் பிரதமருடைய மாளிகையை முற்றுகையிடுவார்கள். ஆயுதப் படையினர், போலீஸ் மற்றும் அரசாங்க அதிகாரிகள் சட்ட விரோதமான ஆணைகளை நிறைவேற்றக்கூடாது என்று ஜெயபிரகாஷ் கேட்டுக்கொண்டார் அரசியலமைப்புச் சட்டத்தின் 352 ஷரத்தின்படி ஜுன் 26ஆம் நாளன்று இந்திரா காந்தி உள்நாட்டில் அவசர நிலையைப் பிரகடனம் செய்தார்.

## ஜெயபிரகாஷ் இயக்கம்

இந்திரா காந்தி ஊழலின் பிறப்பிடமாக இருக்கிறார். இந்தியாவில் சோவியத் மாடல் சர்வாதிகாரத்தை ஏற்படுத்தி ஜனநாயக ஆட்சியை அழிப்பதற்கு விரும்புகிறார் என்றார் ஜெயபிரகாஷ். "இந்திரா பிரதமர் பதவியில் நீடித்தால் இந்தியாவில் ஜனநாயகம் நிலைக்காது" என்றார். எதிர்க்கட்சிகளின் தலைவர்களும் இதே மாதிரியான கருத்துகளைக் கூறினார்கள்.

1. ஜெயபிரகாஷ் தன்னுடைய சொற்பொழிவின் மூலம் ராணுவத்தையும் போலீசையும் கலகம் செய்யத் தூண்டினார். இந்தியாவின் பாதுகாப்பு மற்றும் ஸ்திர நிலைமைக்கு ஆபத்தை ஏற்படுத்தினார்.

2. ஏழைகள் மற்றும் நலிந்த பிரிவினருக்கு உதவி செய்ய ஒரு செயல் திட்டத்தை உடனடியாக நிறைவேற்ற விரும்புகிறோம்.

3. இந்தியாவை பலவீனப்படுத்துவதற்கு அந்நிய நாடுகள் சதித்திட்டங்களைத் தீட்டுகின்றன. அவர்களுடைய சூழ்ச்சிகளை முறியடிப்பதற்கு நாட்டில் அவசர நிலையைப் பிரகடனம் செய்யப்பட்டிருக்கிறது என்றார் இந்திரா.

அரசியல் நெருக்கடியை ஜனநாயக முறையில் தீர்ப்பதற்கு இரண்டு தலைவர்களும் முயற்சி செய்யவில்லை. லோக் சபாவுக்கு 1976இல் தேர்தல் நடைபெற வேண்டும். அதை உடனே நடத்துமாறு ஜெயபிரகாஷ் கோரியிருக்க வேண்டும். இந்திரா காந்தி தேர்தலை நடத்தத் தயார் என்று சொல்லியிருக்க வேண்டும். அவர்கள் வேறு விதமாக நடந்துகொண்டார்கள்.

ஜெயபிரகாஷ் அப்பழுக்கற்ற தேசபக்தர். பதவி ஆசை இல்லாதவர்; நேர்மையானவர். சிவில் உரிமைகளுக்கும் ஏழைகளின் முன்னேற்றத்துக்கும் உழைப்பவர். அவர் பல ஆண்டுகளாக கட்சியில்லாத ஜனநாயகத்தைப் பற்றிப்பேசினார். 1974-75 இல் மக்கள் முழுப்புரட்சி செய்யவேண்டும் என்றார். இரண்டு கருத்துகளையும் அவர் சரியாக விளக்கிக் கூறவில்லை. அதே சமயத்தில் அவர் ஒரு ஜனநாயகவாதி. ஆனால் இந்தியாவில் பார்லிமென்டரி ஜனநாயகத்தை இடைவிடாமல் குறை கூறினார். அது மக்களிடம் அவநம்பிக்கை மற்றும் விரக்தியை ஏற்படுத்தியது. மக்கள் பார்லிமென்ட், சட்ட சபைகளைத் துச்சமாக நினைத்தார்கள். 1919க்குப் பிறகு ஜெர்மனியிலும் இத்தாலியிலும் இதே நிலைமை ஏற்பட்டு பாசிசம் வெற்றி அடைந்தது வரலாறாகும். அவர் பல்வகையான எதிர்க்கட்சிகளுடைய ஆதரவை ஏற்றுக்கொண்டார். வகுப்புவாதக் கட்சிகளான ஜனசங்கம் மற்றும் ஜமாத் - இ - இஸ்லாம் அவரை ஆதரித்தன. பாசிச ஆர்.எஸ்.எஸ். ஆதரவளித்தது. பழமைவாத காங்(ஓ) மற்றும் சோஷலிஸ்டுகள், நக்சலைட் குழுக்கள் அவரை ஆதரித்தன. இந்திரா காந்தியை விரட்ட வேண்டும் என்ற கொள்கையைத் தவிர வேறு திட்டம் அவரிடம் இல்லை.

ஜனசங் மற்றும் ஆர்.எஸ்.எஸ் இயக்கங்களுடைய அமைப்புகளும் ஊழியர்களும் அவருக்குப் பக்கபலமாக இருந்தனர். அவர் அரசாங்கத்தின் கொள்கைகளை மாற்ற விரும்பினாரா? இல்லை. ஜனநாயக முறையில் தேர்ந்தெடுக்கப்பட்ட சட்ட சபைகளைக் கலைக்கவேண்டும் என்றார். அதற்காக சட்ட விரோதமான இயக்கத்தை நடத்தினார்.

'முதலில் எம்.எல்.ஏ.க்களை கெரோ செய்யவேண்டும், அவர்கள் எல்லோரும் பதவி விலகினால் சட்டசபை கலைக்கப்படும்; அரசாங்கம் டிஸ்மிஸ் செய்யப்படும். பிறகு மத்திய அரசாங்கத்தை எதிர்த்துக் கிளர்ச்சிகள் நடைபெறும்' என்றார். மத்திய அரசாங்கத்தின் சட்ட விரோதமான, அநீதியான ஆணைகளுக்குக் கீழ்ப்படியாதீர்கள் என்று ராணுவத்தினரையும் அதிகாரிகளையும் கேட்டுக்கொண்டார்.

ஆயிரக்கணக்கானவர்கள் பிரதமருடைய மாளிகையைச் சூழ்ந்துகொண்டு 'பதவி விலகு' என்று முழங்குவார்கள் பிரதமர் பதவி விலக வேண்டும் அல்லது ஜாலியன் வாலா பாக்கில் நடைபெற்ற படுகொலை மாதிரி சம்பவம் நடைபெறும் என்று மொரார்ஜிதேசாய் கூறினார். எதிர்க்கட்சிகள் திடீர்ப்புரட்சிக்குத் திட்டமிட்டன.

எதிர்க்கட்சியினர் 1. உச்ச நீதிமன்றத்தின் தீர்ப்புக்குக் காத்திருந்திருக்க வேண்டும். தீர்ப்பு இந்திராவுக்கு எதிராக இருந்தால் அதை நிறைவேற்றுமாறு கோரியிருக்கவேண்டும்.

2. 1976 தேர்தலில் பங்கெடுக்கவும் அதற்கிடையில் இந்திராவைப் பற்றி மக்களிடம் பிரச்சாரம் செய்திருக்கவேண்டும்.

3. அலகாபாத் உயர்நீதிமன்றத் தீர்ப்பு இந்திரா காந்திக்கு எதிராக இருப்பதால் லோக் சபாவுக்கு உடனே தேர்தல் நடத்துமாறு கோரியிருக்கவேண்டும்.

## அவசர நிலை (EMERGENCY)

இந்திரா காந்தி அவசர நிலையைப் பிரகடனம் செய்தது பொருத்தமற்ற நடவடிக்கை. நான் பதவி விலகியிருந்தால் இந்தியாவில் குழப்பம் ஏற்பட்டிருக்கும் என்று பிற்காலத்தில் அவர் கூறினார். ஆனால் அவர் லோக் சபாவைக் கலைத்து தேர்தல் நடத்தியிருக்கலாம். பிரான்சில் 1968 மே மாதத்தில் இதைக் காட்டிலும் மோசமான அரசியல்

நெருக்கடி ஏற்பட்டபொழுது ஜனாதிபதியாக இருந்த டிகால் அதைத் தான் செய்தார். டிகாலை எதிர்த்த மாணவர்களும் எதிர்க்கட்சிகளும் அந்த சவாலை ஏற்றுக்கொண்டன. இந்தியாவில் அவசரநிலை பத்தொன்பது மாதங்கள் நீடித்ததை அப்பொழுது எடுக்கப்பட்ட கடுமையான நடவடிக்கைகளை நியாயப்படுத்தமுடியாது.

26.6.1975 காலையில் இந்திரா காந்தி அவசர நிலையைப் பிரகடனம் செய்தார். அடிப்படை உரிமைகள் மற்றும் சிவில் உரிமைகள் நிறுத்திவைக்கப்பட்டன. பத்திரிகைகள் செய்தித்தாள் தணிக்கை செய்யப்பட்டன. அதிகாலையில் ஜெயபிரகாஷ், மொரார்ஜி தேசாய், வாஜ்பாயி, சந்திரசேகர் (காங்கிரஸ் அதிருப்தியாளர்) உள்பட எதிர்க்கட்சித் தலைவர்கள் மிசா சட்டத்தில் கைதுசெய்யப்பட்டார்கள்.

கல்வியாளர்கள் பத்திரிகையாளர்கள்; தொழிற்சங்கங்களின் தலைவர்கள் மற்றும் மாணவர் தலைவர்கள் கைது செய்யப்பட்டார்கள். ஆர்.எஸ்.எஸ், ஆனந்த மார்க், ஜமாத் - இ - இஸ்லாமி மற்றும் மாவோயிஸ்ட் குழுக்கள் தடைசெய்யப்பட்டன. பத்தொன்பது மாதங்களில் ஒரு லட்சத்துக்கும் அதிகமானவர்கள் கைது செய்யப்பட்டார்கள். குண்டர்கள், கடத்தல்காரர்கள், பதுக்கல்காரர்களும் கைது செய்யப்பட்டார்கள்.

அவசரநிலைக் காலத்தில் லோக் சபாவின் அமர்வுகள் நடைபெற்றன. அரசாங்கம் எதிர்க்கட்சி எம்.பி.க்களில் சிலரைக் கைது செய்யவில்லை. அவர்கள் லோக் சபாவில் அவசர நிலை அத்து மீறல்களைக் கண்டித்துப் பேசினார்கள். ஆனால் பத்திரிகைகள் அவர்களுடைய உரைகளைப் பிரசுரிக்கவில்லை. தமிழ்நாட்டிலும் குஜராத்திலும் காங்கிரஸ் அல்லாத அரசாங்கங்கள் இருந்தன. தமிழ்நாடு அரசாங்கம் 1976 சனவரி இறுதியிலும் குஜராத் அரசாங்கம் 1976 மார்ச் மாதத்திலும் டிஸ்மிஸ் செய்யப்பட்டன. உ.பி.யிலும் ஒரிசாவிலும் காங்கிரஸ் முதலமைச்சர்கள் அகற்றப்பட்டு வேறு நபர்கள் நியமிக்கப்பட்டார்கள் சஞ்சய் காந்தியின் தலைமையில் இயங்கிய இளைஞர் அமைப்பு, காங்கிரஸ் கட்சியைக் காட்டிலும் அதிகமான முக்கியத்துவம் பெற்றது.

அரசாங்க செயல்பாட்டைக் கட்டுப்படுத்துகின்ற உச்ச நீதிமன்றத்தின் அதிகாரத்தைக் குறைப்பதற்கு அரசியல் சட்டத்தில் சில திருத்தங்கள் நிறைவேற்றப்பட்டன. இந்தியப் பாதுகாப்புச் சட்டத்திலும் மிசாவிலும்

செய்யப்பட்ட திருத்தங்கள் மக்களுடைய உரிமைகளைக் குறைத்தன. அரசியலமைப்புச் சட்டத்தைத் திருத்துவதற்கு பார்லிமென்டின் உரிமையில் நீதிமன்றம் தலையிட முடியாது என்று ஒரு திருத்தம் நிறைவேற்றப்பட்டது. நிலச்சீர்திருத்தத்தைப் போன்ற சமூக - பொருளாதார நடவடிக்கைகளை, அடிப்படை உரிமைகளின் பெயரால் நீதிமன்றம் தடை செய்கிறது. ஆகவே நீதிமன்ற அதிகாரத்தைக் குறைக்க வேண்டும் என்று கூறப்பட்டது. அரசியலமைப்புச் சட்டத்தின் வழிகாட்டும் நெறிகளை விரிவுபடுத்தி அடிப்படை உரிமைகள் அதற்கு உட்படுத்தப்பட்டன.

ஆக, அவசர நிலை எல்லையில்லாத ஆட்சியதிகாரத்தைப் பிரதமருக்கு அளித்தது. பிரதமரைச் சுற்றியிருந்த அரசியல் வாதிகளும் அதிகாரிகளும் அதைப் பயன்படுத்தினார்கள்.

## அவசர நிலையும் பொதுமக்களும்

பொது மக்களில் ஒரு பகுதியினர் அவசர நிலையை ஆதரித்தார்கள். அறிவுப்பகுதியினரில் ஒரு பகுதி எதிர்த்தது. பெரும்பான்மை யானவர்கள் நடுநிலை வகித்தார்கள். 1976 தொடக்கத்திலிருந்து அவசர நிலையைப் பற்றி மக்கள் வெறுப்படைந்தார்கள். முதலில் எதிர்க்கட்சியினர் கைது செய்யப்பட்டார்கள். பிறகு சமூக விரோதிகள் கைது செய்யப்பட்டதை மக்கள் வரவேற்றார்கள். அவசர நிலை அமுலில் இருந்தபொழுது நகரங்களில் குற்றங்கள் குறைந்தன. கெரோ மற்றும் வன்முறைப் போராட்டங்கள் மறைந்தன. அலுவலகங்கள் முறையாக இயங்கின. கல்லூரிகள் ஒழுங்காக நடைபெற்றன. பிரபல பத்திரிகையாளரான இந்தர் மல்ஹோத்ரா பின்வருமாறு எழுதினார். "ஆர்ப்பாட்டங்களும் வேலை நிறுத்தங்களும் நகர வாழ்க்கையை நாசப்படுத்தியிருந்தன. சகஜ வாழ்க்கை மறுபடியும் ஏற்பட்டபொழுது மக்கள் அதைப் பாராட்டினார்கள். அவசர நிலை இந்தியாவில் அதுவரை இல்லாத அமைதியை ஏற்படுத்தியது"

அரசாங்க ஊழியர்கள் குறித்த நேரத்துக்கு அலுவலகத்துக்கு வந்து வேலை செய்தார்கள். பொதுமக்களிடம் அன்பாகப் பேசினார்கள். கடத்தல்காரர்கள், பதுக்கல்காரர்கள், வரி கட்டாதவர்கள், கறுப்புச் சந்தை வர்த்தகர்கள் மிசா கட்டத்தின் கீழ் கைது செய்யப்பட்டு சிறையிலடைக்கப்பட்டார்கள்.

உணவுப் பொருள்களின் விலைகள் குறைந்தன. அதற்குப் பருவ மழையும் ஒரு காரணம்.

ஜூலை முதல் நாளன்று இந்திரா காந்தி 20 அம்சத்திட்டத்தை அறிவித்தார். நிலமில்லாத விவசாயிகள், சிறுவிவசாயிகள், கிராமப்புறக் கைவினைஞர்களின் பழைய கடன்கள் ரத்து செய்யப்பட்டு அவர்களுக்குப் புதிதாகக் கடன் தரப்படும்; கொத்தடிமை முறை ஒழிக்கப்படும்; உபரி நிலம் நிலமில்லாத விவசாயிகளுக்கு வினியோகம் செய்யப்படும்; நிலமில்லாத விவசாயிகள் மற்றும் நலிந்த பிரிவினருக்கு மனையிடம் அளிக்கப்படும்; விவசாயத் தொழிலாளர்களின் கூலி உயர்த்தப்படும். கைத்தறி நெசவாளர்களுக்கு விசேஷ உதவி; வரி ஏமாற்றுபவர்கள் மற்றும் கடத்தல்காரர்கள் கைது; இன்றியமையாத உணவுப் பொருள்களின் வினியோகம் சீரமைக்கப்படும்; வருமானவரி உச்ச எல்லை 8000 ரூபாயாக உயர்த்தப்படும்; இதரவை.

அரசாங்கத்தின் நடவடிக்கைகள் (அவை அதிகமாக விளம்பரம் செய்யப்பட்டன) மூலம் பதுக்கல், கடத்தல் மற்றும் வரி ஏய்ப்பு குறைந்தன. 30 லட்சம் நிலமில்லாத ஏழைகளுக்கும் தலித்களுக்கும் மனையிடங்கள் அளிக்கப்பட்டன. 11 லட்சம் ஏக்கர் உபரி நிலம் நிலமில்லாத ஏழைகளுக்கு வினியோகம் செய்யப்பட்டது. கொத்தடிமை முறை சட்ட விரோதமாக்கப்பட்டது. எனினும் அது நீடித்தது. சிறு விவசாயிகளில் பழைய கடன்களை ரத்துச் செய்கின்ற சட்டங்கள் சில மாகாணங்களில் நிறைவேற்றப்பட்டன. ஆனால் அவர்களுக்கு வங்கிகள் மூலம் போதிய மாற்றுக்கடன் வசதி ஏற்படுத்தப்படவில்லை. எனவே கந்து வட்டிக்காரர்களிடம் கடன் வாங்கும் பழைய பழக்கம் நீடித்தது. விவசாயத் தொழிலாளர்களின் குறைந்தபட்சக் கூலி உயர்த்தப்பட்டது. ஆனால் அது முறையாக அமுல் நடத்தப்படவில்லை. 20 அம்சங்களில் கிராமங்களில் வசிக்கின்ற ஏழைகளுக்கு உதவி செய்கின்ற பகுதிகள் வேகத்தோடு நிறைவேற்றப்படவில்லை. கிராமங்களில் வசித்த நிலவுடைமையாளர்களும் அதிகாரவர்க்கமும் அதற்குக் காரணம். மொத்தமாகப் பார்க்கும்பொழுது 20 அம்சத் திட்டத்தால் ஏழைகளுக்குச் சிறிதளவு நன்மை கிடைத்தது. எனினும் அவர்களுடைய அடிப்படை நிலைமை மாறவில்லை.

"நாட்டில் அசாதாரணமான நிலைமை ஏற்பட்டதால் அதை சமாளிப்பதற்கு நான் அவசர நிலையைக் கொண்டுவந்தேன். நான் பல

கட்சிகள் சுதந்திரமாக செயல்படுவதை விரும்புகிறேன். பத்திரிகை சுதந்திரத்தை ஆதரிக்கிறேன். நிலைமை திருந்தியவுடன் தேர்தல் நடைபெறும்" என்று இந்திரா காந்தி கூறியதை மக்கள் ஏற்றுக்கொண்டார்கள்.

## அவசர நிலைக்கு முடிவு

1976ஆம் ஆண்டின் மத்தியிலிருந்து மக்கள் அவசர நிலையை எதிர்க்க ஆரம்பித்தார்கள்.

கடத்தல்காரர்களும் கள்ள மார்க்கெட் வர்த்தகர்களும் மறுபடியும் இயங்க ஆரம்பித்தார்கள். ஊதியம், பஞ்சப்படி உயர்வு இல்லாததாலும், வேலை நிறுத்த உரிமை கட்டுப்படுத்தப்பட்டதாலும் தொழிலாளர்கள் அவசர நிலையை எதிர்த்தார்கள். எதிர்பார்த்தபடி முன்னேற்றம் இல்லாததால் ஏழை விவசாயிகள் அதிருப்தி அடைந்தார்கள்.

குடும்பக் கட்டுப்பாடு செய்வதற்கு ஒவ்வொரு ஆசிரியரும் ஆட்களைக் கொண்டுவர வேண்டும் என்று அதிகாரிகள் மிரட்டியதால் அவர்கள் அவசர நிலையை எதிர்த்தார்கள்.

இருபது அம்சத்திட்டம் மற்றும் வளர்ச்சித் திட்டங்களை நிறைவேற்றுகின்ற பொறுப்பு அரசாங்க அதிகாரிகளிடம் ஒப்படைக்கப் பட்டிருந்தது. அவர்கள் வழக்கம் போல ஊழல் செய்தார்கள். பொது மக்கள் எரிச்சலடைந்தார்கள். அறிவு ஜீவிகள் மட்டுமன்றி சாதாரண மக்கள் கூட அதிகாரிகள் போலீஸ்காரர்களைக் கண்டு அஞ்சினார்கள்.

அதிகாரிகள் ஊழல் செய்தால் பத்திரிகைகள் அம்பலப்படுத்தும். அரசியல்வாதிகளின் ஊழல்களை எதிர்க்கட்சியினர் மேடைகளில் பேசுவார்கள். இப்பொழுது தணிக்கை முறை இருந்ததால் ஊழல்கள் மறைக்கப்பட்டன. அமைச்சர்கள் உண்மையான விவரங்களைத் தெரிந்துகொள்ள முடியவில்லை. பத்திரிகை மற்றும் வானொலிச் செய்திகளை மக்கள் நம்பவில்லை.

பார்லிமென்ட் தேர்தல் ஒரு ஆண்டு ஒத்திவைக்கப்பட்டது. 42 ஆம் திருத்தம் அரசியலமைப்புச் சட்டத்தின் அடிப்படைக் கூறுகளை அடியோடு மாற்றிவிட்டதாக வக்கீல்கள், ஆசிரியர்கள், பத்திரிகையாளர்கள் கருதினார்கள். அவசர நிலை மக்களின் அங்கீகாரத்தை இழந்தது.

இந்திரா காந்தியின் இளைய மகன், சஞ்சய் காந்திக்கு அதிகமான முக்கியத்துவம் அளிக்கப்பட்டது. அரசாங்கத்தில் அல்லது கட்சியில் அவருக்கு எந்தப் பதவியும் இல்லை.

மத்திய அமைச்சர்கள், மாகாண முதலமைச்சர்கள் அவரை சந்தித்தார்கள். டில்லியில் மூத்த அதிகாரிகளுக்கு அவர் நேரடியாக உத்தரவிட்டார். 1976 ஜூலையில் அவர் தன்னுடைய நான்கு அம்சத் திட்டத்தை வெளியிட்டார். இந்திரா காந்தியின் 20 அம்சத்திட்டத்தைக் காட்டிலும் சஞ்சய் காந்தியின் நான்கு அம்சத் திட்டம் அதிக முக்கியத்துவம் பெற்றது; வரதட்சணை வாங்கக் கூடாது; குடும்பக் கட்டுப்பாடு செய் (இரண்டு குழந்தைகள் போதும்) செடிகளை நடு, எழுத்தறிவைக் கற்பி. நகரங்களில் சேரிகளை அகற்றி அங்கு வசித்த ஏழைகளை வேறு இடங்களுக்கு அனுப்புவதில் அவர் தீவிரமாக இருந்தார்.

வட இந்தியாவில் எல்லா மாகாணங்களிலும் குடும்பக் கட்டுப்பாடு தீவிரப்படுத்தப்பட்டது. அரசு ஊழியர்கள் ஆசிரியர்களுக்கு கோட்டா நிர்ணயிக்கப்பட்டது. ஏழைகள் கட்டாயப்படுத்தப்பட்டார்கள். அதை எதிர்த்து பல இடங்களில் கலகங்கள் நடைபெற்றன. செய்திகள் தணிக்கை செய்யப்பட்டதால் மிகவும் மோசமான வதந்திகளைக்கூட மக்கள் நம்பினார்கள். டில்லியிலும் மற்றும் சில நகரங்களிலும் சேரி ஒழிப்பு தீவிரமாக நடைபெற்றது.

பொதுமக்கள் அவசர நிலை நீடிப்பதை மனதளவில் எதிர்த்தார்கள். சஞ்சய் காந்தியின் தூண்டுதலில் நடைபெற்ற அத்து மீறல்களால் மக்களுடைய எதிர்ப்பு உச்சத்தை எட்டியது.

## திடீர்த் தேர்தல்

1977 மார்ச் மாதத்தில் லோக் சபாவுக்குத் தேர்தல்கள் நடைபெறும் என்று இந்திரா காந்தி 18.1.1977இல் அறிவித்தார். உடனே தணிக்கை முறை ஒழிந்தது, அரசியல் கைதிகள் விடுதலை செய்யப்பட்டார்கள். பொதுக்கூட்டங்கள் நடத்துவதற்கு முன்பிருந்த கட்டுப்பாடுகள் கைவிடப்பட்டன. அரசியல் கட்சிகள் பிரச்சாரம் செய்வதற்கு முழு உரிமை கொடுக்கப்பட்டது.

சுதந்திரமான சூழ்நிலையில் தேர்தல் நடைபெற்றது. இந்திரா காந்தியும் சஞ்சய் காந்தியும் தோல்வி அடைந்தார்கள். வாக்காளர்களுடைய முடிவை அடக்கத்தோடு ஏற்றுக்கொள்கிறேன் என்று இந்திரா காந்தி அறிக்கை வெளியிட்டார். இரண்டு மாதங்கள் முன்பு லோக் சபாவின் ஆயுளை ஒரு ஆண்டுக்கு நீட்டித்த இந்திரா காந்தி திடீரென்று ஏன்

தேர்தலை அறிவித்தார்? இந்தக் கேள்விக்கு திருப்திகரமான பதில் இதுவரை கிடைக்கவில்லை. எனினும் மூன்று வகையான ஊகங்கள் சொல்லப்படுகின்றன.

1. இந்திரா காந்தி ஜனநாயகத்தில் நம்பிக்கை கொண்டிருந்த படியால் தேர்தலை நடத்தினார். "இந்திரா அம்மையாருடைய ஜனநாயகப் பண்பு அவருடைய சுயமரியாதைக்கு அடிப்படையாக இருக்கிறது. அதை உலக மக்களுக்கு நிரூபிக்கவேண்டிய நிலை ஏற்பட்டபொழுது அவர் தேர்தலை நடத்த முடிவு செய்தார்" என்று மேரி கர்ராஸ் எழுதினார். அவசரநிலைக் கால அத்து மீறல்கள் இந்திரா காந்திக்குத் தெரிந்தபொழுது அவர் தான் பொறியில் சிக்கிக் கொண்டிருப்பதாக உணர்ந்தார். அதிலிருந்து தப்புவதற்காக, வெற்றி - தோல்வியைப் பற்றிக் கவலைப்படாமல் பொதுத்தேர்தலை அறிவித்தார்.

2. பொது மக்கள் என்ன நினைக்கிறார்கள் என்பது இந்திரா காந்திக்குத் தெரியாது. உளவுத் துறையினரும் நண்பர்களும் உண்மையைத் தெரிவிக்கவில்லை. தேர்தலில் வெற்றி கிடைக்கும் என்ற நம்பிக்கையில் தேர்தலை அறிவித்தார்.

3. அவசர நிலையைப் பார்லிமெண்ட் அங்கீகரித்தாலும் மக்களுடைய அங்கீகாரத்தைப் பெற அவர் விரும்பினார். அவசர நிலையை மக்கள் சிற்சில இடங்களில் எதிர்த்தது அவருக்குத் தெரியும். அவசர நிலையை நீடிப்பதென்றால் அடக்குமுறையை அதிகப்படுத்த வேண்டும். ஜனநாயக மரபுகளைக்கொண்ட இந்தியாவில் அது சாத்தியமல்ல. ஆகவே அவர் ஜனநாயகப் பாதைக்குத் திரும்புவதற்கு விரும்பினார்.

பல ஆசிய நாடுகளில் சர்வாதிகாரிகள் ஆட்சி செய்கிறார்கள். இந்தியாவிலும் ஜனநாயக தீபம் நிரந்தரமாக அணைக்கப்பட்டுவிட்டது என்று சில அரசியல் நோக்கர்கள் கூறினார்கள். 1950இலிருந்து இந்தியாவில் ஜனநாயக முகமூடியுடன் சர்வாதிகார ஆட்சிதான் நடைபெற்றது. கல்வியறிவில்லாத மக்கள் அதை சகித்துக் கொள்வார்கள் என்று சிலர் கூறினார்கள்.

இந்திய மக்களும் அரசியல் தலைவர்களும் ஜனநாயகத்தில் ஆழமான நம்பிக்கை உள்ளவர்கள். திடீரென்று பாதை மாறிவிட்டது.

அவசர நிலை அமுலாக்கப்பட்டது. ஆனால் இந்தியா ஜனநாயகப் பாதைக்குத் திரும்பும் என்று சிலர் கூறினார்கள்.

இந்தியாவின் ஜனநாயகம் ஜெயபிரகாஷின் 'முழுப்புரட்சி'க்கு அல்லது இந்திரா காந்தியின் 'அவசர நிலைமைக்கு' பலியாகவில்லை. அது முன்னைக் காட்டிலும் அதிகமான பலத்துடன் எழுந்தது.

1977 மார்ச் மாதத்தில் சுதந்திரமான தேர்தல் நடைபெற்றது. "சிவில் உரிமைகள் நகர மத்திய வர்க்கத்தினர் மட்டும் அக்கறை காட்டுகின்ற பிரச்சினை அல்ல. நாங்கள் அதில் உறுதியாக இருக்கிறோம் என்று நகரங்களிலும் கிராமங்களிலும் உள்ள ஏழைகள் தேர்தலில் நிரூபித்தார்கள்" என்று டாரிக் அலி எழுதினார். "அடிப்படை உரிமைகள், நீதித்துறையின் சுதந்திரம் ஆகியவற்றைப்பற்றி அறிவார்ந்த விவாதங்களைக் கிராம மக்கள் கூடப் புரிந்துகொண்டு வாக்களித்தார்கள்" என்று பிரபல பத்திரிகையாளர் இந்தர் மல்ஹோத்ரா எழுதினார்.

1977 தேர்தலும் இந்திரா காந்தியின் தோல்வியும் எதிர்க்கட்சிகளின் வெற்றியும் இந்திய ஜனநாயகத்துக்கும் இந்திய மக்களுக்கும் கிடைத்த மாபெரும் வெற்றியாகும்.

# 19
## ஜனதா ஆட்சியும் இந்திராவின் வெற்றியும் (1977-84)

எதிர்க்கட்சித் தலைவர்கள் சிறையிலிருந்து விடுதலையானதும் காங்.(ஓ), ஜனசங், பி.எல்.டி சோஷலிஸ்ட் கட்சி ஆகிய கட்சிகள் இணைந்து ஜனதா கட்சியை அமைத்தன. பிப்ரவர் 2இல் ஜகஜீவன்ராம் பகுகுணா, நந்தினி சத்பதி ஆகியோர் காங்கிரஸ் கட்சியிலிருந்து விலகி ஜனநாயக காங்கிரசை (CFD) அமைத்தார்கள். அக்கட்சி தி.மு.க. அகாலிதளம் சி.பி.எம். ஆகிய கட்சிகளுடன் கூட்டணி அமைத்தது. காங்கிரஸ் கம்யூனிஸ்ட் கட்சி மற்றும் அ.தி.மு.க.வுடன் கூட்டணி அமைத்தது.

அவசர நிலையைப் பற்றி மக்களுடைய கருத்தை அறிவதற்குத் தேர்தல் உதவியது. வாக்காளர்கள் ஜனதா கட்சியை ஆதரித்தார்கள். மொத்த எண்ணிக்கை 540. ஜனதா கட்சி 330 தொகுதிகளில் வெற்றி பெற்றது. காங்கிரஸ் கூட்டணியில் இருந்த கம்யூனிஸ்டு கட்சி 7 தொகுதிகளிலும் அ.தி.மு.க. 21 தொகுதிகளிலும் வெற்றி பெற்றன. வடக்கு இந்தியாவில் ஏழு மாகாணங்களில் 234 இடங்களில் காங்கிரஸ் இரண்டு இடங்களில் மட்டும் வெற்றி பெற்றது. இந்திரா காந்தியும் சஞ்சய் காந்தியும் தோல்வி அடைந்தார்கள். தெற்கு மாகாணங்களில் அவசர நிலைமைக் கால அத்து மீறல்கள் அதிகமாக நடைபெறவில்லை. அங்குகாங்கிரஸ் 92 இடங்களில் வெற்றியடைந்தது (1972 இல் 70 இடங்களில் வெற்றியடைந்தது). தென்னிந்தியாவிலுள்ள நான்கு மாகாணங்களில் ஜனதா 6 தொகுதிகளில் வெற்றி அடைந்தது.) தேர்தலுக்குப் பிறகு ஜனநாயக காங்கிரஸ் (CFD) ஜனதா கட்சியுடன் இணைந்தது.

பிரதமர் பதவிக்கு மொரார்ஜி தேசாய், சரண்சிங், ஜகஜீவன் ராம் ஆகியோர் போட்டியிட்டார்கள். ஜெயபிரகாஷ் மற்றும் கிருபளானி 81 வயதான மொரார்ஜி தேசாயைத் தேர்வு செய்தார்கள்.

புதிய அரசாங்கம் ஒன்பது மாகாணங்களில் காங்கிரஸ் மந்திரி சபைகளை டிஸ்மிஸ் செய்தது. 1977 ஜூன் மாதத்தில் நடைபெற்ற தேர்தல்களில் ஜனதா மற்றும் கூட்டணிக்கட்சிகள் வெற்றி அடைந்தன. தமிழ்நாட்டில் அ.தி.மு.க. வெற்றி பெற்றது. மேற்கு வங்காளத்தில் சி.பி.எம். தனிப்பெரும்பான்மையுடன் வெற்றியடைந்தது. 1977 ஜூலை மாதத்தில் நீ. சஞ்சீவ ரெட்டி ஜனதாதிபதியாகத் தேர்ந்தெடுக்கப்பட்டார். ஜனதா அரசாங்கம் அடிப்படை உரிமைகள், பத்திரிகை சுதந்திரம், முழுமையான சிவில் உரிமைகள் ஆகியவற்றை அளித்தது. காங்கிரஸ் ஆட்சியில் நிறைவேற்றப்பட்ட 42ஆம் திருத்தத்தின் ஆட்சேபகரமான அம்சங்களைத் திருத்துகின்ற 44 ஆம் திருத்தம் நிறைவேற்றப்பட்டது. மத்திய அல்லது மாகாண சட்டசபைகளில் நிறைவேற்றப்படுகின்ற சட்டங்களின் தகுதியை முடிவு செய்கின்ற உரிமை மறுபடியும் நீதிமன்றங்களுக்கு அளிக்கப்பட்டது.

### ஜனதா கட்சியில் நெருக்கடி

ஜனதா கட்சி வளர்ச்சித் திட்டங்களை நிறைவேற்றவில்லை. அமைச்சர்களிடம் திறமை இல்லை. 1977 இறுதியில் ஜனதா கட்சியின் செல்வாக்கு குறையத் தொடங்கியது. வட இந்தியாவில் உயர் சாதி மற்றும் இடைநிலை சாதிகளைச் சேர்ந்த பெரிய நிலவுடைமையாளர்கள், நடுத்தர விவசாயிகள் சிறு வர்த்தகர்கள் அதை ஆதரித்தார்கள். மத்தியிலும் மாகாணத்திலும் ஜனதா கட்சி ஆட்சி செய்ததால் அவர்கள் மூர்க்கமாக நடந்துகொண்டார்கள். தாழ்த்தப்பட்ட பிரிவுகளைச் சேர்ந்த நிலமில்லாத விவசாயக் கூலிகள் தங்களுடைய உரிமைகளை உணர்ந்துகொண்டிருந்தார்கள். அரசாங்கம் அவர்களுக்குக் கொடுத்த நிலத்தை அபகரிக்க நிலவுடைமையாளர்கள் முயற்சி செய்தார்கள். கந்துவட்டிக்காரர்கள் அரசாங்கம் ரத்து செய்த பழைய கடன்களை திரும்பப் பெறுவதற்கு முயற்சி செய்தார்கள். ஆகவே வடக்கு இந்தியாவில் தாழ்த்தப்பட்ட பிரிவினர் மீது வன்முறைத் தாக்குதல்கள் நடைபெற்றன. உதாரணமாக 1877 ஜூலை மாதத்தில் பெல்ச்சியில் (பீகார்) ஹரிஜனங்கள் கொல்லப்பட்டார்கள். கல்லூரிகள் மூடப்பட்டன. போலீஸ் துறையில் வேலை நிறுத்தங்கள் நடைபெற்றன.

ஜனதா அரசாங்கம் நவீன தொழில் துறை, நவீன விவசாயம் அறிவியல் மற்றும் தொழில்நுட்ப வளர்ச்சியை, நேருவின் மாடலைப்

புறக்கணித்தது. அதற்கு மாற்றாக ஜனதா கட்சி ஒரு வளர்ச்சித் திட்டத்தை முன்வைக்கவில்லை. பெரிய தொழில்களுக்கு பதிலாக சிறிய தொழில்கள்; தேசிய அளவில் திட்டமிடுதலுக்கு பதிலாக ஸ்தல மட்டத்தில் சிறுதிட்டங்கள்; பணக்கார விவசாயிகளுக்குக் கடன் கொடுக்கப்பட்டது.

ஏற்கெனவே நிலச்சீர்திருத்தத்தைக் கோரிய ஜனதா கட்சி அதைக் கைவிட்டது. விவசாயத் தொழிலாளர்களுக்குக் கூலி உயர்வும் கைவிடப்பட்டது. 'வேலைக்கு உணவு' திட்டத்தின் கீழ் கிராமங்களில் சாலைகள், பள்ளிக்கட்டடங்கள் இதரவை அமைக்கப்பட்டன. மேற்கு வங்காளத்தில் சி.பி.எம். அரசாங்கம் அத்திட்டத்தை வெற்றிகரமாக நிறைவேற்றியது.

ஒரு ஆண்டு முடிந்தபிறகு தொழில்துறை மற்றும் விவசாயத் துறையின் வளர்ச்சி குறைந்துவிட்டது. சில மாகாணங்களில் வறட்சி; சில மாகாணங்களில் வெள்ளம் ஏற்பட்டு விவசாய உற்பத்தி பாதிக்கப்பட்டது. உணவுப் பொருட்களின் விலைகள் அதிகரித்தன. பெட்ரோல் மற்றும் டீசல் விலை உயர்ந்தது. மண்ணெண்ணெய் கிடைக்காமல் மக்கள் துன்பமடைந்தார்கள். 1979 முடிவில் பணவீக்கம் 20 சதவிகிதம் அதிகரித்திருந்தது.

ஜனதா அரசாங்கம் குறைந்த காலமே இருந்ததால் வெளிநாட்டுக் கொள்கையில் அதிகமான மாற்றங்களைச் செய்யவில்லை. உண்மையான அணிசேராக்' கொள்கை கடைப்பிடிக்கப்படும் என்று பேசப்பட்டது. அமெரிக்கா மற்றும் பிரிட்டனுடன் நெருங்கிய உறவுகளை வளர்த்துக்கொண்டு சோவியத் யூனியனுடன் உறவைக் குறைத்துக்கொள்ளவேண்டும் என்று ஜனதா அரசாங்கம் விரும்பியது.

மத்தியிலும் மாகாணங்களிலும் கோஷ்டிச் சண்டைகள் தொடங்கின. ஜனசங்கம் பாடபுத்தகங்கள் மற்றும் ஊடகங்கள் மூலம் தன்னுடைய வகுப்புவாதக் கருத்துக்களைப் பரப்பியது. கல்வி ஸ்தாபனங்களிலும் போலீசுத்துறையிலும் தன்னுடைய ஆதரவாளர்களைப் புகுத்தியது.

இந்திரா எதிர்ப்பு என்ற அடிப்படையில் அமைக்கப்பட்ட ஜனதா கட்சியில் ஒற்றுமை இல்லை. கட்சித் தலைவர்கள் முக்கியமான பதவிகளுக்குச் சண்டை போட்டார்கள். ஜனசங்குக்கு லோக் சபாவில்

90 உறுப்பினர்கள் இருந்தார்கள். அது ஜனதா கட்சியில் இணைந்த பிறகும் தன் சுயத்தன்மையை வகுப்புவாதத்தை இழக்கவில்லை.

காங்கிரஸ் (ஓ) மதச்சார்பு இல்லாத ஆனால் பழமைவாதக் கட்சியாக இருந்தது. பி.எல்.டி. கட்சி பணக்கார விவசாயிகளின் கட்சி. அதற்கு அகில இந்தியப் பார்வை இல்லை. சோஷலிஸ்டுகளிடம் சித்தாந்தம் இல்லை. பீகாரைத் தவிர வேறு எந்த மாகாணத்திலும் அவர்களுக்குச் செல்வாக்கு இல்லை.

## காங்கிரஸ் மீண்டும் எழுகிறது

இந்திரா காந்தியினால் காங்கிரஸ் கட்சிக்கு அவப்பெயர் ஏற்பட்டது. இனிமேல் இந்திரா தலைதூக்க முடியாது என்று ஒய்.பி.சவான், கே.பிரம்மானந்த ரெட்டி மற்றும் சில மூத்த தலைவர்கள் கருதினார்கள். ஆகவே இந்திரா காந்தி 1978 சனவரியில் காங்கிரசைப் பிளந்தார். அவர் தலைமை தாங்கிய பிரிவு இந்திரா காங்கிரஸ் என்றும் எதிர்ப்பிரிவு காங் (அர்ஸ்) என்றும் அழைக்கப்பட்டன.

இந்திரா காந்தி ஆட்சியின் அத்துமீறல்களைப் பற்றி விசாரிப்பதற்கு ஷா கமிஷன் நியமிக்கப்பட்டது. மாகாணங்களிலும் கமிஷன்கள் அமைக்கப்பட்டன. அவருடைய அதிகாரிகளின் சட்டவிரோத நடவடிக்கைகளை விசாரிப்பதற்கு விசேஷ கிரிமினல் நீதிமன்றங்கள் அமைக்கப்பட்டன. இந்திரா காந்தி பழிவாங்கப்படுவதாகப் பொது மக்கள் நினைத்தார்கள். “இந்திரா அம்மாவைப் பதவியிலிருந்து இறக்கியது போதாதா; அவரை மேலும் துன்புறுத்த வேண்டுமா?” என்று மக்கள் வருத்தப்பட்டார்கள். பதவியில் இல்லாத இந்திராவை ஏழைகள் தமது பாதுகாவலராகக் கருதினார்கள்.

இந்திரா காந்தி 1978 நவம்பரில் சிக்மகளூர் (கர்னாடகம்) தொகுதியில் போட்டியிட்டு அதிகமான பெரும்பான்மையில் வெற்றிபெற்றார். எனினும் டிசம்பர் 19 இல் இந்திரா காந்தி பார்லிமென்டிலிருந்து வெளியேற்றப்பட்டார். அற்பமான குற்றச்சாட்டினைப் பயன்படுத்தி ஒரு வார காலச் சிறைத்தண்டனை விதிக்கப்பட்டது.

உள்துறை அமைச்சராக இருந்த சரண்சிங் 30.6.1978இல் பதவி விலகினார். பிறகு 1979 சனவரியில் அவர் நிதி அமைச்சராக நியமிக்கப்பட்டார். ஜனசங் உறுப்பினர்கள் ஜனதா கட்சியிலும்

ஆர்.எஸ்.எஸ்இலும் உறுப்பினராக இருக்கலாமா என்ற பிரச்சினை எழுப்பப்பட்டது. சரண் சிங் சோஷலிஸ்டுகளின் உதவியுடன் ஜனதா கட்சியைப் பிளந்தார். ஜூலை 15இல் மொரார்ஜி தேசாய் மந்திரி சபை ராஜிநாமா செய்தது. ஒரு வாரத்துக்குப் பிறகு சரண்சிங்டுகாங் (அ) மற்றும் சோஷலிஸ்டுகளின் உதவியுடன் அரசாங்கம் அமைத்தார். காங்(இ) மற்றும் சி.பி.ஐ. வெளியிலிருந்து ஆதரவு கொடுத்தன. நம்பிக்கை வாக்கெடுப்புக்கு முதல் நாள் காங்(இ) ஆதரவை வாபஸ் பெற்றதால் அவருடைய மந்திரி சபை கவிழ்ந்தது. சரண்சிங்கின் ஆலோசனைப்படி ஜனாதிபதி லோக்சபாவைக் கலைத்தார்; தேர்தல் நடத்த உத்தரவிட்டார். சரண்சிங் லோக்தால் என்ற புதிய கட்சியை அமைத்தார்.

1980 சனவரியில் தேர்தல் நடைபெற்றது. தேர்தலில் சரண்சிங் விவசாயிகளின் அரசைப்பற்றிப் பேசினார். வேலை செய்கின்ற அரசாங்கத்துக்கு வாக்களியுங்கள் என்று இந்திரா காந்தி மக்களைக் கேட்டுக்கொண்டார். ஜனதா கட்சியின் அரசாங்கத்தைப் பற்றி வெறுப்படைந்த மக்கள் இந்திரா காங்கிரசை ஆதரித்து வாக்களித்தார்கள்.

இந்திரா காங்கிரஸ் 353 தொகுதிகளில் வெற்றி பெற்றது. லோக் தளம் 41, ஜனதா 31 காங்(அ) 13 இடங்களில் வெற்றி பெற்றன. சிபிஎம் 36, சி.பி.ஐ. 11 இடங்களில் வெற்றி பெற்றன. தேர்தலுக்குப்பிறகு ஜனதா கட்சியில் பிளவு ஏற்பட்டது; ஜனசங் பிரிந்து சென்று பாரதிய ஜனதா கட்சியை அமைத்தது. ஜகஜீவன் ராம் அர்ஸ் காங்கிரசில் சேர்ந்தார்.

## மறுபடியும் பிரதமர்

முப்பத்து நான்கு மாதங்களுக்குப் பிறகு இந்திரா காந்தி மறுபடியும் பிரதமரானார். ஜனதா அரசாங்கம் 1977இல் செய்த தவறான முன்னுதாரணத்தைப் பின்பற்றி காங்கிரஸ் அரசாங்கம் எதிர்க்கட்சிகள் ஆட்சி செய்த ஒன்பது மாகாண அரசாங்கங்களை டிஸ்மிஸ் செய்தது.

மறுபடியும் பிரதமரான இந்திரா காந்தியிடம் பழைய சுறுசுறுப்பு இல்லை. நிர்வாகத்தை நெறிப்படுத்தும் ஆற்றல் இல்லை. அவருக்கு சவால் விட யாருமில்லை. ஆனால் பல முக்கியமான பிரச்சினைகளை அவர் உறுதியாகத் தீர்க்கவில்லை. எனினும் வெளிநாட்டுக் கொள்கையிலும் பொருளாதாரத்துறையிலும் சில வெற்றிகள் இருந்தன. ஜனதா ஆட்சியின்போது முக்கியமான காங்கிரஸ் தலைவர்கள்

அவரைக் கைவிட்டார்கள். இப்பொழுது அவர் தன் மகன் சஞ்சய் காந்தியை மட்டுமே நம்பினார். அவருடைய மெதுவான செயல்பாட்டில் களைத்துப்போன அறிகுறிகள் இருந்தன.

அவருடைய பழைய சகாக்கள் 1977-78இல் அவரைக் கைவிட்டார்கள். அவர்கள் அரசியல் அனுபவம் நிறைந்தவர்கள். இப்பொழுது அவரைச் சுற்றியிருந்தவர்களிடம் அனுபவம் இல்லை. திறமை இல்லை. அவர்களுக்கென்று அரசியல் தளங்கள் இல்லை.

சஞ்சய் காந்தி 22.6.1980 காலையில் விமானத்தை ஓட்டியபொழுது விபத்தில் மரணமடைந்தார். இந்திரா காந்தி மேலும் பலவீனமடைந்தார். அவர் தன் மூத்த மகன் ராஜீவ் காந்தியை அரசியலுக்குக் கொண்டு வந்தார். 1983இல் அவர் காங்கிரஸ் கட்சியின் பொதுச்செயலாளராக நியமிக்கப்பட்டார்.

காங்கிரஸ் கட்சியின் வழக்கமான குறைகள் நீடித்தன. பலவீனமான கட்சி ஸ்தாபனத்தால் மக்களை அணுகமுடியாது. அரசாங்கத் திட்டங்களை விளக்கிப்பேசி ஆதரவைத் திரட்ட முடியாது. ஆனால் கட்சியில் கோஷ்டிகளும் சண்டைகளும் இருந்தன. மாகாண அரசாங்கங்களில் உள்நாட்டுப்போர் நடைபெற்றது. முதலமைச்சர்கள் அடிக்கடி மாற்றப்பட்டார்கள். கட்சித் தேர்தல்கள் ஒத்திவைக்கப்பட்டன. தேர்தல்களில் காங்கிரஸ் அதிருப்தியாளர்கள் அதிகார பூர்வமான வேட்பாளர்களை எதிர்த்து வேலை செய்தார்கள். ஆந்திரா மற்றும் கர்னாடகா மாநிலங்களில் காங்கிரஸ் எப்பொழுதும் ஆட்சி செய்திருக்கிறது. ஆந்திராவில் பிரபல சினிமா நடிகர் என்.டி.ராமராவ் தெலுங்கு தேசம் என்ற பெயரில் கட்சியை ஆரம்பித்து முதல் முயற்சியில் 202 இடங்களைப் பிடித்தார். காங்கிரசுக்கு 60 இடங்கள் மட்டுமே கிடைத்தன. கர்னாடகத்தில் ஜனதா முன்னணி 95 இடங்களைப் பெற்றது. காங்கிரசுக்கு 81 இடங்கள். மொத்த இடங்கள் 224.

மதம், வகுப்பு வாதம், மொழி ஆகியவற்றை அடிப்படையாகக் கொண்ட பிரச்சினைகளை மத்திய அரசாங்கம் சந்தித்தது. அவை தீர்க்கப்படாமல் இந்தியாவின் ஒற்றுமைக்கு ஆபத்தை உண்டாக்கின. (காஷ்மீர் பிரச்சினை 22ஆம் அத்தியாயத்திலும் அஸ்ஸாம் பிரச்சினை 23ஆம் அத்தியாயத்திலும், பஞ்சாப் பிரச்சினை 24ஆம் அத்தியாயத்திலும் ஆராயப்படுகின்றன.) நாட்டில் வகுப்புவாதக்

கலவரங்கள் அதிகரித்தன. அதுவரை பாதிக்கப்படாமலிருந்த தென்னிந்தியாவிலும் கலவரங்கள் நடைபெற்றன. தாழ்த்தப்பட்ட பிரிவினர் தமது உரிமைகளை வலியுறுத்தியதால் மேல் சாதிக்காரர்கள் அவர்களைக் கொடுமைப்படுத்தினார்கள்.

ஜனதா ஆட்சியில் புறக்கணிக்கப்பட்டிருந்த பொருளாதாரத் திட்டமிடுதல் இந்திரா காந்தி ஆட்சியில் எடுத்துக் கொள்ளப்பட்டது. பொருளாதாரச் சிந்தனையில் தாராளமயமாக்கல் இப்பொழுது முக்கியத்துவம் பெற்றதால் அதுவும் சேர்த்துக்கொள்ளப்பட்டது. g‹ dh£L¤ bjhÊš ÃWt d§fŸ (MNC) இந்தியாவின் சுயசார்பை அழித்துவிடக்கூடாது என்பதற்காக இந்திரா கவனமாக செயல்பட்டார். பொருளாதார வளர்ச்சி விகிதம் 4 சதவிகிதத்துக்கு மேல் உயர்ந்தது. பணவீக்கம் 1984இல் ஏழு சதவிகிதமாகக் குறைந்தது. (விவசாயத் துறை மற்றும் பெட்ரோலிய உற்பத்தியில் ஏற்பட்ட அதிகரிப்பு 25-32ஆம் அத்தியாயங்களில் எழுதப் பட்டிருக்கிறது.)

1983 மார்ச்சில் அணிசேரா நாடுகளின் ஏழாவது உச்ச கட்ட மாநாடு இந்திரா காந்தி தலைமையில் டில்லியில் நடைபெற்றது. வளர்முக நாடுகளுக்கு சாதகமான புதிய சர்வதேசப் பொருளாதார அமைப்பை உருவாக்குவதற்கு அவர் பாடுபட்டார்.

1979 டிசம்பரில் சோவியத் யூனியன் தனக்கு சாதகமான அரசாங்கத்துக்கு உதவுவதற்காக ஆப்கானிஸ்தானத்துக்குள் தன்னுடைய ராணுவத்தை அனுப்பியது. இந்திரா காந்தி அதை கண்டிக்கவில்லை. ஆனால் ராணுவத்தை சீக்கிரமாகவே வாபஸ் வாங்கவேண்டும் என்று சோவியத் யூனியனுக்கு அறிவுரை கூறினார். ஆப்கானிஸ்தானில் இந்தியாவுக்கு எதிரான அரசாங்கம் ஆட்சி செய்யக்கூடாது என்று விரும்பினார்.

இந்திரா காந்தி அமெரிக்காவுடன் உறவுகளைச் சீர்படுத்த விரும்பினார். பஞ்சாப் தீவிரவாதிகளுக்கு பாகிஸ்தான் உதவி செய்வது பிரதமருக்குத் தெரியும். எனினும் பாகிஸ்தானுடன் உறவுகளை அபிவிருத்தி செய்வதற்கு விரும்பினார்.

31.10.1984ஆம் நாளன்று பிரதமரின் பாதுகாப்புப் படையைச் சேர்ந்த இரண்டு சீக்கியக் காவலர்கள் இந்திரா காந்தியை சுட்டுக்

கொன்றார்கள். காங்கிரஸ் தலைமை நாற்பது வயதான ராஜிவ் காந்தியைப் பிரதமராக நியமித்தது.

## இந்திரா காந்தியைப் பற்றி மதிப்பீடு

இந்திரா காந்தி சுமார் 16 ஆண்டுகள் பிரதமராக இருந்தார். அவர் சிக்கலான ஆளுமையைக் கொண்டவர் என்பதால் அவருடைய ஆட்சி முறைக்கு ஆதரவும் தீவிரமான எதிர்ப்பும் இருந்தன. அவர் அரசியலில் வளர்ச்சியடைந்தபொழுது இயல்பாகவே அவரிடமிருந்த அரசியல் திறமை அதிகரித்தது. அவர் தன்னைச் சுற்றியிருப்பவர்களுடைய ஆலோசனைகளைக் கேட்டாலும், அவரே முடிவுகளைச் செய்தார். அவர் மனவுறுதி உள்ளவர். உக்கிரமான போராளி. சண்டையென்று வந்துவிட்டால் இரக்கமில்லாதவர். அவர் துணிச்சலாக முடிவுகளைச் செய்தார். சரியான நேரத்தைத் தேர்ந்தெடுத்து எதிரியைத் தாக்குவார். (1969இல் காங்கிரசைப் பிளந்ததும் 1971இல் கிழக்கு பாகிஸ்தானுக்குள் இந்திய ராணுவத்தை அனுப்பியதும் உதாரணங்கள்) அமெரிக்காவின் ஏழாவது கப்பற்படை வங்காள விரிகுடாவுக்குள் நுழைந்தபொழுது அவர் அஞ்சவில்லை. 1975இல் துணிச்சலாக அவசர நிலையைப் பிரகடனம் செய்தார். 1977இல் ஜனதா அரசாங்கம் சர்க்தாரியா கமிஷனை அமைத்து அவரைத் துன்புறுத்தியது எனினும் இந்திரா காந்தி மனம் தளரவில்லை.

அவர் இந்திய மக்களை நேசித்தார். இந்தியாவைப் பற்றி பெருமைப்பட்டார். அதன் எதிர்காலத்தைப் பற்றி நம்பிக்கையுடன் இருந்தார். உலக நாடுகளுக்கு மத்தியில் இந்தியா சிறந்து விளங்க வேண்டும் என்று விரும்பினார். இந்தியா பொருளாதாரத்திலும் அறிவியல் நுட்பத்திலும் வளர்ச்சியுற வேண்டுமென்று விரும்பினார். இந்தியாவில் வேளாண்மைத் துறையில் பசுமைப்புரட்சியைக் கொண்டு வந்தார். இந்தியாவின் உணவுத் தேவைகளுக்கு அந்நிய நாடுகளை நம்பியிருந்த நிலை மறைந்தது.

இந்தியாவின் உள்நாட்டு விவகாரங்களில் அந்நிய நாடுகள் தலையிடாதபடி பார்த்துக்கொண்டார். இந்திய விஞ்ஞானிகள் அணுசக்தி ஆராய்ச்சிகளில் ஈடுபடுவதற்கு உதவி செய்தார். அணு ஆயுதப் பரவல் தடை ஒப்பந்தத்தில் (NNPT) இந்தியா கையெழுத்திட வேண்டும் என்று அமெரிக்காவும் சோவியத் யூனியனும் கேட்டுக்

கொண்டன. ஆனால் இந்திரா காந்தி மறுத்தார். இந்தியா அணுசக்தியை சமாதானத்துக்குப் பயன்படுத்தும் என்று கூறினார். நேரு உருவாக்கிய வெளிநாட்டுக் கொள்கையை அவர் வலுப்படுத்தினார்.

இந்திரா காந்தியிடம் நேருவின் சித்தாந்தப்பிடிப்பு இல்லை. அவர் மத்திய நிலை - இடது சாரிச் சாய்வு உள்ளவர். இந்தியா வேகமான பொருளாதார வளர்ச்சி அடையவேண்டும் என்று விரும்பினார்.

அவர் மதச் சார்பின்மையை ஆதரித்தார். டாக்டர் ஜாகிர் ஹுசேனை இந்தியாவின் ஜனாதிபதி ஆக்கினார். அவருடைய பாதுகாப்புப் படையில் சீக்கிய வீரர்கள் இருந்தார்கள். உயர் அதிகாரிகள் அவர்களை மாற்ற விரும்பியபொழுது இந்திரா காந்தி அவர்களைத் தடுத்தார். அந்தக் காவலர்கள் அவரை சுட்டுக் கொன்றார்கள்.

அவர் ஏழைகளுடைய நலனில் அக்கறை கொண்டிருந்தார். ஏழைகள் ஹரிஜனங்கள், ஆதிவாசிகள், பெண்கள் ஆகியோரை அரசியல்படுத்தினார்.

சுமார் பதினாறு ஆண்டுகள் ஆட்சி செய்த இந்திரா காந்தியிடம் தொலைநோக்கு இல்லை. அவர் நாட்டுக்குப் பயன்படக்கூடிய நிரந்தர அமைப்புகளை உருவாக்கவில்லை. அவர் பிரதம மந்திரியின் செயலகம் (PMO) என்ற அமைப்பை மட்டுமே உருவாக்கினார். அது இந்திய அரசாங்கத்தின் முக்கியமான உறுப்பாக மாறியது. மத்திய கேபினெட் அமைச்சர்களுடைய அதிகாரத்தைக் குறைத்தது; முதலமைச்சர்களை மிரட்டியது.

வெளிநாட்டுத்துறை மற்றும் பொருளாதாரத்தில் நேருவின் கொள்கை அவருக்கு வழிகாட்டியது. ஆனால் இந்திரா அவற்றை வளர்க்கவில்லை; புதிய சூழ்நிலைக்குத் தக்கபடி அவற்றைத் தகவமைக்கவில்லை. நாட்டில் பிரிவினை வாதம், வகுப்புவாதம் ஆகியவை தலைதூக்கியபொழுது அவற்றை ஒழிப்பதற்கு அவரிடம் திட்டம் இல்லை. அவரால் பஞ்சாப், அஸ்ஸாம், காஷ்மீர் பிரச்சினைகளைத் தீர்க்கமுடியவில்லை.

அவர் காலத்துக்கேற்ற புதிய அமைப்புகளை உருவாக்கவில்லை என்று குறிப்பிட்டோம். ஏற்கெனவே உருவாக்கப்பட்டிருந்த அமைப்புகள் அவர் காலத்தில் படிப்படியாக முக்கியத்துவத்தை இழந்து

உருக்குலைந்தன. ஆகவே அவர் எல்லா அதிகாரத்தையும் தன்னிடம் வைத்துக்கொண்டு செயல்பட்டார். அரசாங்கம் மற்றும் கட்சி சம்பந்தப்பட்ட எல்லா பிரச்சினைகளையும் அவர்தான் முடிவு செய்யவேண்டும். சொந்த செல்வாக்குள்ள முதலமைச்சர்களைப் பதவியிலிருந்து நீக்கினார். அவர் நியமித்த புதிய முதலமைச்சர்கள் பிரதமருடைய ஆதரவு இல்லாமல் குறைந்த காலம் கூட நீடிக்க முடியாதவர்கள். இந்திராகாந்தி காலத்தில் முதலமைச்சர்களின் அரசியல் அந்தஸ்து மிகவும் குறைந்துவிட்டது. மாகாண காங்கிரஸ் அமைப்புகளில் கோஷ்டிச் சண்டைகள் ஏற்பட்டபொழுது அவர் நெருப்பை அணைக்கின்ற வேலையைச் செய்தார். நாட்டின் முக்கியமான பிரச்சினைகளைத் தீர்க்கவேண்டிய பிரதமர் கட்சியின் அற்பமான பிரச்சினைகளைத் தீர்ப்பதில் அதிக நேரத்தைச் செலவிட்டார்.

இந்திரா காந்தி எல்லா அதிகாரத்தையும் தன்னிடம் குவித்துக் கொண்டாலும் பார்லிமென்டரி அரசியலின் வரையறைகளுக்கு உள்ளாகவே இயங்கினார். பத்திரிகைகள் பிரதமரைப் பற்றி அவதூறுகளை எழுதின. அவர் பத்திரிகைகள் மீது நடவடிக்கை எடுக்கவில்லை. கல்வியாளர்கள் மற்றும் அறிவுஜீவிகள் அவரை சர்வாதிகாரி என்று கண்டனம் செய்தார்கள். இந்திரா காந்தி அவர்களைக் கைதுசெய்யவில்லை. அவசர நிலைப்பிரகடனம் கூட அரசியலமைப்புச் சட்டத்தின்படி கொண்டுவரப்பட்டது. தேர்தலை அறிவித்து அவசர நிலையை அகற்றியதும் அவர்தான். மக்கள் தீர்ப்பை ஏற்றுக்கொண்டு கண்ணியமாகப் பதவி விலகினார். இது ஒரு சர்வாதிகாரியின் செயல் அல்ல.

அவர் 1969இல் காங்கிரஸ் கட்சியில் பிளவை ஏற்படுத்தினார். காங்கிரஸ் கட்சியிலிருந்த குறைகளை அகற்றி அதற்குப் புதிய உத்வேகத்தைக் கொடுத்தாரா? மக்களிடம் செல்லும்படி காங்கிரஸ் காரர்களைத் தூண்டினாரா? இல்லை. மாகாண காங்கிரஸ் கமிட்டிகளை, நிர்வாகிகளை அவரே நியமித்தார். அரசாங்கக் கொள்கைகளைப் பற்றி கட்சியில் விவாதங்கள் நடைபெறவில்லை.

அரசியல் நுட்பம், அரசியல் மேதாவிலாசம் என்று இரண்டு பண்புகள் உள்ளன. இந்திராகாந்தியிடம் அரசியல் நுட்பத்திறமை இருந்தது. ஆனால் மேதாவிலாசம் இல்லை. இந்திரா காங்கிரஸ் மாகாணங்களிலும் மத்தியிலும் சட்டசபைகளில் பெரும்பான்மை

பலத்தைக் கொண்டிருந்தது. சட்டசபை அரசியலில் திறமை இருந்தால் போதாது. மக்களுடைய உணர்ச்சிகளைப் புரிந்து கொண்டு தொலை நோக்குடன் அவர்களை வழி நடத்தவேண்டும். இந்திரா காந்தியிடம் அரசியல் மேதைமை இல்லாததால் அவர் கிளர்ச்சிகளையும் பிரச்சினைகளையும் தொடர்ச்சியாக சந்தித்தார். ஏழைகளும் ஒடுக்கப்பட்டவர்களும் 1971-1972 மற்றும் 1980 தேர்தல்களில் அவரை ஆதரித்தார்கள். ஆனால் இந்திரா காங்கிரசில் உயிர்த்துடிப்பு இல்லை. சுயநலக்காரர்களும் பதவி வேட்டைக்காரர்களும் அதில் அடைக்கலம் தேடினார்கள்.

இந்திரா காந்தி மரணமடைவதற்குச் சில நாட்களுக்கு முன்பு ஒரு நண்பரிடம் கூறினார்: "என்னை ஒழிப்பதற்கு விரும்புகின்றார்கள். அப்படியே நடக்கட்டும். எல்லாக் கடன்களையும் நான் தீர்த்துவிட்டேன்." இந்தியர்கள் அதை மறுக்கமுடியாது. அவர் 1966இல் பதவியேற்ற பொழுது இருந்ததைக் காட்டிலும் 1984இல் மரணமடைந்தபொழுது அதிகமான வலிமை, சுயநம்பிக்கையுள்ள நாடாக இந்தியா இருந்தது.

# 20
# ராஜிவ் ஆட்சி

**1984** அக்டோபர் 31ஆம் நாளன்று காலையில் பிரதமர் இந்திரா காந்தி தன்னுடைய வீட்டிலிருந்து அலுவலகத்துக்கு நடந்துசென்ற பொழுது. பிரதமருடைய பாதுகாப்புப் படையைச் சேர்ந்த இரண்டு சீக்கிய வீரர்கள் அவரைச் சுட்டுக்கொன்றார்கள். 1984 ஜூன் மாதத்தில் அமிருத சரஸ் பொற்கோயிலில் தங்கியிருந்த தீவிரவாதிகளை வெளியேற்றுவதற்காக அவர் ராணுவ வீரர்களைக் கோயிலுக்குள் அனுப்பினார். அதற்குப் பழிவாங்கும் நடவடிக்கையாக அவர் கொல்லப்பட்டார். ஏமன் நாட்டுக்குச் சென்ற குடியரசுத் தலைவர் ஜெயில்சிங் அன்று இந்தியாவுக்குத் திரும்பிவந்து கொண்டிருந்தார். ராஜிவ் வங்காளத்துக்குச் சென்றிருந்தார். மூத்த தலைவர்கள் ராஜிவுக்கு பிரதமர் பொறுப்பைத் தர முடிவுசெய்தார்கள்.

இந்தியன் ஏர்லைன்ஸ் நிறுவனத்தில் 14 ஆண்டுகள் விமானியாகப் பணியாற்றிய ராஜிவுக்கு அரசியலில் ஈடுபடுவதற்கு விருப்பமில்லை. அரசியலில் ஈடுபாடுள்ள அவருடைய தம்பி 1980 ஜூனில் விமான விபத்தில் மரணமடைந்தார். தம்பி சஞ்சயின் மரணத்தால் ஏற்பட்ட காலியிடத்தில் 1981 ஜூன் மாதத்தில் அவர் போட்டியிட்டு வெற்றியடைந்தார். 1982 இல் டில்லியில் ஆசிய விளையாட்டுப் போட்டிகளை வெற்றிகரமாக நடத்தினார். 1983 பிப்ரவரியில் காங்கிரஸ் கட்சியின் ஏழு பொதுச்செயலாளர்களில் ஒருவராக நியமிக்கப்பட்டார். இந்திரா காந்தி மரணமடைந்ததால் ராஜிவ் இடைக்காலப் பிரதமரானார். நேருவின் பேரன், இந்திரா காந்தியின் மகன் காங்கிரஸ் கட்சிக்குத் தேர்தலில் வெற்றிக்கனியைப் பறித்துக் கொடுப்பார் என்று காங்கிரஸ் தலைவர்கள் நம்பினார்கள்.

1984 டிசம்பரில் நடைபெற்ற தேர்தலில் காங்கிரஸ் கட்சி எப்போதும் இல்லாத பெரும்பான்மையுடன் வெற்றி பெற்றது. லோக்

சபாவில் 543 தொகுதிகளில் 415 தொகுதிகளில் காங்கிரஸ் வெற்றி பெற்றது. அதிகமான வெற்றி அதிகமான எதிர்பார்ப்புகளை ஏற்படுத்தியது. நான் பயப்படுகிறேன் என்று ராஜிவ் கூறினார்.

இந்திரா காந்திக்கு இறுதி அஞ்சலி செலுத்துவதற்கு உலகத் தலைவர்கள் டில்லிக்கு வந்தபொழுது சீக்கியர்கள் மீது தாக்குதல்கள் நடைபெற்றுக்கொண்டிருந்தன. இந்திரா காந்தியின் கொலைக்குப் பழிவாங்கும் நடவடிக்கை நான்கு நாட்கள் நீடித்தது. சுமார் 2800 நபர்கள் கொல்லப்பட்டார்கள். சீக்கியர்கள் நடத்திய கடைகள், தொழிற்சாலைகள் சூறையாடப்பட்டன. பிரதமராக ராஜிவ் பொறுப்பேற்ற பிறகு ராணுவத்தை அனுப்பி கலவரங்களை ஒடுக்கினார். கான்பூர், பொகாரோ ஆகிய வட இந்திய நகரங்களிலும் கலவரங்கள் நடைபெற்றன.

**முதல் சுற்று**

பஞ்சாப் மற்றும் அஸ்ஸாம் பிரச்சினைகளைத் தீர்ப்பதற்கு ராஜிவ் அரசியல் ரீதியான முன் முயற்சிகளைச் செய்தார். உடன்பாடுகள் ஏற்பட்டன. அவை வேறு அத்தியாயங்களில் விளக்கப்பட்டுள்ளன. அவர் ஆறு தொழில்நுட்ப மிஷன்களை அமைத்தார். இந்தியாவில் பின்தங்கியுள்ள ஆறு துறைகளில் தொழில்நுட்பத்தைப் பயன்படுத்தி வளர்ச்சி ஊக்குவிக்கப்பட்டது. 2001 ஆம் ஆண்டுக்குள் பிரச்சினைகள் தீர்க்கப்பட வேண்டும் என்று முடிவு செய்யப்பட்டது. இந்தியாவில் எல்லாக் கிராமங்களுக்கும் குடிநீர் சப்ளை செய்வது முதல் மிஷனுடைய குறிக்கோள்.

சுதந்திரமடைந்து நாற்பது ஆண்டுகளுக்குப் பிறகும் சுமார் 60 சதவிகிதத்தினருக்கு எழுத்தறிவு இல்லை. ஒவ்வொரு கிராமத்திலும் அறிவியல் சாதனங்களைப் பயன்படுத்திக் கல்லாமையை ஒழிக்கவேண்டும். தொலைக்கட்சிக் கருவிகள் மற்றும் வீடியோ சாதனங்கள் பயன்படுத்தப்பட்டன. மூன்றாவது மிஷன் கர்ப்பிணிப் பெண்கள் மற்றும் குழந்தைகளுக்கு நோய் வராமல் தடுத்தது. (இந்தியாவில் போலியோ நோயைத் தடுக்க சிசுக்களுக்குத் தடுப்பு மருந்து கொடுக்கும் இயக்கம் தீவிரமாக நடைபெறுகிறது. நான்காவது மிஷன் வெள்ளைப் புரட்சியை (அதாவது பால் வளத்தை) பெருக்கியது. ஐந்தாவது மிஷன் உணவு சமைப்பதற்குப் பயன்படுகின்ற எண்ணெய் வித்துக்களின் உற்பத்தியை அதிகரிப்பதை நோக்கமாகக் கொண்டிருந்தது.

ஒவ்வொரு கிராமத்திலும் ஒரு தொலைபேசி இருக்கவேண்டும் என்பது ஆறாவது மிஷனுடைய குறிக்கோள்.

இந்தியாவின் இளம் பிரதமர் தொழில்நுட்பவியல் ஈடுபாடு கொண்டிருந்தார். அமெரிக்காவில் பயிற்சி பெற்ற சாம் பிட்ரோடா என்னும் இந்தியர் ராஜிவுக்கு ஆலோசகராக இருந்தார். அவர் டெலிகாம் கமிஷனுடைய தலைவராக நியமிக்கப்பட்டார். ராஜிவ் கணினி திட்டத்தை வேகப்படுத்தினார். உள்நாட்டில் கணினி தயாரிப்பு ஊக்குவிக்கப்பட்டது. பள்ளிகள், கல்லூரிகள், அலுவலகங்களில் கணினியைப் பயன்படுத்துமாறு தெரிவிக்கப்பட்டது.

இந்தியாவில் எண்ணற்ற தொழிலாளர்கள் இருக்கிறார்கள். அவர்களுடைய உழைப்பு நாட்டின் செல்வம். இந்தியாவில் கணினிகள் தேவையில்லை என்று விமர்சனம் எழுந்தபொழுது ராஜிவ் அதைப் புறக்கணித்தார். இந்தியா காலனி நாடாக இருந்ததால் தொழிற்புரட்சி வாய்ப்பினை இழந்தது. இப்பொழுது தகவல் செய்திப்புரட்சியில் பங்கெடுக்கவேண்டும் என்று ராஜிவ் வலியுறுத்தினார். லட்சக்கணக்கான இந்தியர்கள் கணினிப் பயிற்சி பெற்று நாட்டுக்கு அந்நியச் செலாவணியை ஈட்டித் தருகிறார்கள்.

இந்தியாவின் பஞ்சாயத்து அமைப்புகளை வலுப்படுத்த வேண்டும் என்று அவர் விரும்பினார். பல மாகாணங்களில் பஞ்சாயத்து அமைப்புகளுக்குத் தேர்தல் நடைபெறாததால் கிராமங்களின் வளர்ச்சி தடைப்பட்டது. 1987 டிசம்பர் மற்றும் 1988 ஜூன் மாதத்துக்கு இடையில் ராஜிவ் 400 மாவட்ட கலெக்டர்களுடன் பேசினார். பிறகு மாகாணங்களின் தலைமைச் செயலாளர்களுடன் பேசினார். 1989 சனவரியில் 8000 பிரதிநிதிகள் கலந்துகொண்ட பஞ்சாயத்து ராஜ்ய மாநாடு நடைபெற்றது. மே மாதத்தில் பஞ்சாயத்து ராஜ்ய மகளிர் மாநாடு நடைபெற்றது. மாகாண முதலமைச்சர்கள் மாநாடு நடைபெற்றது. "அரசாங்கம் ஒவ்வொரு மட்டத்திலும் ஆயிரக்கணக்கானவர்களுடைய கருத்துக்களை விசாரித்துச் செயல்பட்டோம்" என்று ராஜிவ் கூறியது முற்றிலும் உண்மை.

கிராமங்களில் ஒவ்வொரு குடும்பத்திலும் ஒரு நபருக்கு ஆண்டில் 50-100 நாட்களுக்கு வேலை கொடுக்கும் ஜவஹர் வேலைத் திட்டம் அமுலாக்கப்பட்டது. செலவில் 80 சதவிகிதத்தை மத்திய அரசு

ஏற்றுக்கொண்டது. கிராமக்குழந்தைகளுக்குத் தரமான கல்வி அளிப்பதற்கு, கிராமப்பள்ளிக்கூடங்களில் அடிப்படை வசதிகளை ஏற்படுத்துவதற்கு கரும் பலகைத் திட்டம் கொண்டுவரப்பட்டது. ஒவ்வொரு மாவட்டத்திலும் ஒரு நவோதயா பள்ளியை அமைக்க அவர் விரும்பினார். கிராமங்களைச் சேர்ந்த மாணவர்களில் தகுதியுள்ளவர்கள் தேர்வு செய்யப்படுவார்கள். அவர்களுக்குக் கல்வி, உணவு, தங்குமிடம் இலவசம். மேற்குடிப் பிரதிநிதி கனவு காண்பதாக இத்திட்டம் குறை சொல்லப்பட்டாலும் அது நல்ல திட்டமே.

எல்லாப் பஞ்சாயத்து அமைப்புகளிலும் பெண்களுக்கு 30 சதவிகித இடஒதுக்கீடு பரிந்துரைக்கப்பட்டு பஞ்சாயத்து ராஜ்ய சட்டத்தில் இடம்பெற்றது. கீழ்மட்டத்தில் அதிகாரிகளில் 50 சதவிகிதம் பெண்களாக இருக்கவேண்டும் என்று வற்புறுத்தப்பட்டது. வரதட்சணை சம்பந்தப்பட்ட குற்றங்களுக்கு அதிகமான தண்டனை கொடுக்கின்ற சட்டங்கள் 1986இல் நிறைவேற்றப்பட்டன. ராஜிவ் புறச்சூழல் பாதுகாப்பை வலியுறுத்தினார். கங்கை இந்தியாவின் புனிதமான ஆறு. பல நகரங்களின் கழிவு நீர் அதில் கலந்து மிகவும் மாசுபட்டிருந்தது. கங்கை நதியைத் தூய்மைப்படுத்த இலாகா அமைத்து நிதி ஒதுக்கினார். புறச்சூழலைப் பாதுகாக்கின்ற தொழில்நுட்பத்தை வளர்ச்சியடைந்த நாடுகள் பின்தங்கிய நாடுகளுக்கு தரவேண்டும்; அதற்கு பூமண்டல பாதுகாப்பு நிதி இருக்க வேண்டும் என்று ராஜிவ் அணிசேரா நாடுகளின் 9வது உச்ச மட்ட மாநாட்டில் பேசினார்.

இந்தியாவில் தலைநகரங்களில் மட்டும் கலை விழாக்கள் நடைபெற்றன. ராஜிவ் ஏழு பிராந்தியக் கலாசார மையங்களை நிறுவினார். ஸ்தல மற்றும் பிராந்தியக் கலாசார வடிவங்கள் வளர்ச்சி அடைந்தன. மேற்கு நாடுகளின் தலைநகரங்களில் இந்தியக் கலாசார விழாக்கள் சிறப்பாக நடைபெற்றன.

1985இல் கட்சி தாவல் தடைச்சட்டம் நிறைவேற்றப்பட்டது. ஒரு கட்சியின் எம்.பி.க்களில் மொத்த எண்ணிக்கையில் மூன்றிலொரு பகுதியினர் விலகினால் மட்டுமே அது பிளவு என்று அங்கீகரிக்கப்படும். இல்லாவிட்டால் ஒரு எம்.பி.கட்சி மாறினால் அவர் பதவிபறிக்கப்படும். இந்தச் சட்டம் எம்.பி.க்களுக்கு லஞ்சம் கொடுப்பதை, குதிரை பேரம் செய்வதைத் தடுத்தது.

# சுதந்திரத்திற்குப் பிறகு இந்தியா

தொலைக்காட்சிகளில் புதுமையான நிகழ்ச்சிகளை நடத்துமாறு இயக்குநர்கள் ஊக்குவிக்கப்பட்டார்கள். உயர் அதிகாரிகளையும் அமைச்சர்களையும் அழைத்து நேர்காணல் நடத்துமாறு ராஜிவ் கூறினார். 'மிஸ்டர் க்ளீன்' (தூய்மையானவர்) என்ற பிம்பம் ஏற்பட்டது.

காங்கிரஸ் கட்சியின் நூற்றாண்டு விழா 1985 டிசம்பரில் பம்பாயில் கோலாகலமாகக் கொண்டாடப்பட்டபொழுது ராஜிவின் சொற்பொழிவு எல்லோரையும் உலுக்கியது. காங்கிரஸ் கட்சியைத் தரகர்கள் சீர்குலைத்துவிட்டார்கள். அவர்களுடைய இரும்புப் பிடியிலிருந்து கட்சியை விடுவிப்பேன், உன்னத நிலைக்கு மறுபடியும் கொண்டு வருவேன் என்று அவர் பேசினார். அது மூத்த தலைவர்களுக்கு எச்சரிக்கை என்று சிலர் கூறினார்கள். கட்சியின் நூற்றாண்டு விழாவில் ராஜிவ் இப்படிப் பேசியிருக்கத் தேவையில்லை என்று சிலர் கருதினார்கள்.

ராஜிவ் வீரமாகப் பேசினார். ஆனால் காங்கிரஸ் கட்சியை அவரால் சீர்திருத்த முடியவில்லை. (அவருடைய தாயார் இந்திரா காந்தியும் அந்த விஷயத்தில் தோல்வி அடைந்தார்.) மூத்த தலைவர்கள் ஒதுங்கினார்கள். ராஜிவின் ஆலோசகர்களாக இருந்த அருண் நேரு, அருண் சிங், வி.பி. சிங் ஆகியோருடன் கருத்து வேறுபாடுகள் காலப்போக்கில் தோன்றின. 1989இல் ராஜிவ் காந்தி ஆர்.கே. தவானைத் தனக்கு ஆலோசகராக நியமித்தார். இந்திரா காந்திக்கு ஆலோசகராக இருந்த தவான் காங்கிரஸ் கட்சியின் தரகர்களில் முக்கியமானவர்.

## வெளிநாட்டுக் கொள்கையில் முன்முயற்சிகள்

ராஜிவ் உலக நாடுகளின் மாநாடுகளில் கலந்துகொண்டு அணு ஆயுதங்களை, இனவெறியைக் கண்டித்தார். இந்திரா காந்தி மரணமடைவதற்குச் சிறிது காலத்துக்கு முன்பு ஆறு நாடுகள் - ஐந்து கண்டங்கள் முன்னணியை அமைத்திருந்தார். அர்ஜென்டினா, கிரீஸ், மெக்சிகோ, ஸ்வீடன், டான்சானியா, இந்தியா ஆகிய நாடுகள் அதில் உறுப்பினர்களாக இருந்தன. ராஜிவ் பதவியேற்றவுடன் ஆறு நாடுகளின் மாநாட்டைக் கூட்டினார். சோவியத் யூனியனில் கோர்பசேவ் பதவியேற்ற பிறகு ராஜிவ் அவரைச் சந்தித்தார். சோவியத் ரஷ்யாவின் புதிய தலைவருடைய புதிய சிந்தனைகளை அமெரிக்காவும் மற்ற

நாடுகளும் புரிந்துகொள்ளாத சமயத்தில் ராஜிவ் அவற்றை செரித்துக்கொண்டார். 1986 நவம்பரில் கோர்பசேவ் டில்லிக்கு வந்தார். வன்முறை இல்லாத உலகம் இன்றைய தேவை என்று இரண்டு தலைவர்களும் கூட்டறிக்கை வெளியிட்டார்கள். ஐ.நா.சபையின் பொதுச்சபையில் 1988 ஜூன் மாதத்தில் கூடியபொழுது ஆறு நாடுகளின் சார்பில் பேசிய ராஜிவ் அணு ஆயுதங்களை 2010க்குள் தடை செய்யவேண்டும் என்று கோரினார்.

மகாத்மா காந்தி 1893இல் தென் ஆப்பிரிக்காவில் இனப் பாகுபாட்டை எதிர்த்தார். தென் ஆப்பிரிக்காவுடன் ராஜிய உறவுகள் வைத்துக் கொள்ளமாட்டோம், வர்த்தகம் செய்யமாட்டோம் என்று அறிவித்த முதல் நாடு இந்தியா. தென் ஆப்பிரிக்காவுடன் வர்த்தகம் செய்யாத ஆப்பிரிக்க அரசுகளுக்கு உதவி செய்ய 'ஆப்பிரிக்க நிதி' திரட்ட வேண்டும் என்று ராஜிவ் 1986இல் நடைபெற்ற அணிசேரா நாடுகளின் மாநாட்டில் பேசினார். மூன்று ஆண்டுகளுக்குப் பிறகு பெல்கிரேடில் அடுத்த மாநாடு நடைபெற்ற பொழுது அரை பில்லியன் டாலர்களை ஆப்பிரிக்க அரசுகளுக்கு உதவி நிதியாகக் கொடுத்தார்.

தென் ஆப்பிரிக்காவின் காலனியாக நமீபியா இருந்தது. நமீபியாவின் விடுதலைக்குப் போராடிய ஸ்வாபோ இயக்கத்தை இந்தியா அங்கீகரித்தது. நமீபியா 1990இல் விடுதலை பெற்றபொழுது ராஜிவ் பிரதமர் பதவியில் இல்லை. ஆனால் அவர் விடுதலை விழாவில் கலந்துகொண்டார். அங்கு தென் ஆப்பிரிக்காவின் விடுதலைப் போராட்ட வீரர் நெல்சன் மண்டேலாவை சந்தித்தார்.

ராஜிவ் சந்தைப் பொருளாதாரத்தை ஆதரிப்பவர். தொழில்நுட்பவியலில் ஆர்வமுள்ளவர். ஆகவே அவர் அமெரிக்காவுக்கு சாதகமாக இருப்பார் என்று கருதப்பட்டது. 1985இல் அவர் அமெரிக்காவுக்குச் சென்றார். ஜனாதிபதி ரீகன் அவர் கேட்ட சூப்பர் கம்ப்யூட்டரை அளித்தார். இந்தியாவில் பருவநிலை சம்பந்தப்பட்ட விவரங்களைப் பதிவு செய்வதற்கு அது உதவியாக இருந்தது. அமெரிக்கா பாகிஸ்தானுடன் நெருக்கமாக இருந்ததால் இந்திய - அமெரிக்கா உறவுகள் வளர்ச்சி அடையவில்லை. ஆனால் கோர்பச்சேவுடன் அவர் நெருக்கமாக இருந்தார். இரண்டு தலைவர்களும் ஐந்து ஆண்டுகளில் எட்டு முறை சந்தித்துப் பேசினார்கள்.

நேரு 1954இல் சீனாவுக்குச் சென்ற பிறகு இந்தியப் பிரதமர் எவரும் போகவில்லை. 1988இல் ராஜிவ் காந்தி சீனாவுக்குச் சென்றார். சீனாவின் தலைவர் டெங் ராஜிவின் கரத்தைப்பிடித்துக் கொண்டு பழைய தலைமுறை செய்த தவறுகளை ராஜிவின் தலைமுறை தவிர்க்கவேண்டும் என்று பேசினார். இரு நாடுகளுக்கும் இடையில் வர்த்தகம் அதிகரித்தது. நீண்ட காலமாக உள்ள பிரச்சினைகளைத் தீர்க்க முயற்சி செய்யப்பட்டது. 1989 ஜூன் 4இல் டியன் அன் மென் சதுக்கத்தில் நடைபெற்ற மாணவர் -இளைஞர் படுகொலையை இந்தியா கண்டிக்கவில்லை. சீனாவுடன் சமீபத்தில் ஏற்பட்ட நல்லுறவினைக் கெடுத்துவிடக்கூடாது என்று ராஜிவ் நினைத்திருக்கலாம்.

இந்தியாவின் பக்கத்து நாடுகளுடன் உறவுகள் நன்றாக இல்லை. பங்களாதேஷ் இஸ்லாமியப் பாதையில் மேன்மேலும் அதிகமாகச் சென்றுகொண்டிருந்தது. ஆற்று நீரைப் பங்கிடுவதில் இரண்டு நாடுகளுக்கும் பிரச்சினைகள் நீடித்தன. நேபாள அரசாங்கம் இந்தியாவிலிருந்து இறக்குமதி செய்யப்படும் சரக்குகளுக்கு அதிகமான சுங்கவரி விதித்தது. சீனாவின் தயாரிப்புகளுக்கு சுங்கவரியைக் குறைத்தது. நேபாளத்தில் வேலை செய்கின்ற இந்தியர்கள் வேலை அனுமதிச் சீட்டுகளை வைத்திருக்கவேண்டும் என்று உத்தரவிட்டது. (இந்தியாவில் லட்சக்கணக்கான நேபாள மக்கள் வசிப்பதும் வேலை செய்வதும் தெரிந்ததே) 1989 மார்ச்சில் இந்திய அரசாங்கம் நேபாளத்தின் மீது பொருளாதாரத் தடையை அறிவித்ததும் பேச்சு வார்த்தை தொடங்கியது. மாலத் தீவுகளைக் கைப்பற்ற முயற்சி நடைபெற்ற பொழுது அந்த நாட்டின் அதிபர் இந்தியாவிடம் உதவி கேட்டார். இந்தியா துருப்புகளை அனுப்பி ஆக்கிரமிப்பாளர்களை விரட்டியது. பாகிஸ்தானில் பெனசீர் பூட்டோ பதவியேற்றவுடன் நல்லுறவு ஏற்படும் என்ற நம்பிக்கை துளிர்த்தது. ராஜிவ் பாகிஸ்தானுக்குச் சென்றார். பாகிஸ்தான் காஷ்மீர் கொள்கை மாறவில்லை; பஞ்சாபில் தீவிரவாதிகளுக்கு உதவி செய்வதை நிறுத்தவில்லை.

இலங்கை அரசாங்கம் 1983இல் யாழ்ப்பாணத் தமிழ் மக்கள் மீது அடக்குமுறையைப் பயன்படுத்தியபொழுது அவர்கள் ஆயிரக்கணக்கில் தமிழ்நாட்டுக்கு அகதிகளாக வந்தார்கள். விடுதலைப்புலிகள் (LTTE) ஈழத்துக்கு சுதந்திரம் கோரினார்கள். இலங்கைத் தமிழர்களுக்கு இந்தியா

உதவி செய்ய வேண்டும் என்று தமிழ்நாட்டில் அரசியல் கட்சிகள் வற்புறுத்தின.

யாழ்ப்பாணப் பகுதிக்கு உணவுப் பொருள்கள் அனுப்புவதை இலங்கை அரசாங்கம் தடை செய்தது. இந்தியா படகுகளில் உணவுப் பொருள்களை அனுப்பியதை இலங்கைக் கடற்படை தடுத்தது. இந்திய விமானங்கள் உணவுப் பொருள்களை ஏற்றிச்சென்று தமிழ் மக்கள் வசிக்கின்ற பகுதிகளில் போட்டன.

ஈழத் தமிழர்களின் போரை இந்தியா நிறுத்தமுடியும் என்று முடிவு செய்து ஜனாதிபதி ஜெயவர்த்தனா ராஜிவிடம் உதவி கேட்டார். தமிழர்கள் பெரும்பான்மையாக உள்ள வடக்கு மற்றும் கிழக்குப் பிரதேசங்கள் ஒரு மாகாணமாக இணைக்கப்படும், மாகாண அரசுக்குக் கணிசமான அதிகாரம் கொடுக்கப்படும், விடுதலைப்புலிகள் ஆயுதங்களை ஒப்படைக்கவேண்டும் தேவைப்பட்டால் இந்திய ராணுவம் உதவிக்கு அனுப்பப்படும் என்று முடிவெடுக்கப்பட்டது. உடன்பாட்டை விடுதலைப்புலிகள் முழுமையாக ஏற்கவில்லை என்பது குறிப்பிடத்தக்கது. அவர்கள் ஜெயவர்த்தனா அரசாங்கத்தை நம்பவில்லை. ஆயுதங்களை ஒப்படைக்கவில்லை. உடன்பாட்டை அமுலாக்குவதற்கு இந்திய ராணுவம் அனுப்பப்பட்டது.

இந்திய ராணுவம் விடுதலைப்புலிகளின் ஆயுதங்களைப் பறித்ததால் தமிழர்கள் அதை வெறுத்தார்கள். வெளிநாட்டுப் படை என்று சிங்களவர்களும் வெறுத்தார்கள். இந்திய வீரர்களை தமிழ் கொரில்லாப் படை துன்புறுத்தியது. இந்திய ராணுவத்துக்கு ஸ்தல நிலைமைகள் தெரியாததால் கொரில்லாக்களிடம் இந்திய வீரர்கள் பலியானார்கள். இதற்கிடையில் அடுத்த ஜனாதிபதியாக வந்த பிரேமதாசா இந்திய ராணுவம் வெளியேறவேண்டும் என்றார். ராஜிவ் அதை ஏற்றுக்கொண்டார். பகுதி, பகுதியாக வீரர்கள் இந்தியாவுக்குத் திரும்பினார்கள். ராஜிவ் 1991இல் சென்னையில் மனித வெடிகுண்டினால் கொல்லப்பட்டதற்கு இலங்கைத் தலையீடு காரணமாயிற்று.

வியட்நாம் கம்பூச்சியாவை (கம்போடியா) ஆக்கிரமித்திருந்தது. கம்பூச்சியாவிலிருந்து வெளியேறுவதற்கு விரும்புவதாக இந்தியத் தூதரிடம் தெரிவித்தது. இந்தியாவின் வெளிநாட்டுத்துறை இணை அமைச்சர் நட்வர்சிங் கம்பூச்சியாவின் அரசர் சிஹனூக்கை பாரிசில் பலமுறை சந்தித்துப் பேசினார். உடன்பாடு நெருங்கிவந்த பொழுது

அமெரிக்காவும் சீனாவும் பேச்சுவார்த்தையில் பங்கெடுத்து இந்தியாவை ஓரங்கட்டின. பிறகு பாரிசில் நடைபெற்ற 21 நாடுகள் மாநாட்டுக்கு இந்தியா அழைக்கப்பட்டது. ஐ.நா. சபையின் மேற்பார்வையில் வியத்நாமிய ராணுவம் கம்பூச்சியாவிலிருந்து வெளியேறியது. சிஹனுக் மற்றும் ஹெங் சமரியான் கூட்டணி அரசை அமைத்தது.

ராஜிவ் அணிசேரா நாடுகளின் இயக்கத்துக்கு அணு ஆயுதக் கலைப்பு என்ற திட்டத்தைக் கொடுத்து அதைச் சுறுசுறுப்பாக்கினார். உலக நாடுகளுக்கு அடிக்கடி சென்றார். உலகப் பிரச்சினைகளில் இந்தியாவின் சார்பில் முன் முயற்சிகளைச் செய்தார்.

இந்தியாவின் பாதுகாப்பை அதிகப்படுத்துவதற்கு இந்திய ராணுவத்தை நவீனப்படுத்தினார். பாதுகாப்புச் செலவு இரண்டு மடங்கு அதிகரித்தது. ஏவுகணைத் திட்டத்தில் அக்கறை காட்டினார். திரிசூல் மற்றும் பிருத்வி என்னும் குறுகிய தூர ஏவுகணைகளும் அக்னி என்ற இடைநிலை ஏவுகணையும் வெற்றிகரமாகத் தயாரிக்கப்பட்டன. சோவியத் யூனியனிடமிருந்து அணு சக்தியில் இயங்குகின்ற நீர் மூழ்கிக் கப்பல் வாங்கப்பட்டது. விமானங்களைத் தாங்குகின்ற கப்பல் பிரிட்டனிடமிருந்து வாங்கப்பட்டது. ராணுவத்துக்கு ஸ்வீடனிடமிருந்து ஹோவிட்சர் பீரங்கிகள் வாங்கப்பட்டன. அர்ஜூன் டாங்கியை இந்தியாவில் தயாரிப்பதற்கு அனுமதி தரப்பட்டது. அரசாங்க நிதியில் ஐந்திலொரு பங்கு ராணுவத்துக்கு செலவிடப்பட்டது.

## போபர்ஸ் பீரங்கி விவகாரம்

போபர்ஸ் பீரங்கிகளை வாங்கியதில் ஊழல்கள் நடைபெற்றதாக ராஜிவ் மீது குற்றம்சாட்டப்பட்டது. அதற்கு முன்பு HDW நீர்மூழ்கிக் கப்பலை வாங்கிய விவகாரத்திலும் புகார் இருந்தது. ராஜிவின் நிதி அமைச்சரான வி.பி.சிங் வெளிநாட்டு வங்கிகளில் இந்தியர்களுடைய பணத்தைப்பற்றிய விவரங்களைச் சேகரிக்க பேர்பாக்ஸ் என்ற அமெரிக்கத் துப்பறியும் நிறுவனத்தை நியமித்தார். அமிதாப் பச்சன் பிரதமர் ராஜிவுக்கு பால்ய நண்பர். அவர் மீது குற்றம் சாட்டி ஒரு கடிதம் பத்திரிகைகளில் பிரசுரிக்கப்பட்டது. தொழிலதிபர்களான நல்லி வாடியா மற்றும் அம்பானி எதிர்த்தரப்புகளில் இருந்துகொண்டு பரபரப்பைத் தூண்டினார்கள். வி.பி.சிங் நிதி அமைச்சர் பதவியிலிருந்து பாதுகாப்பு அமைச்சராக மாற்றப்பட்டார். ராஜிவ் தன்னுடைய நண்பர் அமிதாப்

பச்சனைக் காப்பாற்றுவதற்காக வி.பி. சிங்கை பாதுகாப்புத் துறைக்கு மாற்றிவிட்டதாகப் பத்திரிகைகள் எழுதின.

1981இல் இந்தியா நான்கு நீர்மூழ்கிக் கப்பல்களை மேற்கு ஜெர்மனியிலிருந்து வாங்கியது. இப்பொழுது இன்னும் இரண்டு நீர்மூழ்கிகள் வாங்க விரும்பியது. விலையைக் குறைக்கமுடியுமா என்று HDW நிறுவனத்திடம் கேட்டபொழுது ஏற்கெனவே வாங்கியதற்கு 7 சதவிகித மாமூல் கொடுத்ததாக பதில் வந்தது. வி.பி.சிங் பிரதமரைக் கலந்துகொள்ளாமல் விசாரணை நடத்துமாறு உத்தரவிட்டார்.

1981இல் நீர்மூழ்கிகள் வாங்கப்பட்ட சமயத்தில் காங்கிரஸ் ஆட்சி செய்தது. இந்திரா காந்தி பிரதமராகவும் பாதுகாப்பு அமைச்சராகவும் இருந்தார். கேபினெட் கூட்டத்தில் வி.பி.சிங் விமர்சிக்கப்பட்டார். வி.பி.சிங் பதவி விலகினார். வி.பி.சிங் நேர்மையானவர், ராஜிவ் ஊழலை மறைப்பதற்கு முயல்கிறார் என்று பேசப்பட்டது. சிங் தூய்மையானவர் என்று பட்டம் சூட்டப்பட்டார்.

வி.பி.சிங் பதவியிலிருந்து விலகி சில நாட்களுக்குப் பிறகு போபர்ஸ் ஊழல் வெடித்தது. தன்னுடைய பீரங்கிகளை வாங்குவதற்கு போபர்ஸ் கம்பெனி சுமார் 60 கோடி ரூபாயை இந்தியாவின் அதிகாரிகளுக்கு லஞ்சம் கொடுத்ததாக ஸ்வீடன் வானொலி அறிவித்தது. ஆங்கில தினசரிகளான ஹிந்து மற்றும் இன்டியன் எக்ஸ்பிரஸ் அந்த செய்தியை அடிப்படையாகக்கொண்டு ராஜிவைத் தாக்கி எழுதின. ராஜிவும் அவர் குடும்பத்தினரும் லஞ்சம் பெற்றதாக எதிர்க்கட்சிகள் குற்றம் சாட்டின. குடியரசுத் தலைவர் பிரதமரை டிஸ்மிஸ் செய்யவேண்டும் என்று அவை கோரின.

பிரதமர் குடியரசுத் தலைவரைச் சந்தித்து நாட்டின் அரசியல் நிலவரத்தைத் தெரிவிக்கவேண்டும். ராஜிவ் அந்த மரபைக் கடைப்பிடிக்கவில்லை. பஞ்சாப் மற்றும் மிஜோ உடன்பாடுகளைப் பற்றி அவர் குடியரசுத் தலைவருடன் ஆலோசிக்கவில்லை. ஆகவே ஊழல் குற்றச்சாட்டில் பிரதமரை டிஸ்மிஸ் செய்ய ஜெயில் சிங் மனதளவில் தயாராக இருந்தார். புதிய பிரதமராகப் பதவியேற்க வி.பி.சிங் தயாராக இல்லை எனவே திட்டம் கைவிடப்பட்டது. நாடு காப்பாற்றப்பட்டது.

1987இல் தென் மேற்குப் பருவமழை பொய்த்தது. இந்தியாவின் மக்கள் தொகையில் கால்பங்கினர் பாதிக்கப்பட்டார்கள். உணவு

தானியம், தண்ணீர், இதரவை பாதிக்கப்பட்ட பிரதேசங்களுக்கு அனுப்பிவைக்கப்பட்டன. உணவுப் பஞ்சத்தினால் ஒரு நபர் கூட மரணமடையவில்லை, எல்லோரும் காப்பாற்றப்பட்டார்கள் என்று ராஜிவ் கூறினார். (1943இல் வங்காளத்தில் ஏற்பட்ட உணவுப் பஞ்சத்தில் லட்சக்கணக்கானவர்கள் மரணமடைந்தார்கள்) ஊழல் குற்றச்சாட்டு மற்றும் பதவி நீக்க சூழ்ச்சிகளுக்கு நடுவில் ராஜிவ் தன் கடமையை நிறைவேற்றினார்.

தேர்தல் நெருங்கிக்கொண்டிருந்தது. பார்லிமென்ட் கூட்டுக்கமிட்டி ராஜிவ் குற்றம் செய்யவில்லை என்று கூறியது. சரியான முறைப்படி பீரங்கிகள் தேர்வு செய்யப்படவில்லை என்று தணிக்கை அறிக்கையில் எழுதப்பட்டிருந்தது. அத்துடன் வேறு சில குறைகளும் சுட்டிக்காட்டப் பட்டன. எதிர்க்கட்சி எம்.பி.க்கள் பார்லிமென்டிலிருந்து பதவி விலகினார்கள். தேர்தலுக்குச் சில மாதங்களே இருக்கும்பொழுது அவர்கள் பதவி விலகியது தியாகச் செயல் அல்ல. ஆனால் அரசாங்கம் தடுமாறியது. ராஜிவ் தேர்தல் பிரச்சாரத்துக்குப் புறப்பட்ட பொழுது நாட்டில் அரசியல் நிலைமை மாறியிருந்தது.

உலக அரங்கில் இந்தியாவின் புகழ் அதிகரித்திருந்தது. இலங்கைப் பிரச்சினையைத் தவிர மற்ற விஷயங்களில் ராஜிவின் செயல்முறை பாராட்டப்பட்டது. வல்லரசுகளுடன் இந்தியாவுக்கு நெருக்கமில்லாவிட்டாலும் மோதல் இல்லை. ராணுவ வீரர்களுக்கு நவீன ஆயுதங்களும் பயிற்சியும் கொடுக்கப்பட்டிருந்தன. அதிகாரிகள் மற்றும் ஆசிரியர்களுக்குக் கணினிப் பயிற்சி கொடுக்கப்பட்டது. ராஜிவை மேற்குடிச் சிந்தனையாளர் (Elitist) என்று கூறுவதுண்டு. ஆனால் அவருடைய ஆட்சியில் வறுமை ஒழிப்புத் திட்டங்கள் நிறைவேற்றப்பட்டன. கல்லாமையை ஒழிக்க, கிராமங்களில் குடிநீர் கொடுக்க, குழந்தைகள் நோய்களைத் தடுக்கப் பாடுபட்டார். பஞ்சாயத்து ராஜ்யச் சட்டம் கிராமங்களில் முன்னேற்றத்தைக் கொண்டுவந்தது.

ராஜிவ் தன்னுடைய மந்திரி சபையை அடிக்கடி மாற்றினார். சில சமயங்களில் ஆத்திரப்பட்டார். பத்திரிகை நிருபர்கள் கூட்டத்தில் பேசிக்கொண்டிருக்கும் பொழுது வெளிநாட்டுத்துறைச் செயலாளரை மாற்றப்போவதாக அறிவித்தார். அவருக்கு அரசியலில் அனுபவமில்லை. கட்சி ஸ்தாபனத்தைப் பற்றித் தெரியாது. ஆனால் அரசியலை வேகமாகக் கற்றுக்கொண்டார். 1989இல் அவர் அரசியல் தலைமைக்குத்

தகுதியுள்ளவரானார். போபர்ஸ் பிரச்சினையில் தனிப்பட்ட முறையில் அவர் மீது குற்றம் சாட்டப்பட்டது. அதைத் தாங்கிக்கொண்டு பொதுத்தேர்தலுக்கு அவர் தயாரானார்.

இயக்கத்தின் தலைவர்களையும் காங்கிரசை எதிர்க்கின்ற அறிவு ஜீவிகளையும் ஈர்த்திருந்தார்.

ஊழல்களைத் தீவிரமாக எதிர்ப்பவர்களை மக்கள் ஆதரித்தார்கள். ஆகவே வி.பி.சிங் போபர்ஸ் பிரச்சினையை எடுத்துக்கொண்டார். ராஜிவ் மற்றும் காங்கிரசைத் தனிமைப் படுத்துவதற்கு அரசியல் போர்த்திட்டத்தையும் தயாரித்தார். ஏதாவதொரு காரணத்துக்காக ராஜிவைப் பிரிந்த காங்கிரஸ்காரர்களை சந்தித்துப்பேசி ஆதரவைப் பெற்றார். அவர்களில் அரிஃப் முகம்மதுகான் என்னும் மதச்சார்பற்ற முஸ்லிம் தலைவர் ஒருவர். அவர் ஷாபானோ பிரச்சினையில் அரசாங்கத்திலிருந்து விலகியபொழுது உடனடியாகப் பிரபலமடைந்தார். ஷாபானோ விவாகரத்துப் பெற்ற முஸ்லிம் பெண். கணவர் அவளுக்கு ஜீவனாம்சம் கொடுக்கவேண்டும் என்று உச்ச நீதிமன்றம் தீர்ப்பளித்தது. தீர்ப்பு தங்களுக்கு எதிரானது என்று பழமைப் பற்றுடைய முஸ்லிம்கள் ஆத்திரப்பட்டார்கள். அரிஃப் முகம்மது பார்லிமெண்டில் தீர்ப்பை ஆதரித்துச் சிறப்பாகப் பேசினார். (ராஜிவ் அதற்குத் தூண்டினார்) முஸ்லிம் பிரமுகர்களும் சமயத் தலைவர்களும் தீர்ப்பை எதிர்த்ததால் அதை ரத்துச் செய்வதற்கு மசோதாவைக் கொண்டு வர ராஜிவ் ஒத்துக் கொண்டார். தீர்ப்பின் விளைவாக ராஜிவ் முதலில் முஸ்லிம்களுடைய ஆதரவை இழந்தார். பிறகு தீர்ப்பை ரத்துச் செய்யத் தயாரானபொழுது ஹிந்துக்களுடைய ஆதரவை இழந்தார். அவர் முஸ்லிம்களைத் திருப்தி செய்ய விரும்புவதாக ஹிந்துக்கள் கருதினார்கள்.

அரிஃப் முகம்மதுகானின் ராஜினாமா ஒரு திருப்புமுனையாக இருந்தது. முன்பு ராஜிவ் காந்தியுடன் நெருக்கமாக இருந்த சிலர் இப்பொழுது அவரிடம் கசப்பாக இருந்தார்கள். வி.பி.சிங், அரிஃப், அருண்நேரு, ராம்தான், வி.சி. சுக்லா, சத்பால் மாலிக் ஆகியோரைத் தன்னுடன் சேர்த்துக்கொண்டு 1987 அக்டோபர் 2ஆம் நாளன்று ஜன் மோர்ச்சாவை (மக்கள் முன்னணி) அமைத்தார். அதை மையமாக வைத்துக்கொண்டு ராஜிவ் எதிர்ப்பு அரசியல் முன்னணியை அமைத்தார்.

இடதுசாரிக் கட்சிகள் எனக்கு இயற்கையான கூட்டாளிகள் என்றார் வி.பி.சிங். வகுப்பு வாதத்தைக் கண்டித்து அறிக்கைகளை வெளியிட்டார்.

பிஜேபி தலைவர்களான வாஜ்பாய் மற்றும் அத்வானியுடன் நெருக்கமாக இருந்தார். அவர்கள் கட்சியின் மேடைகளில் பேசினார். இடதுசாரிக் கட்சி மற்றும் பிஜேபியின் தீவிரமான காங்கிரஸ் எதிர்ப்பு அவர்களை ஒன்று சேர்த்தது. 1988 ஜூனில் வி.பி.சிங் அலஹாபாத் தொகுதியில் போட்டியிட்டு வெற்றி பெற்றார். எனவே சிங் மூலமாகத்தான் காங்கிரசை எதிர்க்கவேண்டும் என்று இரண்டு எதிர்க்கட்சிகளும் முடிவு செய்தன. அலஹாபாத் தொகுதியில் வெற்றி பெற்ற வி.பி.சிங்கைப் பாராட்டுவதற்கு நடைபெற்ற விழாவில் வாஜ்பாய் மற்றும் ஜோதிபாசு கலந்துகொண்டார்கள்.

"பி.ஜே.பி.யுடன் ஏற்பட்ட" உடன்பாட்டுக்கு "வி.பி.சிங் மட்டும் பொறுப்பு அல்ல, இடதுசாரிகள் ரகசியமாக அதை ஆதரித்தார்கள் என்பது தெளிவாகும் பி.ஜே.பியுடன் வி.பி.சிங் உடன்பாடு வைத்துக்கொண்டால் நாங்கள் அதை எதிர்க்கமாட்டோம். ஆனால் அதைப் பகிரங்கமாக ஆதரிக்கமாட்டோம்" என்று வி.பி.சிங்கிடம் இடதுசாரித் தலைவர்கள் கூறியதாக அவர் வாழ்க்கை வரலாற்றை எழுதிய சீமா முஸ்தபா எழுதினார்.

பி.ஜே.பி. அதிகமாகப் பயனடையாது என்று வி.பி.சிங்கும் இடதுசாரிகளும் நம்பினார்கள். இந்தியாவில் ஆட்சியைக் கைப்பற்ற காங்கிரசை அகற்றவேண்டும் என்று கருதிய பி.ஜே.பி. அவமதிப்புகளைப் பொருட்படுத்தாமல் செயலாற்றியது. பிஜேபி ஒரு வகுப்புவாதக் கட்சி என்று சுதந்திரப் போராட்ட காலத்திலிருந்து ஏற்பட்ட கறையினால் இதுவரை ஓரங்களில் மட்டுமே இருந்த கட்சி இப்பொழுது முன்னணிக்கு வந்தது. 1984 தேர்தலில் 2 இடங்களில் வெற்றியடைந்த கட்சி 1989இல் 86 இடங்களில் வெற்றி பெற்றது. 1998இல் ஆட்சியைக் கைப்பற்றியது. 1989இல் உருவாக்கப்பட்ட பரந்த கூட்டணி பிஜேபியின் வளர்ச்சிக்கு உறுதுணையாக இருந்தது.

எதிர்க்கட்சிகளின் ஒற்றுமை மூன்று கட்ட நிகழ்வாக இருந்தது. முதல்கட்டம்: காங்கிரஸ் அல்லாத மதச்சார்பற்ற தேசியக் கட்சிகளின் ஒற்றுமை; இரண்டாவது கட்டம்: இடதுசாரிகளாக இல்லாத எல்லா மதச் சார்பற்ற கட்சிகளின் (தேசிய மற்றும் பிராந்திய அளவில்) தேசிய முன்னணியை அமைத்தல்; மூன்றாவது கட்டம்: இடதுசாரிக் கட்சிகள் மற்றும் பிஜேபியுடன் தொகுதி உடன்பாடு செய்துகொள்ளுதல். முதலில் இரண்டாவது கட்டப்பணி நிறைவேற்றப்பட்டது. 6.8.1988இல் ஏழு

கட்சிகளின் தேசிய முன்னணி அமைக்கப்பட்டது. 11.10.1988இல் ஜன் மோர்ச்சா காங்கிரஸ் (எஸ்), ஜனதா, லோக்தளம் ஆகிய கட்சிகள் இணைந்து ஜனதாதளம் அமைக்கப்பட்டது. நாட்டிலுள்ள 85 சதவிகிதத் தொகுதிகளில் ஒருவருக்கொருவர் எதிர்த்துப் போட்டியிடுவதில்லை என்று தேசிய முன்னணியும் பிஜேபியும் அறிவித்தன. தேசிய முன்னணிக்கும் கம்யூனிஸ்ட் கட்சிகளுக்கும் இடையில் அப்படிப்பட்ட உடன்பாடு ஏற்பட்டது.

## தேசிய முன்னணி அரசாங்கம் (1989-90)

லோக்சபா தேர்தலில் காங்கிரஸ் தோற்றது. காங்கிரஸ் 197 இடங்களில் வெற்றியடைந்தது. மொத்த வாக்குகளில் 39.5 சதவிகித வாக்குகள் கிடைத்தன. அரசாங்கம் அமைக்கின்ற முயற்சிகளில் காங்கிரஸ் ஈடுபடாது என்று ராஜிவ் அறிவித்தார். தேசிய முன்னணி அரசாங்கத்தை வெளியிலிருந்து ஆதரிப்போம் என்று இடதுசாரிக் கட்சிகளும் பி.ஜே.பியும் அறிவித்தன. 146 இடங்களில் வெற்றி பெற்ற தேசிய முன்னணி அரசாங்கம் அமைத்தது. பிஜேபி (86) மற்றும் இடதுசாரிக் கட்சிகள் (52) அதை ஆதரித்தன.

வி.பி.சிங் பிரதமராவதை சந்திரசேகர் தீவிரமாக எதிர்த்தார். தன்னைத் துணைப் பிரதமராக நியமிக்கவேண்டும் என்று தேவிலால் வற்புறுத்தினார். தேர்தல் முடிந்துவிட்டதால் பதவி வேட்டை தொடங்கியது. பதவிப் பிரமாணம் நிகழ்ச்சியில் தேவிலால் ‘துணைப் பிரதமர்’ என்று கூற குடியரசுத் தலைவர் ‘அமைச்சர்’ என்று கூறுங்கள் என்று மென்மையாக அவரைத் திருத்தினார்.

வி.பி.சிங் அமிருதசரஸ் பொற்கோயிலுக்குச் சென்றார். தெருக்களில் திறந்த ஜீப் வண்டியில் சென்றார். ( ராஜிவ் அதிகமான பாதுகாப்புடன் ஏற்கெனவே சென்றார்.) காங்கிரசின் கொள்கைகளை மாற்றுவேன் என்று கூட்டங்களில் முழங்கினார். ஆனால் அவர் காலத்தில் பஞ்சாப் நிலைமையில் அபிவிருத்தி இல்லை. காஷ்மீரில் நிலைமை மோசமடைந்தது. காஷ்மீர் விவகாரங்கள் கமிட்டியின் தலைவராக ஜியார்ஜ் பெர்னான்டசை நியமித்தார். அருண் நேருவும் முப்டி முகம்மது சையதும் காஷ்மீர் விவகாரங்களில் தலையிட்டார்கள். யாரையும் கலந்துகொள்ளாமல் ஜக்மோகனை காஷ்மீர் ஆளுநராக நியமித்தார். முதலமைச்சராக இருந்த பரூக் அப்துல்லா அதை ஆட்சேபித்துப் பதவி விலகினார். ஏனென்றால் 1983இல் கட்சி மாறுதலை ஊக்குவித்து பரூக் அப்துல்லாவை முதலமைச்சர்

பதவியிலிருந்து விரட்டியது அவரே. ஜக்மோகன் சட்ட சபையைக் கலைத்தார். வி.பி.சிங் அவரை டில்லிக்கு வரச்சொல்லி ராஜ்ய சபாவில் உறுப்பினராக நியமித்தார். (இப்போதுகூட பிரதமர் யாரையும் கலந்துகொள்ளவில்லை). இலங்கையிலிருந்து கடைசி இந்தியத் துருப்புகளும் வெளியேறினார்கள். நேபாளத்துடன் வர்த்தக மற்றும் போக்குவரத்துப் பிரச்சினைகள் தீர்க்கப்பட்டதைத் தவிர தேசிய முன்னணி அரசாங்கம் உருப்படியாக ஒன்றும் செய்யவில்லை. பிஜேபியுடன் இருந்த நெருக்கத்தைப் பயன்படுத்தி அயோத்தி பிரச்சினைக்குத் தீர்வு கண்டிருக்கலாம். அதுவும் நடைபெறவில்லை.

சந்திரசேகர் பிரதமருடன் பேசுவதில்லை. அஜித் சிங்கை தேவிலால் வெறுத்தார். சந்திரசேகரைத் தவிர மற்ற எல்லோரும் தேவிலாலை வெறுத்தார்கள். தேவிலால் தான் வகித்த ஹரியானா முதலமைச்சர் பதவியை தன்னுடைய மகன் ஓம் பிரகாஷ் செளடாலாவிடம் ஒப்படைத்தார். செளடாலா மேஹம் என்ற தொகுதியில் சட்டசபைக்குப் போட்டியிட்டார். அங்கு வாக்காளர்கள் மிரட்டப்பட்டார்கள். தேர்தல் சாவடிகளை குண்டர்கள் கைப்பற்றினார்கள். தேர்தல் கமிஷன் தேர்தலை ரத்துச் செய்தது. செளடாலா முதலமைச்சர் பதவியிலிருந்து விலகினார். ஆனால் இரண்டு மாதங்களுக்குப் பிறகு மறுபடியும் முதலமைச்சரானார். உடனே அரிஃப் முகம்மதுகானும் அருண் நேருவும் மத்திய அமைச்சர் பதவிகளிலிருந்து விலகினார்கள். உடனே வி.பி.சிங் பிரதமர் பதவியிலிருந்து விலகினார். செளதாலா முதலமைச்சர் பதவியிலிருந்து விலகுவார் என்று தேவிலால் உறுதியளித்த பிறகு வி.பி.சிங் பிரதமராக நீடித்தார். போபர்ஸ் பீரங்கிகளை வாங்கியதில் அரிஃப் முகம்மதுவும் அருண் நேருவும் ஊழல் செய்தார்கள் என்று குற்றம் சாட்டி வி.பி.சிங் 1987இல் குடியரசுத் தலைவருக்கு எழுதிய கடிதத்தை தேவிலால் வெளியிட்டார். அது பொய்யான கடிதம் (போர்ஜரி) என்று கூறிய வி.பி. சிங் 1.8.1990இல் தேவிலாலை டிஸ்மிஸ் செய்தார்.

தேவிலால் சும்மா இருக்கவில்லை. அவர் புதுடில்லியில் 9.9.1990இல் மாபெரும் விவசாயிகள் பேரணி நடைபெறும் என்று அறிவித்தார். வி.பி.சிங்குக்கு தன்னுடைய பலத்தைக் காட்டுவது அவருடைய நோக்கம். வி.பி.சிங் அதற்குப் பதிலடியாக 7.8.1990இல் மண்டல் கமிஷன் பரிந்துரைகளை நிறைவேற்ற அரசாங்கம் முடிவு செய்திருப்பதாக பார்லிமெண்டில் தெரிவித்தார். ஜனதா அரசாங்கம்

(1977-79) மண்டல் கமிஷனை நியமித்தது. இந்திரா காந்தி அதன் பரிந்துரைகள் மீது நடவடிக்கை எடுக்கவில்லை. அரசாங்கத்திலும் பொதுத்துறை நிறுவனங்களிலும் 27 சதவிகித வேலைகள் பிற்பட்ட வகுப்பினருக்கு ஒதுக்கப்படவேண்டும். (SC-ST) பிரிவினருக்கு ஏற்கெனவே 22.5 சதவிகிதம் ஒதுக்கப்பட்டிருந்ததால் மொத்த ஒதுக்கீடு 49.5 சதவிகிதமாக அதிகரித்தது.) அடுத்த கட்டத்தில் கல்வி ஸ்தாபனங்களிலும், உயர் பதவிகளிலும் இந்த ஒதுக்கீடு பின்பற்றப்பட வேண்டும்.

பிரதமருடைய அறிவிப்பு தீவிரமான எதிர்ப்பைத் தூண்டியது. ஒதுக்கீடு செய்வதைக் கொள்கையளவில் ஆதரிப்பவர்கள்கூட, இப்படி அவசரமாக, ஆலோசிக்காமல் செய்திருக்கவேண்டாம் என்றார்கள். வி.பி.சிங் தனக்கு நெருக்கமானவர்களிடம்கூட ஆலோசிக்கவில்லை. பிஜூ பட்னாய்க், ராமகிருஷ்ண ஹெக்டெ, யஷ்வந்த் சின்கா, அருண் நேரு ஆகியோர் வி.பி.சிங்கின் முடிவைப் பற்றி வெவ்வேறு காரணங்களுக்கு அதிருப்தியடைந்தார்கள். பிரதமர் தங்களுடன் ஆலோசிக்கவில்லை என்று இடதுசாரிக் கட்சிகளும் பிஜேபியும் அமைதியிழந்தன. தேவிலால் மற்றும் சந்திரசேகர் முடிவைக் கண்டனம் செய்தார்கள். இந்தப் பிரச்சினையில் கருத்தொற்றுமையை உருவாக்கியிருக்கவேண்டும்; இந்த முடிவு சமூகத்தைப் பிளவுபடுத்தக் கூடியது; பிற்பட்ட வகுப்பினரைத் தேர்வு செய்யத் தவறான அளவுகோல் (Criteria) பயன்படுத்தல் ஆகியவை விமர்சனம் செய்யப்பட்டன. பொருளாதார நிலையை அளவுகோலாக வைத்துக்கொள்ள வேண்டும் என்று சி.பி.எம் கட்சி கூறியது ஹெக்டேயும் மற்றும் சிலரும் அதை ஆமோதித்தார்கள். நாடு சுதந்திரமடைந்த பிறகு பிற்பட்டோரிடம் ஏற்பட்டுள்ள கட்டமைப்பு மாற்றங்கள் கணக்கிலெடுத்துக் கொள்ளப்படவில்லை என்று பிரபலமான சமூகவியலாளர்கள் சுட்டிக்காட்டினார்கள். பிற்பட்டோரில் சில பிரிவினர் பசுமைப்புரட்சி மற்றும் நிலச் சீர்திருத்தங்களின் மூலம் முன்னேற்றமடைந்திருப்பதால் அவர்களுக்கு சலுகை கொடுக்கத் தேவையில்லை. பிற்பட்டோரில் சில பிரிவினர் தாழ்த்தப்பட்டோரைப் போல வறுமையில் வாடுகிறார்கள். அவர்களைக் கவனமாக அடையாளம் காண வேண்டும். எல்லோரையும் பிற்பட்டோர் என்ற மொத்தப் பிரிவில் சேர்த்தால் இவர்களுக்குப் பலன்

கிடைக்காது என்றார்கள். மண்டல் கமிஷன் அறிக்கை சமூகத்தைப் பிளவுபடுத்துகிறது; சமூக நீதியின் பெயரால் சாதிச் சண்டையைத் தூண்டுகிறது. இதுவரை அனுபவித்த முக்கியத்துவத்தை இழக்கப் போகின்றவர்களிடம் நாட்டுக்காக தியாகம் செய்யுங்கள் என்று சொல்லவில்லை. மண்டல் சிபாரிசுகளை எதிர்க்கின்ற எல்லோரும் உயர் சாதியினருடைய பிரதிநிதிகள் என்று லாபமடையக்கூடிய பகுதியினரை நினைப்பதற்குத் தூண்டியது. சமூகத்தில் சாதியுணர்ச்சி இல்லாதிருந்தவர்களிடம் சாதியுணர்ச்சியை மறுபடியும் ஏற்படுத்தியது.

தாழ்த்தப்பட்ட பிரிவினருக்கு இடஒதுக்கீடு செய்து நாற்பது ஆண்டுகளாகிவிட்டது. புதிய பிரிவினருக்கு ஒதுக்கீடு செய்கின்ற பொழுது அது சமூக நீதிக்குப் பயன்பட்டிருக்கிறதா என்று அறிவார்ந்த விவாதம் நடைபெற்றிருக்க வேண்டும். சமூக நீதியை நிறைவேற்ற இன்னும் பல வழிமுறைகள் உள்ளன. சாதிகளின் பெயரால் சலுகைகளைத் தரும்பொழுது சாதிப் பிரமுகர்கள் பலனடைகிறார்கள், சாதிமுறைக் கொடுமைகளுக்கு உட்படுபவர்கள் பலனடையவில்லை. இடஒதுக்கீட்டை அமுலாக்குவதற்கு முன்பு மேற்கூறியவற்றைக் கவனமாகச் சிந்தித்திருக்கவேண்டும். பொது மக்களை மனதளவில் தயாரித்திருக்க வேண்டும்.

வட இந்தியாவில் மாணவர்கள் வன்முறையில் ஈடுபட்டார்கள். இந்தியாவில் அரசாங்கம் ஆண்டுதோறும் லட்சக் கணக்கானவர்களுக்கு வேலை தருகிறது. லஞ்சமில்லை, தரகர்கள் இல்லை. தேர்வுகள் நடைபெறுகின்றன. தகுதியுள்ளவர்களுக்கு வேலை கிடைக்கிறது. சுமார் பாதியளவு வேலைகள் திடீரென்று ஒதுக்கீடு செய்யப்பட்டபொழுது அது அநீதியான நடவடிக்கை என்று மாணவர்கள் போராடினார்கள் தாழ்த்தப்பட்ட பிரிவினருக்கு ஒதுக்கீடு செய்ததைப் போன்றதல்ல இது. தேசிய இயக்கம் அதைப்பற்றி இடைவிடாமல் பேசி மக்களிடம் கருத்து ஒற்றுமையை உருவாக்கியிருந்தது. அத்துடன் வி.பி.சிங் அரசியல் உள்நோக்கத்துடன் முடிவு செய்திருக்கிறார் என்பதை தேசிய முன்னணிக்குள் நடைபெற்ற விவாதங்கள் மூலம் மாணவர்கள் தெரிந்துகொண்டார்கள்.

மண்டல் எதிர்ப்புப் போராட்டத்தில் பஸ்கள் எதிர்க்கப்பட்டன, அரசாங்கச் சொத்துக்கள் நாசமடைந்தன. மாணவர்களுடைய

போராட்டத்தை ஆசிரியர்கள், அலுவலர்கள் குடும்பத் தலைவர்கள் ஆதரித்தார்கள். டில்லி, கோரக்பூர், வாரணாசி மற்றும் சில நகரங்களில் துப்பாக்கிப் பிரயோகம் நடைபெற்றது. போராட்டத்தினால் மட்டும் பலனில்லை என்ற வெறுப்பில் சில மாணவர்கள் தங்களை எரித்துக்கொண்டார்கள். மாணவர்கள் நடத்துகின்ற நாடகத்தை யாரோ பின்னாலிருந்து இயக்குகிறார்கள் என்று மண்டல் ஆதரவாளர்கள் கூறினார்கள். இந்தப் பிரச்சினையின் தீவிரத்தை உணராமல் கொச்சைப்படுத்துகிறார்களே என்று மண்டல் எதிர்ப்பாளர்கள் வேதனைப்பட்டார்கள்.

கல்வி நிலையங்களில் சாதி அடையாளங்களுக்கு இடமில்லாத காலம் மறைந்து மாணவர்கள் சாதிகளைக்கூறி திட்டிக்கொள்கின்ற பரிதாபம் அரங்கேறியது. 1.10.1990இல் உச்ச நீதிமன்றம் மண்டல் அறிக்கை அமுலாக்குவதற்குத் தடைவிதித்தபொழுது எதிர்ப்பியக்கம் முடிவுற்றது.

அரசாங்கம் தள்ளாடியதைக் கண்ட பிஜேபி ஆதரவை வாபஸ் பெறப்போவதாகக் கூறியது. செப்டம்பர் 25இல் அத்வானி சோம்நாத்திலிருந்து (குஜராத்) அயோத்திக்கு (உ.பி.) 6,000 மைல் ரத யாத்திரையைத் தொடங்கினார். இராமருக்குக் கோயில் கட்ட மக்களுடைய ஆதரவைத் திரட்டுவது அவருடைய நோக்கம். அக்டோபர் 23இல் சமஸ்திப்பூரில் (பீகார்) அவர் கைது செய்யப்பட்டார். வி.பி.சிங் தன்னுடைய கட்சியினர் மற்றும் இடதுசாரிகளின் ஆதரவை இழக்க விரும்பாமல் பிஜேபியுடன் உறவை முறித்துக்கொண்டார். அயோத்தியில் ராமர்கோயில் கட்டத் தேர்ந்தெடுக்கப்பட்ட இடத்தில் மதபூசைகள் நடத்தக்கூடியிருந்த கூட்டத்தின் மீது துப்பாக்கிப் பிரயோகம் செய்யப்பட்டது. ரத யாத்திரை, அத்வானி கைது, அயோத்தியில் துப்பாக்கிச் சூடு, வகுப்பு வாத உணர்ச்சிகளைத் தூண்டியதால் வட இந்தியாவில் கலவரங்கள் நடைபெற்றன. சிலர் உயிரிழந்தார்கள் நவம்பர் 5இல் ஜனதா தளத்தில் பிளவு ஏற்பட்டது. 58 எம்.பி.க்கள் விலகி சந்திரசேகரைத் தலைவராகத் தேர்ந்தெடுத்தார்கள். வி.பி.சிங் தலைமை தாங்கிய இரண்டாவது காங்கிரஸ் அல்லாத அரசாங்கம் பதினொரு பரபரப்பான மாதங்களுக்குப் பிறகு டிசம்பர் 7ஆம் நாளில் முடிவடைந்தது.

# 21

## சந்திரசேகர் முதல் வாஜ்பாயி வரை - சுருக்கமான பார்வை

சந்திர சேகர் அரசாங்கம் 10.11.1990இல் காங்கிரஸ் ஆதரவுடன் பதவியேற்றது. காங்கிரஸ் கட்சி தேர்தலுக்குத் தயாராகின்ற வரை அரசாங்கம் பதவியில் இருக்கமுடியும். ஏதோ ஒரு சாக்கைக் கூறி 5.3.1991இல் காங்கிரஸ் தன்னுடைய ஆதரவை வாபஸ் பெற்றது. மே 19ஆம் நாளன்று தேர்தல் தொடங்கியது. ராஜிவ் ஆந்திராவில் தேர்தல் பிரச்சாரத்தை முடித்துவிட்டு சென்னையிலிருந்து 40.கி.மீ. தொலைவிலுள்ள ஸ்ரீபெரும்புதூரில் இரவில் பேசுவதற்குச் சென்றார். இடுப்பில் வெடிகுண்டை கட்டிக் கொண்டிருந்த இளம்பெண் அவரை வரவேற்றுப் பேசினாள். குண்டு வெடித்தபொழுது ராஜிவும் சிலரும் பலியானார்கள். அந்த சதித்திட்டத்தை LTTE நிறைவேற்றியது. அதனால் ஏற்பட்ட அனுதாப அலையில் காங்கிரசுக்கு 232 தொகுதிகளில் வெற்றி கிட்டியது. லோக் சபாவில் அதிகமான இடங்களைப் பெற்ற தனிக்கட்சியாக இருந்தது. நரசிம்மராவ் ஜூன் 21இல் காங்கிரஸ் அரசாங்கத்தை அமைத்தார். முதலில் சிறுபான்மை ஆதரவோடு அமைக்கப்பட்ட அரசாங்கம் பிறகு பெரும்பான்மையைப் பெற்றதுடன் ஐந்தாண்டுக்காலம் நீடித்தது. பஞ்சாபில் சகஜ நிலைமை ஏற்பட்டது. காஷ்மீர் மற்றும் அஸ்ஸாமில் நிலைமை அபிவிருத்தி அடைந்தது. பொருளாதாரக் கொள்கையில் அடிப்படையான மாற்றங்களைச் செய்தது. பாப்ரி மசூதி தகர்க்கப்படுவதை, நாட்டில் பல நகரங்களில் கலவரங்கள் ஏற்பட்டதை அவரால் தடுக்கமுடியவில்லை. நரசிம்மராவ் செய்த சீர்திருத்தங்கள் வரலாற்று நோக்கில் மிகவும் முக்கியமானவை. எனினும் கடைசி இரண்டு ஆண்டுகளில் அரசாங்கம் வேகத்தை இழந்தது. காங்கிரஸ் மற்றும் எதிர்க்கட்சித் தலைவர்கள் ஹவாலா மற்றும் ஊழல் குற்றச்சாட்டுகளுக்கு ஆளானார்கள். விசாரணையில் குற்றச்சாட்டுகள் நிரூபிக்கப்படவில்லை.

1996இல் நடைபெற்ற தேர்தலில் காங்கிரஸ் 140 இடங்களில் மட்டும் வெற்றி பெற்றது. 1991இல் 120 இடங்களில் வெற்றியடைந்த பிஜேபி 161 இடங்களில் வெற்றி பெற்றது. பிஜேபி அரசாங்கம் அமைத்தது. எனினும் பெரும்பான்மை இல்லாததால் விலகியது. தேவ கௌடாவின் தலைமையில் ஐக்கிய முன்னணி அரசாங்கம் அமைக்கப்பட்டது. காங்கிரஸ், சி.பி (எம்) மற்றும் சிபிஐ கட்சிகள் அதற்கு ஆதரவு கொடுத்தன சிபிஐ கட்சியின் சார்பில் இந்திரஜித் குப்தா உள்துறை அமைச்சர் பொறுப்பை ஏற்றார். 30.3.1997இல் காங்கிரஸ் கட்சி ஆதரவை வாபஸ் பெற்றது. ஐக்கிய முன்னணி குஜ்ரால் தலைமையில் புதிய அரசாங்கத்தை அமைத்தது. மறுபடியும் காங்கிரஸ் ஆதரவை விலக்கிக்கொண்டது. 1998 தேர்தலுக்குப் பிறகு வாஜ்பாயி பிஜேபி தலைமையில் அரசாங்கம் அமைத்தார். 182 எம்.பி.க்களைக் கொண்ட பிஜேபி தெலுங்கு தேசம், அ.இ.அதி.மு.க திரிணமூல் காங்கிரஸ் ஆகிய கட்சிகளின் ஆதரவைப் பெற்று அரசாங்கத்தை நடத்தியது. காங்கிரஸ் 147 இடங்களில்தான் வெற்றி பெற்றது. ஜெயலலிதா தன்னுடைய ஆதரவை வாபஸ் பெற்றதால் 1999 ஏப்ரலில் வாஜ்பாயி அரசாங்கத்துக்கு எதிரான நம்பிக்கை இல்லாத் தீர்மானம் நிறைவேறியது. 1999 செப்டம்பர் – அக்டோபரில் தேர்தல் நடைபெற்றது. பிஜேபி எம்.பி.க்களின் எண்ணிக்கை அதிகரிக்காவிட்டாலும் கூட்டணி எம்.பி.க்கள் எண்ணிக்கை அதிகரித்தது. சோனியா காந்தி தலைமை தாங்கிய காங்கிரஸ் கூட்டணிக்கு 134 இடங்களில்தான் வெற்றி கிடைத்தது. காங்கிரஸ் கூட்டணி 34.7 சதவிகித வாக்குகளைப் பெற்றது. 1998ஐக் காட்டிலும் 3.4 சதவிகித வாக்குகளை அதிகமாக பெற்றது. பிஜேபி கூட்டணி 41.3 சதவிகித வாக்குகளைப் பெற்றது. 1998ஐக் காட்டிலும் 1.2 சதவிகிதம் அதிகரித்தது. வாஜ்பாயி தலைமையில் புதிய அரசாங்கம் அமைக்கப்பட்டது.

### தே.ஜ.கூட்டணி அரசாங்கம்

பிஜேபி அரசாங்கம் இனிமேல் நிதானமாக நடந்துகொள்ளும், கட்சியின் தீவிரவாதிகள் அடக்கப்படுவார்கள், மிதவாதிகள் செல்வாக்குப் பெறுவார்கள் என்று பத்திரிகையாளர்கள் எதிர்பார்த்தார்கள். பிஜேபி ஒற்றுமை, கட்டுப்பாடு, நேர்மை உள்ள கட்சி என்று அதன் தலைவர்கள் கூறினார்கள். ஆனால் இரண்டு கருத்துக்களும் நிறைவேறவில்லை. அயோத்தியில் இராமர் கோயிலைக் கட்டுவோம் என்ற கூக்குரல்

2002ஆம் ஆண்டின் ஆரம்பத்தில் உச்ச ஸ்தாயியில் ஒலித்தது. பிரச்சினைக்குரிய இடத்தில் புதிதாக கட்டிடம் கட்டக்கூடாது என்று உச்ச நீதிமன்றம் தடைவிதித்திருப்பதை யாரும் பொருட்படுத்தவில்லை. குஜராத்தில் 2002 பிப்ரவரியிலிருந்து மூன்று மாதகாலம் இனப் படுகொலை நடைபெற்றது.

மனிதவள வளர்ச்சித் துறையின் அமைச்சர் முரளி மனோகர் ஜோஷி கல்வித்துறையைக் காவிமயமாக்குவதில் தீவிரமாக இருந்தார். (அதைப் பற்றி வேறு அத்தியாயத்தில் எழுதப்பட்டிருக்கிறது)

பிஜேபி அரசாங்க அமைச்சர்கள் ஊழல்களில் ஈடுபட்டதை ஊடகங்கள் அம்பலப்படுத்தின. டெஹெல்கா என்னும் இந்திய வலைத்தளம் அரசியல்வாதிகளுக்கும் ஆயுதங்களை விற்பனை செய்பவர்களுக்கும் இடையில் பேரங்கள் நடைபெறுவதையும் லஞ்சப் பணம் கைமாறுவதையும் படம்பிடித்தது. 13.3.2001இல் அவை தொலைக்காட்சியில் காட்டப்பட்டன. பிஜேபியின் தலைவர் பங்காரு லட்சுமணன் 1,00,000 ரூபாய் லஞ்சத்தை வாங்கி தன்னுடைய மேசை டிராயருக்குள் வைக்கிறார். சமதா கட்சியின் தலைவர் ஜெயா ஜெட்லி பாதுகாப்பு அமைச்சர் ஜியார்ஜ் பெர்னான்டஸின் அரசு வீட்டில் 2,00,000 ரூபாய் லஞ்சம் வாங்குகிறார். அதன் விளைவாக பங்காரு லட்சுமணனும் பெர்னான்டசும் பதவி விலகினார்கள். அரசாங்கம் விசாரணைக்கு உத்தரவிட்டது. தெஹெல்கா வலைத்தளத்தின் ஊழியர்களை அரசாங்கம் பழிவாங்கியது.

யூனிட் டிரஸ்ட்டில் நடைபெற்ற மோசடியில் எண்ணற்ற சிறிய பங்குதாரர்கள் தங்களுடைய சேமிப்புகளை இழந்தார்கள். அதற்குப் பொறுப்பான அதிகாரிகள் பிரதமமந்திரிக்கு நெருக்கமானவர்கள். பெட்ரோலிய அமைச்சர் ராம் நாயக் சுமார் 3,000 பெட்ரோல் மற்றும் எரிபொருள் ஏஜன்சிகளை பிஜேபி மற்றும் ஆர்.எஸ்.எஸ். கட்சிகளுக்கு நெருக்கமானவர்களுக்குக் கொடுத்தார். அரசு விதிகள் மீறப்பட்டதை நீதிமன்றம் கண்டித்தது. அமைச்சருடைய உத்தரவுகள் ரத்து செய்யப்பட்டன. டில்லியில் முக்கியமான காலிமனைகள் ஆர்.எஸ்.எஸ். அமைப்புடன் தொடர்புள்ளவர்களுக்குக் கொடுக்கப்பட்டது அம்பலப்படுத்தப்பட்டது.

2001 மே மாதத்தில் கேரளா, பாண்டிச்சேரி, அஸ்ஸாம், தமிழ்நாடு மற்றும் மேற்கு வங்காளத்தில் சட்டசபைத் தேர்தல் நடைபெற்றது. முதல்

மூன்று மாகாணங்களில் காங்கிரஸ் வெற்றி பெற்றது. தமிழ்நாட்டில் அ.இ.அ.தி.மு.கவும் மேற்கு வங்காளத்தில் இடதுசாரி முன்னணியும் வெற்றி அடைந்தன. இப்பொழுது காங்கிரஸ் கட்சி 11 மாகாணங்களில் ஆட்சி செய்தது. இந்தக் கட்டத்தில் குஜராத்தில் மட்டுமே பிஜேபி வெற்றி பெற்றது. அந்த வெற்றி அதற்குப் பெருமை சேர்க்கவில்லை. 2003இல் தன் கோட்டையான ஹிமாச்சல் பிரதேஷில் தோல்வியுற்றது. அதன் பிறகு மத்திய பிரதேஷ், சட்டீஸ்கார், ராஜஸ்தான் ஆகிய மாகாணங்களில் வெற்றி பெற்றது. பொதுத்தேர்தல் ஆறு மாதங்களுக்கு முன்பே அறிவிக்கப்பட்டது. பொருளாதார நிலை நன்றாக இருந்தது. அந்நியச் செலாவணி கையிருப்பு அதிகமாக இருந்தது. பணவீக்கம் குறைந்திருந்தது. நிதி அமைச்சர் பட்ஜெட்டில் தேர்தலை உத்தேசித்து பல சலுகைகளைக் கொடுத்தார்.

பிஜேபி ‘இந்தியா ஒளிர்கிறது’ என்ற கவர்ச்சியான விளம்பரத்துடன் தேர்தல் நடவடிக்கைகளைத் தொடங்கியது. ஆனால் பெரும்பான்மையான இந்தியர்கள் அப்படி நினைக்கவில்லை. அவர்கள் தே.ஜ.கூட்டணியைத் தோற்கடித்தார்கள். 1977இல் காங்கிரஸ் கட்சி படுதோல்வி அடைந்ததைப் போல இப்பொழுது பிஜேபி படுதோல்வி அடைந்தது.

## ஐ.மு.கூட்டணி அரசாங்கம்

காங்கிரஸ் கட்சி 146 தொகுதிகளில் வெற்றி பெற்றது. இடதுசாரிக்கட்சிகள், கூட்டணிக் கட்சிகளுடன் சேர்ந்து அரசாங்கம் அமைத்தது. காங்கிரஸ் தலைவரான சோனியா காந்தி பிரதமர் பதவியை ஏற்க மறுத்தார். பொருளாதார நிபுணரும் முன்னாள் நிதி அமைச்சருமான மன்மோகன் சிங் பிரதமரானார். சோனியா காந்தியின் தியாகம் கட்சியிலும் மக்களிடமும் அவருடைய செல்வாக்கை உயர்த்தியது.

‘தே.ஜ.கூட்டணி குஜராத் மற்றும் உ.பி. மாகாணங்களில், கல்வித் துறையில் மக்களைப் பிரிக்கின்ற கொள்கையைக் கடுமையாக அமுலாக்கியதன் விளைவாகத் தோல்வியடைந்தது’ என்று பிரபலமான ஹிந்து நாளிதழ் எழுதியது. “கிராமங்கள் மற்றும் நகரங்களில் எண்ணற்ற வாக்காளர்கள் துன்பங்களை சந்தித்த பொழுது இந்தியா ஒளிர்கிறது” இயக்கம் அவர்களை மிகவும் கேலி செய்வதாக இருந்தது. ஆகவே ஆளும் கட்சியின் நம்பகத்தன்மை பாதிக்கப்பட்டது” என்று அந்த ஏடு மேலும் எழுதியது. சிவில் சமூகக் குழுக்கள், நிபுணர்கள்

ஆகியோரைக் கொண்ட ஆலோசனைக்குழு அமைக்கப்பட்டது. சோனியா காந்தி அதன் தலைவராக நியமிக்கப்பட்டார்.

வகுப்பு வாத விஷத்தை அகற்றுகின்ற வேலை கல்வித் துறையிலிருந்து தொடங்கியது. பல தேசிய அமைப்புகளின் தலைவர்கள் (அல்லது இயக்குநர்கள்) அவர்களுடைய கட்சி சார்ந்த அணுகுமுறைக்காக நீக்கப்பட்டார்கள். பாடபுத்தகங்கள் குறிப்பாக வரலாற்றுப் பாடபுத்தகங்கள் மறுஆய்வு செய்யப்பட்டன. பொடா சட்டம் ரத்து செய்யப்பட்டது. சிறுபான்மையினர் விவகாரங்களை கவனிப்பதற்கு ஒரு இலாகா அமைக்கப்பட்டு அமைச்சர் நியமிக்கப்பட்டார். சிறுபான்மையினரில் பொருளாதார ரீதியில் பின்தங்கியவர்களுடைய முன்னேற்றம் குறித்து ஆலோசனை கூற நீதிபதி ராஜேந்தர்சச்சார் தலைமையில் குழு அமைக்கப்பட்டது. வகுப்புவாத வன்முறை (தடுத்தல் மற்றும் பாதிக்கப்பட்டவர்களுக்கு மறுவாழ்வு கொடுத்தல்) மசோதா பார்லிமென்டில் கொண்டுவரப்பட்டது.

பொருளாதாரம் மற்றும் வெளிநாட்டுத் துறைகளில் ஏற்பட்ட முன்னேற்றம் வேறு அத்தியாயங்களில் எழுதப்பட்டிருக்கிறது. தேசிய ஆலோசனைக் குழுவின் முன்முயற்சியால் சோனியா காந்தியின் உதவியுடன் தகவலறியும் உரிமைச் சட்டம் (RTI) பார்லிமென்டில் நிறைவேற்றப்பட்டது. ஒரு குடிமகன் தகவல் கேட்டால் அரசாங்க அதிகாரிகள் 30 நாட்களுக்குள் அவருக்கு தகவலைத் தரவேண்டும் என்று சட்டம் கூறியது. தகவல் தராவிட்டால் தண்டனை உண்டு. அது உலகத்திலேயே சிறந்த சட்டம். அரசாங்கம் அதற்கு முன்முயற்சி எடுக்கவில்லை. மக்சேசே விருதைப் பெற்ற அருணாராய் மற்றும் அவருடைய மஸ்தூர்கிசான் சக்தி சங்கம் (MKSS) தொடங்கிய இயக்கம் நாடு தழுவிய அளவில் வளர்ச்சி அடைந்தது. சேகர் சிங்கை அமைப்பாளராகக்கொண்ட அகில இந்திய பிரச்சாரக் குழு அமைக்கப்பட்டது. அதிகாரிகளுடைய அவமரியாதைகளையும் ஊழல்களையும் பார்த்து கொதித்துப் போன மக்கள் இந்த சட்டத்தை வரவேற்றார்கள். மக்களின் புகார் கடிதங்களைப் பெறுவதற்குக்கூட மறுத்த அதிகாரிகள் இப்பொழுது உடனே தகவல்களைக் கொடுத்தார்கள்.

2005 செப்டம்பரில் தேசிய கிராமப்புற வேலை உத்தரவாதச் சட்டம் (NREGA) நிறைவேற்றப்பட்டது. கிராமங்களில் வசிக்கின்ற ஏழைகளின்

ஒவ்வொரு குடும்பத்திலும் ஒரு நபருக்கு ஆண்டுதோறும் நூறு நாட்களுக்கு வேலை கொடுக்கவேண்டும். ஊழல்கள் செய்யப்படாவிட்டால் இந்த சட்டத்தின் மூலம் கிராமங்களில் ஏழைகள் வாழ்க்கையில் முன்னேற்றமடைவார்கள். சட்டசபைகளில் பெண்களுக்கு மூன்றிலொரு பங்கு இடங்களை ஒதுக்குகின்ற மசோதா கொண்டு வரப்பட்டது. சில கட்சிகள் ஒதுக்கீட்டில் உள் ஒதுக்கீடு, கோரியதால் மசோதா இன்னும் நிறைவேற்றப்படவில்லை. குடும்ப வன்முறையிலிருந்து பெண்களைப் பாதுகாக்கின்ற சட்டம் 2005இல் நிறைவேறியது. குடும்பத்தில் மனோரீதியான, உடல் சார்ந்த வன்முறை இருப்பதை அது அங்கீகரித்தது. ஹிந்து பெண்களுக்கு குடும்பச் சொத்துக்களில் ஆண்களுக்குச் சமமான மரபுரிமை அளித்துச் சட்டமியற்றப்பட்டது. NREGA திட்டத்தில் வேலை செய்பவர்களில் மூன்றிலொரு பங்கு பெண்களாக இருக்கவேண்டும்.

கல்வியுரிமை மசோதா தயாரிக்கப்பட்டது. ஆனால் அது இடையில் கைவிடப்பட்டது. மத்திய அரசின் கல்வி ஆலோசனைக் குழு மசோதாவைத் தயாரிப்பதற்கு இரண்டு ஆண்டுகளை எடுத்துக் கொண்டது. அதை நிறைவேற்றுவதற்குத் தேவையான நிதி இல்லையென்று நிதி இலாகா தெரிவித்ததால் அது மாகாணங்களுக்கு அனுப்பப்பட்டது. எங்களிடமும் நிதி இல்லை என்று மாகாண அரசாங்கங்கள் அதை டில்லிக்குத் திருப்பி அனுப்பின. 1950க்குப் பிறகு எல்லா அரசாங்கங்களும் கட்டாயக் கல்விக்கு முன்னுரிமை கொடுக்கத் தவறியதற்கு இது ஒரு உதாரணம்.

OBCகளுக்கு 27 சதவிகித இடங்கள் ஒதுக்கீடு செய்யப்பட்ட பொழுது ஏற்பட்ட எதிர்ப்பை அகற்றுவதற்கு எல்லா உயர் கல்வி நிறுவனங்களும் இடங்களை அதிகப்படுத்திக்கொள்ளுமாறு பரிந்துரை செய்யப்பட்டது. ஆனால் உச்சநீதிமன்றம் பரிந்துரையைத் தடைசெய்தது. இந்தியாவில் உலகப் புகழ்பெற்ற IIMகள் மற்றும் IITகள் உள்ளன. அவை பாப்புலிச நிர்ப்பந்தங்களுக்கு ஆளாக வேண்டுமா? அவற்றின் சுயாட்சி அதிகாரத்தில் அரசாங்கம் தலையிட வேண்டுமா என்ற கேள்விகள் எழுந்தன.

## 1990களில் வெளிநாட்டுக் கொள்கை

சோவியத் யூனியன் சிதறிவிட்டது. பனிப்போர் முடிந்துவிட்டது. தாராளமயமாக்கலும் உலகமயமாக்கலும் அரசாங்கத்தின் கொள்கைகளாகி

விட்டன. அமெரிக்கா மற்றும் மேற்கத்திய உலகத்துடன் தன்னுடைய உறவைச் சீரமைக்கவேண்டிய நிலை 1991இல் இந்தியாவுக்கு ஏற்பட்டது. இந்தியாவுக்கு மூலதனம் மற்றும் தொழில்நுட்பம் தேவை; உதவிசெய்ய சோவியத் யூனியன் இல்லை. இந்தியா புதிய சூழலில் புதிய செயல்திட்டத்தைப் பயன்படுத்தி வேகமாக வளர்ச்சி அடையவேண்டும். பொருளாதார பலத்தைக்கொண்ட நாடுகளுக்குத்தான் உலகம் செவி சாய்க்கிறது. "உலகத்தில் முக்கியமான போக்கைக் குறிப்பிடுமாறு என்னிடம் கேட்டால், பொருளாதாரப் போராட்டம் அரசியல் போராட்டத்தைப் பின்னால் தள்ளிவிட்டது என்பேன்" என்றார் டாக்டர் வி.பி.தத்.

இந்திய - சோவியத் நட்புறவு பழைய கதையாகிவிட்டது. எனினும் சோவியத் யூனியனிலிருந்து பிரிந்துவிட்ட நாடுகளில் இந்தியாவிடம் அதிகமான நல்லெண்ணம் இருந்தது. ரஷ்யா நெருக்கடியில் சிக்கியிருந்தாலும் அது வலிமையான நாடு. இழந்த முக்கியத்துவத்தை சீக்கிரத்தில் பெறும். எனவே இந்தியா ரஷ்யாவுடன் நல்லுறவுகளைத் தக்கவைத்துக்கொள்ளவேண்டும். ரஷ்யக் கூட்டாளிகளிலிருந்து பிரிந்துவிட்ட மத்திய ஆசியாவைச் சேர்ந்த நாடுகளில் இயற்கைவளங்கள் ஏராளமாக இருந்தன. அமெரிக்காவும் மேற்கு நாடுகளும் அவற்றுடன் நல்லுறவை வளர்க்கத் துடித்தன. இந்திய அரசாங்கம் அந்த நாடுகளுடன் நல்லுறவை ஏற்படுத்திக்கொண்டது.

பாலஸ்தீனத்தைப் பெற அரபு நாடுகளின் போராட்டத்தை இந்தியா எப்பொழுதும் ஆதரித்திருந்ததால், இஸ்ரேல் நாட்டுடன் உறவு இல்லாததால் மத்திய கிழக்கு நாடுகளில் இந்தியாவுக்கு மரியாதை இருந்தது.

இந்தியா பாலஸ்தீன விடுதலை இயக்கத்தை ஆதரித்த அதே சமயத்தில் இஸ்ரேலுடன் உறவை ஏற்படுத்தியது. அமெரிக்கா இராக் மற்றும் இரான் நாடுகளை ஒதுக்கிவைத்திருந்தது. இந்தியா இரானுடன் நட்புறவு கொண்டிருந்தது. இஸ்லாமிய நாடுகளின் ஸ்தாபனத்தை (OIC) இந்தியாவுக்கு எதிராகப் பயன்படுத்துவதற்கு பாகிஸ்தான் செய்த முயற்சிகள் அதிகமாக வெற்றி பெறவில்லை. அமெரிக்கா இராக் எதிர்ப்பு வெறியைத் தூண்டிய பொழுது இந்தியா அதில் சேரவில்லை. பல்லாண்டுகளாக இராக்குடன் ஏற்பட்ட பொருளாதார உறவு நீடித்தது.

இந்தியா வெளிநாட்டுக்கொள்கையில் புதிய தடங்களில் நடக்கவேண்டியிருந்தது. உலகத்தில் பெரும்பாலான நாடுகள் வர்த்தக

அல்லது பொருளாதாரக் கூட்டணிகளை (ASEAN, FEC, NAFTA,) அமைத்துக்கொண்டன. இந்தப் போக்கை இந்தியா ஆரம்பத்தில் புரிந்துகொள்ளவில்லை. SAARC நிறுவப்பட்ட சமயத்தில் அதில் சேருவதற்கு இந்தியா முயலவில்லை. இந்தியப் பெருங்கடலை ஒட்டிய நாடுகளை ஒன்றுசேர்ப்பதில் இந்தியா தீவிரம் காட்டியது. பொருளாதாரக் கூட்டாளி என்ற முறையில் மாபெரும் வளத்தைக் கொண்டுள்ள தென் ஆப்பிரிக்காவும் இடம்பெற்றிருப்பது பொருத்தமாகும்.

ஜப்பான் உலகத்தில் அதிகமான முதலீடு செய்யக்கூடிய நிதிபலத்தைக் கொண்ட நாடு. டச்சு காலனியாதிக்கத்தை எதிர்த்து இந்தோனேஷியாவின் சுதந்திரப் போராட்டத்தை இந்தியா ஆதரித்தது. பிரெஞ்சு மற்றும் அமெரிக்கக் காலனியாதிக்கத்தை வியத்நாம் எதிர்த்துப் போராடியபொழுது இந்தியா அந்த நாட்டை ஆதரித்தது. தாய்லாந்து, கம்போடியா, மலேசியா ஆகிய நாடுகளுடன் இந்தியா கலாசார உறவுகளைக் கொண்டிருக்கிறது. சிங்கப்பூர் என்னும் நகரம் நவீன தொழில்நுட்பவியல் மூலம் உலகத்தின் பொருளாதார வல்லரசுகளில் ஒன்றாக இருக்கிறது. இந்தியா மேற்கூறிய நாடுகளுடன் உறவுகளை வலுப்படுத்திக் கொள்ளவேண்டும்.

ஜப்பான் மற்றும் சில கிழக்கு ஆசிய நாடுகள் அமெரிக்காவின் மேலாண்மையை நெடுங்காலமாக ஆட்சேபிக்கவில்லை. உலகப் பிரச்சினைகளில் உங்களுடைய கருத்தைக் கூறுங்கள் என்று இந்தியா அந்த நாடுகளைத் தூண்டவேண்டும். அணிசேராத நாடுகள் 1950க்களில் பனிப்போரை இப்படித்தான் எதிர்த்தன. அணிசேராத நாடுகளின் இயக்கம் இன்றியமையாதது என்று 1992இல் ஜாகர்தாவில் நடைபெற்ற உச்ச கட்ட மாநாடு தெரிவித்தது. ஐ.நா.சபையை ஜனநாயகப்படுத்த வேண்டும், பல அடுக்கு வர்த்தக அமைப்புகள் வேண்டும், வளர்முக நாடுகளுக்கு நிதிகள் குவிய வேண்டும் ஆகியவற்றை மாநாடு கோரியது.

மற்றொரு பக்கத்தில் அமெரிக்கா மனித உரிமைகளின் பெயரால் நாடுகளின் உள்நாட்டு விவகாரங்களில் தலையிட்டது. கொஸோவோ ஓர் உதாரணம். இந்தியாவிலும் சீனாவிலும் வெவ்வேறு இனங்களைச் சேர்ந்த மக்கள் வாழ்கின்றார்கள். அந்த நாடுகளில் அமெரிக்கா தலையிடமுடியும். கொஸோவோவின் உள்நாட்டு விவகாரத்தில் அமெரிக்கா மற்றும் நேட்டோ (NATO) கூட்டணி தலையிட்டபொழுது மேற்கூறிய நாடுகள் கண்டித்தது ஆச்சரியமல்ல.

சுதந்திரத்திற்குப் பிறகு இந்தியா 263

இந்தியா தனது வெளிநாட்டுக் கொள்கையைப் புதிய சூழலுக்கு தகவமைக்க வேண்டும் சர்வதேசக் கூட்டணிகள் மாறிக் கொண்டிருக்கின்றன. இந்தியா அவற்றைப் புரிந்துகொண்டு தன்னுடைய குறிக்கோள்களை நிறைவேற்றிக்கொள்ள வேண்டும். நெகிழ்வான சூழ்நிலையில் இந்தியாவின் வெளிநாட்டுக் கொள்கை படைப்புத் தன்மையுடன் இருக்கவேண்டும்.

1998இல் இந்தியா அணுகுண்டை வெடித்துப் பரிசோதனை செய்தது. 1999இல் இந்தியாவுக்கும் பாகிஸ்தானுக்கும் இடையில் போர் நடைபெறும் என்ற நிலை உருவாயிற்று. முக்கியமான இரண்டு நிகழ்வுகளையும் ஆய்வு செய்வோம்.

## பொக்ரான்-2

1998மே 11ஆம் நாளன்று இந்தியா அணுகுண்டை வெடித்தது. அணுசக்தியைப் பற்றி இந்தியா சுதந்திரம் பெற்றதிலிருந்து கடைப்பிடித்த கொள்கையைப் பின்னணியாகக் கொண்டு இதை ஆராயவேண்டும்.

உலக நாடுகள் அணு ஆயுதங்களைத் தயாரிக்கக்கூடாது என்று நேரு காலத்திலிருந்து இந்தியா கூறி வந்திருக்கிறது. அணு ஆயுதங்களை வைத்துள்ள நாடுகள் படிப்படியாக அவற்றை அழிக்கவேண்டும் என்று ராஜிவ் உலக நாடுகளைத் தூண்டினார். அதே சமயத்தில் இந்தியாவில் அணு சக்தி ஆராய்ச்சி வளர்ந்து கொண்டிருந்தது. இந்திரா காந்தி பிரதமராக இருந்தபொழுது 1974 அக்டோபரில் முதலாவது அணுப் பரிசோதனை வெற்றிகரமாக நடைபெற்றது. ராஜிவ், நரசிம்மராவ், தேவகௌடா மற்றும் குஜ்ரால் அணுகுண்டுப் பரிசோதனை செய்வதற்குத் தயாராக இருந்தார்கள். 1995இல் நரசிம்மராவ் அணுகுண்டு பரிசோதனைக்கு அனுமதி கொடுக்கின்ற நிலையில் இருந்தபொழுது அமெரிக்கர்கள் தெரிந்து கொண்டு அதை நிறுத்தினார்கள் என்று சொல்லப்படுகிறது. 1998 மே மாதம் வரை இந்தியா அணு ஆயுதங்களை அழிக்கவேண்டும் என்று கூறியது. அணு ஆயுதத் தயாரிப்பையும் செய்துகொண்டிருந்தது. இந்தியாவின் இரட்டை நிலைக்குக் காரணங்கள் உண்டு.

இரண்டாவது உலகப்போர் முடிவடைந்தபிறகு அணு ஆராய்ச்சி சில நாடுககளின் ஏகபோகமாக இருந்தது. அணு ஆயுதப் பெருக்கத்

தடை ஒப்பந்தம் (NPT) அமெரிக்கா, சோவியத் யூனியன், பிரிட்டன், பிரான்ஸ் ஆகிய நான்கு நாடுகள் மட்டும் அணு ஆயுதங்களை வைத்திருக்கின்ற நிலையை ஆதரித்தது. சீனா அணுகுண்டை வெடித்த பிறகு இந்தக் குழுவில் சேர்ந்தது. இப்பொழுது ஐந்து நாடுகளின் ஏகபோகம் நிலவியது மற்ற நாடுகள் அணு ஆயுத சோதனைகளை நடத்தக்கூடாது என்று வலியுறுத்தப்பட்டது. அணு ஆயுதப் பரிசோதனைத் தடை ஒப்பந்தமும் மற்ற நாடுகள் அணு ஆயுதப் பரிசோதனை செய்வதைத் தடுத்தது. அதே சமயத்தில் அணு ஆயுதங்களை வைத்திருக்கின்ற நாடுகள் அடுத்த ஐம்பது ஆண்டுகளுக்குள் அணு ஆயுதங்களை ஒழிப்போம் என்று உறுதியளிப்பதற்கு முன்வரவில்லை இந்தியா CTBT ஒப்பந்தத்தில் கையெழுத்திடவில்லை.

இந்தியாவைச் சுற்றியுள்ள நாடுகள் அணு ஆயுதங்களை வைத்திருந்தன. சீனா 1962இல் இந்தியா மீது படையெடுத்தது. அந்த நாடு இப்பொழுது 400-500 அணு ஆயுதங்களையும் ICBMகளையும் வைத்திருந்தது. திபெத்தில் அதற்கு அணு ஆயுதத் தளங்கள் இருந்தன. அமெரிக்காவின் அணு ஆயுதக் கப்பல்கள் டீகோகார்சியா தளத்தில் வைக்கப்பட்டு இந்தியக் கடல்களில் சுற்றிக்கொண்டிருந்தன. பாகிஸ்தான் இந்தியா மீது மூன்று முறை போர் செய்திருக்கிறது. தொடர்ச்சியாக இந்தியாவின் எல்லைகளில் பதற்றத்தை ஏற்படுத்துகிறது. பாகிஸ்தானிடம் அணு ஆயுதங்கள் உள்ளன. 1,500கி.மீ. தூரத்திலுள்ள இலக்குகளைத் தாக்கக்கூடிய ஏவுகணைகளை வைத்திருக்கிறது. இந்தியாவை அடுத்து பாகிஸ்தானும் அணுகுண்டை வெடித்து சோதனை செய்தது. அது சீனாவின் உதவியுடன் தயாரிக்கப்பட்டது என்று பரவலாகப் பேசினார்கள். சீனாவும் பாகிஸ்தானும் அணுசக்தி ஆராய்ச்சியிலும் இந்தியாவுக்கு எதிரான பிரச்சாரத்திலும் ஒத்துழைத்தன.

இன்றைய உலகத்தில் அணுசக்தி ஆராய்ச்சியில் முன்னேறிய சில நாடுகள் அணுகுண்டுகளைத் தயாரித்து நமது பலத்தைப் பெருக்கியுள்ளன. ஆகவே இந்தியாவைப் போன்ற நாடுகள் தமது பாதுகாப்பைப் பற்றிக் கவலைப்படுகின்றன. இந்தியா அணுகுண்டை சோதனை செய்து மற்ற நாடுகளின் பலத்துக்கு இணையாக இருக்க வேண்டிய கட்டாயம் ஏற்பட்டிருக்கிறது. இந்தியா அணுகுண்டைத் தயாரிக்கவேண்டும் என்ற கருத்து இத்தகைய சூழலில் வளர்ச்சியடைந்தது.

பிஜேபி தலைமை தாங்கிய அரசாங்கம் பதவியேற்ற சில வாரங்களில் 1998 மே மாதத்தில் அணு ஆயுதப் பரிசோதனையை நடத்த முடிவு செய்தது. மே 11ஆம் நாளன்று பொக்ரானில் பூமியில் அடியில் மூன்று சோதனைகள் செய்யப்பட்டன. (ஒரு சோதனையில் 45 கிலோ டன்னுக்கு இணையான சக்தியுள்ள ஹைட்ரஜன் குண்டு வெடிக்கப்பட்டது.) இரண்டு நாட்களுக்குப் பிறகு அதே இடத்தில் இரண்டு பரிசோதனைகள் நடைபெற்றன. இவை குறைவான வெடிப்புத் திறனைக் கொண்டவை. 1974இல் இந்திரா காந்தி 'சமாதான நோக்கங்களைப்" பற்றிப் பேசினார். ஆனால் இப்பொழுது வாஜ்பாயி அப்படிப் பேசவில்லை. இந்தியாவிடம் அணுகுண்டு இருக்கிறது என்று மார் தட்டினார். இந்தியாவில் தயாரிக்கப்பட்ட பிருத்வி மற்றும் அக்னி ஏவுகணைகளில் அணு ஆயுதங்களைப் பொருத்தமுடியும்.

அணுகுண்டை எதிர்க்கின்றவர்களைத் தவிர மற்றவர்கள் எல்லோரும் அணுகுண்டுப் பரிசோதனையை வரவேற்றார்கள். அப்துல் கலாம் மற்றும் ஆர். சிதம்பரம் தலைமை தாங்கிய விஞ்ஞானிகள் குழுவைப் பாராட்டினார்கள். காங்கிரஸ் தலைவரும் எதிர்க்கட்சிப் பிரமுகருமான சோனியா காந்தி விஞ்ஞானிகளின் சாதனையைப் பாராட்டினார். காங்கிரஸ் கட்சி இந்தியாவின் அணுசக்தி ஆராய்ச்சிகளை ஊக்குவித்தது என்பது பெருமை அளிக்கிறது; அணு ஆயுதங்கள் இல்லாத உலகம் வேண்டும், உலகத்தில் அமைதி நிலவவேண்டும் என்றார்.

எனினும் பிஜேபி அரசாங்கம் உள்நாட்டில் அரசியல் ஆதாயத்துக்காகவே அணுகுண்டை வெடித்தது என்று சந்தேகிக்கப்பட்டது. பொக்ரானில் ஆலயத்தைக் கட்டவேண்டும் என்று பிஜேபி தலைவர்கள் பேசியபொழுது சந்தேகம் வலுப்பட்டது. இந்தியா பாகிஸ்தான் மீது படையெடுக்கவேண்டும் என்று ஒரு கட்டுரை பாஞ்சஜன்யா ஏட்டில் (ஆர்.எஸ்.எஸ். இயக்கம் வெளியிடுவது) பிரசுரிக்கப்பட்டது. இந்தியாவின் பிரபலமான தினசரி தலையங்கத்தில் அதைக் கண்டித்தது.[9]

அணுகுண்டை வெடித்த பிறகு இந்தியா உலக அமைதிக்கு உறுதியாகப் பாடுபடும் என்று அரசாங்கம் உலகத் தலைவர்களிடம் தூதர்கள் மூலம் விளக்கமளித்திருக்கவேண்டும். அரசாங்கம் அதற்கு எதிரான காரியங்களைச் செய்தது. இந்தியாவின் முதல் எதிரி சீனா என்று

பாதுகாப்பு அமைச்சர் ஜியார்ஜ் பெர்னான்டஸ் பேசினார். சீனாவும் பாகிஸ்தானும் இந்தியாவுக்கு ஆபத்தை ஏற்படுத்துகின்ற நாடுகள் என்று பிரதமர் வாஜ்பாயி அமெரிக்க ஜனாதிபதி கிளிண்டனுக்கு எழுதிய கடிதம் 'நியுயார்க் டைம்ஸ்' தினசரியில் பிரசுரிக்கப்பட்டது. பிரதமர் சீனாவின் பெயரைக் குறிப்பிட்டது தவறு என்று விமர்சிக்கப்பட்டது. சீனாவுடன் நல்லுறவு ஏற்படுத்த காங்கிரஸ் மற்றும் ஐக்கிய முன்னணி அரசாங்கங்கள் மிகவும் பாடுபட்டன. ஆனால் வாஜ்பாயியின் கடிதம் இந்தியா - சீனா உறவில் சிக்கலை ஏற்படுத்தியது.

மேற்கு நாடுகளும் ஜப்பானும் எதிர்பார்த்தபடி பரிசோதனையைக் கண்டித்தன. அமெரிக்கா இந்தியா சம்பந்தமாகத் தடுப்பு நடவடிக்கைகளுக்கு (Sanctions) ஆணையிட்டது. ஜப்பான், நார்வே, ஸ்வீடன், டென்மார்க், நெதர்லான்ட்ஸ், கனடா ஆகிய நாடுகள் இந்தியாவுக்கு உதவியை நிறுத்தின. G-8 நாடுகள் இந்தியா மீது கூட்டாக நடவடிக்கை எடுப்பதற்கு அமெரிக்கா செய்த முயற்சி வெற்றி அடையவில்லை. பிரான்ஸ், ரஷ்யா, ஜெர்மனி ஆகிய நாடுகள் இந்தியாவுடன் வழக்கமான பொருளாதார உறவுகளைத் தொடர்ந்தன. அப்பொழுது ஐரோப்பிய யூனியனுக்குத் தலைமை வகித்த பிரிட்டன் இந்தியா எதிர்ப்பு நிலையெடுக்கச் செய்த முயற்சி வெற்றி அடையவில்லை.

உலகத்தில் அணு ஆயுதங்களை வைத்திருந்த நாடுகள் மற்ற நாடுகள் அணுகுண்டு தயாரிக்கக்கூடாது என்று விரும்பின. இந்தியா அணுகுண்டை வெடித்தது அந்த நாடுகளுக்குப் பெரிய சவாலாக இருந்தது. அமெரிக்கா பெரும் கூச்சல் போட்டது. இந்தியா CTBT உடன்பாட்டில் கையெழுத்திட வேண்டும் என்று கோரியது. ஆனால் CTBT உடன்பாட்டுக்கு அங்கீகாரம் பெறுவதற்குப் போதிய ஆதரவு அமெரிக்காவுக்குள் அரசாங்கத்துக்கு கிடைக்கவில்லை. "நீங்கள் தனியாக ஒரு கிளப் அமைத்துக் கொண்டு அணு ஆயுதங்களை வைத்திருக்கிறீர்கள். அதைக் கலைப்பதற்கு மறுக்கிறீர்கள். இந்தியாவும் பாகிஸ்தானும் அணு ஆயுதங்களை வைத்திருக்கக்கூடாது என்று உத்தரவு போடுகிறீர்கள்" என்று ஐ.நா. சபையின் பொதுச்செயலாளர் கோஃபி அன்னன் கூறினார்.

உள்நாட்டில் கார்கில் நெருக்கடிக்குப் பிறகு நடைபெற்ற பொதுத் தேர்தலில் பிஜேபி வெற்றிபெறுவதற்கு அது உதவியது. ஆனால்

கார்கில் நெருக்கடி அடிப்படையான பிரச்சினைகளை எழுப்பியது. 1998இன் இலையுதிர் காலத்திலிருந்து பாகிஸ்தான் வீரர்கள் காஷ்மீருக்குள் ஊடுருவினார்கள் என்றால், பல மாதங்களாக ஏன் நடவடிக்கை எடுக்கப்படவில்லை என்ற கேள்வி எழுந்தது. உளவுத்துறை சிறிதுகூட செயல்படவில்லையா அல்லது வேறு காரணங்கள் இருந்தனவா? பிரிகேடியர் சுந்தர் சிங் கார்கிலில் இருந்த 121ஆம் படைப்பிரிவின் தளபதியாக இருந்தார். பாகிஸ்தான் வீரர்கள் ஊடுருவுதல், மற்றும் இந்தியப் பிரதேசத்துக்குள் தளங்கள் அமைப்பதைப் பற்றித் தகவல்கள் பல மாதங்களாக வந்துகொண்டிருந்தன; 1998 ஆகஸ்டிலிருந்து ராணுவ உயர்அதிகாரிகளுக்கும் அரசாங்கத்துக்கும் கூட எச்சரிக்கைக் கடிதங்கள் அனுப்பப்பட்டன என்று நீதிமன்றத்தில் ஆதாரங்களுடன் கூறினார் (சாட்சியத்தின் சில பகுதிகளை 'அவுட்லுக்' என்ற இந்தியப் பத்திரிகை பிரசுரித்தது) அப்படியானால் அரசாங்கத்தின் நோக்கம் என்ன? நிலைமை மோசமடைந்த பிறகு (அதாவது தேர்தலுக்கு முன்பு) எதிரியை நசுக்கி அரசியல் ஆதாயம் தேடுவதற்கு அரசாங்கம் விரும்பியதா? இந்தியாவின் வீரர்களைப் பலியிட்டு தேர்தலில் வெற்றி அடைய விரும்பியதா? பதில் இல்லை. ஆனால் அரசியல் கீழ்நிலைக்கு இறங்கிவிட்டது புரிந்துகொள்ளப்பட்டது: அரசாங்கம் இதைப்பற்றி விசாரிப்பதற்கு உயர்மட்டக் கமிட்டியை நியமித்தது.

இந்திய ராணுவம் அரசியலுக்கு அப்பாற்பட்டதாக இருந்து வந்திருக்கிறது. ஆனால் பிஜேபி நடவடிக்கைகள் அந்த மரபை மீறியதாக இருந்தன. பிஜேபி உறுப்பினர்கள் கூட்டங்களுக்கு ராணுவ தளபதிகள் அழைக்கப்பட்டார்கள் பிஜேபி தலைவர்கள் பேசிய கட்சிக் கூட்டங்களில் ராணுவ தளபதிகளின் கட் - அவுட் படங்கள் வைக்கப்பட்டன. விஸ்வ ஹிந்து பரிஷத்தைச் சேர்ந்தவர்கள். நூற்றுக்கணக்கில் ராணுவத் தலைமையகமாகிய தெற்கு பிளாக்குக்கு வந்து ஹிந்து வீரர்களின் கரங்களில் ராக்கியைக் கட்டினார்கள். முஸ்லிம், சீக்கிய கிறிஸ்துவ வீரர்கள் ஒதுக்கப்பட்டார்கள். ஓய்வுபெற்ற ராணுவ ஜெனரல்கள் அரசியலில் ஈடுபட வேண்டும், பணியிலுள்ள படைவீரர்களிடம் வகுப்புவாத உணர்ச்சியைப் பரப்பவேண்டும் என்று பிஜேபி தலைமை கேட்டுக்கொண்டது. இந்திய ராணுவத்தின் மதச்சார்பற்ற, ஜனதாயக மரபுகளை ஒழித்து அவர்களைக் கட்சி அரசியலுக்குள் இழுப்பதற்குக் கண்டனம் தெரிவிக்கப்பட்டது.

கார்கில் சம்பவங்கள் பாகிஸ்தானில் வேறு விளைவை ஏற்படுத்தின. பாகிஸ்தான் ராணுவத்தின் தலைமை தளபதி ஜெனரல் முஷாரஃப் திடீர்ப் புரட்சியின் மூலம் 13.12.1999இல் பிரதமர் பதவியிலிருந்து நவாஸ் ஷெரிபை அகற்றினார். கார்கில் பிரதேசத்துக்குள் பாகிஸ்தான் படைவீரர்கள் ஊடுருவியதைப் பற்றி பிரதமர் நவாஸ் ஷெரிபுக்குத் தெரியாது என்பது இந்திய உளவு இலாகாவின் விசாரணையில் தெரியவந்தது.

## காண்டகார் சம்பவம்

1999 டிசம்பரில் நேபாளத்தின் தலைநகரமான காட்மண்டுவிலிருந்து டில்லிக்கு வந்துகொண்டிருந்த இந்தியன் ஏர்லைன்ஸ் விமானம் பயங்கரவாதிகளால் கடத்தப்பட்டது. இந்தியாவில் சிறைகளிலிருந்த 36 பயங்கரவாதிகளை விடுதலை செய்யவேண்டும், மீட்புப் பணம் தரவேண்டும் என்று அவர்கள் கோரினார்கள். பஞ்சாபிலுள்ள அமிர்தசரஸ் நகர விமானநிலையத்தில் விமானம் நாற்பது நிமிடங்கள் வரை நிறுத்தி வைக்கப்பட்டிருந்தது. பிறகு விமானம் ஆப்கானிஸ்தானில் உள்ள காண்டகாருக்குப் புறப்பட்டது. அங்கு ஒரு பயணி சுட்டுக்கொல்லப்பட்டார். தாலிபான் உதவியுடன் கடத்தல்காரர்களோடு பேச்சுவார்த்தைகள் தொடங்கின முக்கியமான பயங்கரவாதி மௌலானா மசூத் அஷார் மற்றும் இருவர் சிறையிலிருந்து விடுவிக்கப்பட்டார்கள். இந்தியாவின் வெளி விவகார அமைச்சர் ஜஸ்வந்த் சிங் அவர்களைக் கூட்டிக்கொண்டு விசேஷ விமானத்தில் காண்டகாருக்குச் சென்றார். விமானத்திலிருந்த பணயக்கைதிகள் விடுவிக்கப்பட்டார்கள். விமானத்தைக் கடத்தியவர்களும் பயங்கரவாதிகளும் பாகிஸ்தானில் தஞ்சமடைந்தார்கள்.

## ஆக்ரா பேச்சுவார்த்தைகள்

காஷ்மீரில் அரசியல் நிலைமை கவலையளித்தபடியால் முஷாரஃபும் வாஜ்பாயியும் 2001 ஜூலை ஆக்ரா நகரத்தில் பேச்சு வார்த்தை நடத்தினார்கள். வாஜ்பாயி எல்லா பிரச்சினைகளையும் பற்றிப் பேசுவதற்கு விரும்பினார். முஷாரஃப் காஷ்மீரைப் பற்றி மட்டுமே பேச விரும்பினார். கூட்டறிக்கையில் காஷ்மீர் பிரச்சினையை சேர்க்க பாகிஸ்தான் விரும்பியது. எல்லையைத் தாண்டிவருகின்ற பயங்கரவாதத்தைச் சேர்க்க இந்தியா விரும்பியது. கூட்டறிக்கையில் காஷ்மீர் பிரச்சினை

இரண்டு நாடுகளுக்கும் இடையில் உறவைப் பாதிக்கின்ற முக்கியமான பிரச்சினை என்பது வாஜ்பாயியை திருப்தி செய்வதற்காக நீக்கப்பட்டது. எல்லையைத் தாண்டிவருகின்ற பயங்கரவாதம் என்பதில் 'எல்லையைத் தாண்டி வருகின்ற' என்னும் சொற்கள் முஷாரஃபுக்கு திருப்தியளிப்பதற்கு நீக்கப்பட்டன. வாஜ்பாயி மற்றும் வெளி விவகார அமைச்சர் ஜஸ்வந்த் சிங் கூட்டறிக்கைக்கு ஒப்புதல் அளித்தனர். ஆனால் உள்துறை அமைச்சர் அத்வானி கூட்டறிக்கையின் வாசகத்தை நிராகரித்தார். அவர் ஆர்.எஸ்.எஸ். இயக்கத்துக்கு அஞ்சியிருக்கலாம்.

முஷாரஃப் தன்னுடைய கருத்தைத் தொலைக்காட்சி மூலம் வெளியிட்டதை இந்தியர்கள் அதிக அளவில் பார்த்தார்கள். அவர் இந்தியாவைச் சேர்ந்த பத்திரிகாசிரியர்களுக்கு அளித்த காலைச் சிற்றுண்டி விருந்து தொலைக்காட்சிகளில் ஒளிபரப்பப்பட்டது. 'காஷ்மீரில் நடைபெறுவது பயங்கரவாதம் அல்ல; அது சுதந்திரப் போராட்டம்' என்று அவர் கூறினார். இந்தியா தன்னுடைய நிலையை இந்தியப் பத்திரிக்கையாளரிடம் கூட சொல்லவில்லை. பொதுமக்கள் தொடர்பு என்ற கோணத்தில், ஆக்ரா பேச்சுவார்த்தை முஷாரஃபுக்கு மாபெரும் வெற்றியாகவும் இந்தியாவுக்குத் தோல்வியாகவும் இருந்தது. அதற்குப் பிறகு பாகிஸ்தானுடன் இந்தியாவின் உறவுகளில் கணிசமான முன்னேற்றம் ஏற்படவில்லை. 13.12.2001 இல் இந்தியப் பார்லிமென்டை பயங்கரவாதிகள் தாக்கிய பிறகு உறவு சீர்கேடடைந்தது. இந்தியா - பாகிஸ்தான் எல்லையில் இந்தியா துருப்புகளைக் குவித்தது அதன் காரணம் தெரியவில்லை. பாகிஸ்தான் அரசாங்கம் பயங்கரவாதத்தைக் கண்டனம் செய்யவில்லை. தீவிரவாதிகளை காஷ்மீருக்குள் அனுப்புவதை நிறுத்தவில்லை. 2002 செப்டம்பரில் காஷ்மீரில் தேர்தல்கள் அமைதியாக நடைபெற்ற பிறகு காஷ்மீர் பிரச்சினையில் இந்தியாவின் நிலைக்கு ஆதரவு அதிகரித்தது. தேர்தல் கமிஷனர் லிங்டோஹின் மேற்பார்வையில் வெளிநாட்டு தாக்குதல்கள் மற்றும் உலகப் பார்வையாளர்களின் கவனிப்பில் நடைபெற்ற தேர்தல் நியாயமாகவும் சுதந்திரமாகவும் நடைபெற்றது என்று உலகம் ஏற்றுக்கொண்டது. ஒரு மாதத்துக்குப் பிறகு பாகிஸ்தானின் தேசிய மற்றும் மாகாண சட்டசபைகளுக்குத் தேர்தல் நடைபெற்றது. அது சுதந்திரமான தேர்தல் என்று வெளிநாட்டுப் பார்வையாளர்கள் கருதவில்லை. 2004 சனவரி மாதத்தில் இஸ்லாமாபாதில் நடைபெற்ற

SAARC தலைவர்கள் மாநாட்டில் வாஜ்பாயி மற்றும் முஷாரஃப் மறுபடியும் சந்தித்தார்கள். இந்தியப் பார்லிமென்டை பயங்கரவாதிகள் தாக்கிய பிறகு இந்தியா - பாகிஸ்தான் உறவுகளில் ஏற்பட்ட இறுக்கம் குறைந்தது. மன்மோகன் பிரதமரான பிறகு ஸ்ரீநகருக்கும் (காஷ்மீர்) முஸாபராபாதுக்கும் (பாகிஸ்தான்) இடையில் பஸ்கள் மூலம் பயணம் தொடங்கப்பட்டது. எனினும் பயங்கரவாதிகள் டில்லி, வாரணாசி, பெங்களூர், மும்பை ஆகிய நகரங்களைத் தாக்கினார்கள். உறவுகள் பாதிக்கப்பட்டன. இரு நாடுகளிலும் மக்கள் பிரயாணக் கட்டுப்பாடுகளை நீக்கவேண்டும் என்று கோரியது ஆக்கபூர்வமாக இருந்தது.

## இந்திய அமெரிக்க உறவுகளும் அணுசக்தி ஒப்பந்தமும்

1998இல் இந்தியா அணுகுண்டுப் பரிசோதனை செய்தபிறகு அமெரிக்கா இந்தியா மீது தடைகளை விதித்தது. ஆனால் அமெரிக்காவில் இரட்டைக் கோபுரம் 2001 செப்டம்பர் 11இல் தகர்க்கப்பட்ட பிறகு, தடைகள் நீக்கப்பட்டன. அதற்கு முன்பே ஜனாதிபதி கிளின்டன் இந்தியாவுக்கு வந்தார். இந்தியா பொருளாதார பலமுள்ள ஜனநாயக நாடு. இந்தியாவுடன் தொடர்புகளை வளர்க்கவேண்டும் என்று அமெரிக்க மக்கள் விரும்பினார்கள். அமெரிக்காவின் பொருளாதாரத்தில் இந்திய நிபுணர்கள் முக்கியத்துவம் பெற்றிருந்தார்கள். அமெரிக்காவில் வசித்த இந்திய சமூகம் அரசியல் துறையில் செல்வாக்குடன் இருந்தது. அல்கொய்தாவுக்கு எதிரான போராட்டத்தில் உதவி செய்வதற்கென்று ஜியார்ஜ் புஷ் பாகிஸ்தானுக்கு அதிகமான பொருளாதார மற்றம் ராணுவ உதவியைக் கொடுத்தார். ஆனால் இந்தியாவுடன் நட்பு நீடித்தது.

வெளிநாட்டு அமைச்சர் ஜஸ்வந்த் சிங்கும் அமெரிக்காவின் ஸ்ட்ரோப் டால்போட்டும் 'இரண்டாவது தடத்தில்' சந்தித்து பிரச்சினைகளைப் பற்றிய பேசினார்கள் இந்தியாவுக்கு எதிரான தடைகளை வாபஸ் பெற்றால் இந்தியா CTBT ஒப்பந்தத்தில் கையெழுத்திடும், காஷ்மீரில் இன்றுள்ள LOC யை சர்வதேச எல்லையாக இந்தியா ஒத்துக்கொள்ளும் என்று ஜஸ்வந்த்சிங் கூறியதாக டால்போட் எழுதியிருக்கிறார். பயங்கரவாதிகள் செப்டம்பர் 11இல் அமெரிக்காவைத் தாக்கியபொழுது எதிர் நடவடிக்கைகளுக்கு இந்தியாவை தளமாக பயன்படுத்தலாம் என்று ஜஸ்வந்த் சிங் கூறினார். பூகோளம்

வேறுவிதமாக இருந்தது. இந்தியாவும் ஆப்கானிஸ்தானும் ஒரே எல்லைக் கோட்டைக் கொண்ட நாடுகள் அல்ல. அமெரிக்கா 2003 மார்ச்சில் இராக்கைத் தாக்கியபொழுது நட்பு நாடுகள் ராணுவத்தை அனுப்புமாறு அமெரிக்கா கேட்டுக்கொண்டது. பொது மக்கள் எதிர்த்ததால் இந்தியா துருப்புகளை அனுப்பவில்லை. காஷ்மீரில் பிரச்சினை இரண்டு நாடுகளுக்கு இடையிலானது; மூன்றாவது நாடு. மத்தியஸ்தம் செய்யமுடியாது என்று இந்தியா கூறினாலும் அமெரிக்கா (அதிகாரப் பற்றில்லாத முறையில்) சில முயற்சிகளைச் செய்வதற்கு அனுமதிக்கப்பட்டிருப்பதாக பொதுவாகக் கருதப்பட்டது.

சிவிலியன் அணு ஆராய்ச்சி அணுத் தாக்குதலிலிருந்து பாதுகாப்பு, தொழில்நுட்ப வர்த்தகம் ஆகிய துறைகளில் இரண்டு நாடுகளும் ஒத்துழைக்கும் என்று 2004 சனவரியில் புஷ் மற்றும் வாஜ்பாய் கூட்டறிக்கை வெளியிட்டார்கள். மன்மோகன் சிங் அரசாங்கம் 2004 மே மாதத்தில் பதவியேற்றது. 2005 மார்ச்சில் இந்தியா வந்த அமெரிக்காவின் Secretary of State காண்டலீசா ரைஸ் 21 ஆம் நூற்றாண்டில் இந்தியா ஒரு வல்லரசாக வளர்வதற்கு அமெரிக்கா உதவி செய்யும் என்று கூறினார். மன்மோகன் சிங் அமெரிக்காவுக்குச் சென்றார். இந்தியாவின் சிவிலியன் அணு ஆராய்ச்சி மற்றும் வர்த்தகத்துக்கு அமெரிக்கா ஒத்துழைக்கும். தாராபூர் அணு உலைகளுக்கு எரிபொருள் சப்ளை செய்யும் என்று 18-7-2005 இல் வெளியிடப்பட்ட கூட்டறிக்கை தெரிவித்தது. தன்னுடைய அணு ஆராய்ச்சியில் சிவிலியன் மற்றும் ராணுவத் திட்டங்களை இனங்கண்டு பிரிப்பதற்கு இந்தியா ஒத்துக்கொண்டது. உலக அணுசக்தி ஏஜென்சி (IAEA) மேற்பார்வை செய்வதற்கும் இந்தியா ஒத்துக்கொண்டது.

உடன்பாடு இந்தியாவில் அதிகமாக விவாதிக்கப்பட்டது. அணுகுண்டு தயாரிக்கின்ற நோக்கத்துடன் யுரேனியத்தை செறிவூட்ட முயற்சி செய்தால், உலக அணுசக்தி ஏஜன்சியுடன் சோதனைகளுக்கு ஒத்துழைப்புத் தராவிட்டால் தடைகள் விதிக்கப்படும். இரானைப் பற்றி, ஐ.நா. சபையில் புகார் செய்யப்படும் என்று எச்சரிக்கை செய்த தீர்மானத்தை ஆதரித்து இந்தியா வாக்களித்தது. இந்தியாவில் ஒப்பந்தம் அதிக வன்மையுடன் விமர்சனம் செய்யப்பட்டது. அமெரிக்காவின் நிர்ப்பந்தத்துக்கு இந்தியா பணிந்துவிட்டது, என்று அவர்கள் கூறினார்கள். இரான் NPTயில் கையெழுத்திட்ட நாடு என்பதால் அதனுடைய நிலை

வேறு, அணுகுண்டை வெடித்தபொழுது இந்தியாவின் நிலை வேறு என்று அவர்களுக்குப் பதில் சொல்லப்பட்டது. ஐ.நா.சபையில் புகார் செய்வது உடனே இருக்காது என்று அமெரிக்கா கூறியதால் இந்தியா தீர்மானத்தை ஆதரித்ததாக விளக்கம் சொல்லப்பட்டது.

பாகிஸ்தானைச் சேர்ந்த அணுசக்தி விஞ்ஞானியான ஏ.க்யூகான் சட்டவிரோதமான முறையில் அணு ரகசியங்களை சில நாடுகளுக்குக் கொடுத்தார். அதில் இரானும் ஒன்று. இஸ்லாமிய நாடுகளின் ஸ்தாபனத்தில் (OIC) காஷ்மீர் பிரச்சினையில் இரான் இந்தியாவுக்கு எதிராகப் பலமுறை வாக்களித்திருக்கிறது. 1996இல் காஷ்மீரில் முஸ்லிம்கள் ஒடுக்கப்படுகிறார்கள் என்று கூறி இந்தியாவின் வெளிநாட்டு அமைச்சர் ஐ.கே.குஜ்ரால் இரானுக்கு வரவேண்டாம் என்று கூறியது. அது ராஜிய வரலாற்றில் அநாகரிகமான செயல் ரஷ்யா, சீனா மற்றும் ஐரோப்பிய யூனியன் நாடுகள் பல ஆலோசனைகளை முன்மொழிந்தன. இரான் அவற்றைப் பற்றித் தனது கருத்தைத் தெரிவிக்கவில்லை. மறுபக்கத்தில் அமெரிக்கா இரானிடம் அதிகமான பகைமை பாராட்டி அந்த நாட்டை அதிகமான எதிர்ப்பு நிலைக்குத் தள்ளிவிட்டது.

இந்தியா - அமெரிக்காவுக்கு இடையிலான அணுசக்தி ஒப்பந்தத்துக்கும் அது சம்பந்தமாக அமெரிக்க காங்கிரஸ் நிறைவேற்றிய சட்டத்துக்கும் திரும்புவோம். இந்தியாவில் அணு ஆராய்ச்சியில் ஈடுபட்ட பிரபலமான விஞ்ஞானிகளும் தங்களுடைய கவலைகளைத் தெரிவித்தார்கள். அணுசக்திப் பரிசோதனையை இந்தியா விருப்ப பூர்வமாக நிறுத்தி வைக்கிறது. எதிர்காலத்தில் இந்தியா அணு ஆயுதப் பரிசோதனை செய்ய விரும்பினால் அப்பொழுது என்ன நடைபெறும்? அமெரிக்காவின் சட்டப்படி இந்தியாவுக்கு எரிபொருள் மற்றும் தொழில்நுட்பம் கொடுப்பதை அமெரிக்கா நிறுத்தும். இந்தியாவின் சிவிலியன் அணுசக்தித் திட்டத்துக்குத் தரப்பட்ட எல்லாப் பொருள்களையும் அமெரிக்கா திருப்பிக் கேட்கும். அடுத்தபடியாக பயன்படுத்தப்பட்ட எரிபொருளைப் பற்றிப் பேச்சு இல்லை; சட்டத்தில் அதைப் பற்றி எழுதப்படவில்லை. அணுசக்தி ஆராய்ச்சியில் சிவிலியன் மற்றும் ராணுவ திட்டங்களைப் பிரிக்க வேண்டுமா என்ற கேள்வியும் எழுப்பப்பட்டது. இந்தியாவின் வெளிநாட்டுக் கொள்கையை அமெரிக்கா முடிவு செய்யுமா என்ற கேள்வி எழுந்தது.

## சுதந்திரத்திற்குப் பிறகு இந்தியா

உடன்பாட்டில் கண்டுள்ளவற்றை மட்டுமே இந்தியா நிறைவேற்றும். அமெரிக்காவின் சட்டம் இந்தியாவைக் கட்டுப்படுத்தாது என்று அரசாங்கம் கூறியது. இந்தியாவுக்கு யுரேனியம் தேவைப்படுகிறது. இந்தியாவின் சக்தித் தேவை அதிகரித்துக்கொண்டு செல்வதால் சிவிலியன் அணு சக்தித் திட்டத்தை இந்தியா நிறைவேற்ற வேண்டும். இந்தியா அணு ஆயுதம் உள்ள நாடு என்று உடன்பாடு அங்கீகரிக்கிறது. அது இந்தியாவுக்குப் பெரிய லாபம். இந்தியாவின் வெளிநாட்டுக் கொள்கையை இந்தியா நிர்ணயிக்கும் என்றார். இராக் போரை இந்தியா எதிர்க்கிறது என்று நான் அதிகாரபூர்வமான முறையிலும் அதிகாரப் பற்றற்ற முறையிலும் அமெரிக்காவில் பேசினேன் என்றார் மன்மோகன்சிங். அமெரிக்கா புதிய நிபந்தனைகளை சேர்த்தால் நாம் ஏற்றுக்கொள்ளமாட்டோம் என்றார்.

2007 ஜூலை இறுதியில் உடன்படிக்கை இறுதியாக்கப்பட்டது. பிரணாப் முகர்ஜி மற்றும் கண்டலீசா ரைஸ் 27-7-2007இல் கூட்டறிக்கை வெளியிட்டார்கள். "அணுசக்தித் துறையில் சமாதான ரீதியான ஒத்துழைப்புக்கு இரண்டு நாடுகளும் நடத்திய பேச்சு வார்த்தை இறுதியாக்கப்பட்டுவிட்டது. அமெரிக்காவும் இந்தியாவும் வரலாற்றில் புதிய கட்டத்துக்கு முன்னேறியுள்ளன" என்று வாஷிங்டனிலும் புதுடில்லியிலும் ஒரே சமயத்தில் வெளியிடப்பட்ட அறிக்கையில் தெரிவிக்கப்பட்டது.

தேசிய பாதுகாப்பு ஆலோசகர் நாராயணன் அணுசக்தி கமிஷன் தலைவர் அனில் ககோத்கர், வெளிநாட்டுத்துறைச் செயலர் சிவசங்கரமேனன் ஆகியோர் கூட்டாகப் பத்திரிகையாளர்களை சந்தித்தார்கள். அனில் ககோத்கர் உடன்படிக்கையின் சில அம்சங்களைப் பற்றித் தன்னுடைய கவலைகளை ஏற்கெனவே வெளியிட்டிருந்தார். "ஆவணத்தின் இறுதி வடிவம் எனக்குத் திருப்தி அளிக்கிறது. தேசிய நிலையை முன்பு நான் குறிப்பிட்டேன். இப்பொழுது ஆவணம் நம்முடைய தேசிய நிலைக்குப் பொருந்துகிறது. நான் மகிழ்ச்சி அடைகிறேன்" என்றார்.

"123 உடன்பாடு அமெரிக்காவுக்கும் இந்தியாவுக்கும் இடையில் மிகவும் முக்கியமான முன்முயற்சியாகும்" என்றார் அமெரிக்க அரசாங்கத்தின் தெற்கு ஆசியப் பிரிவின் துணைச் செயலாளர்

நிக்கோலாஸ் பர்ன்ஸ். "அமெரிக்கா வேறு எந்த நாட்டுக்கும் இவ்வளவு சலுகைகளைக் கொடுக்காது" என்று அவர் மேலும் கூறினார்.

அமெரிக்கா மற்ற நாடுகளோடு 123 உடன்பாடுகளைச் செய்திருக்கிறது. அவற்றில் இல்லாத சில அம்சங்கள் இந்தியாவுடன் கையெழுத்திட்ட உடன்பாட்டில் இருக்கின்றன.

அவை கீழே தரப்பட்டுள்ளன.

1. செறிவூட்டல் மற்றும் மறுசுழற்சி: அமெரிக்காவிலிருந்து வாங்கிப் பயன்படுத்தப்பட்ட எரிபொருளை மறுசுழற்சி செய்ய இந்தியாவுக்கு உரிமையுண்டு.

2. எரிபொருள் சப்ளை உத்தரவாதமும் எரிபொருள் கையிருப்பும்: இந்தியாவின் அணு உலைகளுக்குத் தடையில்லாதபடி எரிபொருள் சப்ளை செய்ய அமெரிக்கா உத்தரவாதமளிக்கிறது. மற்ற நாடுகளின் உதவியுடன் எரிபொருள் கையிருப்பு வைத்துக்கொள்ள இந்தியாவுக்கு அமெரிக்கா உதவி செய்யும்.

3. இந்தியாவின் அணு ஆயுதத் தயாரிப்புத் திட்டத்தின் வளர்ச்சியை அமெரிக்கா தடுக்காது. இதுவரை கையெழுத்திடப்பட்ட உடன்பாடுகளில் பெரும்பாலானவற்றில் அணுகுண்டு சோதனை செய்யக்கூடாது என்னும் ஷரத்து இருக்கிறது. இந்தியாவுடன் கையெழுத்திடப்பட்ட உடன்படிக்கையில் அந்த ஷரத்து இல்லை.

உடன்படிக்கைக்கு இந்தியாவின் சிவில் சமூகத்தில் பரவலான ஆதரவு இருந்தது. ஐக்கிய முற்போக்குக் கூட்டணியின் அரசாங்கத்துக்கு வெளியிலிருந்து ஆதரவு கொடுத்த இடதுசாரிக் கட்சிகள் அதன் ஷரத்துக்கள் சிலவற்றை எதிர்த்தன. இந்தியாவின் வெளிநாட்டுக் கொள்கையை இனிமேல் அமெரிக்கா முடிவு செய்யும் என்று இடதுசாரிக் கட்சிகள் கூறின. அரசாங்கத்துக்கும் இடதுசாரிக் கட்சிகளுக்கும் இடையில் பேச்சு வார்த்தைகள் நடைபெற்றுக் கொண்டிருக்கின்றன. அரசாங்கம் உடன்படிக்கையை வற்புறுத்தினால் இடதுசாரிகள் ஆதரவை விலக்கிக்கொள்வார்கள். (புத்தகம் அச்சில் இருந்தபொழுது இந்தப் பிரச்சினை இன்னும் முடிவு செய்யப்படவில்லை.)

# 22
## மாகாணங்களில் அரசியல்
### (தமிழ்நாடு, ஆந்திரா மற்றும் அஸ்ஸாம்)

இந்திய அரசாங்கத்தின் அரசியல் மற்றும் பொருளாதார வட்டத்துக்குள் மாகாணங்கள் செயல்படுவதால் அவற்றின் அரசியலில் ஒத்த தன்மை இருக்கிறது. ஆனால் அரசியல் போக்குகளும் சாதனைகளும் வித்தியாசமாக உள்ளன. ஒவ்வொரு மாகாணத்தில் வர்க்கம், சாதி, சமூக - கலாசார சக்திகள், சமூக - பொருளாதார வளர்ச்சி ஆகியவை ஒவ்வொரு விதமாக இருக்கின்றன. அவற்றின் அரசியல் தாக்கத்திலும் வேறுபாடுகள் இருக்கின்றன.

சுதந்திரத்துக்குப் பிறகு ஒவ்வொரு மாகாணத்திலும் ஏற்பட்டுள்ள வளர்ச்சியை விவாதிப்பதற்கு இங்கு இடமில்லை. எனினும் முக்கியமான மாகாணங்களையும் மத்திய அரசுக்குப் பிரச்சினைகளை ஏற்படுத்திய மாகாணங்களையும் பற்றி இந்த அத்தியாயத்தில் எழுதுகிறோம். அந்த மாகாணங்களின் அரசியலில் தனித்துவமுள்ள அம்சங்கள் விவாதிக்கப்படுகின்றன. பஞ்சாயில் சிறுபான்மை வகுப்புவாதம் பிரிவினைவாதத்துக்கு வளர்ச்சி அடைந்ததை 24 ஆம் அத்தியாத்தில் தனியாக எழுதியிருக்கிறோம்.

பீகாரில் 1960-களிலிருந்து மேல் சாதியினரின் (பூமிகார், பிராமணர், ரஜபுத்ரர், காயஸ்தர்கள்) வகுப்புவாதம் பின்தங்கிய வகுப்பினரின் (யாதவர், குர்மி, கியூரி) வகுப்புவாதம் காலப்போக்கில் அந்த மாகாணத்தின் நிர்வாகம் பொருளாதாரம், கல்வி அமைப்பு, கலாசாரத்தை அழித்துவிட்டது. சுதந்திரத்துக்கு முன்பு தேசிய இயக்கத்துக்கு ராஜேந்திர பிரசாத், மஜாருல்-ஹக், ஜெயபிரகாஷ் நாராயணன், சுவாமி சகஜானந்த சரசுவதி, இராகுல சாங்கிருத்தியாயன் ஆகியோரைக் கொடுத்த மாகாணம் அது. அதைப் பற்றி எழுதுவதற்கு இங்கு இடமில்லை.

**தமிழ்நாட்டில் தி.மு.க.**

சுதந்திரத்துக்கு முன்பு தமிழ்நாட்டில் தோன்றிய பிராமணர் - அல்லாதார் இயக்கம் 1920இல் பிரிட்டிஷ் ஆட்சிக்கு ஆதரவளிக்கின்ற ஜஸ்டிஸ் (நீதி) கட்சியைத் தோற்றுவித்தது. பெரியார் என்று மரியாதையுடன் அழைக்கப்பட்ட ஈ.வெ.ராமசாமி மதத்தை மறுக்கின்ற சமூக சீர்திருத்த இயக்கமான திராவிடர் கழகத்தை நிறுவினார். எழுத்தாளரும், பேச்சாளருமான சி.என். அண்ணாதுரை (அண்ணா) மற்றும் சிலர் அவரிடமிருந்து பிரிந்து 1950இல் திராவிட முன்னேற்றக் கழகத்தை அமைத்தார்கள். நீதிக் கட்சியும் பெரியாரும் அண்ணாவை வளர்த்தபோதிலும் அவர் 1947க்கு முன்பு ஏகாதிபத்திய எதிர்ப்பு, தேசியவாத ஆதரவு நிலையினை எடுத்தார்.

அண்ணாதுரை தன்னுடைய கருத்துகளை மக்களிடம் பரப்புவதற்கு பத்திரிகை நாடகம், திரைப்படம் ஆகிய ஊடகங்களைப் பயன்படுத்தினார். கலைஞர் மு. கருணாநிதி, நடிகர் எம்.ஜி.ராமச்சந்திரன் மற்றும் சிலர் தி.மு. கழகத்தைக் கிராமங்களுக்குக் கொண்டுசென்றார்கள். தி.மு. கழகத்தில் இளைஞர்கள் அதிகமாக சேர்ந்தார்கள். அவர்களுடைய கட்சிக்கு வலிமையான ஸ்தாபன அடிப்படை ஏற்பட்டது.

தி.மு. கழகம் பிராமணர்களை, வடக்கு இந்தியாவை, ஆரியர்களை வன்மையாக எதிர்த்தது. (வட இந்தியர்கள் எல்லோரும் ஆரியர்கள், தென்னிந்தியர்கள் எல்லோரும் திராவிடர்கள் என்று அக்கட்சி பேசியது) வட இந்தியா அரசியல், பொருளாதார, கலாச்சாரத் துறைகளில் தென்னிந்தியா மீது ஆதிக்கம் செலுத்துகிறது என்று தி.மு. கழகம் பிரச்சாரம் செய்தது. 1938இல் சென்னையில் இராசகோபாலாச்சாரியர் தலைமையிலிருந்த காங்கிரஸ் மந்திரி சபை உயர்நிலைப் பள்ளிகளில் ஹிந்தியைப் பாடமாக வைத்தபொழுது பெரியாரும் தமிழ்ப் பற்றாளர்களும் ஹிந்தித் திணிப்பை எதிர்த்துப் போராட்டம் நடத்தினார்கள். தமிழ்நாடு, ஆந்திரா, கர்னாடகம், கேரளம் ஆகிய மாகாணங்களைச் சேர்த்து சுதந்திரமான திராவிட நாடு அமைக்கப்பட வேண்டும் என்றார்கள்.

1954இல் சென்னை முதலமைச்சராக இருந்த இராசகோபாலாச் சாரியார் பதவி விலகினார். தமிழ்நாடு காங்கிரஸ் கட்சியின் தலைவராக

இருந்த காமாராஜர் முதலமைச்சரானார். பெரியார் அவரை ஆதரித்தார். தி.மு.கழகம் இன உணர்ச்சியைப் படிப்படியாகக் கைவிட்டு மொழியுணர்ச்சிக்கு மாறியது. தமிழ்மொழியின் தொன்மை, இலக்கிய வளம் ஆகியவற்றைப் பேசியது. ஹிந்தி ஆட்சி மொழியாவதை எதிர்த்தது. பகுத்தறிவைப் பரப்பியது. சாதிப் பாகுபாடுகள் நீக்கப்பட வேண்டும் என்று கூறியது.

ஆந்திரா, கேரளம் மற்றும் கர்னாடக மக்கள் இன வழியில் சுதந்திர திராவிட நாடு அமைக்கின்ற கோரிக்கையை ஆதரிக்கவில்லை. 1952 தேர்தலில் தி.மு. கழகம் பங்கெடுக்கவில்லை. எனினும் தி.மு. கழகத்தின் ஆதரவுடன் சுமார் 30 உறுப்பினர்கள் சட்டசபைக்குத் தேர்ந்தெடுக்கப் பட்டார்கள். 1957 தேர்தலில் 15 தொகுதிகளிலும் 1962 தேர்தலில் 50 சட்டசபைத் தொகுதிகளிலும் ஏழு பார்லிமென்ட் தொகுதிகளிலும் வெற்றி பெற்றது. திராவிட நாடு பிரிவினையை முக்கியமான கோரிக்கையாக முன்வைக்கவில்லை. சுதந்திரா கட்சியுடனும் சில மாவட்டங்களில் இந்திய கம்யூனிஸ்ட் கட்சியுடனும் கூட்டாகப் போட்டியிட்டது. 1962இல் இந்தியாவுக்கும் சீனாவுக்கும் போர் ஏற்பட்டபொழுது இந்திய அரசாங்கத்தின் போர் முயற்சிகளை ஆதரித்தது.

1962இல் அரசியலமைப்புச் சட்டத்துக்கு 16வது திருத்தம் நிறைவேற்றப்பட்டது. அதன்படி பிரிவினைப் பேச்சு தடை செய்யப்பட்டது. வேட்பாளர்கள் இந்திய அரசியலமைப்புச் சட்டத்துக்கும் இந்தியாவின் ஒற்றுமை மற்றும் இறையாண்மைக்கும் உறுதியெடுத்துக்கொள்ள வேண்டும். அந்தக் கட்டத்தில் தி.மு. கழகம் பிரிவினைக் கோரிக்கையைக் கைவிட்டது. மாகாணங்களுக்கு அதிகமான அதிகாரம், சுயாட்சி உரிமை ஆகியவை வலியுறுத்தப்பட்டன. தி.மு. கழகம் பிராமண எதிர்ப்பைக் குறைத்துக்கொண்டது. பிராமணர்கள் உள்பட அனைத்துத் தமிழ்மக்களுடைய கட்சியாகத் தன்னைக் காட்டிக்கொண்டது.

1965இல் தமிழ்நாட்டில் ஹிந்தி எதிர்ப்புப் போராட்டம் மிகவும் தீவிரமாக நடைபெற்றது. காங்கிரஸ் எதிர்ப்பு அதிகரித்தபொழுது தி.மு. கழகம் பலனடைந்தது. சுதந்திரா, சிபிஎம், பி.எஸ்பி, எஸ்எஸ்பி, முஸ்லிம்லீக் ஆகிய கட்சிகளோடு கூட்டணியமைத்துப் போட்டியிட்டது. 234 உறுப்பினர்களைக் கொண்ட சட்டசபையில் 138 இடங்களில் வெற்றிபெற்றது. காங்கிரசுக்கு 49 இடங்கள் மட்டும் கிடைத்தது. அந்தத்

தேர்தலில் கிடைத்த அடியிலிருந்து காங்கிரஸ் இன்னும் மீளவில்லை. அண்ணாதுரை முதலமைச்சரானார். 1969 பிப்ரவரியில் அவர் மரணமடைந்த பிறகு மு. கருணாநிதி முதலமைச்சரானார். இந்திராகாந்தி தனிக்கட்சி அமைத்தபொழுது அவருடைய மைனாரிட்டி அரசாங்கத்தை தி.மு. கழகம் சிபிஐ ஆகிய கட்சிகள் ஆதரித்து அவர் பதவியில் நீடிப்பதற்கு உதவி செய்தன. 1971 தேர்தலில் இந்திரா காங்கிரஸ் சட்ட சபைக்குப் போட்டியிடவில்லை. லோக் சபாவுக்கு ஒன்பது தொகுதிகளில் போட்டியிட்டு திமுக ஆதரவுடன் வெற்றிபெற்றது. திமுக சட்டசபைக்கு 183 தொகுதிகளிலும் பார்லிமென்டுக்கு 23 தொகுதிகளிலும் வெற்றி பெற்றது.

1972இல் திமுகவில் பிளவு ஏற்பட்டது. எம்.ஜி.ராமச்சந்திரன் அஇஅதிமுக என்று புதிய கட்சிக்குப் பெயர் சூட்டினார். அதன்பிறகு இரண்டு திராவிடக் கட்சிகளும் தமிழகத்தில் மாறிமாறி ஆட்சி செய்கின்றன. திமுக மற்றும் அஇஅதிமுக காங்கிரஸ், சிபிஐ, சிபிஎம், ஜனதா தளம், மற்றும் இதர அகில இந்தியக் கட்சிகளுடன் கூட்டு சேர்ந்தன. 1998 தேர்தலில் அஇஅதிமுக பிஜேபி கட்சியுடன் கூட்டு சேர்ந்தது. 1999 தேர்தலில் திமுக பிஜேபி கட்சியுடன் கூட்டுசேர்ந்தது. பிஜேபி கட்சி ஹிந்துத்வாவையும் ஹிந்தி ஆதிக்கத்தையும் பிரதிநிதித்துவம் செய்கிறது என்று முன்பு விமர்சனம் செய்ததை மறந்தார்கள். இப்பொழுது சாதி ஒழிப்பு பற்றிப் பேசாததால் தாழ்த்தப்பட்ட பிரிவினர் மற்றும் ஒடுக்கப்பட்டவர்கள் வேறு கட்சிகளை ஆதரிக்கிறார்கள். பிராமண எதிர்ப்புப் பேசி பிராமணர்களை டில்லிக்கும் அமெரிக்காவுக்கும் விரட்டினார்கள். அதன் விளைவாகத் தமிழ்நாட்டின் அறிவியல் தொழில்நுட்ப வளர்ச்சி பாதிக்கப்பட்டது. கல்வித் துறையிலும் பாதிப்பு ஏற்பட்டது. இரண்டு கட்சிகளிலும் பணக்கார மற்றும் மத்திய விவசாயிகள் இருப்பதால் விவசாயத் துறையில் தீவிரவாதம் பேசுவதில்லை. அரசாங்கத்திலும் கல்வித்துறையிலும் இட ஒதுக்கீடு கடைப்பிடிக்கப்படுகிறது.

திராவிடக் கட்சிகள் தமது கொள்கையை மாற்றிக் கொண்டதற்கு பின்வரும் காரணங்களைக் கூறலாம்.

1. பிரிவினைக்கு மக்கள் ஆதரவு தரவில்லை. பிரிவினை இயக்கத்தை ஒடுக்க இந்திய அரசுக்குப் போதிய சக்தி இருந்தது.

2. பிராந்திய அடையாளத்துக்கும் தேசிய அடையாளத்துக்கும் இடையில் அதிகமான வேறுபாடு இல்லை.

3. இந்தியாவின் கூட்டாட்சி மற்றும் ஜனநாயக அமைப்பில் மாகாணங்கள் பொருளாதார ரீதியில் வளர்ச்சி அடைய முடிந்தது; சமூக சீர்திருத்தங்களை நிறைவேற்றுவதற்கு அரசியல் ரீதியான சுதந்திரம் இருந்தது.

4. இந்தியாவில் கலாசார ரீதியான பன்மைவாதம் நிலவுவதை இந்தியாவின் அரசியலமைப்பு அங்கீகரித்திருக்கிறது.

5. மொழி மற்றும் கலாசாரத் துறையில் மாகாணங்களுக்கு முழு சுதந்திரம் உள்ளது.

ஆகவே திராவிடக் கட்சிகள் இந்தியக் கூட்டாட்சியில் பங்கெடுத்து அதனால் கிடைக்கின்ற பலன்களை அனுபவிக்கின்றன.

## கடற்கரை ஆந்திராவுக்கும் தெலிங்கானாவுக்கும் இடையில் போராட்டம்

ஒரே மொழியைப் பேசுகின்ற மக்கள் வாழ்கின்ற மாகாணத்தில் ஏற்றத்தாழ்வான பொருளாதார வளர்ச்சியினால் உள்பிராந்திய (Sub-Regional) இயக்கங்கள் அரசியல் சண்டைகளைத் தூண்டுவதற்கு ஆந்திர மாகாணம் உதாரணமாக இருக்கிறது.

ஆந்திர மாகாணம் 1953 அக்டோபரில் அமைக்கப்பட்டது. 1956இல் ஹைதராபாத் சமஸ்தானத்தின் தெலுங்கு பேசும் பகுதிகள் இணைக்கப்பட்ட பிறகு ஆந்திரப் பிரதேசம் என்று பெயரிடப்பட்டது. தெலிங்கானாவில் வளர்ச்சி குறைவாக இருப்பதால் ஆந்திராவுடன் இணைவதால் பாதிப்புகள் ஏற்படக்கூடும் என்று தெலிங்கானா காங்கிரஸ் தலைவர்கள் அன்றே அஞ்சினார்கள். தெலிங்கானாவில் தனி நபர் வருமானம் 188 ரூபாய்; கடற்கரை ஆந்திராவில் 292 ரூபாய். தெலிங்கானாவில் ஆஸ்பத்திரி படுக்கை வசதி ஒரு லட்சம் பேருக்கு 18.6ஆக இருந்தது; கடற்கரை மாவட்டங்களில் 55.6 ஆக இருந்தது. கல்வியறிவு தெலிங்கானாவில் 17.3 சதவிகிதம்; ஆந்திராவில் 30.8 சதவிகிதம். தெலிங்கானாவில் 100 சதுர மைல்களுக்கு 9 மைல் நீளத்துக்கு சாலைகள் இருந்தன; கடற்கரை மாவட்டங்களில் 37 மைல்

நீளத்துக்கு சாலை இருந்தது. தெலிங்கானாவில் நீர்ப்பாசன வசதி இல்லை. வலிமையான இயக்கம் தொடங்கியது.

ஆந்திராவில் மதுவிலக்கு அமுலாக்கப்பட்டிருந்தது. தெலிங்கானாவில் மதுக்கடைகள் இயங்கின. அதன்மூலம் அரசாங்கத்துக்குக் கிடைத்த வருமானம் ஆந்திராவின் வளர்ச்சிக்கு செலவிடப்படுவதாகக் குற்றம்சாட்டப்பட்டது. அரசாங்கம் குற்றச் சாட்டுகளை மறுத்தாலும் தெலிங்கானா மக்கள் நம்பவில்லை.

தெலிங்கானாவில் படித்த இளைஞர்களுடைய எண்ணிக்கை அதிகரித்தது. அரசாங்கத்தில் அவர்களுக்கு வேலை கிடைக்கவில்லை. ஆந்திராவைச் சேர்ந்தவர்களுக்கு முன்னுரிமை கொடுப்பதாக தெலிங்கானாவில் பிரச்சாரம் செய்யப்பட்டது.

நிஜாம் அரசாங்கம் 1928இல் முல்கி விதிகளை அறிவித்தது. ஹைதராபாத் சமஸ்தானத்தில் பிறந்தவர்கள் அல்லது அங்கு 15 ஆண்டுகள் வசித்தவர்களுக்கு அரசாங்க வேலையில் முன்னுரிமை தரப்படும்; மற்றவர்களை வேலைக்கு எடுப்பதில் கட்டுப்பாடுகள் உண்டு. இது முல்கி விதி என்று சொல்லப்பட்டது. 1956இல் தெலிங்கானா ஆந்திராவுடன் இணைந்தபொழுது முல்கி விதிகள் (சில திருத்தங்களுடன்) கடைப்பிடிக்கப்படும் என்று ஆந்திராவின் தலைவர்கள் உறுதியளித்தார்கள். தெலிங்கானாவில் கல்வி ஸ்தாபனங்கள் அதிகரித்தபொழுது ஆந்திராவிலிருந்து ஆசிரியர்கள் வேலைகளில் சேர்ந்தார்கள். தெலிங்கானாவில் தகுதியுள்ள ஆசிரியர்கள் இல்லை என்று காரணம் கூறப்பட்டது.

கல்வி மற்றும் வேலை வாய்ப்பில் தாங்கள் பாதிக்கப்படுவதாக உஸ்மானியா பல்கலைக்கழக மாணவர்கள் 1968 இறுதியில் வேலை நிறுத்தம் செய்தார்கள். போராட்டம் தெலிங்கானாவின் எல்லாப் பகுதிகளுக்கும் விரிவடைந்தது. முல்கி "ஒப்பந்தம் செல்லாது" என்று உச்சநீதி மன்றம் 1969 மார்ச்சில் தீர்ப்பளித்தவுடன் போராட்டக்காரர்கள் தெலிங்கானாவைப் பிரிக்கக் கோரி வன்முறையில் ஈடுபட்டார்கள்.

பள்ளிக்கூடங்களும் கல்லூரிகளும் சுமார் ஒன்பது மாதங்கள் மூடப்பட்டிருந்தன. அரசு ஊழியர்கள், ஆசிரியர்கள், மற்றும் வழக்கறிஞர்கள் வேலை நிறுத்தம் செய்தார்கள். போராட்டத்தை

முன்னெடுத்துச் செல்வதற்குத் தெலிங்கானா பிரஜா சமிதி (TPS) அமைக்கப்பட்டது. காங்கிரஸ் கட்சியிலிருந்த அதிருப்தியாளர்கள் அதில் சேர்ந்தார்கள். முக்கியமான அகில இந்தியக் கட்சிகள் தெலிங்கானாவைத் தனி மாகாணமாக்குவதை எதிர்த்தன. ஆனால் ஜனசங் மற்றும் சுதந்திரா கட்சிகளின் ஸ்தல தலைவர்கள் தெலிங்கானா கோரிக்கையை ஆதரித்தார்கள். ஆந்திர அரசாங்கம் தெலிங்கானா மக்களுடைய கோரிக்கைகளை அனுதாபத்துடன் பரிசீலித்து குறைகளைத் தீர்க்கவேண்டும் என்று இந்திராகாந்தி கூறினார்.

தெலிங்கானா இயக்கம் உச்சகட்டத்தை அடைந்த பிறகு 1969இன் கோடை காலத்தில் வேகத்தை இழந்து படிப்படியாகத் தணிந்தது. எனினும் 1971 தேர்தலில் தெலிங்கானாவில் 14 லோக்சபா தொகுதிகளில் 10 தொகுதிகளில் வெற்றிபெற்றது. தெலிங்கானா பிரதேசக் கமிட்டி சட்டமியற்றும் அதிகாரத்துடன் அமைக்கப்பட்டது. முல்கி விதிகள் நீடிக்கும் என்று அறிவிக்கப்பட்டது. முதலமைச்சர் பிரம்மானந்த ரெட்டி பதவியிலிருந்து விலகினார். தெலிங்கானவைச் சேர்ந்த நரசிம்ம ராவ் முதலமைச்சரானார்.

1972 அக்டோபரில் உச்சநீதிமன்றம் முல்கி விதிகள் நீடிக்கும் என்று தீர்ப்பளித்தபொழுது ஆந்திரா பிராந்தியத்தில் போராட்டம் வெடித்தது. தெலிங்கானாவில் நடந்ததைப் போல மாணவர்களும் மத்தியதர வர்க்க அலுவலர் சங்கங்களும் டாக்டர்களும் போராட்டத்தில் குதித்தார்கள். 1972 செப்டம்பரில் நிறைவேற்றப்பட்ட நில உச்சவரம்புச் சட்டத்தை எதிர்த்த பெரிய நிலவுடைமையாளர்களும் பணக்கார விவசாயிகளும் போராட்டத்தில் கலந்துகொண்டார்கள்.

இந்திராகாந்தி சமரசத் திட்டத்தை நவம்பர் 27இல் அறிவித்தார். சமரசத் திட்டம் தெலிங்கானாவுக்கு சாதகமாக இருப்பதாகக் கருதிய ஆந்திரர்கள் மாகாண அரசாங்கத்தோடு மத்திய அரசாங்கத்தையும் எதிர்த்துப் போராட்டம் நடத்தினார்கள். அவர்கள் ஆந்திராவைத் தனி மாகாணமாக அறிவிக்கவேண்டும் என்று கோரினார்கள். கம்யூனிஸ்டுகள் அதை எதிர்த்தபடியால் தொழிலாளர்களும் விவசாயிகளும் போராட்டத்திலிருந்து ஒதுங்கியிருந்தார்கள். நரசிம்மராவ் மந்திரி சபையிலிருந்து ஒன்பது அமைச்சர்கள் பதவி விலகினார்கள். போராட்டக்காரர்கள் பல இடங்களில் வன்முறையில் ஈடுபட்டார்கள். அவர்களை ஒடுக்குவதற்கு ராணுவம் பயன்படுத்தப்பட்டது.

இந்திரா காந்தி போராட்டத்தை உறுதியாக எதிர்த்தார். அரசு ஊழியர்கள் போராட்டத்திலிருந்து விலகிக்கொண்டார்கள். மாணவர்கள் கல்லூரிகளுக்குத் திரும்பினார்கள். கடலோர மாவட்டங்கள் மட்டும் போராட்டத்தை ஆதரித்தன. ராயல சீமாவில் மக்கள் தீவிரமாக ஆதரிக்கவில்லை. இந்திரா காந்தியின் சமரசத் திட்டத்துக்கு சட்ட அதிகாரம் கொடுப்பதற்காக 32ஆவது அரசியலமைப்புச் சட்டத்திருத்தம் நிறைவேற்றப்பட்டது. இரண்டு பிரதேசங்களிலும் காங்கிரஸ் கட்சியினர் சமரசத் திட்டத்தை ஆதரித்தார்கள். குடியரசுத் தலைவர் ஆட்சி விலக்கப்பட்டு வெங்கல் ராவ் முதலமைச்சரானார். தனி மாநிலக் கோரிக்கை கைவிடப்பட்டது. ஆனால் பிஜேபி தன்னுடைய செயல்திட்டத்தில் அதைச் சேர்த்துக்கொண்டது.

முதலில் தெலிங்கானாவைப் பிரிப்பதற்கும் பிறகு ஆந்திராவைப் பிரிப்பதற்கும் போராட்டங்கள் நடைபெற்றன. மற்ற மாகாணங்களிலும் பிரிவினைக் கோரிக்கை வரக்கூடும் என்று கவலைப்பட்ட மத்திய அரசாங்கம் போராட்டத்தை உறுதியாக எதிர்த்தது. பொருளாதாரக் காரணங்களுக்காக - வகுப்புவாத மற்றும் கலாச்சார காரணங்களுக்கு அல்ல - போராட்டம் நடைபெற்றதால் மத்திய அரசாங்கம் வெற்றிகரமான தீர்வை உருவாக்கியது. மாகாணங்களில் ஒருங்கிணைந்த வளர்ச்சி அவசியம், மொழி மற்றும் கலாசாரம் மக்களை ஒற்றுமைப்படுத்தும் என்றாலும் வளர்ச்சியும் வேலை வாய்ப்புக்களும் முக்கியமான காரணிகளாக உள்ளன.

## அஸ்ஸாமில் கொந்தளிப்பு

மக்கள் தொகைப்படி அஸ்ஸாம் ஒரு சிறிய மாகாணம். தங்களுடைய இன அடையாளம் பலவீனமடைந்து கொண்டிருப்பதாக அஸ்ஸாமியர்கள் கருதுவதற்குத் தொடங்கினார்கள். அதற்குப் பல காரணங்கள் இருந்தன.

1. அஸ்ஸாம் வளர்ச்சியில்லாமல் இருப்பதற்கு மத்திய அரசு காரணம். மத்திய அரசு நிதி ஒதுக்காததுடன் முக்கியமான தொழில் நிறுவனங்களை அஸ்ஸாமில் அமைக்கவில்லை; கச்சா எண்ணெய், தேயிலை மற்றும் பிளைவுட் மூலம் கிடைக்கின்ற வருமானத்தை மத்திய அரசாங்கம் அஸ்ஸாமின் வளர்ச்சிக்கு செலவு செய்யவில்லை. அஸ்ஸாம் தேயிலைத் தோட்டங்கள் மற்றும் பிளைவுட் தொழில்கள்

மார்வாரிகளுக்கும் வங்காளிகளுக்கும் சொந்தமாக உள்ளன. அஸ்ஸாமியர் அல்லாதவர்கள் தொழிலாளர்களாக வேலை செய்கிறார்கள். கடைசியாகப் பார்த்தால் அஸ்ஸாமியர்களுக்கு ஒன்றுமே சொந்தமில்லை.

அஸ்ஸாமில் எடுக்கப்படுகின்ற கச்சா எண்ணெய்க்கு அதிகமான ராயல்டி தரவேண்டும், எண்ணெய் சுத்திகரிப்புத் தொழிற்சாலைகளை அஸ்ஸாமில் நிறுவவேண்டும், பிரம்மபுத்ரா ஆற்றின்மீது பாலங்கள் கட்டவேண்டும் அஸ்ஸாமுக்கும் இந்தியாவின் மற்றப் பகுதிகளுக்கும் ரயில்வே தொடர்புகளை அதிகப்படுத்தவேண்டும், இயங்குகின்ற மத்திய நிறுவனங்கள் மற்றும் பொதுத்துறை நிறுவனங்கள் அதிமான அஸ்ஸாமியர்களுக்கு வேலை கொடுக்கவேண்டும் ஆகிய கோரிக்கைகள் முன்வைக்கப்பட்டன.

2. பிரிட்டிஷ் ஆட்சியின்போதும் சுதந்திரமடைந்து சில ஆண்டுகளான பிறகும் அஸ்ஸாமில் குடியேறிய வங்காளிகள் அரசாங்கத்திலும் தனியார் நிறுவனங்களிலும் கல்லூரி மற்றும் கல்வி ஸ்தாபனங்களிலும் அதிக எண்ணிக்கையில் வேலை செய்தார்கள். கல்வி மற்றும் அலுவலகங்களில் வங்காளிகள் முக்கியமான பொறுப்புகளில் இருப்பதால் அஸ்ஸாமிய மொழி மற்றும் கலாசாரம் பாதிக்கப்படும் என்று அவர்கள் அஞ்சினார்கள். அஸ்ஸாமிய மொழி ஒரே ஆட்சிமொழியாக இருக்க வேண்டும், கல்லூரிகளிலும் பள்ளிக் கூடங்களிலும் போதனா மொழியாக இருக்கவேண்டும் என்று அவர்கள் கோரினார்கள். வங்காளிகள் கச்சார் மாவட்டத்தில் பெரும்பான்மையாக இருந்தார்கள். அஸ்ஸாம் மாகணத்தின் இதர பகுதிகளில் கணிசமான எண்ணிக்கையில் இருந்தார்கள். 1871இலிருந்து அஸ்ஸாமில் வங்காளி மற்றும் அஸ்ஸாமிய மொழிகள் ஆட்சி மொழிகளாக இருக்கின்றன. அந்த நடைமுறை தொடரவேண்டும் என்று வங்காளிகள் விரும்பினார்கள்.

அஸ்ஸாமிய மொழி மட்டுமே ஆட்சி மொழியாக இருக்க வேண்டும் என்ற கிளர்ச்சியின் விளைவாக அஸ்ஸாமியர்களுக்கும் வங்காளிகளுக்கும் இடையில் பகைமை ஏற்பட்டது. 1960இல் கலகங்கள் வெடித்தன. நகரங்களிலும் கிராமங்களிலும் வங்காளிகள் தாக்கப்பட்டார்கள். அவர்களுடைய வீடுகளில் நெருப்பு வைக்கப்பட்டது. ஏராளமான வங்காளிகள் கச்சார் மாவட்டத்தில் தஞ்சம் புகுந்தார்கள். பணவசதியுள்ளவர்கள் வங்காளத்துக்குச் சென்றார்கள். அங்கு அஸ்ஸாமியர்களுக்கு எதிரான கிளர்ச்சி நடைபெற்றது.

1960இல் அஸ்ஸாம் சட்டசபை அஸ்ஸாமிய மொழியை மாகாணத்தின் ஒரே ஆட்சிமொழியாக ஆக்கியது. (கச்சார் மாவட்டத்தில் மட்டும் வங்காளி கூடுதல் ஆட்சிமொழியாக இருக்கும்) சட்டசபை முடிவை வங்காளிகள் எதிர்த்தார்கள். சில இனக்குழுக்களும் அந்த முடிவை எதிர்த்தன. கௌஹாத்தி பல்கலைக்கழகத்தில் இணைக்கப்பபட்ட எல்லா கல்லூரிகளிலும் அஸ்ஸாமி ஒரே போதனாமொழியாக இருக்கும் என்று 1972இல் முடிவு செய்யப்பட்டது.

3. 1979இல் அந்நியர் எதிர்ப்பு இயக்கம், வளர்ச்சியடைந்தது. பல ஆண்டுகளாக பங்களாதேஷ் மற்றும் நேபாள மக்கள் அஸ்ஸாமில் குடியேறிக்கொண்டிருந்தார்கள். இந்தியாவின் மற்ற மாகாணங்களைச் சேர்ந்தவர்களும் அங்குக் குடியேறினார்கள். பிரிட்டிஷ் ஆட்சியில் பீகாரைச் சேர்ந்த ஆயிரக்கணக்கான தொழிலாளர்கள் தேயிலைத் தோட்டங்களில் வேலை செய்வதற்குக் கொண்டுவரப்பட்டார்கள். பல்லாயிரக்கணக்கான வங்காளிகள் அஸ்ஸாமிலுள்ள தரிசு நிலங்களில் விவசாயம் செய்ததற்குக் கொண்டுவரப்பட்டார்கள். இந்தியப் பிரிவினையின்போது பாகிஸ்தானியர்கள் அகதிகளாக வந்தார்கள். 1971இல் கிழக்குப் பாகிஸ்தானிலிருந்து 10 லட்சம் அகதிகள் அஸ்ஸாமுக்கு வந்தார்கள். அவர்களில் பெரும்பான்மையினர் திரும்பிவிட்டாலும் சுமார் ஒரு லட்சம் நபர்கள் அஸ்ஸாமில் தங்கிவிட்டார்கள். 1971க்குப் பிறகும் பங்களாதேஷிலிருந்து விவசாயிகள் அஸ்ஸாமில் குடியேறினார்கள். அஸ்ஸாமில் இப்பொழுது நிலம் அபூர்வமான பொருளாகிவிட்டதால் அஸ்ஸாமிய விவசாயிகளும் ஆதிவாசிகளும் தங்களுடைய நிலவுடைமைக்கு ஆபத்து, ஏற்படுமோ என்று அஞ்சினார்கள். ஆகவே அனுமதியில்லாமல் குடியேறியவர்களை எதிர்த்து அவர்கள் தீவிரமாகப் போராடினார்கள்.

பத்தொன்பதாம் நூற்றாண்டின் முடிவில் அஸ்ஸாமில் தொடங்கிய கலாசார மறுமலர்ச்சி 1947க்குப் பிறகு மேன்மேலும் வளர்ச்சியடைந்தது. அஸ்ஸாமிய மக்கள் தமது மொழி, இலக்கியம், நாட்டுப்புறக் கலைகள், இசை ஆகியவற்றைப் பற்றிப் பெருமிதம் கொண்டார்கள். அஸ்ஸாமில் தொல்குடியினர் வசித்த பிரதேசங்களை மத்திய அரசாங்கம் பிரித்து மேகாலயா, நாகாலாந்து, மிஜோரம் அருணாச்சல பிரதேஷ் ஆகிய சிறிய அரசுகளை அமைத்தது. அஸ்ஸாம் மக்களிடம் உருவாகிக்கொண்டிருந்த அஸ்ஸாமிய அடையாளத்தின் ஜீவனை அழித்துவிட்டதாக மக்கள் கருதினார்கள்.

வெளி மாகாணங்களைச் சேர்ந்தவர்கள் அஸ்ஸாமில் குடியேறுவதால் அஸ்ஸாமியர்கள் சொந்த மாகாணத்தில் சிறுபான்மையராகிவிடுவார்கள்; அஸ்ஸாமின் அரசியல், பொருளாதாரம், கலாசாரம் ஆகிய துறைகளில் மற்றவர்கள் ஆதிக்கம் செலுத்துவார்கள், அஸ்ஸாமியர்கள் தங்களுடைய இனம் மற்றும் கலாசார அடையாளத்தை இழந்துவிடுவார்கள் என்று அஸ்ஸாமியர்கள் கருதினார்கள்.

1971இல் அஸ்ஸாம் மொழியைப் பேசுபவர்கள் மக்கள் தொகையில் 59 சதவிகிதம்தான் இருந்தார்கள். இந்த எண்ணிக்கையில்கூட அஸ்ஸாமிய மொழியைப் பேசத்தெரிந்த வங்காளிகள் சேர்த்துக் கொள்ளப்பட்டிருந்தார்கள். தலைநகரமான கௌஹாத்தியிலும் மற்றும் சில நகரங்களிலும் அஸ்ஸாமிய மொழியைப் பேசியவர்களுக்குப் பெரும்பான்மை கிடையாது. ஆனால் இந்த நகரங்கள் அஸ்ஸாமின் அரசியல் மற்றும் பொருளாதார கலாசார வாழ்க்கையில் முக்கியமான பங்கு வகித்தன.

அஸ்ஸாமில் சட்ட விரோதமாகக் குடியேறுதல் 1950 இலிருந்தே பிரச்சினையாக இருந்திருக்கிறது. 1979இல் அது அரசியல் நெருக்கடியை ஏற்படுத்தியது. ஏனென்றால் பங்களாதேஷிலிருந்து சட்டவிரோதமாக அஸ்ஸாமில் குடியேறியவர்கள் தங்களை வாக்காளர்களாகப் பதிவு செய்திருந்தார்கள். அஸ்ஸாம் மாணவர் சங்கமும் (AASU) அஸ்ஸாம் கணசங்ரம் பரிஷத்தும் இணைந்து சட்ட விரோதமாகக் குடியேறியவர்களை எதிர்த்து மாபெரும் கிளர்ச்சியை நடத்தின. எல்லா அஸ்ஸாமியர்களும் அதில் பங்கெடுத்தார்கள். 'அஸ்ஸாமின் மக்கள் தொகையில் 31.34 சதவிகிதத்தினர் சட்ட விரோதமாகக் குடியேறியவர்கள். அவர்களை வாக்காளர் பட்டியலிலிருந்து நீக்கவேண்டும், அதுவரை தேர்தலை நடத்தக்கூடாது' என்று கோரினார்கள். இயக்கம் தேர்தலைப் பகிஷ்கரித்ததால் மொத்தம் 16 பார்லிமெண்ட் தொகுதிகளில் 14 தொகுதிகளில் அரசாங்கம் தேர்தலை நடத்த முடியவில்லை.

1979-1985க்கு இடையில் அரசாங்கங்கள் கவிழ்ந்து குடியரசுத் தலைவர் ஆட்சி நடைபெறுவதும் வன்முறையான கிளர்ச்சிகளும் வேலைநிறுத்தப் போராட்டங்களும் வாடிக்கையாக இருந்தன. மத்திய அரசாங்கம் பேச்சுவார்த்தைகளை நடத்தியபோதிலும் உடன்பாடு ஏற்படவில்லை. சட்டவிரோதமாகக் குடியேறியவர்களை அல்லது அந்நியர்களைக் கண்டுபிடிக்கமுடியவில்லை. மத்திய அரசாங்கத்தின் மீது போராட்டத் தலைவர்களுக்கு நம்பிக்கை இல்லை.

1983இல் தேர்தலை நடத்த அரசாங்கம் முடிவு செய்தவுடன் தேர்தல் பகிஷ்காரம் அறிவிக்கப்பட்டது. சட்டம் - ஒழுங்குமுறை சீர்குலைத்தது. வன்முறைச் சம்பவங்களில் மாகாணத்தில் சுமார் 3000 நபர்கள் உயிரிழந்தார்கள். அஸ்ஸாமியர்கள் பெரும்பான்மை யாகவுள்ள தொகுதிகளில் 2 சதவிகிதத்துக்கும் குறைவானவர்கள் வாக்களித்தார்கள். காங்கிரஸ் கட்சி அரசாங்கம் அமைத்தது. ஆனால் அதற்கு முறைமை (Legitimacy) சிறிதுமில்லை.

1983இல் நடைபெற்ற படுகொலைகள் இருதரப்பிலும் அதிர்ச்சியை ஏற்படுத்தின. மறுபடியும் பேச்சு வார்த்தை தொடங்கியது. 15-8-1985இல் ராஜிவ் காந்தி அரசாங்கம் போராட்டத் தலைவர்களுடன் உடன்படிக்கை செய்தது. 1951க்கும் 1961க்கும் இடையில் அஸ்ஸாமில் குடியேறிய அந்நியர்களுக்குக் குடியுரிமை அளிக்கப்படும். அவர்கள் தேர்தல்களில் வாக்களிக்க முடியும். 1971க்குப் பிறகு குடியேறியவர்கள் வெளியேற்றப் படுவார்கள். 1961க்கும் 1971க்கும் இடையில் குடியேறிவர்களுக்குப் பத்தாண்டுகளுக்கு வாக்குரிமை கிடையாது. மற்ற உரிமைகள் உண்டு. அஸ்ஸாமில் இரண்டாவது எண்ணெய் சுத்திகரிப்பு நிலையம், காகித தொழிற்சாலை நிறுவப்படும். தொழில்நுட்பக் கல்லூரி (IIT) தொடங்கப்படும். அஸ்ஸாமிய மக்களுடைய மொழி, கலாசாரம் ஆகியவற்றின் வளர்ச்சிக்கு மத்திய அரசாங்கம் உதவி செய்யும்.

உடன்பாட்டின் அடிப்படையில் புதிய வாக்காளர் பட்டியல் தயாரிக்கப்பட்டு 1985 டிசம்பரில் தேர்தல் நடத்தப்பட்டது. அந்நியர்களை வெளியேற்றக் கோரிய இயக்கத்தின் தலைவர்கள் அஸ்ஸாம் கணபரிஷத் (AGP) என்ற புதிய கட்சியை ஆரம்பித்தார்கள். சட்டசபைக்கு 126 மொத்த இடங்களில் 64 இடங்களில் புதிய கட்சி வெற்றி பெற்றது. முப்பத்தாறு வயதான பிரபுல்லா மகந்தா மாகாணத்தின் முதலமைச்சராகப் பதவியேற்றார். அஸ்ஸாமில் பல ஆண்டுகளாகத் தொடர்ந்த கலவர நிலைமை மாறி அமைதி நிலவியது.

நாட்டைச் சீர்குலைக்கின்ற வகுப்புவாத மற்றும் பிரிவினை இயக்கங்களை முறியடிக்கவேண்டும். பொருளாதார வளர்ச்சி, கலாசார அடையாளம் ஆகியவற்றை வலியுறுத்துகின்ற இயக்கங்கள் மதச் சார்பற்ற தேசியத்துக்கு எதிரானவை அல்ல. அவர்களுடன் பேச்சுவார்த்தை நடத்தி குறைகளைத் தீர்க்கவேண்டும்; மொழிவழித் தேசியத்தை இந்திய தேசியத்துடன் இணைத்துக்கொள்ள வேண்டும்.

# 23

# மாகாணங்களில் அரசியல் (மேற்கு வங்காளம் மற்றும் ஜம்மு-காஷ்மீர்)

மேற்கு வங்காளத்தில் கம்யூனிஸ்டுகள் தேர்தல் மூலம் ஆட்சியைப் பிடித்து ஜனநாயக அரசியலமைப்புச் சட்டத்தின்படி ஆட்சி செய்கிறார்கள். கம்யூனிஸ்டுகள் தலைமை வகிக்கின்ற அரசாங்கம் முப்பதாண்டுகளுக்கு மேலாக மக்களுடைய ஆதரவுடன் பல முற்போக்கான சீர்திருத்தங்களைச் செய்திருக்கிறது.

வங்காளம் 1947இல் இரண்டாகப் பிரிக்கப்பட்டது. கிழக்கு வங்காளம் பாகிஸ்தானிலும், மேற்கு வங்காளம் இந்தியாவிலும் சேர்ந்தன. கிழக்கு வங்காளத்திலிருந்து 40 லட்சம் அகதிகள் மேற்கு வங்காளத்துக்கு ஓடிவந்தார்கள். மேற்கு வங்காள அரசாங்கம் தொழில் வளர்ச்சி, மின்சார உற்பத்தி மற்றும் சில துறைகளில் முன்னணியில் இருந்தது. எனினும் படித்த இளைஞர்கள் மத்தியில் வேலையில்லாத் திண்டாட்டம் வளர்ந்துகொண்டிருந்தது. ஜமீன்தாரி முறை ஏற்கெனவே ஒழிக்கப்பட்டிருந்தாலும் விவசாயிகள் மீது நிலக்கிழார்கள் மற்றும் ஜோட்டேதார்களுடைய அதிகாரம் நீடித்தது.

### கம்யூனிஸ்ட் இயக்கத்தின் வளர்ச்சி

கல்கத்தாவில் தொழிலாளர்கள் மற்றும் அறிவுஜீவிகள் மத்தியில் 1930இலிருந்து கம்யூனிஸ்டு இயக்கம் செல்வாக்குடன் இருந்தது. 1947இல் வங்காளத்தில் முக்கியமான அரசியல் கட்சியாக அது இருந்தது. 1950க்களில் சிபிஐ கட்சியும் 1960-களுக்குப் பிறகு சிபிஎம் கட்சியும் வெகுஜன இயக்கங்களையும் போராட்டங்களையும் நடத்தி குறிப்பிடத்தக்க முறையில் வளர்ச்சி அடைந்தன. 1967 மற்றும் 1969இல் நடைபெற்ற தேர்தல்களில் காங்கிரஸ் தோல்வி அடைந்தது. சிபிஎம் மற்றும் காங்கிரசிலிருந்து பிரிந்தவர்களைக் கொண்ட ஐக்கிய முன்னணி மந்திரி சபைகள் ஆட்சி செய்தன. கோஷ்டி சண்டைகளில் இரண்டு

ஐ.மு. அரசாங்கங்களும் கவிழ்ந்தன. ஆனால் சிபிஎம் கட்சியின் செல்வாக்கு அதிகரித்தது. விவசாயிகள் இயக்கம் இந்தியாவில் எந்த மாகாணத்திலும் இல்லாதபடி வளர்ச்சியடைந்தது.

1969-1977ஆம் ஆண்டுகளுக்கு இடையில் காங்கிரஸ் கட்சி நேரடியாக அல்லது குடியரசுத் தலைவர் ஆட்சியின் மூலம் மறைமுகமாக ஆட்சி செய்தது. ஏழை விவசாயிகளும் நக்சலைட்டுகளும் ஒடுக்கப் பட்டார்கள். போலீஸ் அடக்குமுறையைப் பற்றி எழுத இடமில்லை. அவற்றின் விளைவாகவும் அவசர நிலைக்கால அத்துமீறல்களாலும் சிபிஎம் வளர்ச்சி அடைந்தது. 1977 தேர்தலில் சிபிஎம் மற்றும் இடதுசாரிக் கட்சிகளின் கூட்டணி வெற்றி பெற்றது. அதற்குப் பிறகு சிபிஎம் தன்னுடைய வெகுசன ஆதரவைப் பெருக்கிக்கொண்டது. பிறகு நடைபெற்ற ஐந்து பொதுத்தேர்தல்களில் தொடர்ச்சியாக இடதுசாரிக் கூட்டணி வெற்றி அடைந்திருக்கிறது.

## சிபிஎம் கட்சியின் வெற்றி

சிபிஎம் கட்சியின் வளர்ச்சியை இரண்டு கோணங்களில் ஆராய்வது பலனளிக்கும். காங்கிரஸ் அரசாங்கம் 1950-களில் ஜமீன்தாரி முறையை ஒழித்தது. ஆனால் விவசாயிகளுக்கும் ஜமீன்தார்களுக்கும் இடையிலிருந்த ஜோட்டெதார்கள் நீடித்தார்கள். பெரிய நிலவுடைமையாளர்கள் பினாமிகள் மூலம் உச்சவரம்பு சட்டத்திலிருந்து தப்பித்தார்கள். அவர்களுடைய உபரி நிலம் கைப்பற்றப்படவில்லை. சிபிஎம் ஆட்சிக்கு வந்தபிறகு 'ஆபரேஷன் பர்கா' என்ற நடவடிக்கை மேற்கொள்ளப்பட்டது. கிராமங்களில் குத்தகை விவசாயிகள் 25 சதவிகிதம் இருந்தார்கள். 1. அவர்கள் ஒரு ஆண்டில் விவசாயம் செய்த நிலம் அடுத்த ஆண்டில் கிடைக்குமென்ற உத்தரவாதம் இல்லை. சட்டப்படி பதிவு செய்து ரசீது கொடுக்கப் படுவதில்லை. 2. அவர்கள் அறுவடையில் கொடுக்கவேண்டிய அளவு மாறிக்கொண்டிருந்தது. சிபிஎம் கட்சியும் அதன் தலைமையிலிருந்த விவசாயகள் சங்கமும் குத்தகை விவசாயிகளைத் திரட்டி குத்தகையைப் பதிவு செய்தது. அறுவடையில் அவர்கள் கொடுக்கவேண்டிய அளவு சட்டப்படி நிர்ணயிக்கப்பட்டது. ஆகவே குத்தகை விவசாயிகளின் வாழ்க்கையில் முன்னேற்றம் ஏற்பட்டது.

சிபிஎம் ஜோட்டெதாரி முறையை ஒழிக்காதது அரசியல் ரீதியில் சிறந்த தந்திரமாக இருந்தது. அவர்கள் சொந்தமாகவும் விவசாயம்

செய்தார்கள். கிராமங்களில் கடை வைத்திருந்தார்கள். அரசாங்கத்தில் எழுத்தர், ஆசிரியர், பியூன் ஆகிய பதவிகளில் இருந்தார்கள். அவர்கள் உற்பத்தியை அதிகப்படுத்தினார்கள். அறுவடையில் அவர்களுடைய பங்கு இப்பொழுது குறைந்தாலும் அரசியல் கூட்டணியில் இருந்ததால் லாபம் அடைந்தார்கள். அவர்கள் சிறு விவசாயிகளையும் கீழ் மத்திய வர்க்கத்தையும் அந்தக் கூட்டணிக்குள் கொண்டுவந்தார்கள். பெரிய நிலவுடையைாளர்கள்தான் வர்க்க எதிரிகளாகக் கருதப்பட்டார்கள்.

பெரிய நிலவுடைமையாளர்களிடமிருந்த உபரி நிலங்களைக் கைப்பற்றி நிலமில்லாத விவசாயிகளுக்கு வினியோகம் செய்வதில் அரசாங்கம் நிதானமாகச் செயல்பட்டது. பணக்கார விவசாயிகள் மொத்தமாக எதிர்க்கட்சிகளின் தரப்புக்குப் போகக்கூடாது என்பதற்காக ஜாக்கிரதையாக நடந்துகொண்டது. குத்தகை விவசாயிகளுக்கும் சிறிய விவசாயிகளுக்கும் கடன் வசதி செய்யப்பட்டது. மத்தியிலுள்ள காங்கிரஸ் அரசாங்கம் சிறிய விவசாயிகளுக்கும் நிலமில்லாத விவசாயிகளுக்கும் குறைந்த வட்டியில் கடன் கொடுக்கும் திட்டங்களைக் கூட்டுறவு வங்கிகள் மூலம் செயல்படுத்தியது. மேற்கு வங்காள அரசாங்கம் பஞ்சாயத்துகள் மற்றும் விவசாய சங்கங்கள் மூலம் அவற்றை வெற்றிகரமாக செயல்படுத்தியது.

இரண்டாவதாக, மேற்கு வங்காள அரசாங்கம் பஞ்சாயத்து ராஜ்ய அமைப்புகளில் ஏழை விவசாயிகள், நடுத்தர விவசாயிகள், கிராமத்திலுள்ள படித்தவர்கள் ஆகியோர் பங்கெடுப்பதற்கு வழிவகைகளை ஏற்படுத்தியது.

இந்தியாவில் 1960-களில் கொண்டுவரப்பட்ட பஞ்சாயத்து ராஜ்யம் கிராம சமூகத்தின் ஆதிக்க சக்திகளிடம் சிக்கிக்கொண்டது. நலிந்த பிரிவினர் நன்மை அடையவில்லை. 1980-களில் நிலைமை மாறியது. பணக்காரர்கள் பெரிய நிலவுடைமைக்காரர்கள், கிராமங்களில் ஆதிக்கம் செலுத்திய குழுக்கள் பஞ்சாயத்து ராஜ்ய அமைப்புகளுக்குள் நுழைந்துவிடாதபடி சிபிஎம் பார்த்துக் கொண்டது. அதிகார வர்க்கத்தை தன்னுடைய கட்டுப்பாட்டுக்குள் கொண்டு வந்தது. மத்திய அரசாங்கத்தின் வறுமை ஒழிப்பு மற்றும் வேலை வாய்ப்புத் திட்டங்கள் மற்ற மாகாணங்களைக் காட்டிலும் சிறப்பாக மேற்கு வங்காளத்தில் நிறைவேற்றப்பட்டன. கிராமங்களில் ஏரிகள், கண்மாய்கள் ஆழப்படுத்தப்பட்டன. கால்வாய்கள் மராமத்து செய்யப்பட்டன. ‘வேலைக்கு உணவு திட்டம்’ வெற்றிகரமாக நிறைவேற்றப்பட்டது.

விவசாயத் தொழிலாளர் சங்கங்கள் கூலி உயர்வுக்குப் போராடுமாறு முடுக்கிவிடப்பட்டன. நில வினியோகத்தைக் காட்டிலும் கூலி உயர்வுப் போராட்டங்கள் முக்கியத்துவம் பெற்றன.

மேற்கு வங்காளத்தில் மக்கள் தொகையில் முஸ்லிம்கள் அதிக சதவிகிதத்தில் இருக்கிறார்கள். கிழக்கு வங்காளத்திலிருந்து ஓடிவந்த ஹிந்து அகதிகளும் வசிக்கிறார்கள். எனினும் வகுப்புக்கலவரங்கள் ஏற்படவில்லை. அது ஐ.மு. அரசாங்கத்தின் மிகப் பெரிய சாதனை. 1984இல் இந்திரா காந்தி கொல்லப்பட்ட பொழுதும் 1992 டிசம்பரில் பாப்ரி மசூதி இடிக்கப்பட்டபொழுதும் மேற்கு வங்காளத்தில் அமைதி பாதுகாக்கப்பட்டது.

டார்ஜிலிங் மலை மாவட்டத்தைப் பிரித்து கூர்க்கா அரசு அமைக்கவேண்டும் என்று 1988இல் கூர்க்கா தேசிய விடுதலை முன்னணி (GNLF) போராட்டங்களை நடத்தியது. 1988 ஆகஸ்டில் மத்திய அரசாங்கம், மாகாண அரசாங்கம் கூர்க்கா தேசிய விடுதலை முன்னணி ஆகியவற்றின் பிரதிநிதிகள் முத்தரப்பு ஒப்பந்தம் செய்தார்கள். பாதி சுயாட்சி அதிகாரத்தைக் கொண்ட கூர்க்கா மலை கவுன்சில் அமைக்கப்பட்டது. கவுன்சில் நிதி, கல்வி, சுகாதாரம், விவசாயம், பொருளாதாரம் ஆகிய துறைகளில் அதிகாரம் செலுத்தியது.

மொத்தத்தில் சிபிஎம் கட்சி கிராமங்களில் ஊழலற்ற, வன்முறை இல்லாத அரசாங்கத்தை வெற்றிகரமாக நடத்தியது. அது சிறிய இடதுசாரிக் கட்சிகளுடன் (சிபிஐ, ஃபார்வர்ட் பிளாக், ஆர்எஸ்பி) கூட்டணி அமைத்தது. கிராமங்களில் ஆதிக்க சக்திகளின் ஒடுக்குமுறை கணிசமாகக் குறைந்தது. கிராமங்களில் வசித்த பணக்காரர்களுடைய கையாட்களாகப் போலீஸ்துறை இருந்த காலம் ஒழிந்துவிட்டது. சிபிஎம் கட்சி தேர்தலில் முப்பது ஆண்டுகளாக வெற்றிபெறுவதற்கு கிராமத்திலுள்ள ஏழைகளின் தீவிரமான ஆதரவு உதவியிருக்கிறது.

## சில குறைகள்

நகரங்களில் வசிக்கின்றவர்கள் அன்றாடம் பல நெருக்கடிகளைச் சந்திக்கிறார்கள். அந்தப் பிரச்சினைகளைத் தீர்ப்பதற்கு சிபிஎம் பங்கெடுக்கக்கூடிய அமைப்புகள் இல்லை. சிபிஎம் தலைமையில் தொழிலாளர்கள் கூலி உயர்வுக்கும் போக்குவரத்துக் கட்டணத்தைக்

குறைப்பதற்கும் போராடியிருக்கிறார்கள். சிபிஎம் ஆட்சி நடைபெறும் பொழுது அதே மாதிரியான போராட்டங்களை நடத்தமுடியாத நிலை ஏற்பட்டது. காங்கிரஸ் ஆட்சியில் நகரவாசிகள் பல இன்னல்களை அனுபவித்தார்கள். ஐக்கிய முன்னணி ஆட்சியிலும் அது நீடிக்கிறது.

மத்திய அரசாங்கத்தில் ஒரு கட்சி (அல்லது கூட்டணி) ஆட்சி செய்கிறது; மேற்கு வங்காளத்தில் சிபிஎம் தலைமையில் ஐக்கிய முன்னணி அரசாங்கம் ஆட்சி செய்கிறது. மேற்கு வங்காளத்தில் தொழில் வளர்ச்சிக்கு, அதிகமான வேலை வாய்ப்புகளை உருவாக்குவதற்கு சிபிஎம் கட்சிக்குத் திட்டம் கிடையாது. வேலைவாய்ப்புகளை உருவாக்காமல் வறுமையை ஒழிக்கமுடியாது. மேற்கு வங்காளத்தில் நிலமில்லாத விவசாயிகளும் குறுவிவசாயிகளும் கிராம மக்கள் தொகையில் பாதிக்கு மேல் இருக்கிறார்கள். அவர்கள் விவசாயத் துறையை நம்பிக்கொண்டிருந்தால் முன்னேற்றம் இருக்காது. எனவே ஆளும் கட்சியின் சோஷலிஸ்ட் சித்தாந்தத்தின் மூலம் பொருளாதார வளர்ச்சியைக் கொண்டுவருவது எப்படி? இந்தப் பிரச்சினையைப் பற்றி சிபிஎம் சிந்தித்ததா?

1967-1975ஆம் ஆண்டுகளில் மேற்கு வங்காளத்தில் கெரோ, பந்த் மற்றும் மூர்க்கமான போராட்டங்கள் நிலவியதால் மூலதனம் அந்த மாகாணத்தைவிட்டு வேகமாக வெளியேறியது. 1977இல் சிபிஎம் ஆட்சிக்கு வந்தபிறகு எதார்த்த முறையில் நடந்துகொண்டது. தொழிற்சங்கங்களைக் கட்டுப்படுத்தியது. மற்ற மாகாணங்களைக் காட்டிலும் மேற்கு வங்காளத்தில் தொழில் அமைதி சிறப்பாக இருந்தது. சட்டம்-ஒழுங்குமுறை பாராட்டத்தக்க முறையில் இருந்தது. அரசாங்கம் இந்திய மற்றும் வெளிநாட்டு முதலாளிகளுக்கு சலுகைகளை அறிவித்தது. ஆனால் முதலாளிகள் மேற்கு வங்காளத்தில் முதலீடு செய்வதற்கு முன்வரவில்லை. ஏனென்றால் அவர்கள் கம்யூனிஸ்ட் அரசாங்கத்தை நம்பவில்லை.

இந்தப் பிரச்சினையைப் பற்றி சிபிஎம் சிந்திக்கவில்லை. மக்கள் வாக்களித்ததால் நாம் ஆட்சியில் இருக்கிறோம். மத்திய அரசாங்கம் ஐ.மு. அரசாங்கத்தை உறுதியாக டிஸ்மிஸ் செய்யும். நாம் மேற்கு வங்காளத்தில் ஆட்சி செய்யும் காலத்தில் புரட்சிகர சக்திகளைத் திரட்டி வலுப்படுத்தவேண்டும். இந்தியாவின் மற்ற மாகாணங்களில்

கம்யூனிஸ்ட் இயக்கம் வளர்ச்சி அடைகின்ற வரை கோட்டைக்குக் காவலாக இருக்கவேண்டும். அகில இந்தியப் புரட்சி ஏற்படுகிறன்ற வரை பொதுவாக சமூகப் புரட்சியும்-குறிப்பாக, பொருளாதார வளர்ச்சியும் காத்திருக்கவேண்டும். மேற்கு வங்காள முதலமைச்சரும் கம்யூனிஸ்ட் தலைவருமான ஜோதி பாசு 1985இல் பின்வருமாறு கூறினார்:

"கிராமங்களிலும் நகரங்களிலும் வசிப்பவர்களுடைய துன்பங்களைப் போக்கி அவர்களுடைய வாழ்க்கையில் சிறிதளவு முன்னேற்றத்தை ஏற்படுத்துவது நமது நோக்கம். அதற்கு மேல் எதையும் செய்வதற்கு நாம் ஆசைப்படவில்லை. சமூக-பொருளாதார அமைப்பில் புரட்சிகர மாற்றங்கள் இல்லாமல், மக்களுடைய வாழ்க்கையில் அடிப்படையான மாற்றங்களைக் கொண்டுவர முடியாது." வேறு வார்த்தைகளில் சொல்வதென்றால் மேற்கு வங்காளத்தின் சமூக பொருளாதார வளர்ச்சியை ஏற்படுத்துவது சிபிஎம் கட்சியின் அட்டவணையில் இடம் பெறவில்லை; இடம்பெறமுடியாது.

மேற்கு வங்காளத்தில் அதிக காலம் பதவியிலிருக்கப் போவதை சிபிஎம் முன்னூகிக்கவில்லை. அப்படி எதிர்பார்த்திருந்தால் கிராமங்களின் வறுமை, நகரங்களின் நசிவு, படித்த மற்றும் கிராமங்களில் ஏழைகள் மத்தியில் வேலையின்மை அதிகரித்தல் ஆகிய பிரச்சினைகளை எடுத்துக்கொண்டிருக்கும். அவற்றை ஒழிக்க பொருளாதாரம் அதிவேகமாக வளர்ச்சி அடையவேண்டும். முதலாளிகள் அதைச் செய்யமாட்டார்கள். அதற்கு வேறு செயல்திட்டத்தைத் தயாரிக்க வேண்டும். மேற்கு வங்காளத்தில் மட்டுமன்றி கேரளாவிலும் பொருளாதாரத் துறையில் தேக்கம் இருக்கிறது.

தத்துவ ரீதியில் புதிய சிந்தனை மற்றும் திட்டங்கள் இல்லாததை இங்கு பார்க்கிறோம். அது இன்னும் ஆழமாகப் போகிறது. 1964இலிருந்து சிபிஎம் கட்சி ஜனநாயக அமைப்பிற்குள்ளாக, முதலாளித்துவப் பொருளாதாரக் கட்டமைப்புக்குள் இயங்கி வருகிறது. மேற்கு வங்காளத்தில் 1977இலிருந்து ஆட்சியிலிருக்கிறது. கேரளாவில் 1957இல் முதல் கம்யூனிஸ்டு அரசாங்கம் ஏற்பட்டது. அதன் பிறகு கம்யூனிஸ்டுகள் சில இடைநிறுத்தங்களுடன் ஆட்சி செய்தார்கள். 'பார்லிமென்டரி ஜனநாயகம் என்பது ஒரு மோசடி; இந்திய அரசியலமைப்புச் சட்டம் ஒரு சூழ்ச்சி' என்று கருதவில்லை.

அரசியலமைப்புச் சட்டம் வழங்கியுள்ள அடிப்படை உரிமைகளைப் பறிக்கக்கூடாது என்று அது போராடுகிறது. நாட்டில் இன்றுள்ள ஜனநாயகத்துக்கு சமூக மற்றும் பொருளாதார உள்ளடக்கத்தைக் கொடுக்கவேண்டும் என்று அது போராடுகிறது. சிபிஎம் கட்சியில் ஜனநாயகத் தன்மையும் சீர்திருத்தவாதமும் இணைந்திருப்பதாக அடுல் கோஹ்லி கூறியிருக்கிறார். அதன் சமூக ஜனநாயகமும் சீர்திருத்தவாதமும் காரியவாதம் (pragmatic) உள்ளவை; அவை தத்துவரீதியில் உருவாக்கப்படவில்லை. கட்சி தன்னுடைய செயல்பாட்டைத் தத்துவரீதியில் விமர்சனம் செய்து அதன் அடிப்படையில் முன்னேறுவதற்கு முயற்சி செய்யவில்லை.

சிபிஎம் கட்சி ஸ்தாபனத்தில் காலத்துக்கேற்ற மாற்றங்களைக் கொண்டு வரவில்லை. அது மிகவும் கட்டுப்பாடான ஜனநாயக மத்தியத்துவத்தைக் கடைப்பிடிக்கிறது. அரசு ஒடுக்குமுறையைத் தாங்கிக் கொண்டது. அரசு அதிகாரத்தைக் கைப்பற்றியது. விவசாய சீர்திருத்தங்களை நிறைவேற்றியது. எல்லா அதிகாரமும் கட்சிக் கமிட்டிகளில் இருப்பதால் கட்சி ஊழியர்களே எல்லாவற்றையும் நிறைவேற்றுவார்கள் என்று மக்கள் எதிர்பார்க்கிறார்கள். அதிகார வர்க்கத் தன்மை, ஆதரவளித்தல், சலுகை, அதிகார துஷ்பிரயோகம் சிலருக்கு ஆதரவு ஆகிய குறைகள் வளரும் பொழுது கட்சிக்கு ஆதரவு குறைகிறது. பஞ்சாயத்துகள், நகராட்சிகள், தொழிற்சங்கங்களில் உள்ள கட்சிக்காரர்கள் பதவிகளை சுயமுன்னேற்றத்துக்குப் பயன்படுத்துகிறார்கள்.

ஏழைகளுக்கு ஆதரவு, வர்க்க ரீதியான அரசியல், இறுக்கமான கட்சி அமைப்பு ஆகியவை சிபிஎம் கட்சி மேற்கு வங்காளத்தில் ஆட்சியைப் பிடிக்க உதவி செய்தன. அரசாங்கம் ஏழைகளுக்கு ஆதரவான நடவடிக்கைகள் மூலம் தன்னுடைய ஆட்சியை வலுப்படுத்திக் கொண்டது. எனினும் தத்துவரீதியாகவும் தன்னைப் புனரமைத்துக் கொள்ளாததால் அரசியல் ரீதியில் தேங்கிவிட்டது. நகரங்களின் சீர்குலைவைத் தடுக்காததால் படித்த இளைஞர்கள் மத்தியில் வேலையின்மை அதிகரிப்பதால் சிபிஎம் மற்றும் அதன் கூட்டணிக் கட்சிகளுக்கு நகரங்களில்-குறிப்பாக, கொல்கத்தாவில் ஆதரவு குறைந்து வருகிறது. கிராமங்களில் 1980-களில் செய்த நிலச்சீர்திருத்தங்களைப் பற்றிய நினைவுகள் மங்கிக்கொண்டிருக்கின்றன.

மேற்கு வங்காளத்தில் சிபிஎம் பொதுமக்களிடம்-குறிப்பாக, கிராம ஏழைகளிடம் அதிகமான ஆதரவைக்கொண்டிருக்கிறது. உறுதியும் கட்டுப்பாடும் உள்ள ஊழியர்கள் இருக்கிறார்கள். அக்கட்சி தத்துவார்த்த முறையிலும் அரசியல் ரீதியிலும் பாய்ந்து முன்னேறவேண்டும். முன்னேறுமா என்பதை மேற்கு வங்காளமும் இந்தியாவும் பார்த்துக்கொண்டிருக்கின்றன.

### காஷ்மீர் பிரச்சினை

இந்தியாவுக்கும் பாகிஸ்தானுக்கும் இடையில் காஷ்மீர் தீர்க்கப்பட முடியாத பிரச்சினையாக இருக்கிறது. காஷ்மீரில் இந்தியாவுக்கு ஆதரவான சக்திகளுக்கும் எதிர்க்கின்ற சக்திகளுக்கும் இடையில் தொடர்ந்து போராட்டம் நடைபெறுகிறது.

1947இல் பாகிஸ்தான் காஷ்மீருக்குள் படைகளை அனுப்பியது. காஷ்மீர் இந்தியாவில் இணைந்து ஆக்கிரமிப்பாளர்களை வெளியேற்றுமாறு கேட்டுக்கொண்டது. இந்தியா ராணுவப் படையினரை விமானங்களில் அனுப்பி காஷ்மீரைப் பாதுகாத்தது.

இந்திய அரசின் மதச் சார்பற்ற தன்மைக்கு காஷ்மீர் பரிசோதனைக் களமாக இருந்தது. முஸ்லிம்கள் பெரும்பான்மையாக உள்ள சமஸ்தானம் இந்தியாவுடன் இணைந்ததைப் பாகிஸ்தான் இன்னும் ஏற்றுக்கொள்ளவில்லை. ஐ.நா. சபையின் இந்தியா மற்றும் பாகிஸ்தான் கமிஷனில் உறுப்பினராக இருந்த ஜோசப் கோர்பெல் பின்வருமாறு எழுதினார்:

"காஷ்மீர் பிரச்சினையில் ஏற்பட்ட கசப்புணர்ச்சி, சிந்திய ரத்தம், அவநம்பிக்கை, பிடிவாதம் ஆகியவற்றுக்கு உண்மையான காரணம் எது? சமரசப்படுத்த முடியாத இரண்டு வாழ்க்கை முறைகள், இரண்டு விழுமியங்கள், இரண்டு ஆன்மிகப் பார்வைகள் அங்குப் போராடிக் கொண்டிருக்கின்றன. அதுதான் காரணம். காஷ்மீர் போர்க்களமாகவும் குறியீடாகவும் இருக்கிறது."

காஷ்மீரில் பொது வாக்கெடுப்புக்கு இந்தியா ஒத்துக்கொண்டது. ஆனால் அதற்கு முன்பு பாகிஸ்தான் படைகள் காஷ்மீரிலிருந்து வெளியேறவேண்டும் என்று கோரியது. பாகிஸ்தான் படைகள் (Pok) வெளியேறவில்லை. 1954இல் அமெரிக்காவுக்கும் பாகிஸ்தானுக்கும் ராணுவ ஒப்பந்தம் ஏற்பட்டது. பிறகு பாகிஸ்தான் சமரசப் பேச்ச

வார்த்தைகளுக்குத் தயாராக இல்லை. காஷ்மீர் இந்தியாவுடன் இணைந்தது முடிந்துபோன விஷயம் என்று 1956 கடைசியில் இந்தியா ஐ.நா. சபையிடம் தெரிவித்தது. ஆட்சி செய்யும் பிரதேசங்களைப் பிரிக்கின்ற எல்லையை (LOC) சர்வதேச எல்லையாக வைத்துக்கொள்ள இந்தியா தயாராக இருந்தாலும் அதைப் பகிரங்கமாகச் சொல்லவில்லை.

## ஜம்மு - காஷ்மீருக்கு விசேஷ அந்தஸ்து

1947 அக்டோபரில் காஷ்மீர் இந்தியாவில் இணைந்தபொழுது இந்திய அரசியலமைப்புச் சட்டத்தின் 370 ஆம் ஷரத்தின்படி அதற்கு விசேஷ அந்தஸ்து அளிக்கப்பட்டது. பாதுகாப்பு, வெளிவிவகாரம், செய்தித் தொடர்பு ஆகிய மூன்று துறைகளில் இணைந்தது. மற்ற விஷயங்களில் சுயாட்சி அதிகாரம் உண்டு. இந்திய அரசியலமைப்புச் சட்டத்திலுள்ள அடிப்படை உரிமைகள் அங்கு அமுலாக்கப்படுவது அவசியமில்லை. உச்ச நீதிமன்றம், தேர்தல் கமிஷன், தலைமை தணிக்கையாளருக்கு அந்த மாகாணத்தில் அதிகாரமில்லை. மாகாண ஆளுநர் தேர்ந்தெடுக்கப்பட்டார்; முதலமைச்சர் பிரதம மந்திரி என்று அழைக்கப்பட்டார்.

காஷ்மீருக்குத் தரப்பட்ட விசேஷ அந்தஸ்து காலப் போக்கில் குறைந்தது. உச்சநீதிமன்றம், தேர்தல் கமிஷன் தலைமைத் தணிக்கையாளர் ஆகியோருடைய அதிகாரம் காஷ்மீருக்கு விரிவுபடுத்தப்பட்டது. இந்தியாவின் ஜனாதிபதி காஷ்மீர் அரசாங்கத்தைக் கலைத்தார். நேரடியாக ஜனாதிபதி ஆட்சியும் நடைபெற்றது.

“காஷ்மீருக்கு முதலில் கொடுக்கப்பட்ட விசேஷ அந்தஸ்து படிப்படியாகக் குறைக்கப்பட்டதை காஷ்மீர் மக்களில் கணிசமான பகுதியினர் எதிர்த்தார்கள். காஷ்மீரை இந்தியாவுடன் முழுமையாக இணைக்கவேண்டும் என்று ஜம்மு பிரதேச மக்கள் கோரினார்கள். காஷ்மீரில் முஸ்லிம்கள் பெரும்பான்மையாக இருந்தார்கள். ஜம்முவில் ஹிந்துக்கள் பெரும்பான்மையாக இருந்தார்கள். ஆகவே மத அடிப்படையில் மக்கள் பிரிகின்ற அபாயம் ஏற்பட்டது. ஜம்முவில் ஆர்ப்பாட்டத்தை ஆரம்பித்த பிஜா பரிஷத் ஜனசங்கத்துடன் இணைந்தது. அதன் தலைவர் சியாம பிரசாத் முகர்ஜி போராட்டத்தில் கலந்துகொள்வதற்குச் சென்றபொழுது கைது செய்யப்பட்டார். அவர் 23-6-1951இல் ஸ்ரீநகர் சிறையில் மாரடைப்பில் மரணமடைந்தார்.

ஜம்முவில் நடைபெற்ற கிளர்ச்சி காஷ்மீரில் பாகிஸ்தான் ஆதரவு சக்திகளைத் தூண்டியது. பிரதமர் ஷேக் அப்துல்லா தடுமாறினார்.

## ஷேக் அப்துல்லாவின் அரசியல்

ஷேக் அப்துல்லா காஷ்மீர் மக்களின் அன்பையும் ஆதரவையும் பெற்றவர். ஆனால் அவர் சர்வாதிகாரி. முஸ்லிம் வகுப்புவாதிகளும் ஹிந்து வகுப்பு வாதிகளும் காஷ்மீரில் போராட்டங்களை நடத்திய பொழுது அவர் பிரிவினையை நோக்கித் தள்ளப்பட்டார். இந்தியாவின் மதச் சார்பற்ற தன்மையைப் பற்றியும் சந்தேகப்பட்டார். காஷ்மீர் சுதந்திர நாடாக இருக்க வேண்டும் என்று 1953 ஜூலை மாதத்தில் பகிரங்கமாகப் பேசினார். அவருடைய அமைச்சர்கள் அவருடைய அரசியல் நிலையை ஆதரிக்கவில்லை. ஷேக் அப்துல்லா டிஸ்மிஸ் செய்யப்பட்டார். பக்ஷி குலாம் முகம்மது பிரதமரானார். புதிய அரசாங்கம் அப்துல்லாவைக் கைது செய்தது. 1958 சனவரியில் அவர் விடுதலை செய்யப்பட்டார். ஆனால் அவர் கூட்டங்களில் பிரிவினைப் பிரசாரம் செய்ததால் மூன்று மாதங்களுக்குப் பிறகு மறுபடியும் கைது செய்யப்பட்டார்.

பக்ஷி குலாம் முகம்மது மீது ஊழல், அரசாங்கத்தை சொந்த லாபத்துக்குப் பயன்படுத்துதல் ஆகிய குற்றச்சாட்டுகள் எழுந்தன. ஜி.எம்.சாதிக், மீர்காசிம் ஆகியோர் அடுத்தடுத்து முதலமைச்சர்களானார்கள். அவர்கள் நேர்மையாக இருந்தாலும் நிர்வாகத் திறமை இல்லாதவர்கள். அவர்களுடைய ஆட்சியில் காஷ்மீர் அரசாங்கம் பலவீனமடைந்தது. 1971இல் பங்களாதேஷ் உருவாகியது; பாகிஸ்தான் சிதறியது. காஷ்மீரில் பாகிஸ்தான் ஆதரவு இயக்கங்களான அவாமி இயக்கம் மற்றும் வாக்கெடுப்பு முன்னணி அரசியல், ரீதியாக அதிர்ச்சி அடைந்தன. அப்துல்லா இப்பொழுது மனம் மாறியிருந்தார். மத்திய அரசாங்கத்தைப் பற்றி அவருடைய அணுகுமுறை மாறிவிட்டது. இந்திய யூனியனில் சுயாட்சி உரிமையைக் கோருவேன், வாக்கெடுப்பு பற்றிப் பேசமாட்டேன் என்று இந்திரா காந்தியிடம் உறுதியளித்தார். 1975 பிப்ரவரியில் அவர் மறுபடியும் முதலமைச்சரானார். 1982இல் மரணமடைந்த பிறகு அவருடைய மகன் பரூக் அப்துல்லா முதலமைச்சரானார்.

## பரூக் அப்துல்லா ஆட்சி - கிளர்ச்சிகளும் பயங்கரவாதமும்

1983 இல் நடைபெற்ற தேர்தலில் பரூக் அப்துல்லாவுக்குப் பெரும்பான்மை கிடைத்தது. அவர் அரசாங்கம் அமைத்தார். ஆனால்

மத்திய அரசாங்கத்துக்கும் அவருக்கும் சரியான உறவு ஏற்படவில்லை. 1984இல் அவருடைய மைத்துனர் ஜி.எம்.ஷா ஆளும் கட்சியான தேசிய மாநாட்டில் பிளவை ஏற்படுத்தினார். மத்திய அரசாங்கத்தின் தூண்டுதலில் ஆளுநர் ஜக்மோகன் பரூக் அப்துல்லாவின் அரசாங்கத்தை டிஸ்மிஸ் செய்தார். ஜி.எம்.ஷா முதலமைச்சரானார். 1986 மார்ச் மாதத்தில் அவருடைய மந்திரி சபை டிஸ்மிஸ் செய்யப்பட்ட பிறகு குடியரசுத் தலைவர் ஆட்சி நடைபெற்றது. ராஜிவ்காந்தி பரூக் அப்துல்லாவுடன் கூட்டணி அமைத்தார். 1987இல் நடைபெற்ற தேர்தலில் கூட்டணி வெற்றி பெற்றது. பரூக் அப்துல்லா முதலமைச்சரானார். காஷ்மீரில் பிரிவினை இயக்கம் தீவிரமடைந்தது. ஜம்மு - காஷ்மீர் விடுதலை முன்னணி (JKLF) மற்றும் ஹிஜ்புல் முஜாகிதீன் வன்முறைக் கிளர்ச்சிகளில் ஈடுபட்டன. பாகிஸ்தான் தூண்டுதலில் அவை போலீஸ் நிலையங்கள் மற்றும் அரசாங்க அலுவலகங்களுக்குத் தீவைத்தன;

அரசியல் எதிரிகள் கொல்லப்பட்டார்கள். காஷ்மீர் பண்டிட்டுகள் (ஹிந்துக்கள்) தாக்கப்பட்டு அவர்கள் வீடுகளைத் துறந்து டில்லிக்கு ஓடினார்கள். காஷ்மீரில் பயங்கரவாதிகளின் அட்டகாசம் அதிகரித்த பொழுது பிரதமர் வி.பி.சிங் பரூக் அப்துல்லா அரசாங்கத்தை டிஸ்மிஸ் செய்து குடியரசுத் தலைவர் ஆட்சியை அமுலாக்கினார்.

ஹுரியாத் (விடுதலை) மற்றும் காஷ்மீர் விடுதலை முன்னணியின் (JKLF) நடவடிக்கை குறைந்துவருகிறது. எனினும் பாகிஸ்தானில் பயிற்சி பெற்ற தீவிரவாதிகள் காஷ்மீர் மக்களுடைய அன்றாட வாழ்க்கையைச் சீர்குலைக்கிறார்கள்.

## அமைதிக்கு வழி

காஷ்மீரில் அரசாங்க நிர்வாகம் 1950-களிலிருந்து கெட்டுப்போய் விட்டது. ஊழல்கள் அதிகரித்தன. மக்கள் அரசாங்கத்தின் மீது நம்பிக்கையிழந்தார்கள். தேர்தல்கள் முறையாக நடைபெறவில்லை. ஆகவே அரசியல் அமைப்பை மோசடி என்று கருதினார்கள். பாகிஸ்தான் கிளர்ச்சிகளைத் தூண்டியபொழுது அவற்றை ஒடுக்குவதற்கு ராணுவம் பயன்படுத்தப்பட்டது. ராணுவ வீரர்கள் சாதாரண மக்களின் உரிமைகளை மதிக்கவில்லை; ராணுவ அத்து மீறல்களுக்கு அப்பாவி மக்கள் பலியானார்கள்.

காஷ்மீரில் அரசாங்கங்கள் அடிக்கடி டிஸ்மிஸ் செய்யப்பட்டன. அமைச்சர்கள் எல்லோரும் ஊழலில் திளைத்தார்கள். அமைச்சர்கள் எல்லோரும் பொம்மைகள், ஆளுநர் டில்லியின் ஏஜென்டு என்று மக்கள் வெறுப்புடன் பேசினார்கள்.

பாகிஸ்தான் ஆக்கிரமித்த காஷ்மீர் இனிமேல் இந்தியாவுக்குக் கிடைக்காது. காஷ்மீர் இந்தியாவுடன் இணைந்ததை மாற்ற முடியாது. காஷ்மீரில் நல்லாட்சி நடைபெற்றால்தான் மக்கள் அமைதியான சூழலில் அன்றாட வேலைகளை நிறைவேற்ற முடியும். ஜனநாயக அரசில் ஒரு பகுதி பிரிந்துபோகமுடியாது. ஒரு பகுதி மக்களுடைய விருப்பங்களை ஜனநாயக அரசு நீண்ட காலம் புறக்கணிக்க முடியாது.

# 24
## பஞ்சாப் நெருக்கடி

**1980**-களில் பஞ்சாப் மாகாணத்தில் பிரிவினைவாதம் வளர்ச்சியடைந்து பயங்கரவாதமாக மாறியது. அது சிறு அளவிலான போர் என்று சிலர் வர்ணித்தது பொருத்தமே. இந்தியாவுக்கு அது மாபெரும் பிரச்சினையாக இருந்தது.

1947க்கு முன்பு பஞ்சாபில் முஸ்லிம், ஹிந்து மற்றும் சீக்கிய வகுப்பு வாதம் நிலவின. வகுப்புவாதம் சில சமயங்களில் ஒன்று சேர்ந்து முஸ்லிம் வகுப்புவாதத்தைத் தாக்கின. 1947க்குப் பிறகு முஸ்லிம் வகுப்புவாதம் மறைந்துவிட்டது. ஹிந்து வகுப்புவாதமும் சீக்கிய வகுப்புவாதமும் சண்டை போட்டுக்கொண்டன.

அகாலி கட்சித் தலைமை தொடக்கத்திலிருந்து சில வகுப்புவாதக் கருத்துக்களை வலியுறுத்தியது. 1966இல் இன்றைய பஞ்சாப் மாகாணம் உருவாக்கப்பட்ட பிறகு அவை மேலும் வளர்க்கப்பட்டன.

1. மதச் சார்பற்ற கட்சி என்ற கருத்தை அவர்கள் மறுத்தார்கள். மதத்தையும் அரசியலையும் பிரிக்க முடியாது என்றார்கள். சீக்கியர்களுடைய மதத்தையும் அரசியல் நலன்களையும் சீக்கிய பந்த் பாதுகாக்கிறது. அதன் ஒரே பிரதிநிதி அகாலி தளம்.

2. சீக்கியர்களுக்கு எதிராக சதிகள் நடைபெறுகின்றன. அவர்கள் தொடர்ச்சியாக அவமதிப்பு, ஒடுக்குமுறை, பழிவாங்கலுக்கு ஆளாகிறார்கள். ஹிந்துக்கள் சீக்கியர்கள் மீது ஆதிக்கம் செலுத்த விரும்புகிறார்கள். ஹிந்துக்கள் சீக்கிய அடையாளத்தை அழிப்பதற்குப் பாடுபடுகிறார்கள். காங்கிரஸ் கட்சியையும் 'டில்லியிலிருந்துகொண்டு ஆட்சி செய்கின்ற' நேருவையும் அவர்கள் தீவிரமாகத் தாக்கினார்கள். 1940க்களில் இஸ்லாமுக்கு ஆபத்து என்று முஸ்லிம்கள் பேசியதைப் பின்பற்றி சீக்கிய மதத்துக்கு ஆபத்து என்று சீக்கியர்கள் பேசினார்கள். தீவிரவாதிகள் நெருப்பாகப் பேசினார்கள், மிதவாதிகள் சற்று

மென்மையாகப் பேசினார்கள். கால ஓட்டத்தில் தீவிரவாதிகளுடைய செல்வாக்கு அதிகரித்தது. சீக்கியர்களின் தலைவரான மாஸ்டர் தாரா சிங் 1953இல் அகாலி மாநாட்டில் பின்வருமாறு பேசினார்: "வெள்ளைக்காரன் போய்விட்டான். ஆனால் நமக்கு சுதந்திரம் கிடைக்கவில்லை. வெள்ளைக்கார துரைக்குப் பதிலாக கறுப்புத் துரை நம் முதுகில் உட்கார்ந்திருக்கிறான். ஜனநாயகம், மதச்சார்பின்மை என்ற பெயரால் நமது பந்த், நமது மதம் நசுக்கப்படுகிறது" அரசுப் பணிகளில் சீக்கியர்கள் புறக்கணிக்கப்படுகிறார்களா என்று ஆராய்வதற்கு நேரு 1961இல் ஒரு கமிஷனை நியமித்தார். அந்தக் குற்றச்சாட்டு உண்மையல்ல என்று கமிஷன் முடிவு செய்தது.

"சீக்கியர்கள் இந்தியாவின் மக்கள் தொகையில் 2 சதவிகிதம் இருக்கிறார்கள். ஆனால் இந்திய ராணுவத்தில் சீக்கியர்கள் 20 சதவிகிதம் இருக்கிறார்கள். இந்திய ஆட்சிப் பணியில் அவர்களுக்குரிய பங்கைக் காட்டிலும் இரு மடங்கு இருக்கிறார்கள். பஞ்சாப் மாகாணத்தில் அரசுப் பணியில், சட்ட மன்றத்தில், மந்திரி சபையில், காங்கிரஸ் கட்சி ஸ்தாபனத்தில் மக்கள் தொகையில் அவர்களுடைய சதவிகிதத்தைக் காட்டிலும் அதிகமாக இருக்கிறார்கள்" என்று பல்தேவ் ராஜ் நய்யார் (அரசியல் ஆய்வாளர்) எழுதினார்.

சீக்கிய குருத்வாராக்களை நிர்வாகம் செய்வதற்கு (எஸ்.ஜி.பி.சி.) என்ற அமைப்பு உள்ளது. சுமார் 700 குருத்வாராக்கள் அதன் நிர்வாகத்தில் உள்ளன. அகாலி கட்சியினர் தங்களுடைய அரசியலைப் பரப்புவதற்கு அதையும் சிறப்பாக, அமிருதசரசிலுள்ள பொற் கோயிலையும் பயன்படுத்திக்கொண்டார்கள்.

குருத்வாராக்களை நிர்வாகம் செய்கின்ற உரிமைக்காக அகாலி கோஷ்டிகள் அடிக்கடி சண்டைபோட்டன, மேன்மேலும் தீவிரமான கோரிக்கைகளை முன்வைத்தன. மிதவாதிகள் பின்வாங்கிய பொழுது தீவிரவாதிகள் வளர்ச்சி அடைந்தார்கள்.

நேரு காலத்தில் பஞ்சாபில் ஹிந்து வகுப்புவாதமும் சுறுசுறுப்பாக இருந்தது. சீக்கியர்களைப் போல மதத்துக்கு ஆபத்து என்று அவர்கள் பேசாவிட்டாலும் சீக்கியர்களை எதிர்த்துக்கொண்டிருந்தார்கள்.

## மதச் சார்பற்ற கட்சிகளின் நிலைப்பாடு

மாஸ்டர் தாரா சிங்கின் தலைமையில் சீக்கியர்களின் வகுப்புவாதத்தை நேரு புரிந்துகொண்டிருந்தார். அதே சமயத்தில் அகாலி தளத்தின் மதச்

சார்பற்ற கோரிக்கைகளை நிறைவேற்றுவதில் அக்கறைகொண்டிருந்தார். அகாலி தளம் வகுப்புவாதத் தன்மையைக் கைவிடுவதற்கு இசைந்த 1948 மற்றும் 1956இல் அவர் அதனுடன் ஒப்பந்தம் செய்துகொண்டார். ஆனால் பஞ்சாபில் வகுப்புவாதம் குறையவில்லை. அகாலி தளத்தின் புதிய தலைவர்கள் புதிதாகக் கோரிக்கைகளை எழுப்பினார்கள். காங்கிரஸ் கட்சி அகாலி தளத்துடன் நெருங்கியபொழுது ஹிந்து வகுப்புவாத சக்திகளின் பலம் அதிகரித்தது.

பஞ்சாப் முதலமைச்சர் பிரதாப் சிங் கெய்ரோன் ஹிந்து மற்றும் சீக்கிய வகுப்புவாதத்தைத் தீவிரமாக எதிர்த்தார். ஆனால் நேரு அல்லது கெய்ரோன் பஞ்சாபில் வகுப்புவாதத்தை ஒழிக்க சித்தாந்த இயக்கத்தை நடத்தவில்லை. அக்காலத்தில் அதைச் செய்திருக்க முடியும்.

ஒன்றுபட்ட கம்யூனிஸ்ட் கட்சி பஞ்சாபில் செல்வாக்குடன் இருந்தது. 1950க்களில் அது சீக்கிய மற்றும் ஹிந்து வகுப்பு வாதத்தைத் தீவிரமாக எதிர்த்தது. கம்யூனிஸ்ட் இயக்கத்தில் பிளவு ஏற்பட்ட பிறகு இரண்டு கம்யூனிஸ்ட் கட்சிகளும் அகாலி தளத்துடன் கூட்டணி அமைத்துக்கொண்டதால், அகாலி அரசியலுக்கு அங்கீகாரம் ஏற்பட்டது.

## பஞ்சாபி மாகாணம்

பஞ்சாப் மாகாணத்தை மொழி அடிப்படையில் இரண்டு (பஞ்சாபி மொழியைப் பேசுகின்ற பஞ்சாப் மற்றும் ஹிந்தி மொழியைப் பேசுகின்ற ஹரியானா, மாகாணங்களாகப் பிரிக்க வேண்டும் என்று அகாலிதளம் கம்யூனிஸ்டுகள் மற்றும் காங்கிரஸ் காரர்கள் நீதிபதி பசுல் அலி கமிஷனிடம் கோரினார்கள். ஜனசங் மற்றும் ஹிந்து வகுப்புவாத அமைப்புகள் அதை எதிர்த்தன. அந்தக் கோரிக்கைக்குப் போதிய ஆதரவு இல்லை என்று கமிஷன் நிராகரித்தது.

ஹரிஜன சீக்கியர்கள் பெரும்பாலும் விவசாயக் கூலிகளாக இருக்கிறார்கள். அவர்கள் பஞ்சாபி சுபாவை எதிர்த்தார்கள். அகாலி தளத்தில் செல்வாக்குப் பெற்றுள்ள ஜாட் சீக்கியர்கள் பணக்கார விவசாயிகள். பஞ்சாபி சுபா அமைக்கப்பட்டால் அவர்கள்தான் ஆதிக்கம் செலுத்துவார்கள் என்று காரணம் காட்டி அதை எதிர்த்தது.

வகுப்புவாத சக்திகள் பஞ்சாபி மாகாணக் கோரிக்கையை முன்வைத்ததால் நேரு அதை ஏற்கவில்லை. மாபெரும் சீக்கியத் தலைவர்களான பிரதாப் சிங் கெய்ரோன் மற்றும் தர்பாராசிங்,

வகுப்புவாதக் கோரிக்கை என்பதால் அதைத் தீவிரமாக எதிர்த்தார்கள். அது சாராம்சத்தில் மொழியை அடிப்படையாகக் கொண்ட கோரிக்கை. பஞ்சாபின் மதச்சார்பற்ற கட்சிகளான சிபிஐ, பிஎஸ்பி மற்றும் அறிவு ஜீவிகள் அதை ஆதரித்தார்கள். நேரு அதை ஆதரித்திருக்கவேண்டும்.

சில ஆண்டுகளுக்குப் பிறகு சாந்த் படேசிங் அகாலி தளத்தின் தலைவரானார். பஞ்சாபி சுபாவை முற்றிலும் மொழி அடிப்படையிலான கோரிக்கையாக அவர் முன்வைத்தார். அடுத்தபடியாக, ஹரியானாவில் முக்கியமான அரசியல் மற்றும் சமூக அமைப்புகள் ஹரியானா மாகாணம் அமைக்கப்பட வேண்டும் என்று கோரின. காங்ரா பகுதியினர் ஹிமாச்சல பிரதேஷுடன் இணைவதற்கு விரும்பினார்கள். பஞ்சாப் இரண்டு மாகாணங்களாகப் பிரிக்கப்படும் என்று 1966 மார்ச்சில் இந்திராகாந்தி அறிவித்தார்.

சண்டிகார் சம்பந்தமாகப் பிரச்சினை இருந்தது. பஞ்சாப் எல்லை கமிஷன் சண்டிகாரையும் அதைச் சுற்றியுள்ள பகுதிகளையும் ஹரியானாவுக்கு அளித்தது. அகாலி தளம் அதிருப்தியடைந்து போராட்டத்தை அறிவித்தது. பிறகு பிரதமர் மத்தியஸ்தத்தை ஏற்றுக்கொள்வதாகக் கூறியது. சண்டிகார் யூனியன் பிரதேசமாக (UT) இருக்கும், இரண்டு மாகாணங்களுக்கும் தலைமைச் செயலகங்கள் அங்கு இருக்கும் என்று இந்திராகாந்தி கூறினார். உடனே அகாலி தளம் போராட்டத்துக்குத் தயாராயிற்று. உடனே இந்திராகாந்தி சண்டிகரை பஞ்சாபுக்கு அளித்தார். ஹிந்துக்கள் பெரும்பான்மையாகவுள்ள பஸீல்கார் மற்றும் அபோஹா தாலுக்காக்களை ஹரியானாவுக்கு ஒதுக்கினார். இரண்டு தாலுக்காக்களை மாற்றுவதை அகாலி தளம் ஒத்துக்கொள்ளாததால் நிறைவேற்றப்படவில்லை.

பஞ்சாபி சுபா கோரிக்கையை ஏற்றுக்கொண்டது சரியான முடிவு. ஆனால் அது பஞ்சாப் பிரச்சினையைத் தீர்க்கவில்லை. ஏனென்றால் அது வகுப்புவாதத்தை அடிப்படையாகக்கொண்ட பிரச்சினை. சீக்கிய வகுப்புவாதம் பிற்காலத்தில் புதிய வடிவங்களைப் பெற்றது.

### அகாலி தளத்தின் போராட்ட அரசியல்

பஞ்சாபி சுபா கோரிக்கை நிறைவேற்றப்பட்ட பிறகு அரசியல் ரீதியில் அடுத்தபடியாக என்ன செய்வது என்று அகாலிகள்

குழப்பமடைந்தார்கள். வகுப்புவாதத்தைக் கைவிட்டு பஞ்சாபிகள் எல்லோருக்கும் பொதுவான அரசியல் கட்சியாக அது வளர்ச்சி அடைந்திருக்கமுடியும். ஆனால் அது அரசியல் தற்கொலை என்று அகாலிகள் கருதினார்கள். அகாலி வகுப்புவாதம், பிரிவினைவாதம் பேச ஆரம்பித்தது.

பஞ்சாபி சுபா அமைக்கப்பட்ட பிறகுகூட 1967 தேர்தலிலும் அடுத்து நடைபெற்ற தேர்தல்களிலும் அது பெரும்பான்மையைப் பெற முடியவில்லை. பஞ்சாப் மாகாணத்தில் சீக்கியர்கள் 60 சதவிகிதத்துக்கும் குறைவாக இருந்தார்கள். இரண்டாவதாக, ஹரிஜன சீக்கியர்கள் 25 முதல் 30 சதவிகிதம் இருந்தார்கள். அவர்கள் விவசாயத் தொழிலாளர்கள். பணக்கார மற்றும் மத்திய விவசாயிகளின் கட்சியான அகாலி தளத்துக்கு அவர்கள் வாக்களிக்கவில்லை. 1980 வரை அவர்கள் காங்கிரசுக்கு அல்லது கம்யூனிஸ்டுகளுக்கு வாக்களித்தார்கள். மூன்றாவதாக சீக்கியர்கள் எல்லோரும் மத அடிப்படையில் அகாலி தளத்துக்கு வாக்களிக்கவில்லை. அவர்களில் பெரும்பான்மையினர் காங்கிரஸ் மற்றும் கம்யூனிஸ்ட் கட்சிகளின் வேட்பாளர்களுக்கு வாக்களித்தார்கள்.

1952 முதல் 1980 வரை 35-40 சதவிகித சீக்கியர்கள்தான் அகாலி தளத்துக்கு வாக்களித்தார்கள். 1967இல் அகாலி தளம் ஹிந்து வகுப்புவாதக் கட்சியான ஜனசங்கத்துடன் கூட்டணி அமைத்ததால் வெற்றிபெற்று அரசாங்கம் அமைத்தது. 1980 தேர்தலில் அகாலி தளம் 26-9 சதவிகித வாக்குகளைப் பெற்றது. பெரும்பான்மையான சீக்கியர்கள் அகாலி அரசியல் மற்றும் சித்தாந்தத்தை நிராகரித்தார்கள். 1980 தேர்தலில் தோல்வியடைந்த பிறகு அகாலிதளத்தின் அரசியலில் வகுப்புவாதம் அதிகரித்தது. 1981இல் சான்ட் லொங்கோவால் தலைமை வகித்த அகாலிதளம் பிரதம மந்திரியிடம் 45 கோரிக்கைகளைக் கொண்ட மனுவை அளித்தது. அரசியல் பொருளாதார, சமூக கோரிக்கைகளோடு சீக்கிய மதம் சம்பந்தமான கோரிக்கைகளும் மனுவில் எழுதப்பட்டிருந்தன. சண்டிகாரை பஞ்சாபுக்கு அளிக்கவேண்டும்; பஞ்சாப், ஹரியானா, ராஜஸ்தானுக்கு இடையில் ஆற்றுநீர்ப் பங்கீடு ஆகிய கோரிக்கைகள் இருந்தன. பிற்பாடு 1973 இல் நிறைவேற்றப்பட்ட அனந்தபூர் சாஹிப் தீர்மானத்தை மத்திய அரசாங்கம் நிறைவேற்ற வேண்டும் என்று கோரப்பட்டது. அந்தத் தீர்மானத்துக்கு பல

வாசகங்கள் உண்டு. எல்லா வாசகங்களிலும் பிரிவினைவாதம் முக்கியத்துவம் பெற்றிருந்தது. ஆக, அகாலிகள் 1947இலிருந்து மதச் சார்புடைய, முழு அதிகாரமுள்ள அரசாங்கத்தைக் கோரினார்கள். 1981க்குப் பிறகு பயங்கரவாதிகள் களத்தில் இறங்கினார்கள். தேர்தல் செய்ய முடியாததை, பயங்கரவாதம் நிறைவேற்றும் என்றார்கள்.

## பஞ்சாபில் பயங்கரவாதம்

பஞ்சாபில் சான்ட் பிட்ரான்வாலே பயங்கரவாதத்தைத் தொடங்கினார். சீக்கிய மதநெறிகள் கடைப்பிடிக்கப்படவேண்டும் என்று அவர் கோரியபொழுது ஜெயில் சிங்கின் தலைமையில் பஞ்சாப் காங்கிரஸ் அவரை ஆதரித்தது. அகாலிகளின் செல்வாக்கை ஒழிப்பதற்கு அவரைப் பயன்படுத்த பஞ்சாப் காங்கிரஸ் விரும்பியது. ஆனால் பிட்ரான்வாலே பூதமாக மாறினார்.

சீக்கியர்களின் நிரங்காரி பிரிவின் தலைவர் 24-4-1980இல் கொல்லப்பட்டார். பிறகு நிரங்காரி சீக்கியர்கள் பலரும் குறிப்பிட்ட அகாலிகளும் காங்கிரஸ் காரர்களும் கொல்லப்பட்டார்கள். பிறகு பிட்ரான்வாலெயைக் கண்டனம் செய்து தன்னுடைய பத்திரிகையில் எழுதிய லாலா ஜகத் நாராயணன் கொல்லப்பட்டார். மத்திய அரசாங்கத்தில் உள்துறை அமைச்சராக இருந்த ஜெயில் சிங் பிட்ரான்வாலெயைப் பாதுகாத்தார். 1982 ஜூலையில் பிட்ரான்வாலெ அமிர்தசரஸ் பொற்கோயிலில் குருநானக் நிவாஸ் என்னும் கட்டடத்திற்குள் பாதுகாப்புப் படையினருடன் தங்கினார். அங்கிருந்து அவர் பஞ்சாபில் பயங்கரவாத நடவடிக்கைகளை இயக்கினார். நிரங்காரிகளையும் சீக்கிய மதத்தில் சீர்திருத்தங்களைக் கோரியவர்களையும் கொலை செய்த பிறகு 1983 செப்டம்பரிலிருந்து ஹிந்துக்களைக் கொன்றார். பஞ்சாப் அரசாங்கமும் போலீசுத் துறையும் பயங்கரவாதத்தை எதிர்ப்பதற்குத் துணிவில்லாமல் இருந்தது. 1983 ஏப்ரலில் ஏ.எஸ். அட்வால் என்ற சீக்கிய போலீஸ் அதிகாரி (DIG) பொற்கோயிலிருந்து திரும்புகின்றபொழுது சுட்டுக்கொல்லப்பட்டார். தனிநாடு கோரி இந்திய அரசுக்கு எதிராக ஆயுதப் போராட்டம் நடத்த பிட்ரான்வாலெ மக்களை அறை கூவினார்.

பிட்ரான்வாலெ 1983 டிசம்பரில் பொற்கோயிலில் புனிதமான அகல் தாக்த் என்னும் பகுதியைத் தன்னுடைய இருப்பிடமாகவும்

கோட்டையாகவும் மாற்றினார். துப்பாக்கிகள், எறி குண்டுகள், இயந்திரத் துப்பாக்கிகள் மற்றும் பலவிதமான ஆயுதங்கள் பதுக்கப்பட்டன. அவர் ஆயுதக் குழுக்களை அனுப்பி கொலை மற்றும் கொள்ளையடித்தலை நடத்தினார். மற்ற குருத்வாராக்களும் பயங்கரவாத நடவடிக்கைகளுக்குத் தளங்களாக மாறின.

பஞ்சாபில் பயங்கரவாதிகள் மக்களிடம் வரி வசூலித்தார்கள். பத்திரிகைகளையும் நீதிபதிகளையும் மிரட்டினார்கள். போலீஸ் அதிகாரிகளைக் கொலை செய்தார்கள். இந்திய அரசு எங்களைக் கண்டு பயப்படுகிறது. இனிமேல் பஞ்சாபில் எங்களுடைய ஆட்சிதான் நடைபெறும் என்றார்கள்.

## பயங்கரவாதிகளும் அகாலிகளும்

அகாலிகள் பயங்கரவாதத்தைக் கண்டுபிடிக்கவில்லை. பயங்கர வாதிகளை போலீஸ்காரர்கள் கைது செய்தால், அதைக் கண்டனம் செய்தார்கள். உதாரணமாக சான்ட் லொங்கோவால் 1981 இல் பின்வருமாறு கூறினார்: "மொத்த சீக்கிய சமூகம் பிட்ரன்வாலெயை ஆதரிக்கிறது". சீக்கியர்களுக்குக் கெட்ட பெயரை ஏற்படுத்தவேண்டும் என்பதற்காக பஞ்சாப் அரசாங்கமும் காங்கிரசும் பயங்கரவாத நடவடிக்கைகளைத் திட்டமிட்டு நிறைவேற்றுகின்றன என்றார்கள். பயங்கரவாதிகள் குருத்வாராக்களையும் பொற்கோயிலையும் அலங்கோலப்படுத்தியதை அவர்கள் கண்டிக்கவில்லை. பித்ரன்வாலெயை ஆதரித்தால்தான் சீக்கியர்களுக்குத் தலைமை தாங்கமுடியும் என்று அகாலிகள் கருதினார்கள்.

பயங்கரவாதிகளுக்கும் அகாலிகளுக்கும் அரசியல் சித்தாந்தம் ஒன்றே. செயல்முறைதான் வேறுபட்டது. அகாலிகள் பயங்கரவாதிகளின் எதிரொலியாக இருந்தார்கள்.

## இந்திரா காந்தியும் பயங்கரவாதிகளும்

1981-1984 ஆம் ஆண்டுகளில் பயங்கரவாதத்தை எதிர்த்து உறுதியான நடவடிக்கைகளை நிறைவேற்றவில்லை. அவர் அகாலி மற்றும் சீக்கியத் தலைவர்களுடன் முடிவில்லாத பேச்சுவார்த்தைகளை நடத்தினார். அகாலிகளின் கோரிக்கைகளை அவர் ஏற்றுக்கொண்டால் கூட ஹரியானாவிலும் ராஜஸ்தானிலும் அதற்கு எதிர்வினை இருக்கும்.

பஞ்சாபில் பயங்கரவாதத்தை ஒடுக்கிய கே.பி.எஸ்.கில் (DGP) பின்வருமாறு கூறினார்: "அரசியல் தலைமை பலவீனமாக இருந்ததால், பாதுகாப்புப் படையினரிடம் குழப்பம் நிலவினால் பயங்கரவாதிகள் மிகவும் துணிச்சலாக செயல்படுவார்கள்."

1983 ஏப்ரலில் போலீஸ் அதிகாரி அட்வால் பொற்கோயிலில் கொலை செய்யப்பட்டபொழுது அரசாங்கம் நடவடிக்கை எடுக்கவில்லை. 1984இல் அகாலிகளின் போர்க்குணம் அதிகரித்தது. புதிய போராட்டங்கள் அறிவிக்கப்பட்டன. பாகிஸ்தான் சீக்கிய பயங்கரவாதிகளுக்கு பயிற்சியும் ஆயுதங்களும் கொடுத்தது. வெளிநாடுகளிலிருந்த சீக்கிய தீவிரவாத அமைப்புகள் நிதியும் ஆயுதங்களும் அனுப்பின.

1984 ஜூன் மாதத்தில் பஞ்சாப் பிரச்சினை மூலம் இந்தியாவின் ஒற்றுமைக்கு ஆபத்து ஏற்படப் போகிறது என்ற கவலை எங்கும் நிலவியது. அதிகமான குருத்வாராக்கள் கோட்டைகளாக மாற்றப்பட்டன. ஹிந்துக்கள் பஞ்சாபிலிருந்து வெளியேறத் தொடங்கினார்கள். பஞ்சாபில் ஹிந்துக்களுக்கும் சீக்கியர்களுக்கும் பிளவு அதிகரித்தபொழுது வட இந்தியாவில் ஹிந்து வகுப்புவாதம் ஓங்கியது. அரசாங்கம் தலையிடாமலிருப்பது நாட்டுக்கு ஆபத்தை ஏற்படுத்தும் என்று பேசப்பட்டது.

இந்திய அரசாங்கம் 'ஆபரேஷன் புளூஸ்டார்' என்ற ராணுவ நடவடிக்கையைத் தயாரித்தது. ஆனால் அந்த நடவடிக்கை சரியானபடி திட்டமிடப்படவில்லை. அதை நிறைவேற்றியதில் குறைகள் இருந்தன. அரசாங்கம் அரசியல் ரீதியில் அதிகமான விலை கொடுத்தது.

ஜூன் 3 இல் இந்திய ராணுவம் பொற்கோயிலைச் சூழ்ந்து கொண்டது. ஜூன் 5 இல் பொற்கோயிலுக்குள் நுழைந்தது. பயங்கரவாதிகளின் எண்ணிக்கை எதிர்பார்த்ததைக் காட்டிலும் கூடுதலாக இருந்தது. பல நாட்கள் போர் செய்யத் தேவையான ஆயுதங்கள் அவர்களிடம் இருந்தன. ஒன்றிரண்டு மணி நேரத்தில் முடிந்துவிடக்கூடிய அறுவைச் சிகிச்சை என்று ராணுவ அதிகாரிகள் நினைத்தார்கள். அது முழு அளவிலான சண்டையாக மாறியது. முடிவில் டாங்குகளும் பயன்படுத்தப்பட்டன. ஆயிரம் நபர்களும் குருத்வாரா ஊழியர்களும் அதற்குள் இருந்தார்கள். அந்த வளாகத் திலிருந்த கட்டடங்கள் இடிந்தன. அகல் தாக்த் தகர்ந்தது. சீக்கியர்கள் மிகவும் புனிதமானதாகக் கருதுகின்ற ஹர்மந்திர் சாஹிப் கட்டடத்தைக்

குண்டுகள் துளைத்தன. (அந்தக் கட்டடத்துக்கு ஆபத்து ஏற்படாமலிருப்பதற்காக பல படைவீரர்கள் உயிரிழந்தார்கள்.) பித்ரன்வாலெயும் அவருடைய ஆதரவாளர்களும் கொல்லப்பட்டார்கள்.

பொற்கோயிலுக்குள் இந்திய ராணுவம் நுழைந்தது. நாடு முழுவதிலும் சீக்கியர்களிடம் அதிர்ச்சியை ஏற்படுத்தியது. அவர்கள் உணர்ச்சி வசப்பட்ட நிலையில் நெருப்பாகப் பேசினார்கள். எனினும் இந்திய அரசாங்கம் மாற்று வழியைக் கண்டுபிடித்திருக்க வேண்டும்.

ஆபரேஷன் புளூஸ்டார் நடவடிக்கையில் சில ஆக்கபூர்வமான அம்சங்களும் இருந்தன. இந்திய அரசிடம் பிரிவினைவாதம் மற்றும் பங்கரவாதத்தை முறியடிக்கும் சக்தி உள்ளது என்பது நிரூபிக்கப்பட்டது. பஞ்சாபை ஆட்டிப் படைத்துக்கொண்டிருந்த பித்ரான்வாலெயும் அவரது கும்பலும் ஒழிக்கப்பட்டார்கள். பஞ்சாபில் நெருக்கடியை ஏற்படுத்தியது பித்ரான்வாலெ, பயங்கரவாதிகள் மற்றும் அகாலி வகுப்புவாதிகளே என்று மதச் சார்பற்ற அரசியல் கட்சிகள் மக்களிடம் பிரசாரம் செய்யக்கூடிய சூழ்நிலை ஏற்பட்டது.

## புளூஸ்டார் நடவடிக்கைக்குப் பிறகு

பொற்கோயிலின் புனிதத்தைக் கெடுத்ததற்காக, இந்திரா காந்தி மற்றும் அவர் குடும்பத்தை வேரோடு ஒழிப்போம் என்று பயங்கரவாதிகள் சபதம் செய்தார்கள். 31-10-1984 காலையில் இந்திராகாந்தியின் பாதுகாப்புப் படையைச் சேர்ந்த இரண்டு சீக்கியர்கள் அவரைச் சுட்டுக்கொன்றார்கள். பாதுகாப்புப் படையிலிருந்த சீக்கிய வீரர்களை அகற்றிவிடலாமா என்று பாதுகாப்பு அதிகாரி இந்திராகாந்தியிடம் கேட்டபொழுது, "நாம் மதச் சார்பற்றவர்கள்" என்று அவர் பதிலளித்ததால் அந்த முயற்சி கைவிடப்பட்டது.

மக்களிடம் செல்வாக்குப் பெற்றிருந்த இந்திராகாந்தி படுகொலை செய்யப்பட்டதால் நாடு முழுவதும் மக்களிடம் அதிர்ச்சி, ஆத்திரம் ஏற்பட்டது. வட இந்தியாவில் சீக்கிய எதிர்ப்புக் கலகங்கள் வெடித்தன. அக்டோபர் 31 இலிருந்து டில்லியில் மூன்று நாட்கள் நடைபெற்ற கலவரங்களில் 2,500க்கும் அதிகமான மக்கள் கொல்லப்பட்டார்கள். அவர்களில் பெரும்பான்மையினர் சீக்கியர்கள். டில்லியில் நடைபெற்ற கலவரங்களின் விளைவாக சீக்கியுர்கள் இந்திய அரசாங்கத்தைப் பற்றி மனமுறிவு (alienation) கொண்டார்கள்.

நவம்பர் 1 ஆம் நாளன்று ராஜிவ் காந்தி பிரதமரானார். 1984 டிசம்பரில் பொதுத் தேர்தல் முடிவடைந்த உடனே அவர் பஞ்சாப் பிரச்சினையில் கவனம் செலுத்தினார். 1985 சனவரியில் சிறையிலிருந்த முக்கியமான அகாலி தளத் தலைவர்கள் விடுதலை செய்யப்பட்டார்கள். ஒரு மாதத்துக்குப் பிறகு, நவம்பர் மாதத்தில் நடைபெற்ற சீக்கியர் எதிர்ப்புக் கலவரங்களைப் பற்றி நீதி விசாரணை நடத்துமாறு பிரதமர் உத்தரவிட்டார். பஞ்சாபில் அகாலிகளுக்கு ஆதரவு குறைந்திருந்தது. அவர்கள் இப்பொழுது பயங்கரவாதிகளை (எதிர்க்காவிட்டாலும்) ஆதரிக்கவில்லை.

ராஜிவ் காந்தி அகாலி கட்சித் தலைவர்களுடன் பேச்சு வார்த்தைகளைத் தொடங்கினார். சிறையிலிருந்து விடுதலையான அகாலி தலைவர்களிடம் குழப்பம் நிலவியது. லொங்கோவால் உள்பட சிலர் தீவிரமாகப் பேசி பயங்காரவாதிகள் காலி செய்த இடத்தை நிரப்புவதற்கு முயற்சி செய்தார்கள். இனிமேல் வெகுசனப் போராட்டங்களை நடத்தமுடியாது என்பதை அவர்கள் புரிந்து கொண்டார்கள். ராஜிவ் - லொங்கோவால் உடன்படிக்கையின்படி சண்டிகார் பஞ்சாபில் சேர்க்கப்படும். ஹிந்தி பேசுகின்ற தாலுக்காக்களை ஹரியானாவுடன் சேர்ப்பதைப் பற்றி ஒரு கமிஷன் முடிவு செய்யும். ஆற்றுத் தண்ணீர்ப் பங்கீட்டை ஒரு டிரிப்யூனல் முடிவு செய்யும். பஞ்சாப் சட்ட சபைக்கும் பார்லிமென்டுக்கும் 1985 செப்டம்பரில் தேர்தல் நடைபெறும். அகாலி கட்சியினருடைய முக்கியமான கோரிக்கைகள் ஏற்றுக்கொள்ளப்பட்டன.

அகாலி கட்சி தேர்தலில் பங்கெடுக்கும் என்று ஆகஸ்ட் 20 ஆம் நாளன்று லொங்கோவால் அறிவித்தார். அன்றைய தினத்தில் பயங்கரவாதிகளால் அவர் சுட்டுக் கொல்லப்பட்டார். தேர்தலில் 66 சதவிகித மக்கள் வாக்களித்தார்கள். (1977 மற்றும் 1984 தேர்தலில் 64 சதவிகிதத்தினர் வாக்களித்தார்கள்) அகாலி கட்சிக்கு அதன் வரலாற்றில் முதன்முறையாக சட்ட சபையில் அறுதிப் பெரும்பான்மை கிடைத்தது.

சுர்ஜித் சிங் பர்னாலா பஞ்சாப் முதலமைச்சரானார். ஆனால் கட்சியிலிருந்த கோஷ்டிகளை அவரால் சமாளிக்க முடியவில்லை. அவர் சிறைகளிலிருந்த பயங்கரவாதிகளை விடுதலை செய்தார். அதன் காரணமாகப் பஞ்சாபில் பயங்கரவாதம் மறுபடியும் தலை தூக்கியது.

ஹிந்தி பேசுகின்ற தாலுக்காக்களை ஹரியானாவுக்குத் தருவதற்குப் பஞ்சாப் தயாராக இல்லை. ஹரியானா அரசாங்கம் சண்டிகார் மீதுள்ள உரிமையை இழப்பதற்குத் தயாராக இல்லை. நீதிபதி ஆற்றுத் தண்ணீரைப் பங்கீடு செய்வதற்கும் தயாராக இல்லை. உடன்படிக்கையின் முக்கியமான ஷரத்துக்கள் மறுபடியும் விவாதத்தில் மாட்டிக்கொண்டன.

பர்னாலா அரசாங்கத்திடம் உறுதியில்லை. பயங்கரவாத நடவடிக்கைகள் மறுபடியும் தொடங்கின. அரசாங்கம் அவற்றைக் கட்டுப்படுத்தத் தவறியது. ஆகவே மத்திய அரசாங்கம் 1987 மே மாதத்தில் பர்னாலா அரசாங்கத்தை டிஸ்மிஸ் செய்தது.

பஞ்சாபில் வகுப்புவாதத்தை ஒழிப்பதற்கும் பயங்கரவாதத்தை நசுக்குவதற்கும் பர்னாலாவைப் பயன்படுத்த முடியும் என்று மத்திய அரசாங்கம் நினைத்தது தவறாகும். லொங்கோவாலுடன் செய்த உடன்படிக்கை மூலம் பயங்கரவாதம் ஒழிந்துவிடும் ஏ்ன்று ராஜிவ் கருதியது அடுத்த தவறாகும்.

## பயங்கரவாதத்தை ஒழித்தல்

பஞ்சாபில் குடியரசுத் தலைவர் ஆட்சி நடைபெற்றாலும் பயங்கரவாதம் வளர்ச்சியடைந்தது. 1985க்குப் பிறகு பாகிஸ்தான் அதற்குப் பகிரங்கமாக உதவி செய்தது. பயங்கரவாதக் குழுக்கள் மக்களை மிரட்டிப் பணத்தைப் பறித்தன. மக்களிடம் சட்ட விரோதமாக வரி வசூலித்தன. இனிமேல் நாங்கள்தான் பஞ்சாபை ஆட்சி செய்யப்போகிறோம் என்று மக்களிடம் பிரசாரம் செய்தன. மக்கள் இறைச்சி, மது புகையிலையைப் பயன்படுத்தக்கூடாது; பஞ்சாபிப் பெண்கள் சேலை அணியக்கூடாது, திருமணச் சடங்குகள் சீக்கிய மத சம்பிரதாயப்படி நடைபெற வேண்டும் என்று ஆணையிட்டார்கள். பொது இடங்களில் காலிஸ்தான் கொடிகளை ஏற்றினார்கள்.

1987இல் பஞ்சாபில் குடியரசுத் தலைவர் ஆட்சி அமுலாக்கப்பட்டது. பயங்கரவாதத்தை ஒழிப்பதற்கு உறுதியான நடவடிக்கை இல்லை; அரசியல் - சித்தாந்தப் போராட்டம் இல்லை. அவ்வப்பொழுது பயங்கரவாதிகளை சமாதானப் படுத்துகின்ற முயற்சிகள் நடைபெற்றன. பிரதமருடைய ஆலோசகர்களும் உறுதியானவர்கள் அல்ல. ராஜிவுக்குப் பிறகு 1990-1991இல் பிரதமரான வி.பி.சிங் மற்றும் சந்திரசேகர் அதே கொள்கையைக் கடைப்பிடித்தார்கள். மறுபடியும் பயங்கரவாதிகளால்

கொல்லப் பட்டவர்களுடைய எண்ணிக்கை அதிகரித்தது. பயங்கரவாதிகள் பொற்கோயிலில் குடியேறினார்கள். 1988 மே மாதத்தில் ஆபரேஷன் பிளாக் தண்டர் என்னும் நடவடிக்கையில் பொற்கோயிலில் தங்கியிருந்த பயங்கரவாதிகள் வெளியேற்றப் பட்டார்கள்.

1991இல் நரசிம்மராவ் பிரதமரானார். 1992இல் பஞ்சாபில் தேர்தல் நடைபெற்று பியாந்த் சிங் (காங்கிரஸ்) முதலமைச்சரானார். காவல்துறை கிராம மக்களுடைய உதவியுடன் பயங்கரவாதத்தை ஒடுக்கியது. 1988-1992 ஆம் ஆண்டுகளில் 1550க்கும் அதிகமான போலீஸ்காரர்கள் உயிரிழந்தார்கள். இரண்டு கம்யூனிஸ்ட் கட்சிகளின் தொண்டர்களும் ஏராளமான காங்கிரஸ்காரர்களும் வீரத்தோடு பயங்கரவாதத்தை எதிர்த்துப் போராடினார்கள். 1993 வாக்கில் பஞ்சாபில் பயங்கரவாதம் ஒழிக்கப்பட்டது.

## மதிப்பீடு

பஞ்சாபில் பயங்கரவாதிகள் பத்து ஆண்டுகள் கொலை, கொள்ளைகளில் ஈடுபட்டார்கள். பஞ்சாபில் சீக்கியர்களுக்கும் ஹிந்துக்களுக்கும் இடையில் மனோரீதியில் பிளவு ஏற்பட்டது. சில இடங்களில் சிறு சண்டைகள் நடைபெற்றன. ஆனால் பெரிய அளவில் கலவரம் நடைபெறவில்லை. சிவசேனா மற்றும் ஹிந்து வகுப்புவாத அமைப்புகள் சீக்கிய பயங்கரவாதிகளை எதிர்ப்பதற்கு ஹிந்துக்களை மட்டும் கொண்ட பாதுகாப்புப் படையை அமைக்க விரும்பின. ஹிந்துக்கள் அதை ஆதரிக்கவில்லை. அதைப் போல சீக்கியர்களில் பெரும்பான்மையினர் பயங்கரவாதத்தை வன்மையாக எதிர்த்தார்கள்.

பஞ்சாபில் பகத்சிங் மற்றும் அவருடைய தோழர்கள், கீர்திகிஸான் குழுக்கள், கம்யூனிஸ்டுகள், சோஷலிஸ்டுகள், காங்கிரஸ் மற்றும் தேசிய இயக்கத்தின் பணிகள் பஞ்சாபில் மதச் சார்பற்ற அரசியலை வளர்த்தன.

நாங்கள் சீக்கிய மதத்தைப் பாதுகாப்பதற்குப் போராடுகிறோம் என்று பயங்கரவாதிகள் கூறினார்கள். ஆனால் பெரும்பான்மையான சீக்கியர்கள் அதை ஏற்கவில்லை. பயங்வரவாதிகள் சீக்கிய மதத்தையும் குருக்களையும் அவமதிக்கிறார்கள், குருத்வாராக்களின் புனிதத்தைக் கெடுக்கிறார்கள் என்று அவர்கள் கருதினார்கள். 1981-1993இல் பயங்கரவாதிகள் 11,700 நபர்களைக் கொலை செய்தார்கள்; அவர்களில் 61 சதவிகிதத்துக்கும் அதிகமானவர்கள் சீக்கியர்கள்.

இந்தியாவின் மற்ற மாகாணங்களில் எதிர்காலத்தில் பயங்கரவாதம் வெடிக்கலாம். எனவே பஞ்சாபின் அனுபவத்திலிருந்து சில முக்கியமான படிப்பினைகளை நாம் பெறவேண்டும்.

1. வகுப்புவாதத்தை அரசியல் ரீதியிலும் சித்தாந்த ரீதியிலும் எதிர்க்கவேண்டும். அரசியலில் மதத்தைச் சேர்க்கக்கூடாது. பஞ்சாபில் தீவிரவாதமும் பயங்கரவாதமும் அகாலி கட்சியின் வகுப்புவாதத்திலிருந்து வளர்ச்சி அடைந்தன. வகுப்புவாதத்துடன் சமரசம் செய்யக்கூடாது. அதை நேரடியாகத் தாக்கி முறியடிக்க வேண்டும்.

2. பயங்கரவாதம் உள்ளிட்ட வகுப்புவாத வன்முறையை அரசின் உறுப்புகளான போலீஸ், ராணுவத்தைப் பயன்படுத்தி ஒடுக்கவேண்டும். வன்முறையை எதிர்த்து பொதுமக்கள் கருத்தைத் திரட்டுவது மட்டும் போதாது. அரசின் நடவடிக்கைகளுக்குத் துணையாகவே அது இருக்கமுடியும்.

3. நிதானமான வகுப்புவாதிகள் என்று சொல்லப்படுபவர்களால் பயங்கரவாதத்தை எதிர்க்கமுடியாது. ஏனென்றால் இருவருக்கும் வகுப்புவாதமே அடிப்படை ஆகும்.

# 25
# இந்தியப் பொருளாதாரம்
## (1947-1965)

**கா**லனியாதிக்கம் இருநூறு ஆண்டுகளாக இந்தியாவை அடிமைப்படுத்திச் சுரண்டியது. மற்ற நாடுகளில் தொழிற்புரட்சி ஏற்பட்டபொழுது இந்தியாவில் விவசாயமும் கைத்திறன் தொழில்களும் அழிந்தன. வறுமை அதிகரித்தது. பிரிட்டிஷ் ஏகாதிபத்தியத்தின் பொருளாதாரத்துடன் இந்தியப் பொருளாதாரம் பிணைக்கப்பட்டிருந்ததால் அது வளர்ச்சி அடையவில்லை. காலனியாதிக்கக் கட்டமைப்பை உடைத்த பிறகுதான் இந்தியா வளர்ச்சி அடைய முடியும்.

முதல் தொழிற்புரட்சி நடைபெற்று இருநூறு ஆண்டுகளுக்குப் பிறகு, மற்ற நாடுகள் தொழில் வளர்ச்சி பெற்று நூறு ஆண்டுகளுக்குப் பிறகு இந்தியாவில் தொழில் வளர்ச்சியைக் கொண்டுவருவது சுலபமல்ல. ஓட்டப் பந்தயத்தில் தாமதமாகப் புறப்படுபவன் மற்றவர்களைக் காட்டிலும் அதிக வேகத்தில் ஓடத்தானே வேண்டும்.

எனினும் இந்தியாவுக்குச் சில சாதகங்கள் இருந்தன:

1. 1914-1947 ஆம் ஆண்டுகளுக்கு இடையில் இந்தியர்களுக்குச் சொந்தமான தொழில்கள் ஆரம்பிக்கப்பட்டிருந்தன. அவை தொழில் வளர்ச்சிக்கு அடிப்படையைக் கொடுத்தன. இரண்டு உலகப் போர்களுக்கு இடைப்பட்ட காலத்தில் இந்தியாவில் தொழில் வளர்ச்சிக்கு ஏற்பட்ட சிறிய வாய்ப்புகளைச் சுதேசி முதலாளிகள் பயன்படுத்திக் கொண்டார்கள். அவர்கள் இந்தியச் சந்தையில் 75 சதவிகிதத்தைக் கைப்பற்றினார்கள். வங்கிகள் மற்றும் ஆயுள் காப்பீட்டுத் தொழிலில் ஆதிக்கம் செலுத்தினார்கள்.

1947இல் இந்தியா சுதந்திரமடைந்தபொழுது, நாட்டில் சுதந்திரமான பொருளாதார அடித்தளம் இருந்தது. அதிலிருந்து தொழில் வளர்ச்சிக்கு முன்னேறக்கூடிய சாத்தியம் இருந்தது. பிரிட்டிஷ் ஆட்சியில் இந்தியாவில் பிர்லா டாட்டா, சிங்கானியா, டால்மியா - ஜெயின் ஆகிய குழுமக் கம்பெனிகள் வர்த்தகம், வங்கி, போக்குவரத்து, தொழில்துறை ஆகியவற்றில் பெரிய அளவுக்கு முதலீடு செய்திருந்தன. தாமதமாகப்

# சுதந்திரத்திற்குப் பிறகு இந்தியா 313

புறப்பட்டவர்கள் அந்நிய மூலதனத்துடன் போட்டியிடுவதற்கு மேற்கூறிய தொழில் குழுமங்கள் உதவியாக இருந்தன. புதிதாக சுதந்திரமடைந்த ஆப்பிரிக்க நாடுகளில் அவை இல்லாததால் தொழில் வளர்ச்சி பாதிக்கப்பட்டது.

2. சுதந்திரமடைந்த பிறகு தொழில் வளர்ச்சி எப்படி இருக்க வேண்டும் என்பதைப் பற்றி தலைவர்களிடம் ஒற்றுமையான கருத்து இருந்தது. தேசிய இயக்கத்திலிருந்த காங்கிரஸ்வாதிகளும் கம்யூனிஸ்டுகளும் காந்தியவாதிகளும் சோஷலிஸ்டுகளும் முதலாளிகளும் பொருளாதார வளர்ச்சிக்குப் பின்வரும் திட்டத்தில் அநேகமாக உடன்பட்டிருந்தார்கள். சுய சார்பை அடிப்படையாகக் கொண்டு பல முனைகளில் பொருளாதார வளர்ச்சி; அந்நிய மூலதனம் ஆதிக்கம் செலுத்துவதைத் தடுத்தல்; ஜமீன்தாரி ஒழிப்பு மற்றும் நிலச் சீர்திருத்தம்; கூட்டுறவு சங்கங்கள், குறிப்பாகச் சேவைக் கூட்டுறவுகளை அமைத்தல்; ஏழைகளை உயர்த்துவதை நோக்கமாகக் கொண்ட பொருளாதாரத் திட்டங்கள்; பொதுத்துறை வளர்ச்சி மற்றும் அரசின் தலையாய பாத்திரம், இதரவை.

இந்த வளர்ச்சித்திட்டம் ஜனநாயக அரசியலமைப்பிற்குள் நிறைவேற்றப்படும் என்பதும் அங்கீகரிக்கப்பட்டிருந்தது. உலகத்தில் வளர்ச்சியடைந்த நாடுகளில் முதற்கட்டத்தில் 'புராதனக் குவிப்புக்' கட்டத்தில்) ஜனநாயக அமைப்பு இல்லை. இன்று லத்தீன் அமெரிக்காவில் எதேச்சதிகார அரசாங்கங்கள் முதலாளிகளுடன் வளர்ச்சியைத் துரிதப்படுத்துகின்றன. வளர்முக நாடுகளில் இந்தியாவில் மட்டுமே ஜனநாயக அமைப்பிற்குள் பொருளாதார வளர்ச்சிக்குத் திட்டமிடப்பட்டது.

## திட்டமிடுதலும் பொதுத்துறையும்

பத்தொன்பதாம் நூற்றாண்டில் இந்தியாவின் பொருளாதார வளர்ச்சியைப் பற்றி எம்.ஜி. ரானடே, தாதாபாய் நௌரோஜி ஆகியோர் சிந்தித்தார்கள். அவர்கள் அரசுக்கு முக்கியமான பாத்திரத்தை ஒதுக்கினார்கள். பிற்காலத்தில் சோவியத் ரஷ்யாவின் பொருளாதார வளர்ச்சியும் அமெரிக்காவின் புதிய பொருளாதாரக் (New Deal) கொள்கையும் இந்தியாவின் மீது தாக்கம் செலுத்தின. 1938இல் காங்கிரஸ் நேருவின் தலைமையில் தேசிய திட்டக் கமிட்டியை அமைத்தது. அதன் துணைக் கமிட்டிகளின் பரிந்துரைகள் 29 தொகுதிகளாக வெளியிடப்பட்டன. கேந்திரமான தொழில்கள், கனிமங்கள், ரயில்வே, கப்பல் மற்றும் நீர்வழிப் போக்குவரத்து. இதரவை அரசிடம் இருக்கவேண்டும் என்று

1931இல் கராச்சி காங்கிரசில் தீர்மானம் நிறைவேற்றப்பட்டது. இந்திய முதலாளிகள் 1945இல் பொருளாதார வளர்ச்சிக்குத் தங்களுடைய திட்டத்தை வெளியிட்டார்கள். அது பம்பாய் திட்டம் என்று பெயரிடப்பட்டிருந்தது. கனரகத் தொழில்கள் மற்றும் பெரிய அளவில் முதலீடு செய்யப்படவேண்டிய தொழில்களை அரசு நடத்தவேண்டும் என்று பம்பாய் திட்டத்தில் சொல்லப்பட்டிருந்தது.

பொதுத்துறை வளர்ச்சி சோஷலிசத்துக்கு இட்டுச்செல்லும் என்று நேரு கருதினார். பொதுத்துறை முதலாளித்துவ வளர்ச்சியை ஊக்குவிக்கும் என்று முதலாளிகள் கருதினார்கள். இரண்டு அணுகுமுறைகளுக்கும் இடையிலான முரண்பாடு சில ஆண்டுக் காலம் நீடித்தது.

1947இல் நேருவின் தலைமையில் காங்கிரஸ் பொருளாதாரக் கமிட்டி பின்வரும் பரிந்துரையை செய்தது. "பாதுகாப்பு மற்றும் சேந்திரமான தொழில்கள் பொதுத்துறையில் அமைக்கப்பட வேண்டும். இப்பொழுது தனியாரிடமுள்ள கேந்திரமான தொழில்கள் ஐந்தாண்டுகளுக்குப் பிறகு பொதுத் துறைக்கு மாற்றப்படவேண்டும்" முதலாளிகள் உடனே கூக்குரலிட்டார்கள். 1948இல் தயாரிக்கப்பட்ட தொழில்துறைக் கொள்கைத் தீர்மானம் (IPR) அவர்களுடன் சமரசம் செய்வதைக் காட்டியது. "எந்தத் தொழிலையும் நாட்டுடைமை ஆக்குதல் பத்தாண்டுகளுக்குப் பிறகு அப்பொழுது உள்ள நிலைமையைப் பரிசீலித்து முடிவு செய்யப்படும்" என்று அதில் எழுதப்பட்டிருந்தது.

நேரு ஒரு கட்டத்துக்குமேல் தன்னுடைய சித்தாந்த நிலைகளை வற்புறுத்தவில்லை. 1930க்களிலிருந்து நேருவின் சிந்தனையில் சோஷலிசம், ஜனநாயகத்துடன் இணைந்திருந்தது. அவர் வழிகாட்டினார்; ஆனால் கட்டளையிடவில்லை. திட்டமிடுதல் கருத்தொற்றுமையுடன் நடைபெற வேண்டும் என்று விரும்பினார்.

தேசியத் திட்டக்குழு 15-3-1950இல் நிறுவப்பட்டது. நேரு அதற்குத் தலைவராக இருந்தார். முதல் ஐந்தாண்டுத் திட்டம் (1951-56) கைவசமிருந்த பழைய திட்டங்களை முடிப்பதிலும் பிரிவினையால் ஏற்பட்ட பிரச்சினைகளைத் தீர்ப்பதிலும் கவனம் செலுத்தியது. (பாகிஸ்தானிலிருந்து இந்தியாவுக்கு வந்த லட்சக்கணக்கான அகதிகளுக்கு வீடு, தொழில் மற்றும் வாழ்க்கை வசதிகளைக் கொடுக்கவேண்டியிருந்தது.)

இரண்டாவது ஐந்தாண்டுத் திட்டத்தை (1956-61) தயாரிப்பதில் பேராசிரியர் பி.சி. மகலனோபிஸ் முக்கியமான பங்கு வகித்தார். நேரு -

மகலனோபிஸ் செயல் திட்டம் மூன்றாவது ஐந்தாண்டுத் திட்டத்திலும் (1961-1966) தொடர்ந்தது. பொருளாதார வளர்ச்சியில் ஒப்புரவு (equity) இருக்கவேண்டும் என்பது அவர்களுடைய செயல்திட்டத்தில் முக்கியமாக இருந்தது. நாட்டில் பொருளாதார வளர்ச்சி ஏற்படுகின்ற பொழுது அதற்குத் தக்கபடி வறுமை ஒழிக்கப்படவேண்டும் என்று அவர்கள் விரும்பினார்கள்.

தொழில்களுக்கு உரிமம் வழங்குதல், இலக்குகளை நிர்ணயித்தல், ஏகபோகங்கள் உருவாவதைத் தடுத்தல் ஆகிய பணிகள் இப்பொழுது அரசாங்க இலாகாக்களிடம் ஒப்படைக்கப் பட்டன. 1956-57இல் அந்நியச் செலாவணி நெருக்கடி தீவிரமடைந்த பொழுது கடுமையான விதிகள் அமுலாக்கப்பட்டன. பெர்மிட் - லைசென்ஸ் - கோட்டா (permit - license - quota) அமைப்பு உருவாயிற்று. அது பொருளாதாரத்தின் குரல்வளையை இறுக்கியது. அதிகாரி-அரசியல்வாதி கூட்டு உருவாயிற்று. அதனால் பயனடைந்த முதலாளிகள் அதை மாற்றுவதை எதிர்த்தார்கள்.

### நேரு காலத்து சாதனைகள்

முதல் மூன்று ஐந்தாண்டுத் திட்டங்கள் நேரு காலத்தில் தயாரிக்கப்பட்டு நிறைவேற்றப்பட்டன. நேரு மரணமடைந்த பிறகுதான் அவற்றின் முழுமையான விளைவுகள் வெளிப்பட்டன.

பிரிட்டிஷ் ஆட்சியுடன் ஒப்பிடும்பொழுது 1951-1964 ஆம் ஆண்டுகளுக்கு இடையில் இந்தியாவின் மொத்த தேசிய உற்பத்தி (GNP) சராசரியாக ஆண்டுக்கு 4 சதவிகிதமாக வளர்ச்சியடைந்தது. பிரிட்டிஷ் ஆட்சியின் கடைசி ஐம்பது ஆண்டுகளில் இந்தியாவின் வளர்ச்சியுடன் ஒப்பிட்டால் இது சுமார் 4 சதவிகிதம் அதிகம். பொருளாதார நிபுணர் கே.என்.ராஜ் பின்வருமாறு எழுதினார்:

"ஜப்பான் 19ஆம் நூற்றாண்டின் இரண்டாம் பாதியிலும் 20 ஆம் நூற்றாண்டின் முதற் கால் பகுதியிலும் அதிகமாக வளர்ச்சியடைந்த நாடாகக் கருதப்படுகிறது. 1893-1912 ஆம் ஆண்டுகளுக்கு இடையில் ஜப்பானின் தேசிய வருமானம் ஆண்டுக்கு 3 சதவிகிதத்துக்கு சற்று குறைவாக இருந்தது. அடுத்த பத்தாண்டுகளில் கூட அது 4 சதவிகிதத்தை எட்டவில்லை. இந்தியா 1950-65 இல் சாதித்த வளர்ச்சி விகிதத்தைப் பற்றி நாம் திருப்தி அடையமுடியும்"

மக்களுடைய சேமிப்பு மற்றும் முதலீடு அதிகரிக்கும்பொழுது வளர்ச்சி விகிதம் அதிகரிக்கிறது. இந்தியாவில் சேமிப்பும் முதலீடும்

1950-51இல் 5.5 சதவிகிதமாக இருந்தது. 1965-66இல் சேமிப்பு 10.5 சதவிகிதமாகவும் முதலீடு 14 சதவிகிதமாகவும் அதிகரிக்கிறது.

சுதந்திரத்துக்குப் பிறகு ஜமீன்தாரி ஒழிப்பு மற்றும் நிலவுடைமையில் சீர்திருத்தங்கள் செய்யப்பட்டன. நீர்ப்பாசன அபிவிருத்தி, மின்சாரம், வேளாண்மை ஆராய்ச்சி ஆகியவை இந்தக் கட்டத்தில் விவசாயத் துறையின் வளர்ச்சியை ஊக்குவித்தன. முதல் மூன்று திட்ட காலத்தில் இந்திய விவசாயத் துறை ஆண்டொன்றுக்கு 3 சதவிகிதத்துக்கும் அதிகமாக வளர்ச்சி அடைந்தது. பிரிட்டிஷ் ஆட்சியின் கடைசி ஐம்பது ஆண்டுகளில் விவசாய வளர்ச்சியைக் காட்டிலும் இது ஏழரை மடங்கு அதிகமாக இருந்தது. ஜப்பான் 1878 - 1912 ஆம் ஆண்டுகளுக்கு இடையில் 2.5 சதவிகிதத்துக்கும் குறைவான வளர்ச்சி விகிதத்தைக் கொண்டிருந்தது. 1937 வரை அதன் வளர்ச்சி விகிதம் இன்னும் குறைந்தது. ஆனால் இந்தியாவின் விவசாய உற்பத்தி நாட்டின் உணவுத் தேவைக்குக் குறைவாக இருந்தது. ஆகவே இந்தியா வெளிநாடுகளிலிருந்து உணவுப் பொருட்களை இறக்குமதி செய்தது. அமெரிக்காவிலிருந்து PL 480 திட்டத்தின் கீழ் கோதுமை இறக்குமதி செய்யப்பட்டது. பசுமைப் புரட்சிக்குப் பிறகு இந்த நிலைமை மாறியது.

விவசாயத்தைக் காட்டிலும் தொழில்துறையின் வளர்ச்சி வேகமாக இருந்தது. 1951-1969 ஆம் ஆண்டுகளுக்கு இடையில் தொழில் துறை உற்பத்தி மும்மடங்கு அதிகரித்தது. நுகர்வுப் பொருட்கள் துறையில் உற்பத்தி 10 சதவிகிதம் அதிகரித்தது. இடைநிலைப் பொருட்கள் துறை நான்கு மடங்கு அதிகரித்தது; கனரகப் பொருட்கள் துறையில் உற்பத்தி பத்து மடங்கு அதிகரித்தது.) பின்வரும் அட்டவணை இதை விளக்கும்.

### தொழில்துறை உற்பத்திக் குறியீட்டெண்கள் 1951-1979
### 1960=100(1951-1971) மற்றும் 1970=100 (1978-79க்கு)

| தொழில் | 1951 | 1961 | 1971 | 1978-79 |
|---|---|---|---|---|
| பொது | 55 | 109 | 153 | 186 |
| துணி | 80 | 103 | 106 | 610 |
| உலோகம் | 47 | 119 | 209 | 144 |
| இயந்திரம் | 22 | 121 | 373 | 208 |
| மின்சாரக் கருவிகள் | 26 | 110 | 405 | 162 |

Source:
India: A Reference Annual GOI, New Delhi, 1980 p.312.

**இந்தியாவில் தயாரிப்புத் தொழிலில் வளர்ச்சி விகிதம்**
**1951-52இலிருந்து 1982-83 (சதவிகிதத்தில்)**

| தொழில் | 1951-52 இலிருந்து 1959-60 | 1960-61 இலிருந்து 1969-70 | 1970-71 இலிருந்து 1982-83 |
|---|---|---|---|
| 1. துணி | 2.98 | 0.70 | 5.36 |
| 2. ரப்பர், பெட்ரோலியம் மற்றும் பிளாஸ்டிக் பொருட்கள் | 17.54 | 10.40 | 3.82 |
| 3. வேதிப் பொருட்கள் | 7.90 | 8.39 | 5.76 |
| 4. உலோகம் மற்றும் உலோகக் கலவை | 6.52 | 7.01 | 5.46 |
| 5. இயந்திரம் | 21.02 | 17.00 | 16.09 |
| 6. மின்சார இயந்திரம் | 17.64 | 14.01 | 6.17 |
| 7. போக்குவரத்து இயந்திரங்கள் | 14.83 | 7.66 | 3.34 |

ஆதாரம்: Sukhamoy Chakravarthy, Development Planning, The Indian Experience, Delhi, 1987, Table-13,P .111

இந்தியாவில் உற்பத்தியை அதிகப்படுத்துவதற்கு இயந்திரங்கள் தேவைப்பட்டன. அடிப்படையான பொருட்கள் மற்றும் இயந்திரங்களுக்கு இந்தியா வெளிநாடுகளை நம்பியிருந்தது. 1950இல் இந்தியாவின் இயந்திரத் தேவைகளில் 89.8 சதவிகிதம் இறக்குமதி செய்யப்பட்டது. அந்த நிலை இப்பொழுது மாறியது. 1960இல் 43 சதவிகிதமாகக் குறைந்தது. 1974இல் 9 சதவிகிதமாக இருந்தது. 1970க்களின் நடுப்பகுதியில் இந்தியா தனது முதலீட்டு விகிதத்தைத் தக்க வைத்துக்கொள்வதற்கு அவசியமான இயந்திரத் தேவைகளில் 90 சதவிகிதத்துக்கும் அதிகத்தை உள்நாட்டில் தயாரித்தது. அதன் விளைவாக இந்தியா தனது வளர்ச்சி விகிதத்தைத் தானே முடிவு செய்துகொண்டது. அந்நிய நாடுகளிடமிருந்து சுயாட்சியைப் பெற்றது. பசுமைப் புரட்சி வெற்றியடைந்த பிறகு உணவுத் தேவை பூர்த்தியடைந்தது. ஆகவே இந்தியா அந்நிய நாடுகளின் நிர்ப்பந்தத்துக்குப் பணியாமல் சுதந்திரமான வெளிநாட்டுக் கொள்கையைக் கடைப்பிடிக்க முடிந்தது.

அந்நிய அரசாங்கங்கள் அல்லது தனியார் மூலம் கிடைத்த முதலீடுகள் குறைந்த அளவில் இருந்தன. முதல் ஐந்தாண்டுத் திட்டத்திற்குக் கிடைத்த அந்நிய உதவியில் 71 சதவிகிதத்துக்கும் அதிகமான தொகை கோதுமைக் கடனுக்குத் தரப்பட்டது. ஆனால் இரண்டாவது மற்றும் மூன்றாவது திட்டங்களில் அந்நிய உதவியில் சுமார் 98 சதவிகிதம் இரும்பு மற்றும் உருக்குத் தொழிற்சாலைகள் அமைப்பதற்கும், போக்குவரத்து மற்றும் மின்சாரத்துறைக்கும் செலவு செய்யப்பட்டது. சோவியத் நிதியுதவி பொதுத்துறைக்கு (அடிப்படைத் தொழில்களில்) செலவு செய்யப்பட்டது. பொதுத்துறை வளர்ச்சியடைந்து பொருளாதாரத்தின் முதுகெலும்பாக மாறியது. மொத்த கம்பெனிகளின் மூலதனத்தில் அரசுக் கம்பெனிகளின் மூலதனம் 1951இல் 3.4 சதவிகிதமாக இருந்தது; 1961இல் 30 சதவிகிதமாக அதிகரித்தது. 1970களின் தொடக்கத்தில் அது 50 சதவிகிதமாக இருந்தது; 1978இல் அது 75 சதவிகிதமாக அதிகரித்துவிட்டது.

தொழில்துறை, விவசாயம் ஆகிய துறைகளுக்குப் பிறகு கல்வி, சுகாதாரம் ஆகிய உள் கட்டமைப்புத் துறைகளுக்கு முக்கியத்துவம் அளிக்கப்பட்டது. பிரிட்டிஷ் ஆட்சியில் இத்துறைகள் மிகவும் புறக்கணிக்கப்பட்டிருந்தன.

உள்கட்டமைப்பு வசதிகள் மக்கள் தொகை அதிகரிப்பைக் காட்டிலும் வேகமாக உயர்ந்ததை அட்டவணை எடுத்துக்காட்டுகிறது.

**உள் கட்டமைப்பு, சுகாதாரம் மற்றும் கல்வி வளர்ச்சி**

| இனம் | அலகுகள் | 1950-1 | 1960-1 | 1965-1 | 1950-1க்கும் 1965-66க்கும் இடையில் சதவிகித மாற்றம் |
|---|---|---|---|---|---|
| மின்சாரம் நிறுவப்பட்ட சக்தி | மில்லியன் கிலோவாட் | 2.3 | 5.6 | 10.2 | 393.5 |
| மின்சாரம் தரப்பட்ட கிராமங்கள் மற்றும் நகரங்கள் | ஆயிரங்கள் | 3.7 | 24.2 | 52.3 | 1313.5 |
| ரயில்வே சரக்கு எடை | மில்லியன் டன்கள் | 93 | 156 | 205 | 120.4 |
| புதிய சாலைகள் | ஆயிரம் கிலோமீட்டர் | 156 | 235 | 284 | 82 |
| ஆஸ்பத்திரி படுக்கை | ஆயிரங்கள் | 113 | 186 | 300 | 165.5 |
| பள்ளிக்கூடத்தில் படித்தவர்கள் | மில்லியன்கள் | 23.5 | 44.7 | 67.7 | 188.1 |
| தொழில்நுட்பக் கல்வி | | | | | |
| 1. பட்டப்படிப்பு | ஆயிரங்கள் | 4.1 | 13.8 | 24.7 | 502.4 |
| 2. டிப்ளமா படிப்பு | ஆயிரங்கள் | 5.9 | 25.8 | 49.9 | 745.3 |
| மக்கள் தொகை | மில்லியன் | 357. | 430 | 490 | 37.3 |

Source: J.Bhagawathi and P.Desai, India Planning for Industrialisation, London, . 74

1950-51 ஆம் ஆண்டுகளுடன் 1960-61ஐ ஒப்பிட்டால் மின்சார உற்பத்தி 4.5 மடங்கும் மின்சார வசதி கொடுக்கப்பட்ட நகரங்களும் கிராமங்களும் 14 மடங்கும் அதிகரித்தன; ஆஸ்பத்திரி படுக்கை எண்ணிக்கை 2.5 மடங்கு அதிகரித்தது. பள்ளிகளில் சேர்ந்த மாணவர் எண்ணிக்கை 3 மடங்கு அதிகரித்தது. தொழில் நுட்பக் கல்வியில் பட்டப்படிப்பு 6 மடங்கும் அதிகரித்தது. அந்தக் காலகட்டத்தில் மக்கள் தொகை 3 மடங்குக்கு சிறிது கூடுதலாக அதிகரித்திருந்தது.

இந்தியா அறிவியல் மற்றும் தொழில்நுட்பவியலில் மிகவும் பின்தங்கியிருப்பதை நேருவும் திட்டத்தின் ஆசிரியர்களும் உணர்ந்திருந்தார்கள். அந்தக் குறையைப் போக்குவதற்கு அதிக முயற்சிகளைச் செய்தார்கள். முதல் திட்டக் காலத்திலேயே அறிவியல் ஆராய்ச்சி நிலையங்கள் தொடங்கப்பட்டன. அறிவியல் மற்றும் தொழில்துறை ஆராய்ச்சி கவுன்சில் நிறுவப்பட்டது. 1948இல் அணுசக்தி கமிஷன் அமைக்கப்பட்டு அது சிறப்பான முறையில் வளர்ச்சி அடைந்தது. அதே சமயத்தில் அறிவியல் ஆராய்ச்சிக்குச் செலவு செய்யப்பட்ட நிதியும் அதிகரித்தது. 1949இல் ஒரு கோடி ரூபாய் செலவு செய்யப்பட்டது. 1977இல் 4.5 பில்லியன் ரூபாய் செலவு செய்யப்பட்டது. இதே காலகட்டத்தில் இந்தியாவில் அறிவியல் ஆராய்ச்சிகளில் ஈடுபட்டவர்களின் எண்ணிக்கை 1,90,000இலிருந்து 23.2 லட்சமாக அதிகரித்தது. இந்திய விஞ்ஞானிகள் வெளிநாடுகளுக்கு (அமெரிக்காவுக்கு) வேலைக்குச் சென்றாலும் இது மிகவும் பெரிய சாதனை.

இந்தியாவில் 1991இலிருந்து பொருளாதார சீர்திருத்தங்கள் அமுலாக்கப்பட்டன. நேரு சகாப்தத்தின் பொருளாதார சாதனைகளைக் குறைத்துப் பேசுவது தற்பொழுது பரவலாக இருக்கிறது. அது வரலாற்றுப் பிழையாகும். நேரு சகாப்தம் நவீன வளர்ச்சிக்கு அடிப்படையை அமைத்தது. இன்றைய சாதனைகள் அந்த அடிப்படையிலிருந்து தோன்றின. நேரு சகாப்தத்தை உலகத்தின் வரலாற்றுப் பின்னணியில் பார்க்கவேண்டும். 1916இல் மூன்றாவது உலகத்தில் எந்த நாடு முன்னணியிலிருக்கும் என்று 1960இல் யாராவது ஒரு நபரிடம் கேட்டால், அவர் இந்தியாவைத் தான் குறிப்பிட்டிருப்பார்" என்று பொருளாதார நிபுணரும் பிற்காலத்தில் இந்தியாவின் பிரதமாருமான மன்மோகன் சிங் கூறினார்.

# 26
## இந்தியப் பொருளாதாரம் (1965-1991)
### 1960-களின் மத்தியில் ஏற்பட்ட நெருக்கடிகளும் எதிர் நடவடிக்கைகளும்

மூன்று திட்டங்கள் நிறைவேற்றப்பட்டாலும் 1960க்களின் மத்தியில் இந்தியப் பொருளாதாரம் நெருக்கடியில் சிக்கியது. 1965இலும் 1966இலும் பருவமழை தவறிவிட்டது. உணவு தானிய உற்பத்தி 20 சதவிகிதம் குறைந்தது. பணவீக்கம் 1963 வரை ஆண்டுக்கு 2சதவிகிதத்துக்கு மேல் அதிகரிக்கவில்லை. 1965க்கும் 1968க்கும் இடையில் ஆண்டுக்கு 12 சதவிகிதம் அதிகரித்தது. உணவு தானியங்களின் விலை ஆண்டுக்கு 20 சதவிகிதம் அதிகரித்தது. பருவமழை தவறியதும் இந்தியா முதலில் சீனாவுடனும் (1962) பிறகு பாகிஸ்தானுடனும் (1965) போர் செய்ததும் பணவீக்கத்தை அதிகப்படுத்தின. (இந்தியா பாதுகாப்பு இலாகாவுக்கு அதிகமான நிதி ஒதுக்கியது) 1966-67 நிதிப் பற்றாக்குறை மொத்த உள்நாட்டு உற்பத்தியில் (GDP) 7.3 சதவிகிதமாக இருந்தது.

அரசாங்கத்திடம் அந்நியச் செலாவணி இருப்பு மிகவும் குறைந்துவிட்டது. அது இரண்டு மாத இறக்குமதிக்குக்கூடப் போதாது. வெளிநாட்டு நிதியுதவி அதிகமாகத் தேவைப்பட்டது. ஐந்தாண்டுத் திட்டத்துக்கு பதிலாக மூன்று வருடாந்தரத் திட்டங்கள் தயாரிக்கப்பட்டன (1966-1969). 1969 ஏப்ரலில் நான்காவது ஐந்தாண்டுத் திட்டம் அமுலாக்கப்பட்டது.

இந்தியப் பொருளாதாரத்துக்கு அது சோதனை மிக்க காலமாக இருந்தது. அதிக பணவீக்கம்; மிகவும் குறைவான அந்நியச் செலாவணி இருப்பு; சில பிரதேசங்களில் பஞ்சம் என்று சொல்லக்கூடிய நிலைமை; உணவுப் பொருட்களை இறக்குமதி செய்தாலும் பணம் கொடுக்க முடியாத நிலைமை; இந்தியாவுக்கு உதவி செய்துகொண்டிருந்த

அமெரிக்கா இந்தியா - பாகிஸ்தான் போர் (1965) சம்பந்தமாக இந்தியாவைப் பழிவாங்குவதற்கு உதவியை நிறுத்தியது. இந்தியாவின் கழுத்தில் கயிற்றைக் கட்டப்போவதாகக் கூறினார் அமெரிக்க ஜனாதிபதி ஜான்சன். அமெரிக்காவின் கொள்கைகளை ஆட்சேபிக்கக்கூடாது என்று அவர் விரும்பினார்.

அமெரிக்கா, உலக வங்கி மற்றும் ஐ.எம். எஃப் (IMF) இந்தியாவுக்குப் பின்வரும் ஆலோசனைகளைக் கூறின 1. வர்த்தகம் மற்றும் தொழில்துறைக் கட்டுப்பாடுகளை நீக்கவேண்டும்; 2. ரூபாயின் நாணய மதிப்பைக் குறைக்கவேண்டும்; 3. விவாசாயத் துறையில் புதிய செயல்திட்டத்தை அமுலாக்கவேண்டும். விவசாயத் துறையில் சீர்திருத்தங்களைச் செய்யவேண்டும் என்பதை அனைவரும் ஏற்றுக் கொண்டார்கள். வர்த்தகம் மற்றும் தொழில்துறைக் கட்டுப்பாடுகளை அகற்றுதல், ரூபாயின் மதிப்பைக் குறைத்தல் ஆகிய பரிந்துரைகள் சந்தேகங்களைத் தூண்டின. ரூபாயின் மதிப்பு 36.5 சதவிகிதம் குறைக்கப்பட்டது. வர்த்தகக் கட்டுப்பாடுகள் நீக்கப்பட்டாலும் ஏற்றுமதி அதிகரிக்கவில்லை; ஏனென்றால் இந்தியத் தொழில் துறை விலையிறக்கத்தில் (recession) சிக்கித் திணறிக்கொண்டிருந்தது. தொழில்துறையில் ஏற்பட்ட மந்தம் 1970க்களின் நடுப்பகுதி வரை நீடித்தது.

1967 தேர்தல் முடிவுகள் அரசாங்கத்தின் பொருளாதாரக் கொள்கையைப் பாதித்தன. பொதுத்தேர்தலில் காங்கிரஸ் கட்சி மாகாணங்களில் தோல்வியடைந்தது. காங்கிரஸ் கட்சி முற்போக்கான கொள்கைகளைக் கடைப்பிடிக்கவேண்டும் என்று இந்திராகாந்தி பேசினார். 1969 நவம்பரில் காங்கிரஸ் கட்சியில் பிளவு ஏற்பட்டது. இந்திராகாந்தி அரசாங்கம் கம்யூனிஸ்ட் கட்சிகள் மற்றும் சில பிராந்தியக் கட்சிகளின் ஆதரவால் நீடித்தது. அதன் விளைவாக இந்திராகாந்தியின் இடதுசாரிச் சாய்வு மேலும் அதிகரித்தது. 1970 டிசம்பரில் பொதுத்தேர்தல் அறிவிக்கப்பட்டது. 'வறுமையை ஒழிப்போம்' என்ற கோஷத்தை முன்வைத்து இந்திராகாந்தி மாபெரும் வெற்றியைப் பெற்றார்.

1967க்குப் பிறகு இந்தியாவின் பொருளாதார வளர்ச்சியில் நீண்ட காலத் தாக்கத்தைக்கொண்டிருந்த பொருளாதாரக் கொள்கைகள் அமுலாக்கப்பட்டன. முக்கியமான வங்கிகள் 1969இல் நாட்டுடைமை ஆக்கப்பட்டிருந்தன. பெரிய வர்த்தக நிறுவனங்களைக் கட்டுப்படுத்துகின்ற

ஏகபோகம் மற்றும் இந்திய வர்த்தக நடவடிக்கைகள் சட்டம் (MRTPACT) அதே ஆண்டில் நிறைவேற்றப்பட்டது. 1971 தேர்தல் வெற்றிக்குப் பிறகு மோகன் குமாரமங்கலம், பி.என். ஹக்சார், டி.பி.தார் ஆகிய இடதுசாரிச் சிந்தனையாளர்களின் ஆலோசனையுடன் சில சட்டங்கள் நிறைவேற்றப்பட்டன. இன்ஷூரன்ஸ் தொழில் 1972இல் நாட்டுடைமை ஆக்கப்பட்டது. 1973இல் நிலக்கரித் தொழில் நாட்டுடைமை ஆக்கப்பட்டது. கோதுமை மொத்த வர்த்தகம் நாட்டுடைமை ஆக்கப்பட்டு சில மாதங்களுக்குப் பிறகு கைவிடப்பட்டது. 1973இல் அந்நியச் செலாவணி ஒழுங்குபடுத்தும் சட்டம் (FERA) நிறைவேற்றப்பட்டது. நலிந்த நெசவாலைகளை முதலாளிகள் மூடுவதற்கு விரும்பினார்கள். அரசாங்கம் அவற்றை எடுத்துக் கொண்டு முதலீடு செய்து அவற்றை நடத்தியது (NTC). அந்த நடவடிக்கை மூலம் தொழிலாளர்கள் காப்பாற்றப்பட்டார்கள்.

### சாதனைகள்

இந்தக் காலகட்டத்தின் பொருளாதாரச் சாதனைகளில் இந்திராகாந்தி முக்கியமான பங்குவகித்தார். கிழக்கு பாகிஸ்தானிலிருந்து ஒரு கோடி அகதிகள் இந்தியாவுக்கு ஓடிவந்தார்கள். அவர்கள் வசிப்பதற்கு முகாம்கள் அமைத்து, உணவு கொடுத்து இந்தியா அவர்களைக் காப்பாற்றியது. 1972 மற்றும் 1974இல் நாட்டில் வறட்சி நிலவியது. சர்வதேச சந்தையில் கச்சா எண்ணெய் விலை நான்கு மடங்கு அதிகரித்தது. இந்தியாவில் உணவு நெருக்கடி இருந்தபொழுது நிவாரண நடவடிக்கைகள் எடுக்கப்பட்டன. பட்டினிச் சாவுகள் இல்லை. ஆனால் சீனாவில் 1950-களின் கடைசியில் பட்டினிச் சாவுகள் இருந்தன.

உணவு நெருக்கடி வேகமாகக் குறைந்தது. நீர்ப்பாசன வசதியுள்ள பிரதேசங்களில் தரமான விதைகள் உரங்கள் ஆகியவற்றைப் பயன்படுத்தி அதிக மகசூலைப் பெறுகின்ற பசுமைப்புரட்சித் திட்டம் வெற்றி பெற்றது. 1967-68க்கும் 1970-71க்கும் இடையில் உணவு தானிய உற்பத்தி 35 சதவிகிதம் அதிகரித்தது. உணவுப் பொருள் இறக்குமதி குறைந்தது. 1966இல் 10.3 மில்லியன் டன் உணவு தானியம் இறக்குமதி செய்யப்பட்டது. 1970இல் உணவு தானிய இறக்குமதி 3.6 டன்னாகக் குறைந்தது. நாட்டில் உணவுப் பற்றாக்குறை இருந்தாலும் கிராமங்களின் வறுமைக் குறியீட்டெண் குறைந்தது. ஏனென்றால் அரசாங்கத்தின் கையிருப்பிலிருந்த தானியம் கிராமங்களில் வேலை செய்த

தொழிலாளர்களுக்குக் கூலியாகக் கொடுக்கப்பட்டது. நாட்டில் வறட்சி நிலவியபொழுது, சுதந்திரமடைந்த பிறகு முதல்முறையாக கிராமங்களில் வறுமை அதிகரிக்கவில்லை என்பது குறிப்பிடத்தக்கது. இந்தியப் பொருளாதாரத்தில் சுயசார்பு அதிகரித்திருப்பதைப் புள்ளிவிவரங்கள் சுட்டிக்காட்டின. நிதிப் பற்றாக்குறை 1967இல் மொத்த உள்நாட்டு உற்பத்தியில் 7.3 சதவிகிதமாக இருந்தது. 1969-70இல் அது 3.8 சதவிகிதமாகக் குறைந்தது. அந்நியச் செலாவணி இருப்பு 1978-79இல் 7.3 பில்லியன் டாலராக (தங்கம் உள்பட) உயர்ந்தது. அந்நிய நாடுகளிலிருந்து இயந்திரங்களை இறக்குமதி செய்வது குறைந்தது.

இந்தியாவின் தொழில்வளர்ச்சியில் அந்நிய நாடுகளின் தனியார் முதலீடு குறைவாக இருந்தது. உள்நாட்டுச் சேமிப்பும் முதலீடும் வேகமாக அதிகரித்தது. 1950-களில் இந்தியாவில் சேமிப்பு 10.58 சதவிகிதமாகவும் முதலீடு 11.84 சதவிகிதமாகவும் இருந்தது. 1975-76 மற்றும் 1979-80க்கு இடையில் முறையே 21.22 சதவிகிதமாகவும் 20.68 சதவிகிதமாகவும் இருந்தது. 1980 மற்றும் 1990க்களில் உள்நாட்டுச் சேமிப்பும் முதலீடும் அதிக வளர்ச்சியடைந்த நாடுகளுக்கு இணையாக மேலும் அதிகரித்தன.

### மொத்த உள்நாட்டுச் சேமிப்பு மற்றும் மொத்த உள்நாட்டு முதலீடு

| ஆண்டுச்சராசரி | மொத்த உள்நாட்டு சேமிப்பு | மொத்த உள்நாட்டு முதலீடு |
|---|---|---|
| 1950-51 முதல் 1959-60 | 10.58 | 11.84 |
| 1960-61 முதல் 1969-70 | 13.53 | 15.63 |
| 1970-71 முதல் 1979-80 | 18.92 | 19.06 |
| 1975-76 முதல் 1997-80 | 21.22 | 20.68 |
| 1980-81 முதல் 1989-90 | 20.03 | 21.79 |
| 1990-91 முதல் 1995-96 | 23.80 | 25.35 |

Source: Economic Survey, 1996, Govt of India

1980-களில் தொழில்துறையில் மூலதனத் திரட்டலில் பங்குச் சந்தைகள் முக்கியமான பங்கு வகித்தன. 1981இல் உள்நாட்டு சேமிப்பில் 1 சதவிகிதம்தான் பங்குச் சந்தை மூலம் பெறப்பட்டது. ஆனால் 1980-களின் இறுதியில் அது ஏழு மடங்கு அதிகரித்தது. 1989இல் 6,500 கோடி ரூபாய்க்குப் புதிய பங்குப் பத்திரங்கள் வெளியிடப்பட்டன. அது 1989-90இல் மொத்த உள்நாட்டு சேமிப்பில் 7.25 சதவிகிதமாக இருந்தது. 1990இல் இந்தியக் கம்பெனிகள் 12, 300 கோடி ரூபாயைப் பங்குச் சந்தை மூலம் பெற்றதாக மதிப்பிடப்பட்டிருக்கிறது.

எண்ணெய் மற்றும் இயற்கை வாயு கமிஷன் பொதுத்துறையில் வெற்றிகரமாக இயங்கியது. 1980-81இல் 10.5மில்லியன் டன் எண்ணெய் உள்நாட்டில் உற்பத்தி செய்யப்பட்டது; 20.6 மில்லியன் டன் இறக்குமதி செய்யப்பட்டது. ஏற்றுமதி மூலம் இந்தியாவுக்குக் கிடைத்த வருமானத்தில் 75 சதவிகிதம் எண்ணெய் இறக்குமதிக்கு செலவிடப்பட்டது. 1985இல் பம்பாய்க்கு அருகில் கடலில் எண்ணெய் கண்டுபிடிக்கப்பட்டு (Bombay High) உள்நாட்டு உற்பத்தி 29 மில்லியன் டன் என்ற இலக்கு அடையப்பட்டது.

1965-75இல் 3.4 சதவிகிதமாக இருந்த தொழில்துறை வளர்ச்சி விகிதம் 1975-85இல் 5.1 சதவிகிதமாக உயர்ந்தது. 1979-80 மட்டும் நெருக்கடிக்கு உள்ளாகியிருந்தது. அதை ஒதுக்கிவிட்டால் 1974-75இலிருந்து 1978-79 வரை மற்றும் தொழில் வளர்ச்சி விகிதம் ஆண்டுக்கு 7.7 சதவிகிதமாக இருந்தது. 1980-களில் சராசரியாக ஆண்டுக்கு 8 சதவிகிதமாக இருந்தது குறிப்பிடத்தக்கது. முந்திய இரண்டு தசாப்தங்களில் 3-3.5 சதவிகிதமாக இருந்த வளர்ச்சி விகிதம் 5.5 சதவிகிதமாக வளர்ச்சி அடைந்தது. 1980க்கும் 1989க்கும் இடையில் 6 சதவிகித வளர்ச்சி இருந்ததாக மதிப்பிடப்பட்டிருக்கிறது.

### நீண்டகால நோக்கில் தடைகள் - சீர்திருத்தத்தின் தேவை

1980-களில் இந்தியப் பொருளாதாரம் நல்லமுறையில் இயங்கியதாகத் தோன்றினாலும் கட்டமைப்புக் குறைகள் ஒன்றுசேர்ந்துகொண்டிருந்தன. அதன் விளைவாக இந்தியப் பொருளாதாரத்தில் 1991இல் மாபெரும் நெருக்கடி ஏற்பட்டது. பொருளாதாரக் கட்டமைப்பில் - குறிப்பாக, மூன்று துறைகளில் உடனடி சீர்திருத்தம் தேவைப்பட்டது.

1. முதலாவதாக, கட்டமைப்பில் குறைகள் தோன்றி, திறமை யின்மையை ஊக்குவித்தன. இறக்குமதி - பதிலி - தொழில்வளர்ச்சி (Import - Substitution - Industrialisation) என்னும் கொள்கை இந்தியாவின் தொழில் வளர்ச்சியை ஆழப்படுத்தி விரிவுபடுத்தியதை முன்னர் குறிப்பிட்டோம். ஆனால் இறக்குமதிக்கு விதிக்கப்பட்டிருந்த தடைகள் இந்தியத் தொழில்துறையின் தொழில் நுட்பத்தில் திறமையின்மை மற்றும் பின் தங்கிய நிலையை ஊக்குவித்தன.

இந்திய அரசாங்கம் லைசென்ஸ் - கோட்டா முறையைக் கடைப்பிடித்தது. எண்ணற்ற விதிகள், தடைகள், கட்டுப்பாடுகள் அமுலில் இருந்தன. தொழில் முனைவர்கள் ஆராய்ச்சிக்கு (R&D) செலவு செய்து புதிய செய்முறைகளைப் பயன்படுத்த வாய்ப்பில்லை. கம்பெனிகள் நிர்வாகத் திறமை மூலம் வளர்ச்சி அடைவது தடுக்கப்பட்டது. உற்பத்தியின் அளவை அரசாங்கம் முடிவு செய்தது. MRTP சட்டமும் கம்பெனிகளின் வளர்ச்சியைத் தடுத்தது. தொழில்துறை உள்நாட்டுச் சந்தையில் வளர்ச்சி அடைய முடியாததுடன் வெளிநாட்டுச் சந்தைகளிலும் நுழையமுடியவில்லை.

சிறு தொழில்களுக்கு என்று சில துறைகள் ஒதுக்கப்பட்டிருந்தன. அந்தப் பட்டியல் ஆண்டு தோறும் விரிவுபடுத்தப்பட்டது. பெரிய கம்பெனிகள் அந்தத் துறைகளில் தங்களுடைய ஆராய்ச்சிகளைப் பயன்படுத்தி ஈடுபடுவது தடுக்கப்பட்டது. சிறுதொழில்களுக்கு சலுகை மற்றும் நிதியுதவி இருந்ததால் அவற்றின் உரிமையாளர்கள் அவற்றை இழப்பதற்கு விரும்பவில்லை. சிறுதொழில்கள் வளர்ச்சியில்லாமல் தேங்கியிருந்தன. லைசென்ஸ் முறை உள்நாட்டில் போட்டி இல்லாமற் செய்தது; இறக்குமதிக் கட்டுப்பாடுகள் வெளிநாட்டுப் போட்டி இல்லாமற் செய்தன. உள்நாட்டுத் தயாரிப்புகள் தரம் இல்லாவிட்டாலும் போட்டி இல்லாததால் சந்தையில் விற்பனையாகிக்கொண்டிருந்தன.

இந்தியாவில் பொதுத்துறை நிறுவனங்கள் பெருமைப்படத்தக்க முறையில் வளர்ச்சி அடைந்தன. ஆனால் காலப்போக்கில் ஊழல்கள் அதிகரித்தன. திறமை இல்லாத அதிகாரிகள் நஷ்டத்தை ஏற்படுத்தினார்கள். கடமையுணர்ச்சி இல்லாத தொழிலாளர்கள் அடிக்கடி வேலைநிறுத்தம் செய்தார்கள். அரசியல்வாதிகள் பொதுத்துறை நிறுவனங்களைக் கொள்ளையடித்தார்கள். மின்சார உற்பத்தி மற்றும் போக்குவரத்து கார்ப்பரேஷன்கள் வாடிக்கையாக நஷ்டத்தில் இயங்கின. பஞ்சாபிலும்

மற்றும் சில மாகாணங்களிலும் விவசாயிகளுக்கு இலவச மின்சாரம் சப்ளை செய்யப்பட்டது. போக்குவரத்து கார்ப்பரேஷன்களில் பயணிகள் கட்டணத்தைக் கூட்டமுடியவில்லை.

நஷ்டத்தில் நடைபெறுகின்ற பொதுத்துறை நிறுவனங்களில் ஆட்குறைப்புச் செய்வதைத் தொழிற்சங்கங்கள் எதிர்த்தன. முதலாளிகள் மூடிய நெசவாலைகளை அரசாங்கம் எடுத்து நடத்தவேண்டும் என்ற தொழிற்சங்கங்களின் கோரிக்கையை அரசாங்கம் ஏற்றுக்கொண்டது.

பொதுத்துறை நிறுவனங்களில் 1980-களில் முதலீட்டுக்கு 2.5 சதவிகித லாபமே கிடைத்தது. அதிகமான லாபத்தைக் கொடுத்த 14 பெட்ரோலியம் கம்பெனிகளையும் ஒதுக்கிவிட்டால் முதலீட்டுக்குக் கிடைத்த லாபம் இன்னும் குறைவாகத்தான் இருக்கும்.

பொருளாதாரத்தில் விதிகளும் கட்டுப்பாடுகளும் அதிகமாக இருந்தன. நாட்டில் சோஷலிசத்தை ஏற்படுத்துவதற்குக் கட்டுப்பாடுகள் தேவை என்று கூறுப்பட்டது. இந்தியாவில் சோஷலிச நிர்மாணம் நடைபெறவில்லை; பின் தங்கிய முதலாளித்துவமே நிர்மாணிக்கப்பட்டது. 'ஏகாதிபத்தியத்துக்குப் பிந்திய' உலகத்தில் திறமையின்மை மற்றும் குறைவான உற்பத்தித் திறன் மிகவும் ஆபத்தானவை. ஒரு நாடு மற்றொரு நாட்டைச் சுரண்டுவதற்கு நேரடியான அரசியல் அல்லது பொருளாதார ஆதிக்கத்தைக் கொண்டிருப்பது இன்று அவசியமல்ல. உற்பத்தித் திறமை குறைவாக உள்ள நாட்டை உற்பத்தித் திறமை அதிகமாக உள்ள நாடு சுரண்டுவதற்குப் பல வழிகள் இருக்கின்றன. எனவே உற்பத்தித் திறன் இன்று முக்கியமாக இருக்கிறது.

2. இரண்டாவதாக, முதல் மூன்று திட்டங்களிலும் இந்தியா உள்முக வளர்ச்சிப் பாதையைக் கடைப்பிடித்தது. ஏற்றுமதிக்கு முக்கியத்துவம் தரவில்லை. 1950-களில் வளர்ச்சிப் பொருளியலாளர்கள் எல்லோரும் அந்தக் கருத்துடையவர்களாக இருந்தார்கள். 1970-களில் உலக நிலைமையிலும் முதலாளித்துவத்திலும் ஏற்பட்ட மாற்றங்களைப் புரிந்துகொண்டு கொள்கைகளை மாற்றியிருக்க வேண்டும். இந்தியா பழைய தடத்தில் போய்க்கொண்டிருந்தது.

பன்னாட்டுக் கம்பெனிகள் (MNC) தம்முடைய உற்பத்திகளை விற்பனை செய்வதற்கு சந்தைகளையும் மூலப்பொருட்களையும் மட்டும் தேடவில்லை; அவை மலிவான உற்பத்திக் களங்களைத் தேடுகின்றன.

புதிய காலனியாதிக்கம் பின்தங்கிய நாடுகளில் அதிகமான முதலீட்டில் தொழிற்சாலைகளை அமைக்கிறது. பன்னாட்டுக் கம்பெனிகளின் முதலீடுகளும் நவீன தொழில்நுட்பமும் ஸ்தல பொருளாதாரத்தில் தொழில்நுட்பவியல் மாற்றம் உள்ளிட்ட பன்மடங்கான தாக்கத்தைக் கொண்டிருக்கிறது.

நாடுகளுக்கு இடையில் மாபெரும் அளவில் மூலதன மாற்றம் (Capital transfer) நடைபெறுகிறது. 19ஆம் நூற்றாண்டில் காலனியாதிக்கத்தின் உச்சகட்டத்தில் நடைபெற்றதைப் போன்றது அது. ஆனால் அதன் தன்மை வேறுபடுகிறது. உலக வர்த்தகம் பிரம்மாண்டமாக அதிகரித்தது. 1950களுக்கும் 1970களுக்கும் இடையில் உலகத்தில் தயாரிப்புப் பொருட்கள் உற்பத்தி நான்கு மடங்கு அதிகரித்தது. ஆனால் தயாரிப்புப் பொருட்களில் உலக வர்த்தகம் பத்து மடங்கு அதிகரித்தது. உலக நாடுகள் எல்லாவற்றிலும் ஏற்றுமதி அதிகரித்தது. மூன்றாம் உலக நாடுகளில் 1970இல் ஏற்றுமதி 5 சதவிகிதமாக இருந்தது. 1983இல் அது இரண்டு மடங்கு அதிகரித்தது.

1960களில் கிழக்கு ஆசியாவில் சில நாடுகளில் வேகமான தொழில்வளர்ச்சி ஏற்பட்டது. தொழில்துறையில் கேந்திரமான பகுதியை அது மேற்கிலிருந்து கிழக்கே மாற்றியது. அது கிழக்கு ஆசிய அதிசயம் என்று கூறப்பட்டது. இரண்டாவது உலகப் போருக்குப் பிறகு ஜப்பானில் வேகமான தொழில் வளர்ச்சி ஏற்பட்டது. அடுத்து தென்கொரியா, டைவான், சிங்கப்பூர், ஹாங்காங் ஆகிய நாடுகள் வளர்ச்சியடைந்தன. அண்மைக்காலத்தில் தாய்லாந்து, மலேசியா, சீனா மற்றும் இந்தோனேஷியா வளர்ச்சியடைந்துகொண்டிருக்கின்றன. தென்கொரியா, ஹாங்காங், சிங்கப்பூர் மற்றும் டைவான் ஆசியாவின் புலிகள் என்று கூறப்படுகின்றன. தயாரிப்புப் பொருட்களின் உலக ஏற்றுமதியில் அவற்றின் பங்கு 1965இல் 1.5 சதவிகிதமாக இருந்தது. 1990இல் 7.9 சதவிகிதமாக அதிகரித்தது. புதிதாகத் தொழில்வளர்ச்சி அடைந்துகொண்டிருந்த இந்தோனேஷியா, மலேசியா, தாய்லாந்து ஆகிய நாடுகளின் பங்கு இதே காலகட்டத்தில் 0.1 சதவிகிதத்திலிருந்து 1.5 சதவிகிதமாக அதிகரித்தது. 1962இல் தென் கொரியாவின் ஏற்றுமதி அற்பமாக இருந்தது; ஆனால் 1980-க்குள் இந்தியாவைக் காட்டிலும் நான்கு மடங்கு அதிகமாக இருந்தது. தென்கொரியா 1990இல் OECD நாடுகளுக்கு 41 பில்லியன் டாலர் மதிப்புள்ள தயாரிப்புப் பொருட்களை

ஏற்றுமதி செய்தது; இந்தியா 9 மில்லியன் டாலர் மதிப்புள்ள பொருட்களைத்தான் ஏற்றுமதி செய்தது.

கிழக்கு ஆசிய நாடுகளின் சாதனை இந்தியா மீது தாக்கம் செலுத்தவில்லை. ஏற்றுமதியைத் தவிர்க்கின்ற உள்முக செயல் திட்டத்தை இந்தியா அமுலாக்கியது. உலகப் பொருளாதார அமைப்பில் தோன்றிய புதிய வாய்ப்புகளை இந்தியா பயன்படுத்தவில்லை. உள்நாட்டில் பொருளாதாரத்தில் நெருக்கடி நிலவியதால் இந்தியா மேன்மேலும் அதிமாகக் காப்புவாதத்தைக் கடைப்பிடித்தது. பன்னாட்டு நிறுவனங்கள் மீது கட்டுப்பாடுகள் தொடர்ந்தன. உற்பத்தி சர்வதேச மயமாகி எல்லா நாடுகளிலும் தண்ணீரைப் போல நிதி பாய்ந்தபொழுது இந்தியா அதைப் பயன்படுத்தவில்லை. உலக வர்த்தகத்தில் கிழக்கு ஆசிய நாடுகள் ஆதிக்கம் செலுத்தியபொழுது இந்தியாவின் ஏற்றுமதி மெய்யாகவே குறைந்தது. 1948இல் 2.4 சதவிகிதமாக இருந்தது. 1994இல் 0.6 சதவிகிதமாகக் குறைந்தது. இந்தியாவின் ஏற்றுமதி கொரியாவின் ஏற்றுமதியில் கால்பங்காகவும், சீனாவின் ஏற்றுமதியில் அரைப்பங்காகவும் இருந்தது.

கிழக்கு ஆசிய நாடுகள் பொருளாதாரத்தை மாற்றியமைத்த பொழுது வருமானம் அதிகரித்தது. வறுமை மிகவும் குறைந்தது. 1960-களில் தென் கொரியாவில் தனிநபர் வருமானம் இந்தியாவுக்கு சமமாக இருந்தது. இப்பொழுது வளர்ச்சியடைந்த நாடுகளுக்கு சமமாக உயர்ந்திருக்கிறது. ஆனால் இந்தியா பட்டியலில் கீழேதான் இருக்கிறது. சீனா 1978இல் பாதையை மாற்றிக்கொண்டு பொருளாதாரத்தைத் திறந்துவிட்டது, அந்நிய மூலதனத்தை வரவேற்றது, ஏற்றுமதிகளை அதிகரித்தது. அதன் வளர்ச்சி விகிதம் இந்தியாவைக் காட்டிலும் கூடுதலாக இருந்தது. 1980-1989க்கு இடையில் சீனாவின் மொத்த உள்நாட்டு உற்பத்தி 9.4 சதவிகிதம் அதிகரித்ததாக ஒரு மதிப்பீடு கூறுகிறது. சீனாவின் புள்ளிவிவரங்களை முழுமையாக நம்பமுடியாதென்றாலும் இந்தியாவைக் காட்டிலும் சீனா முன்னேறியிருக்கிறது.

இந்தியா ஏற்றுமதியில் அக்கறை காட்டவில்லை என்று குறிப்பிட்டோம். தென் கொரியாவில் கம்பெனிகள் தயாரிப்புகளில் குறிப்பிட்ட சதவிகிதத்தை கட்டாயமாக ஏற்றுமதி செய்யவேண்டும். ஏற்றுமதி செய்யத் தவறுகின்ற நிறுவனங்கள் மீது நடவடிக்கை எடுக்கப்படும். இந்த

விதியின் விளைவாக கம்பெனிகள் உலகத் தரத்தில் பொருட்களைத் தயாரிக்கின்றன. உற்பத்தித் திறன் வளர்ச்சி அடைகிறது.

3. மூன்றாவதாக, இந்தியாவின் அரசுக் கட்டமைப்பும் ஜனநாயக ஆட்சிமுறையும் பொருளாதாரத்தின் மீது தாக்கம் செலுத்தின. என் பிரிவினருக்கு இந்த சலுகையைக் கொடுக்க வேண்டும் என்று மக்கள் அரசாங்கத்தைக் கேட்டுக்கொண்டார்கள்; அவர்களுடைய கோரிக்கைகளை ஆதரித்து ஆர்ப்பாட்டம், கிளர்ச்சிகளைச் செய்தார்கள். அரசாங்கம் அவர்களுடைய கோரிக்கைகளை ஓரளவுக்காவது நிறைவேற்றியது. அதன் விளைவாக 1975வரை கடைப்பிடிக்கப்பட்ட நிதிக் கட்டுப்பாடு ஒழிந்தது. அரசு ஊழியர்கள் மற்றும் ஆசிரியர்களுக்கு சம்பள உயர்வு, மானியங்கள், கடன்களைத் தள்ளுபடி செய்தல் ஆகிய நடவடிக்கைகள் மேன்மேலும் அதிகரித்தன. காங்கிரஸ் கட்சியின் ஏகபோகம் தகர்ந்த பிறகு எதிர்க்கட்சிகளுக்கும் காங்கிரசுக்கும் இந்த விஷயத்தில் போட்டி ஏற்பட்டது. நிதி அமைச்சர் ஒவ்வொரு வரவு செலவு திட்டத்திலும் சலுகைகளை அறிவிக்கவேண்டியிருந்தது. 1967 சட்டசபைத் தேர்தலில் பல மாகாணங்களில் பணக்கார விவசாயிகள் ஆட்சியைப் பிடித்தார்கள். 1977 தேர்தலுக்குப் பிறகு மத்திய அரசாங்கத்திலும் பணக்கார விவசாயிகள் இடம்பெற்றார்கள். வரவு செலவுத் திட்டங்களில் மானியங்கள் அறிவிக்கப்பட்ட பொழுது நிதிக் கட்டுப்பாடு சீர்குலைந்தது.

சுதந்திரமடைந்ததிலிருந்து இந்தியாவின் நிதியமைச்சர்கள் நிதிக்கட்டுப்பாட்டில் கவனமாக இருந்தார்கள். 1975க்குப் பிறகு, குறிப்பாக 1977-79 ஜனதா கட்சியின் ஆட்சியில் நிதிக் கட்டுப்பாடு தளர்ந்தது. 1975-76க்கும் 1976-77க்கும் இடையில் உணவுப் பொருட்களுக்கு மானியம் 2.5 பில்லியன் ரூபாயிலிருந்து 5 பில்லியன் ரூபாயாக அதிகரித்தது. உரங்களுக்கு மானியம் 1976-77ல் 0.6 பில்லியன் ரூபாயாக இருந்தது. 1979-80இல் 6.03 பில்லியன் ரூபாயாக அதிகரித்தது. ஜனதா ஆட்சி நடைபெற்ற 1977-79ஆம் ஆண்டுகளில் உணவு தானியங்களின் கொள்முதல் விலை உயர்த்தப்பட்டது; ஆனால் விற்பனை விலை உயர்த்தப்படவில்லை. விவசாய இடுபொருள்கள் மீது வரி குறைக்கப்பட்டது. நஷ்டத்தில் இயங்கிக்கொண்டிருந்த பொதுத்துறை நிறுவனங்களுக்குப் பணஉதவி அளிக்கப்பட்டது. "1979ஆம் ஆண்டில்

நிறைவேற்றப்பட்ட வரவு செலவுத் திட்டம் அதற்கு முன்பிருந்த நிதிப் பழமை வாதத்திலிருந்து தனியாக விலகி நிற்கிறது" என்று விஜய் ஜோஷி மற்றும் ஜே.டி.லிட்டில் என்னும் பொருளியலாளர்கள் எழுதினார்கள்.

1908-களில் இதே நிலைமை நீடித்தது. 1989இல் வி.பி.சிங் தலைமை தாங்கிய தேசிய முன்னணி அரசாங்கம் 100 பில்லியன் ரூபாய்க்கு அதிகமான விவசாயிகளின் கடனை ரத்துச் செய்தது. உணவுப் பொருட்கள், உரங்கள் மற்றும் ஏற்றுமதிகளுக்கு 1980-81இல் 15 பில்லியன் ரூபாய்க்கும் அதிகமான மானியம் அளிக்கப் பட்டது. அரசாங்கம் செலவு செய்யும் தொகை அதிகரித்துக் கொண்டிருந்தது. ஆனால் பொதுத்துறை நிறுவனங்களுடைய லாபம் ஆண்டுதோறும் குறைந்தது.

நிதித்துறையில் வரம்பு மீறிச் செலவு செய்ததன் விளைவாக மத்திய - மாகாண அரசாங்கங்களின் மொத்தப் பற்றாக்குறை மொத்த உள்நாட்டு உற்பத்தியில் (GDP) 1974-75இல் 4.1 சதவிகிதமாக இருந்தது. 1979-80இல் 6.5 சதவிகிதமாகவும் 1984-85இல் 9.7 சதவிகிதமாகவும் அதிகரித்தது. 1991இல் 10.4 சதவிகிதமாக உயர்ந்தது. இந்தக் கட்டத்தில் அரசாங்கம் தன் செலவைக் குறைக்காமல் உள்நாட்டிலும் வெளிநாட்டிலும் கடன் வாங்கி பற்றாக்குறையை சமாளிப்பதற்கு முயற்சி செய்தது. அரசாங்க வருமானத்துக்கும் அரசாங்கச் செலவுக்கும் இடைவெளி மிரட்டுகின்ற அளவுக்கு அதிகரித்தது. 1960-களில் நடுப்பகுதியில் ஏற்பட்ட நெருக்கடிக்குப் பிறகு 1968-69 மற்றும் 1971-72 ஆம் ஆண்டுகளுக்கு இடையில் மொத்த உள்நாட்டு உற்பத்தியில் 3.6 சதவிகிதமாக இருந்த இடைவெளி 1980-81இல் 5.3 சதவிகிதமாக அதிகரித்தது. 1989-90இல் 9 சதவிகிதமாக உயர்ந்தது.

இந்தியாவின் உள்நாட்டுக் கடனும் வெளிநாட்டுக் கடனும் பேரளவில் அதிகரித்தபடியால் 1990-களில் நெருக்கடி ஏற்பட்டது. மத்திய - மாகாண அரசாங்கங்களின் மொத்த கடனுக்கும் மொத்த உள்நாட்டு உற்பத்திக்கும் (GDP) இடையிலான உறவு பின்வருமாறு இருந்தது:

| 1974-75 | 31.8 | சதவிகிதம் |
| 1984-85 | 45.7 | சதவிகிதம் |
| 1989-90 | 54.6 | சதவிகிதம் |

**அந்நியக் கடன்கள் (டாலரில்)**

| | | |
|---|---|---|
| 1980-81 | 23.5 | பில்லியன் |
| 1985-86 | 37.3 | பில்லியன் |
| 1990-91 | 83.8 | பில்லியன் |

கடன் தீர்ப்பு விகிதம் (Debt Service ratio) 1980-81இல் 10.2 சதவிகிதமாக இருந்தது. அது அதிகமல்ல. ஆனால் 1990-91இல் 35 சதவிகிதமாக அதிகரித்தபொழுது அது ஆபத்தான நிலைமையைக் குறித்தது. அந்நிய நாடுகள் நேரடியாக முதலீடு (FDI) செய்வதை இந்தியா விரும்பாததால் வெளிநாடுகளிடமிருந்து கடன் வாங்கியது. அந்தப் பணத்துக்கு வட்டி கொடுத்தது.

அந்நிய செலாவணிக் கையிருப்பு நிலைமையை பார்ப்போம்.

| | | |
|---|---|---|
| 1980-81 | 5.85 | பில்லியன் டாலர் |
| 1989-90 | 4.1 | பில்லியன் டாலர் |
| 1990-91 | 2.24 | பில்லியன் டாலர் |

ஒரு மாத இறக்குமதிக்குப் போதுமான அந்நியச் செலாவணிதான் இந்தியாவிடம் இருந்தது. உலகக் கடன் சந்தையில் இந்தியாவின் அந்தஸ்து மிகவும் கீழே இறங்கியது. 1991 மார்ச்சில் அரசாங்கம் 20 டன் தங்கத்தை ஸ்விட்சர்லாந்தில் விற்பனை செய்து நிலைமையை சமாளித்தது. இப்படிப்பட்ட சூழ்நிலையில் 1991 ஜூன் மாதத்தில் மைனாரிட்டி காங்கிரஸ் அரசாங்கத்தின் பிரதமராக பி.வி நரசிம்மராவ் பதவியேற்றார். அவருக்கு நிதி அமைச்சராக இருந்த மன்மோகன் சிங் சுதந்திரத்துக்குப் பிறகு முக்கியமான பொருளாதார சீர்திருத்தங்களை அமுலாக்கினார்.

# 27

# 1991க்குப் பிறகு பொருளாதார சீர்திருத்தங்கள்

**1991** ஆம் ஆண்டில் இந்தியா மாபெரும் பொருளாதார நெருக்கடியில் சிக்கியிருந்தது. பொருளாதாரக் கட்டமைப்பில் புரட்சிகரமான சீர்திருத்தங்களைச் செய்யுமாறு சூழ்நிலை கட்டாயப் படுத்தியது. இந்தியா ஏற்றுமதிக்கு முக்கியத்துவமளிக்க வேண்டும், பொருளாதாரத்தில் கட்டுப்பாடுகளைக் குறைக்க வேண்டும் என்று மன்மோகன் சிங் துணிச்சலாக வாதாடினார். 1970-களில் சில சீர்திருத்தங்கள் இருந்தாலும் அது பகிரங்கப் படுத்தாமல் 'ரகசியமாக' நடைபெற்றது. ரூபாயின் நாணய மதிப்பை நேரடியாகக் குறைக்காமல் மதிப்புக் குறைந்துகொண்டிருந்த ஸ்டார்லிங்குடன் அதை இணைத்து மதிப்பு குறைக்கப்பட்டது.

இந்திராகாந்தி 1980இல் மறுபடியும் பிரதமரானவுடன் பொருளாதாரத்தில் கட்டுப்பாடுகளைத் தளர்த்த முயற்சி செய்தார். தொழில் லைசென்சிங் முறையை மாற்றுவதற்கும் ஏகபோக நிறுவனங்கள் மீது விதிக்கப்பட்டுள்ள கட்டுப்பாடுகளைத் தளர்த்துவதற்கும் முயற்சி செய்தார். 1984இல் பிரதமரான ராஜிவ் காந்தி இறக்குமதிக் கட்டுப்பாடுகளை அகற்றினார். எனினும் பொருளாதார நெருக்கடியின் அடிப்படையை அவர் தொடவில்லை. போபர்ஸ் பிரச்சினை சம்பந்தமாக அரசில் நெருக்கடி ஏற்பட்டு வி.பி.சிங் மற்றும் சிலர் மந்திரிசபையிலிருந்து விலகியதால், ராஜிவ்காந்தி பொருளாதாரச் சீர்திருத்தத்தைக் கைவிட்டார்.

பொருளாதாரச் சீர்திருத்தங்கள் கசப்பானவை. உதாரணமாக, அரசாங்கம் வரிச் சலுகைகளை வாரி வழங்கமுடியாது. விவசாயக் கடன்களை ரத்து செய்யமுடியாது. வர்த்தகர்கள் அரசாங்க அதிகாரிகளைத் தேடிவரமாட்டார்கள். இந்தியாவில் இடதுசாரிக் கட்சிகள் உலக ரீதியாக நடைபெற்றுக்கொண்டிருந்த மாற்றங்களைப் புரிந்துகொள்ளாமல் பொருளாதாரச் சீர்திருத்தங்களை எதிர்த்தன. பொருளாதாரத்தில்

இந்தியாவின் வாடிக்கையான சிந்தனையை மாற்றுவதற்கு 1991 பொருத்தமான ஆண்டாக இருந்தது. தவணைக் கடன்களைக் கட்டமுடியாத நெருக்கடியில் இந்தியா சிக்கியிருந்தது. அரசியல் சித்தாந்திகளும் ஆதிக்க சக்திகளும் இனிமேலும் கட்டமைப்பு சீர்திருத்தங்களை எதிர்க்கமுடியவில்லை.

கம்யூனிஸ்ட் சீனா தன் பாதையை மாற்றி பதிமூன்று ஆண்டுகளுக்குப் பிறகு இந்தியாவில் 1991இல் பொருளாதார சீர்திருத்தம் தொடங்கியது. 1978இல் சீனாவில் அந்த மாற்றம் ஏற்பட்டபொழுது அது திசைமாற்றமாக இருந்தது. 1985க்குப் பிறகு சோவியத் ரஷ்யாவில் அப்படிப்பட்ட தடாலடி மாற்றம் ஏற்பட்டது. சர்வாதிகார நாடுகளில் அது சாத்தியம். இந்தியாவைப் போன்ற நாடுகளில் வெகுசன அங்கீகாரத்துடன்தான் சீர்திருத்தங்களை நிறைவேற்றமுடியும்.

முதலில் பரிவர்த்தனை விகிதம் சந்தை விலையுடன் இணைக்கப்பட்டது. அதன் விளைவாக ரூபாயின் நாணய மதிப்பு 20 சதவிகிதம் குறைந்தது. ஏற்றுமதி - இறக்குமதி விதிகள் தளர்த்தப்பட்டன. லைசென்ஸ் விதிகள் மென்மையாக்கப்பட்டன., பொதுத்துறை சீர்திருத்தம் செய்யப்பட்டது; சில நிறுவனங்கள் தனியார்மயமாக்கப்பட்டன. அந்நிய முதலீடு குறிப்பாக நேரடி முதலீடு (FDI) வரவேற்கப்பட்டது. இந்தியாவில் தொழில்துறை மீது விதிக்கப்பட்ட கட்டுப்பாடுகள் தளர்த்தப்பட்டது மட்டுமன்றி, உலகமயமாக்கலில் பங்கெடுக்க உதவி செய்யப்பட்டது.

இந்தியா ஆழமான பொருளாதார நெருக்கடியிலிருந்து வேகமாக மீண்டெழுந்தது. சில நாடுகளில் பொருளாதாரச் சீர்திருத்தங்கள் புதிய நெருக்கடிகளைத் தோற்றுவித்தன. விலையிறக்கத்தால் தொழிற்சாலைகள் மூடப்பட்டு ஏழைகள் மிகவும் துன்படைந்தார்கள்.

ஆனால் இந்தியாவில் கட்டமைப்புச் சீர்திருத்தம் அதிகமான துன்பத்தை ஏற்படுத்தவில்லை. இந்தியாவின் GDP கணக்கைப் பார்ப்போம்: 1991-92இல் 0.8 சதவிகிதமாக இருந்தது. 1992-93க்குள் 5.3 சதவிகிதமாக அதிகரித்தது. அயோத்திக் கலவரம் மக்களைப் பாதித்திருந்தாலும், 1993-94இல் 6.2 சதவிகிதமாக அதிகரித்தது. அடுத்த மூன்று ஆண்டுகளில் வளர்ச்சி விகிதம் 7.5 சதவிகிதமாக இருந்தது. அது கிழக்கு ஆசியாவின் புலிகள் என்று சொல்லப்படுகின்ற நாடுகளின்

வளர்ச்சி விகிதத்தை ஒட்டியிருந்தது. எட்டாவது ஐந்தாண்டுத் திட்டத்தில் சராசரியாக 6 சதவிகித வளர்ச்சி விகிதம் இருந்தது.

தொழில்துறை உற்பத்தி 1991-92இல் ஒரு சதவிகிதத்துக்கும் குறைவாக இருந்தது. 1992-93இல் 23 சதவிகிதமாக உயர்ந்தது. 1993-94இல் 6 சதவிகிதமாகவும் 1995-96இல் 12.8 சதவிகிதமாகவும் அதிகரித்தது. மத்திய அரசாங்கத்தின் நிதிப் பற்றாக்குறை 1990-91இல் GDPயில் 8.3 சதவிகிதமாக இருந்தது. 1992-97இல் சராசரி 6 சதவிகிதமாகக் குறைந்தது. 1996-97இல் நிதிப்பற்றாக்குறையான 5.2 சதவிகிதத்தில் 4.7 சதவிகிதம் பழைய கடன்களுக்கு வட்டி கட்டியதால் - அதாவது, கடந்த காலத்தில் நிதி அமைச்சர்களுடைய தாராளத்தால் ஏற்பட்டது. பணக்கார நாடுகள் இந்தியாவுக்குக் கடன் கொடுக்க யோசித்த நிலைமை மாறிவிட்டது. அந்நியக் கடன் GDP விகிதம் 1991-92இல் 41 சதவிகிதமாக இருநத்து. 1995-96இல் 28.7 சதவிகிதமாகக் குறைந்தது.

பங்குச் சந்தையில் சீர்திருத்தங்கள் செய்யப்பட்டன. இந்தியாவின் பங்குச் சந்தை அமெரிக்காவைக் காட்டிலும் பெரியது. அந்நியக் கம்பெனிகள் இந்தியாவில் பங்குகளை வாங்குவதும் இந்தியக் கம்பெனிகள் வெளிநாடுகளில் பங்குச் சந்தையில் பணம் திரட்டுவதும் அனுமதிக்கப்பட்டது. ஆகவே இந்தியக் கம்பெனிகளில் வெளிநாடுகளில் பணம் திரட்டி வளர்ச்சியடைய வாய்ப்புகள் ஏற்பட்டன. இந்தியக் கம்பெனிகள் இந்தியாவில் திரட்டிய தொகை 1980இல் 929 மில்லியன் ரூபாயாக இருந்தது. 1985இல் 2.5 பில்லியன் ரூபாயாக அதிகரித்தது. 1990இல் 123 பில்லியன் ரூபாயாகவும் 1993-94இல் 225 பில்லியன் ரூபாயாகவும் அதிகரித்தது. இந்தியக் கம்பெனிகள் அந்நிய செலாவணியாக மாற்றக்கூடிய பத்திரங்கள் (FCCBS) மூலம் 1995 டிசம்பர் முடிய 5.18 பில்லியன் டாலர்களைத் திரட்டின.

அந்நிய நேரடி முதலீடு ஊக்குவிக்கப்பட்டதால் அது வேகமாக வளர்ச்சி அடைந்தது. 1991-92இல் 129 மில்லியன் டாலராக இருந்தது. 1995-96இல் 2.1 பில்லியன் டாலராக உயர்ந்தது. மொத்த அந்நிய நேரடி முதலீடு 1995-96இல் 4.9 பில்லியன் டாலராக இருந்தது. இது மாபெரும் வளர்ச்சி என்றாலும் கிழக்கு ஆசிய நாடுகளுடன் ஒப்பிடும்பொழுது குறைவாகத்தான் இருக்கிறது. சீனாவில் அந்நிய நாடுகள் ஒவ்வொரு ஆண்டிலும் 30 பில்லியன் டாலர் முதலீடு செய்தன. 1996இல் 49.2 பில்லியன் டாலர் முதலீடு செய்யப்பட்டது.

1996இல் பார்லிமென்ட் தேர்தலில் காங்கிரஸ் கட்சி தோல்வியுற்றது. தேவே கௌடா தலைமையில் கூட்டணி மந்திரி சபை கம்யூனிஸ்டுகள் ஆதரவுடன் அமைக்கப்பட்டது. குறைந்தபட்ச செயல்திட்டத்தில் அந்நிய நேரடி முதலீடு ஆண்டொன்றுக்கு 10 பில்லியன் டாலராக அதிகரிக்கவேண்டும் என்று கூட்டணிக் கட்சிகள் ஏற்றுக்கொண்டன என்பதை இங்கு குறிப்பிடவேண்டும்.

பொருளாதாரச் சீர்திருத்தங்கள் ஏழைகளைத் தாக்குகின்றன என்று கம்யூனிஸ்டுகள் கூறினார்கள். பெரும்பாலான நாடுகளில் வேகமான பொருளாதார வளர்ச்சி ஏற்படுகின்றபொழுது வறுமை குறைந்திருக்கிறது. இந்தியாவிலும் பொருளாதார வளர்ச்சியின் பலனாக வறுமை குறைந்தது. இந்தியாவில் வறுமைக் கோட்டுக்குக் கீழே வசித்தவர்கள் 1977-78 இல் 51.3 சதவிகிதமாக இருந்தது. 1987-88இல் 38.9 சதவிகிதமாகக் குறைந்தது. சீனாவிலும் இந்தோனேஷியாவிலும் வறுமை விகிதம் இந்தியாவைக் காட்டிலும் அதிகமாக இருந்தாலும் இருபது ஆண்டுகளில் வறுமை ஒழிப்பில் இந்தியாவைப் பின்னால் தள்ளின. இந்தக் காலகட்டத்தில் அவற்றின் வளர்ச்சி விகிதம் இந்தியாவைக் காட்டிலும் கூடுதலாக இருந்தது. 1995இல் அந்த நாடுகளின் வறுமை விகிதம் முறையே 22.2 மற்றும் 11.4 சதவிகிதமாகக் குறைந்தது. ஆனால் இந்தியாவில் 1993-94இல் 36 ஆக மட்டுமே குறைந்தது.

இந்திய அரசாங்கம் சமூக நலம் மற்றும் கிராம வளர்ச்சித் திட்டங்களுக்கு செலவு செய்த நிதி அதிகரிக்கப்பட்டது. 1993-98இல் மத்திய அரசாங்கத்தின் வரவு செலவுத் திட்டத்தில் ஆண்டுதோறும் சுமார் 10 சதவிகிதம் செலவு செய்யப்பட்டது. கிராமங்களில் அதிகமான பணம் செலவு செய்யப்பட்டதால் வறுமையின் தாக்கம் குறைந்தது. விவசாயக் கூலி உயர்ந்தது. பணவீக்கம் ஏழை மக்களையே அதிகமாகத் தாக்குகிறது. 1991 ஆகஸ்டில் 17 சதவிகிதமாக அதிகரித்த பணவீக்கம் 1996 பிப்ரவரியில் 5 சதவிகிதமாகக் குறைந்தது.

எனினும் பொதுத்துறையிலிருந்த மின்சாரம், போக்குவரத்து நிறுவனங்களின் செயல்பாடு திருப்திகரமாக இல்லை. பஞ்சாப் அரசாங்கம் விவசாயிகளுக்கு இலவசமாக மின்சாரமும் தண்ணீரும் அளிக்கிறது. மற்ற மாகாணங்களில் மிகவும் குறைவான கட்டணம் வசூலிக்கப்படுகிறது. ஆகவே மின்சார போர்டுகளும் போக்குவரத்து

கார்ப்பரேஷன்களும் நஷ்டத்தில் இயங்கி பொருளாதார வளர்ச்சியைப் பாதிக்கின்றன.

1991இலிருந்து மத்தியில் கூட்டணி அரசாங்கம் நடைபெறுகிறது. ஆகவே பொருளாதார சீர்திருத்தங்களின் வேகம் இன்று குறைந்துவிட்டது. ஆனால் எல்லாக் கட்சிகளும் பொருளாதார சீர்திருத்தங்களை ஆதரிப்பது ஆக்கபூர்வமான அம்சமாகும். இடதுசாரிப் பொருளியலாளர்களான கே.என்.ராஜ், சுக்கமோய் சக்ரவர்த்தி, ஹனுமந்தராவ், அர்ஜுன் சென்குப்தா, பொருளாதாரத்துக்கு நோபெல் பரிசு பெற்ற அமர்த்தியா சென் ஆகியோர் சீர்திருத்தங்களை ஆதரித்தார்கள். மேற்கு வங்காளத்தின் முதலமைச்சராக நெடுங்காலம் பதவி வகித்த ஜோதிபாசு சில விஷயங்களில் வேறுபட்டிருந்தாலும் மொத்தத்தில் சீர்திருத்தங்களை ஆதரித்தார்.

சுதந்திரத்துக்குப் பிறகு நேருவின் தலைமையில் நமது வளர்ச்சிப் பயணத்தைத் தொடங்கினோம். நேரு கடைப்பிடித்த பொருளாதாரக் கொள்கையால் நாடு வலுப்பெற்றது. பிரிட்டிஷ் ஆட்சியில் இந்தியாவுக்கு இல்லாத கௌரவம் அப்பொழுது ஏற்பட்டது. உலகம் இன்று மிகவும் மாறிவிட்டது. மாற்றங்களைப் புரிந்துகொண்டு நாம் மேலும் வளர்ச்சி அடையவேண்டும்.

# 28
## புத்தாயிரத்தில் இந்தியப் பொருளாதாரம்

1991இல் ஆழமான பொருளாதாரச் சீர்திருத்தங்கள் தொடங்கியதை ஏற்கெனவே குறிப்பிட்டிருக்கிறோம். அதன் சாதகங்கள் புத்தாயிரம் ஆண்டுகளில் கணிசமான அளவுக்கு வெளிப்பட்டன. இந்தியா சுதந்திரமடைந்து அறுபதாம் ஆண்டாகிய 2007 ஆம் ஆண்டில் இந்தியப் பொருளாதாரம் சமீப காலத்தில் இல்லாத அளவுக்குப் பிரகாசத்துடன் இருந்தது. எனினும் பொருளாதாரச் சீர்திருத்தத்தின் முதல் கட்டத்தில் தோன்றிய பல பிரச்சினைகள் நீடித்தன. பொருளாதார வளர்ச்சியின் வேகம் நீடிக்குமா என்ற சந்தேகங்கள் எழுந்தன. நாட்டில் பொருளாதார வளர்ச்சி ஏற்பட்டாலும் உலக அளவிலான மனித வளர்ச்சிக் குறியீட்டெண்ணில் (HDI) இந்தியா பின்தங்கியேயிருந்தது.

இத்தகைய பிரச்சினைகளும், உலகப் பொருளாதாரத்துடன் இந்தியா கூடுதலாக ஒருங்கிணைந்தபொழுது ஏற்பட்ட புதிய பிரச்சினைகளும் புத்தாயிரத்தில் புதிய சவால்களாக எழுந்தன.

### வளர்ச்சி தொடர்கிறது

கிழக்கு ஆசிய மற்றும் தெற்கு ஆசிய நாடுகளில் ஏற்பட்ட பொருளாதார நெருக்கடிகள் 1990-களில் இந்தியப் பொருளாதாரத்தின் மீது தாக்கம் செலுத்தின.

புத்தாயிரத்தின் முதல் சில ஆண்டுகளில் எண்ணெய் விலைகள் உயர்ந்தன. 11-9-2001 இல் பயங்கரவாதிகள் அமெரிக்காவைத் தாக்கினார்கள்; உலகப் பொருளாதாரத்தில் மேலும் சரிவு ஏற்பட்டது. எனினும், ஒன்பதாவது திட்டக் காலத்தில் (1996-97 இலிருந்து 2000-01 முடிய) இந்தியாவின் வளர்ச்சி விகிதம் 5.5 சதவிகிதமாக இருந்தது. திட்டத்தில் எதிர்பார்த்தபடி 6.5 சதவிகித வளர்ச்சி விகிதம் நிறைவேறாவிட்டாலும் இந்தியப் பொருளாதாரம் நெருக்கடிகளைச்

சமாளித்தது. அதுவரையிருந்த 3-3.5 சதவிகிதத்தைக் காட்டிலும் இது அதிகமானதாகும்.

2002-03 ஆம் ஆண்டுகளில் தொடங்கிய பத்தாவது ஐந்தாண்டுத் திட்டத்தின் முதலாவது ஆண்டில் வளர்ச்சி 3.8 சதவிகிதம் மட்டுமே இருந்தது. விவசாயம் மற்றும் அதன் துணைத் துறைகளில் அந்த ஆண்டில் 7.2 சதவிகிதம் தேக்கம் ஏற்பட்டதே இதற்குக் காரணம். 2002-03இல் வழக்கமான பருவமழை இல்லாமல் குறைந்தது. ஆகவே விவசாய உற்பத்தி 15.6 சதவிகிதம் குறைந்துவிட்டது. பத்தாவது ஐந்தாண்டுத் திட்ட காலத்தில் சராசரி வளர்ச்சி விகிதம் 2.3 சதவிகிதமாக இருந்தது. புத்தாயிரத்தின் (2001-02; 2005-06) ஆண்டுகளில் ஏற்பட்ட 3 சதவிகித வளர்ச்சிக்கும் குறைவாக இருந்தது.

2002-03 முதல் 2006-07 ஆண்டுகளில் மொத்த உள்நாட்டு உற்பத்தி (GDP) 7.6 சதவிகித வளர்ச்சியைக் காட்டியது. திட்டத்தில் 8 சதவிகித வளர்ச்சி எதிர்பார்க்கப்பட்டிருந்தாலும், இது ஒரு சாதனையாகும். அடுத்த இருபது ஆண்டுகளில் வளர்ச்சி விகிதம் ஆண்டுக்கு சதவிகிதமாக இருக்கும். அடுத்த இருபது ஆண்டுகளுக்குத் தனிநபர் வருமானம் 5.6 சதவிகிதமாக இருக்கும் என்று வல்லுநர் ஒருவர் 2004இல் கூறியது மிகையாகத் தோன்றவில்லை. இந்தியா அடுத்த பத்து ஆண்டுக்குள் சராசரியாக 7 சதவிகித வளர்ச்சியைச் சாதிக்க முடியும் (ஜப்பான் 1960-களிலும், கொரியா 1970-களிலும், சீனா 1980 மற்றும் 1990-களில் அதைச் சாதித்தன) என்று பிரபல பொருளாதார நிபுணர் ஜெஃப்ரி சாக்ஸ் ஆரூடம் கூறினார்.

பத்தாவது ஐந்தாண்டுத் திட்டத்தின் கடைசி நான்கு ஆண்டுகளின் போது 8.6 சதவிகித வளர்ச்சி ஏற்பட்டது. 2006-07இல் 9.4 சதவிகித வளர்ச்சி ஏற்பட்டது. இந்நிலையில், இந்தியப் பொருளாதாரம் ஆண்டுக்கு 9 சதவிகித வளர்ச்சியை நோக்கி முன்னேறிக் கொண்டிருக்கிறதா என்ற கேள்வி எழுந்தது.

(1960-களில் 6 சதவிகித வளர்ச்சிதான் ஏற்பட்டிருந்தது) தேசிய திட்டக்குழு பதினோராவது ஐந்தாண்டுத் திட்டத்தைத் தயாரித்த பொழுது ஆண்டுதோறும் 9 சதவிகித வளர்ச்சிக்குத் திட்டமிட்டிருந்தது. ஜப்பான் 1950-களிலிருந்து ஆண்டுதோறும் 8 சதவிகித வளர்ச்சியை அடைந்து இரண்டு தசாப்தங்களில், வல்லரசாக மாறியது. இந்தியாவும் அதைப் போல வளர்ச்சி அடைய முடியும் என்ற நம்பிக்கை ஏற்பட்டது.

உலக வரலாற்றின் முதல் புத்தாயிரத்தில் இந்தியா உலக GDPயில் 30 சதவிகிதத்தை உற்பத்திசெய்து சாதனை படைத்தது. 1700 ஆண்டில்கூட உலகத்தின் மிகவும் பெரிய பொருளாதாரக் காரணியாக இந்தியா இருந்தது. பிறகு இந்தியா காலனியாதிக்கத்துக்கு உட்பட்ட காரணத்தால் உலக GDPயில் இந்தியாவின் பங்கு அடுத்த 200 ஆண்டுகளில் தொடர்ச்சியாகக் குறைந்து 1950இல் 4.2 சதவிகிதமாக இருந்தது. அடுத்த ஐம்பது ஆண்டுகளில் இந்தியப் பொருளாதாரம் மறுபடியும் வளர்ச்சியடைந்து 2001இல் உலகப் பொருளாதாரத்தில் 5.4 சதவிகிதப் பங்கைப் பெற்றிருந்தது.

1973க்கும் 2001க்கும் இடையில் இந்தியாவின் ஆண்டு வளர்ச்சி விகிதமான 5.2 சீனாவைக் காட்டிலும் குறைவாக இருந்தாலும் அதே காலகட்டத்தில் உலக வளர்ச்சி விகிதமான 3.05 சதவிகிதத்தைக் காட்டிலும் கூடுதலாக இருந்தது. அதற்குப் பிறகு இந்தியா ஆண்டுதோறும் 8.6 சதவிகிதம் வளர்ச்சி அடைந்திருக்கிறது. இது அமெரிக்கா, ஜப்பான் மற்றும் யூரோ (Euro) நாடுகளைக் காட்டிலும் இரண்டு அல்லது மூன்று மடங்கு அதிகம் என்பது குறிப்பிடத்தக்கது. (உலக வளர்ச்சி 5 சதவிகிதமே). இந்தியா இந்த வளர்ச்சியைத் தக்க வைத்துக் கொண்டால், அமெரிக்கா, சீனாவுக்கு அடுத்தபடியாக மூன்றாவது தரநிலையில் உள்ள ஜப்பான் நாட்டை இந்தியா முந்தக்கூடிய காலம் வெகு தொலைவில் இல்லை என்று நிபுணர் ஒருவர் ஆரூடம் கூறியது மெய்ப்பிக்கப்படும்.

## இந்தியப் பொருளாதாரத்தின் வளர்ச்சி நிலையானதா?

சமீபத்திய ஆண்டுகளில் இந்தியாவின் பொருளாதார வளர்ச்சி நிலையானதா என்று ஆராய்வோம். பொருளாதாரத்தில் சேமிப்பும் முதலீடும் முக்கியமான வரையளவுகளாகும். இந்தியாவில் மக்களின் உள்நாட்டுச் சேமிப்பும் முதலீடும் புதிய புத்தாயிரத்தில் கிழக்கு ஆசிய நாடுகளின் சாதனையை எட்டியுள்ளன. GDPயில் உள்நாட்டுச் சேமிப்பு 2000-01 இல் 23.4 சதவிகிதமாக இருந்தது. 2005-06இல் 32.4 சதவிகிதமாக அதிகரித்தது. அந்த ஆண்டில் உள்நாட்டுச் சேமிப்பும் முதலீடும் முறையே 24 மற்றும் 33.8 சதவிகிதமாக இருந்தது. முந்திய ஆறு ஆண்டுகளில் பொதுத்துறையில் குறைவாக இருந்த சேமிப்பு வளரத் தொடங்கியது. 2001-02-ஆம் ஆண்டுகளில் பொதுமக்களின் சேமிப்புக்கும் முதலீட்டுக்கும் இடையிலான இடைவெளி குறைந்தது.

1991 ஆம் ஆண்டில் பொருளாதாரச் சீர்திருத்தங்கள் அமுலாக்கப்பட்ட பிறகு 1980-81க்கும் 1990-91க்கும் இடையிலான காலகட்டத்தில் 1.9 சதவிகிதமாக இருந்த இடைவெளி 1991-92க்கும் 1999-2000 ஆண்டுகளுக்கும் இடையில் 1.2 சதவிகிதமாகக் குறைந்தது.

வளர்ச்சி விகிதம் அதிகரிக்கின்றபொழுது தனியார் துறையின் சேமிப்பும் முதலீடும் அதிகரிப்பது இயல்பான ஒன்றாகும். இந்தியாவில் 15-64 வயதுக்கு இடையிலான உழைக்கும் மக்கள் 2006 இல் 62.9 சதவிகிதமாக இருந்தார்கள். 2026 இல் அது 68.4 சதவிகிதமாக அதிகரிக்கும் என்று எதிர்பார்க்கப்படுகிறது. உழைக்கும் மக்களுடைய தனிப்பட்ட மற்றும் மொத்த சேமிப்பு 2000 இல் 25 சதவிகிதமாக இருந்தது. 2025-இல் அந்தச்சேமிப்பு 39 சதவிகிதமாக அதிகரிக்கும் என்று எதிர்பார்க்கப்படுகிறது.

மத்திய மற்றும் மாநில அரசாங்கங்களின் வரவு-செலவுத் திட்டங்களின் நிதிப் பற்றாக்குறை 2003-04க்குப் பிறகு ஓரளவுக்கு அபிவிருத்தி அடைந்திருக்கிறது. 1980-களில் கவலையளித்த நிதிப் பற்றாக்குறை 1990-களிலும் நீடித்தது. மத்திய அரசாங்கத்தின் நிதிப் பற்றாக்குறை 1990-91 இல் GDPயில் 6.6 சதவிகிதமாக இருந்தது. 1996-97 இல் 4.1 சதவிகிதமாகக் குறைந்தது. ஆனால் 2000-01 இல் 6.2 சதவிகிதமாக உயர்ந்தது. அது மட்டுமல்ல, மொத்த பற்றாக்குறையில் ரெவினியு இலாகாவின் பங்கு 1990-91 இல் 49.4 சதவிகிதமாக இருந்தது. 1998-99 இல் 74.8 சதவிகிதமாகவும் 2003-04 இல் 79.7 ஆகவும் உயர்ந்தது. இது நிதி நெருக்கடியை ஏற்படுத்தக்கூடும் என்பதால் மத்திய மற்றும் மாநில அரசாங்கங்கள் வீணான செலவுகளைக் குறைக்க வேண்டும். அதற்கென்று சட்டமியற்ற வேண்டும் என்று 1990-களின் இறுதியில் பேசப்பட்டது. மாநில அரசாங்கத்தின் வரவு செலவு திட்டத்தில் 6 சதவிகித நிதிப் பற்றாக்குறையை அனுமதிக்கலாம்; மத்திய அரசாங்கமும் மாநில அரசாங்கமும் அதைச் சமமாகப் பகிர்ந்துகொள்ள வேண்டும் என்று 12-ஆவது நிதிக் கமிஷன் பரிந்துரை செய்தது.

இந்தியாவில் வரிக் கட்டமைப்பில் ஏற்பட்ட மாற்றங்களை இங்கு குறிப்பிடுவது பொருத்தமே. அரசாங்கம் வரிகளைக் குறைத்தாலும் தனிநபர்கள் மற்றும் கம்பெனிகள் செலுத்திய மொத்த வரி விகிதம் தீவிரமாக உயர்ந்தது. மொத்த வரி வருமானத்தில் தனியார் வருமான வரியின் பங்கு 1990-91 இல் 9.3 சதவிகிதமாக இருந்து, பின்னர் 2000-01

இல் 17.1 சதவிகிதமாக - அதாவது, சுமார் இரண்டு மடங்கு அதிகரித்தது. அரசாங்கம் நேரடி வரிகள் மூலம் பெற்ற வருமானத்தின் பங்கு 1990-91 இல் 19.1 சதவிகிதமாக இருந்தது 2006-07 இல் 47.6 சதவிகிதமாக அதிகரித்தது. பொருளாதாரச் சீர்திருத்தங்களைக் குறை பேசியவர்கள் முற்போக்கான இந்த மாற்றத்தைக் குறிக்க வேண்டும்.

மற்றொரு பிரச்சினையும் உண்டு. 2005-06இல் அரசாங்க வருமானத்தில் 86 சதவிகிதம் ஊழியர்களின் ஊதியம், ஓய்வூதியம், ராணுவம், மானியம், கடனுக்கு வட்டி ஆகியவற்றுக்குச் செலவு செய்யப்பட்டது (கடனுக்கு வட்டி மிகவும் அதிகரித்து அரசாங்கக் கடன் GDP விகிதம் 90 சதவிகிதமாக உயர்ந்தது). அரசாங்கத்தின் வருமானத்தில் 38 சதவிகிதம் வட்டிக்கும் 13 சதவிகிதம் மானியங்களுக்கும் செலவு செய்யப்படுகின்ற நிலை ஏற்பட்டது. 1970இலிருந்து அரசாங்கம் பாப்புலிச நடவடிக்கைகளை மேற்கொண்ட பொழுது நிதிப் பற்றாக்குறை ஏற்பட்டது. அத்துடன் மானியங்கள் இலவச மின்சாரம் இதரவை அதிகரித்தபொழுது நீர்ப்பாசனம், கல்வி, சுகாதாரம் ஆகிய துறைகளுக்குப் போதிய அளவில் செலவுசெய்ய இயலவில்லை. அரசாங்கம் மானியங்களைக் கட்டுப்படுத்தி நிதிப்பற்றாக்குறையைக் குறைக்க வேண்டும் என்று வலியுறுத்தப்பட்டது.

1990-களின் கடைசிப் பகுதியிலிருந்து குறைந்துகொண்டிருந்த தொழில் வளர்ச்சி 2000-க்குப் பிறகு முன்னேற்றமடைந்தது. 2000-01இல் தொழில் வளர்ச்சி மிகவும் குறைந்து 2.7 சதவிகிதமாக இருந்தது. 2006-07 இல் 10 சதவிகிதமாக அதிகரித்தது. ஐந்து ஆண்டுக் காலத்தில் ஒவ்வோர் ஆண்டிலும் வளர்ச்சி விகிதம் சுமார் 8.8 சதவிகிதமாக இருந்தது. 1951-க்குப் பிறகு இது மிகப் பெரிய சாதனையாகும். பதினோராவது ஐந்தாண்டுத் திட்டத்தில் (2007-12) தொழில்துறையின் ஆண்டு வளர்ச்சி 10 சதவிகிதமாக இருக்க வேண்டும் என்று திட்டமிடப்பட்டுள்ளது.

தொழில்துறைக்குள், தயாரிப்புத் தொழில் (Manufacturing) மிகவும் வேகமாக வளர்ச்சி அடைந்தது. எந்திரத் தொழில் (Capital Goods) வளர்ச்சி வேகம் 2000 இல் குறைந்துகொண்டிருந்தது. 2001-02 இல் அதன் தேக்க நிலையைப் பற்றி பலரும் கவலைப்பட்டார்கள். ஆனால் அடுத்த ஐந்து ஆண்டுகளில் வேகமாக வளர்ச்சி அடைந்து 2002-03 மற்றும் 2005-06க்கு இடையில் சராசரி வளர்ச்சி 13.5 சதவிகிதமாக இருந்தது.

சுதந்திரத்திற்குப் பிறகு இந்தியா 343

1980களிலிருந்து சேவைத் துறையின் வளர்ச்சி எந்திரத் தொழிலைக் காட்டிலும் வேகமாக இருந்தது. 2002-03 மற்றும் 2006-07-க்கு இடையில் மொத்த GDPயில் அதன் பங்கு 68.6 சதவிகிதமாக இருந்தது. விவசாயத் துறையின் வளர்ச்சி மெதுவாகவே இருந்தது. 2006-07 இல் இந்தியாவின் GDPயில் சேவைத் துறையின் பங்கு 55.1 சதவிகிதம்; எந்திரத் தொழில் 26.4; விவசாயம் 18.5 சதவிகிதம்.

2006-07இல் இந்தியாவின் GDPக்கு 55 சதவிகிதத்துக்கும் அதிகமான பங்களிப்பு செய்த சேவைத் துறையின் வேகமான வளர்ச்சி நாட்டின் பொருளாதாரத்துக்கு முக்கியமான படிப்பினைகளைக் கொண்டிருந்தது.

### உலக நாடுகளுடன் வர்த்தகத் தொடர்புகள்

2000-க்குப் பிறகு, உலக நாடுகளுடன் இந்தியாவின் வர்த்தகத் தொடர்புகள் நம்பிக்கையூட்டுகின்ற முறையில் வளர்ச்சியடைந்தன. புதிய பொருளாதார சீர்திருத்தங்கள் இந்தியாவை உலகப் பொருளாதாரத்துடன் வேகமாக ஒருங்கிணைத்தன. இதை எடுத்துக் காட்டுவதற்கு ஒரு புள்ளி விவரம் தரப்படுகிறது. இந்தியாவின் GDPயில் அன்னிய வர்த்தகத்தின் பங்கு 1974-ல் 10% ஆக இருந்தது. பொருளாதாரச் சீர்திருத்த நடவடிக்கைகளைத் தொடங்கியவுடன் 1990-ல் 15.71% ஆக அதிகரித்தது, 2004-ல் 32.6% ஆக உணர்ந்தது. 2002-ல் அந்நிய வர்த்தகம் GDPயுடன் ஒப்பிடும்பொழுது 30.8% ஆக இருந்தது. அது அமெரிக்காவில் 23.6% ஆகவும், ஜப்பானில் 21% ஆகவும் இருந்தது. ஆனால், சீனாவில் அது 54.8% ஆகவும் தென்கொரியாவில் 69.1% ஆகவும் இருந்தது.

இந்திய ஏற்றுமதிகளின் சராசரி வளர்ச்சி விகிதம் 2002-03-க்கும், 2005-06-க்கும் இடையில் சுமார் 24% ஆக இருந்தது. 2006-07-ல் முதல் 9 மாதங்களில் 36.3% ஆக உயர்ந்தது. 2005-06 ஆண்டில் இந்தியாவின் ஏற்றுமதி 100 பில்லியன் டாலர் அளவை எட்டியது. 5 ஆண்டுகளில் 2 மடங்காக அதிகரித்தது. இந்தியா சுதந்திரம் அடைந்த பிறகு 1949-1972-ஆம் ஆண்டுகளுக்கு இடையில் இரண்டு மடங்கு வளர்ச்சி பெற 23 ஆண்டுகள் தேவைப்பட்டன. இந்தியாவின் ஏற்றுமதிகள் சீனாவைக் காட்டிலும் வேகமாக வளர்ச்சியடைந்தன. 2005-க்குப் பிறகு உலக ஏற்றுமதி விகிதத்தில் இந்தியாவின் பங்கு 1981-ல் 0.43% ஆக இருந்தது. பிறகு, 2000-ல் 0.67% ஆக அதிகரித்து, 2005-ல் 10%-ஐத் தாண்டியது. 2009-க்கு 1.5% வளர்ச்சி எதிர்பார்க்கப்படுகிறது.

இந்தியாவின் ஏற்றுமதிகளில் எந்திரங்கள், வாகனங்கள், பெட்ரோலியப் பொருட்கள், தாதுப் பொருட்கள், மருந்துகள் ஆகியவை இடம்பெற்றிருந்தன.

2000-க்குப் பிறகு ஏற்றுமதிகள் வேகமாக அதிகரித்தாலும், இறக்குமதிகளும் அதிக வேகத்தோடு வளர்ச்சியடைந்தன. இந்தியா பெட்ரோலியப் பொருட்களையே அதிகமாக இறக்குமதி செய்தது. அடுத்தபடியாக எந்திரங்களும் இறக்குமதி செய்யப்பட்டன. வர்த்தகத்தில் சேவைத் துறையின் பங்கு சிறப்பான முறையில் அதிகரித்தபடியால், பற்றாக்குறை 2004-05 மற்றும் 2005-06-க்கு இடையில் GDP-யில் வெறும் 0.75% ஆகவே இருந்தது. புள்ளிவிவரம்.

இந்தியா ஏற்றுமதி செய்த பொருட்களில் சேவைத் துறையின் பங்கு அதிகரித்தது. 1992-ல் 4.9 பில்லியன் டாலராகவும் 2003-ல் 25 பில்லியன் டாலராகவும், 2005-06-ல் 61.4 பில்லியன் டாலராகவும் உயர்ந்தது. 2005-06-ல் 42% அதிகரித்திருப்பதை அரசாங்கத்தின் பொருளாதார சர்வே சுட்டிக்காட்டியது. தகவல் தொடர்பு மற்றும் மென்பொருள் சேவைத் துறை ஏற்றுமதி குறிப்பிடத்தக்கது. 2005-ல் உலக வர்த்தக ஏற்றுமதியில் 1% ஆக இருந்து, பிறகு 2.3% ஆகவும் 11% ஆகவும் அதிகரித்தது. இந்திய ஏற்றுமதிகளில் சேவைத்துறை ஏற்றுமதி 2005-06-ல் 60% ஆக இருந்தது.

ஏற்றுமதிகளில் மென்பொருள் ஏற்றமதி ஆண்டுதோறும் பேரளவில் அதிகரித்தது. 1995-96 மற்றும் 2003-04 கால கட்டத்தில் அது 10%-இலிருந்து 48.9% ஆக அதிகரித்தது. இது குறிப்பிடத்தக்க வளர்ச்சியென்றாலும் மேலும் அதிகரிப்பதற்கு வாய்ப்புள்ளது. உலக ரீதியாக I.T. துறையில் இந்தியாவின் பங்கு 1985-லிருந்து வளர்ச்சியடையடையத் துவங்கி 2003-04-ல் 3.4%-ஆக இருந்தாலும் அது குறைவானதே.

மென்பொருள் ஏற்றுமதியைத் தவிர தொழில்நுட்பத் திறன் ஏற்றுமதி பிரமிக்கத்தக்க வளர்ச்சி அடைந்தது. அது 2005-06-ல் 15.4 பில்லியன் டாலர் மதிப்புக்கு உயர்ந்த பொழுது, மென்பொருள் ஏற்றுமதியைக் காட்டிலும் மிகவும் கூடுதலாக இருந்தது. இந்தத் துறையில் உலகச் சந்தையில் இந்தியாவின் பங்கு 2004-05 ஆண்டில் 65% ஆக இருந்தது. எனினும் இந்தியா இந்தத் துறையில் மேலும் வளர்ச்சியடைவதற்கு ஏராளமான வாய்ப்புகள் உள்ளன. “வறுமை

நாடாகிய இந்தியா 1990-களில் உலகப் பொருளாதாரத்தில் முக்கிய இடத்தைப் பிடிக்குமென்று யாரும் எதிர்பார்த்திருக்க முடியாது. ஆனால் அது நடைபெற்றது" என்கிறார் ஜெஃப்ரி சாக்ஸ் என்ற பொருளாதார நிபுணர்.

வெளிநாடுகளில் வேலை செய்கின்ற இந்தியர்கள் 1970-க்குப் பிறகு தாய்நாட்டுக்கு அனுப்பிய பணமும் நாட்டின் பொருளாதார வளர்ச்சியில் முக்கிய பங்கு வகித்தது. தகவல் தொழில்நுட்பப் புரட்சி ஏற்பட்ட 1990-களுக்குப் பிறகு இந்தியக் குடியேறிகள் அனுப்பிய பணம் வேகமாக அதிகரித்தது. 1980-90-க்கு இடையில் ஆண்டுதோறும் சராசரியாக 2.5 பில்லியன் டாலர் இந்தியாவுக்கு அனுப்பப்பட்டது. 1991-2000-க்கு இடையில் அது சராசரி 7.3 பில்லியன் டாலராக அதிகரித்தது. 2001-2004க்கு இடையில் இந்தியாவுக்கு வந்த வருமானம் 17.5 பில்லியன் டாலருக்கு அதிகமானது. 2004-ல் 21.7 பில்லியன் டாலர் இந்தியாவுக்கு அனுப்பப்பட்டது. மற்ற நாடுகளுடன் இதை ஒப்பிடுவோம்:

| | | |
|---|---|---|
| சீனா | - 21.3 | பில்லியன் டாலர் |
| மெக்ஸிகோ | - 18.1 | பில்லியன் டாலர் |
| பிரான்ஸ் | - 12.7 | பில்லியன் டாலர் |
| பிலிப்பைன்ஸ் | - 11.6 | பில்லியன் டாலர் |

உலக நாடுகள் 2004-ல் மொத்தம் 225.8 பில்லியன் டாலர்களை பெற்றதில் இந்தியாவின் பங்கு சுமார் 10% ஆக இருந்தது. இந்தியாவின் GDP-யில் குடியேறிகள் அனுப்பிய பணம் 1990-91-ல் 0.7% ஆக இருந்து, 2003-04-ல் 3.2% ஆக அதிகரித்தது.

முதற் கட்டத்தில் இந்தியா வளைகுடா மற்றும் மத்திய கிழக்கு நாடுகளுக்கு உடல் உழைப்புக்காகத் தொழிலாளர்களை ஏற்றுமதி செய்தது. விரைவிலேயே I.T. கல்வி கற்ற தகுதிமிக்க நிபுணர்கள் அமெரிக்கா, ஐரோப்பா, கனடா ஆகிய நாடுகளுக்குச் சென்றார்கள். ஆகவே, மத்திய கிழக்கு நாடுகளைத் தவிர அமெரிக்கா, கனடா ஆகிய நாடுகளிலிருந்தும் இந்தியாவுக்கு வருமானம் வந்து கொண்டிருந்தது. வெளிநாடுகளிலிருந்து இந்தியாவுக்கு வந்த மொத்தத் தொகையில் அமெரிக்காவில் வசித்த இந்தியர்கள் மட்டுமே சுமார் பாதியளவுக்கு அனுப்பினார்கள். இந்தியாவுக்குப் பணத்தை அனுப்புவதற்கான விதிகள் எளிமைப்படுத்தப்பட்டன. அத்துடன் பல சலுகைகளும் கொடுக்கப்பட்டன. இந்தியப் பொருளாதாரத்தின் செயல்திறன் வளர்ச்சி

யடைந்தபடியால் வெளிநாடு வாழ் இந்தியர்கள் நம்பிக்கையுடன் தங்கள் சேமிப்பை அனுப்பினார்கள்.

இந்தியாவின் அந்நியப் பரிவர்த்தனைக் கையிருப்புகள் 2000-01-ல் 42.3 பில்லியன் டாலராக இருந்து, 2007, பிப்ரவரியில் 185.1 பில்லியன் டாலராக அதிகரித்தன. 6 ஆண்டுகளில் 4 மடங்கு அதிகரித்தது என்பது குறிப்பிடத்தக்கது. (1980-81-ல் அந்நியப் பரிவர்த்தனை இருப்புகள் 5.8 பில்லியன் டாலராக இருந்தன. 1990-91-ல் 2.24 பில்லியன் டாலராகக் குறைந்தது.) இது ஒரு குறிப்பிடத்தக்க மாற்றமே.

இந்தியாவுக்கு வந்த அந்நிய முதலீடுகள் (FDI) 1990-களில் இருந்து தொடர்ச்சியாக அதிகரித்தன. 1995-க்கும் 1999-க்கும் இடையில் ஆண்டுதோறும் சராசரியாக 2.5 பில்லியன் டாலர் அந்நிய முதலீடு இந்தியாவுக்குக் கிடைத்தது. எனினும் 2000-01-க்கும் 2005-06-க்கும் இடையிலான ஆறு ஆண்டுகளில் சராசரியாக ஆண்டுக்கு 3.7 பில்லியன் டாலர் அதிகரித்தது. 2006 ஏப்ரல் முதல் செப்டம்பர் வரை அந்நிய முதலீடு 4.2 பில்லியன் டாலராக அதிகரித்தது. கடந்த காலத்துடன் ஒப்பிடும் பொழுது, இது குறிப்பிடத்தக்க வளர்ச்சி. எனினும் சீனா இதைப் போல பன்மடங்கு அந்நிய முதலீட்டைப் பெற்றிருக்கிறது. உதாரணமாக, 2002-ல் 49.3 பில்லியன் டாலர் நிதி சீனாவுக்குக் கிடைத்தது. இந்தியர்களும் இந்திய நிறுவனங்களும் வெளிநாடுகளில் கணிசமான அளவில் முதலீடு செய்வதை இங்கே குறிப்பிட வேண்டும். 2005-06-ல் 3.2 பில்லியன் டாலராக, அது இருந்தது. 2007-ல் டாடா குழுமம் கோரஸ் என்ற வெளிநாட்டு நிறுவனத்தை 12.2 பில்லியன் டாலருக்கு வாங்கியதாகச் சொல்லப்பட்டது. ஹிண்டால்கோ என்ற இந்திய அலுமினியக் கம்பெனி கனடாவின் நொவெலிஸ் என்ற நிறுவனத்தை 5.9 பில்லியன் டாலருக்கு வாங்கியது. 2007-ல் இந்திய நிறுவனங்கள் 35 பில்லியன் டாலர் அளவில் வெளிநாட்டு நிறுவனங்களை வாங்கக்கூடும் அல்லது அந்த நிறுவனங்களுடன் கூட்டு சேரும் என்று கூறப்பட்டது. இந்திய நிறுவனங்கள் மேன்மேலும் உலகமயமாகியிருப்பதை 2005-டிசம்பரில் வெளியான செய்தி சுட்டிக்காட்டுகிறது. இந்திய நிறுவனங்களில் முக்கியமான 20 நிறுவனங்களின் வருமானத்தில் 50% வெளிநாடுகளிலிருந்து கிடைத்தது என்ற தெரியவருகிறது.

### போர்ட்ஃபோலியோ முதலீடுகள் (PFI)

இந்திய நிறுவனங்கள் அமெரிக்கா உள்ளிட்ட வெளிநாடுகளில் மூலதன நிதிகளைத் திரட்டுகின்றன. 1992-ல்தான் இந்திய அரசாங்கம்

அதற்கான அனுமதியைக் கொடுத்தது. அதன் பிறகு குறிப்பாக, 1993-க்கும் 2002-க்கும் இடையிலான 10 ஆண்டுகளில் சராசரியாக 2.3 பில்லியன் டாலர் இந்தியாவில் PFI மூலம் முதலீடு செய்யப்பட்டிருக்கிறது. 2003-க்குப் பிறகு அது பன்மடங்கு அதிகரித்தது. 2005-06-ல் 12.5 பில்லியன் டாலராக அது அதிகரித்தது. இந்தியாவின் பங்குச் சந்தைகளில் தீவிரமான போட்டி ஏற்பட PFI காரணமாக இருந்தது. இதனால் இந்தியப் பங்குச் சந்தையில் பல மாற்றங்களும் ஏற்பட்டிருக்கின்றன. GDP-யில் ஒரு குறிப்பிட்ட அளவு இந்தியப் பங்குச் சந்தையில் ஈடுபடுத்தப்படும். 1980-ல் அது வெறும் 5% அளவாக இருந்தது. 1990-ல் 13% ஆகவும் 1993-ல் 60% ஆகவும் 2007-ஜனவரியில் 91.5% ஆகவும் உயர்ந்தது. PFI முதலீடுகள் அதிகரித்ததன் விளைவாக உலகளாவிய நிதித்துறை மாற்றங்களால் உள்நாட்டுப் பொருளாதாரத்துக்குப் பாதிப்பு ஏற்படலாம். ஆகவே உள்நாட்டுப் பொருளாதாரத்தைப் பாதுகாத்துக் கொள்வதும் அவசியம். PFI முதலீடுகள் உள்நாட்டுப் பொருளாதாரத்தைச் சீர்குலைத்துவிடக்கூடாது என்ற எச்சரிக்கையைப் பலரும் வெளிப் படுத்தியிருக்கிறார்கள். பொருளாதாரச் சீர்திருத்தத்துக்குப் பிந்திய காலகட்டத்தில் ஆட்சி செய்த பல அரசாங்கங்களும் இந்தப் பிரச்சினையைக் கருத்திற்கொண்டே செயல்பட்டிருக்கின்றன. இந்தியாவின் வெளிநாட்டுக் கடன் பெருமளவுக்குச் சமாளித்துக் கொள்ளக்கூடிய அளவுக்கு இருப்பதும், இந்திய அரசாங்கம் முறையாக வட்டிகளைச் செலுத்துவதும் ஆக்கபூர்வமான அம்சமாகும். GDP-யின் விகிதாச்சாரம் என்ற முறையில் வெளிநாட்டுக் கடன் 1990-91-ல் 28.7% ஆக இருந்தது. 2000-01-ல் அது 22.5% ஆகவும் 2005-06-ல் 15.8% ஆகவும் குறைந்தது. அடுத்தபடியாக, ஒரு நாடு முறையான வட்டியைக் கட்டினால்தான் வட்டிப் பொறியில் சிக்காமல் தன்னைப் பாதுகாத்துக் கொள்ள முடியும். அது Debt Servicing என்று சொல்லப் படுகிறது. அந்த விகிதம் 1990-91-ல் 35.3% ஆக இருந்து 2000-01-ல் 17.1% ஆகக் குறைந்தது. 2004-05-ல் அது 6.1% ஆகக் குறைந்தது.

வெளிநாடுகளிலிருந்து கடன் வாங்கிய நாடுகளில் இந்தியா 1991-ல் 3-ஆவது இடத்தில் இருந்தது. ஆனால், 2004-ல் அது 8-ஆவது இடத்துக்குக் கீழே இறங்கியது. உலக ரீதியாக வெளிநாட்டுக் கடன்களைப் பெற்ற 10 நாடுகளின் அட்டவணை கீழே தரப்பட்டுள்ளது.

| வ.எ. | நாடு | மொத்த வெளி நாட்டுக்கடன் (அமெரிக்க டாலர் - பில்லியன்) | GNI-க்குக் கடன் | கடன்சேவை | குறுகிய காலக் கடன் | சலுகையடிப் படையிலான கடன் |
|---|---|---|---|---|---|---|
| 1. | சீனா | 248.9 | 12.9 | 3.5 | 47.2 | 15.5 |
| 2. | பிரேஸில் | 222.0 | 38.0 | 46.8 | 11.4 | 1.5 |
| 3. | சோவியத் யூனியன் | 197.3 | 34.7 | 9.8 | 17.6 | 0.0 |
| 4. | அர்ஜென்டினா | 169.2 | 117.4 | 28.5 | 16.2 | 0.8 |
| 5. | துருக்கி | 161.6 | 53.6 | 35.9 | 19.7 | 2.9 |
| 6. | இந்தோனேசியா | 140.6 | 56.5 | 22.1 | 17.4 | 27.7 |
| 7. | மெக்ஸிகோ | 138.7 | 20.8 | 22.9 | 6.6 | 1.0 |
| 8. | இந்தியா | 122.7 | 17.9 | 6.1 | 6.1 | 35.0 |
| 9. | போலந்து | 99.2 | 41.7 | 34.6 | 17.0 | 6.4 |
| 10. | ஹங்கேரி | 63.2 | 66.8 | 25.2 | 19.5 | 0.3 |

(இந்திய அரசாங்கத்தின் பொருளாதார சர்வே - 2006-07 (பக்: 132)

1991-ல் தொடங்கிய பொருளாதாரச் சீர்திருத்தங்களுக்குப் பிறகு இந்தியா உயர் வளர்ச்சிப் பாதையில் சென்று கொண்டிருந்ததை மேலே தரப்பட்ட புள்ளி விவரம் நமக்குத் தெளிவுபடுத்துகிறது. 1980-களில் இந்தியா அதிகமாகக் கடன் வாங்கியது; அதிகமாகச் செலவழித்தது, வரவு - செலவுப் பற்றாக்குறை ஏற்பட்டது; கடன் நெருக்கடி ஏற்பட்டது. ஆனால், 2000-க்குப் பிறகு அந்நியக் கடன்கள் சமாளிக்கப்பட்டன. இந்தியப் பொருளாதாரம் வேகமாக வளர்ச்சியடைந்தது.

## சார்புநிலை புதிய காலனி ஆதிக்கமா?

பொருளாதாரச் சீர்திருத்தங்கள் மற்றும் தாராளமயம், உலகமய மாக்கல் ஆகியவற்றை எதிர்ப்பவர்கள் இந்தியா சார்புநிலை வளர்ச்சியைக் கொண்ட புதிய காலனி ஆதிக்கப் பாதையில் செல்வதாகக் குறை கூறுகிறார்கள். ஜவஹர்லால் நேரு இந்தியாவுக்கு உருவாக்கிய தற்சார்பு மற்றும் ஒப்புரவு (Equity) என்ற வளர்ச்சிப் பாதை கைவிடப்பட்டு விட்டதாகக் குற்றம் சாட்டுகிறார்கள். பன்னாட்டுத் தொழில் நிறுவனங்கள் (MNCs) இந்தியாவின் சுதேசித் தொழில்களை அழித்துவிடும் என்பது அவர்களது கருத்து. அவர்களுடைய விமர்சனங்கள் சரியானவை அல்ல. இந்தியப் பொருளாதாரம் அந்நியக் கடன் அல்லது உதவியை எதிர்பாராமல் வேகமாக முன்னேறிக் கொண்டிருப்பதை ஏற்கெனவே சுட்டிக்காட்டினோம். அந்நிய இறக்குமதிகளும் அந்நிய நிறுவனங்களும்

இந்தியச் சந்தையைக் கைப்பற்றவில்லை. அந்நிய முதலீடுகள் அதிகரித்தாலும் அந்தச் சக்திகள் இந்தியப் பொருளாதாரத்தின்மீது ஆதிக்கம் செலுத்தவில்லை. இந்தியாவின் தயாரிப்புத் தொழிலில் அந்நிய நிறுவனங்களின் பங்கும் அவற்றின் உற்பத்திகளின் மொத்த விற்பனையும் 1990-ல் முறையே 9.5 மற்றும் 11.26% ஆக இருந்தன. அது 2001-ல் 12.63 மற்றும் 13.77% ஆக அதிகரித்தது. இந்தியப் பொருளாதாரத்தை மொத்தமாக எடுத்துக் கொண்டால், அந்நிய மூலதனத்தின் பங்கு இன்னும் குறைவாகவே இருக்கும். இந்தியத் தொழில்துறை கார் உற்பத்தியில் உலகச் சந்தையில் வெளிநாட்டு நிறுவனங்களுடன் போட்டியிட்டது. இந்தியாவில் கார் உற்பத்தி 2000-2006-ல் சராசரியாக ஆண்டுக்கு 35% அதிகரித்தது. அதில் 3 சக்கர வண்டிகளில் 18 சதவிகிதமும் கார்களில் 16 சதவிகிதமும் 2005-06-ல் ஏற்றுமதி செய்யப்பட்டன. மருந்துத் தயாரிப்பு நிறுவனங்களும் வெளிநாடுகளுக்குத் தங்கள் மருந்துகளை ஏற்றுமதி செய்தன.

இந்தியப் பொருளாதாரமும் தொழில்துறையும் சீனாவைப் போல வேகமாக வளர்ச்சியடையாவிட்டாலும் உள்நாட்டில் அந்தப் பொருள்கள் தாராளமாக விற்பனையாகின்றன. இந்திய நிறுவனங்களும் வெளிநாட்டு நிறுவனங்களுடன் கூட்டுச் சேர்ந்து தொழில்களை விரிவுபடுத்தியுள்ளன.

பல்தேவ் ராஜ் நய்யார் என்பவர் சீனாவையும் இந்தியாவையும் ஒப்பிட்டு பின்வருமாறு கூறியுள்ளார்: "சீனாவும் இந்தியாவும் இரண்டு விதமான வளர்ச்சி மாதிரிகளைப் பிரதிநிதித்துவம் செய்கின்றன. சீனா அந்நிய மூலதனத்தால் விசையூட்டப்படுகிறது. இந்தியா ஸ்தல மூலதனத்தைச் சார்ந்திருக்கிறது."

இந்தியா உலகமயமாக்கும் நிகழ்வுப் போக்கில் பங்கெடுத்து மூலதனம், சேவைகள், பண்டங்கள் ஆகியவற்றை வரவேற்றது. ஆனால் அவற்றுக்கு அடிபணியவில்லை. சீனா இந்தப் பாதையில் முன்னதாகவே பயணம் செய்து, குறிப்பிடத்தக்க வெற்றியை அடைந்தது. இந்தியாவில் 1991-ல்தான் இந்தத் திசைவழியில் பொருளாதாரச் சீர்திருத்தம் துவங்கியது. கம்யூனிஸ்ட் கட்சிகள் மரபுவழிப்பட்ட சிந்தனையின் காரணமாக இதை எதிர்த்தனர். எனினும் மாற்றம் அவசியம் என்பதை மேற்கு வங்காளத்தின் முதலமைச்சர் புத்ததேவ்

பட்டாச்சார்யா அங்கீகரித்தார். எல்லாத் தரப்புகளையும் சேர்ந்த அரசியல் நோக்கர்கள் பொருளாதாரச் சீர்திருத்தங்கள் தீவிரமடைய வேண்டுமென்று கூறினார்கள். எனினும் அந்நிய முதலீடு மற்றும் உள்நாட்டுத் தனியார் முதலீடு, நாட்டில் சில பிரச்சினைகளை ஏற்படுத்தின. அவற்றை இங்கு ஆராய்வோம்.

## 2000-ல் தோன்றிய புதிய பிரச்சினைகள்

இந்தியாவின் மிகப் பெரிய பிரச்சினை மக்களின் வறுமையே! பொருளாதாரச் சீர்திருத்தங்கள், வறுமையை ஒழிக்கின்ற போக்கைத் துரிதப்படுத்தினவா என்ற கேள்வி எழும்பியது. 1983-93க்கு இடையில் வறுமை கணிசமாகக் குறைந்தது. ஆனால், அதற்குப் பிறகு என்ன நடந்தது என்பது பற்றி மாறுபட்ட கருத்துகள் நிலவுகின்றன.

தேசிய சர்வே (N.S.S.) 1999-2000-ல் 26.1% வறுமை குறைந்தது என்பதை எடுத்துக் காட்டியது. ஆனால், சர்வேயில் கடைபிடிக்கப்பட்ட முறை முந்திய சர்வேக்களிலிருந்து மாறுபட்டிருந்தது. ஆகவே பழைய முறையைக் கடைபிடித்தால்கூட 1999-2000-ல் வறுமையில் பாதிக்கப்பட்ட மக்களின் எண்ணிக்கை 26.1லிருந்து 22%-ஆகக் குறைந்தது. இந்த விவாதத்தில் பல நிபுணர்கள் கலந்து கொண்டார்கள். 1993-94 மற்றும் 1999-2000-க்கு இடையில் கிராமப்புற வறுமை ஆண்டுக்கு 1.3%-ம் நகர வறுமை 0.9%-ம் குறைந்தது என்று அங்கஸ் டீட்டன் வாதிட்டார். சுந்தரம் மற்றும் டெண்டுல்கர் இதை ஏற்றுக் கொண்டதுடன் 1990-களின் கடைசி 6 ஆண்டுகளில் வறுமை ஆண்டுதோறும் குறைந்து கொண்டு வந்தது என்று சுட்டிக்காட்டினார்கள். ஹிமாங்ஷு, மகேந்திரதேவ் மற்றும் சி.யு.ரவி பின்வருமாறு சுட்டிக்காட்டினார்கள்: "1973 மற்றும் 1988-ஆம் ஆண்டுகளை 1987 மற்றும் 2005 -ஆம் ஆண்டுகளுடன் ஒப்பிடுவோம். முதல் இனத்தின் வறுமை 0.6% குறைந்தது. இரண்டாவது இனத்தில் வறுமை 0.7% குறைந்தது." ஆனால், 1990-கள் வறுமை ஒழிப்பில் விடுபட்ட 10 ஆண்டுகள் என்று எல்லோரும் கருதுகிறார்கள்.

2000-க்குப் பிறகு வறுமை ஒழிப்பில் முன்னேற்றம் ஏற்பட்டது. 1999-2005 கால கட்டத்தில் கிராமப்புற வறுமை 1.8%-ம் நகர வறுமை 0.8%-ம் குறைந்ததாக ஒரு கணக்கு கூறுகிறது. கிராமப்புற வறுமை

1.13%-ம் நகர வறுமை 0.73%-ம் என்று மற்றொரு கணக்கு கூறுகிறது. விவசாயத் துறை தேக்கம் ஏற்பட்ட கட்டத்தில் கிராமப்புற வறுமை குறைந்தது. அவர்களுக்கு விவசாயம் சாராத வேலைவாய்ப்புகள் ஏற்பட்டதால் வறுமை குறைந்தது. மொத்த ஏழைகளில் அதிகமான ஏழ்மை நிலையில் உள்ளோரின் பங்கு 1983-ல் 55.2% ஆக இருந்தது, இது 1993-94-ல் 43.2% ஆகக் குறைந்தது. 2004-05-ல் இது 36.5% ஆக இன்னும் குறைந்தது.

வறுமையினால் பாதிக்கப்பட்டவர்களின் சதவிகிதம் குறைந்தாலும், 2004-05 ஆண்டில் வறியவர்களின் எண்ணிக்கை சுமார் 30 கோடியாக இருந்தது. அதாவது, சுதந்திரம் அடைந்த பொழுது இந்தியாவில் இருந்த மொத்த மக்கள் தொகையினர் இப்பொழுது வறுமைக்குக் கீழே இருக்கிறார்கள். ஆகவே பொருளாதார வளர்ச்சியில் பெரிய அளவுக்கு வேகம் இல்லை என்று கருதப்பட்டது. 1993-2005-ஆம் ஆண்டுகளில் அதிகரித்த வளர்ச்சி விகிதம் வறுமையைக் குறைத்தது என்றாலும் அதே வேளையில் பொருளாதார ஏற்றத்தாழ்வும் அதிகரித்தது. பொருளாதார ஏற்றத்தாழ்வு மட்டம் (GINI) ஸ்திரமாக இருந்திருக்குமானால் கிராமங்களில் 2.8%-ம் நகரங்களில் 4.3%-ம் வறுமை குறைந்திருக்கும் என்று கணக்கிடப்பட்டிருக்கிறது.

இந்தியா ஒப்புரவுத் துறையில் தோல்வியடைந்திருக்கிறது. கல்லாமை பரவலாக இருக்கிறது. 6 முதல் 14 வயதுக்குட்பட்ட 1/3 குழந்தைகளில் பகுதியினருக்குக் கல்வி வாய்ப்பு இல்லை. பள்ளிக்குச் சென்றவர்களுக்கும் தரமான கல்வி தரப்படவில்லை. ஏழைகள் முன்னேறுவதற்கு கல்விதான் ஒரே வழி. ஆனால், ஏழை மக்களில் மிகவும் அதிகமான பகுதியினருக்குக் கல்வி, மருத்துவம், நோய்த் தடுப்பு ஆகிய அடிப்படை வசதிகள் இல்லை. 2006-ஆம் ஆண்டின் சுகாதார சர்வே 44% குழந்தைகளுக்குத்தான் நோய்த் தடுப்பு வசதி செய்யப்பட்டதாக எடுத்துக் காட்டியது. 2006-ல் மூன்று வயதுக்குட்பட்ட குழந்தைகளில் 46 சதவிகிதத்தினர் எடை குறைவாக இருந்தார்கள். உலக மனித வளர்ச்சிக் குறியீட்டில் (HDI) 2000-ல் 124-ஆம் இடத்தில் இருந்த இந்தியா, 2004-ல் 126-ஆம் இடத்துக்குக் கீழே இறங்கியது. அதே சமயத்தில் ஸ்ரீலங்கா 89-ஆம் இடத்தில் இருந்தது. நாட்டில் தொழில்துறை வளர்ச்சி அடைந்தாலும் விவசாயத் துறை வளர்ச்சியடையவில்லை.

விவசாயத்தில் ஈடுபட்ட மக்கள் 1994-2005 கால கட்டத்தில் மோசமான வறுமைக்குட்பட்டிருந்தார்கள்.

இந்திய பிரதமர் மன்மோகன்சிங் கிராமங்களில் நிலவிய துன்பங்களைப் புரிந்துகொண்டு நாட்டின் வளர்ச்சி விவசாயிகளை உள்ளடக்கியதாகவே இருக்க வேண்டும் என்று கூறி வருகிறார்.

நேருவும் மகலநோபிஸும் உருவாக்கிய வளர்ச்சி மாதிரியில் ஒப்புரவு வலியுறுத்தப்பட்டது. சுதந்திரமடைந்த முதல் 20 ஆண்டுகளில் இருந்ததைக் காட்டிலும் அதிகமான வளர்ச்சி கடந்த 20 ஆண்டுகளில் ஏற்பட்டிருக்கிறது. ஆனால், வறுமை மட்டும் மறையவில்லை. வளர்ச்சியின் பலன்கள் சாமான்யர்களுக்குக் கிடைக்க வேண்டும் என்பது முக்கியம். இடதுசாரி சக்திகள் வறுமை மற்றும் ஒப்புரவுப் பிரச்சினையைப் பற்றிப் பேசி வந்தன. எந்த ஆட்சியும் அதைப் புறக்கணிக்க முடியாது என்பது தெளிவாயிற்று. நாட்டின் சிவில் சமூகத்திலிருந்து புதிய இயக்கங்கள் தோன்றின. ராஜஸ்தானில் அருணாராய் தகவல் பெறும் உரிமைக்குச் சட்டமியற்றக் கோரி வெற்றி பெற்றார். ஏழைகளுக்காக ஒதுக்கப்பட்ட நிதி சுரண்டப்படுவதை இந்த உரிமை தடுத்தது. ஆந்திர மாநிலத்தில் சாந்த ஷின்ஹா (எம்.வி.ஃபவுண்டேஷன்) என்பவர் குழந்தை மையங்களின் கல்வி உரிமைக்குப் போராடினார். 3 லட்சம் ஏழைக் குழந்தைகள் முறையாகக் கல்வி பயில்வதற்குப் பாடுபட்டார். இந்த இயக்கம் மற்ற மாநிலங்களுக்கும் பரவியது. 'உணவுக்கு உரிமை' இயக்கமும் படிப்படியாக வளர்ந்து கொண்டிருந்தது. இந்தியாவின் நீரோட்ட அரசியல் கட்சிகள் இவற்றை இணைத்துக் கொண்டால் ஏழைகளின் வாழ்க்கையில் துன்பங்கள் குறையும்.

ஐக்கிய முன்னணி கூட்டணி அரசாங்கம் இந்த உணர்ச்சிகளைப் புரிந்துகொண்டு தகவல் பெறும் உரிமைச் சட்டத்தினையும், கிராமப்புற வேலை உத்தரவாதச் (NREGA) சட்டத்தையும் நிறைவேற்றியது. திருமதி சோனியா காந்தியின் தலைமையிலான தேசிய ஆலோசனைக் குழு மேற்கூறிய சட்டங்களை நிறைவேற்றுவதற்கு மிகவும் பாடுபட்டது.

கிராமப்புற வேலை உத்தரவாதச் சட்டம் 2006 - பிப்ரவரியில் தொடங்கி வைக்கப்பட்டது. ஆரம்பத்தில் 200 பின்தங்கிய மாவட்டங்கள் தேர்வு செய்யப்பட்டன. இந்தத் திட்டம் நாட்டின் எல்லா

மாவட்டங்களுக்கும் விஸ்தரிக்கப்படும் என்று 2007 செப்டம்பரில் அரசு அறிவித்தது. கிராமப் புறங்களில் ஒவ்வொரு குடும்பத்திலிருந்தும் ஒரு நபருக்கு ஆண்டுக்கு 100 நாட்கள் வேலை உத்தரவாதம் அளிக்கப்பட வேண்டும். இங்கு கிராம மக்கள் சாதி அடிப்படையில் பிரிக்கப்படவில்லை என்பது முக்கியமானதாகும். வேலையில்லாத ஏழைகளுக்கு வேலையும் ஊதியமும் கிடைத்தன. ஒருவகையில் ஏழைகள் அமைப்புரீதியாகத் திரண்ட கிராமங்களில் இந்தச் சட்டம் வெற்றிகரமாக நிறைவேற்றப்பட்டது. 2007 துவக்கத்தில் குழந்தைகள் உரிமைகளுக்கு தேசிய கமிஷன் அமைக்கப்பட்டு, சாந்த சின்ஹா (எம்.வி. ஃபவுண்டேஷன்) அதன் தலைவராக நியமிக்கப்பட்டார். ஏழைகளுக்குக் கல்வி உரிமையைப் பெற்றுத் தருவதில் இந்தக் கமிஷன் சிறப்பான முறையில் பாடுபடும் என்று எதிர்பார்க்கப்பட்டது. எனினும் கல்வி உரிமைக்கான மசோதா 2007- வரை நிறைவேற்றப்படவில்லை.

உலகம் அறிவுச் சமூகத்தை அமைக்கின்ற திசையில் முன்னேறிக் கொண்டிருக்கிறது. பள்ளிக் கல்வியும் கல்லூரிக் கல்வியும் வேகமாக விஸ்தரிக்கப்பட்டு நாடு முன்னேற வேண்டும் என்று எதிர்பார்க்கப்படுகிறது. தகவல் தொழில்நுட்பத் துறையில் நிபுணர்கள் பற்றாக்குறை நிலவி வருகிறது. எதிர்காலத்தில் இது மேலும் அதிகரிக்கும். சீனாவில் உயர்கல்வித் துறை வேகமாக வளர்ச்சியடைந்து பல்துறை நிபுணர்களும் விஞ்ஞானிகளும் அதிகரித்துக் கொண்டிருக்கின்றனர். இந்தியா இந்தத் துறையில் பின்தங்கக் கூடாது. பிரதமர் மன்மோகன்சிங் அறிவு கமிஷனை (Knowledge Commission) அமைத்ததும் இந்தக் காரணத்தால்தான். இதற்கு முந்திய தேதிய ஜனநாயகக் கூட்டணி அரசு கல்வித் துறையில் வகுப்பு வாதத்தைப் புகுத்தியது. ஐக்கிய முற்போக்குக் கூட்டணி அரசின் கல்வி அமைச்சர் உயர்கல்வி நிலையங்களில்தான் 27% இடங்களைப் பின்தங்கிய வகுப்பினருக்கு ஒதுக்கீடு செய்தார். பள்ளிக்கூடத்தையே பார்த்திராத லட்சக்கணக்கான ஏழைக் குழந்தைகளுக்கு இந்த நடவடிக்கையால் எந்தப் பலனும் இருக்காது. உலகத் தரம் வாய்ந்த நிபுணர்களைப் பெருமளவில் உருவாக்குவதற்கும் இது உதவாது. அறிவு கமிஷனின் உறுப்பினர்கள் பதவி விலகிய பொழுது, அந்தக் கமிஷனே செயலற்றுப் போனது. இப்பொழுது பொருளாதார வளர்ச்சியை உயர்ந்த நிலைக்குக் கொண்டுசெல்வது பெரிய சவாலாக இருக்கவில்லை. இந்த

வளர்ச்சியைப் பயன்படுத்தி எல்லோருக்கும் வாழ்க்கை, கல்வி, வளர்ச்சி ஆகியவற்றை உத்திரவாதப்படுத்துவதே இந்த நாட்டை எதிர்நோக்குகின்ற பிரச்சினையாகும். அரசியல் கட்சிகளும் மக்கள் இயக்கங்களும் கோடிக்கணக்கான மக்களின் வாழ்க்கையை மேம்படுத்துகின்ற நடவடிக்கைகளை மேற்கொள்ள வேண்டும் என்று அரசாங்கத்தை வற்புறுத்த வேண்டும். "நாம் உறுதியோடு உழைத்தால் நம்முடைய சக்தியில் பாதியளவையாது பயன்படுத்தி, அடுத்த 20 அல்லது 25 ஆண்டுகளுக்குப் பாடுபட்டால் இந்தியாவின் வறுமை பழங்கதையாக மறைந்துவிடும்."

"இந்தியாவுக்கு ஒரு மாபெரும் வாய்ப்பு ஏற்பட்டிருக்கிறது. மக்கள் அற்ப லாபங்களுக்காக சாதி மற்றும் வகுப்புச் சண்டைகளில் ஈடுபடுவதைத் தவிர்த்து, முன்னேற வேண்டும்" என்று ஒரு பொருளாதார நிபுணர் கூறுகிறார்.

# 29

# நிலச் சீர்திருத்தங்கள் - I

## சுதந்திரத்தின் போது, இந்திய விவசாய நிலைமை

இந்தியாவின் மொத்த உற்பத்தியில் விவசாயத்துறை மாபெரும் பங்கினைக் கொண்டிருந்தது. ஆனால் காலனியாதிக்கம் அதைச் சீர்குலைத்தது. இந்தியாவின் தொன்மையான விவசாய முறைகள் அழிக்கப்பட்டன. ஆனால் சுறுசுறுப்பான புதிய சக்திகள் உருவாக்கப்படவில்லை. விவசாயத்தில் வர்த்தகம் நுழைக்கப்பட்டது. விவசாய வர்க்கத்தில் இதுவரை இல்லாத வகை வேறுபாடுகள் தோன்றின. காலனியாதிக்க இந்தியாவில் விவசாயத் துறையிலிருந்து கிடைத்த உபரி பிரிட்டனுக்கு ஏற்றுமதி செய்யப்பட்டது. விவசாய வர்க்கத்தில் ஏற்பட்ட வகை வேறுபாடுகள் பணக்கார / முதலாளித்துவ விவசாயியை உருவாக்கவில்லை. ஆனால் சுக வாழ்க்கை நடத்துகின்ற மிராசுதார்களை உருவாக்கியது. ஆகவே இந்திய முதலாளித்துவம் “காலனியாதிக்க முறையில் மாற்றியமைக்கப்பட்டு, பாதகமான விளைவுகளைக் கொண்டிருந்தது. காலனியாதிக்கத்தின் கீழ் இந்திய விவசாயிகள்மீது கடுஞ்சுமை விதிக்கப்பட்டது. விவசாயிக்கும் அரசுக்கும் இடையிலே இடைத்தரகராக ஜமீன்தார் நியமிக்கப்பட்டார் (ஜமீன்தார் முறை) ஜமீன்தார் விவசாயிகளிடமிருந்து வரிவசூலித்தார். அவர் அரசுக்குக் குறிப்பிட்ட தொகை தரவேண்டும் என்ற நிர்ணயிக்கப்பட்டது. தானிய விலை அதிகரிப்பதால் ஏற்படுகின்ற உபரி வருமானம் இடைத்தரகர்களுக்குச் (ஜமீன்தார்களுக்கு) சென்றது; அரசுக்குக் கிடைக்கவில்லை.

அதற்குப் பிறகு, அரசு விவசாயிகளிடம் (ரயத்துகள்) நேரடியாக ஒப்பந்தம் செய்துகொண்டது. பிரிட்டிஷ் இந்தியாவில் 40%க்கு அதிகமான பிரதேசம் ரயத்துவாரி முறையின் கீழ் இருந்தது. பழைய காலத்து அரசர்கள் விவசாயிகளிடமிருந்து வசூலித்ததைக் காட்டிலும்

அதிகமான வரியை விவசாயிகள் இப்போது, அரசுக்குச் செலுத்தினார்கள். நாட்டில் பருவ மழை இல்லாத காலத்திலும் நெருக்கடி காலங்களிலும் (1930-ல் ஏற்பட்ட மாபெரும் பொருளாதார மந்தம்) கூட கட்டாய வரிவசூல் நடைபெற்றது. விவசாயியின் உற்பத்தியில் 75% வரியாகப் பறிக்கப்பட்டது. காலனி ஆதிக்கம் குத்தகை விவசாயத்திற்கும் வட்டிக் கொடுமைக்கும் வழிவகுத்தது. மரபுவழிப்பட்ட கைத்தொழில்கள் அழிந்தன. நவீனத் தொழில் வளர்ச்சி இல்லாததால் மக்கள் விவசாயத்தையே நம்பியிருந்தார்கள். நிலம் - மனிதன் விகிதம் சுதந்திரத்தின் போது ஒரு நபருக்கு 0.92 ஏக்கராக இருந்தது. நிலவுடைமையில் குவிப்பு நடைபெற்றது. விவசாயிகள் மத்தியில் துன்பங்கள் அதிகரித்தன. விவசாயிகளுக்கு மாற்று வேலை கிடைக்கவில்லை. பெரும்பாலான விவசாயிகள் ஓர் ஏக்கருக்கும் குறைவாகத் துண்டு நிலங்களைச் சொந்தமாக வைத்திருந்தார்கள். அவர்களிடம் மொத்த நிலவுடைமையில் 8% மட்டுமே இருந்தது. விவசாயிகளில் சுமார் 75 சதவிகிதத்தினர் நிலமில்லாதவர்கள் என்று ஓர் அறிக்கை கூறுகிறது. அவர்கள் நிலமில்லாத குத்தகை விவசாயிகள் அல்லது விவசாயக் கூலிகள்.

விவசாயிகள் பணம் அல்லது தானியத்தை நிலவுடைமை யாளருக்குத் தருவார்கள். அது 50%-க்கும் அதிகமாக இருக்கும். பஞ்சாபிலும், தஞ்சாவூர் மாவட்டத்திலும் அது 80 முதல் 85% ஆகக் கூட இருந்தது. 1952-ஆம் ஆண்டில் நிறைவேற்றப்பட்ட சட்டம் நிலவுடைமையாளர்கள் பங்கை 60% - ஆகக் குறைந்தது. நிலவுடைமையாளர் அரசு விதித்த நிலவரியைக் கட்டினார். ஆனால் எல்லா உற்பத்திச் செலவுகளும் விவசாயியின் மீதே விழுந்தன.

நிலவுடைமையாளர்கள் சட்ட விரோதமான முறையில் உபரியாக சில வரிகளை விதித்து விவசாயியைக் கசக்கிப் பிழிந்தார்கள். உத்திரப்பிரதேசம் ஜமீன் ஒழிப்புக் கமிட்டி அப்படிப்பட்ட 50 அநியாய வரி விதிப்புகளைச் சுட்டிக்காட்டியது. எல்லா மாகாணங்களிலும் அநீதியான 'அரை நிலப்பிரபுத்துவ' வசூல்களை எதிர்த்து விவசாயிகள் நாடு முழுவதும் போராடினார்கள். ஆகவே நிலவுடைமையாளர்கள் தங்களுடைய மொத்த நிலத்தையும் குத்தகைக்குவிட்டு அதிகமாக லாபம் அடைந்தார்கள். கூலி உழைப்பைப் பயன்படுத்தி முதலாளித்துவ விவசாயத்தில் அவர்கள் ஈடுபடவில்லை. அவர்கள் குத்தகைக்கு விட்ட

சுதந்திரத்திற்குப் பிறகு இந்தியா 357

சிறு நிலங்கள் பழமையான முறையில் விவாசயம் செய்யப்பட்டன. காலனியாதிக்க இந்தியாவில் சிறிய பண்ட உற்பத்தி நடைபெற்றதே தவிர, நவீன முதலாளித்துவ விவசாயம் நடைபெறவில்லை.

இந்தியாவில் விவசாயக் குடும்பங்களில் 60 சதவிகிதத்தினரிடம் 5 ஏக்கருக்கும் குறைவாகவே நிலம் இருந்தது. அதில் 40 சதவிகிதத்தினரிடம் தலா 2.5 - ஏக்கர்தான் இருந்தது என்பதைச் சுதந்திரத்துக்குப் பிறகு நடைபெற்ற ஆய்வுகள் சுட்டிக்காட்டின. கிராமங்களில் விவசாயிகள் சிறுசிறு துண்டுகளாக நிலம் வைத்திருந்தார்கள். ரத்னகிரி என்ற இடத்தில் ஓர் ஏக்கரில் 1/160 அளவுக்குச் சிறிய நிலவுடைமை இருந்தது. பஞ்சாப் மாகாணத்தில் சில கஜங்கள் அகலத்தைக் கொண்ட நீண்ட நிலத் துண்டுகள் இருந்தன. குடும்பத் தலைவர் இறந்தால், வாரிசுகள் இந்த நிலத்தை இன்னும் அதிகமாகப் பாகப் பிரிவினை செய்துகொண்டார்கள். காலனி ஆட்சியில் விவசாயிகளின் கடன் சுமை மிகவும் முக்கியமான பிரச்சினையாக இருந்தது. நாட்டின் அதிகமான பகுதிகளில் கொத்தடிமை முறை நிலவியது. விவசாயிகள் லேவாதேவிக்காரர்களிடம் அதிகமான வட்டிக்குக் கடன் வாங்கி, விவசாயம் செய்தார்கள். விவசாயிகள் தங்களுக்குத் தேவையான பணத்தில் 93% சதவிகிதத்தை லேவாதேவிக்காரர்களிடம் இருந்தும் 3 சதவிகிதத்தை அரசாங்கத்திடமிருந்தும், மற்றொரு 3 சதவிகிதத்தை கூட்டுறவு சங்கங்களிடமிருந்தும் 1 சதவிகிதத்தை வங்கிகளிடமிருந்தும் வாங்கினார்கள் என்று ரிசர்வ் வங்கி நியமித்த கிராமந்திர கடன் சர்வே கமிட்டி கூறியது. 1950-51-ல் விவசாயிகள் 6500 மில்லியன் ரூபாய் வட்டியாகக் கட்டினார்கள் என்று எஸ்.ஜே.பட்டேல் கணக்கிட்டார். காலனி ஆதிக்கத்தின் இறுதிக் கட்டத்தில் கடன் மற்றும் குத்தகைப் பாக்கியில் விவசாயிகள் 14,700 மில்லியன் ரூபாய் தொகையை ஆண்டுதோறும் கட்ட வேண்டியிருந்தது.

விவசாயிகள் பரம ஏழைகளாக இருந்தார்கள். அவர்களுக்கு மேலே இருந்த நிலவுடைமையாளர்கள் நிலத்தில் முதலீடு செய்யாமல் பின்தங்கிய நிலையிலேயே வைத்திருந்தார்கள். அரசாங்கமும் விவசாயத் துறையில் இருந்து கிடைத்த பணத்தில் சிறு அளவைக்கூட விவசாயத்தை மேம்படுத்துவதற்குப் பயன்படுத்தவில்லை. 1951-ல் கூட

இந்தியாவில் 97% விவசாயிகள் மரக்கலப்பைகளைத்தான் பயன்படுத்தினார்கள். 3% விவசாயிகள் மட்டுமே இரும்புக் கலப்பைகளைப் பயன்படுத்தினார்கள். புதிய வீரிய விதைகள், இரசாயன உரங்கள் பயன்படுத்தப்படவில்லை.

நெடுங்காலமாகவே தேக்கநிலையில் இருந்த இந்திய விவசாயம் காலனி ஆதிக்கத்தின் கடைசி 10 ஆண்டுகளில் அழிந்து கொண்டிருந்தது. 1936-38-க்கும் 1950-க்கும் இடையில் முக்கியமான தானியங்களைப் பொருத்தமட்டில் ஓர் ஏக்கரில் கிடைத்த உற்பத்தி மிகவும் குறைந்தது. 1901-மற்றும் 1941-க்குமிடையில் தனிநபர் விவசாய உற்பத்தி 14 சதவிகிதம் குறைந்தது. தானிய உற்பத்தி 24% குறைந்தது.

நாடு சுதந்திரம் அடைந்தபொழுது தீவிரமான உணவுப் பற்றாக்குறை ஏற்பட்டு பல மாகாணங்களில் பஞ்சம் நிலவியது. 1946-க்கும் இடையில் 14 மில்லியன் டன் தானியம் (விலை 10,000 மில்லியன் ரூபாய்) இறக்குமதி செய்யப்பட்டது. முதலாவது ஐந்தாண்டுத் திட்டத்தில் (1951-56) மொத்த முதலீட்டில் சுமார் பாதி உணவு இறக்குமதிக்குச் செலவு செய்யப்பட்டது.

சுதந்திர இந்தியாவின் அரசாங்கம் இந்திய விவசாயத்தைச் சீரமைத்து வளர்க்க வேண்டிய கடமை ஏற்பட்டது. விவசாயிகள் மீதான நிலப்பிரபுக்களின் சட்டவிரோதமான வசூல்கள் நிறுத்தப்பட்டன. சுலபமான கடன் வசதி அளிக்கப்பட்டது. அரசாங்கம் நீர்ப்பாசன வசதிகளை ஏற்படுத்தியது. விவசாய ஆராய்ச்சி நிலையங்கள் ஆங்காங்கே நிறுவப்பட்டன. வெளிநாட்டிலிருந்து உணவை இறக்குமதி செய்யக்கூடாது, உணவுத் துறையில் தன்னிறைவு அடைய வேண்டும் என்று அரசாங்கம் முடிவு செய்தது.

**விவசாய இயக்கங்களும், விவசாயத் துறையில் மாற்றங்களும்**

இந்திய விவசாயத்தின் பின்தங்கிய நிலையை மாற்ற வேண்டும், உற்பத்தியை அதிகப்படுத்த வேண்டும், கிராமங்களில் பரவலாக இருந்த வேலையின்மையைப் போக்க வேண்டும் என்று தொடக்ககால தேசியவாதிகள் 19-ஆம் நூற்றாண்டின் இறுதியிலிருந்தே வற்புறுத்தினார்கள்.

காலனி ஆதிக்க அரசு அதிகமான நிலவரியை விதித்து விவசாயியை ஓட்டாண்டியாக மாற்றியதை அவர்கள் கண்டித்தார்கள். இந்திய தேசிய காங்கிரஸ் தொடங்கப்பட்ட 1885-லிருந்து அரசு நிலவரியைக் குறைக்க வேண்டும் என்பது ஆண்டுதோறும் வற்புறுத்தி வந்தது.

ஆரம்பகால தேசியவாதிகள் அரசாங்கம் விவசாயிகளைச் சுரண்டுகிறது என்று கண்டனம் செய்தார்கள். அவர்களில் சிலர் நிலவுடைமையாளர் - குத்தகை விவசாயி உறவில் மாற்றம் வேண்டும் என்று வாதிட்டனர். ஜமீன்தாரி மற்றும் ரயத்துவாரி பிரதேசங்களில் சிறிய விவசாயிக்கு அரசாங்கம் பாதுகாப்பளிக்க வேண்டும் கடன் வசதி அளிக்க வேண்டும் என்று ஜி.வி.ஜோஷி வலியுறுத்தினார்.

அரை நிலப்பிரபுத்துவ விவசாயத்துக்குப் பதிலாக முதலாளித்துவ விவசாயம் ஏற்பட வேண்டும் என்று நீதிபதி ரானடே தொலைநோக்குடன் கூறினார். பணக்கார விவசாயிகள் ஐரோப்பாவின் ஜங்கர் (Junker) விவசாயிகளைப் போல இந்தியாவிலும் முதலாளித்துவ விவசாயத்தைப் பின்பற்ற வேண்டும் என்று அவர் பரிந்துரை செய்தார். “நாட்டு முன்னேற்றத்துக்குப் பணக்கார விவசாயிகளும் தேவை, சிறு விவசாயிகளும் வேண்டும்” என்று அவர் கூறினார். 1947-க்குப் பிறகு, இந்திய அரசாங்கமும் காங்கிரஸ் கட்சியும் ஜமீன்தாரி முறையை ஒழித்து நடுத்தர விவசாயிகள், முதலாளித்துவ விவசாயிகள் சிறிய விவசாயிகளை ஊக்குவித்தன. இந்தியாவில் சில மாகாணங்களில் காலனி ஆதிக்க அரசை நேரடியாக எதிர்க்காமல் விவசாய முன்னேற்றத்திற்குச் சில கோரிக்கைகள் வைக்கப்பட்டன. வங்காளத்தில் 1870-களில் ஜமீன்தார்களின் அநீதியான குத்தகை விகிதங்களை எதிர்த்து விவசாய இயக்கங்கள் தோன்றின. மகாராஷ்ட்ரத்தில் 1870-களில் லேவாதேவிக் காரர்களை எதிர்த்து இயக்கம் நடைபெற்றது. புனேயில் இயங்கிய சர்வஜனிக் சபா விவசாயிகளுக்கு ஆதரவு அளித்தது. 20-ஆம் நூற்றாண்டில் விவசாயிகள் இயக்கத்திற்கும் ஏகாதிபத்திய எதிர்ப்பு இயக்கத்திற்கும் இடையே நெருக்கம் ஏற்பட்டது. தேசிய இயக்கம் விவசாயிகளின் கோரிக்கைகளை நிறைவேற்றுவதற்குப் பாடுபட்டது; விவசாய சங்கங்களின் வர்க்கக் கோரிக்கைகள் முன்பை விட சிறப்பான முறையில் வலியுறுத்தப்பட்டன. குஜராத்தில் 1928-ல் பர்தோலி

சத்யாக்கிரகம் நடைபெற்றது. மகாத்மா காந்தி மற்றும் சர்தார் பட்டேல் நேரடியாகப் பங்கெடுத்த இந்தப் போராட்டத்தில் விவசாய இயக்கமும், தேசிய இயக்கமும் ஒருங்கிணைந்தன. 1930-களிலும், 1940-களிலும் இந்திய தேசிய இயக்கத்திற்கு உள்ளே இடதுசாரி இயக்கம் செல்வாக்கு பெற்றது. அப்பொழுது விவசாயிகளின் இயக்கம் தேசிய இயக்கத்தின் ஒருங்கிணைந்த பகுதியாக மாறியது. உத்திரப்பிரதேசம், ஆந்திரா ஆகிய மாகாணங்களில் அரசாங்கத்துக்கு வரி கொடுக்க மாட்டோம், குத்தகைப் பணத்தைத் தரமாட்டோம் என்ற இயக்கங்கள் நடைபெற்றன. உத்திரப்பிரதேசம் விவசாயிகள் சட்டபூர்வமான குத்தகைப் பணத்தில் 50%-க்கு மேல் கொடுக்க வேண்டாம் என்று காந்திஜி கேட்டுக் கொண்டார். இந்திய தேசிய காங்கிரஸ் கராச்சி மகாசபையில் அடிப்படை உரிமைகளில் பின்வரும் அம்சங்களைச் சேர்த்துக் கொண்டது.12

1. நிலவரி குத்தகையைக் கணிசமாகக் குறைக்க வேண்டும். அவசியமானால் சில இடங்களில் குத்தகை வசூல் நிறுத்தி வைக்கப்பட வேண்டும். 2. கடன் வட்டிச் சுமையிலிருந்து விவசாயிகளுக்கு விடுதலை வேண்டும். 3. கொத்தடிமை நிலைமையிலிருந்து தொழிலாளர்கள் விடுவிக்கப்படவேண்டும். 4. விவசாயிகளும், தொழிலாளர்களும் தங்களுடைய உரிமைகளைப் பாதுகாத்துக் கொள்வதற்குச் சங்கம் அமைக்க உரிமை அளிக்கப்பட வேண்டும். 5. குறிப்பிட்ட அளவுக்கு மேல் வருமானம் உள்ள பெரிய விவசாயிகளுக்கு ஏறுமுக வருமான வரி விதிக்கப்பட வேண்டும். 1935-ல் சர்தார் பட்டேல் தலைமைதாங்கிய விவசாயிகள் மாநாட்டில் ஜமீன்தாரி முறை ஒழிக்கப்பட வேண்டும் என்று தீர்மானம் நிறைவேற்றப்பட்டது. அதே ஆண்டில், பீஹார், கிஸான் சங்கமும் ஜமீன்தாரி முறையை ஒழிக்க வேண்டும் என்று தீர்மானம் நிறைவேற்றியது. 1936-ல் அகில இந்திய கிஸான் காங்கிரஸ் (பிற்காலத்தில் அகில இந்திய கிஸான் சபா) நிறுவப்பட்டது. கிஸான் காங்கிரஸின் முதல் மாநாட்டில் ஜவஹர்லால் நேரு கலந்து கொண்டார். 1936, டிசம்பரில் பெய்ஸ்பூரில் நடைபெற்ற இந்திய தேசிய காங்கிரஸ் மாநாட்டில் நிறைவேற்றப்பட்ட விவசாயிகள் செயல்திட்டத்தில் மேற்கூறிய கருத்துகள் இடம்பெற்றன. கிஸான் காங்கிரஸின் இரண்டாவது மாநாட்டுக்கு என்.ஜி.ரங்கா தலைமை வகித்தார். அந்த மாநாடு விவசாய வரிகளைக் குறைக்க வேண்டும், விவசாயிகளின்

கட்டாய உழைப்பைச் சட்ட விரோதமாக்க வேண்டும், குத்தகை விவசாயி நிரந்தர உரிமை பெற வேண்டும், விவசாயக் கூலிக்கு வாழ்வதற்கேற்ற கூலி தரப்பட வேண்டும் ஆகிய தீர்மானங்கள் நிறைவேற்றப்பட்டன. கூட்டுப் பண்ணை விவசாயத்தை ஆதரிக்கின்ற தீர்மானமும் மாநாட்டில் நிறைவேற்றப்பட்டது. பிற்காலத்தில் கூட்டுப் பண்ணை விவசாயம் மாபெரும் விவாதத்தைக் கிளப்பியது.

இந்தியாவிலுள்ள காலாவதியான ஒடுக்குமுறையான நிலவுடைமை அமைப்பு மற்றும் நிலவருவாய் அமைப்பு விளைவாக விவசாய வர்க்கம் கடனினும், வறுமையிலும் சிக்கியிருக்கிறது என்று 1937-ஆம் ஆண்டில் மாகாண சட்டசபைகளுக்குத் தேர்தல் நடைபெற்ற பொழுது, காங்கிரஸ் அறிக்கை கூறியது. நாடு சுதந்திரம் அடைந்த பிறகுதான் நிலப் பிரச்சினையைத் தீர்க்கமுடியும் என்றாலும் நிலவுடைமை, குத்தகை மற்றும் நிலவருவாய் அமைப்புகளில் கட்டமைப்புச் சீர்திருத்தங்கள் செய்யப்படவேண்டும் என்று அந்த அறிக்கை வலியுறுத்தியது. 1937-39-க்கு இடையில் காங்கிரஸ் பெரும்பாலான மாகாணங்களில் மந்திரிசபை அமைத்தபொழுது மேற்கூறிய செயல்திட்டத்தை நிறைவேற்றுவதற்குத் தீவிரமான முயற்சிகள் மேற்கொள்ளப்பட்டன. காங்கிரஸ் மந்திரிசபைக்கு அதிகாரம் குறைவு. பதவி கவித்த காலமும் சொற்பமே! எனினும், குத்தகை விவசாயியின் உரிமை, கடன் சம்பந்தமாக முக்கியமான சட்டங்கள் நிறைவேற்றப்பட்டன. பீஹாரில் 1938-லும், 1938-லும் நிறைவேற்றப்பட்ட சட்டங்களின் மூலம் குத்தகை 25% குறைக்கப்பட்டது. 12 ஆண்டுகள் பயிரிட்ட குத்தகை விவசாயிக்கு நிலவுடைமை அளிக்கப்பட்டது. உத்திரப்பிரதேசம், பம்பாய், மத்திய பிரதேசம், ஒரிஸா, மதராஸ் மற்றும் சில மாகாணங்களில் இதேபோன்று சட்டங்கள் நிறைவேற்றப்பட்டன. மதராஸில் நிலவருவாய் அமைச்சர் தி.பிரகாசம் தலைமையேற்ற கமிட்டி குத்தகையை 2/3 பங்கு குறைப்பதற்கும் ஜமீன்தாரி அமைப்பை ஒழிப்பதற்கும் பரிந்துரை செய்தது. அந்த அடிப்படையில் ஒரு மசோதா தயாரிக்கப்படுவதற்கு முன்பே மந்திரிசபை வேறு காரணங்களுக்காகப் பதவி விலக நேரிட்டது. எல்லா மாகாணங்களிலும் லேவாதேவிக்காரர்களின் நடவடிக்கைகளைக் கட்டுப்படுத்தியும் விவசாயக் கடன்களை ரத்துசெய்தும் சட்டங்கள் நிறைவேற்றப்பட்டன. பம்பாயில் 40,000 கொத்தடிமைகள் விடுதலை செய்யப்பட்டனர்.

மகாத்மா காந்தி 1930 மற்றும் 1940-களில் விவசாயப் பிரச்சினையில் மற்றவர்களைக் காட்டிலும் தீவிரமான நிலையெடுத்தார். 1937-ல் நிலமும், எல்லா உடைமைகளும் உழைப்பவர்களுக்கே சொந்தம் என்று கூறினார். 1942, ஜூனில் லூயி ஃபிஷர் என்ற அமெரிக்கப் பத்திரிக்கையாளரிடம் பேசுகின்ற பொழுது "விவசாயிகள் ஜமீன்தார்களுடைய நிலங்களைக் கைப்பற்றுவார்கள். வன்முறை ஓரளவுக்கு இருக்கும். ஆனால் ஜமீன்தார்கள் ஓடிப்போவதன் மூலம் ஒத்துழைக்கலாம்" என்றார். ஜமீன்தார்களுக்கு இழப்பீடு கொடுப்பது சாத்தியமல்ல என்றார். சுதந்திரத்துக்குப் பிறகு ஜமீன்தார்களுடைய நிலங்கள் விவசாயிகளுக்கும் பிரித்துக் கொடுக்கப்படும் என்று மீராபெஹனிடம் 1942-ல் அவர் கூறினார். உலகப் போர் 1945-ல் முடிவடைந்தவுடன் விவசாயிகள் இயக்கங்கள் சமூக மாற்றத்துக்காக உணர்ச்சிகரமாகப் போராடின. நாட்டின் பல பகுதிகளில் நிலவுடைமையாளர்களை எதிர்த்துப் போராட்டங்கள் வெடித்தன. ஹைதராபாத்தில் தெலுங்கானா போராட்டம் மற்றும் வங்காளத்தில் நடைபெற்ற தெபாகா போராட்டம் அப்படிப்பட்டவையே. விவசாயிகளின் போராட்டங்கள் நாடு சுதந்திரம் அடைந்த பிறகு, விவசாயச் சீர்திருத்தங்களைச் செய்வதற்குக் களம் அமைத்தன.

1946-ல் மாகாணத் தேர்தல்கள் நடைபெற்றன. காங்கிரஸ் மறுபடியும் வெற்றி பெற்றது. மத்தியில் நேரு தலைமையில் இடைக்கால அரசாங்கம் பதவி ஏற்றது. மாகாணங்களில் காங்கிரஸ் அரசாங்கங்கள் ஜமீன்தாரி அமைப்பை ஒழிப்பதற்குச் சட்டங்கள் இயற்றின. 1947, நவம்பரில் காங்கிரஸ் கட்சி சமத்துவத்தையும் சமூக நீதியையும் இந்தியாவில் ஏற்படுத்துவதற்கான திட்டம் தயாரிப்பதற்காக நேரு தலைமையில் ஒரு கமிட்டி அமைத்தது. ஆஸாத், ரங்கா, நந்தா, ஜெயபிரகாஷ் நாராயணன், குமரப்பா, அச்சுத பட்வர்தன், சங்கரராவ் தேவ் ஆகியோர் உறுப்பினர்களாக இடம்பெற்றனர். (கமிட்டியில் காந்தியவாதிகளுடன் முக்கியமான சோஷலிஸ்டுகளும் இடம் பெற்றிருந்தார்கள்.) இந்தக் கமிட்டி சில முக்கிய பரிந்துரைகளைச் செய்தது. அவை: விவசாயிக்கும் அரசுக்கும் இடையிலான இடைத்தரகர்கள் அகற்றப்பட வேண்டும். விவசாயிகளுக்குக் கடன் வசதிகளைச் செய்வதோடு விளைபொருட்களை விற்பனை செய்வதற்கு அமைப்புகள் ஏற்படுத்தப்பட வேண்டும் (அதாவது, லேவாதேவியும் கமிஷன் வர்த்தகமும் ஒழிக்கப்பட வேண்டும்).

நிலச் சீர்திருத்தங்கள், விவசாயக் கடன், விவசாய வருமானத்துக்கு வரி விதித்தல் ஆகியவை மாகாண அரசாங்கங்களின் அதிகாரத்துக்கு உட்பட்ட விஷயங்கள். ஆகவே அவை இந்தப் பரிந்துரைகளை அமுலாக்குவதற்கு அக்கறை காட்டவில்லை. காங்கிரஸ் கட்சியின் விவசாயச் சீர்திருத்தக் கமிட்டி 1949-ஜூலையில் முக்கியமான பரிந்துரைகளைச் செய்தது. ஆனால் மாகாண அரசாங்கள் அந்தப் பரிந்துரைகளை எதிர்த்தன; அல்லது மறைமுகமாக அவற்றுக்குக் குழி பறித்தன.

ஒரு ஜனநாயக நாட்டில் இத்தகைய கருத்து வேறுபாடுகள் ஏற்படுவது இயல்பு. இந்தியாவில் ஜனநாயகக் கட்டுக்கோப்புக்குள் விவசாய உறவுகளைச் சீரமைப்பதற்கு முக்கியமான முயற்சி மேற்கொள்ளப்பட்டது. அது வெற்றியா, தோல்வியா என்பதை அடுத்த அத்தியாயத்தில் ஆராய்வோம்.

# 30
## நிலச் சீர்திருத்தங்கள் - II

**ஜமீன்தாரி ஒழிப்பும், நிலவுடைமையில் சீர்திருத்தங்களும்**

சுதந்திரமடைந்து ஓரிரு ஆண்டுகளில் - அதாவது, 1949-ல் உத்திரப் பிரதேசம், மத்தியப் பிரதேசம், பீஹார், மதராஸ், அஸ்ஸாம், பம்பாய் ஆகிய மாகாணங்களில் ஜமீன்தாரி ஒழிப்பு அல்லது நிலவுடைமைச் சீர்த்திருத்த மசோதாக்கள் கொண்டுவரப்பட்டன. உத்திரப் பிரதேச முதலமைச்சர் ஜி.பி.பந்த் தலைமையில் உத்திரப் பிரதேசம் ஜமீன் ஒழிப்புக் கமிட்டி ஒரு மசோதாவைத் தயாரித்தது. அது மற்ற மாகாணங்களுக்கு முன்மாதிரியாக இருந்தது.

அதே சமயத்தில் அரசியல் நிர்ணய சபை இந்தியாவின் அரசியல் அமைப்புச் சட்டத்தைத் தயாரிக்கின்ற பணியில் ஈடுபட்டிருந்தது. நேரு, பட்டேல், பந்த் ஆகிய தலைவர்கள் ஜமீன்தார் முறையை ஒழிப்பதில் அக்கறை கொண்டிருந்தார்கள், ஜமீன்தார்கள் இழப்பீடு பிரச்சினையை நீதிமன்றத்திற்கு எடுத்துச் சென்று மொத்த மசோதாவை முடக்கி விடலாம் என்ற அச்சம் அவர்களுக்கு ஏற்பட்டது. மாகாண அரசாங்கங்கள் குறைவான, ஆனால் நியாயமான இழப்பீடு கொடுப்பதற்கு வழிவகை செய்தன. எனினும் திருப்தியடையாத ஜமீன்தார்கள் நீதிமன்றத்திற்குச் சென்றார்கள். பாட்னா உயர்நீதிமன்றம் அவர்களுடைய மனுவை ஏற்றுக்கொண்டது. மத்திய அரசாங்கம் அரசியல் அமைப்புச் சட்டத்தைத் திருத்தியது. முதலாவது திருத்தமும் (1951) நான்காவது திருத்தமும் (1955) ஜமீன் முறை ஒழிப்பில் அடிப்படை உரிமைகள் பறிக்கப்படவில்லை என்று தெளிவாக வரையறுத்தன. அப்படியிருந்தும் ஜமீன்தார்கள் எல்லா மாகாணங்களிலும் உயர் நீதிமன்றங்களில் வழக்கு தொடுத்தார்கள்.

1950-களின் இறுதியில் ஜமீன்தார்கள், ஜாகிர்தார்கள் மற்றும் இடைத்தரகர்கள் ஒழிக்கப்பட்டார்கள். சுமார் 20 மில்லியன் குத்தகை விவசாயிகள் நிலவுடைமை பெற்றார்கள். ஜமீன்தார்களுக்குக் கொடுக்கப்பட்ட இழப்பீடு, மாகாணத்திற்கு மாகாணம் வேறுபட்டாலும்

மொத்தத்தில் குறைவுதான். மாகாணங்களில் விவசாய இயக்கங்களின் பலனையும் காங்கிரஸ் கட்சியில் விவசாயிகளின் செல்வாக்கையும் பொருத்து இழப்பீட்டுத் தொகை முடிவு செய்யப்பட்டது. காஷ்மீரத்தில் இழப்பீடு கொடுக்கப்படவில்லை. பஞ்சாபில் பாடியாலா சமஸ்தானத்தில் குத்தகை விவசாயிகள் மிகவும் சொற்பமான தொகையைக் கொடுத்தார்கள். உத்திரப்பிரதேச மாகாணத்தில் இழப்பீட்டுத் தொகை ஜமீன்தாருடைய நிலவுடைமைக்கு எதிர்மறை விகிதத்தில் கொடுக்கப்பட்டது. சிறிய ஜமீன்தார்களுக்கு அதிகமான இழப்பீடும், பெரிய ஜமீன்தார்களுக்குக் குறைவான இழப்பீடும் கொடுக்கப்பட்டது. இழப்பீடு 40 ஆண்டுகளுக்குத் தவணை முறையில் கொடுக்கப்பட்டது.

மொத்தமாக 6,700 மில்லியன் ரூபாய் இழப்பீடு கொடுக்கப்பட்டிருக்க வேண்டும். எனினும் 1961 முடிய 1642 மில்லியன் ரூபாய்தான் கொடுக்கப்பட்டது. இதைப் போல 6 மடங்குத் தொகையை – அதாவது, 10,000 மில்லியன் ரூபாயை 1946–53க்கு இடையில் உணவு இறக்குமதிக்கு அரசாங்கம் செலவழித்ததை ஒப்பிட்டால் இழப்பீட்டுத் தொகை சொற்பம் என்பதைப் புரிந்துகொள்ளலாம்.

## ஜமீன் ஒழிப்புச் சட்டத்தில் உள்ள குறைகள்:

ஜமீன்தாரி ஒழிப்புச் சட்டம் ஒவ்வொரு மாகாணத்திலும் ஒவ்வொரு விதமாக இருந்தது. உத்திரப்பிரதேச மாகாணத்தில் ஜமீன்தார்கள் “சொந்தமாக விவசாயம் செய்த நிலத்தை” வைத்துக்கொள்ள அனுமதிக்கப்பட்டார்கள். நிலத்தில் விவசாய வேலை மற்றும் குறைந்தபட்ச உடல் உழைப்பு செய்தால்தான் அது சொந்த நிலம் என்பது குமரப்பா கமிட்டியின் கருத்து. இது புறக்கணிக்கப்பட்டது. நகரங்களில் வசித்த ஜமீன்தார்கள் தாங்கள் சொந்தமாக விவசாயம் செய்வதாகக் கூறி அந்த நிலங்களில் விவசாயம் செய்த குத்தகைதாரர்களை வெளியேற்றினார்கள். சட்டத்திலிருந்து தப்புவதற்கு இது மட்டுமல்ல, இன்னும் சில முறைகளும் கடைபிடிக்கப்பட்டன. மசோதாக்கள் சட்ட சபைகளுக்கு வந்தபொழுது, நீண்ட விவாதங்கள் நடைபெற்றன; ஏராளமான திருத்தங்கள் முன்மொழியப்பட்டன. மசோதாக்களைப் பரிசீலிப்பதற்குப் பொறுக்குக் கமிட்டிகளும் அமைக்கப்பட்டன. ஆகவே மசோதாக்கள் அறிமுகப்படுத்தப்பட்டு அவை சட்டமாக நிறைவேற்றப்படுவதற்கு இடையில் காலதாமதம் ஏற்பட்டது.

பீஹார் ஜமீன்தார்கள் உச்ச நீதிமன்றத்தில் வழக்கு தொடர்ந்து இரண்டு முறை தோல்வியடைந்தார்கள். அதற்குப் பிறகும் அவர்கள்

தங்களிடமிருந்த நிலச் சான்றுகளை அரசாங்கத்திடம் ஒப்படைக்கவில்லை. கீழ்மட்டத்திலுள்ள அரசாங்க அதிகாரிகள் ஜமீன்தார்களுடன் ரகசியத் தொடர்பு வைத்துக்கொண்டு சட்டத்தை அமுலாக்குவதில் தாமதம் செய்தனர்.

இந்தியக் குடியரசு நிறுவப்பட்டு 10 ஆண்டுகளுக்குப் பிறகு, ஜமீன் முறை ஒழிக்கப்பட்டது.

### குத்தகை முறையில் சீர்திருத்தங்கள்

ஜமீன்தாரி முறை ஒழிக்கப்பட்ட பிறகும் பழைய ஜமீன் பிரதேசங்களில் குத்தகை முறை சம்பந்தமான பிரச்சினைகள் நீடித்தன. இந்தியாவில் ஒவ்வொரு மாகாணத்திலும் ஒவ்வொரு விதமான குத்தகை முறை புழக்கத்தில் இருந்தது.

குத்தகை முறையில் சீர்திருத்தங்கள் மூன்று நோக்கங்களைக் கொண்டிருந்தன. முதலாவதாக, குறிப்பிட்ட ஆண்டுகளுக்கு குறிப்பிட்ட நிலத்தில் பயிர் செய்த விவசாயிக்கு உத்தரவாதம் அளித்தல் (விவசாயி சுமார் 6 ஆண்டுகளுக்கு அதில் பயிர் செய்திருக்க வேண்டும்). இரண்டாவதாக, குத்தகை விவசாயிக்கு விளைச்சலில் உரிய பங்கு தரவேண்டும் (கால் பங்கு அல்லது ஆறில் ஒரு பங்கு). மூன்றாவதாக, பயிர் செய்த நிலத்துக்கு அந்த விவசாயி சில நிபந்தனைகளின் அடிப்படையில் உரிமையாளராக அனுமதிக்கப்படவேண்டும். (சந்தை விலையைக் காட்டிலும் சலுகை விலையில் நிலம் அவருக்கு விற்பனை செய்யப்படவேண்டும்) ஆந்திரா மாகாணத்தில் குத்தகை விவசாயி 8 அல்லது 10 ஆண்டு குத்தகைப் பணத்தைக் கொடுத்து நிலத்தை வாங்கினார். அது நிலத்தின் சந்தை விலையில் சுமார் 40% ஆக இருந்தது.

நிலவுடைமையாளர் வைத்துக்கொள்ள அனுமதிக்கப்பட்ட நிலத்தின் அளவு ஒவ்வொரு மாகாணத்திலும் ஒவ்வொரு விதமாக இருந்தது. குத்தகை விவசாயிகள், சிறு நிலவுடைமையாளர்களுக்கும் பிரச்சினை ஏற்படாமல் உச்ச வரம்பு நிர்ணயிக்கப்பட்டது. ஆனால், குத்தகைச் சட்டங்களை எழுதுவது எளிது; அவற்றை அமலாக்குவது கடினம் என்பதை திட்டக் குழுவைச் சேர்ந்த பி.எஸ். அப்பு சுட்டிக்காட்டினார். சிறு விவசாயியைப் பாதுகாப்பதற்குச் சட்டத்தில் உள்ள ஷரத்துகளை பெரிய நிலவுடைமையாளர்கள் அதிகாரிகளின் உதவியுடன் தவறாகப் பயன்படுத்துகிறார்கள். நிலத்தை விட்டு குத்தகை

விவசாயியை வெளியேற்றக்கூடாது என்பது சட்டம். ஆனால், 1948-1951க்கு இடையில் பம்பாய் மாகாணத்தில் குத்தகை விவசாயிகளின் எண்ணிக்கை 1.7 மில்லியனிலிருந்து 1.3 மில்லியனாகக் குறைந்தது. அதாவது, 23% குறைந்தது. ஹைதராபாத் சமஸ்தானத்தில் 1951-55க்கு இடையில் 57% குறைந்தது. குத்தகை விவசாயிகள் தங்களுடைய நிலத்தை 'விருப்பப்பூர்வமாக' ஒப்படைத்தார்கள் என்று சொல்லப்பட்டது. உண்மை என்னவென்றால், அவர்கள் பலாத்காரமாக வெளியேற்றப்பட்டார்கள். ஆகவே, குத்தகை விவசாயிகள் நிலத்தில் பயிரிட விரும்பவில்லை என்றால், அந்த நிலத்தை அரசாங்கத்திடம் ஒப்படைக்க வேண்டும் என்று நான்காவது திட்டம் பரிந்துரை செய்தது.

ஆனால் ஒருசில அரசுகளே இந்தப் பரிந்துரையை ஏற்றுக்கொண்டன. சில மாகாணங்களில் குத்தகை விவசாயிகளுக்கு 'வேலைக்காரர்கள்' என்று பெயர் கொடுக்கப்பட்டது. ஆகவே அவர்களுக்குச் சட்டப்படி பாதுகாப்பு கிடைக்கவில்லை. பெரும்பாலான குத்தகை விவசாயிகளிடம் முறையான ஆவணங்கள் இல்லை. உத்திரப் பிரதேச மாகாணத்தில் நிலச் சீர்திருத்தச் சட்டத்தை நிறைவேற்றும் பணியில் குறைகள் ஏற்பட்டதற்கு இது ஒரு காரணம். மேற்கு வங்காளத்தில் 1977, ஜனவரியில் இடதுசாரி முன்னணி அரசாங்கம் பதவிக்கு வந்தது. குத்தகை விவசாயிகளுக்கும் நிலவுடைமை யாளருக்கும் 1:3 என்ற அடிப்படையில் விளைச்சலைப் பகிர்மானம் செய்ய வேண்டும் என்ற கோஷத்திற்கு அரசாங்கம் 1978, ஜூலையில் ஒரு திட்டத்தை (Operation Barga) அமலாக்கியது. மேற்கு வங்காளத்தில் குத்தகை விவசாயிகளின் எண்ணிக்கை 2.4 மில்லியன், அவர்களில் 0.4 மில்லியன் மட்டுமே 1978 ஜூன் வரை பதிவு செய்யப்பட்டிருந்தது. பர்கா திட்டம் அமலாக்கப்பட்ட பிறகு 1979, அக்டோபரில் 0.7 மில்லியனாக இருந்தது 1990, நவம்பரில் 1.4 மில்லியனாக அதிகரித்தது. மேற்கு வங்காளத்தில் குத்தகை விவசாயிகள் - அதாவது, பயனாளிகள், சீர்திருத்தத்துக்கு ஆதரவாகத் திரட்டப்பட்டார்கள். அதனால், கீழ்நிலை அதிகாரிகளின் தில்லுமுல்லுகள் முறியடிக்கப்பட்டன. மேற்கு வங்காள அரசாங்கம் மற்றொரு புதிய நடைமுறையைக் கொண்டு வந்தது. வருவாய்த் துறையைச் சேர்ந்த கீழ்நிலை அலுவலர்களும், 30, 40 விவசாயக் கூலிகளும் குத்தகை விவசாயிகளும் ஒரு பொது இடத்தில் ஓரிரு நாட்கள் தங்கி, பிரச்சினையைப் பேசித் தீர்த்துக்கொள்ள ஏற்பாடு செய்யப்பட்டது. பர்கா திட்டத்தின் விளைவாக குத்தகை விவசாயிகள் பாதிப் பேருக்கு மேலாக நிலவுடைமை பெற்றார்கள். ஆனால், அதற்குப் பிறகு அரசியல் காரணங்களுக்காக அது நீடிக்கவில்லை.

ஐந்து ஏக்கருக்குக் குறைவாக நிலம் வைத்துள்ள சிறு விவசாயியிடமிருந்து மேலும் நிலத்தைப் பறிப்பது அரசியல் ரீதியில் சரியாகக் கருதப்படவில்லை. இதே பிரச்சினை மற்ற மாகாணங்களிலும் ஏற்பட்டது.

### குத்தகை விவசாயச் சீர்திருத்தத்தில் சில குறைகள்:

எல்லாக் குத்தகை விவசாயிகளுக்கும் பாதுகாப்பு அளிக்க வேண்டும் என்ற முதன்மையான நோக்கம் அகில இந்திய அளவில் குறைவாகவே வெற்றியடைந்தது. கேரளா மற்றும் மேற்கு வங்காளத்தில் பகுதி அளவுக்குத்தான் வெற்றி கிட்டியது. பெரும்பாலும் இந்தியாவில் குத்தகைதாரர்கள் வாய்மொழி மூலமாகவே நியமிக்கப்படுவது ஒரு காரணமாகும். உச்சக் குத்தகை விளைச்சலில் 20 அல்லது 25% என்று முதல் இரண்டு திட்டங்கள் நிர்ணயித்தன. பஞ்சாப், ஹரியானா, தமிழ்நாடு, ஆந்திரா ஆகிய மாநிலங்கள் குத்தகையை (வாரத்தை) 33.3 மற்றும் 40%-ஆக நிர்ணயித்தன. ஆனால், எல்லா மாநிலங்களிலும் விளைச்சலில் சுமார் 50% குத்தகையாகக் கொடுக்கப்பட்டது. 1960-களின் இறுதி ஆண்டுகளில் ஏற்பட்ட பசுமைப் புரட்சி இந்தப் பிரச்சினையை மேலும் சிக்கலாக்கியது. உதாரணமாக, பஞ்சாபில் விவசாயிகள் 70% கொடுக்க வேண்டியிருந்தது. குத்தகை விவசாயிகளுக்கு நிலவுடைமை அளிப்பதும் ஓரளவிற்குத்தான் வெற்றியளித்தது. குஜராத்தில் குத்தகை விவசாயிகளின் எண்ணிக்கை 1.3 மில்லியன். ஆனால் 0.77 மில்லியன் பேர்கள் மட்டுமே நிலவுடைமை பெற்றார்கள். மகாராஷ்டிரத்தில் 2.6 மில்லியன் குத்தகை விவசாயிகளில் 1.1 மில்லியன் பேர்கள் மட்டுமே நிலவுடைமை பெற்றார்கள் என்று பி.எஸ்.அப்பு 1975-ல் எழுதினார். மற்ற மாகாணங்களிலும் சில மில்லியன் குத்தகை விவசாயிகள் நிலவுடைமை பெற்றார்கள். குத்தகை விவசாயிகளுக்கு நிலவுடைமை அளிக்கப் பட்டது தவிர, 3-லிருந்து 5 மில்லியன் நிலமில்லா விவசாயிகளுக்கு உபரி நிலம் பிரித்துக் கொடுக்கப்பட்டது. இப்பொழுது அவர்கள் வங்கிகளில் கடன் வாங்கி, புதிய முறைகளில் விவசாயம் செய்து தங்களுடைய பொருளாதார நிலையை உயர்த்திக்கொள்ள வழி ஏற்பட்டது.

# 31

# நிலச் சீர்திருத்தங்கள் - III உச்சவரம்புச் சட்டம் மற்றும் பூமிதான இயக்கம்

## நில உச்சவரம்பு

இந்தியாவில் சிலரிடம் பல்லாயிரக்கணக்கான ஏக்கர் நிலங்கள் குவிந்திருந்தன. இலட்சக்கணக்கான விவசாயிகள் மற்றும் விவசாயக் கூலிகளிடம் நிலம் இல்லை. ஆகவே, நிலத்துக்கு உச்ச வரம்பு நிர்ணயித்து உபரி நிலத்தை நிலமில்லாத விவசாயிகளுக்குப் பகிர்ந்து கொடுக்கவேண்டும் என்ற கோரிக்கை வலுப்பெற்றது. 1946-ல் ஒரு நபருக்கு 25 ஏக்கர் நிலம் உச்ச வரம்பாக இருக்கவேண்டும் என்று அகில இந்திய கிஸான் சபா கூறியது. 1947 நவம்பரில் அகில இந்திய காங்கிரஸ் கமிட்டி நேரு தலைமையில் ஒரு துணைக் கமிட்டியை நியமித்து, 'நிலத்துக்கு உச்ச வரம்பு நிர்ணயிக்கவேண்டும், உபரி நிலத்தில் கிராமக் கூட்டுறவு சங்கங்கள் விவசாயம் செய்யவேண்டும்' என்று அக்கமிட்டி கூறியது. குமரப்பா கமிட்டி 1949 ஜூலையில் கட்டுப்படியான (Economic Holding) உடைமையில் 3 மடங்கு விவசாயிகள் வைத்துக் கொள்ளலாம் என்று பரிந்துரை செய்தது. குமரப்பா கமிட்டியின் பரிந்துரை நியாயமானது; ஆனால் ஒவ்வொரு மாகாணமும் ஸ்தல நிலைமைக்குத் தகுந்தவாறு உச்சவரம்பை முடிவு செய்யவேண்டும் என்று முதலாவது ஐந்தாண்டுத் திட்டம் கூறியது. எனினும் புள்ளி விவரங்களைச் சேகரிப்பதற்கு 2-3 ஆண்டுகள் தேவைப்படும் என்று திட்டக்குழு கூறியது. ஆகவே, இந்த விஷயத்தில் அரசாங்கம் அவசரப்படவில்லை.

இதற்கிடையில், சட்டமன்றங்களிலும் பாராளுமன்றத்திலும் பத்திரிகைகளிலும் நிலவுடைமைக்கு உச்சவரம்பு நிர்ணயிப்பதை எதிர்த்துப் பிரச்சாரம் நடைபெற்றது. காங்கிரஸ் கட்சியின் மாநாடு

1959-ல் நாகபுரியில் நடைபெற்றபோது, பின்வரும் தீர்மானம் நிறைவேற்றப்பட்டது. "நிலச் சீர்திருத்தங்களை முடுக்கிவிடுவதற்கும் விவசாயிக்கு ஸ்திரமான அந்தஸ்தைக் கொடுப்பதற்கும் எல்லா மாகாணங்களிலும் 1959 முடிவடைவதற்குள் நில உச்சவரம்புச் சட்டம் நிறைவேற்றப்பட வேண்டும்". இவ்வாறு தீர்மானித்தது.

பிரபல காங்கிரஸ்காரரும், காங்கிரஸ் பாராளுமன்றக் கட்சியின் செயலாளருமான என்.ஜி.ரங்கா உச்சவரம்பு நிர்ணயிப்பதைக் கண்டித்து 100 காங்கிரஸ் உறுப்பினர்களிடம் கையொப்பம் பெற்று பிரதமருக்கு கடிதம் அனுப்பிவிட்டு, காங்கிரஸ் கட்சியிலிருந்து ராஜினாமா செய்தார். என்.ஜி.ரங்கா, ராஜகோபாலாச்சாரி ஆகியோர் எம்.ஆர்.மஸானியுடன் சேர்ந்து 1959 ஜூன் மாதத்தில் சுதந்திரா கட்சியை நிறுவினார்கள். அவர்கள் நில உச்சவரம்பு சட்டத்தை எதிர்ப்பதோடு விவசாயத்தில் கூட்டுறவு முறையைக் கொண்டு வருவதையும் எதிர்த்தனர். நாகபுரி காங்கிரஸ் மாநாட்டுக்குப் பிறகு, நடைபெற்ற சட்டசபைக் கூட்டங்களில் உச்சவரம்பு சட்டத்தை நிறைவேற்ற அக்கறை காட்டப்படவில்லை. 1961 கடைசியில்தான் பெரும்பாலான மாகாணங்கள் உச்சவரம்பு சட்டங்களை நிறைவேற்றின.

## நில உச்சவரம்பு சட்டத்தில் இருந்த குறைகள்:

நில உச்சவரம்பு சட்டங்களை நிறைவேற்றுவதில் காலதாமத;ங்கள் ஏற்பட்டதைக் குறிப்பிட்டோம். அந்தச் சட்டங்களில் தீவிரமான குறைபாடுகளும் இருந்தன. உதாரணமாக, ஆந்திராவில் (நிலத்தின் தன்மையைப் பொருத்து) 27 முதல் 312 ஏக்கர் வரை வைத்துக்கொள்ள அனுமதிக்கப்பட்டது; அஸ்ஸாம் 50 ஏக்கர்கள்; கேரளா 1.5 முதல் 37.5 ஏக்கர்கள்; பஞ்சாப் 30-60 ஏக்கர்கள்; மேற்கு வங்காளம் 25 ஏக்கர்கள்; மகாராஷ்டிரம் 18-126 ஏக்கர்கள்; இதரவை. அத்துடன், உதாரணமாக, பல மாகாணங்களில் உச்ச வரம்பு குடும்ப அடிப்படையில் நிர்ணயிக்கப்படாமல் தனி நபருக்கு நிர்ணயிக்கப்பட்டது. அதன் விளைவாக, ஒரு குடும்பத்தின் ஒவ்வொரு உறுப்பினருக்கும் கூடுதலான நிலத்தைப் பிரித்துக் கொடுத்து சட்டத்திலிருந்து தப்பித்துக்கொள்ள முடிந்தது. மொத்தத்தில், உச்சவரம்பு மிகவும் தாராளமாகவே நிர்ணயிக்கப்பட்டது.

இரண்டாவதாக, சில வகையான நிலங்களுக்கே உச்சவரம்பு சட்டத்திலிருந்து விதிவிலக்கு அளிக்க இரண்டாவது ஐந்தாண்டுத் திட்டம் பரிந்துரை செய்தது. தேயிலை, காப்பி, ரப்பர், பழத் தோட்டங்கள், பால் பண்ணை, கரும்புத் தோட்டம் இதரவை விதிவிலக்குக்கு உட்பட்டிருந்தன. தமிழ்நாட்டில் 26 வகையான நிலங்களுக்கு விதிவிலக்கு தரப்பட்டது. அத்துடன் கூட்டுறவு சங்கங்கள் அதிகமான நிலத்தை வைத்துக்கொள்ள அனுமதிக்கப்பட்டது. நிலப்பிரபுக்கள் போலியான கூட்டுறவு சங்கங்கள் ஏற்படுத்தி அவற்றுக்குத் தங்களுடைய சொந்த நிலத்தை மாற்றிக் கொடுத்தார்கள்.

பெரிய நிலப்பிரபுக்கள் தங்களுடைய உபரி நிலத்தை உறவினர்கள் பெயரில் எழுதி வைத்தார்கள் அல்லது பினாமிகளுக்கு விற்பனை செய்தார்கள். இத்தகைய மோசடிகளால் குறைவான நிலமே விநியோகத்துக்குக் கிடைத்தது. காங்கிரஸ் தலைமை இதைப் புரிந்துகொண்டது. 3-ஆவது திட்டம் இதை ஏற்றுக்கொண்டது.

1961-ல் உச்ச வரம்பு சட்டத்தை நிறைவேற்றிய பீஹார், மைசூர், ராஜஸ்தான் ஆகிய மாகாணங்களில் 1970 வரை ஓர் ஏக்கர் கூட உபரியாக அறிவிக்கப்படவில்லை. ஆந்திராவில் 1400 ஏக்கர்கள் மட்டுமே உபரி நிலமாக அறிவிக்கப்பட்டன. ஜம்மு & காஷ்மீர் மாகாணத்தில் மட்டும் 2 லட்சத்து 30,000 ஏக்கர்கள் குத்தகை விவசாயிகளுக்கும், விவசாயக் கூலிகளுக்கும் விநியோகம் செய்யப்பட்டன. நில உடைமையாளர்களுக்கு இழப்பீடு எதுவும் கொடுக்கப்படவில்லை என்பது குறிப்பிடத்தக்கது. இந்தியா முழுவதிலும் 1970ஆம் ஆண்டு கடைசியில் 2.4 மில்லியன் ஏக்கர் உபரி நிலம் இருப்பதாக அறிவிக்கப்பட்டது. அதில் பாதி நிலம் மட்டுமே விநியோகம் செய்யப்பட்டிருந்தது. 1960-களின் மத்தியில் நிலப்பிரபுக்கள் தமக்கென்று அரசியல் கட்சிகளை உருவாக்கிகொண்டு உத்திரப் பிரதேச சட்டத்தை எதிர்த்தார்கள் (பாரதிய கிரந்தி தள்). 1960-களின் மத்தியில் இந்தியாவில் பொருளாதார நெருக்கடி ஏற்பட்ட பொழுது, சில மாகாணங்களில் விவசாயிகளை அடிப்படையாகக் கொண்ட தீவிரவாத இயக்கங்கள் தோன்றின. மேற்கு வங்காளத்தில் நக்ஸலைட் இயக்கம் (M.L. கட்சி) வளர்ச்சியடைந்தது. ஆந்திரா, ஒரிஸ்ஸா, பீஹார் ஆகிய மாகாணங்களிலும் இதே நிலை ஏற்பட்டது. சில மாகாணங்களில் கம்யூனிஸ்டுகள் மற்றும் சோஷலிஸ்டுகள் தலைமையில் உபரி

நிலத்தைக் கைப்பற்றும் இயக்கங்கள் நடைபெற்றன. அந்த இயக்கத்தில் சுமார் 20,000 தொண்டர்கள் கைது செய்யப்பட்டார்கள். உபரி நிலத்தைக் கைப்பற்றிய இயக்கம் வெற்றி பெறாவிட்டாலும், நிலப் பிரச்சினையின் தீவிரத்தை மக்கள் புரிந்துகொண்டார்கள். 1970, செப்டம்பரில், பிரதமர் இந்திரா காந்தி முதலமைச்சர்கள் மாநாட்டைக் கூட்டினார். அதில் "சிறு விவசாயிகள், குத்தகை விவசாயிகள், நிலமற்ற விவசாயிகள் ஆகியோருடைய வாழ்க்கை மலர வேண்டுமென்றால் அவர்களுக்கு நில விநியோகம் செய்யப்படவேண்டும்" என்று பிரதமர் கூறினார். முதலமைச்சர்கள் உச்ச வரம்பைக் குறைப்பதற்குத் தயங்கினார்கள். 1971ஆம் ஆண்டில் மத்திய அரசாங்கத்தின் நிலச் சீர்திருத்தக் கமிட்டி பின்வரும் பரிந்துரைகளைச் செய்தது:

1. நீர்ப்பாசன வசதியுடன் இரண்டு போகம் பயிர் செய்யப்படுகின்ற பிரதேசங்களில் உச்ச வரம்பு 10-18 ஏக்கர்களாக இருக்கவேண்டும். ஒரு போகம் பயிர் செய்யப்பட்டால் 27 ஏக்கர்கள், வளமில்லாத பகுதியில் 54 ஏக்கர்களை அனுமதிக்கலாம்.

2. குடும்பம் என்பது கணவன், மனைவி, மூன்று குழந்தைகள் உள்ளிட்ட ஐந்து பேரைக் கொண்ட குடும்பமாக இருக்கவேண்டும்.

3. உபரி நிலத்தை விநியோகிப்பதில் நிலமில்லாத விவசாயக் கூலிகள், மற்றும் தாழ்த்தப்பட்ட சாதியினருக்கு முன்னுரிமை கொடுக்கப்பட வேண்டும்.

நிலப்பிரபுக்கள் நீதிமன்றத்துக்குச் சென்று தடை ஆணை வாங்கினார்கள். ஆந்திரா மாகாணத்தில் மட்டும் 5 லட்சம் வழக்குகள் போடப்பட்டன.

அரசாங்கம் இந்த நெருக்கடியைச் சமாளிப்பதற்காக 1974 ஆகஸ்டில் அரசியல் அமைப்புச் சட்டத்தைத் திருத்தியது. நில உச்ச வரம்புச் சட்டங்கள் அரசியல் அமைப்புச் சட்டத்தின் 9-ஆவது அட்டவணையில் சேர்க்கப்பட்டு ஆட்சேபிக்க முடியாமல் செய்யப்பட்டன. 1970-களுக்குப் பிறகு உபரி நில விநியோகத்தில் முன்னேற்றம் ஏற்பட்டாலும் திருப்திகரமான நிலை ஏற்படவில்லை. 1980-களின் தொடக்கத்தில் 2.27 மில்லியன் ஏக்கர் உபரி நிலம் விநியோகம் செய்யப்பட்டது. ஆனால், உச்ச வரம்பு சட்டங்களிலிருந்து தப்பிப்பதற்காக 32.25 மில்லியன் ஏக்கர் நிலம் சட்டத்தின் குறைகளைப் பயன்படுத்தி குடும்ப உறுப்பினர்களுக்கிடையில் பிரித்துக் கொடுக்கப்பட்டது.

"சட்டத்தின் விளைவாக நில உடைமை சிலரிடம் மட்டுமே குவிந்திருப்பது தடுக்கப்பட்டது. அவர்கள் சிறு மற்றும் குறு விவசாயிகளை நிலத்தை விட்டு வெளியேற்றுவதும் தடுக்கப்பட்டது" என்று சி.எச்.அனுமந்த்ராவ் கூறினார். இனிமேல், விவசாயிகளுக்கு நிலத்தைப் பிரித்துக் கொடுத்தால், அது மிகவும் சிறிய துண்டு நிலமாகவே இருக்கும் என்று தெரிய வந்தது. அதனால் விவசாயிகளுக்குப் பலன் இருக்காது; கிராமங்களில் நிலம் தேவைப்படாத முறையில் பால் பண்ணைகளை ஏற்படுத்தினால் சிறு விவசாயிகள் பலன் அடைவார்கள் என்று கருதப்பட்டது.

## பூமிதான இயக்கம்

காந்திஜியின் பிரபலமான சீடர்களில் ஒருவராக ஆச்சாரிய வினோபாபாவே 1950-களின் தொடக்கத்தில் இந்த இயக்கத்தை ஆரம்பித்தார். அது காந்திய முறைகளைப் பின்பற்றி நிலச் சீர்திருத்தத்தை நிறைவேற்றுவதற்காகச் செய்யப்பட்ட முயற்சி ஆகும். வினோபா ஒவ்வொரு கிராமமாக நடந்து சென்றார். நிலப்பிரபுக்களிடம் தங்களுடைய நிலவுடைமையில் 1/6 பங்கை தானமாகக் கொடுக்குமாறு கேட்டுக்கொண்டார். இந்த முறையில் 50 மில்லியன் ஏக்கர் நிலத்தை தானமாகப் பெறுவது தன்னுடைய குறிக்கோள் என்றார் (இந்தியாவில் 300 மில்லியன் ஏக்கர் நிலத்தில் விவசாயம் செய்யப்பட்டது).

வினோபா அரசாங்கத்தின் உதவி இல்லாமலே இந்த இயக்கத்தை நடத்தினார். ஜெயப்பிரகாஷ் நாராயணும் அரசியலிலிருந்து விலகி இந்த இயக்கத்தில் பங்கெடுத்தார். கம்யூனிஸ்ட் கட்சியின் தலைமையில் விவசாயிகள் ஆயுதப் போராட்டங்களை நடத்திய ஆந்திர மாகாணத்தில் 18.4.1951-ல் பொச்சாம்பள்ளி (தெலுங்கானா) என்ற கிராமத்தில் முதல் பூமிதானம் கிடைத்தது.

வினோபா 3 மாதகாலத்தில் 200 கிராமங்களுக்குச் சென்று 12,200 ஏக்கர்களைத் தானமாகப் பெற்றார். 1956, மார்ச் வாக்கில் 4 மில்லியன் ஏக்கர்கள் இயக்கத்துக்குக் கொடுக்கப்பட்டன. அதற்குப் பிறகு பூமிதான இயக்கத்துக்கு வேகம் குறைந்தது. 1955, கடைசியில் கிராமங்களையே தானமாகக் கொடுக்கவேண்டும் என்ற கிராமதான இயக்கத்தை வினோபா தொடங்கினார். 1960 கடைசியில் 4,500 கிராமங்கள் தானமாகக் கிடைத்தன. ஒரிஸாவில் 1946, மகாராஷ்டிரத்தில் 603, கேரளாவில் 543,

ஆந்திராவில் 483, மதராஸில் சுமார் 250 கிராமங்கள் தானம் கிடைத்தன. வர்க்க வேறுபாடுகள் இன்னும் ஏற்படாத ஆதிவாசி கிராமங்கள் இந்த இயக்கத்துக்கு உதவி செய்தன என்று சொல்லப்படுகிறது. பூமிதான நிலங்களை பிரித்துக்கொடுப்பதற்கும் நிலமில்லா விவசாயிகளுக்கு நிதியுதவி செய்வதற்கும் பூமிதான போர்டுகள் ஒவ்வொரு மாகாணத்திலும் அமைக்கப்பட்டன. எனினும் நில விநியோகம் சுறுசுறுப்பாக நடைபெறவில்லை. 38 ஆண்டுகளில் தானமாகக் கிடைத்த நிலத்தில் பாதி அளவுகூட விநியோகிக்கப்படவில்லை என்று காரணம் காட்டி பீஹார் அரசாங்கம் பூமிதான போர்டை 1999, ஜூனில் கலைத்தது.

பூமிதான இயக்கம் வர்க்கப் போராட்டத்தைத் தடுப்பதை நோக்கமாகக் கொண்டிருந்தது. அது வெறும் "கற்பனாவாத இயக்கம்" என்று சில வரலாற்று ஆசிரியர்கள் கூறுகிறார்கள். காந்திஜியையும் இதே அடிப்படையில் அவர்கள் விமர்சனம் செய்தார்கள்.

பூமிதான இயக்கத்தின் குறிப்பிடத்தக்க அம்சங்களை நாம் குறித்துக்கொள்ள வேண்டும். முதலாவதாக, அரசாங்கத்தை எதிர்பார்க்காமல் மக்களுடைய முன்முயற்சியை இயக்கம் வலியுறுத்தியது. இரண்டாவதாக, நிலம் அனைத்தும் கடவுளுக்குச் சொந்தம், நிலவுடைமையாளர்கள் நிலத்துக்குத் தர்மகர்த்தாக்கள் என்று வினோபா கூறினார். அவர்கள் தர்மகர்த்தாக்களைப் போல நடந்துகொள்ளாவிட்டால் அவர்களுக்கு எதிராக சத்தியாக்கிரகம் நடத்தலாம் என்றார் அவர். 1961-ல் தமிழ்நாடு சர்வோதய இயக்கத்தின் தலைவர்கள் நிலப்பிரபுக்களுக்கு எதிராக சத்தியாக்கிரகத்தை நடத்தினார்கள். பூமிதான இயக்கம் நிலமில்லாத ஏழைகளின் கோரிக்கையை நிறைவேற்ற வேண்டும் என்ற கருத்துச் சூழலை உருவாக்கியது. இதைக் கம்யூனிஸ்ட் தலைவர் இ.எம்.எஸ். நம்பூதிரிபாட் சுட்டிக்காட்டியுள்ளார்.

# 32

# கூட்டுறவுச் சங்கங்கள் மற்றும் நிலச் சீர்திருத்தங்களைப் பற்றி....

**கூட்டுறவுச் சங்கங்கள்**

'கூட்டுறவுச் சங்கங்கள் ஏழைகளுக்கு உதவிகரமாக இருக்கும், கிராமங்களில் விவசாயம் வளர்ச்சியடையும்' என்று காந்திஜியும் நேருவும் கருதினார்கள். சோஷலிஸ்டுகளும் கம்யூனிஸ்டுகளும் அதே கருத்தைக் கொண்டிருந்தார்கள். கிராமங்களில் கூட்டுறவு முறையில் விவசாயம் நடைபெறுவதற்கு முன்னோடித் திட்டங்கள் ஊக்குவிக்கப்பட வேண்டும் என்று காங்கிரஸ் கட்சி கருதியது. மிகவும் சிறிய நிலங்களை வைத்திருக்கின்ற விவசாயிகளை ஒன்றுசேர்த்து கூட்டுறவு முறையில் விவசாயம் செய்யும்போது உற்பத்தி அதிகரிக்கும் என்று எதிர்பார்க்கப்பட்டது. முதலாவது திட்டத்தில், கிராம சமூகத்தை முன்னேற்றுவதற்கு ஊழியர்களுக்குப் பயிற்சி கொடுக்கப்பட்டது. நிலச் சீர்திருத்தங்களை நிறைவேற்ற உற்பத்தியைப் பெருக்குவதற்கான பணியில் அவர்கள் ஈடுபட்டனர். இந்தச் சமயத்தில் புதிய சீனாவின் விவசாய வளர்ச்சியைப் பற்றி மிகையான செய்திகள் வெளிவந்து கொண்டிருந்தன. இந்தியாவிலிருந்து எம்.பி.க்கள், அதிகாரிகள், விவசாய வல்லுநர்கள் சீனாவிற்குச் சென்று ஆய்வுகள் நடத்தினார்கள். சீனாவில் கூட்டுறவு முறையில் விவசாயம் நடைபெற்றதால், விவசாய உற்பத்தி அதிகரித்திருக்கிறது என்று கூறப்பட்டது. காங்கிரஸ் கட்சி 1959 ஜனவரியில் நாகபுரியில் கூடி கூட்டுறவு முறையில் விவசாயம் நடைபெறவேண்டும் என்று வலியுறுத்தியது. கிராமத்தினர்கள் எல்லோரும் கூட்டாக இணைந்து விவசாயம் செய்யவேண்டும், தங்களுடைய நிலத்தின் அளவுக்குத் தகுந்தபடி, விளைச்சலைப் பகிர்ந்துகொள்ள வேண்டும், இதற்கு முதல் கட்டமாக நாடு முழுவதிலும் சேவைக் கூட்டுறவுச் சங்கங்கள் அமைக்கப்பட வேண்டும் என்று வலியுறுத்தப்பட்டது.

இத்தீர்மானத்தை ராஜகோபாலாச்சாரியார், என்.ஜி.ரங்கா, சரண்சிங் ஆகியோர் தீவிரமாக எதிர்த்தனர். சோவியத் ரஷ்யாவில் அல்லது சீனாவில் நடைபெற்றதைப் போன்று ஒரு சர்வாதிகாரத் திட்டம் இந்திய விவசாயிகள் மீது திணிக்கப்படுகிறது என்று குற்றம் சாட்டினார்கள். பிரதமர் நேரு இத்திட்டத்தை எதிர்த்தவர்களுக்கு சமாதான முறையில் பதிலளித்தார். "கூட்டுப் பண்ணை விவசாயம் அவசியமானது, கூட்டுறவுச் சங்கங்களில் சேருமாறு விவசாயிகளைக் கட்டாயப்படுத்த மாட்டோம்," என்று அவர் பாராளுமன்றத்தில் 1959, பிப்ரவரியில் கூறினார்.

நாடு முழுவதிலும் சேவைக் கூட்டுறவுச் சங்கங்களை அமைப்பது சாதாரண விஷயமல்ல; ஆண்டுதோறும் 6,000 புதிய சங்கங்கள் அமைக்கப்படவேண்டும், மாகாணக் காங்கிரஸ் தலைவர்களுக்கு அதில் அக்கறையில்லை. தொண்டர்களுக்கும் பயிற்சி அளிக்கப்படவில்லை. ஆகவே, 1959, ஜூனில் இத்திட்டம் கைவிடப்பட்டது. கிராமங்களில் பஞ்சாயத்துகளுக்குத் தேர்தல்கள் நடைபெற்றன. பஞ்சாயத்து, கிராம வங்கி, கூட்டுறவுச் சங்கம் ஆகியவற்றில் கிராமத்திலிருந்த பணக்காரர்களே இடம்பெற்றிருந்தார்கள். அவர்கள் ஏழைகளுக்குச் சாதகமான நடவடிக்கைகளை மேற்கொள்ளவில்லை. ஏழைகளில் 4.6% மட்டுமே பயிர்க் கடன் கொடுக்கப்பட்டது என்று ரிசர்வ் வங்கி 1969-ல் சுட்டிக்காட்டியது. ஆகவே குறு விவசாயிகளுக்கும், விவசாயத் தொழிலாளர்களுக்கும் கடன் உதவி அளிப்பதற்குப் புதிய திட்டங்கள் (MFAL) தயாரிக்கப்பட்டன. கிராமத்தில் கூட்டுறவுச் சங்கங்கள் அரசுத் துறையைப் போல நடைபெற்றன. அங்கே ஏழைகளுக்கு வரவேற்பு இல்லை. கிராமங்களில் விவசாயிகளுக்குக் கடன் உதவி குறித்து பின்வரும் அட்டவணை முக்கியமானது:

| | 1951-52 | 1971 | 1981 |
|---|---|---|---|
| கடன் கொடுப்பவர், வியாபாரி, ஜமீன்தார் போன்றவர்கள் | 92.7 | 68.3 | 36.8 |
| கூட்டுறவுச் சங்கங்கள் | 3.3 | 22.0 | 29.9 |
| வர்த்தக வங்கிகள் | 0.9 | 2.6 | 29.4 |
| அரசாங்கம் | 3.1 | 7.1 | 3.9 |

ஆதாரம்: அகில இந்தியக் கடன் மற்றும் முதலீடு சர்வே, 1961-62, 1981 (ரத்தார் தத்தில் குறிப்பிடப்பட்டது. இந்தியப் பொருளாதாரம், பக்: 469)

1951-ல் 92.7% விவசாயிகள் லேவாதேவிக்காரர் அல்லது நிலப்பிரபுவிடமிருந்து அதிகமான வட்டிக்குக் கடன் வாங்கினார்கள்.

ஆனால் 1981-ல் அது 36.8% ஆகக் குறைந்தது. 1969, ஜூலை மாதத்தில் வங்கிகள் நாட்டுடைமை ஆக்கப்பட்ட பிறகு விவசாயிகளுக்கு வேளாண்மைக் கடன் அளிப்பதற்கு முன்னுரிமை கொடுக்க வேண்டும் என்று பரிந்துரைக்கப்பட்டது. ஆனால், விவசாயிகள் கடனைத் திருப்பிச் செலுத்தாதது வங்கிகளுக்குப் பிரச்சினைகளை ஏற்படுத்தியது. சில மாகாணங்களில் (பீஹார்) 77% விவசாயக் கடன்களை வசூலிக்க முடியவில்லை. வங்கிகளில் வாங்கிய கடனைத் திருப்பிச் செலுத்தாதவர்கள் எல்லோரும் ஏழைகளா என்றால், அப்படியல்ல. பணக்கார விவசாயிகள் வங்கிகளில் வாங்கிய கடனைத் திருப்பிச் செலுத்தவில்லை. அவர்களது அரசியல் செல்வாக்கு அதிகரித்த பொழுது வங்கிகளின் செயல்பாடு பாதிக்கப்பட்டது. வி.பி.சிங் பிரதமராக இருந்தபொழுது 1990-ல் 10,000 ரூபாய் வரையிலான விவசாயக் கடன்கள் ரத்து செய்யப்பட்டன.

சேவைக் கூட்டுறவு சங்கங்கள் கிராமங்களில் விவசாயிகளுக்கு மெய்யாகவே சேவைசெய்யத் தொடங்கின. குறைந்த வட்டியில் கடனுதவி, நவீன விதைகள், நவீன உழவுக் கருவிகள் ஆகியவற்றை வாங்குவதற்கு விவசாயிகளுக்கே கடன் கொடுக்கப்பட்டது. பிற்காலத்தில் ஏற்பட்ட பசுமைப் புரட்சிக்கு அவை தூண்டுதலாக இருந்தன. கோடிக்கணக்கான விவசாயிகள் கிராம வங்கிகளின் மூலம் மிகவும் பலன் அடைந்தார்கள் என்று ஒரு நிபுணர் உலக வங்கிக்கு 1972, மே மாதத்தில் அறிக்கை சமர்ப்பித்தார்.

## கூட்டுறவு பால் உற்பத்தி சங்கம்

குஜராத் மாகாணத்தில் ‘கைரா’ என்ற இடத்தில் ஆரம்பிக்கப்பட்ட கூட்டுறவு பால் உற்பத்திச் சங்கம் (ஆனந்த் பரிசோதனை) இந்தியா முழுவதிலும் வெண்மைப் புரட்சிக்கு வழிவகுத்தது. கைரா மாவட்டத்தைச் சேர்ந்த விவசாயிகள் பம்பாய் மாநகரத்துக்குப் பால் அனுப்பிக் கொண்டிருந்தார்கள். ஆனால், இடைத்தரகர்கள் அவர்களை மோசடி செய்தார்கள். எனவே, பட்டேல், மொரார்ஜி தேசாய் ஆகியோரின் முன்முயற்சியில் பால் உற்பத்தியாளர்கள் கூட்டுறவு சங்கம் 1946, டிசம்பரில் ஆனந்த் என்ற சிற்றூரில் தொடங்கப்பட்டது. கேரளத்தைச் சேர்ந்த டாக்டர் வர்கீஸ் குரியன் என்ற பொறியாளர் அதன் நிர்வாகியாக நியமிக்கப்பட்டார்.

நூறு உறுப்பினர்களைக் கொண்ட இரண்டு சங்கங்கள் அமைக்கப்பட்டன. 2000-க்குள் 1015 சங்கங்கள் நிறுவப்பட்டு, லட்சத்து, 74,000 உறுப்பினர்கள் சேர்க்கப்பட்டிருந்தார்கள். நாள்தோறும் 250 லிட்டர் பால் வினியோகம் செய்த சங்கம் ஒரு லட்சம் லிட்டர் பாலை நாள்தோறும் வினியோகம் செய்கிற அளவுக்கு வளர்ச்சியடைந்தது. ஆண்டுதோறும் 487 கோடி போய்க்கு வர்த்தகம் நடைபெற்றது. பால்பவுடர் மற்றும் வெண்ணெய் தயாரிப்பதற்கு 1955-ஆம் ஆண்டில் ஒரு தொழிற்சாலை நிறுவப்பட்டது. தயாரிப்புகளுக்கு அமுல் என்ற பெயர் வைக்கப்பட்டது. இது விரைவில் இந்தியா முழுவதும் எல்லோருக்கும் தெரிந்த பெயராக மாறியது. 1960-ல் 600 டன் பாலாடைக் கட்டியும், 2500 டன் குழந்தைகளுக்கான பால்மாவும் தயாரிப்பதற்குப் புதிய தொழிற்சாலை அமைக்கப்பட்டது. உலகத்திலேயே எருமைப் பாலைப் பயன்படுத்தி குழந்தை உணவு தயாரித்த முதல் தொழிற்சாலை இது. 1964-ல் கால்நடைத் தீவனம் தயாரிப்பதற்கு ஒரு நவீன தொழிற்சாலை அமைக்கப்பட்டது. 1994-95-ல் தொழிற்சாலை தன்னுடைய கிளைகள் மூலம் ஒரு லட்சத்து 44,181 டன் கால்நடைத் தீவனத்தைக் கிளைகள் மூலம் விற்பனை செய்தது. கிராமங்களில் கால்நடைகளுக்குச் செயற்கை முறையில் சினையூட்டு நிலையம் நிறுவப்பட்டது. 1994-95-ல் 827 மையங்களில் சுமார் 6 லட்சத்து 70,000 சினையூட்டல்கள் நடைபெற்றன. கால்நடை மருத்துவ சேவைக்காக 29 வண்டிகள் 24 மணிநேரம் இயங்கின. விவசாயிகளிடமிருந்து குறைந்த கட்டணமே வசூலிக்கப்பட்டது. கால்நடைக்கு ஊசி மருந்துகள் தயாரிக்கும் தொழிற்சாலைகள் அமைக்கப்பட்டன. விவசாயிகளுக்குச் செய்திக் கடிதம் எழுதப்பட்டது. கால்நடைகளைப் பராமரிக்கின்ற பெண்களுக்கு அதற்கென்று சிறப்புக் கல்வி அளிக்கப்பட்டது. கிராம வளர்ச்சித் திட்டங்களுக்கு நிர்வாகிகளை உருவாக்குவதற்கு ஒரு கல்வி நிலையம் (IRMA) ஆனந்தில் நிறுவப்பட்டது. ஆனந்த் மாதிரியான பால் உற்பத்திக் கூட்டுறவுச் சங்கங்கள் குஜராத்தில் மற்ற மாவட்டங்களிலும் அமைக்கப்பட்டன. 1974-ல் குஜராத் கூட்டுறவுப் பால் விற்பனைச் சம்மேளனம் நிறுவப்பட்டது.

கூட்டுறவுச் சங்கம் வெற்றிகரமாக இயங்கியதால் கைரா மாவட்டத்தில் விவசாயிகளின் - குறிப்பாக, ஏழை விவசாயிகள் மற்றும்

நிலமற்றவர்களுடைய வாழ்க்கைத்தரம் மேம்பட்டது. கூட்டுறவு சங்கத்தின் இலாபத்தில் ஒரு பகுதியைக் கொண்டு கிணறுகள், சாலைகள், பள்ளிக் கூடங்கள் போன்றவை நிறுவப்பட்டன.

பால் கூட்டுறவு சங்கத்தின் நிர்வாகம் கீழ்ச்சாதியினர் மற்றும் விவசாயக் கூலிகளின் நலனில் சிறப்பான கவனம் செலுத்தியது. பெரும்பாலும் எல்லா உறுப்பினர்களும் அநேகமாக 1 அல்லது 2 எருமைமாடுகளை வைத்திருந்தார்கள். பால் உற்பத்தியாளர்களில் 1/3 பகுதியினரிடம் நிலவுடைமை இல்லை என்பது குறிப்பிடத்தக்கது. அவர்கள் ரூ.10 செலுத்தி 1 பங்கு வாங்கினார்கள். இரகசிய வாக்கெடுப்பு முறையில் சங்கத்தின் நிர்வாகக் கமிட்டியைத் தேர்ந்தெடுத்தனர். சங்கத்தின் தலைவருக்கு ஊதியம் கிடையாது. சங்கத் தலைவர் மற்றும் கமிட்டி உறுப்பினர்கள் ஆண்டுதோறும் சுழற்சி முறையில் தேர்ந்தெடுக்கப்பட்டனர். தேர்தல்களில் 99% உறுப்பினர்கள் வாக்களித்தனர். மாவட்டச் சங்கத்தை நிர்வகிக்க 12 உறுப்பினர்களைக் கொண்ட குழு தேர்ந்தெடுக்கப்பட்டது. அதில் 6 உறுப்பினர்கள் கிராம சங்கங்களின் தலைவர்களாக இருந்தார்கள். பிரதமர் லால் பகதூர் சாஸ்திரி 1964-ல் ஆனந்த் மாதிரியைப் பின்பற்றி பால் உற்பத்திக் கூட்டுறவுச் சங்கங்களை அமைக்குமாறு எல்லா முதலமைச்சர்களுக்கும் கடிதம் எழுதினார். 1965-ல் பால் வளர்ச்சிக் குழுமம் (MDDB) தொடக்கத்திலிருந்து கூட்டுறவுச் சங்கத்தை வளர்ப்பதில் அரும் பணியாற்றிய குரியன் அதன் கௌரவத் தலைவராக நியமிக்கப்பட்டார். அதன் தலைமையகம் புதுடில்லியில் இருக்கக்கூடாது; சிற்றூராகிய ஆனந்திலேயே இருக்க வேண்டும் என்று வற்புறுத்தினார். பால் உற்பத்தியைப் பெருக்குவதற்கு ஆபரேஷன் ஃப்ளட் என்ற திட்டம் செயல்படுத்தப்பட்டது. 1995-ல் இந்தியாவில் 69,875 பால் உற்பத்திக் கூட்டுறவுச் சங்கங்கள் இருந்தன. 8.9 மில்லியன் விவசாயிகள் உறுப்பினராக இருந்தார்கள். இது மாபெரும் வளர்ச்சியென்றாலும் இந்தியாவின் மொத்த பால் உற்பத்தியில் 6.3 சதவிகிதமே இங்கு உற்பத்தி செய்யப்பட்டது. இந்தியாவில் விற்பனை செய்யப்பட்ட பாலில் 22% ஆனந்தின் பங்காக இருந்தது.

இந்தத் திட்டத்தின் மூலம் குறுவிவசாயிகள் மற்றும் நிலமற்ற விவசாயிகள் பலன் அடைந்தார்கள் என்பதை உலக வங்கியின் அறிக்கை எடுத்துக் காட்டியது. பெண்களை மட்டுமே உறுப்பினராகக்

கொண்ட கூட்டுறவுச் சங்கங்கள் அமைக்கப்பட்டன. அவற்றைப் பெண்களே நிர்வாகம் செய்தார்கள். பெண்களின் வருமானம் உயர்ந்தால் குடிரிமைகள் பள்ளிக் கூடத்துக்குச் செல்வது அதிகரித்தது. குழந்தைத் தொழிலாளர் முறை ஒழிந்தது. பழங்கள், காய்கறிகள், எண்ணெய் வித்துக்கள் ஆகியவற்றை விற்பனை செல்வதற்குக் கூட்டுறவு சங்கங்கள் அமைக்கப்பட்டன. 'தாரா' என்ற சமையல் எண்ணெய் தயாரிக்கப்பட்டு, அமுலைப் போலப் பிரபலமடைந்தது. ஆனந்த் மாதிரிப் படிவத்தைக் கற்றுப் பலனடைவதற்காக வெளிநாடுகளிலிருந்து வல்லுநர் குழுக்கள் இந்தக் கிராமத்திற்கு வந்தன. 'ஒரு குரியன் அதிர்ஷ்டவசமாகக் குஜராத்துக்குக் கிடைத்தார். கடவுள் ஒவ்வொரு மாகாணத்துக்கும் ஒரு குரியனைக் கொடுத்தால் இந்தியாவின் பிரச்னைகள் தீர்க்கப்படும்' என்று ஒரு ஏழை விவசாயி 1985-ல் கூறினார்.

## நிலச் சீர்திருத்தங்கள்

சோவியத் நாட்டின் விவசாயிகள் கூட்டுப் பண்ணையில் சேரும்படி கட்டாயப்படுத்தப்பட்டார்கள். சீனாவில் விவசாயிகளின் நிலங்கள் கைப்பற்றப்பட்டன; கம்யூன்களில் சேருமாறு அவர்கள் கட்டாயப்பட்டார்கள். ஆனால் இந்தியாவில் ஜனநாயகக் கட்டமைக்கு நிலச் சீர்திருத்தம் நிறைவேற்றப்பட்டது. இந்தியாவில் விவசாயம் சுமார் 50 ஆண்டுகளாகத் தேக்கமடைந்து இருந்தது. அதற்கு முன்பு காலனியாதிக்கத்தில் விவசாயம் புறக்கணிக்கப்பட்டது. இப்பொழுது கிராமங்களில் விவசாயிகளுக்கு உதவி செய்வதற்கும் புதிய அமைப்புகள் உருவாக்கப்பட்டன. நவீன விதைகள், முற்போக்கான விவசாய முறைகள் (சில இடங்களில் முதலாளித்துவ விவசாயம்) அமுலாக்கப்பட்டன. பஞ்சாப் உள்ளிட்ட சில மாகாணங்களில் பசுமைப் புரட்சி நடைபெற்றது.

ஜனநாயக வளர்ச்சியில் வாக்காளர்களின் முக்கியத்துவம் அதிகரித்தது. அரசியல் கட்சிகள் விவசாயிகளின் ஆதரவை நாடிப் புதிய திட்டங்களை அறிவித்தன. நகரங்களில் வசித்துக் கொண்டிருந்த ஜமீன்தார்களும், மிராசுதார்களும் கிராமங்களில் முதலாளித்துவ விவசாயத்தைக் கொண்டு வந்தார்கள். ஏழைகளுக்குச் சொந்தமாக நிலம் கிடைத்தது; அவர்களும் சுறுசுறுப்பாக விவசாயம் செய்தனர். இலட்சக்கணக்கான இந்தியக் கிராமங்களில் விவசாய வளர்ச்சிக்காகப் பல அதிகாரிகள் நியமிக்கப்பட்டனர். நீர்ப்பாசன வசதி

மேம்படுத்தப்பட்டது. இரசாயன உற்பத்தி அதிகரித்தது. (1950-51-ல்) 73,000 டன் உரம் உற்பத்தி செய்யப்பட்டது. 1965-66-ல் அது 7,84,000-டன் ஆகவும் 1972-74-ல் 27,69,000 டன் ஆகவும் அதிகரித்தது.

"ஐந்தாண்டுத் திட்டங்கள் விவசாயத்தைப் புறக்கணித்தன என்று சொல்லப்படுகிறது. இது உண்மையல்ல. இந்தியா சுதந்திரம் அடைந்த முதல் 21 ஆண்டுகளில் அதற்கு முந்திய 200 ஆண்டுகளில் நடைபெறாத மாற்றங்கள் ஏற்பட்டுள்ளன" என்று தானியெல் தோர்னர் என்ற ஆய்வாளர் கூறுகிறார்.

இந்தியாவில் நிலச் சீர்திருத்தத்தின் விளைவாக எல்லா மாகாணங்களிலும் விவசாயிகள் சுய விவசாயம் செய்தார்கள். அவர்களில் மிகவும் அதிகப் பெரும்பான்மையினர் சிறு விவசாயிகளின் மற்றும் நடுத்தர விவசாயிகளே. பெரிய நிலவுடைமையாளர்கள் எண்ணிக்கை படிப்படியாகக் குறைந்தது. அவர்கள் விவசாயம் செய்த நிலத்தின் அளவும் குறைந்தது. 100 ஏக்கர்களுக்கு அதிகமாக நிலத்தைக் கொண்டிருந்த பெரிய பண்ணைகள் மிகவும் குறைவு. இக்காலத்தில் பெரிய பண்ணைகளில் நவீன முதலாளித்துவ விவசாயம் நடைபெறுகிறது. நிலம் இல்லாத எல்லோருக்கும் நிலம் கொடுப்பது அரசியல் அல்லது பொருளாதார ரீதியில் சாத்தியமல்ல. மேற்கு வங்காளத்தில் கூட கம்யூனிஸ்ட் அரசாங்கம் 'உழுபவனுக்கு நிலம்' என்ற கோரிக்கையை நிறைவேற்றவில்லை. குத்தகை விவசாயிகளின் எண்ணிக்கையில் பாதிப் பேருக்குப் பாதுகாப்பு கொடுத்து காப்பாற்றியதுதான் அவர்கள் சாதனை.

கிராமத்தின் வறுமை மற்றும் நிலமற்ற கொடுமையைத் தீர்ப்பதற்குக் கூட்டுறவு விவசாயம் வழியாக இருக்கும் என்று கருதப்பட்டது. 1955-ல் காங்கிரஸ் மாநாட்டில் (ஆவடி) சோஷலிஸ பாணி சமூகம் காங்கிரஸின் லட்சியம் என்று அறிவிக்கப்பட்டது. இந்திய அரசியல் அமைப்புச் சட்டத்திலும் இந்தக் குறிக்கோள் சேர்த்துக் கொள்ளப்பட்டது. ஆனால், சோஷலிசத் திசையில் இந்திய விவசாயம் வளர்ச்சியடையவில்லை. "இந்தியாவில் முதலாளித்துவத்தை அமுலாக்குவதில் பிரிட்டிஷ் ஆட்சி வெற்றியடையவில்லை. அதே போல விவசாயத்தில் சோஷலிசத்தை அமுலாக்குதில் இந்திய அரசாங்கம் வெற்றியடையவில்லை என்று டானியெல் தோர்னர் கூறுகிறார்.

இந்தியாவில் விவசாயம் வளர்ச்சியடைந்திருந்தாலும் நாட்டின் உணவுத் தேவைகள் மேன்மேலும் அதிகரித்தன. சுதந்திரத்துக்குப் பிறகு மக்கள் தொகை ஆண்டுதோறும் 2.25% உயர்ந்தது. தனிநபர் வருமானம் அதிகரித்தது. அண்டை நாடுகளுடன் இரண்டு பெரிய போர்கள் நடைபெற்றன. ஆகவே உணவுப் பிரச்சினை தீவிரமடைந்தது. உணவுப் பொருள் இறக்குமதி முதலாவது திட்டக் காலத்தில் 12 மில்லியன் டன்னாக இருந்து, இரண்டாவது திட்டக் காலத்தில் 19.4 மில்லியன் டன்னாகவும், மூன்றாவது திட்டக் காலத்தில் 32.2 மில்லியன் டன்னாகவும் அதிகரித்தது. கிராமங்களில் கட்டமைப்புச் சீர்திருத்தங்கள் ஏற்கெனவே செய்யப்பட்டிருந்தன. 1960-களின் மத்தியிலிருந்து விவசாயத் துறையில் பசுமைப் புரட்சி ஏற்பட்டது.

# 33
## விவசாய வளர்ச்சியும் பசுமைப் புரட்சியும்

இந்தியா எப்பொழுதுமே உணவுப் பற்றாக்குறை உள்ள நாடு என்ற பிம்பம் தொடர்ச்சியாக இருந்து வந்திருக்கிறது. எனினும் பசுமைப் புரட்சியின் விளைவாக இந்தியா உணவுத் துறையில் தன்னிறைவு பெற்றது. சிற்சில கட்டங்களில் உற்பத்தி உபரியாகவும் இருந்தது. 1960-களின் மத்தியில் இந்திய விவசாயத்துக்கு ஏற்பட்ட விஞ்ஞான மாற்றங்கள் இதற்கு முக்கியமான காரணம் ஆகும். பசுமைப் புரட்சியின் விளைவுகள் மற்றும் ஏழைகள் மீது அதன் தாக்கத்தைப் பற்றி விவாதங்கள் இன்றும் நடைபெறுகின்றன. இந்த அத்தியாயத்தில் அதைப் பற்றி எழுதப்படுகிறது.

நேரு ஆட்சி செய்த காலம் (1947-64) முழுவதும் இந்திய விவசாயம் புறக்கணிக்கப்பட்டது என்பதாக சிலர் கூறுவதுண்டு. எனினும் அது உண்மையல்ல. முதல் ஐந்தாண்டுத் திட்டத்தில் மொத்த முதலீட்டில் 31% விவசாயம் மற்றும் நீர்ப்பாசனத்திற்கு ஒதுக்கப்பட்டது. அதன் பிறகு வந்த ஐந்தாண்டுத் திட்டங்களில் 20-24% விவசாயத்துக்கு ஒதுக்கப்பட்டது. நேரு காலத்தில்தான் பக்ரா நங்கல் அணைக்கட்டுத் திட்டம் நிறைவேற்றப்பட்டது. வேளாண்மைப் பல்கலைக்கழகங்களும் வேளாண்மை ஆராய்ச்சி நிலையங்களும் இரசாயன உரத் தொழிற்சாலைகளும் நாடு முழுவதும் நிறுவப்பட்டன.

நிலச் சீர்திருத்தங்களின் விளைவாக ஏற்பட்ட உற்பத்திப் பெருக்கம் 1960-களின் தொடக்கத்தில் உச்சத்தை எட்டியது. அதன் பிறகு நேரு விவசாயத் தொழில்நுட்பத்தில் மாற்றங்களைச் செய்வது பற்றிச் சிந்தித்தார். (இந்தியாவைக் காட்டிலும் தீவிரமான முறையில் நிலச் சீர்திருத்தங்களைச் செய்த ஜப்பான், சீனா ஆகிய நாடுகளிலும் விவசாயத் தொழில்நுட்பத்தை நவீனப்படுத்துவதற்கு முக்கியத்துவம்

கொடுக்கப்பட்டது.) நேரு காலத்தில் தீவிர விவசாய வளர்ச்சித் திட்டம் (IADP) 15 மாவட்டங்களில் (மாநிலத்துக்கு ஒன்று) அமுலாக்கப்பட்டது. சில ஆண்டுகளுக்குப் பிறகு இது விரிவுபடுத்தப்பட்டது. "பசுமைப் புரட்சி நேருவுக்குப் பிறகு ஏற்பட்டிருந்தாலும் அதற்கான தொழில்நுட்ப மாற்றங்கள் நேரு காலத்திலேயே நிறைவேற்றப்பட்டிருந்தன என்று ஜி.எஸ். பல்லா கூறினார். இந்தியாவின் விவசாய வளர்ச்சி 1949-க்கும் 1965-க்கும் இடையில் ஆண்டுதோறும் 3% ஆக இருந்தது. 1950-களின் நடுப்பகுதியிலிருந்து 1960-களின் நடுப்பகுதி வரை உணவு நெருக்கடி ஏற்பட்டது. 1960-களின் தொடக்கத்திலிருந்து விவசாய வளர்ச்சி தேங்கிவிட்டது. சுதந்திரத்துக்குப் பிறகு இந்தியாவில் மக்கள்தொகை ஆண்டுக்கு சுமார் 2.2% அதிகரித்தது. ஆகவே உணவுத் தேவை மிகவும் அதிகரித்தது. உணவுப் பொருட்களின் விலை உயர்ந்தது. அரசாங்கம் வெளிநாடுகளிலிருந்து உணவுப் பொருட்களை இறக்குமதி செய்தது. அமெரிக்காவிலிருந்து PL 480 திட்டத்தின் கீழ் உணவுப் பொருள் இறக்குமதி செய்வது 1956-ல் தொடங்கியது. முதலாவது ஆண்டில் 3 மில்லியன் டன் இறக்குமதி செய்யப்பட்டது. அது மேன்மேலும் அதிகரித்து, 1963-ல் 4.5 மில்லியன் டன்னுக்கும் அதிகமாக இருந்தது.

இந்தக் கால கட்டத்தில் சீனாவுடன் 1962 போர் நடைபெற்றது. 1965-ல் பாகிஸ்தானுடன் போர். 1965-66-ல் தொடர்ச்சியாக இரண்டு ஆண்டுகள் வறட்சி நிலவியது. விவசாய உற்பத்தி 17%-ம் உணவு உற்பத்தி 20%-ம் குறைந்தன. 1965-க்கும் 1968-க்கும் இடையில் உணவுப் பண்டங்களின் விலை ஆண்டுதோறும் 20% அதிகரித்தது. 1966-ல் இந்தியா 10 மில்லியன் டன் உணவுப் பொருளை இறக்குமதி செய்தது. பீஹார், உத்திரப்பிரதேசம் ஆகிய மாகாணங்களிலும் மற்ற பகுதிகளிலும் உணவுப் பஞ்சம் ஏற்பட்டது. வியத்நாம் பிரச்சினையில் இந்தியாவின் அரசியல் நிலை அமெரிக்காவுக்கு எதிராக இருந்தது. அமெரிக்க ஜனாதிபதி ஜான்ஸன் இந்தியாவை 'கிடுக்கி'யில் மாட்டவேண்டும் என்று விரும்பினார். அதற்கு, இந்தியாவில் ஏற்பட்டிருந்த உணவு நெருக்கடியைப் பயன்படுத்திக் கொண்டார்.

மெக்ஸிகோவில் பஞ்ச நிலைமைகள் ஏற்பட்ட பொழுது உயர்ரக விதைகளைப் (HYV) பயன்படுத்தி, கோதுமை உற்பத்தியை அதிகப்படுத்தினார்கள். இந்தியாவில் அமைச்சர் சி.சுப்ரமணியம் பசுமைப் புரட்சிக்குத் திட்டங்களைத் தயாரித்தார். பிரதமர் சாஸ்திரியும்,

பிற்காலத்தில் இந்திராகாந்தியும் அவருக்கு முழு ஒத்துழைப்பு கொடுத்தார்கள். சுமார் 32 மில்லியன் ஏக்கர்கள் (அதாவது, இந்தியாவில் விவசாயம் செய்யப்பட்ட நிலத்தில் சுமார் 10%) நிலத்தில் பசுமைப்புரட்சி ஏற்பட்டது. விவசாயப் பொருட்கள் விலை கமிஷன் 1965-ல் நிறுவப்பட்டது. விவசாயத்துறையில் அரசாங்க முதலீடு அதிகரித்தது. விவசாயிகளுக்குக் கடன்களும் சுலபமாகக் கிடைத்தன. 1960-61-க்கும் 1970-71-க்கும் இடையில் மின்சாரம் மற்றும் டீசல் நீரிறைவை மோட்டார்கள் 4,21,000-லிருந்து 2.4 மில்லியனாக அதிகரித்தன. இதே காலகட்டத்தில் விவசாயிகள் பயன்படுத்திய இரசாயன உரம் 3,00,6000 மெட்ரிக் டன்னிலிருந்து 23,50,000 டன்களாக அதிகரித்தது. இந்தக் காலகட்டத்தின் இரண்டாம் பாதியில்தான் இந்த வளர்ச்சி ஏற்பட்டது.

புதிய செயல்திட்டத்தின் விளைவாக உணவு உற்பத்தி 1967-68-க்கும் 1970-71-க்கும் இடையில் 35% அதிகரித்தது. மொத்த உணவு தானிய உற்பத்தி 1964-65-ல் 89 மில்லியன் டன்களில் இருந்து 1971-72-ல் 112 மில்லியன் டன்களாக அதிகரித்தது. உணவு இறக்குமதி 1966-ல் 10.3 மில்லியன் டன்களில் இருந்து 1970-ல் 3.6 மில்லியன் டன்களாகக் குறைந்தது. புதிய செயல்திட்டத்தைக் கடைபிடித்திரா விட்டால், இந்தியா குறைந்தபட்சம் 8 முதல் 10 மில்லியன் டன் கோதுமையை ஆண்டுதோறும் இறக்குமதி செய்திருக்கும். அதன் விலை ஆண்டுதோறும் 600-800 மில்லியன் டாலர்களாக இருந்திருக்கும். புதிய செயல்திட்டத்தின் விளைவாக 1987-லும் 1988-லும் நாட்டில் வறட்சி இருந்தாலும் உணவுப் பஞ்சம் ஏற்படவில்லை.

புதிய செயல்திட்டத்தின் விளைவாக கிராமங்களிலிருந்து நகரச் சந்தைகளுக்கு வந்த தானிய அளவு அதிகரித்தது. தென் இந்தியாவிலும் வளர்ச்சியடைந்த வடமேற்கு இந்தியாவிலும் தனிநபர் உணவு உற்பத்தி நுகர்வு அதிகரித்தது. அமெரிக்காவிலிருந்த PL 480 திட்டத்தின்கீழ் இறக்குமதி செய்வது மற்றும் இதர இறக்குமதிகளும் நிறுத்தப்பட்டு இந்தியா தற்சார்புப் பாதையில் வளர்ச்சியடைந்தது.

புதிய விவசாயச் செயல்திட்டத்தைப் பற்றிப் பாதகமான விமர்சனங்களும் எழுந்தன. 'பசுமைப்புரட்சி நீர்ப்பாசன வசதிகளில் சில மாகாணங்களுக்கு முதலிடம் கொடுக்கிறது, அதன் மூலம் பிராந்திய ஏற்றத் தாழ்வுகள் அதிகரிக்கின்றன' என்று சிலர் குறைகூறினார்கள். பசுமைப்புரட்சியின் முதல் கட்டத்தில் (1966-68) வடமேற்குப் பிரதேசத்தில் (பஞ்சாப், ஹரியானா மற்றும் மேற்கு உ.பி.) கோதுமை

உற்பத்தி மிகவும் அதிகரித்தது. பஞ்சாபில் 6.63 சதவிகித வளர்ச்சி ஏற்பட்டது. இரண்டாவது கட்டத்தில் (1970-73-க்கும் 1980-83-க்கும் இடையில்) பசுமைப்புரட்சி கிழக்கு உத்திரப்பிரதேசம், ஆந்திராவின் கடலோரப் பகுதிகள், கர்நாடகா மற்றும் தமிழ்நாட்டின் சில பகுதிகள் ஆகிய பிரதேசங்களுக்கு விஸ்தரிக்கப்பட்டது. மஹாராஷ்ட்ரா, குஜராத், ஆந்திரா ஆகிய மாகாணங்களிலும் வளர்ச்சி விகிதம் ஆண்டுக்கு 2.38% ஆக இருந்தது. இது அகில இந்திய வளர்ச்சி விகிதத்தைக் காட்டிலும் அதிகம். பசுமைப்புரட்சியின் மூன்றாது கட்டத்தில் (1980-83 முதல் 1992-95 வரை) கிழக்கு மாகாணங்களான மேற்கு வங்காளம், பீஹார், அஸ்ஸாம், ஒரிஸா ஆகியவற்றுக்கு விஸ்தரிக்கப்பட்டது. மேற்கு வங்காளத்தில் ஆண்டுக்கு 5.39 % வளர்ச்சி ஏற்பட்டது. இந்தக் கட்டத்தில் வடமேற்கு பிராந்தியத்தைக் காட்டிலும் தெற்குப் பிராந்தியத்தில் அதிகமான வளர்ச்சி ஏற்பட்டது.

பசுமைப் புரட்சியினால் கிராமப்புறங்களில் வர்க்க முரண்பாடுகள் கூர்மையடைகின்றன என்று 1970-களில் சிலர் கூறினர்.

சிறுவிவசாயிகள், குறுவிவசாயிகள், குத்தகை விவசாயிகளை அழித்து பணக்கார விவசாயிகளும் முதலாளித்துவ விவசாயிகளும் வளம் அடைகிறார்கள் என்று அவர்கள் வாதிட்டார்கள். விவசாயம் எந்திரமயமாக்கப்பட்டதன் விளைவாக விவசாயக் கூலிகள் கிராமங்களிலிருந்து விரட்டப்பட்டனர். பசுமைப்புரட்சியின் விளைவாக சிவப்புப் புரட்சி ஏற்படப் போகிறது என்று அவர்கள் எச்சரித்தார்கள்.

பிராந்திய ஏற்றத்தாழ்வு அதிகரிக்கும் மற்றும் விவசாயிகள் அழிக்கப்படுகிறார்கள் என்ற அச்சங்கள் ஆதாரமற்றவை என்பது நிரூபிக்கப்பட்டது. ஏழை விவசாயிகள்கூட புதிய தொழில்நுட்பத்தைப் பயன்படுத்திக்கொள்ள முடிந்தது. 1970-ன் தொடக்கத்தில் பிரதமர் இந்திரா காந்தி அறிவித்த பல செயல்திட்டங்கள் சிறு விவசாயிகளையும் குறு விவசாயிகளையும் பாதுகாத்தன. வங்கிகள் அவர்களுக்குச் சுலபமான தவணைத்திட்டத்தில் கடன் வசதிகளை அளித்தன. அரசுத் திட்டங்களும் அவர்களைக் குறிவைத்து உதவி செய்தன.

"பெரிய விவசாயிகளைக் காட்டிலும் சிறு விவசாயிகளின் உடைமை மற்றும் இடுபொருட்கள் நிலத்தில் ஓர் அலகுக்கு அதிகரித்தன" என்று 1979-ல் ராஜ்கிருஷ்ணா கூறினார். பசுமைப் புரட்சியின் கீழ் குறைவான நிலம் வைத்திருப்பவர்கள் அதிக நிலம் வைத்திருந்தவர்களைக் காட்டிலும் அதிகமாக உற்பத்தி செய்ய முடிந்தது.

இந்தியாவில் சிறு விவசாயிகளும் நடுத்தர விவசாயிகளும்தான் அதிக எண்ணிக்கையில் இருக்கிறார்கள். இப்பொழுது சிறு விவசாயிகள் தரமான விதைகள், இரசாயன உரம், நீர்ப்பாசன வசதிகளைப் பயன்படுத்தி அதிகமான உற்பத்தி செய்ய முடிந்தது. பசுமைப் புரட்சியில் குத்தகை விவசாயிகள் பாதிக்கப்பட்டிருந்தாலும் விவசாயக் கூலிகளுக்கு வேலையிருந்தது. பஞ்சாபில் 1961-1981-க்கு இடையில் விவசாயத் தொழிலாளர்களின் எண்ணிக்கை 3 மடங்கு அதிகரித்தது. உ. பி. மாகாணத்தின் கிழக்குப் பகுதியிலிருந்தும் பீஹாரிலிருந்தும் பஞ்சாபில் விவசாய வேலை செய்வதற்குத் தொழிலாளர்கள் வந்தார்கள். பசுமைப் புரட்சியின் மற்றொரு விளைவையும் குறிப்பிட வேண்டும். கிராமங்களில் விவசாயத்தை அடிப்படையாகக் கொண்ட தொழில்கள் தொடங்கப்பட்டன. விவசாய விளைபொருட்களுக்குச் சேமிப்புக் கிடங்குகள் அமைக்கப்பட்டன. உழவுக் கருவிகள், டிராக்டர்கள், டீசல் பம்புகள் ஆகியவற்றைப் பழுது பார்ப்பதற்கும் தொழிற்சாலைகள் கிராமங்களில் ஏற்பட்டன. கிராமங்களில் பொருளாதார வளர்ச்சி ஏற்பட்ட பொழுது கட்டடத் தொழிலாளர்கள், தச்சர்கள், நெசவாளர்கள், தையற் கலைஞர்கள் ஆகியோருக்கு வேலை கிடைத்தது. விவசாயிகள் கடிகாரங்கள், சைக்கிள்கள், வானொலிகள், தொலைக்காட்சிப் பெட்டிகள், மோட்டார் சைக்கிள்கள், சலவை எந்திரங்கள் ஆகியவற்றை வாங்கினார்கள். பஞ்சாபில் 1971-க்கும் 1981-க்கும் இடையில் நகர வேலைவாய்ப்பு சுமார் 50% அதிகரித்தது. பஞ்சாப் கிராமங்களில் ஏற்பட்ட வளர்ச்சியின் தாக்கம் என்று இதைக் கருதலாம்.

பசுமைப் புரட்சியின் துணை விளைவாக வேலைவாய்ப்புகள் அதிகரித்தன. ஆனால் மக்கள் தொகை அதைக்காட்டிலும் கூடுதலாக வளர்ச்சியடைந்தது. விவசாய வளர்ச்சியின் காரணமாக உற்பத்தி செய்யப்பட்ட உபரி உணவுப் பொருள் விவசாயத்தில் பின்தங்கிய பிரதேசங்களில் வேலைவாய்ப்பை ஏற்படுத்துவதற்குப் பயன்படுத்தப் பட்டது என்பதை சி.எச்.அனுமந்தராவ் சுட்டிக் காட்டுகிறார். புதிய விவசாயச் செயல்திட்டத்தின் விளைவுகளைப் பற்றி இரண்டு நிபுணர்கள் ஆய்வு செய்தார்கள். 1966-68-ல் தானியேல்தோர்னர் ஆந்திரா, தஞ்சாவூர் (தமிழ்நாடு), ஹரியானா, மேற்கு உ.பி. ஆகிய மாகாணங்களுக்குச் சென்று ஆய்வு செய்தார். லாடேஜின்ஸ்கி 1969-ல் பஞ்சாப் கிராமங்களில் ஆய்வுகளை நடத்தினார். கிராமங்களில் பொருளாதார ஏற்றத் தாழ்வுகள் அதிகரித்தாலும் சிறு விவசாயி மற்றும் விவசாயக் கூலிகளின் ஊதியங்கள் அதிகரித்தன. பீஹார் மற்றும்

உத்திரப்பிரதேச மாகாணங்களைச் சேர்ந்த ஏழைகள் வேலை தேடிப் பஞ்சாபுக்கு வந்து கணிசமான ஊதியங்களைப் பெற்றார்கள். பசுமைப்புரட்சி நடைபெற்ற பிரதேசங்களில் வறுமைக் கோட்டுக்குக் கீழே வாழ்கின்ற ஏழைகளின் எண்ணிக்கை குறைந்தது. இந்திய மக்கள் விவசாயத்தை அடிப்படையாகக் கொண்டு வாழ்க்கை நடத்துவதால், பசுமைப்புரட்சி வறுமை ஒழிப்புப் போருக்கு உதவிகரமாக இருந்தது.

இந்தக் காலகட்டத்தில் விவசாயிகளின் போர்க்குணமிக்க போராட்டங்கள் நடைபெற்றன. அவை அடித்தளத்திலிருந்த விவசாயிகளின் போராட்டங்கள் அல்ல; சிறு, நடுத்தர மற்றும் பணக்கார விவசாயிகளின் போராட்டங்களே. அவர்கள் 'உரத்தின் விலையைக் குறை, கோதுமைக்கு அதிக விலை கொடு, இலவச மின்சாரம் கொடு' என்று கோஷங்களை எழுப்பிப் போராடுகிறார்கள்.

தொழில்நுட்பத்தைப் பயன்படுத்தி விவசாய வளர்ச்சியை ஊக்குவிப்பதைக் குருட்டுத்தனமாக எதிர்க்கக்கூடாது. விவசாயிகள் தண்ணீரை வீணாக்குவதைத் தடுக்க வேண்டும். இரசாயன உரங்கள், பூச்சிக்கொல்லி மருந்துகளை அதிகமான அளவில் பயன்படுத்துவதைத் தடுக்க வேண்டும். மரபுவழிப்பட்ட விவசாயம் கிராமங்களில் இயற்கை வளர்ச்சி மற்றும் பல்லுயிர்ப் பெருக்கத்தை ஊக்குவித்தது. நவீனத் தொழில்நுட்பம் பசுமைப்புரட்சியின் மூலம் கிராமங்களின் பல்லுயிர் வளத்தை அழிப்பதற்கு அனுமதிக்கக்கூடாது.

# 34

# சுதந்திரத்திற்குப் பிறகு விவசாயிகள் போராட்டங்கள்

தெலுங்கானாவில் விவசாயிகள் நடத்திய ஆயுதம் ஏந்திய போராட்டம் வரலாற்றில் இடம்பெற்றிருக்கிறது. PEPSU- மாகாணத்தில் குத்தகை விவசாயிகளின் இயக்கம் சுதந்திரத்துக்கு முந்திய ஆண்டுகளில் தொடங்கியது. நக்ஸலைட்டுகள் அல்லது மாவோயிஸ்டுகளின் விவசாயப் போராட்டங்கள் 1960-களின் பிற்பாதியிலிருந்து தொடங்கின. 1980-களில் புதிய விவசாயிகளின் இயக்கங்களும் நடைபெற்றன. இவை தவிர ம. பி. மற்றும் பீஹாரில் நடைபெற்ற கார்வாக் பழங்குடி மக்கள் இயக்கம் (1957-58) மகாராஷ்ட்ரத்தில் பழங்குடியினரான பீல்களின் இயக்கம் (1967-75) வர்லி ஆதிவாசிகளின் போராட்டம் (1978) ஆகியவையும் நடைபெற்றன. 1970-ல் இந்தியக் கம்யூனிஸ்ட் கட்சி நிலத்தைக் கையகப்படுத்தும் இயக்கத்தை நடத்தியது. நீர்ப்பாசனத் திட்டங்களுக்குச் செலவழித்த நிதியைத் திரும்பப் பெறுவதற்கு அரசாங்கம் விதித்த கூடுதலான வரிகளை எதிர்த்துப் பஞ்சாபிலும், ஆந்திராவிலும் விவசாயிகள் போராடினார்கள். இந்தியக் கம்யூனிஸ்ட் கட்சி 1968-ல் மோகா என்ற இடத்தில் அகில இந்திய விவசாயத் தொழிலாளர் சங்கத்தை நிறுவியது. நாட்டின் பல மாகாணங்களில் - குறிப்பாக, தஞ்சாவூரிலும் கேரளத்திலும் விவசாயத் தொழிலாளர்கள் மற்றும் குத்தகை விவசாயிகளின் போராட்டங்கள் நடைபெற்றன.

1945-க்கும் 1947-க்கும் இடையில் விவசாய உறவுகளில் ஏற்பட்ட மாற்றங்களைத் தொடர்ந்து போராட்டங்கள் நடைபெற்றன. வங்காளத்தில் நடைபெற்ற தெபாகா போராட்டம் பஞ்சாபில் நடைபெற்ற கால்வாய்க் குத்தகை விவசாயிகளின் போராட்டம் ஆகியவை நாடு சுதந்திரம் பெறுவதற்கு முன்பு தொடங்கி, சுதந்திரத்துக்குப் பிறகும் நடைபெற்றன. இந்தப் போராட்டங்களுக்குக் கம்யூனிஸ்டுகள் தலைமை தாங்கினார்கள்.

## தெலுங்கானா விவசாயிகள் போராட்டம்

ஹைதராபாத் சமஸ்தானத்தில் தெலுங்கானா பகுதியில் நிஜாம் மன்னர் சர்வாதிகார ஆட்சி நடத்தினார். எனினும், 1930-களில் இருந்து அங்கு தேசிய மற்றும் ஜனநாயக ஸ்தாபனங்கள் (உதாரணமாக, சமஸ்தானக் காங்கிரஸ் மற்றும் ஆந்திர மகாசபை) செல்வாக்கு பெற்றிருந்தன. 1940-களின் ஆரம்பத்திலிருந்த கம்யூனிஸ்ட்கள் தெலுங்கானாவில் முக்கிய சக்தியாக இருந்தார்கள். தெலுங்கானாவில் ஜாகிர்தார்கள் ஆயிரக்கணக்கான நிலங்களை வைத்திருந்தனர். அவர்கள் விவசாயிகளை மிகவும் கடுமையாகச் சுரண்டினார்கள். கம்யூனிஸ்ட்கள் ஜாகிர்தார்களின் சர்வாதிகாரம், சுரண்டலை எதிர்த்து விவசாயிகளின் போராட்டத்துக்குத் தலைமை தாங்கினார்கள். அரசாங்கத்தின் கட்டாயக் கொள்முதல், ஜாகிர்தார்களுக்குச் செய்ய வேண்டிய இலவச உழைப்பு (பேகார்) ஆகியவற்றைக் கம்யூனிஸ்ட்கள் தலைமையில் விவசாயிகள் எதிர்த்தார்கள். 1945-லிருந்து விவசாயிகள் இயக்கம் வேகமாக வளர்ச்சியடைந்தது.

நாடு சுதந்திரம் அடைந்த பொழுது ஹைதராபாத் நிஜாம் இந்தியாவுடன் இணைவதற்கு மறுத்தார். பிரிட்டிஷ் அதிகாரிகள் அவருக்கு ஊக்கமளித்தனர். பாகிஸ்தானும் உதவி செய்தது. முஸ்லிம் இளைஞர்களைக் கொண்ட ரஜாக்கர் படை கிராமங்களில் இந்துக்களை மிரட்டி பயமுறுத்தியது. 1947 ஆகஸ்ட் முதல் 1948 செப்டம்பர் வரை நிஜாமின் சர்வாதிகாரத்தை எதிர்த்து இந்தியாவுக்கு ஆதரவாகக் கம்யூனிஸ்ட்கள் போராடினார்கள். நல்கொண்டா, வாரங்கல், கம்மம் ஆகிய மாவட்டங்களில் அவர்களுக்குத் தளங்கள் ஏற்பட்டன. கம்யூனிஸ்ட்கள் விவசாயிகளின் கொரில்லாப் படைகளை அமைத்து ரஜாக்கர் தாக்குதலிலிருந்து கிராம மக்களைப் பாதுகாத்தார்கள். அவர்கள் கழி, கவண்கல், நாட்டுத் துப்பாக்கிகள் ஆகியவற்றைப் பயன்படுத்துவதில் பயிற்சி பெற்றார்கள். சுமார் 3000 கிராமங்கள் கம்யூனிஸ்ட்களின் தலைமையில் இருந்தன என்று சொல்லப்படுகிறது.

நிலப்பிரபுக்கள் விவசாயிகளிடமிருந்து அபகரித்த நிலங்கள் விவசாயிகளுக்குத் திரும்பக் கிடைத்தன. தரிசு நிலம், நிலமற்ற ஏழைகளுக்குப் பகிர்வு செய்யப்பட்டது. விவசாயக் கூலிகளுக்கு ஊதியம் உயர்ந்தது. வீடுகளில் பெண்களை அடிக்கிற காட்டுமிராண்டித் தனம் கண்டிக்கப்பட்டது.

நிலப்பிரபுக்களின் நிலத்துக்கு உச்சவரம்பு முதலில் 500 ஏக்கர் என்றும் பிறகு 100 ஏக்கர் என்றும் முடிவு செய்யப்பட்டது. விவசாயிகள் நிலப்பிரபுக்களின் உபரி நிலத்தை வாங்கிக்கொள்வதைக் காட்டிலும் தாங்கள் இழந்த நிலங்களையும், தரிசு நிலங்களையும் பெறுவதில் அதிக அக்கறை காட்டினார்கள். 1948, செப்டம்பர் 13-ஆம் நாளன்று இந்திய ராணுவம் ரஜாக்கர்களைத் தேடிக் கிராமங்களுக்குள் முன்னேறியது. விவசாயிகள் இந்திய ராணுவத்தை உற்சாகமாக வரவேற்றார்கள். 'கம்யூனிஸ்ட்கள் ஆயுதங்களை ஒப்படைக்கக்கூடாது, கொரில்லாப் படைகளைக் கலைக்கக்கூடாது, முதலாளி - நிலப்பிரபுத்துவ நேரு அரசாங்கத்தை எதிர்த்து விடுதலைப் போர் நடத்த வேண்டும்' என்று கம்யூனிஸ்ட்கள் முடிவு செய்தார்கள். ரஜாக்கர்கள் ஒழுங்குபடுத்தப்படாத ரவுடிக் கும்பல். இந்திய ராணுவம் நவீன ஆயுதங்களைக் கொண்டு முறையான பயிற்சி பெற்றிருந்தது. இந்தியப் படைவீரர்கள் கிராமங்களில் கம்யூனிஸ்ட்களின் மறைவிடங்களைக் கண்டுபிடித்து, கைது செய்தார்கள். காடுகளுக்குப் போய் மறைந்திருந்த கம்யூனிஸ்டுகள் மறுபடியும் தளங்களை ஏற்படுத்த முயற்சி செய்தார்கள். ஆனால், அவர்களுக்கு வெற்றி கிட்டவில்லை. 1951-ல்தான் கம்யூனிஸ்ட் கட்சி போராட்டத்தை வாபஸ் பெற்றது. சுமார் 500 கம்யூனிஸ்ட்கள் கொல்லப்பட்டனர். சுமார் 10,000 கம்யூனிஸ்ட்கள் சிறையில் அடைக்கப்பட்டார்கள்.

இந்திய அரசாங்கம் விவசாயிகளின் பிரச்னைகளைத் தீர்ப்பதில் அக்கறை காட்டியது. 6,00,000 குத்தகை விவசாயிகளுக்குப் பாதுகாப்பு அளிக்கப்பட்டது. 1950-களின் மத்தியில் நிலவுடைமைக்கு உச்சவரம்பு நிர்ணயிக்கப்பட்டது. விவசாயிகளின் அரசியல் உணர்ச்சி உச்சத்தில் இருந்தபடியால் நிலப்பிரபுக்கள் அவர்களை மிரட்ட முடியவில்லை. அவர்கள் தங்களுக்குச் சொந்தமாக இருந்து விவசாயிகளுக்குத் தரப்பட்ட உபரி நிலங்களை அந்த விவசாயிகளுக்கே விற்பனை செய்வதற்கு முன்வந்தார்கள். தெலுங்கானாவில் ஜாகிர்தாரி முறையின் நிலப்பிரபுத்துவச் சுரண்டல்முறை நசுக்கப்பட்டது.

### பாடியாலா குத்தகை விவசாயிகள் இயக்கம்

பஞ்சாபில் மிகவும் பெரிய சமஸ்தானம் பாடியாலா சமஸ்தானம். அரசரின் சர்வாதிகாரமும் எல்லோரையும் நடுங்கச் செய்தது. முதலில் விவசாயிகளிடமிருந்து வரிவசூலித்து அரசருக்குத் தருகின்ற இடைத்தரகர்களாக இருந்தவர்கள் பிற்காலத்தில் நிலப்பிரபுக்களாக

மாறினார்கள். நெடுங்காலமாக விவசாயிகள் உழைத்துப் பண்படுத்தி விவசாயம் செய்த நிலத்தின் மீது அவர்கள் சட்ட விரோதமாக உரிமை கொண்டினார்கள். இந்தப் பிரச்சினை விவசாயிகளை வேதனைப் படுத்தியது. எனினும் தேசிய இயக்கம், அகாலி மற்றும் பிரஜா மண்டல் இயக்கங்கள் 1920களில் வளர்ச்சியடைந்த பிறகுதான் அவர்கள் தங்களுடைய கோரிக்கையை தைரியமாகப் பேசினார்கள். பஞ்சாபின் மற்ற பகுதிகளில் கம்யூனிஸ்டுகள் சுறுசுறுப்பாக விவசாய இயக்கத்தைக் கட்டினார்கள். எனவே 'பெப்சு' பிரதேசத்தில் குத்தகை விவசாயிகளின் இயக்கத்துக்குத் தலைமை தாங்கினார்கள். அரசருடைய சர்வாதிகார நடவடிக்கைகளைப் பிரஜா மண்டல் எதிர்த்தது. தேஜாசிங் சுதந்திரா என்ற லால் கம்யூனிஸ்ட் தலைவரும் பஞ்சாப் கம்யூனிஸ்டுகளின் ஒரு பகுதியினரும் (காதர் இயக்கம்) அதற்குத் தலைமை தாங்கினார்கள்.

மக்களைப் பாதுகாப்பதற்கு 1948 இறுதியில் ஒரு சிறிய ஆயுதப்படை அமைக்கப்பட்டது. விவசாயிகள் தாக்கப்படுகின்ற பொழுது இந்தப் படை ஓடிச் சென்று அவர்களைப் பாதுகாத்தது. இந்தப் படையைப் பற்றிக் கற்பனையாகச் சிலர் பேசினாலும், மொத்தத்தில் 30, 40 வீரர்கள்தான் இருந்தார்கள் (அதிகபட்சமாக 100-க்கு மேல் இருக்காது). 1951-ல் சமஸ்தானத்தில் காங்கிரஸ் மந்திரி சபை அமைக்கப்பட்டது. பிரிஷ்பான் என்ற காங்கிரஸ்காரர் துணை முதலமைச்சராக நியமிக்கப்பட்டார். விவசாயச் சீர்திருத்தங்களுக்கு ஒரு விசாரணைக் கமிட்டி அமைக்கப்பட்டது. மந்திரிசபை கவிழ்ந்ததால், குடியரசுத் தலைவர் ஆட்சி நடைபெற்றது. குடியரசுத் தலைவர் 'பெப்சு' குத்தகை விவசாயிகள் நிலவுடைமை அவசரச் சட்டத்தைப் பிரகடனம் செய்தார். குத்தகை விவசாயிகள் செலுத்தி வந்த நிலவரியில் 12 மடங்கு கொடுத்து நிலஉடைமையைப் பெறுவதற்கு வழியிருந்தது. கம்யூனிஸ்ட்கள் அதை ஏற்றுக்கொள்ளவில்லை. இழப்பீடு கொடுக்கக்கூடாது என்பதில் மிகவும் பிடிவாதமாக இருந்தனர். சிறிதும் நெகிழ்ச்சியான நடைமுறையைப் பின்பற்றவில்லை. ஆனால், குத்தகை விவசாயிகள் அதை அங்கீகரித்து நிலவுடைமை பெற்றார்கள். இந்தப் போராட்டத்தில் பங்கெடுத்த அகாலிகள் மற்றும் வகுப்புவாதச் சக்திகள் பலனடைந்தன.

## நக்ஸலைட் விவசாய இயக்கம்

1967, மார்ச், 2-ஆம் நாள் அன்று மேற்கு வங்காளத்தில் காங்கிரஸ் அல்லாத ஐக்கிய முன்னணியின் முதல் அரசாங்கம் பொறுப்பேற்றது. அதில் இந்தியக் கம்யூனிஸ்ட் கட்சி, மார்க்ஸிஸ்ட் கம்யூனிஸ்ட் கட்சி,

பங்களா காங்கிரஸ் ஆகியவற்றின் பிரதிநிதிகள் இடம்பெற்றிருந்தனர். நிலச்சீர்த்திருத்தங்களை விரைவுபடுத்த முடிவு செய்யப்பட்டது. 'உபரி நிலம் நிலமில்லாத விவசாயிகளுக்கு விநியோகிக்கப்படும். குத்தகை விவசாயிகளை நிலத்திலிருந்து வெளியேற்றக் கூடாது' என்று நில வருவாய்த் துறையின் அமைச்சரும் மார்க்சிஸ்ட் கம்யூனிஸ்ட் கட்சியின் தலைவருமான ஹரிகிருஷ்ணகோனார் அறிவித்தார். ஏழை மக்கள் உற்சாகமடைந்தார்கள். சிறு மற்றும் நடுத்தர விவசாயிகளிடம் நிலத்தைப் பறித்துக் கொள்வார்களோ என்ற பயம் ஏற்பட்டது. வழக்கம்போல சட்டச் சிக்கல்கள் ஏற்பட்டன. நில விநியோகத்தில் தாமதம் ஏற்படுவதைப் பற்றிக் கம்யூனிஸ்ட்களின் ஒரு பிரிவினர் ஆத்திரமடைந்தார்கள். அந்தக் குழுவினர் நக்ஸல்பாரிகள் என்று அழைக்கப்பட்டார்கள். வங்காளத்தின் வடக்குப் பகுதியில் டார்ஜிலிங் மாவட்டத்தில் நக்ஸல்பாரி இருக்கிறது. 1950-களில் இருந்து விவசாய சங்கத்தில் திரட்டப்பட்ட ஆதிவாசிகள் கம்யூனிஸ்ட் கட்சியில் அதிகமாக இருந்தார்கள். இங்கு விவசாயிகளின் தலைவராக சாரு மஜும்தார் இருந்தார். அவர் மாவோ சிந்தனைகளால் ஈர்க்கப்பட்டவர். நிலச் சீர்திருத்தம் சட்டபூர்வமான முறைகளில் நடைபெறும் என்று அவர் நம்பவில்லை. நிலத்தை விவசாயிகள் பலாத்காரமாகக் கைப்பற்ற வேண்டும் என்று அவர் விரும்பினார். மேற்கு வங்காளத்தில் ஐக்கிய முற்போக்கு அரசாங்கம் பதவியேற்ற 16 நாட்களுக்குள் அவர்கள் ஒரு விவசாயிகள் மாநாட்டினை நடத்தினார்கள். மாகாண அரசாங்கம் உடனடியாக நிலச் சீர்திருத்தம் செய்ய வேண்டும் என்று கோரினார்கள். சிலிகுரி வட்டாரத்தில் எல்லாக் கிராமங்களிலும் விவசாயக் கமிட்டிகள் அமைக்கப்பட்டன. விவசாயிகள் படையில் சுமார் 15,000 நபர்கள் சேர்க்கப்பட்டனர். அவர்கள் நில ஆவணங்களை நெருப்பில் கொளுத்தினர். 'கடன்கள் ரத்து செய்யப்படுகின்றன; நிலப்பிரபுக் களுக்குத் தண்டனை விதிக்கப்படுகிறது' என்று அறிவிப்புகள் வெளியிடப்பட்டன. வில்-அம்பு, ஈட்டிகள், கழிகள் சேகரிக்கப்பட்டன. நிலப்பிரபுக்களிடமிருந்து துப்பாக்கிகளும் கைப்பற்றப்பட்டன.

நக்ஸல்பாரி விவசாயிகள் அரசாங்கத்தை எதிர்த்து தற்கொலைப் பாதையில் செல்கிறார்கள் என்ற சி.பி.எம். தலைவர்கள் கருதினார்கள். ஐக்கிய முற்போக்கு அரசாங்கத்தில் பங்கெடுத்துக் கொண்டு நக்ஸல்பாரி நடவடிக்கைகளை நியாயப்படுத்த முடியாது என்பதை சி.பி.எம். தலைவர்கள் உணர்ந்தார்கள். ஹரிகிருஷ்ண கோணார் சிலிகுரிக்குச் சென்று நக்ஸல்பாரித் தலைவர்களுடன் பேச்சு வார்த்தைகளை

நடத்தினார். 'போலீஸாரால் தேடப்படும் நபர்களை ஒப்படைக்க வேண்டும் 'சட்ட விரோதமான நடவடிக்கைகளை நிறுத்த வேண்டும், நில வினியோகத்தில் அரசாங்கத்துடன் ஒத்துழைக்க வேண்டும்' என்று ஒப்பந்தம் ஏற்பட்டதாக அமைச்சர் கூறினார். ஆனால் ஸ்தலத் தலைவர்கள் அதை மறுத்தனர். ஐக்கிய முற்போக்கு அரசாங்கம் இன்னொரு தூதுக் குழுவையும் அனுப்பியது. அப்போதும் பலன் இல்லை. மார்க்ஸிஸ்ட் கட்சி சாரு மஜூதார், கனுசன்யால் மற்றும் இதர தலைவர்களைக் கட்சியிலிருந்து விலக்கியது. நக்ஸல்பாரி விவசாயிகளுக்கு உதவி செய்வதற்கு அதிதீவிர இடது கம்யூனிஸ்ட்களைக் கொண்ட ஒரு கமிட்டி அமைக்கப்பட்டது. அது பிற்காலத்தில் இந்தியக் கம்யூனிஸ்ட் கட்சி (மார்க்ஸிஸ்ட் - லெனினிஸ்ட்) என்று மாறியது.

அரசாங்க அடக்குமுறையின் விளைவாக விவசாயிகள் இயக்கத் தலைவர்களும், தொண்டர்களும் சிறையில் அடைக்கப்பட்டார்கள். விவசாயிகளின் போராட்டம் 1967 ஜூலை மாத வாக்கில் முடிவடைந்தது. அதற்குப் பிறகு நக்ஸலைட் இயக்கம் நகரங்களில் நடைபெற்றது. மாணவர்கள் அதன் முக்கிய ஆதரவாளர்களாக இருந்தார்கள்.

## ஸ்ரீகாகுளம் (ஆந்திரா மாகாணம்)

ஆந்திராவின் வடக்கே ஒரிஸ்ஸாவின் எல்லையில் ஸ்ரீகாகுளம் என்ற மிகவும் பின்தங்கிய மாவட்டம் இருக்கிறது. இங்கே ஜடாபு மற்றும் சவாரா என்னும் பெயர்களைக் கொண்ட ஆதிவாசிகள் வசித்தார்கள். 1950-களில் ஆரம்பத்தில் இருந்தே அவர்கள் மத்தியில் கம்யூனிஸ்ட்கள் வேலை செய்தார்கள். கிரிஜன் சங்கம், மாதர் சங்கம் ஆகியவை அமைக்கப்பட்டு சில வெற்றிகளையும் அடைந்தன. லேவாதேவிக்காரர்கள் கைப்பற்றியிருந்த நிலங்கள் திரும்பக் கிடைத்தன. காடுகளில் சேகரிக்கப்படுகிற பொருட்களுக்கு நியாய விலை கிடைத்தது. குடும்ப உபயோகத்துக்குக் காட்டு விறகை எடுத்துச் செல்வதற்கு அனுமதி ஆகிய வெற்றிகள் அவர்களுக்கு ஏற்கெனவே கிடைத்திருந்தன. நகரங்களில் நடைபெறுகின்ற கம்யூனிஸ்ட் ஊர்வலங்களில் அவர்கள் கலந்துகொள்வதுண்டு. இங்கும் மார்க்ஸிஸ்ட் கட்சியிலிருந்த தீவிரவாதிகள் கட்சிக் கொள்கையை மாற்ற விரும்பி ஆயுதப் போராட்டம் என்ற திசைவழியில் சென்றார்கள். 1967, நவம்பரில் தொடங்கிய இந்த இயக்கம் 1968 நவம்பர் - 1969, பிப்ரவரிக்கு இடையில்

உச்சகட்டத்தை அடைந்தது. வில்-அம்புகள் மற்றும் நாட்டுத் துப்பாக்கிகளை வைத்திருந்த கிரிஜன்களைப் போலீஸ் குழுக்கள் வேட்டையாடின. 1969 ஏப்ரலில் மார்க்ஸிஸ்ட் - லெனினிஸ்ட் கட்சி அமைக்கப்பட்டு, கொரில்லா நடவடிக்கையைக் காட்டிலும் தனிநபர் ஒழிப்பு முக்கியம் என்று வலியுறுத்தப்பட்டது. சுமார் 48 நபர்கள் கொல்லப்பட்டதாகப் போலீஸ் தரப்பு கூறியது. 100 பேர்களுக்கு மேல் சொல்லப்பட்டதாகவும், அவர்கள் மக்களால் வெறுக்கப்பட்ட லேவாதேவிக்காரர்கள் போலீஸ் மற்றும் வனத்துறை அதிகாரிகள் என்றும் மார்க்ஸிஸ்ட் - லெனிஸ்ட் கட்சி அறிவித்தது. 1970, ஜூன் மத்தியில் போலீஸ் நடவடிக்கையின் விளைவாக 1400 நபர்கள் கைது செய்யப்பட்டனர். 1970, ஜூலை 10 ஆம் நாள் அன்று இயக்கத்தின் தலைவர்களான சத்யநாராயணா மற்றும் அடிபட்லா கைலாசம் கைது செய்யப்பட்டதுடன் இயக்கம் முடிவடைந்தது. 1971-க்குப் பிறகு இந்த இயக்கத்தைப் புதுப்பிப்பதற்கு முயற்சிகள் செய்யப்பட்டன. எனினும் 1975 முடிவதற்குள் இயக்கம் முடிவுக்கு வந்துவிட்டது.

## விவசாயிகளின் புதிய இயக்கங்கள்

1980-ல் நாசிக் (மகாராஷ்ட்ரா) நகரத்தில் சரத் ஜோஷி தலைமையில் விவசாயிகள் வெங்காயம் மற்றும் கரும்புக்கு அதிக விலை கொடுக்க வேண்டும் என்று கோரி ஆயிரக்கணக்கானவர்கள் கைது செய்யப்பட்டார்கள். போலீஸ் துப்பாக்கிப் பிரயோகம் செய்த பொழுது இரண்டு நபர்கள் மரணமடைந்தார்கள். வெங்காயம் மற்றும் கரும்பின் விலை உயர்த்தப்பட்டது. இதன் தலைவர் சரத்ஜோஷி ஐக்கிய நாட்டு சபையில் ஏற்கெனவே பணியாற்றியவர். இது நகர இந்தியாவுக்கும் கிராம இந்தியாவுக்கும் நடைபெற்ற போராட்டம் என்று சரத்ஜோஷி குறிப்பிட்டார். 1986-ல் உத்திரப்பிரதேச மாகாணத்தில் சிசௌலி கிராமத்தில் மஹிந்திரசிங் டிகாயிட் என்பவர் லட்சக்கணக்கான விவசாயிகள் பங்கெடுத்த போராட்டத்தில் தலைமைதாங்கினார். உத்திரப்பிரதேச முதல் அமைச்சர் விவசாயிகளிடம் வந்து பேசினார். மின்சாரக் கட்டணம் உடனே குறைக்கப்படும் என்று அவர் உறுதியளித்த பிறகு போராட்டம் கைவிடப்பட்டது. மற்ற மாகாணங்களிலும் இப்படிப்பட்ட போராட்டங்கள் நடைபெற்றன. தமிழ்நாடு, கர்நாடகம், பஞ்சாப், உத்திரப்பிரதேசம், குஜராத், மகாராஷ்ட்ரா ஆகிய மாகாணங்களில் இலட்சக்கணக்கான விவசாயிகள் தீவிரமாகப் பங்கெடுத்தார்கள். சாலை, ரயில் மறியல் செய்தார்கள். அரசாங்க

அலுவலகங்களை முற்றுகையிட்டனர். 'மின்சாரக் கட்டணத்தைக் குறைப்போம், விவசாயிகளை வரி மற்றும் கடன் பாக்கிக்காகக் கைது செய்ய மாட்டோம்' என்று அமைச்சர்கள் உறுதியளித்தார்கள். மேற்கூறிய போராட்டங்களுக்குப் பொதுவான அடிப்படை உண்டு. 'அரசாங்கம் நகரவாசிகளுக்கு உணவுப் பொருட்களையும் தொழிற்சாலைகளுக்கு மூலப்பொருட்களையும் குறைந்த விலையில் கொடுப்பதற்கு, கிராம விவசாயிகளை மோசடி செய்கிறது. இது உள்நாட்டுக் காலனியாதிக்கம் என்று அவர்கள் கண்டனம் செய்தார்கள்.

பசுமைப் புரட்சி வெற்றிகரமாக நடைபெற்ற பொழுது நடுத்தர விவசாயிகள் பணக்கார விவசாயிகளாக வளர்ச்சியடைந்தார்கள்; அவர்கள் அரசியல் செல்வாக்கு பெறுவதற்காக இத்தகைய போராட்டங்களை நடத்தினார்கள் என்று சொல்லப்படுகிறது. சில சமயங்களில் பெண்கள் மற்றும் தலித்களின் பிரச்னைகளை அவர்கள் எடுத்துக்கொள்கிறார்கள். எனினும் கிராமப் பெண்கள் அல்லது கிராம ஏழைகளின் பிரச்னைகளை எடுத்துக் கொள்வதில்லை. அவர்களுடைய போராட்டங்களில் சிறு விவசாயிகளும் பங்கெடுக்கிறார்கள். ஏனென்றால், வரியைக் குறைக்க வேண்டும், விவசாயப் பொருட்களுக்கு விலையை உயர்த்த வேண்டும் என்ற கோரிக்கைகள் அவர்களுக்குச் சாதகமான கோரிக்கைகளே. ஆனால் கிராமங்களை நகரங்கள் சுரண்டுகின்றன என்ற வாதம் தவறானது. தமிழ்நாட்டில் நாராயணசாமி நாயுடு என்பவர் 'அரசாங்கத்துக்கு வரிகட்டாதே' என்ற இயக்கத்தை விவசாயிகளிடம் நடத்தினார். அரசாங்கம் விவசாயிகளின் சொத்துகளைப் பறிமுதல் செய்தது. அவர் 1982-ல் விவசாயிகள் மற்றும் தொழிலாளர்கள் கட்சியைத் தொடங்கினார். தமிழ்நாட்டில் அந்த இயக்கம் வெற்றியடைவில்லை என்ற பாடத்தை பஞ்சாப் விவசாயிகள் கற்றுக்கொள்ளவில்லை.

இந்த இயக்கங்களை அரசியல் கட்சிகள் நடத்தவில்லை; அடிப்படையான விவசாய வர்க்கங்களும் நடத்தவில்லை. பலதரப்பட்ட விவசாயிகளைக் கொண்டு நடத்தப்பட்ட இயக்கங்களைப் புதிய இயக்கங்கள் என்று நாம் கூறுகிறோம். நியாயவிலை தரவேண்டும் என்ற கோரிக்கையை விவசாய சங்கங்களும் எல்லாக் கட்சிகளின் விவசாயப் பிரிவுகளும் முன்வைக்கின்றன. உத்திரப்பிரதேச மாகாணத்தில் 1967-லிருந்து சரண்சிங் என்பவர் பிரபலமடைந்தார். சுதந்திரத்துக்குப்

பிறகு வளர்ச்சியடைந்த பணக்கார விவசாயிகளின் குரலாக, பிரதிநிதியாக இவர் இருந்தார். பின்தங்கிய சாதியினரின் இயக்கங்களும்கூட இந்த அடிப்படையிலானவையே.

இந்த இயக்கங்களை அரசியல் கட்சிகள் தொடங்கவில்லை என்றாலும் அடிப்படையில் அவை அரசியல் இயக்கங்களே. தமிழ்நாடு, கர்நாடகம், மகாராஷ்ட்ரம் ஆகிய மாநிலங்களில் சட்டமன்றம் மற்றும் பாராளுமன்றத் தேர்தல்களில் அவை பங்கெடுத்தன. சரத்ஜோஷி 1987-லிருந்து வி.பி.சிங்குடன் சேர்ந்து காங்கிரஸ் எதிர்ப்பு சக்திகளை ஒன்று திரட்டினார். அதன் காரணமாக உத்திரப்பிரதேச மாகாணத்தைச் சேர்ந்த டிகாயிட்டுக்கும், ஜோஷிக்கும் தகராறுகள் ஏற்பட்டன. டிகாயிட் "நான் அரசியலில் ஈடுபடமாட்டேன்" என்ற அறிவிக்கிறார். ஆனால் இரகசியமாக பா.ஜ.க.வுடன் ஒத்துழைக்கிறார். சரத்ஜோஷி தாராளமயமாக்கலை ஆதரிக்கிறார். கர்நாடக விவசாயிகள் சங்கம் பன்னாட்டுத் தொழில் நிறுவனங்களை எதிர்க்கிறது. ஆகவே ஒவ்வொரு மாகாண இயக்கமும் தனித்தனியே இயங்குகிறது. கிராமத்தை நகரம் சுரண்டுகிறது என்று பேசி கிராமவாசிகளுக்கும் நகரவாசிகளுக்கும் மோதலை ஏற்படுத்த முயன்றது. 1990-க்குப் பிறகு இந்த இயக்கங்கள் பலவீனமடைந்துவிட்டன.

# 35

# வகுப்புவாதம் புத்துயிர் பெற்று வளர்ச்சியடைகிறது

**சு**தந்திர இந்தியாவின் வகுப்புவாதப் பிரச்னையை ஆராய்வதற்கு முன்னால் மதச் சார்பின்மை மற்றும் வகுப்புவாதம் என்ற சொற்களைச் சரியாகப் புரிந்துகொள்ள வேண்டும். அரசு மற்றும் அரசியலிலிருந்து மதத்தைத் தனியாகப் பிரித்து அதைத் தனிநபரின் சொந்த விவகாரமாகக் கருதுவது மதச்சார்பின்மை ஆகும். மதம் அல்லது சாதியை அடிப்படையாகக் கொண்டு அரசு ஒரு நபரைப் பாரபட்சமாக நடத்தக்கூடாது.

இந்தியாவில் பல மதங்களைக் கொண்டார்கள் வாழ்ந்து வருகிறார்கள். அவர்களுடைய பொருளாதார, அரசியல் மற்றும் சமூக நலன்கள் வெவ்வேறாக உள்ளன. இந்தச் சமூகங்கள் ஒன்றுக்கொன்று பகைமை கொண்டிருக்கின்றன என்ற நம்பிக்கையை அடிப்படையாகக் கொண்டது வகுப்புவாதம். வகுப்புவாதத்தைப் பின்பற்றுபவர்கள். ஒரு சமூகத்தின் அரசியல் மற்றும் பொருளாதாரத்தை மதம் அல்லது சாதிக் கண்ணோட்டத்தில் பார்த்துத் தமது நடவடிக்கைகளை அமைத்துக் கொள்கிறார்கள். அது பாசிஸத்தின் இந்திய வடிவம் என்று கூறலாம். வகுப்புவாதச் சிந்தனை தீவிரமாகின்ற பொழுது, ஒரு கட்டத்தில் வகுப்புக் கலவரங்கள் ஏற்படுகின்றன. வகுப்புவாதச் சித்தாந்தம் வகுப்புக் கலவரங்களைத் தூண்டுகிறது. வகுப்புவாதிகளில் சிலர் கலவரங்களை விரும்பாதவர்களாக இருக்கலாம். ஆனால் வகுப்புவாதச் சிந்தனை வகுப்புக் கலவரத்துக்கு அடிப்படையாக இருக்கிறது.

### மதச்சார்பின்மையின் மூலவேர்கள்

இந்திய தேசிய இயக்கம் மதச் சார்பின்மையை மக்களிடம் பரப்பியது. நேரு, சர்தார் பட்டேல், மௌலானா ஆசாத், இராஜகோபாலாச்சாரி ஆகிய தலைவர்களின் முயற்சிகளால் நாட்டில் மதச்சார்பின்மை வேரூன்றியது. 1952-1957, 1962 ஆகிய தேர்தல்களில்

வகுப்புவாதக் கட்சிகள் படுதோல்வி அடைந்தன. ஆகவே மக்கள் வகுப்புவாதக் கட்சிகளை அலட்சியப்படுத்தினார்கள். கல்வி மற்றும் பொருளாதாரம் வளர்ச்சியடைகின்ற பொழுது விஞ்ஞான சிந்தனை முன்னேறும் பொழுது வகுப்புவாத உணர்ச்சி தானாகவே மறைந்துவிடும் என்று அவர்கள் நம்பினார்கள்.

வகுப்புவாதத்தை எதிர்த்துத் தீவிரமாகப் போராடாமல் வகுப்புவாதத்தை ஒழிக்கமுடியாது என்பதை அவர்கள் உணரவில்லை. வகுப்புவாத அரசியல் மறைந்துவிட்டதைப் போலத் தோன்றினாலும், இந்து மற்றும் முஸ்லிம் வகுப்புவாதிகள் தங்களுடைய பிரசாரங்களைச் செய்துகொண்டிருந்தார்கள். 1960-களுக்குப் பிறகு இந்திய சமூகத்தில் வகுப்புவாத நச்சுவிதைகள் விதைக்கப்பட்டன. சில வகுப்புவாதக் கலவரங்களும் நடைபெற்றன. கலவரங்களில் 1958-ல் 7 நபர்கள், 1959-ல் 41 நபர்கள், 1961-ல் 108 நபர்கள் கொல்லப்பட்டனர். 1961-ல் ஜபல்புரில் நடைபெற்ற வகுப்புக் கலவரம் நாட்டை உலுக்கியது. 1962-ல் சீனா இந்தியாவின்மீது படையெடுத்த பொழுது மக்களின் எல்லாப் பகுதியினரும் இந்திய அரசாங்கத்தை ஏகமனதாக ஆதரித்தார்கள். இந்திய அரசாங்கம் தேசிய ஒருமைப்பாட்டுக் கவுன்சிலை நிறுவியது. 1967 பொதுத் தேர்தலில் சாதாரண மக்கள் வகுப்புவாத சக்திகளின் பிரசாரத்தால் ஈர்க்கப்பட்டு அந்தக் கட்சியிலிருந்த வேட்பாளர்களுக்கு வாக்களித்தார்கள். 1962-ல் 'ஜன்சங்' கட்சிக்குப் பாராளுமன்றத்தில் 14 உறுப்பினர்கள் இருந்தார்கள். 1967-ல் அந்த எண்ணிக்கை 35 ஆக அதிகரித்தது. 1967 தேர்தலுக்குப் பிறகு வடக்கிலிருந்த பல மாகாணங்களில் கூட்டணி மந்திரிசபைகள் ஏற்பட்டன. ஜன்சங் கட்சியின் பிரதிநிதிகள் மந்திரிசபைகளில் இடம் பெற்றிருந்தார்கள். உத்திரப்பிரதேசம், மத்தியப் பிரதேசம், இராஜஸ்தான் ஆகிய மாகாணங்களில் ஜன்சங் கட்சிக்கு ஆதரவு பெருகியது. மாகாணங்களில் வகுப்புவாதக் கலவரங்களும் அதிகரித்தன.

| ஆண்டு | கலவரங்களின் எண்ணிக்கை | உயிரிழந்தவர்களின் எண்ணிக்கை |
|---|---|---|
| 1964 | 1070 | 1919 |
| 1969 | 520 | 673 |
| 1970 | 521 | 298 |

1971 முதல் 1977 வரை வகுப்புக் கலவரங்கள் ஓரளவுக்குக் குறைந்தன. மொத்தமாக எல்லா ஆண்டுகளிலும் நடைபெற்றதைக் கணக்கிட்டால் 250 வரை நடைபெற்றன. அவற்றில் இறந்தவர்களின் எண்ணிக்கை ஆயிரத்தைத் தாண்டவில்லை. பாராளுமன்றத்தில் ஜன்சங் கட்சியின் பிரதிநிதித்துவம் குறைந்தது. 1967-ல் 35 எம்.பி.க்கள் இருந்தார்கள்; 1971-ல் 22 எம்.பி.க்கள்தான் இருந்தார்கள். ஆனால் 1978-க்குப் பிறகு வகுப்புவாதமும் கலவரங்களும் அதிகரித்தன.

அதுவரை வகுப்புவாதம் இல்லாத மாநிலங்களிலும் வகுப்புவாத உணர்ச்சி வளர்ந்தது. கேரளம், தமிழ்நாடு, சுதந்திரம் மேற்கு வங்காளம், ஒரிஸ்ஸா ஆகிய மாநிலங்களைச் சேர்ந்த முக்கிய நகரங்களில் வகுப்புவாதப் பிரசாரம் நடைபெற்றது. வகுப்புக் கலவரங்களும் வெடித்தன. கலவரங்கள் முன்னரே திட்டமிட்டிருந்தபடியால் அதிகமான நாட்கள் (வாரங்கள்) நடைபெற்றன. கலவரம் செய்தவர்களிடம் ஆயுதங்கள் இருந்தன; போதிய நிதி இருந்தது. இந்தியாவில் அவசர நிலைமை அமுலில் இருந்த 1975-77 ஆண்டுகளில் ஆர்.எஸ்.எஸ்., ஜனசங்கம் மற்றும் ஜமாத் இஸ்லாம் ஆகிய அமைப்புகளின் தலைவர்களும் தொண்டர்களின் பெரும்பான்மையினரும் சிறையில் அடைக்கப்பட்டிருந்தார்கள். அப்பொழுது, மக்களிடம் வகுப்பு வாதத்தைத் தூண்டுவதற்கு யாரும் இல்லை. நாட்டில் அமைதி நிலவியது. ஜனதா அரசாங்கம் ஆட்சியிலிருந்த பொழுது, வகுப்புவாதம் புத்துயிர் பெற்றது. இந்திரா காந்தி ஆட்சிக்கு வந்த பிறகும் வகுப்புவாதம் மறையவில்லை.

**வகுப்புவாதத்தின் குணாம்சங்கள்**

வகுப்புவாதத்தைப் பற்றி சில உண்மைகளைத் தெளிவுபடுத்த வேண்டும். வகுப்புவாதம் சமூக எதார்த்தத்தைப் பிரதிபலிக்கவில்லை. அது சமூக அதிருப்திக்குத் தவறான காரணங்களைக் கண்டுபிடிக்கிறது. அது சொல்கின்ற தீர்வுகளும் சரியான தீர்வுகள் அல்ல. நாட்டிலுள்ள சமூக நிலைமைகளை மாற்றுவதற்கு நடைபெறுகின்ற போராட்டத்தை அது திசைதிருப்புகிறது.

1947-க்குப் பிறகு இந்தியாவில் குறிப்பிடத்தக்க பொருளாதார வளர்ச்சி ஏற்பட்டிருந்தாலும் வறுமை, வேலையில்லா திண்டாட்டம் ஆகியவை ஒழிக்கப்படவில்லை. மக்கள் தொகை வேகமாக

வளர்ச்சியடைந்ததும் அதற்குக் காரணமாகும். பொருளாதார வாய்ப்புகள் அதிகரித்தாலும் பொருளாதார ஏற்றத்தாழ்வு கூர்மையடைந்திருக்கிறது. இந்த மண்ணில் வகுப்புவாதம் (சாதியம்) விதைகள் விதைக்கப்பட்டன. மத்திய வர்க்கத்தினர் வகுப்பு வாதிகளின் பிரசாரத்தில் மயங்கினார்கள். மத்திய வர்க்கத்தினருக்கு சுலபமாக வேலை கிடைத்த காலம் மறைந்து இப்பொழுது கிராமங்களில் இருந்து படித்துப் பட்டம் பெற்ற இளைஞருடன் அவர்கள் வேலைக்குப் போட்டிபோட வேண்டிய நிலைமை ஏற்பட்டது. பள்ளி மற்றும் கல்லூரிக் கல்வி வேகமாக முன்னேறிய பொழுது பல இளைஞர்கள் பொறியியல், மருத்துவம் ஆகியவற்றில் பட்டம் பெற்றார்கள். 1960-களுக்கு முன்பு அவர்களுக்கு வேலை சுலபமாகக் கிடைத்தது; இப்பொழுது அவர்களுக்கு வேலை கிடைக்கவில்லை. வேலைக்குக் காத்திருந்த பொழுது அவர்களிடம் வகுப்புவாத உணர்ச்சிகளும் சாதி அடிப்படையான வெறுப்புகளும் எழுந்தன. சுதந்திரத்திற்குப் பிறகு பழைய சமூக நிறுவனங்கள் (சாதி, கூட்டுக்குடும்பம், கிராம சபை) வலிமை இழந்தன. வர்க்க ஸ்தாபனங்கள், தொழிற்சங்கங்கள், விவசாய சங்கங்கள், அரசியல் கட்சிகள் ஆகியவை பழைய இடத்தைப் பெற முடியவில்லை. ஆகவே சமூகத்தில் ஒரு வெற்றிடம் ஏற்பட்டது. அந்த வெற்றிடத்தை வகுப்புவாதிகள் பயன்படுத்திக் கொண்டார்கள். தீவிர சமூக மாற்றம் நடைபெறாவிட்டால், மக்களுக்கு முன்னால் ஒளிமிகுந்த லட்சியங்கள் விதைக்கப்படாவிட்டால் வகுப்புவாதிகளும் அவர்களுடைய இயக்கங்களும் இந்தியாவின் ஒற்றுமையைச் சீர்குலைத்துவிடுவர் என்பது உறுதி.

### நீண்டகால மற்றும் குறுகிய கால காரணங்கள்

ஒரு குறிப்பிட்ட சாதியைச் சேர்ந்த மாணவியை சிலர் கேலி செய்தால் அந்தப் பெண்ணின் சாதியைச் சேர்ந்தவர்கள் கலவரம் செய்கிறார்கள். வெவ்வேறு மதங்களைச் சேர்ந்த இரண்டு நபர்களுக் கிடையே தகராறு ஏற்பட்டாலும் கலவரங்கள் நடைபெறுகின்றன. நகரங்களில் ஆயிரக்கணக்கானவர்கள் எந்த வசதியுமில்லாத சேரிகளில் கும்பலாக வசிக்கிறார்கள். அவர்கள் வகுப்புவாதப் பிரசாரத்துக்கு மயங்குகிறார்கள். வகுப்புக் கலவரங்கள் அவர்களுடைய ஆத்திரத்துக்கு வடிகாலாக அமைகிறது. சில சமயங்களில் சட்ட விரோத நடவடிக்கைகளில்

ஈடுபடுகின்ற ஒரு கும்பல் மற்றொரு கும்பலைத் தாக்கி கலவரங்களைத் தூண்டுகிறது.

அரசு வகுப்புக் கலவரங்களை ஒடுக்குவதற்குக் காவல்துறையைப் பயன்படுத்துகிறது. ஆனால் அவர்களிடமும் வகுப்புவாத உணர்ச்சி இருந்தால் என்ன செய்வது? சட்டப்படி செய்யவேண்டிய குறைந்தபட்ச நடவடிக்கையைக்கூட காவல்துறை செய்யத் தவறுகிறது. அரசியல் கட்சிகள் சந்தர்ப்பவாதமாக நடந்துகொள்வது உண்டு. அவர்கள் தேர்தலுக்குச் சாதிகளைப் பயன்படுத்துகிறார்கள். சாதித் தலைவர்களுக்கு முக்கியத்துவம் கொடுக்கிறார்கள். சில சமயங்களில் வகுப்புவாத இயக்கங்களுடன் கூட்டு சேருகிறார்கள். கேரளாவில் ஈ.எம்.எஸ்.நம்பூதிரிபாட்டை மந்திரிசபைப் பதவியில் இருந்து இறக்குவதற்கு 1959-ல் காங்கிரஸ் கட்சி முஸ்லீம்களுடன் கூட்டணி அமைத்தது. 1960களில் கம்யூனிஸ்ட் கட்சிகள் கேரளத்தில் முஸ்லிம்களுடனும், பஞ்சாபில் அகாலிதளபதியிடனும் கூட்டணி அமைத்தன. சோஷலிஸ்டுகள் 1967-க்குப் பிறகு ஜனசங்கத்துடன் பங்கெடுத்தார்கள். 1974-75-ல் ஜெயபிரகாஷ் நாராயணன் இந்திராகாந்தியை எதிர்த்து முழுப் புரட்சி இயக்கம் நடத்திய பொழுது, ஆர்.எஸ்.எஸ்., ஜனசங்கம் ஜமாத் இஸ்லாம் ஆகிய இயக்கங்களைச் சேர்த்துக் கொண்டார். 1977-ல் ஜனசங்கம் ஜனதாக் கட்சியில் இணைந்தது. 1989 நவம்பர் தேர்தலுக்குப் பிறகு வி.பி.சிங் புதிய அரசாங்கத்தை அமைத்தபொழுது பா.ஜ.க.வுடன் மறைமுகமான கூட்டணி அமைத்தார். அவர் அமைத்த அரசாங்கத்துக்குக் கம்யூனிஸ்ட்கள் மறைமுகமான ஆதரவு அளித்தார்கள்.

நேருவின் ஆட்சிக் காலத்தில் வகுப்புவாதத்தை ஒழிக்க வேண்டும் என்ற உணர்ச்சி ஓங்கியிருந்தது. ஆனால் பிற்காலத்தில் வந்த தலைவர்கள் வகுப்புவாதத்துடன் சமரஸம் செய்து கொண்டார்கள். ஷாபானோ என்ற முஸ்லிம் பெண்ணுடைய வழக்கில், அவளுக்குச் சாதகமாக உச்சநீதிமன்றம் தீர்ப்பளித்தது. ஆனால் ராஜிவ்காந்தி அரசியல் அமைப்புச் சட்டத்தைத் திருத்தி அந்தத் தீர்ப்பைச் செல்லாத நிலைக்குக் கொண்டு வந்தார். 1989-ல் அவர் அயோத்தி மசூதி - கோயில் பூட்டை உடைத்து வழிப்பாட்டை அனுமதித்தார். 1990-ல் சுதந்திர தினத்தன்று செங்கோட்டையில் பேசிய பிரதமர் வி.பி.சிங் முகமது நபி அவர்களுடைய பிறந்த நாளை அரசாங்க விடுமுறையாக

அறிவித்தார். முஸ்லிம் மற்றும் இந்து வகுப்புவாதிகளுக்குச் சலுகைகள் அளிக்கப்பட்டன. நாட்டில் வகுப்புவாத நெருக்கடி அதிகரித்தது.

பொதுவாகப் பார்க்கும் பொழுது, இந்தியாவில் அரசியல்கட்சிகளும் அறிவுஜீவிகளும் வகுப்புவாதிகள் அல்ல. இந்திய அரசும் வகுப்புவாதத்தைத் தன்னுடைய கொள்கையாகக் கடைப்பிடிக்கவில்லை. அரசாங்க நிதியைப் பெறுகின்ற பல்கலைக் கழகங்கள் அவற்றின் பாடநூல்கள், மற்றும் ஊடகங்களில் வகுப்புவாதப் பிரசாரம் நடைபெறவில்லை.

இங்கே ஒரு விஷயத்தை வலியுறுத்த வேண்டும். பெரும்பான்மையினர் (இந்து) வகுப்புவாதத்துக்கும் சிறுபான்மையினர் (முஸ்லிம், சீக்கிய, கிறிஸ்தவ) வகுப்பு வாதங்களுக்கும் அதிகமான வேறுபாடு கிடையாது. பெரும்பான்மையினர்கள் வகுப்புவாதத்தைப் போல, சிறுபான்மையினரின் வகுப்புவாதமும் ஆபத்தை ஏற்படுத்தக்கூடியதே. அண்மைக் காலத்தில் பெரும்பான்மை மற்றும் சிறுபான்மை வகுப்புவாதங்கள் ஒன்றுக்கொன்று உதவிசெய்து வளர்வதற்கு முயல்கின்றன.

## இந்து மற்றும் முஸ்லிம் வகுப்புவாதங்கள்

1940-களில் இந்தியாவில் இஸ்லாமுக்கு ஆபத்து என்று கூக்குரல் போட்டு முஸ்லிம் வகுப்புவாதம் வளர்ச்சியடைந்தது. இந்து வகுப்புவாதம் அப்பொழுது பலவீனமாக இருந்தது. அதற்குப் பல காரணங்கள் உண்டு. இந்து மதம் அமைப்பு ரீதியான மதம் அல்ல. இந்துக்கள் மத்தியில் பல சாதி வேறுபாடுகள் இருக்கின்றன. இந்துக்களிடம் மதப்பிரச்னைகளில் சகிப்புத்தன்மை நெடுங்காலமாக இருந்து வந்திருக்கிறது. இந்து வகுப்புவாதிகள் 1970களில் இருந்து ஏதாவது ஒரு மதப்பிரச்னையைத் தீவிரமாகப் பயன்படுத்தி வகுப்புவாத அரசியலை வளர்க்க விரும்பினார்கள். 1980களின் தொடக்கத்தில் இராம - ஜன்ம பூமிப் பிரச்சினைகளை எடுத்துக் கொண்டார்கள். ஏனென்றால், இந்துக்கள் இராமபிரானை முக்கியமான கடவுளாக வழிபடுகிறார்கள். விஸ்வ ஹிந்து பரிஷத், பஜ்ரங்தள் ஆகிய துணை அமைப்புகளை ஆர்.எஸ்.எஸ். வளர்த்தது. பா.ஜ.க. இந்தப் பிரச்சினையை நாடு முழுவதிலும் எடுத்துச் சென்றது.

பதினாறாம் நூற்றாண்டின் தொடக்கத்தில் முகலாய அரசர் பாபருடைய கவர்னர் ஒருவர் அயோத்தி (உத்திரப்பிரதேசம்) என்ற இடத்தில் மசூதியைக் கட்டினார். 'இராமர் அந்த இடத்தில்தான் பிறந்தார். அங்கே ஒரு இராமர் கோயில் இருந்தது. அங்கே மசூதியைக் கட்டிவிட்டார்கள்' என்று சில இந்துக்கள் கூறினார்கள். எனினும் இந்தப் பிரச்சுனையில் அதிகமான இந்துக்கள் அக்கறை எடுத்துக்கொள்ளவில்லை. 1949, டிசம்பரில் வகுப்புவாத உணர்ச்சியுள்ள 36 மாவட்ட நீதிபதி சில இந்துக்கள் மசூதிக்குள் நுழைந்து சீதை மற்றும் ராமர் சிலைகளை வைப்பதற்கு அனுமதி அளித்தார். உள்துறை அமைச்சராக இருந்த படேல் மற்றும் பிரதமர் நேரு மாவட்ட நீதிபதியின் நடவடிக்கையைக் கண்டித்தார்கள். ஆனால், உத்திரப்பிரதேச மாநில அரசு மேல் நடவடிக்கை எடுக்கவில்லை. எனினும் மசூதியைப் பூட்டியது. இந்துக்களும், முஸ்லிம்களும் அதற்குள் நுழைய முடியவில்லை. பிரச்சினை நீதிமன்றத்துக்குச் சென்றது. தீர்ப்பு வரட்டும் என்று இரு தரப்பினர்களுமே மெத்தனமாக இருந்தார்கள். 1983-ல் ராம-ஜன்ம பூமியை விடுவிக்க வேண்டும் என்று வி.எச்.பி. தீவிரமாகப் பிரசாரம் செய்தது (அதாவது, மசூதியை இடிக்க வேண்டும், இராமர் கோவிலைக் கட்டவேண்டும் என்று கோரியது). மதச் சார்பற்ற அரசியல் கட்சிகள் இந்தப் பிரச்னையில் அக்கறை காட்டவில்லை. 1986 பிப்ரவரி முதல் நாள் அன்று மாவட்ட நீதிபதி மசூதியைத் திறந்து, இந்துக்கள் அங்கே வழிபடுவதற்கு அனுமதி கொடுத்தார். அதற்கு உத்திரப்பிரதேச மாநிலத்தின் காங்கிரஸ் முதல் அமைச்சர் தூண்டியிருக்கலாம். அதன் விளைவாக, நாடு முழுவதிலும் மதக் கலவரங்கள் நடைபெற்றன. உத்திரப்பிரதேச மாநிலத்தில் 65 நபர்கள் கொல்லப்பட்டனர். இந்து வகுப்புவாதிகள் வி.எச்.பி. தலைமையிலும் முஸ்லிம் வகுப்புவாதிகள் பாபர் மசூதி நடவடிக்கைக் கமிட்டியின் தலைமையிலும் தகராறு செய்து கொண்டார்கள். தேசியக் கட்சிகளும் தேசிய உணர்ச்சியைக் கொண்ட நபர்களும் இந்தப் பிரச்சினை ஆபத்தை உண்டாக்கும் என்று உணர்ந்தார்கள். இப்பொழுது இரண்டு தரப்புகளுக்கும் ஆதரவு வளர்ந்தது.

1989-ல் வி.எச்.பி. மசூதி இருக்கும் இடத்தில் ராமர் கோயிலைக் கட்டுவதற்கு அறைகூவல் விடுத்தது. நாடு முழுவதும் செங்கற்கள் சேகரிக்கப்பட்டு (கங்கை நீர் தெளித்து) அயோத்திக்கு எடுத்துச்

செல்லப்பட்டன. இந்தச் சூழ்நிலையில், பாராளுமன்றத்துக்குத் தேர்தல் நடைபெற்றது. 1984-ல் பா.ஜ.க. 2 இடங்களில்தான் வெற்றிபெற்றது. 1989-ல் 86 இடங்களில் வெற்றிபெற்றது. அயோத்தியில் இராமர் கோயிலைக் கட்டுவதுதான் எங்களுடைய உடனடியான திட்டம் என்று பா.ஜ.க அறிவித்தது. பா.ஜ.க. தலைவர் அத்வானி 1990-ல் ரதயாத்திரை நடத்தினார். அத்வானியின் ரதம் சென்ற இடங்களில் எல்லாம் இந்து வகுப்புவாத வெறி தூண்டப்பட்டது. 1990-அக்டோபரில் அயோத்தியில் பா.ஜ.க., வி.எச்.பி. தொண்டர்கள் ஆயிரக்கணக்கில் கூடினார்கள். அப்பொழுது உத்திரப்பிரதேச அரசாங்கம் இந்துத் தொண்டர்களின் பேரணியைத் தடை செய்தது; அவர்கள் மசூதியை இடிக்காமல் இருப்பதற்காகத் துப்பாக்கிப் பிரயோகம் செய்தது. நூற்றுக்கும் அதிகமான தொண்டர்கள் காயமடைந்தார்கள் அல்லது மரணமடைந்தார்கள்.

வி.பி.சிங் அரசாங்கத்துக்கு பா.ஜ.க. அதுவரை கொடுத்த ஆதரவை விலக்கிக் கொண்டது. அதனால் அரசாங்கம் வீழ்ச்சியடைந்தது. 1991-ல் பாராளுமன்றத் தேர்தல் நடைபெற்றது. பா.ஜ.க.வில் 119 வேட்பாளர்கள் வெற்றிபெற்றார்கள். உத்திரப்பிரதேசம், மத்தியப் பிரதேசம் இராஜஸ்தான் மற்றும் ஹிமாசலப் பிரதேசம் மாநிலங்களில் பா.ஜ.க. அரசமைத்தது. 1992, டிசம்பர் 6 அன்று 2 லட்சம் இந்துத் தொண்டர்களைத் திரட்டி அயோத்தியில் ஊர்வலம் நடத்தியது. வி.எச்.பி. பா.ஜ.க. ஆகிய இயக்கங்களின் முக்கியமான தலைவர்கள் அன்று ஸ்தலத்தில் இருந்தவர்கள். மசூதிக்கு ஆபத்து இல்லாமல் பாதுகாக்கப்படும் என்று உத்திரப்பிரதேச முதலமைச்சரும் பா.ஜ.க. தலைவருமான கல்யாண்சிங் உச்சநீதிமன்றத்துக்கு உறுதி அளித்திருந்தார். பாராளுமன்றத்தில் உள்ள பா.ஜ.க. தலைவர்களும் அப்படிப்பட்ட உறுதியைக் கொடுத்தார்கள். ஆனால் அயோத்திக்கு வந்த இந்துத் தொண்டர்கள் சுத்தியல், ஈட்டி, கடப்பாரை ஆகியவற்றைச் கொண்டு மசூதியை இடித்தார்கள். அங்கே இருந்த பா.ஜ.க. தலைவர்கள் அதைத் தடுக்கவில்லை. மத்திய அரசாங்கமும் எதிர்நடவடிக்கையை செய்யவில்லை. பம்பாய், கல்கத்தா, போபால் ஆகிய நகரங்களில் வகுப்புவாதக் கலவரங்கள் நடைபெற்றன. பம்பாய்க் கலவரங்கள் சுமார் ஒரு மாதம் வரை நீடித்தன. இந்தியா முழுவதும் நடைபெற்ற கலவரங்களில் 3000-க்கும் அதிகமானவர்கள் கொல்லப்பட்டார்கள்.

1996-ல் நடைபெற்ற தேர்தலில் 161 இடங்களில் வெற்றிபெற்றது. 1998 மற்றும் 1999 தேர்தல்களில் 182 இடங்களில் வெற்றிபெற்று கூட்டணி அரசை அமைத்தது. தேசிய ஜனநாயகக் கூட்டணியின் சார்பில் வாஜ்பாயி பிரதமரானார். 2002-ல் குஜராத்தில் நடைபெற்ற முஸ்லிம்கள் படுகொலை செய்யப்பட்டார்கள். வாஜ்பாயி அரசு அதைத் தடுக்கவில்லை.

பாபர் மசூதி - இராம ஜன்ம பூமி பிரச்சினை மதப் பிரச்சினையைப் போலத் தோன்றினாலும் அது உண்மையல்ல. மதத்தைப் பயன்படுத்தித் தங்களுக்கு ஆதரவு திரட்டுவதற்கு வகுப்புவாத சக்திகள் முயல்கின்றன. 'மதத்தை அரசியலுக்குள் நுழைக்கக்கூடாது. மதம் என்பது தனிநபருடைய சொந்த விவகாரம்; அரசியலில் அதற்கு இடம் இல்லை' என்று காந்தி 1942-ல் கூறினார்.

# 36

## வகுப்புவாதமும் அரசு அதிகாரமும்

இந்திய வரலாற்றில் சுதந்திரத்துக்குப் பிறகு, ஒரு வகுப்புவாதக் கட்சி முதல் தடவையாக 1998-ல் ஆட்சிப் பொறுப்பை ஏற்றது. 1992, டிசம்பரில் நடைபெற்ற கலவரங்களில் சுமார் 3000 நபர்கள் மரணமடைந்தார்கள். அது ஏதோ தீவிரவாதிகளின் செயல் என்று சொல்லி பா.ஜ.க. தலைவர்கள் தப்பிக்க முடியாது. தாங்கள் என்னவோ அதற்காக வேதனைப்படுவதுபோல பா.ஜ.க. தலைவர்கள் நடித்தார்கள். இப்பொழுது மாபெரும் இந்திய நாட்டின் ஆட்சி அதிகாரம் அவர்களுக்குக் கிடைத்துவிட்டது. ஆட்சிப் பொறுப்பு அவர்களைப் பக்குவப்படுத்தும், என்று எதிர்பார்க்கப்பட்டது. எனினும் இந்து வகுப்பு வாதிகள் இந்து ராஷ்ட்ரத்தை அமைக்க வேண்டும் என்ற பழைய செயல்திட்டத்தை இப்பொழுது நிறைவேற்றத் தொடங்கினார்கள். மனிதவளத் துறை அமைச்சராக இருந்த முரளி மனோகர் ஜோஷி ஆர்.எஸ்.எஸ். தலைவர்கள் மகிழ்ச்சியடைய வேண்டும் என்று விரும்பினார். மாணவர்கள் படிக்கின்ற பாட நூல்கள் திருத்தி எழுதப்பட்டன.

மகாத்மா காந்தியின் படுகொலையில் வி.டி. சவர்க்காருக்குப் பங்கு இருக்கிறது என்று நீதிபதி ஜீவன்லால்கபூர் கமிஷன் கருத்துக் கூறியது. ஆனால், சவர்க்காருடைய படம் பாராளுமன்றத்தின் மைய மண்டபத்தில் காந்தி படத்துக்கு எதிரில் திறந்து வைக்கப்பட்டது. எதிர்க்கட்சித் தலைவரான சோனியா காந்தி அதைக் கண்டித்தார்.

**பாடநூல்களில் வகுப்புவாத நஞ்சு**

பா.ஜ.க. அரசின் கல்வியமைச்சர் பாட நூல்களில் வகுப்புவாத நஞ்சைப் புகுத்த நடவடிக்கைகளை மேற்கொண்டார். ஏற்கெனவே பா.ஜ.க. ஆட்சி செய்த உத்திரப்பிரதேசம், மத்தியப்பிரதேசம்,

இராஜஸ்தான், குஜராத் மாநிலங்களில் வித்யாபாரதி என்ற ஆர்.எஸ்.எஸ். அமைப்பு மூலம் தயாரிக்கப்பட்ட பாட நூல்கள் பயன்படுத்தப்பட்டன. 'இந்து நாகரிகம் மிகவும் உயர்வானது, முஸ்லிம்கள் வெறிபிடித்தவர்கள்' என்று பாடநூல்களில் எழுதப்பட்டிருந்தது. ஏற்கெனவே பாடநூல்களை எழுதிய முற்போக்கான வரலாற்றாசிரியர்கள் ஒதுக்கப்பட்டனர். கல்வி அமைச்சர் முரளி மனோகர் ஜோஷி கல்வித்துறையில் வகுப்புவாதத்தை நுழைக்க வேண்டும் என்ற ஆர்.எஸ்.எஸ். திட்டத்தை நிறைவேற்றினார். மத்திய ஆலோசனைக் குழு அங்கீகரித்த பாடநூல்கள் இந்து வகுப்புவாதக் கருத்துகளைக் கொண்டிருந்தன. பழைய பாட நூல்களில் இருந்த முற்போக்கான கருத்துகள், வாசகங்கள் போன்றவை நீக்கப்பட்டன. பாடநூல்களில் வருகின்ற மதசம்பந்தமான கருத்துகளை மதத் தலைவர்களிடம் காட்டி, அவர்களது ஒப்புதலைப் பெற வேண்டும் என்ற கருத்தை அமைச்சர் ஆதரித்தார். பல மதங்கள் உள்ள இந்திய நாட்டில் மதத் தலைவர்களுக்கு இப்படியோர் அதிகாரத்தைக் கொடுப்பது ஆபத்தானது என்று பலர் சுட்டிக் காட்டினார்.

என்.சி.இ.ஆர்.டி. பாட நூல்களை எழுதிய முற்போக்கான வரலாற்றாசிரியர்கள், இந்து மத எதிரிகள், ஐரோப்பாவை நேசிக்கும் இந்தியர்கள் என்று ஆர்.எஸ்.எஸ். தலைவர் கே.எஸ். சுதர்ஸன் கூறினார். ரொமிலா தப்பார், ஆர்.எஸ்.சர்மா ஆகிய வரலாற்றாசிரியர்களைக் கைது செய்ய வேண்டும் என்று சிலர் கூக்குரலிட்டனர். "இந்தியாவில் எல்லை கடந்த பயங்கரவாதம் ஆபத்தானது. இந்த வரலாற்றாசிரியர்களின் பயங்கரவாதம் அதற்கு மேல் பயங்கரமானது" என்று முரளி மனோகர் ஜோஷி கூறினார். பா.ஜ.க. கட்சியின் தொண்டர்கள் இந்தப் பயங்கரவாதிகளைச் சரியாகக் கவனிக்க வேண்டும் என்றார்.

இந்திய வரலாற்றாசிரியர்களும் தேசியப் பத்திரிகைகளும் கல்வி அமைச்சரின் கருத்துகளைக் கண்டித்தனர். வரலாற்றில் சில செய்திகள் நமக்கு உகந்தவையாக இல்லாவிட்டாலும், அவற்றை எழுதுவதைத் தடுக்கக்கூடாது. அமெரிக்காவில் அடிமை முறை இருந்தது. இன்று அது தீங்கான செயல் என்று கருதப்படுவதால் வரலாற்றிலிருந்து அதை எடுத்துவிட முடியுமா? ஹிட்லர் ஆயிரக்கணக்கான யூதர்களைக் கொலை செய்தார். அதை வரலாற்றில் எழுதாமல் தவிர்க்க முடியுமா? என்று கேட்டார்கள்.

2001 ஜனவரியில் இந்திய வரலாற்றுக் காங்கிரஸ் மாநாட்டிற்கு நோபல் பரிசுபெற்ற அமார்த்தியா சென் தலைமை தாங்கினார். இந்தியாவில் பல மதங்கள், பல பண்பாடுகள் சக வாழ்க்கை நடத்துகின்றன. அதன்மூலம் கணிதவியலும் அறிவியலும் இந்தியாவில் வளர்ச்சியடைந்தன. நவீன வரலாற்றாசிரியர்கள் குப்தர்களின் காலத்தில் ஏற்பட்ட அந்த மாபெரும் வளர்ச்சியைப் புறக்கணிக்க முடியாது என்று அவர் கூறினார். வேதகால விஞ்ஞானம், வேதகாலக் கணிதம் என்று பேசிக்கொண்டிருப்பதில் அர்த்தமில்லை என்றார்.

புதிய வரலாற்றுப் பாடநூல்களை ஆய்வு செய்து அவற்றிலிருந்த தவறுகளின் பட்டியலை இந்திய வரலாற்றுக் காங்கிரஸ் வெளியிட்டது. "வரலாற்றை வகுப்பு வாத அடிப்படையில் எழுதவேண்டும் என்ற தீவிரமான ஆசையினால் இந்தத் தவறுகள் ஏற்பட்டிருக்கின்றன. சங் பரிவாரம் ஏற்கெனவே வெளியிட்ட பிரசார நூல்களைப் பயன்படுத்திப் புதிய பாடநூல்கள் எழுதப்பட்டிருக்கின்றன. இவற்றைத் திருத்த முயல்வது சாத்தியமல்ல. மொத்தமாக இவற்றை வாபஸ் பெற வேண்டும் என்று அறிக்கையில் எழுதப்பட்டிருந்தது." ஹரி ஓம் என்பவர் 10-ஆம் வகுப்புக்கு 20-ஆம் நூற்றாண்டைப் பற்றிய வரலாற்று நூலை எழுதினார். காந்திஜியின் படுகொலை அதில் குறிப்பிடப்படவில்லை என்று விமர்சகர்கள் சுட்டிக்காட்டினார்கள். பாராளுமன்றத்தில் இந்தப் பிரச்சினை எழுப்பப்பட்டது. அதற்குப் பிறகு பின்வரும் வாக்கியம் சேர்த்துக் கொள்ளப்பட்டது. "1948, ஜனவரி, 30-ஆம் நாள் அன்று டில்லியில் காந்திஜி பிரார்த்தனைக் கூட்டத்துக்குச் சென்று கொண்டிருந்தபோது நாதுராம் கோட்ஸே அவரைக் கொலை செய்தார். சமூகத்தில் அமைதி மற்றும் நல்லிணக்கத்தை ஏற்படுத்த காந்திஜி செய்த முயற்சிகள். இவ்வாறு, திடீரென்று சோகமான முறையில் முடிவடைந்தன." (பக்: 57, ஹரி ஓம் பத்தாம் வகுப்புக்கு எழுதிய 'இக்கால இந்தியா')

மேலே தரப்பட்ட வாசகத்தில் கோட்ஸே யார் என்பது இல்லை. ஆர்.எஸ்.எஸ். மற்றும் இந்து மகாசபையுடன் மற்றும் அதன் தலைவர் சவர்க்காருடன் அவருக்கிருந்த தொடர்புகள் சொல்லப்படவில்லை.

குஜராத்தில் ஒன்பதாம் வகுப்பு சமூக அறிவியல் பாட நூலில் சிறுபான்மையினர் அன்னியர்கள் என்று எழுதப்பட்டிருக்கிறது. முஸ்லிம்கள் மட்டும் அல்ல, கிறிஸ்தவர்கள், பார்ஸிக்கள் மற்றும் இதர

**அன்னியர்களும்** சிறுபான்மை பிரிவினராக அங்கீரிக்கப் பட்டிருக்கிறார்கள். பெரும்பான்மையான மாநிலங்களில் இந்துக்கள் சிறுபான்மையினராக இருக்கிறார்கள். முஸ்லிம்களும், கிறிஸ்தவர்களும், சீக்கியர்களும் பெரும்பான்மையாக இருக்கிறார்கள்.

குஜராத்தில் பத்தாம் வகுப்புக்கான சமூக அறிவியல் பாடநூல் பாஸிஸத்தையும், நாஸிஸத்தையும் புகழ்கிறது. இந்தியாவில் இந்துக்களை சிறுபான்மையினராக்கிவிட்ட 'அன்னியர்'களுக்குப் பாடம் புகட்ட வேண்டும் என்று குழந்தைகளுக்குக் கற்பிக்கப்படுகிறது.

ஹிட்லர் ஜெர்மனியில் ஆட்சிக்கு வந்தவுடன் ஜெர்மானியர் கள்தான் உலகத்திலேயே பரிசுத்தமான ஒரே இனம், அவர்கள் உலகத்தை ஆளப் பிறந்தவர்கள் என்று கூறினார். "ஹிட்லர் எங்கள் தலைவர்; நாங்கள் அவரை நேசிக்கிறோம்" என்று பாடநூல்களில் எழுதப்பட்டிருந்தது.

நாஜிசத்தின் சாதனைகள்: ஹிட்லர் குறுகிய காலத்தில் வலிமையான நிர்வாக அமைப்பை ஏற்படுத்தி ஜெர்மன் அரசாங்கத்திற்குப் புகழையும் பெருமையையும் கொடுத்தார். அவர் யூதர்களை எதிர்க்கின்ற கொள்கையைக் கடைபிடித்தார். ஜெர்மானிய இனம்தான் உலகத்தின் தலைசிறந்த இனம் என்று வலியுறுத்தினார். அவருடைய புதிய பொருளாதாரக் கொள்கை ஜெர்மனியை வளப்படுத்தியது. அவர் நீர்ப்பாசன வசதிகளை மேம்படுத்தினார், சாலைகள் மற்றும் ரயில் பாதைகளை அமைத்தார். யுத்தத் தளவாட உற்பத்தியை ஊக்குவித்தார். ஒரு தசாப்தத்துக்குள் ஜெர்மனிக்கு சுயசார்பை ஏற்படுத்துவதற்கு சோர்வின்றி முயற்சிகளை மேற்கொண்டார். வெர்ஸே உடன்படிக்கை வெறும் 'காகிதம்' என்று சொல்லி அதை ஒதுக்கித் தள்ளினார். நேச நாடுகளுக்கு இழப்பீடுகளைத் தர மறுத்தார். துணிகரமான செயல்களைச் செய்யும்படி சாதாரண மக்களைத் தூண்டினார். குஜராத் பாடநூலில் நாஜிஸத்தைப் பற்றி இப்படி எழுதப்பட்டிருக்கிறது. எல்லாச் சிறுபான்மையினரும் அன்னியர்கள் என்று சொல்லப்படுகிறார்கள். மாணவர்கள் இதைப் படித்து வகுப்புவாத / பாஸிஸ சக்திகளுக்கு அதிரடிப் படையாக மாறுவார்கள். 2002-ல் குஜராத்தில் சிறுபான்மை சமூகத்தின் படுகொலை செய்யப்பட்டனர். அதற்குப் பாட நூல்களில் இடம் பெற்றிருந்த நச்சுக் கருத்துகளே தூண்டுகோல் ஆகும்.

## குஜராத்தில் இனப் படுகொலை

2002, மார்ச் மாதத்தில் குஜராத்தில் இனப் படுகொலை நடைபெற்றது. 'இது இந்தியாவின் நெற்றியில் வைக்கப்பட்ட கரும்புள்ளி. உலகத்தில் இந்தியாவின் பெருமை குறைந்துவிட்டது என்று அப்பொழுது இந்தியாவின் பிரதமராக இருந்த வாஜ்பாயி தொலைக்காட்சி மூலம் கூறினார். முந்தைய நாள் சர்வ கட்சியினர் வெளியிட்ட சமாதான வேண்டுகோளை ஆதரித்தார். குஜராத்தில் படுகொலை 3 மாத காலம் வரை நடைபெற்றது. நகரத்திலிருந்து கிராமங்களுக்கும் இது பரவியது. 2000-க்கும் அதிகமானவர்கள் கொல்லப்பட்டார்கள். சுமார் 2 லட்சம் பேர் உடைமைகளை இழந்து அகதிகளாக முகாம்களில் தங்கினார்கள்.

குஜராத்தில் பிப்ரவரி 27-ஆம் நாள் அன்று காலையில் கோத்ரா என்ற சிறிய நகரில் சபர்மதி எக்ஸ்பிரஸின் ஒரு பெட்டிக்குத் தீ வைக்கப்பட்டது. 15 பெண்கள், 20 குழந்தைகள் உட்பட 58 நபர்கள் நெருப்பில் எரிக்கப்பட்டனர். அவர்கள் எல்லோரும் இந்துக்கள். அயாத்தியில் ராமர் கோயிலைக் கட்டவேண்டும் என்பதற்காக வி.எச்.பி. நடத்திய யாகத்தில் பங்கெடுத்து விட்டு சொந்த ஊருக்குத் திரும்பினார்கள். அப்படித் திரும்புகின்ற வழியில்தான் இந்தத் துயர சம்பவம் நடைபெற்றது.

இந்துத் தொண்டர்களுக்கும் ரயில் நிலையத்தில் இருந்த முஸ்லிம் வியாபாரிகளுக்கும் வாய்த் தகராறு ஏற்பட்டதாகச் சொல்லப்படுகிறது. 'ராமர் வாழ்க' என்று கோஷம் போடுமாறு முஸ்லிம்கள் கட்டாயப் படுத்தப்பட்டார்கள். அவர்களுடைய தாடிகள் இழுக்கப்பட்டன. இந்தத் தகராறு பற்றிக் கேள்விப்பட்டதும் ரயில்நிலையத்துக்கு வெளியில் இருந்த 10, 15 முஸ்லிம்கள் ஓடிவந்து ரயில் மீது கற்களை வீசினார்கள். நிலையத்தைவிட்டு ரயில் புறப்பட்டுவிட்டது. இந்துத் தொண்டர்கள் பயணம் செய்து கொண்டிருந்த பெட்டிகளில் ஒன்றில் தீ பிடித்தது.

முஸ்லிம்கள் அந்தப் பெட்டிக்குள் பெட்ரோலை ஊற்றித் தீ வைத்தார்கள் என்று சொல்லப்பட்டது. நெருப்பு தற்செயலாக ஏற்பட்டிருக்க வேண்டும், வண்டியிலிருந்தவர்கள் தீப்பற்றக்கூடிய பொருளைப் பயன்படுத்தியதால் விபத்து ஏற்பட்டிருக்க வேண்டும் அல்லது ரப்பர் இணைப்புகள் தீப்பிடித்திருக்க வேண்டும் என்று காவல்துறையும் யு.சி.பானர்ஜி கமிட்டியும் கருத்து தெரிவித்தன.

குஜராத்தில் பா.ஜ.க. முதலமைச்சரான நரேந்திர மோடி ஆர்.எஸ்.எஸ். பிரிவைச் சேர்ந்தவர். ஹிட்லர் யூதர்களை வெறுத்ததைப் போல, ஆர்.எஸ்.எஸ். காரர்கள் முஸ்லிம்களைத் தீவிரமாக வெறுத்தார்கள். பாகிஸ்தானின் உளவுத் துறையின் தூண்டுதலில் ஸ்தல முஸ்லிம்கள் நாச வேலையைச் செய்தார்கள் என்று மோடி குற்றம் சாட்டினார். முஸ்லிம்களே ரயில்பெட்டிக்குத் தீ வைத்தார்கள் என்று வி.எச்.பி. கூறியது. பிப்ரவரி 28-ஆம் தேதி மாநிலத்தின் எல்லா நகரங்களிலும் கடைகளை அடைக்க வேண்டும் என்று வி.எச்.பி. ஆணையிட்டது; அரசு அதை ஆதரித்தது.

பிப்ரவரி, 28-ல் தொடங்கிய படுகொலை 3 மாத காலம் நீடித்தது. காவித் துணியைத் தலையில் கட்டிய இந்து இளைஞர்கள் முஸ்லிம் குடியிருப்புகளுக்குள் நுழைந்து கொள்ளையடித்து, தீ வைத்தார்கள். முஸ்லிம் பெண்கள் பாலியல் வன்முறைக்கு உட்படுத்தப்பட்டார்கள். காவல்துறை தடுக்கவில்லை; மாறாக, சில இடங்களில் வன்முறை யாளர்களுக்கு உதவி செய்தது. வன்முறையைத் தடுக்க வேண்டாம் என்று காவல்முறை அதிகாரிகளுக்கு உத்தரவுகள் வந்தன என்பதற்கு ஆதாரம் உண்டு. வன்முறை முக்கிய நகரங்களுக்குப் பரவியது. சுமார் 40 நகரங்களில் ஊரடங்குச் சட்டம் அமுலாக்கப்பட்டது. இது தற்செயலாக நடைபெற்ற கலவரம் அல்ல; முஸ்லிம்களின் கடைகள், நிறுவனங்கள் குறிவைத்துத் தாக்கப்பட்டன. இந்துக்களும், முஸ்லிம்களும் மிகவும் போற்றிய உருது மொழிக் கவிஞரான வாலி குஜராத்தியின் தர்கா அழிக்கப்பட்டது. கிராமங்களில் நேற்று வரை சகோதரர்களாகப் பழகிய குடும்பங்கள் திடீரென்று எதிரிகளாக மாறின. பாதிக்கப்பட்ட கிராமங்களிலிருந்து மக்கள் அதிக எண்ணிக்கையில் வெளியேறினார்கள். உயர் சாதியினர்களுடன் சேர்ந்து தலித்களும் ஆதிவாசிகளும் இந்த வன்முறையில் பங்கெடுத்தார்கள். குஜராத்தில் நடைபெற்ற சம்பவங்கள் இந்தியாவின் மனசாட்சியை உலுக்கின. காங்கிரஸ் தலைமையில் எதிர்க் கட்சிகள் மாநில அரசாங்கத்தின் மீது நடவடிக்கை எடுக்குமாறு வாஜ்பாயி அரசாங்கத்தை வற்புறுத்தின. மத்திய அரசாங்கம் குஜராத் நிலைமையை ஆராயுமாறு தேசிய மனித உரிமை ஆணையத்தைக் கேட்டுக் கொண்டது. மோடி அரசாங்கம் மக்களுடைய உரிமைகளைப் பாதுகாக்கத் தவறிவிட்டது என்று மனித உரிமை கமிஷன் அறிக்கை வெளியிட்டது.

பாராளுமன்றத்தில் எதிர்க்கட்சிகள் குஜராத் அரசைக் கண்டிக்கின்ற தீர்மானத்தைக் கொண்டு வந்தன. விவாதம் நடைபெறுவதற்கு ஒரு நாள் முன்னதாக (29-4-2002) மத்திய அமைச்சரும் தலித்களின் முக்கியமான தலைவருமான ராம்விலாஸ் பஸ்வான் மந்திரிசபையிலிருந்து ராஜினாமா செய்தார். தேசிய ஜனநாயகக் கூட்டணியிலிருந்து அவருடைய கட்சி விலகிக்கொண்டது இந்து பத்திரிகை பாராளுமன்றத்தில் நடைபெற்ற விவாதத்தைப் பற்றி மே முதல் நாள் அன்று பின்வருமாறு எழுதியது. "தேசிய ஜனநாயகக் கூட்டணியில் நட்பு கொண்டிருந்த கட்சிகள் எதிர்க்கட்சியோடு சேர்ந்து குஜராத்தில் நடைபெற்ற படுகொலையை வன்மையாகக் கண்டித்தன. நரேந்திர மோடி பதவி விலக வேண்டும் என்று கோரின. மத்திய அமைச்சர் ஓமர் அப்துல்லா (தேசிய மாநாடு) வாக்கெடுப்பில் கலந்து கொள்ளப் போவதில்லை என்று அறிவித்தார். எர்ரன் நாயுடு (தெலுங்கு தேசம்), மமதா பானர்ஜி (திரினாமூல் காங்கிரஸ்) ஆகியோர் மோடி அரசாங்கம் டிஸ்மிஸ் செய்யப்பட வேண்டுமென்று கோரினார்கள். முன்னாள் பிரதமர் சந்திரசேகர், பா.ஜ.க. சார்பில் பேசிய உமாபாரதியைக் கண்டித்தார். அம்மையார் சன்னியாசினியாகப் பேசவில்லை; நாஜி இயக்கத் தொண்டராகப் பேசினார் என்று அவர் கூறினார்.

"ஏன் தாமதிக்கிறீர்கள்? குஜராத்தில் இன்னும் எவ்வளவு பேர் கொலை செய்யப்பட வேண்டும்? இன்னும் எத்தனை தீவைப்புச் சம்பவங்கள் நடைபெற வேண்டும்?" என்று சமாஜ்வாடி கட்சித் தலைவர் முலாயம் சிங் யாதவ் உணர்ச்சிகரமாகக் கேட்டார். "அரசாங்கம் இருக்கிறதா, போகிறதா என்பது பிரச்சினையல்ல; நாடு காப்பாற்றப்பட வேண்டும் அதுதான் பிரச்னை" என்று அவர் கூறினார். "நரேந்திர மோடியின் திட்டப்படி இனப் படுகொலையை குஜராத் அரசாங்கம் நடத்தியிருக்கிறது" என்று சி.பி.எம். தலைவர் சோம்நாத் சாட்டர்ஜி கூறினார்.

எதிர்க்கட்சித் தலைவரும், காங்கிரஸ் தலைவருமான சோனியா காந்தி குஜராத்தில் நடைபெற்ற கற்பழிப்புகள் மற்றும் படுகொலைகளைப் பற்றி விரிவாகப் பேசினார். "நரேந்திரமோடியை உடனடியாகப் பதவியிலிருந்து நீக்க வேண்டும். 355-ஆவது ஷரத்தின் கீழ் மாநில அரசுக்கு எச்சரிக்கை நோட்டிஸ் தரவேண்டும். உச்சநீதிமன்ற நீதிபதி குஜராத் சம்பவங்களைப் பற்றி விசாரணை நடத்த வேண்டும்" என்று

அவர் கோரினார். குற்றவாளிகள் எல்லோரும் தண்டிக்கப்பட வேண்டும்; பாதிக்கப்பட்ட மக்களுக்கு உடனடியாக நிவாரணம் அளிக்கப்பட வேண்டும்" என்றார் அவர்.

காந்திஜி பிறப்பிடமான போர்பந்தரில் ஒரு மாபெரும் பொதுக் கூட்டத்தில் சோனியா பேசினார். அப்போது அவர் "காந்திஜியின் குஜராத் கோட்ஸேயின் குஜராத்தாக மாறிக் கொண்டிருக்கிறது" என்று குறிப்பிட்டார். இந்தியாவின் குடியரசுத் தலைவர் சில நாட்களுக்கு முன்பு தன்னுடைய வேதனையை வெளியிட்டார். தேசிய ஐக்கிய கூட்டணிக்கு ராஜ்ய சபையில் பெரும்பான்மை கிடையாது. ஆகவே பா.ஜ.க. அரசாங்கம் தந்திரமாக நடந்து கொண்டது. 170-ஆவது ஷரத்தின் கீழ் தீர்மானம் கொண்டு வந்தால் விவாதத்துக்குப் பிறகு வாக்கெடுப்பு நடைபெற வேண்டும். எனவே 355-ஆவது ஷரத்தின் கீழ் எதிர்க்கட்சிகள் கொண்டு வந்த தீர்மானத்தை அரசாங்கம் ஏற்றுக் கொண்டது. ராஷ்ட்ரிய ஜனதா தளத்தின் தலைவரான லாலு பிரசாத் யாதவ் கடுமையாகப் பேசினார்: 'ஆர்.எஸ்.எஸ் இயக்கம் கோத்ரா சம்பங்களைத் தூண்டியிருக்கிறது, நரேந்திரமோடியை 'பொடா' சட்டத்தின்கீழ் கைது செய்ய வேண்டும் என்று கூறினார்.

மேற்கூறிய சூழ்நிலையில் மத்திய அரசாங்கம் குஜராத் அரசாங்கத்தைக் கட்டுப்படுத்துவதற்கு ஏதாவது நடவடிக்கை எடுக்க வேண்டியிருந்தது. பஞ்சாபில் காவல்துறையின் தலைமை அதிகாரியாக இருந்த கே.பி.எஸ்.ஜில் நரேந்திரமோடிக்கு ஆலோசகராக நியமிக்கப்பட்டார். பஞ்சாபில் பயங்கரவாதத்தை ஒடுக்கிய ஜில்லைப் பாதுகாப்பு ஆலோசகராக நியமித்ததைக் குஜராத் அரசாங்கம் விரும்பவில்லை. எனினும் மத்திய அரசாங்கம் தலையிட்ட பிறகு, வன்முறை குறையத் தொடங்கின.

ஜூலை மாதத் துவக்கத்தில் மாநில அரசாங்கம் ஜில்லை டில்லிக்கு அனுப்பியது, சட்ட சபையைக் கலைத்தது; உடனடியாகத் தேர்தல் நடத்த வேண்டும் என்று தேர்தல் ஆணையத்தைக் கேட்டுக் கொண்டது. மாநிலத்தில் இருந்த அரசியல் நிலைமை பா.ஜ.க. கட்சிக்குச் சாதகம் என்று நரேந்திரமோடி கருதினார்.

தேர்தல் ஆணையம் 16-8-2002-ல் கூடி குஜராத்தில் தேர்தல் நடத்துவதைப் பரிசீலித்தது. சட்டம் - ஒழுங்கு நிலைமை இயல்பாக

இல்லை, வகுப்புக் கலவரங்களால் ஏற்பட்ட துன்பங்கள் மறையவில்லை, குற்றம் செய்தவர்கள் கைது செய்யப்பட்டு, தண்டிக்கப்படவில்லை என்று தேர்தல் ஆணையம் சுட்டிக்காட்டியது. இப்பொழுது தேர்தல் நடத்தினால் மறுபடியும் கலவரங்கள் ஏற்படும் என்று தேர்தல் கமிஷன் கருதியது. தேர்தல் கமிஷனின் எல்லா உறுப்பினர்களும் குஜராத்துக்குச் சென்றார்கள். குஜராத்தின் 25 மாவட்டங்களின் 20 மாவட்டங்களில் இயல்பு நிலைமை ஏற்படவில்லை. '182 சட்டசபைத் தொகுதிகளில் 154 தொகுதிகளைச் சேர்ந்த 151 நகரங்கள் மற்றும் 993 கிராமங்கள் பாதிக்கப்பட்டுள்ளன. 464 காவல் நிலையங்களில் 284 காவல் நிலையங்கள் பாதிக்கப்பட்டுள்ளன' என்று காவல் துறை உதவி தலைமை அதிகாரி ஆர்.பி.ஸ்ரீகுமார் கூறியதை தேர்தல் கமிஷன் மேற்கோள் காட்டியது. மற்ற அதிகாரிகள் உண்மை நிலையை மறைத்தார்கள் என்று கமிஷன் கூறியது. கோத்ரா படுகொலைக்குப் பிறகு கிராமங்களிலிருந்து வெளியேறிய மக்கள் மீண்டும் தங்கள் கிராமங்களுக்குத் திரும்பி வராததால் தேர்தல் பட்டியல்களைச் சரிபார்க்க இயலாது என்றும் தேர்தல் கமிஷன் கூறியது. ஒரு மாநில அரசைப் பற்றி தேர்தல் கமிஷன் கடுமையான சொற்களைப் பயன்படுத்தியது அனேகமாக இதுவே முதல் தடவையாக இருக்கும்.

தேர்தல் கமிஷனின் முடிவை எதிர்த்து குஜராத் அரசு உச்சநீதிமன்றத்தில் முறையிட்டது. ஆனால் உச்சநீதிமன்றம் தேர்தல் கமிஷன் முடிவை அங்கீகரித்தது. 2002 டிசம்பர் மாதத்தின் மத்தியில் சட்டமன்றத் தேர்தல் நடைபெறும் என்று தேர்தல் கமிஷன் அறிவித்தது. செப்டம்பர், 24-ல் காந்திநகரில் பிரபலமான ஆலயத்தைப் பயங்கரவாதிகள் தாக்கினார்கள். 30 நபர்கள் கொல்லப்பட்டனர். அது ஒரு நெருக்கடியை ஏற்படுத்தியது. எனினும், தேர்தல் நடைபெற்றது. பா.ஜ.க. அதிக பெரும்பான்மை பெற்றது. மோடி மீண்டும் முதல் அமைச்சரானார். இந்து வெறியர்கள் தேர்தல் முடிவைப் பற்றி மகிழ்ச்சி அடைந்தார்கள். வி.எச்.பி. தலைவரான பிரவீண் தொகாடியா 2 ஆண்டுகளில் இந்து ராஷ்ட்ரத்தை அமைப்போம்..... இந்தியாவின் வரலாற்றையும் பாகிஸ்தான் பூகோளத்தையும் அப்போது மாற்றுவோம் என்று அப்போது பேசினார்.

கோத்ரா சம்பவங்கள் இந்திய சமூகத்தில் உள்ள நல்ல அம்சங்களையும் தீய அம்சங்களையும் எடுத்துக் காட்டின. ஒரு

பக்கத்தில், கிராமங்களிலிருந்து வெளியேறிய முஸ்லிம்கள் மீண்டும் தங்கள் கிராமங்களுக்குத் திரும்ப முடியவில்லை. இந்துக்கள் நடத்திய தொழில்களில் வேலைபார்த்த முஸ்லிம்களுக்கு மறுபடியும் வேலை கிடைக்கவில்லை. காவல்துறை குற்றம் செய்தவர்கள் மீது நடவடிக்கை எடுப்பதில் தாமதப்படுத்தியது. கோத்ராவில் ரயில் பெட்டி எரிப்பில் உயிரிழந்தவர்களுக்கு (எல்லோரும் இந்துக்கள்) 2 லட்சம் ரூபாய் இழப்பீடு கொடுக்கப்பட்டது. கலவரங்களில் உயிரிழந்தவர்களுக்கு (எல்லோரும் முஸ்லிம்கள்) 1 லட்சம் ரூபாய் இழப்பீடு கொடுக்கப்பட்டது. முஸ்லிம்களுக்கு நிவாரண முகாம்கள் அமைக்கப்படவில்லை. ஏற்கெனவே அமைக்கப்பட்டிருந்த முகாம்களும் மூடப்பட்டன. முஸ்லிம்கள் காரணம் இல்லாமல் கைது செய்யப்பட்டார்கள். முஸ்லிம்கள் தங்கள் பாதுகாப்புக்காக பொதுவான குடியிருப்புகளை விட்டு வெளியேறி முஸ்லிம் வசிக்கும் குடியிருப்புகளுக்குச் சென்றனர். காவலர்களையும், ரவுடிக் கும்பல்களையும் மிகவும் துணிந்தவர்கள்தான் எதிர்த்து நிற்க முடிந்தது.

முகுல் சின்ஹா, ஷப்னம் ஹஸ்மி, டீஸ்டா செதல்வாட், பாதிரியார் செஸில் பிரகாஷ் மற்றும் சிலர் தங்களுடைய குடிமக்கள் அமைப்புகளின் சார்பில், பாதிக்கப்பட்ட மக்களுக்கு உதவி செய்தார்கள். குடிமக்கள் டிரிபியூனல் மனித உரிமை மீறல்கள் மற்றும் பாலியல் வன்முறை சம்பந்தமாக விவரங்களைச் சேகரித்தது. ராகேஷ் சின்ஹா உணர்ச்சிகரமான ஆவணப் படங்களைத் தயாரித்து நாடு முழுவதிலும் திரையிட்டார். பர்சானியா என்ற திரைப்படமும் தயாரிக்கப்பட்டது.

உச்சநீதிமன்றமும் தேசிய மனித உரிமை கமிஷனும் பாராட்டத்தக்க நடவடிக்கைகளை மேற்கொண்டன. வடோதாராவில் ஒரு பேக்கரிக்குத் தீ வைக்கப்பட்டது. 14 நபர்கள் கொல்லப்பட்டனர். எனினும் குற்றவாளி களை நீதிமன்றம் விடுதலை செய்தது. மேல்முறையீட்டில் வழக்கு வேறு மாநிலத்துக்கு மாற்றப்படவேண்டும் என்று உச்சநீதிமன்றம் தீர்ப்பளித்தது. குஜராத் காவல்துறை 4,252 வழக்குகளைப் பதிவு செய்திருந்தது. அவற்றில் 2,100 வழக்குகளை ஆதாரமில்லை என்று காவல்துறை கைவிட்டது. உச்சநீதிமன்றம், வழக்குகளைக் கைவிட்டது பற்றி ஆராய்வதற்குப் பரிசீலனைக் கமிட்டியை நியமித்தது. அந்தக் கமிட்டியின் செயல்பாட்டைப் பற்றி குஜராத் தலைமைக் காவல் அதிகாரி மூன்று மாதங்களுக்கு ஒருமுறை உச்சநீதிமன்றத்துக்கு அறிக்கை அனுப்ப வேண்டும் என்று உத்தரவிடப்பட்டது.

2004, மே மாதத்தில் நடைபெற்ற பாராளுமன்றத் தேர்தலில் தேசிய ஜனநாயகக் கூட்டணி அரசு தோல்வி அடைத்தது. காங்கிரஸ் தலைமை தாங்கிய கூட்டணி வெற்றிபெற்றது. குஜராத்தில் நடைபெற்ற கலவரங்கள் மற்றும் படுகொலை நாடு தழுவிய அளவில் வகுப்புவாத சக்திகளுக்குத் தோல்வியைக் கொடுத்தது. 2005, மார்ச்சில் நரேந்திரமோடி அமெரிக்காவுக்குச் செல்ல விரும்பியபொழுது, அமெரிக்க அரசாங்கம் மோடிக்கு விசா கொடுக்க மறுத்தது. அமெரிக்காவில் வசித்த இந்தியர்களும் சர்வதேச மத சுதந்திர கமிஷனின் உறுப்பினர்களும் முக்கியமான செனட்டர்களும் நரேந்திரமோடி அமெரிக்கா வருவதைத் தடுத்தார்கள். இந்திய அரசாங்கம் நரேந்திரமோடிக்கு அமெரிக்கா விசா கொடுக்காமல் அவமதிப்பது முறையல்ல என்று தெரிவித்தது. பிரிட்டிஷ் அரசாங்கமும் மோடி லண்டனுக்கு வரவிடாமல் தடுத்தது. முஸ்லிம்களை எதிர்த்து குஜராத்தில் நடைபெற்ற படுகொலைகள் இந்திய மக்களை வேதனைப்படுத்தின. குஜராத் காவல்துறை குற்றவாளிகளைத் தேடுவதாகச் சொல்லி முஸ்லிம்களை வேட்டையாடுவது இந்தியா முழுவதும் கண்டனம் செய்யப்பட்டது. பரோடா பல்கலைக்கழகத்தில் ஓவியக் கலை படித்துக்கொண்டிருந்த மாணவன் 2007, ஏப்ரலில் கைது செய்யப்பட்டார். அந்த மாணவர் வரைந்த ஓவியம் மத உணர்ச்சியைப் புண்படுத்துவதாகக் குற்றம் சாட்டப்பட்டது. மாணவனை ஆதரித்த பேராசிரியர் டீன் பதவியிலிருந்து விலக்கப்பட்டார். இந்துத்துவா அரசியல்வாதிகளும் கோத்ரா தொகுதி சட்டமன்ற உறுப்பினரும் முஸ்லிம்களைத் தாங்கள் பழிவாங்கியதைப் பற்றிய விவரங்களை வெளிப்படையாகப் பேசிக்கொண்டிருந்தை தெஹல்கா ரகசியமாகப் படம்பிடித்து 25-10-2007-ல் ஒளிபரப்பியது.

இந்து வகுப்புவாதிகள் வெற்றியடையவில்லை. வெற்றியடையா விட்டாலும் தாங்கள் செயல்களுக்காக அவர்கள் வருத்தப்படவில்லை. 2007-ல் நடைபெற்ற சட்டமன்றத் தேர்தலில் வெற்றிபெற்று நரேந்திரமோடி மறுபடியும் முதலமைச்சரானார். மகாத்மா காந்தி குஜராத்தில் பிறந்தார். ஆனால், அந்த மாநிலத்தில் மதவாத வெறி வெற்றியடைந்திருக்கிறது.

# 37

# சாதி மற்றும் தீண்டாமை எதிர்ப்புப் போராட்டங்கள்

இந்தியாவில் சுமார் 2,500 ஆண்டுகளுக்கு முன்பு சாதி முறை ஏற்பட்டது. இந்துக்களிடம் மட்டுமல்ல, முஸ்லிம்கள், கிறிஸ்துவர்கள், சீக்கியர்கள் ஆகியோரிடமும் சாதிப் பிரிவினை உள்ளது. சாதி முறைக்குப் பல அம்சங்கள் இருந்தாலும், உயர் சாதியினர் கீழ்ச் சாதியினரைச் சுரண்டுவதையும், நாட்டு வளங்களைக் கீழ்ச் சாதியினர் அனுபவிக்க விடாமல் உயர் சாதியினர் தடுப்பதும் இந்த அத்தியாயத்தில் விவாதிக்கப்படுகிறது.

நாட்டில் சில பிரிவினர் தீண்டத் தகாதவர்கள் என்று கூறி முறை அறிவித்தது. அவர்கள் ஆலயத்திற்குள் செல்ல முடியாது, கிராமத்தின் பொறக் கிணற்றிலிருந்து தண்ணீர் எடுக்க முடியாது, சொந்தமாக நிலம் வைத்துக்கொள்ள முடியாது. உயர் சாதியினர் தாழ்த்தப்பட்டவர்களைத் தொட்டால் தீட்டு என்ற நடைமுறை இருந்தது. கிராமங்களில் அவர்கள் விவசாயக் கூலிகளாக இருந்தார்கள். அத்துடன் மலம் அள்ளுதல், இறந்த கால்நடைகளை அப்புறப்படுத்தல் போன்ற பணிகளைக் கட்டாயமாகச் செய்யவேண்டும். கிராமத்தில் அறுவடை நடைபெறுகின்ற போது, நிலப்பிரபு அவர்களுக்குக் குறைவான தானியத்தைக் கொடுப்பார். ஆண்டு முழுவதும் அவர்கள் மேற்கூறிய வேலைகளைச் செய்யவேண்டும்.

19ஆம் நூற்றாண்டின் நடுப்பகுதியில் பொருளாதார வளர்ச்சி காரணமாக இந்த நடைமுறைக்கு எதிர்ப்பு ஏற்பட்டது. மாகாராஷ்டிரத்தில் ஜோதிபா பூலே மற்றும் கேரளத்தில் ஸ்ரீ நாராயணகுரு சாதிக் கொடுமைகளைக் கண்டித்தார்கள். 1920-களில் இருந்து மகாத்மா காந்தி தீண்டாமைகளை எதிர்த்துப் பேசினார்கள். தாழ்த்தப்பட்ட பிரிவினர் ஆலயத்திற்குள் அனுமதிக்கப்படவேண்டும் என்று வைக்கம் (1924-25) குருவாயூர் (1931-32) ஆகிய இடங்களில் சத்தியாக்கிரகப் போராட்டங்கள்

நடைபெற்றன. இந்து சமூகம் தாழ்த்தப்பட்ட மக்களுக்குச் செய்த தீமைக்குப் பரிகாரம் தேடவேண்டும், தீண்டாமையை ஒழிக்கவேண்டும் என்று காந்தி பிரசாரம் செய்தார். பிரிட்டிஷ் அரசாங்கம் தாழ்த்தப் பட்டவர்களை இந்துக்களிடமிருந்து பிரித்து அவர்களுக்குத் தனித் தொகுதியை ஏற்படுத்தியது (1932). காந்தி பிரிட்டிஷ் அரசின் முடிவை எதிர்த்து சாகும்வரை உண்ணாவிரதம் இருந்தார்.

1920-களில் டாக்டர் பி.ஆர்.அம்பேத்கர் என்ற பேரறிஞர் தாழ்த்தப்பட்ட மக்களின் முக்கியத் தலைவராக உருவானார். அவர் மகாராஷ்டிரத்தில் உள்ள மகர் என்ற பிரிவைச் சேர்ந்தவர். 1932-ல் தாழ்த்தப்பட்டவர்களுக்குத் தனித் தொகுதியை எதிர்த்த காந்திஜி உண்ணாவிரதம் இருந்தபொழுது அம்பேத்கர் காங்கிரஸ் மற்றும் இந்துப் பிரதிநிதிகளுடன் ஓர் உடன்பாட்டுக்கு வந்தார். அது புனே உடன்பாடு என்று சொல்லப்படுகிறது.

அம்பேத்கர் 1936 வாக்கில் தாழ்த்தப்பட்டவர்கள் இந்து மதத்திலிருந்து வெளியேறி மற்றொரு மதத்தில் சேரவேண்டும் என்று முடிவு செய்தார். சீக்கிய மதத்தில் சேரலாமா என்று சிந்தித்தார். பிரிட்டிஷ் இந்திய அரசாங்கம் கல்வி, வேலை ஆகிய துறைகளில் தாழ்த்தப்பட்டவர்களுக்குச் சில சலுகைகளைக் கொடுத்திருந்தது. மதம் மாறியபிறகு அந்தச் சலுகைகள் இல்லாமல் போய்விடும் என்பதால் மதம் மாறுவதை அம்பேத்கர் தள்ளிவைத்தார். 1936-ல் லேபர் கட்சி(ILP)யை நிறுவினார். பம்பாய் சட்டமன்றத்துக்கு 1937-ல் தேர்தல் நடைபெற்றபொழுது அவரது கட்சி போட்டியிட்டு சில இடங்களில் வெற்றி பெற்றது. 1942-ல் அகில இந்திய ஷெட்யூல்டு சாதியினர் சம்மேளனத்தை நிறுவினார். 1940-களில் இந்தியாவின் வைசிராய் அவரைத் தன்னுடைய நிர்வாகக் குழுவில் உறுப்பினராக நியமித்தார். மற்ற மாநிலங்களிலும தாழ்த்தப்பட்ட மக்களுக்குத் தனி அமைப்புகள் ஏற்பட்டன. பீஹாரில் ஜகஜீவன்ராம் தாழ்த்தப்பட்ட மக்களின் தனிப்பெரும் தலைவராக இருந்தார். அவர் காங்கிரஸ் கட்சியிலும் முக்கியமான தலைவர்களில் ஒருவர். பஞ்சாபிலும் வங்காளத்திலும் தாழ்த்தப்பட்ட மக்களுக்கு சங்கங்கள் நிறுவப்பட்டன. ஆனால், அந்தச் சங்கங்கள் பிரிட்டனை ஆதரிக்கின்ற மாநிலங்களைக் கட்சிகளுடன் கூட்டு சேர்த்தன. கிராமங்களில் தங்களுக்கு விதிக்கப்படுகின்ற அருவருப்பான வேலைகளை ரத்து செய்யவேண்டும் நிலம்

வைத்துக்கொள்ள உரிமை வேண்டும், தரிசு நிலம் தங்களுக்குப் பகிர்ந்து கொடுக்கப்படவேண்டும் என்று தாழ்த்தப்பட்ட மக்கள் கோரினார்கள். பல மாநிலங்களில் காந்தியவாதிகள் தாழ்த்தப்பட்ட மக்களுக்குக் கல்வி, வேலை, மனித உரிமைகள் ஆகியவற்றைப் பெற்றுக் கொடுத்தார்கள்.

இந்தியாவின் அரசியல் அமைப்புச் சட்டத்தின் 17-ஆவது ஷரத்து தீண்டாமையை ஒழித்தது. யாராவது தீண்டாமையைக் கடைபிடித்தால் சட்டம் அவர்களைத் தண்டிக்கும். சட்ட மன்றங்களிலும் கல்வி நிலையங்களிலும் தாழ்த்தப்பட்ட பிரிவினருக்கு இடங்கள் ஒதுக்கப்பட்டன. முதல் 10 ஆண்டுகளுக்கு ஒதுக்கப்பட்டிருந்தாலும், தொடர்ச்சியாக அது நீடிக்கப்பட்டது.

சுதந்திரம் அடைந்த இந்தியாவில் அம்பேத்கர் சட்ட அமைச்சராகவும் அரசியல் அமைப்புச் சட்டத்தைத் தயாரிக்கின்ற குழுவின் தலைவராகவும் நியமிக்கப்பட்டார். அரசியல் அமைப்புச் சட்டத்தை பாராளுமன்றம் நிறைவேற்றியது. நேருவுக்கும் அம்பேத்கருக்கும் வேறு பிரச்சினைகளில் கருத்து வேறுபாடு ஏற்பட்டது. அம்பேத்கர் மந்திரி சபையிலிருந்து விலகினார். 1952 தேர்தலில் தாழ்த்தப்பட்ட சாதியின் சம்மேளனம் பல தொகுதிகளில் போட்டியிட்டது. ஆனால் ஒதுக்கீடு செய்யப்பட்ட இடங்களில் கூட காங்கிரஸ் கட்சி வேட்பாளர்களிடம் இவர்கள் தோல்வியடைந்தனர். 1956-ல் அம்பேத்கர் 5 லட்சம் மகர்களை (60 லட்சம் நபர்கள் என்று சிலர் சொல்கிறார்கள்) புத்த மதத்துக்கு மாற்றினார்.

1956-ல் அம்பேத்கர் மரணமடைந்தார். கட்சியில் அடுத்த தலைமையை அவர் உருவாக்கவில்லை. அவர் ஒரு கடிதம் எழுதி வைத்திருந்ததாகச் சொல்லப்பட்டது. அந்தக் கடிதத்தின்படி 1957-ல் ரிபப்ளிகன் ஆட்சி நிறுவப்பட்டது. பம்பாய் சட்டமன்றத்துக்கு நடைபெற்ற தேர்தலில் கட்சி சார்பில் போட்டியிட்டது. சிலர் வெற்றி பெற்றனர். கட்சித் தலைவர்களுக்கிடையில் தகராறுகள் ஏற்பட்டு கட்சியில் பிளவுகள் ஏற்பட்டன. மகாராஷ்டிரத்தில் முதலமைச்சராக இருந்த ஒய்.பி.சவான் அவர்களோடு உடன்பாடு கொள்வதில் அக்கறை காட்டினார்.

1970-களில் தாழ்த்தப்பட்டவர்கள் தங்களைத் தலித்துகள் என்று அழைத்துக்கொண்டார்கள். அவர்களிடம் அதுவரை இல்லாத போர்க்குணமும் ஏற்பட்டது. முதலில் இலக்கியத்திலும், பிறகு அரசியலிலும் அவர்கள் ஈடுபட்டார்கள். அவர்கள் புரட்சியைப்

பற்றிப் பேசினாலும் தங்களுக்கென்று ஸ்தூலமான திட்டத்தைத் தயாரிக்கவில்லை. 1978-ல் மராத்வாடா பல்கலைக்கழகத்துக்கு அம்பேத்கர் பல்கலைக்கழகம் என்று பெயர் மாற்றம் செய்யப்பட்டது. அதை எதிர்த்து குன்பிகள் என்ற பிரிவைச் சேர்ந்த விவசாயிகள் (அவர்கள் பிராமணர்கள் அல்லர்) கலகங்களைச் செய்தார்கள். ரிபப்ளிகன் கட்சியில் அடிக்கடி பிளவுகள் ஏற்படுவதைப் போல, தலித் சிறுத்தைகள் கட்சியிலும் பிளவுகள் ஏற்பட்டன. அம்பேத்கரின் பேரனாகிய பிரகாஷ் அம்பேத்கர் 1990-ல் எல்லாத் தலித் அமைப்புகளையும் ஒற்றுமைப்படுத்த முயற்சி செய்தார். பம்பாயில் 5 லட்சம் தலித்களைக் கொண்ட பேரணி நடைபெற்றது.

வடஇந்தியாவில் 1980-களில் கன்ஷிராம் தலைமையில் பகுஜன் சமாஜ் கட்சி அமைக்கப்பட்டது (அவருடைய மறைவிற்குப் பிறகு உத்திரப் பிரதேச முதலமைச்சரான மாயாவதி கட்சிக்குத் தலைவராக இருக்கிறார்). ஆட்சியைக் கைப்பற்றுவதே கட்சியின் நோக்கம் என்று அறிவிக்கப்பட்டது. ஒவ்வொரு தேர்தலிலும் ஒவ்வொரு கட்சியுடன் கூட்டுசேர்த்து தன்னுடைய வாக்கு சதவிகிதத்தை தொடர்ச்சியாக அதிகப்படுத்தி வருகிறது. உத்திரப் பிரதேசம் பஞ்சாப், மத்தியப் பிரதேசம் ஆகிய மாநிலங்களில் இந்தக் கட்சிக்குக் கணிசமான செல்வாக்கு கிடைத்தது. 2007, மே மாதத்தில் உத்திரப் பிரதேசம் சட்டமன்றத் தேர்தல்களில் இக்கட்சிக்கு பெரும்பான்மை கிடைத்தது. இதற்கு முன்பு 3 சந்தர்ப்பங்களில் மாயாவதி உத்திரப் பிரதேச முதலமைச்சராக இருந்திருக்கிறார். ஆனால், இப்பொழுது, அவர் கூட்டணி இல்லாமல் வெற்றிபெற்று முதலமைச்சரானார். மொத்தம் 403 இடங்களின் 206 இடங்களில் அவரது கட்சி பெற்றது. பிராமணர்கள், தாக்கூர்கள், முஸ்லிம்கள் மற்றும் பின்தங்கிய வகுப்பினர் இந்தக் கட்சிக்கு ஆதரவு அளித்தார்கள். ஏனென்றால், மாயாவதி வேட்பாளர் தேர்வில் எல்லாச் சாதியினரைச் சேர்ந்தவர்களுக்கும் இடம் கொடுத்தார். 'நலிந்த பிரிவினருக்கு வேலை கொடுப்பேன், உத்திரப் பிரதேச மாநிலத்தை நாட்டின் சிறந்த மாநிலமாக மாற்றுவேன்' என்று அவர் வாக்குறுதியளித்தார். இட ஒதுக்கீட்டில் சாதி அடிப்படையாக இருக்காது, வருமானமே அடிப்படையாகக் கொள்ளப்படும் என்று உறுதியளித்தார். எல்லா மாநிலங்களிலும் தலித்துகள் அம்பேத்கர் சங்கங்களை நிறுவி உணர்ச்சியோடு செயல்படுகிறார்கள்.

கிராமங்களில் உள்ள தலித்துகள் புத்த மதத்தில் சேர்ந்த பிறகும் இந்து தெய்வங்களை வழிபடுகிறார்கள். அவர்களுடைய பூஜைகளில் அம்பேத்கர் மற்றும் புத்தர் படங்கள் வைக்கப்படுகின்றன. அவர்கள் கணபதி பூஜை மற்றும் கௌரி பூஜைகளை மிகவும் மகிழ்ச்சியுடன் கொண்டாடுகிறார்கள். கிறிஸ்துவ மதத்துக்கு மாறிய தலித்துகளுக்குக் கிறிஸ்துவ தேவாலயங்களில் சமத்துவ உரிமைகள் அளிக்கப்பட வில்லை. அவர்கள் பாகுபாடு செய்யப்படுகிறார்கள். முஸ்லிம்களாக மாறிய தலித்துகளும் இதேபோன்று பாகுபடுத்தலுக்கு உட்பட்டிருக் கிறார்கள். தலித்துகளுக்குள்ளேயே சில உட்பிரிவுகள் இருக்கின்றன. மஹாராஷ்டிரத்தில் 'மகர்'கள், 'மங்கு'கள் என்று பிரிக்கப்படுகிறார்கள். ஆந்திராவில் மாலா மற்றும் மபிசா என்று பிரிக்கப்படுகிறார்கள். வட இந்தியாவில் சமர் மற்றும் சுஹ்ரா என்று பிரிக்கப்படுகிறார்கள். தாழ்த்தப்பட்டவர்களுக்கு அரசாங்கம் சலுகை அளிக்கிறது. ஆனால், தாழ்த்தப்பட்டவர்களில் பொருளாதார வளர்ச்சியடைந்த பிரிவினர் சலுகைகளைக் கைப்பற்றுகிறார்கள். எனவே, அவர்களுக்கு மத்தியில் வெவ்வேறு பிரிவுகளுக்கிடையில் போட்டி உள்ளது.

மொத்தத்தில் தாழ்த்தப்பட்டவர்களின் நிலையில் கணிசமான முன்னேற்றம் ஏற்பட்டிருக்கிறது. அதற்கு மதமாற்றம் அல்லது இட ஒதுக்கீடு மட்டும் காரணமல்ல. இந்திராகாந்தி ஆட்சிக் காலத்தில் தலித்துகளுக்கு வீட்டுமனைப் பட்டா அளிக்கப்பட்டது. தொழில் நடத்துவோர்க்குக் கடன் மற்றும் மானியம் அளிக்கப்பட்டது. ஆந்திராவில் தலித்துகள் நிலம் வாங்குவதற்கு அரசாங்கம் கடன் மற்றும் மானியம் அளிக்கிறது. ஆகவே அவர்களுடைய நிலையில் முன்னேற்றம் ஏற்பட்டிருக்கிறது.

இந்தியாவில் சாதிக்கும் கல்விக்கும் தொடர்பு இருக்கிறது. உயர் சாதியினர் எல்லோருமே கல்வி கற்றிருக்கிறார்கள். தாழ்ந்த சாதியினர்- குறிப்பாக, பெண்கள் கல்வி பூஜ்யமாக இருக்கிறது. 1991-ல் இந்தியாவில் ஆண்களில் 64 சதவிகிதத்தினரும் பெண்களில் 39 சதவிகிதத்தினரும் கல்வி கற்றிருந்தார்கள். தாழ்த்தப்பட்டவர்களில் ஆண்களில் 46%-ம் பெண்களில் 19%-ம் கல்வி கற்றிருந்தனர். உத்திரப் பிரதேசம் மாநிலத்தில் ஆண்களில் 56%-ம் பெண்களில் 25%-ம் கல்வி கற்றிருந்தார்கள். தாழ்த்தப்பட்டவர்களில் ஆண்களில் 39%-ம் பெண்களில் 8%-ம் கல்வி கற்றிருந்தனர். கேரளத்தில் ஆண்களில் 94%-ம்

பெண்களில் 86%-ம் கல்வி கற்றிருந்தார்கள். தலித்துகளில் அது 85 மற்றும் 73% ஆக இருந்தது.

சமூக முன்னேற்றத்துக்குக் கல்வி வளர்ச்சி மாபெரும் தூண்டுதலாக இருக்கிறது. ஆகவே தலித்துகளுக்கும் அவர்களின் பெண் பிரிவினர்களுக்கும் கல்வி கற்கின்ற வாய்ப்புகளை அதிகப்படுத்த வேண்டும்.

இந்திய அரசாங்கம் மண்டல் கமிஷன் அறிக்கை அமுலாக்கப்படும் என்று 1990-ல் அறிவித்தது. அதை ஆதரித்தும் எதிர்த்தும் கிளர்ச்சிகள் நடைபெற்றன. பின்தங்கிய வகுப்பினர்கள் என்று சொல்லப்படுபவர்கள் பிராமணர்கள் மற்றும் ஷத்திரியர்களுக்கும் தாழ்த்தப்பட்டவர்களுக்கும் இடையில் இருப்பவர்கள். உயர் சாதியினர்களோடு ஒப்படைக்கப் படுகின்ற பொழுது அவர்களுக்கு சில பாதிப்புகள் இருந்தன. ஆனால் தாழ்த்தப்பட்டவர்களைப் போல அவர்கள் ஒடுக்கப்படவில்லை. அவர்கள் நிலம் வாங்க முடியும், பொருளாதார வசதிகளைப் பெறமுடியும். (தாழ்த்தப்பட்டவர்களின் நிலைமை அப்படியல்ல.) பிரிட்டிஷார் காலத்தில் ஜமீன்தார்களுக்கும் விவசாயிகளுக்கும் இடைத்தரகர்களாக அவர்கள் இருந்தார்கள். சுதந்திரத்துக்குப் பிறகு அவர்கள் கல்வி மற்றும் அரசியல் துறைகளில் முன்னேறி செல்பவர்களுடன் இருக்கிறார்கள். தாழ்த்தப்பட்ட மக்களை அவர்கள் சுரண்டுகிறார்கள். மண்டல் அறிக்கை தவறான புள்ளி விவரங்களைக் கொண்டு தயாரிக்கப்பட்டிருக்கிறது. தலித்துகளின் சமூக நீதிக்கான போராட்டத்திற்கும் பின்தங்கிய மக்களின் இயக்கங்களுக்கும் சம்பந்தமில்லை.

# 38

# இந்தியாவில் சுதந்திரத்திற்குப் பிறகு பெண்கள் முன்னேற்றம்

இந்தியாவில் சமூக சீர்திருத்தத்தைப் பற்றிப் பேசிய அனைவரும் பெண் கல்வி, மகளிர் முன்னேற்றம் ஆகியவற்றை வலியுறுத்தினார்கள். மகாத்மா காந்தி 1930-களில் மிருதுளா சாராபாய் என்ற அம்மையாரிடம் பின்வருமாறு கூறினார்: "நான் பெண்களை சமையலறையிலிருந்து வெளியில் கொண்டு வந்துவிட்டேன். அவர்கள் மறுபடியும் சமையலறைக்குள் நுழையாதபடி நீங்கள் பார்த்துக்கொள்ள வேண்டும்". தேசிய இயக்கம் வளர்ச்சியடைந்தபொழுது பெண்கள் சுதந்திரப் போராட்டத்தில் ஈடுபட்டார்கள். காந்திய இயக்கங்களிலும் சோஷலிஸ்ட், கம்யூனிஸ்ட் மற்றும் புரட்சிகர இயக்கங்களிலும் பெண்களுக்குப் பங்கு இருந்தது. அவர்கள் விவசாயப் போராட்டங் களிலும், தொழிலாளர்கள் போராட்டங்களில் பங்கெடுத்தார்கள். அகில இந்தியப் பெண்கள் மாநாடு என்ற ஓர் அமைப்பை 1926ஆம் ஆண்டில் அவர்கள் உருவாக்கினார்கள். மேற்கு நாடுகளில் பெண்கள் வாக்குரிமை கோரி பல போராட்டங்களை நடத்தினார்கள். ஆனால் இந்தியாவில் பெண்களுக்கு வாக்குரிமை ஏற்கெனவே இருந்தது. 1950-களில் நேரு இந்து சட்டத்தில் திருத்தங்களைக் கொண்டு வந்தார். பி.ஆர்.அம்பேத்கர் தலைமையில் ஒரு கமிட்டி அமைக்கப்பட்டது. அந்தக் கமிட்டி பெண்களின் திருமண வயதை உயர்த்தி பெண்களுக்கு, விவாகரத்து, ஜீவனாம்சம், குடும்பச் சொத்தில் பங்கு போன்ற உரிமைகளை ஏற்படுத்திக் கொடுத்தது. குடியரசுத் தலைவர் இராஜேந்திர பிரசாத் உட்பட மூத்த காங்கிரஸ் தலைவர்கள் சீர்திருத்தங்களை எதிர்த்தார்கள். ஆகவே, இந்த மசோதா நான்கு சட்டங்களாகப் பிரித்து, நிறைவேற்றப்பட்டது. இந்து பெண்களுக்குச் சட்டப்பூர்வமான பதவிகள் கிடைத்தன. ஆனால், மற்ற மதங்களைச் சேர்ந்த பெண்களுக்குச் சட்டப்பூர்வமான பதவிகள் கிடைக்கவில்லை. 1985-ல் உச்சநீதிமன்றம் ஷாபானோ என்ற

விவாகரத்து பெற்ற முஸ்லிம் பெண்ணுக்கு அற்பமான தொகையை ஜீவனாம்சமாக அளிக்கவேண்டும் என்று உத்தரவிட்டது. உடனே முஸ்லிம் அமைப்புகள் கூக்குரல் எழுப்பின. ராஜிவ்காந்தி அரசாங்கம் உச்சநீதிமன்றத் தீர்ப்பை ரத்து செய்வதற்குச் சட்டம் இயற்றியது. இந்துப் பெண்களுக்கு 30 ஆண்டுகளுக்கு முன்பே விவாகரத்து, ஜீவனாம்சம் ஆகிய உரிமைகள் அளிக்கப்பட்டன. ஆனால், முஸ்லிம் பெண்களுக்கு இன்னும் கிடைக்கவில்லை.

## 1947-க்குப் பிறகு மகளிர் இயக்கங்கள்

இந்தியா சுதந்திரம் அடைந்த பிறகு 1950-60களில் மகளிர் இயக்கத்தில் அதிக வளர்ச்சி இல்லை என்று பொதுவாகக் கருதப்படுகிறது. அது உண்மையல்ல. வங்காளத்தில் 1946-47ஆம் ஆண்டுகளில் பெண்கள் தெபாகா போராட்டத்தில் ஈடுபட்டார்கள். கிராமங்களில் பெண்கள் சேனைகள் அமைக்கப்பட்டிருந்தன. ஹைதராபாத் சமஸ்தானத்தில் தெலுங்கானா போராட்டத்திலும் பெண்கள் முக்கிய பங்கு வகித்தார்கள்.

1960-களிலும் 1970களிலும் இந்தியாவில் நக்ஸலைட் இயக்கம் 188 J.P.இயக்கம், சிப்கோ இயக்கம் மற்றும் விலை உயர்ந்த எதிர்ப்பு இயக்கங்கள் நடைபெற்றன. மகாராஷ்ட்ரத்தில் 1973-75-ல் ஆயிரக்கணக்கானோர் விலைவாசி உயர்வை எதிர்த்துப் போராடினார்கள். குஜராத்தில் பஞ்சாலைத் தொழிலாளர் சங்கத்தின் துணை அமைப்பாகத் தொடங்கிய சேவா (SEWA) இயக்கம் பெண்களுக்கு சுயதொழில் நடத்துவதற்குப் பயிற்சி கொடுத்தது. வங்கிகள் கடன் கொடுத்தன. அது இந்தூர், போபால், டில்லி, லக்னோ ஆகிய நகரங்களுக்கு விஸ்தரிக்கப்பட்டது. எலாபட் என்ற பெண் அதற்குத் தலைமை தாங்குகிறார். உத்தரகாண்ட் மாநிலத்தில் வனங்களைக் காப்பாற்றுவதற்கு சுந்தர்லால் பகுகுணா இயக்கம் நடத்தினார். சிப்கோ இயக்கத்தில் பெண்கள் அதிகமாகப் பங்கெடுத்தனர். சில மாநிலங்களில் குடிப்பழக்கத்தை எதிர்த்து நடைபெறுகிற இயக்கங்களில் பெண்கள் அதிக முனைப்புடன் பங்கெடுத்தனர். சட்டிஸ்கரில் பெண்கள் முன்னேற்ற சங்கங்கள் சில போராட்டங்களை நடத்தினார்கள். நிலம் பெண்கள் பெயரில் பதிவு செய்யப்படவேண்டும் என்று போராடினார்கள். அங்கே மரங்கள் கூட பெண்கள் பெயரில் பதிவு செய்யப்படுகின்றன. 1984-ல் போபால் நகரத்தில் யூனியன் கார்பைட் தொழிற்சாலையிலிருந்து விஷவாயு வெளியேறியபொழுது நூற்றுக்கணக்கானோர் மரணமடைந்தார்கள். அந்தக் குடும்பங்களுக்கு நிவாரணம் அளிக்கவேண்டும்

என்று போராடிக் கொண்டிருக்கிறார்கள். உலக மகளிர் தினமாகிய மார்ச், 8ஆம் தேதி இந்தியாவில் கொண்டாடப்படுகிறது. பெண்கள் பேரணி நடத்துகிறார்கள். டில்லியில் பெண்கள் குழு ஒன்று மனுஷி (பெண்) என்ற சஞ்சிகையை நடத்துகிறது. அதன் ஆசிரியர் மதுகிஷ்வார் இந்தியாவின் பெண்கள் இயக்கத்தின் முக்கியமான பிரதிநிதியாக இருக்கிறார்.

இந்தியாவில் எல்லா அரசியல் கட்சிகளும் பெண்கள் பிரிவிவுகளை வைத்திருக்கின்றன. மார்க்ஸிஸ்ட் கட்சி சார்பில் ஜனநாயக மாதர் சங்கம் அமைக்கப்பட்டிருக்கிறது. இந்தியக் கம்யூனிஸ்ட் கட்சி சார்பில் இந்திய மாதர் தேசிய சம்மேளனம் நிறுவப்பட்டுள்ளது. மகாராஷ்ட்ரத்தில் சோஷலிஸ்ட்கள் பெண்கள் சங்கத்தை நடத்துகிறார்கள். மேலே சொல்லப்பட்ட இயக்கங்கள் வரதட்சணை, பாலியல் வன்முறை, குழந்தைத் தொழிலாளர் முறை ஆகியவற்றை எதிர்த்து இயக்கங்கள் நடத்துகின்றன. ராஜஸ்தானில் தியோராலா என்ற இடத்தில் ரூப்கன்வார் என்ற பெண் கணவனுடைய சிறையில் தன்னை எரித்துக் கொண்டாள் என்று சொல்லப்பட்டது. அந்த இடம் புண்ணியத் தலமாகக் கருதப்பட்டு பல்லாயிரக்கணக்கான ஆண்களும், பெண்களும் அங்கே சென்று வழிபாடு செய்தார்கள். இது நாட்டில் பரபரப்பை ஏற்படுத்தியது. முற்போக்கான கட்சிகள் இந்தச் சம்பவத்தைக் கண்டித்தன . சுவாமி அக்னிவேஷ் என்னும் துறவி இந்தச் ‘சதி’ப் பழக்கத்தைக் கண்டித்து இராஜஸ்தானில் உரைகள் நிகழ்த்தினார். முக்கியமான நகரங்களில் பெண்கள் இயக்கங்கள் பாலியல் வன்முறையைப் பற்றி விவரங்களைச் சேகரிக்கின்றன; பாதிக்கப்பட்ட பெண்களுக்குச் சட்டபூர்வமான நிவாரணம் கிடைக்க உதவி செய்கின்றன. அனேகமாக எல்லாப் பல்கலைக்கழகங்களிலும் பெண்ணிய ஆய்வு மையங்கள் இருக்கின்றன. அவை சமூகத்தில் மகளிர் நிலையைப் பற்றி ஆய்வுகள் நடத்துகின்றன. ‘பெண்களுக்கு நீதி’ என்ற தலைப்பில் சஞ்சிகைகளை நடத்துகின்றன. அவர்களுக்குப் பல்கலைக்கழக நல்கைக்குழு (UGC) மற்றும் தனியார் அமைப்புகள் நிதியுதவி செய்கின்றன. எனினும் நகரங்களில் வசிக்கின்ற படித்த பெண்களுடைய வாழ்க்கை நிலைக்கும் கிராமங்களில் உள்ள பெண்களின் வாழ்க்கை நிலைக்கும் உள்ள ஏற்றத்தாழ்வுகள் தொடர்கின்றன. 1993-ல் பஞ்சாயத்து ராஜ் சட்டம் நிறைவேற்றப்பட்டது. கிராமங்களில் பெண்கள் மற்றும் குழந்தைகள் மேம்பாட்டுக்கு ஒரு திட்டம் தயாரிக்கப்பட்டது. கிராமங்களில் மாதர் சங்கங்கள்

அமைக்கப்பட்டு உறுப்பினர்களுக்குக் கைத் தொழிற் பயிற்சியும் வாழ்வியல் பயிற்சியும் கொடுக்கப்பட்டன.

பஞ்சாயத்துகளில் 1/3 இடங்கள் பெண்களுக்கு ஒதுக்கப்பட்டிருக்கின்றன. பாராளுமன்றத்தில் 1/3 பங்கு இடங்களைப் பெண்களுக்கு ஒதுக்குமுறை அரசியல் கட்சிகள் ஆதரிக்கின்றன. எனினும் அதற்குரிய சட்டம் இன்னும் நிறைவேற்றப்படவில்லை.

**சுகாதாரம் மற்றும் கல்வி**

இராஜஸ்தான் இந்தியாவில் மிகவும் பின்தங்கிய மாநிலம். அதில் பார்மர் என்ற மாவட்டத்தில் பெண்கல்வி 8%-ஆக இருக்கிறது. ஆப்பிரிக்காவிலேயே மிகவும் பின்தங்கிய நாடான புர்கினோகாஸோவில் பெண்கல்வி 10% என்பது குறிப்பிடத்தக்கது. ஆந்திராவில் மிகவும் பின்தங்கிய கஞ்சம் மாவட்டத்தில் சிசு மரணம் ஆயிரத்துக்கு 164-ஆக இருக்கிறது. ஆப்பிரிக்காவில் மிகவும் பின்தங்கிய மாலி என்ற நாட்டில் அது 161-ஆக இருக்கிறது. உத்திரப்பிரதேச மாநிலத்தில் கருவுறுநிலை (Fertility) 5.1%-ஆக உள்ளது. ஆனால் மியான்மர் மற்றும் பங்களாதேஷில் இதைக் காட்டிலும் அதிகமாக இருக்கிறது. ஹரியானா மாநிலத்தில் ஆண், பெண் விகிதாச்சாரம் 100 : 86.5 ஆக உள்ளது. இது உலகத்தின் மற்ற நாடுகளைக் காட்டிலும் மிகவும் குறைவானது. இந்தியாவில் கிராமங்களில் 12-14 வயதில் பள்ளிக்கூடத்தில் படிக்காத பெண்களின் எண்ணிக்கை 50% உத்திரப்பிரதேசம், மத்தியப்பிரதேசம், பீஹாரில் 66%, இராஜஸ்தானில் 82%-ஆக இருக்கிறது. இந்தியாவில் 15-19 வயதான பெண்களில் 50 சதவிகிதத்தினர் கல்வி கற்காதவர்கள். சீனாவில் அது 10 சதவிகிதம்தான்.

கேரள மாநிலம் இந்தியாவுக்கே உதாரணமாக இருக்கிறது. 1990-91-ல் ஆண்களின் கல்வி 94%-ஆகவும் பெண் கல்வி 86%-ஆகவும் இருந்தது. அப்பொழுது சீனாவில் ஆண்கல்வி 86%-ஆகவும், பெண்கல்வி 68%-ஆகவும் இருந்தது. 1987-88-ல் கேரளாவில் 10-14 வயது பெண்களின் கல்வி நிலை 98% ஆக இருந்தது. 6 வயதுக்கு மேற்பட்ட பெண் குழந்தைகளின் கல்வி அகில இந்திய அளவில் 78.1%-ஆக இருந்தது. ஆனால் கேரளாவில் அது 98%-ஆக இருந்தது. கேரளாவில் 1992-ல் சிசுமரணம் 1.7%. அகில இந்திய அளவில் அது 7.9%-ஆக இருந்தது (சீனாவில் 3.1%).

கேரளம் மட்டும்தான் சிறந்த மாநிலம் என்று நினைக்க வேண்டியதில்லை. கேரளம் வரலாற்று ரீதியில் பல சாதனைகளைக்

கொண்டிருந்தது. அங்கு பெண்வழி ஆட்சிமுறை இருந்தது. 19-ஆம் நூற்றாண்டிலிருந்தே கல்விக்கும் முக்கியத்துவம் அளிக்கப்பட்டது. சுகாதாரம், ஆரம்பக்கல்வி ஆகிய துறைகளில் கேரளம் முன்னிலையில் இருந்தது. தமிழ்நாடு மற்றும் ஹிமாசலப் பிரதேசமும் சாதனைகள் செய்திருக்கின்றன. தமிழ்நாட்டில் சிசுமரணம் 1990-92-ல் ஆயிரம் பிரசவங்களுக்கு 58 ஆக இருந்தது. அது இந்தியாவில் கேரளம், பஞ்சாபுக்கு அடுத்த மூன்றாவது இடத்தைப் பெற்றது. 1987-88-ல் 10-16 வயது சிறுமிகளில் கல்வி விகிதம் நகரங்களில் 85.6% ஆகவும் கிராமங்களில் 70.8% ஆகவும் இருந்தது.

ஒரு கிராமத்தில் ஆரம்பப் பள்ளி இல்லையென்றால் மாணவன் அடுத்த கிராமத்துக்குச் சென்று படிக்கிறான். ஆனால் பெண்களை அப்படி அனுப்புவதில்லை. பெண் கல்விக்குச் செலவு செய்வது அவசியமல்ல; ஏனென்றால் அவள் திருமணமாகி வேறு வீட்டுக்குச் செல்பவள் என்ற கருத்து நீடிக்கிறது. பெண்களுக்குத் தனிப் பள்ளிக்கூடங்கள் இருந்தால், அதிகமான பெண்கள் கல்வி கற்கிறார்கள். பெண் கல்வியின் முக்கியத்துவத்தை மக்கள் உணர்ந்திருந்தாலும் ஏழைகள் அதற்காகச் செலவுசெய்ய முடிவதில்லை. இந்தியா கல்விக்காகச் செலவுசெய்த தொகை மொத்த வருமானத்தில் 82%-ஆக இருக்கிறது. 116 நாடுகளில் 82-ஆவது இடத்தில் இந்தியா இருக்கிறது. எனினும் பெண்கல்வி 1990-91-ல் 39% ஆக இருந்தது. கிராமங்களில் பெண்களுக்கு மருத்துவ வசதிகள் (மகப்பேறு நிலையங்கள்) இல்லை. அவர்கள் பிரசவத்துக்காக நகரத்துக்கு வரவேண்டிய நிலை இருக்கிறது. நாட்டில், மருத்துவ வசதிகள் அதிகரிக்கின்றன. ஆனால், ஆண்கள்தான் அதை அதிகமாகப் பயன்படுத்துகிறார்கள். பெண்களுக்கும் மருத்துவ சுகாதார வசதிகள் கிடைத்தால், அவர்களுடைய வாழ்க்கைத் தரம் ஆயுள் அதிகரிக்கும். கேரளத்தில் 90% பெண்கள் மருத்துவ மனைகளில்தான் குழந்தைகளைப் பிரசவிக்கிறார்கள்.

பெண்களுக்கு அரசியல் அமைப்புச் சட்டம் கொடுக்கின்ற எல்லா உரிமைகளையும் அவர்கள் பெறவேண்டும். அந்த உரிமைகளை அவர்கள் வென்றெடுக்க வேண்டும். இந்தியாவின் வடமுனையில் உள்ள ஹிமாசலப் பிரதேசமும் தென்முனையில் உள்ள கேரளமும் நாட்டுக்கு வழிகாட்டுகின்றன.

# 39
## வளர்ச்சியின் அரசியல் பொருளாதாரம்

இந்தியாவில் நடைபெற்ற தேசிய விடுதலைப் போராட்டம் 1947-ல் ஏற்பட்ட சுதந்திர அரசின் மீது முத்திரை பதித்தது. இந்தியாவின் சுதந்திரப் போராட்டம் மதம், சாதி, வர்க்கம் ஆகிய எல்லா வேற்றுமைகளையும் கடந்ததாக இருந்தது. சுதந்திரப் போராட்டத்தில் அறிஞர்கள், சிந்தனையாளர்கள், கலைஞர்கள், எழுத்தாளர்கள், கவிஞர்கள், தொழிலதிபர்கள், தொழிலாளர்கள், விவசாயிகள், மாணவர்கள் என்று எல்லாத் தரப்பினர்களும் கலந்துகொண்டு, மனித வரலாற்றிலேயே மாபெரும் மக்கள் இயக்கமாக அதை மாற்றினார்கள். சுதந்திர இந்தியாவின் அரசாங்கத்துக்கு உலக அரங்கில் தனிப்பெருமை ஏற்பட்டது. ஏகாதிபத்திய எதிர்ப்பு, மதச்சார்பின்மை, சமத்துவ உணர்ச்சி, ஏழைகளை முன்னேற்ற வேண்டும் என்ற துடிப்பு இந்த இயக்கத்தின் சிறந்த பண்புகளாக இருந்தன. சோவியத் யூனியன் மற்றும் சீனாவில் புரட்சிகள் வெற்றிபெற்ற பிறகு பாதைகள் மாறிச் சென்றதுண்டு. இந்தியாவில் சுதந்திரப் போராட்ட இலட்சியங்கள் சுதந்திரத்துக்குப் பிறகும் காப்பாற்றப்பட்டன (1975-77-ல் அவசர நிலை அறிவிக்கப்பட்டு உரிமைகள் தற்காலிகமாகக் குறைக்கப்பட்ட பொழுது ஏற்பட்ட எதிர்ப்பு நமக்குத் தெரிந்ததே).

அரசையும் அரசாங்கத்தையும் ஒன்றாகக் கருதுவது தவறு. அரசாங்கம் (Government) என்பது அரசியல் கட்சிகள், சட்டமன்றம், அதிகார வர்க்கம், நீதித்துறை, ஊடகம், காவல்துறை ஆகியவற்றை உள்ளடக்கியது. அரசாங்கத்துக்கு மட்டும் முக்கியத்துவம் கொடுப்பது சில சமயங்களில் தவறாகும். சோஷலிஸம் இந்தியாவின் குறிக்கோள் என்று அரசாங்கம் அறிவிக்கின்றது. ஆனால் அரசாங்க நடவடிக்கைகள் முதலாளித்துவ இயல்புகளைக் கொண்டதாகவே இருக்கும். அரசில் உள்ள வர்க்கங்களில் சக்தி மற்றும் சமநிலையைப்

பொருத்துத்தான் முற்போக்கான திட்டங்களை அரசாங்கம் நிறைவேற்ற முடியும்.

அரசின் இத்தகைய பல அடுக்கு நிலையை காந்திஜி சரியாகப் புரிந்துகொண்டிருந்தார். அவர் பிரிட்டிஷ் ஆட்சியை ஒழிப்பதைப் பற்றி மட்டும் பேசவில்லை. அத்துடன் கல்வி அமைப்பை மாற்ற வேண்டும், உயர் அதிகாரிகள் எளிமையைக் கடைபிடிக்க வேண்டும், அமைச்சர்கள் சிறிய இல்லங்களில் வசிக்க வேண்டும் என்று கூறினார். ஏன்? சுதந்திரத்துக்குப் பிறகு இந்திய அரசு புதிய திசைவழியில் செல்லவேண்டும் என்ற அவர் விரும்பியதை இது எடுத்துக்காட்டுகிறது.

## தேசியப் பாரம்பர்யமும், சுயராஜ்ய அரசும்

1947க்குப் பிறகு இந்தியாவில் ஜனநாயக இறையாண்மை உள்ள பல வர்க்க அரசு ஏற்பட்டது. இரண்டாவதாக, ஏகாதிபத்திய எதிர்ப்பும் நாட்டின் இறையாண்மையைப் பாதுகாப்பதும் தேசிய இயக்கத்தின் முக்கியக் குறிக்கோள்களாக இருந்தன. ஐரோப்பாவில் ஹாப்ஸன் மற்றும் லெனின் ஏகாதிபத்தியத்தின் வளர்ச்சியை ஆராய்ந்தார்கள். ஆனால், இந்தியத் தேசிய இயக்கத்தின் தலைவர்கள் அவர்களுக்கு முன்பாகவே காலனி ஆதிக்கத்தைச் சரியாகப் புரிந்துகொண்டு கண்டிப்பான விமர்சனம் செய்தார்கள்.

இந்தியாவில் பெரிய முதலாளிகளும், நிலப்பிரபுக்களும் அன்னிய நிதி மூலதனத்துடன் (ஏகாதிபத்தியம்) கூட்டு சேர்ந்து ஆட்சி செய்கிறார்கள் என்று இடதுசாரிகளிடம் ஒரு கருத்து இருந்தது. இந்தியாவைப் போன்ற நாடுகள் முதலாளித்துவ அமைப்பை ஒழிக்காமல் சோஷலிஸத்தை நோக்கி முன்னேற முடியாது என்று சொல்லப்பட்டது. மேற்கூறிய கருத்துகளை மறுத்து ஆதாரங்களைக் காட்டினாலும் அந்தக் கருத்து இடதுசாரிக் கட்சிகளில் சிலவற்றில் தொடர்ந்து நீடித்து வருகிறது.

இந்தியாவில் முதலாளி வர்க்கம் தேசிய இயக்கத்தின் ஏகாதிபத்திய எதிர்ப்புத் தன்மையை உள்வாங்கிக் கொண்டது. இந்தியாவுக்கு நேரு உருவாக்கிய வளர்ச்சிப் பாதையை (அன்னிய மூலதனத்தின் ஆதிக்கம் இல்லாமல் நாட்டை தன்னிறைவான வளர்ச்சி) முதலாளி வர்க்கம் அங்கீகரித்தது.

இந்தியப் பொருளாதாரத்தில் அன்னிய மூலதனத்தின் ஆதிக்கத்தை அகற்ற வேண்டும் என்று நேரு விரும்பியதை, இந்திராகாந்தி

நிறைவேற்றினார். நிலச்சீர்திருத்தங்களின் விளைவாக, நிலப்பிரபுக்களின் சக்தி குறைந்தது. ஒரு சில இடங்களைத் தவிர மற்ற இடங்களில் அவர்கள் அதிகாரத்தை இழந்தார்கள். இந்தியப் பொருளாதாரத்தை தாராளமயமாக்கும்பொழுது நாட்டின் இறையாண்மை பாதிக்கப் படுகிறது என்று விமரிசனம் செய்யப்படுகிறது. 1960-70களில் இந்திராகாந்தி பொருளாதார தேசியவாத நடவடிக்கைகளைச் செய்த பொழுது, அந்த விமர்சனம் குறைந்தது. 1991-க்குப் பிறகு தாராளமய சீர்திருத்தங்கள் நிறைவேற்றப்பட்ட பொழுது இந்தியாவின் காலனியாதிக்க எதிர்ப்புக் கொள்கை கைவிடப்படுகிறது என்றார்கள்.

இந்தியாவில் சுதேசித் தொழிலுக்கு அதிகமான பாதுகாப்பு கொடுத்து இறக்குமதிகளுக்கு அதிக வரி விதிக்கப்பட்டது. அண்மைக் காலத்தில் பொருளாதாரச் சீர்திருத்தங்களின் விளைவாகத் தொழில்கள் வளர்ச்சியடைந்திருக்கின்றன. வேலைவாய்ப்புகள் அதிகரித்திருக்கின்றன. இந்தியாவின் சுயசார்புக்கு ஆபத்து ஏற்படவில்லை.

பிரேஸில் நாட்டின் ஜனாதிபதியாக இருந்த இடதுசாரி சிந்தனையாளர் கர்டோஸோ அந்த நாட்டில் பொருளாதாரச் சீர்திருத்தங்களை நிறைவேற்றினார். அன்னிய மூலதனத்தின் தன்மை மாறிவிட்டது. உலகமயமாக்கலைத் தவிர்க்கமுடியாது. ஏழைகளின் வாழ்க்கை நிலையைப் பாதுகாத்துக்கொண்டு உலகமயமாக்கல் மூலம் பலனடைய முடியும் என்று அவர் கூறினார். இந்தியாவில் காந்திஜியின் வழியில் சீர்திருத்தங்களை அமுலாக்கும் பொழுது ஏழைகளுக்குப் பாதுகாப்பு கிடைக்கும் என்று அவர் கூறினார்.

இந்தியாவில் ஜனநாயக மரபுகள் வேரூன்றிவிட்டன. அது பிரிட்டிஷ்காரர்கள் நமக்கு அளித்த கொடையல்ல, சில நாடுகளில் இருப்பதைப் போல பெயரளவு ஜனநாயகம் அல்ல. இந்தியாவில் தேர்தல்கள் மாபெரும் திருவிழாக்களாக நடைபெறுகின்றன. வாக்குப் பதிவு அதிக சதவிகிதத்தில் உள்ளது. தகவல் அறியும் சுதந்திரம் போன்ற புதுமையான சட்டங்கள் மூலம் இந்தியா ஜனநாயகத்தின் செல்வாக்கு உயர்ந்துள்ளது.

மேற்கிலுள்ள முதலாளித்துவ நாடுகள், சோஷலிஸ்ட் நாடுகள் கிழக்கு ஆசியாவில் புதிதாக வளர்ச்சியடைந்த நாடுகள் ஜனநாயக உரிமைகளை நசுக்கி தொழில் வளர்ச்சியை நிறைவேற்றின. பிரிட்டன், அமெரிக்கா, சோவியத் யூனியன் ஆகிய நாடுகள் தங்களுடைய

வளர்ச்சிக்கு மேற்கூறிய முறைகளைக் கடைபிடித்தன. ஆனால் இந்திய அரசு தொழிலாளர்கள் மற்றும் விவசாயிகளைச் சுரண்டவில்லை. பிரிட்டனைப் போல இந்தியாவுக்குக் காலனிகளும் இல்லை. சோவியத் யூனியனில் விவசாயிகள் கட்டாயப்படுத்தப்பட்டு கூட்டுப் பண்ணைகள் அமைக்கப்பட்டன. சீனாவில் 1950, 1959-61-க்கு இடையில் 16 முதல் 23 மில்லியன் வரை மக்கள் பஞ்சத்தில் மரணமடைந்தார்கள் என்று இப்பொழுது பேசப்படுகிறது. ஆனால், இந்தியாவில் எங்காவது பஞ்ச நிலைமை ஏற்பட்டால் 8600 நாளேடுகள் மற்றும் 33,000 இதழ்கள் அரைச் செய்தியாக வெளியிட்டு அரசாங்கத்தைக் கண்டிக்கும்.

தேசிய இயக்கம் ஏழைகள் வாழ்க்கை மலர வேண்டும் என்று குறிக்கோளைக் கொண்டிருந்தது. இதுவரை தயாரிக்கப்பட்ட எல்லா ஐந்தாண்டுத் திட்டங்களும் வறுமை ஒழிப்புக்கு முன்னுரிமை கொடுத்தன. வலதுசாரிக் கட்சிகளும் ஏழைகளின் வாழ்க்கையை மேம்படுத்துவோம் என்று வாக்குறுதி அளிக்கின்றன. பா.ஜ.க. 1980-களில் காந்திய சோஷலிசத்தை அமுலாக்குவோம் என்று கூறியது.

இந்திய அரசு நிலச் சீர்திருத்தங்களுக்கு முன்னுரிமை கொடுத்தது. மத்திய அரசாங்கம் நிலச் சீர்திருத்தத்தை நிறைவேற்றுமாறு மாநில அரசாங்கங்களை அடிக்கடி கேட்டுக்கொண்டது. எனினும் மாநிலங்களில் இருந்த நிர்வாகம், காவல்துறை, இதரவை நிலச் சீர்திருத்தங்களை நிறைவேற்றுவதில் காலதாமதம் செய்தன. 1970-களுக்குப் பிறகு நிலச் சீர்திருத்தங்கள் மறுபடியும் முடுக்கிவிடப்பட்டன. ஒரு காலத்தில் கிராமங்களின் விவசாயிகளுக்கு இரண்டு வேளை உணவு கூடக் கிடைக்காது. ஆனால் இன்றைய நிலைமை வேறு. அரசாங்கத்தின் வறுமை ஒழிப்புத் திட்டங்களும், பசுமைப் புரட்சியும் கிராம மக்களின் வாழ்க்கைத் தரத்தை உயர்த்தியுள்ளன.

ஏழைகளுக்கு அதிகமாகப் பாதிப்பு தரக்கூடிய எந்தக் கொள்கையையுமே அரசாங்கம் கடைப்பிடிக்க முடியாது. ஏனென்றால் அதன் பாதிப்பு தேர்தலில் பிரதிபலிக்கும். 1956-90-க்கு இடையில் பணவீக்கம் 8%-ஆக இருந்தது. 1991-சீர்திருத்தங்களுக்குப் பிறகு ஏழைகள் சற்றுப் பாதிக்கப்பட்டாலும் அவர்களுடைய துன்பங்களைப் பற்றிப் பத்திரிகைகள் எழுதின. உடனடியாக, அரசு நடவடிக்கை எடுத்தது.

கிராமங்களில் வறுமைக்கோட்டுக்குக் கீழ் உள்ள மக்களின் எண்ணிக்கை 1970-71-ல் 58.75% குறைந்தது. 1993-94-ல் 37.3%

குறைந்தது. 1950-51-ல் இந்தியாவில் ஆண்களின் சராசரி ஆயுள் 32 ஆக இருந்தது. 1990-களின் அது 63-ஆக உயர்ந்தது. 1951-ல் எழுத்தறிவு விகிதம் வெறும் 18.3%-ஆக இருந்தது. 1997-ல் அது 62%-ஆக உயர்ந்தது. உணவு உற்பத்தி அதிகரித்தாலும், அரசின் சீர்திருத்தங்களாலும் பஞ்சங்கள் மறைந்தன.

## வறுமை, ஜனநாயகம் மற்றும் இந்திய அரசு

நாட்டில் ஏற்பட்ட முன்னேற்றங்களைப் பற்றி எழுதினோம். ஆனால், 30 கோடி மக்கள் இன்னும் வறுமைக்கோட்டுக்குக் கீழே வசிக்கிறார்கள். மக்கள் தொகையில் பாதிப் பேருக்கு எழுத்தறிவு இல்லை. உலக மனித வளர்ச்சிக் குறியீட்டில் 2000-2004-க்கு இடையில் இந்தியாவின் நிலை கீழே இறங்கியது.

இந்தியாவில் ஏற்பட்ட ஜனநாயக தேசிய அரசில் பல வர்க்கங்கள் செல்வாக்கு பெறுவதற்குப் போராடின. முதலாளிகள், பணக்கார விவசாயிகள் அறிவுப் பகுதியினர் மற்றும் நிர்வாகிகள், தொழிலாளர்கள் கைவினைஞர்கள் ஆகியோர் அந்தப் போராட்டத்தில் பங்கெடுத்தனர். எந்த வர்க்கக் கூட்டணி முழுமையாகத் திரட்டப்பட்டிருக்கிறது என்பதைப் பொருத்து வெற்றி ஏற்படும்.

நேரு - மஹலநோபிஸ் ஒப்புரவுடன் வளர்ச்சி ஏற்படுவதை விரும்பினார்கள். நிலச் சீர்திருத்தங்கள், கூட்டுறவு, பொதுக்கல்வி ஆகியவற்றை அமுலாக்கினார்கள். ஏழைகளின் முன்னேற்றத்தை அடிப்படையாகக் கொண்டு சமூக மாற்றம் நடைபெறுவதை நேரு விரும்பினார். ஆனால் காங்கிரஸ் கட்சி அமைப்புகள் அதற்கு உதவிகரமாக இல்லை. அதிகார வர்க்கமும் அதைச் செய்யாது. இடதுசாரி இயக்கங்கள் அரசாங்கத்தின் திட்டங்களை நிறைவேற்றுவதற்கு உதவி செய்யும் என்று நம்பினார். ஆனால், இடதுசாரிகள் நேருவை ஏகாதிபத்தியத்தின் 'கைக்கூலி' என்றார்கள். பிறகு தங்களைத் திருத்திக்கொண்டு அவர் வெறும் சீர்திருத்தவாதி என்றார்கள். நாட்டில் பொருளாதார நெருக்கடி ஏற்பட்டு, ஆட்சி மாற்றம் நடைபெறும் என்று எதிர்பார்த்தனர். அவர்கள் அதை இன்னும் எதிர்பார்த்துக் கொண்டிருக்கின்றன. அவர்கள் நழுவவிட்ட வாய்ப்புகளை, வகுப்புவாத சாதியக் கட்சிகள் பயன்படுத்திக் கொண்டன.

பஞ்சாயத்து ராஜ் சட்டம், கிராமப்புற வேலைவாய்ப்புச் சட்டம், தகவல் அறியும் உரிமை சட்டம் ஆகியவை நிறைவேற்றப்பட்டன. இவை ஏழைகளுக்கும் சாதாரண மக்களுக்கம் அதிகாரத்தைக்

கொடுக்கின்றன. முற்போக்கு சக்திகள் மற்றும் அரசியல் கட்சிகள் இந்தச் சட்டங்களைப் பயன்படுத்திக் கொள்ள வேண்டும்.

1970-களுக்குப் பிறகு பல வர்க்கங்களும் எழைகளைக் கொண்ட கட்சிகளும் அரசாங்கத்திடமிருந்து சலுகைகளைக் கோரினார்கள். இதில் கட்சிகளுக்கிடையில் போட்டியும் ஏற்பட்டது. உணவு, உரம், மின்சாரம், டீசல் ஆகியவற்றை மக்களுக்குக் குறைந்த விலையில் கொடுப்பதுடன் விவசாயக் கடன்களை ரத்து செய்ய வேண்டும் என்ற கோரிக்கைகள் முன்வைக்கப்பட்டன. இது பாப்புலிஸம் என்று சொல்லப்படுகிறது. இந்தப் பாப்புலிஸப் போட்டியில் அரசியல் கட்சிகள் ஈடுபட்டன. அதன் காரணமாக நிதிக் கட்டுப்பாடு குறைந்தது.

# 40

# அரசின் நிர்வாகத் திறமை வீழ்ச்சியடைதல்

இந்தியாவிலுள்ள எல்லா அரசியல் கட்சிகளும் தேசிய ஒற்றுமை, ஜனநாயகம், பொருளாதார வளர்ச்சியை ஏற்றுக் கொண்டிருக்கின்றன. மத்தியில் ஏற்பட்ட ஆட்சி மாற்றங்கள் அமைதியாகவும் அரசியல் அமைப்புச் சட்ட முறையில் நடைபெற்றன. ஆனால் அரசியல் அமைப்பு கடும் நெருக்கடிகளைச் சந்தித்தது. அரசியல் நிறுவனங்கள் தார்மீக அதிகாரத்தை இழந்தன. சில மாநிலங்களில் அடிக்கடி தேர்தல் நடைபெற்றது. ஊழல் மற்றும் வன்முறை வளர்ந்தது. அரசாங்கங்களால் திறமையாக ஆட்சி செய்ய முடியவில்லை.

அரசியல் தலைமை உதாரணமாக இருக்க வேண்டும். ஒரு காலத்தில் இந்தியாவில் அப்படிப்பட்ட தலைவர்கள் இருந்தார்கள். இப்பொழுது அரசியல் தலைவர்களின் தரம் குறைந்துகொண்டிருக்கிறது. அவர்கள் சந்தர்ப்பவாதக் கூட்டணிகளை அமைத்து ஆட்சியைக் கைப்பற்றுகிறார்கள். எனினும் இதனால் மக்களுக்கு நன்மை இல்லை. கட்சிகள், பாராளுமன்றம், அதிகார வர்க்கம் ஆகியவற்றில் ஏற்பட்ட பாதிப்பு நாட்டைச் சீர்குலைக்கிறது.

### பாராளுமன்றம்

இந்தியாவில் மத்தியிலும் மாநிலங்களிலும் சட்ட மன்றங்கள் கொள்கைகளை உருவாக்குவதற்கும் அமுலாக்குவதற்கும் முக்கிய பொறுப்பு கொண்டிருக்கின்றன. கடந்த சில ஆண்டுகளில் அவை சீரழிந்திருப்பது எல்லோரும் அறிந்ததே.

ஜவஹர்லால் நேரு பாராளுமன்றத்துக்கு அதிகமான முக்கியத்துவம் அளித்தார். எதிர்க்கட்சித் தலைவர்களைக் கவனமாகக் கேட்பார். தவறுகளைச் சுட்டிக்காட்டினால் திருத்திக் கொள்வார். 1960-களுக்குப் பிறகு பாராளுமன்றத்தில் கூச்சல் குழப்பம் அதிகரித்து, அதன்

விளைவாக, கூட்டம் ஒத்திவைக்கப்படுவதுண்டு. பல நாட்கள் வரை பாராளுமன்றம் முடக்கப்படுவதும் உண்டு. ஒரு காலத்தில் உறுப்பினர்கள் கேள்வி நேரத்தை திறமையுடன் பயன்படுத்தினார்கள். பிற்காலத்தில் உறுப்பினர்கள் கட்சி மாறுவதால் அரசாங்கங்கள் கவிழ்ந்தன. கட்சி மாறுவதைத் தடை செய்யும் சட்டம் நிறைவேற்றப் பட்டிருந்தாலும் உறுப்பினர்கள் அதன் சந்து பொந்துகளில் நுழைந்து தப்பிக் கொண்டார்கள். 1977-க்குப் பிறகு மத்தியில் ஏழு அரசாங்கங்கள் பெரும்பான்மை இல்லாத காரணத்தால் வீழ்ச்சியடைந்தன.

## அமைச்சரவை

பிரதமர் அமைச்சர்களைத் தேர்வு செய்கிறார். கூட்டுப் பொறுப்பின் அடிப்படையில் அமைச்சரவை இயங்குகிறது. கொள்கை உருவாக்குவதிலும், அமுலாக்குவதிலும் அமைச்சரவைக்கு அதிகமான பொறுப்பு உண்டு. அமைச்சரவைக்கு இருந்த தகுதி (அதிகாரம்) 1969-க்குப் பிறகு குறைந்து வருகிறது. சில பிரதமர்கள் வலுவான செயலகத்தை (P.M.O.) அமைத்துக் கொண்டார்கள். செயலகம் எல்லா அமைச்சர்களின் நடவடிக்கைகளையும் மேற்பார்வையிட்டது. அதிகாரிகளுக்குப் பதவி உயர்வு, ஆளுநர் நியமனம் மற்றும் முக்கியமான முடிவுகள் செயலகத்தின் மூலம் நடைபெற்றன. சாஸ்திரி மற்றும் இந்திராகாந்தி காலத்தில் துவங்கிய இந்தப் போக்கு இன்று வரை நீடிக்கிறது.

பிரதம மந்திரியிடம் அதிகாரம் குவிதலை நியாயப்படுத்த முடியாது. வலிமையான தலைமை நாட்டுக்கு அவசியம் என்றாலும், ஒரு நபரிடம் அதிகாரம் குவிந்துவிடக் கூடாது.

## நீதித்துறை

இந்தியாவில் உச்சநீதிமன்றம் அரசியல் அமைப்புச் சட்டம் முறையாக அமுலாக்குப்படுகிறதா என்று மேற்பார்வையிடுகிறது; மக்களின் அடிப்படை உரிமைகளைப் பாதுகாக்கிறது. 'நீதிபதிகள் பழமைவாதிகளாக இருக்கிறார்கள், சமூக முன்னேற்றத்துக்கு அவசியமான சட்டங்களைத் தடுக்கிறார்கள்' என்ற ஒரு குற்றச்சாட்டு உண்டு. நிலச் சீர்த்திருத்தச் சட்டங்கள் சொத்துடைமைக்கு எதிரானவை என்று நீதிபதிகள் தீர்ப்பளித்தனர். வங்கிகளைத் தேசிய உடைமையாக்குவது சட்டவிரோதம் என்று' தீர்ப்பளித்தார்கள். நேருவும்

# சுதந்திரத்திற்குப் பிறகு இந்தியா

இந்திராகாந்தியும் அரசியல் அமைப்புச் சட்டத்தைத் திருத்த வேண்டிய நிலைமை ஏற்பட்டது. சமீப காலத்தில் நீதிபதிகள் பெண்கள், தொழிலாளர்கள், சிறுபான்மையினர் ஆகியோருடைய உரிமைகளை ஆதரித்துத் தீர்ப்பளித்திருக்கிறார்கள். பாதிக்கப்பட்ட ஒரு நபர் நீதிபதிக்கு ஓர் அஞ்சல் அட்டை எழுதினால் கூட அது ரிட் மனுவாக ஏற்றுக்கொள்ளப்பட்டு விசாரணை செய்யப்படுகிறது. அதனால், எல்லா ஏழைகளுக்கும் நீதிகிடைத்துவிட்டதாக நாம் சொல்லமுடியாது. ஆனால், நீதிமன்றக் கதவுகள் இப்போது திறந்திருக்கின்றன.

நீதிமன்றங்களில் வழக்குகள் பல்லாயிரக்கணக்கில் தேங்கியிருக்கின்றன. நீதிமன்றத்தில் வழக்கு தொடுப்பதற்கு அதிகமாகச் செலவழிக்க வேண்டிய நிலையும் இருப்பதால், பாதிக்கப்பட்டவர்களுக்கு நன்மை இல்லை.

அரசியல் அமைப்புச் சட்டம் ஜனாதிபதிக்குச் சில அதிகாரங்களைத் தருகிறது. அவர்கள் அதைக் கண்ணியத்துடன் நிறைவேற்றி வருகிறார்கள். இந்தியாவில் ஒவ்வொரு மாநிலத்திலும் நூற்றுக்கணக்கான தேர்தல் சாவடிகளை அமைத்து இலட்சக்கணக்கான வாக்காளர்கள் அச்சமின்றி தேர்தலில் வாக்களிப்பதற்கு ஏற்பாடு செய்வது தேர்தல் கமிஷனின் கடமை. அதன்படி தேர்தல் கமிஷன் இந்தியாவில் மத்தியிலும், மாநிலங்களிலும் சுதந்திரமான, நியாயமான முறையில் தேர்தல்களை நடத்திப் பாராட்டுகளைப் பெற்றுள்ளது.

## நிர்வாகமும் அதிகார வர்க்கமும்

அரசாங்கம் நல்ல சட்டங்களை நிறைவேற்றினாலும், அதிகாரிகள்தான் அவற்றை அமுலாக்க வேண்டும். ஆகவே சட்டத்தின் வெற்றி, தோல்வி அவர்களின் விருப்பு, வெறுப்புகளைப் பொருத்து இருக்கிறது. இந்தியாவின் அதிகார வர்க்கம் அடிப்படையில் சீர்திருத்தங்களுக்கு எதிரானது; இருப்பதை அப்படியே மாற்ற மில்லாமல் வைத்துக்கொள்ள விரும்புகிறது; பணக்காரர்கள் மற்றும் நிலப்பிரபுக்களுக்குப் பணிகிறது. அரசாங்கத் முறையில் கோப்புகள் மீது சுறுசுறுப்பான நடவடிக்கைகள் எடுக்கப்படுவதில்லை. அதிகாரிகளிடம் ஊழலும், திறமையின்மையும் உண்டு; நேர்மையான அதிகாரிகளை ஊக்குவிப்பதும் இல்லை. அதிகார வர்க்கத்தின் ஒரு பகுதியான காவல்துறையில் ஏழைகள் அவமதிக்கப்பட்டு துன்பமடைகிறார்கள். காவல்துறையில் உள்ள ஊழல் எல்லோரும் அறிந்ததே.

அரசாங்கத்தில் அதிகாரிகளின் எண்ணிக்கை அதிகரிக்கிறது. ஆனால் திறமை குறைந்துகொண்டே போகிறது. எனினும் உயர் அதிகாரிகள் அமைச்சர்களின் கட்சியைப் பொருட்படுத்தாமல் திறமையாகச் செயல்படுகிறார்கள். மேற்கு வங்காளம், கேரளம் ஆகிய மாநிலங்களில் கம்யூனிஸ்ட் அமைச்சர்கள் அதிகாரிகளைப் பற்றிக் குறை சொல்லவில்லை என்பது குறிப்பிடத் தக்கதாகும்.

அண்மைக் காலத்தில் அதிகாரிகள் ஆதாயம் தரும் பதவிகளைப் பெறுவதற்கும் பதவி உயர்வுக்கும் அமைச்சர்களின் உதவியை நாடுகிறார்கள். எனவே அதிகாரிகளிடம் பிளவுகள் இருக்கின்றன. பொது நன்மைக்காக உழைப்பதற்குப் பதிலாக சுய முன்னேற்றத்துக்குப் பாடுபடுகிறார்கள். ஒரு காலத்தில் புகழ்பெற்றிருந்த இந்திய அதிகார வர்க்கத்தின் பெருமை மங்கிவிட்டது.

நிர்வாகத் துறையில் சீர்திருத்தங்களை ஏற்படுத்துவதற்குப் பல கமிஷன்கள் நியமிக்கப்பட்டன. ஆனால், அவற்றை நிறைவேற்றுவதற்கு அரசாங்கத்தில் தீவிரமில்லை. அதிகார வர்க்கத்தின் சுயநலம், திறமையின்மை ஆகியவை இந்தியாவில் பல்கலைக்கழகங்களுக்கும் விஞ்ஞான ஆய்வகங்களுக்கும் பரவிவிட்டது. பொதுத்துறை நிறுவனங்களும் அதிகாரிகளின் சாம்ராஜ்யங்களாக இருக்கின்றன.

### காவல்துறை

இந்தியாவில் சட்டம் - ஒழுங்கு சீர்குலைந்து வருவதற்குக் காவல்முறை முழுப் பொறுப்பு ஏற்க வேண்டும். கடந்த 60 ஆண்டுகளில் காவல்துறைக்கும் துணை அமைப்புகளுக்கும் செலவிடப்பட்டு வரும் நிதி 100 மடங்குக்கும் அதிகமாக உயர்ந்திருக்கிறது. குற்றவாளிகள் மீது உடனடி நடவடிக்கை இல்லை. வழக்குகள் சரியானபடி நடத்தப்படாமல் குற்றவாளிகள் விடுதலை செய்யப்படுகிறார்கள். காவல்துறையின் திறமையின்மையே காரணம், காவலர்களுக்கும் குற்றவாளிகளுக்கும் நெருக்கம் இருப்பது மற்றொரு காரணம். பிரிட்டிஷ் ஆட்சிக் காலத்திலிருந்து காவல்துறை சாதாரண மக்களைச் சந்தேக்கிறது; அவர்களை அடித்துத் துன்புறுத்துகிறது. சமூக நீதிக்காகப் போராடுகின்ற மக்கள் காவல்முறையினரால் தாக்கப்படுகிறார்கள். சில சமயங்களில் துப்பாக்கிப் பிரயோகமும் நடைபெறுகிறது. காவல்துறையில் வகுப்புவாத உணர்ச்சி புகுந்திருப்பது ஆபத்து ஆகும். சிறுபான்மையினர் அதனால் பாதிக்கப்படுகிறார்கள். 1997-ல் காவல் நிலையங்களில் மரணமடைந்த நபர்களின் எண்ணிக்கை 800-க்கும் அதிகமாக

இருந்தது. மக்கள் காவல்துறையினரைக் கண்டு அஞ்சுகிறார்கள். காவல்நிலையத்துக்குச் செல்லவே அஞ்சுகிறார்கள்.

சாதாரணக் காவலர்களுக்கு ஊதியம் குறைவு; வசதிகள் இல்லை. அதிகாரிகளின் சர்வாதிகாரத்துக்கு உட்படுகிறார்கள். அவர்களிடம் மனிதநேயம் இல்லாததற்கு இதுவும் ஒரு காரணம். 1979-ஆம் ஆண்டில் தேசிய போலீஸ் கமிஷன் செய்த பரிந்துரைகள் இதுவரை அமுலாக்கப்படவில்லை.

## இந்திய ராணுவம்

இந்திய ராணுவம் அதிகக் கட்டுப்பாடு உள்ள, அரசியல் சார்பற்ற ஓர் அமைப்பாக இருக்கிறது. அரசாங்கத்தின் போர் ஏற்படும்பொழுது அரசாங்கத்தின் முடிவுகளை இராணுவம் நிறைவேற்றுகிறது. இராணுவத் தளபதி தானாகச் செயல்பட முடியாது. மூன்றாவது உலகத்தில் பல நாடுகளில் இராணுவ சர்வாதிகாரிகள் ஆட்சி செய்கிறார்கள். இந்தியாவில் தொடக்கத்தில் இருந்தே இராணுவ அதிகாரிகள் அரசாங்கத்துக்குப் பணிகின்ற மரபு நிறுவப்பட்டிருக்கிறது. பிரதமர் நேரு அதில் முக்கிய பங்கு வகித்தார். இந்திய - சீனப் போர் (1962) நடைபெற்ற பிறகு இராணுவத்தினரின் எண்ணிக்கை அதிகரித்தது. 'இராணுவ விவகாரங்களில் அரசியல் கட்சிகள் தலையிடக்கூடாது. அரசியலில் இராணுவம் நுழையக்கூடாது' என்ற மரபுகள் கடைபிடிக்கப்படுகின்றன.

## மத்திய - மாநில உறவுகள்

இந்தியாவில் மத்திய அரசுக்கும் - மாநில அரசுகளுக்கும் இடையில் அதிகாரம் பிரித்துக் கொடுக்கப்பட்டிருக்கிறது. இந்திய மக்களின் பன்முகத் தன்மையைக் காப்பாற்றுவதற்கு இந்த அதிகாரப் பகிர்வு உதவுகிறது.

இந்தியாவின் கூட்டாட்சி அமைப்பில் மத்திய அரசாங்கத்துக்கு அதிகமான அதிகாரம் இருக்கிறது. மத்தியிலும், மாநிலங்களிலும் காங்கிரஸ் கட்சி ஆட்சி செய்தபோது பிரதமருக்கும் மத்திய அமைச்சர்களுக்கும் மாநில முதலமைச்சர்களைக் காட்டிலும் அதிகமான செல்வாக்கு ஏற்பட்டிருந்தது. இந்திராகாந்தியும், ராஜிவ் காந்தியும், மாநில அரசின் மீதான மத்திய அரசாங்கத்தின் அதிகாரத்தை அடிக்கடி பயன்படுத்தினர். பிற்காலத்தில் காங்கிரஸ் அல்லாத கட்சிகள் மத்திய அரசாங்கத்தை அமைத்தபொழுது நிலைமை மாறியது. மத்திய அரசு

அளவில் திட்டங்களைத் தயாரிப்பது குறைந்தது. லைசென்ஸ் கோட்டா அமைப்பு தளர்ந்தது.

பல மதங்கள், பல மொழிகள், பல இனங்கள் வாழ்கின்ற இந்திய நாட்டில் சிறுபான்மையினரையும் தாழ்த்தப்பட்டவர்களையும் பாதுகாப்பதற்குப் பலமாக மத்திய அரசாங்கம் அவசியம். வகுப்புவாத, சாதிய, பிராந்திய சக்திகளை ஒடுக்குவதற்கும் வலிமையான மத்திய அரசாங்கம் அவசியம்.

மத்தியில் ஒரு கட்சியிலும், மாநிலத்தில் ஒரு கட்சியும் ஆட்சி செய்கின்ற பொழுது இந்தியாவின் கூட்டாட்சி அமைப்புக்குப் பாதிப்பு ஏற்பட்டதாகக் கருதமுடியாது. கல்வி, விவசாயம் (நீர்ப்பாசனம்), நிலச்சீர்திருத்தம், தொழில் வளர்ச்சி ஆகிய துறைகளில் மாநில அரசாங்கங்கள் முழு அதிகாரத்தைக் கொண்டிருக்கின்றன. பெரிய தொழில்களை ஆரம்பிப்பதற்கும், வெளிநாட்டு முதலீடுகளைப் பெறுவதற்கும் மத்திய அரசாங்கத்தின் அனுமதி சமீபகாலம் வரை தேவைப்பட்டது.

மாநில அரசுகளை மத்திய அரசு பாரபட்சமாக நடத்தவில்லை. மேற்கு வங்காளம் மற்றும் கேரளத்தில் கம்யூனிஸ்ட் அரசுகள் விவசாயிகளுக்குச் சாதகமான நிலச் சீர்திருத்தங்களை மத்திய அரசின் தலையீடு இல்லாமல் நிறைவேற்றின.

அரசியல் அமைப்புச் சட்டத்தின் 356-ஆவது ஷரத்து ஒரு மாநில அரசை நீக்கிவிட்டு குடியரசுத்தலைவர் ஆட்சியை ஏற்படுத்துவதற்கு வழிசெய்கிறது. இந்த ஷரத்தைத் தவிர்க்கமுடியாத சூழ்நிலையில் மட்டுமே பயன்படுத்த வேண்டும். ஆனால், 1970-களில் இந்த ஷரத்தைப் பயன்படுத்தி எதிர் கட்சிகள் நடத்திய மாநில அரசுகள் கலைக்கப்பட்டன. எனினும் இந்தப் போக்கு பிற்காலத்தில் தடுக்கப்பட்டது. மத்திய - மாநில உறவுகளை ஆராய்ந்து பரிந்துரை செய்வதற்கு சர்க்காரியா கமிஷன் 1980-ல் அமைக்கப்பட்டது.

'மக்களுக்கு நன்மை செய்வதற்குரிய திட்டங்களை நிறை வேற்றுவதற்கு மாநில அரசாங்கமும் வலிமையுடன் இருக்க வேண்டும். இந்தியாவைப் போன்று பன்முக வேறுபாடுகளைக் கொண்ட நாட்டில் அதிகாரத்தை மத்தியில் குவிக்கக்கூடாது. அது மாநிலங்களுக்குப் பகிர்ந்து கொடுக்கப்பட வேண்டும்' என்று சர்க்காரியா

அறிக்கை கூறியது. 1950-களில் மாவட்டக் கழகங்களுக்கும், கிராம பஞ்சாயத்துகளுக்கும் அதிகாரத்தைப் பகிர்ந்து கொடுத்து, கீழ்மட்டத்தில் ஜனநாயகத்தை வளர்ப்பதற்கு முயற்சி செய்யப்பட்டது. ஆனால் அந்த முயற்சி வெற்றியடையவில்லை. கிராமங்களிலிருந்த நிலவுடைமையாளர்கள் அதற்கு ஒரு காரணமென்றால், அரசாங்க அதிகாரிகளின் அக்கறையின்மை மற்றொரு காரணமாகும். 1980-களில் கர்நாடகம் மற்றும் மேற்குவங்காளத்தில்தான் பஞ்சாயத்து ராஜ் பரிசோதனை வெற்றிகரமாக நடைபெற்றது.

அண்மைக் காலத்தில் பஞ்சாயத்து ராஜ்ஜிய சட்டம் கொண்டு வரப்பட்டு, சில சீர்திருத்தங்கள் செய்யப்பட்டிருக்கின்றன. பஞ்சாயத்துக்களில் பெண்களுக்கு இடஒதுக்கீடு செய்யப்பட்டிருக்கிறது. 30 லட்சம் பஞ்சாயத்து உறுப்பினர்களில் 10 லட்சம் நபர்கள் பெண்களாக இருக்கிறார்கள்; ஆனால் இந்தியாவின் பெரும்பான்மையான நகராட்சிகளில் ஊழலான, திறமையில்லாத நிர்வாகம் நடைபெறுகிறது.

## அரசியல் கட்சிகள்

ஜனநாயக அமைப்பில் முக்கியமான பங்கு வகிக்க வேண்டிய அரசியல் கட்சிகள் இந்திய அரசியல் அமைப்பில் பலவீனமான கண்ணியாக இருக்கின்றன. அரசியல் கட்சிகளுக்குள்ளே கோஷ்டி சண்டைகள் நடைபெற்று பிளவுகள் ஏற்படுகின்றன. அரசியல் தலைவர்கள் அடிக்கடி கட்சி மாறுகிறார்கள். கட்சிகளுக்குள்ளே ஜனநாயக முறைகள் கடைப்பிடிக்கப்படுவதில்லை. தேர்தலின்போது மக்களைப் பற்றிப் பேசுகிறார்களே தவிர, மற்ற சமயங்களில் பதவி வேட்டையில் ஈடுபடுகிறார்கள். சாதி, மதம், பிராந்தியம் ஆகிய உணர்ச்சிகளைத் தூண்டி விடுகிறார்கள். அகில இந்தியத் தேர்தல் கூட ஒற்றைப் பிரச்சினையைப் பிரதானமாக வைத்து நடைபெற்றிருக்கிறது. 1989 பாராளுமன்றத் தேர்தலில் போபர்ஸ் பிரச்சினை முக்கியத்துவம் பெற்றது. அடுத்த தேர்தலில் அயோத்தியில் ஆலயம் கட்டுவது முக்கியமான கோரிக்கையாக இருந்தது. இந்திய பிரதமர் யார்? வெளிநாட்டுக்காரரான சோனியாவா? இந்தியரான வாஜ்பாயா? என்றொரு தேர்தலின் போது பிரசாரம் நடைபெற்றது.

தேர்தலில் கட்சிகள் போட்டிப் போட்டு கொண்டு பாப்புலிச வாக்குறுதிகளை அள்ளி வீசுகின்றன. (இலவச மின்சாரம், அரிசி விலைக் குறைப்பு, மானியங்கள், இதரவை). கட்சித் தலைவர்கள் முதுமையடைந்த

பிறகுகூட பதவியிலிருந்து விலகுவதற்கு விரும்புவதில்லை. ஆகவே பொதுமக்கள் அரசியல்வாதிகளை அவநம்பிக்கையுடன் பார்க்கின்றனர். அரசியல் வாழ்க்கையில் ஊழல் அதிகரித்து விட்டதால் இளைஞர்கள் அரசியலுக்கு வருவதற்குத் தயங்குகிறார்கள். நாட்டிலே நல்லாட்சி நடைபெற வேண்டுமென்றால், அரசியல் தூய்மைப்படுத்தப்பட வேண்டும். இளைஞர்கள் அரசியலைக் கண்டு வெறுப்படையாமல் கட்சிகளில் சேர்ந்து உழைக்க வேண்டும்.

இந்தியாவில் காங்கிரஸ் கட்சி நெடுங்காலமாக மத்தியிலும், மாநிலங்களிலும் ஆட்சி செய்திருக்கிறது. கீழ்மட்டத்தில் அரசியல் செயல்பாடு இல்லாமல் தேர்தலின்போது மட்டும் பாடுபடுகின்ற இயந்திரமாக இருக்கிறது.

இந்திராகாந்தி காங்கிரஸ் கட்சியில் கீழ்மட்டத்தின் வலிமையைக் கூட்டினார். ஆனால் உயர்மட்டத்தின் ஒரு தலைவரை மட்டுமே சார்ந்து இயங்கியது. குறைகள் இருந்தாலும் நாட்டின் எல்லா மாநிலங்களிலும், பேரூர்களிலும், சிற்றூர்களிலும் கிளைகள் உள்ள அரசியல் கட்சியாகக் காங்கிரஸ் இருக்கிறது. மத்திய - இடதுசாரி நிலை அதனுடைய கொள்கையாக இருக்கிறது. காங்கிரஸ் அல்லாத கட்சிகள் 1977, 1989 அல்லது 1998 ஆண்டுகளில் மத்தியில் அரசாங்கத்தை அமைத்தாலும், இந்தியாவில் வளர்ச்சிக்குத் திட்டங்களை நிறைவேற்றவில்லை. கொள்கையற்ற கூட்டணி அரசாங்கங்களால் மக்களுக்கு நன்மை ஏற்படவில்லை. கேரளமும், மேற்கு வங்காளமும் விதிவிலக்குகளாகும்.

எதிர்கட்சிகளில் மார்க்சிஸ்ட் (CPM) மற்றும் பாரதிய ஜனதா கட்சி அரசியல் கட்சிகள் சிதைவிற்கு ஆளாகாமல் இயங்கி வருகின்றன. மார்க்சிஸ்ட் கட்சி செயல்திட்டத்திலும், ஸ்தாபனத்திலும் கோட்பாட்டு வாதத்தைக் கடைப்பிடிக்கிறது. நடைமுறையில் பாராளுமன்ற ஜனநாயகத்தைக் கடைப்பிடித்தாலும் அதன் செயல்திட்டத்தில் அது முழுமையாக வெளிப்படவில்லை. அதன் அரசியல் நடைமுறை சமூக ஜனநாயகத்தைப் பின்பற்றுகிறது. ஆனால் அதன் கொள்கை முதலாளித்துவ அமைப்பைப் புரட்சி மூலம் அகற்றுகின்ற ஸ்டாலினிசக் கொள்கையாக உள்ளது.

பா.ஜ.கட்சி அண்மைக் காலத்தில் தொடர்ச்சியாக வளர்ச்சி அடைந்திருக்கிறது. அந்தக் கட்சியில் ஆர்.எஸ்.எஸ். ஆதிக்கம் வகிக்கிறது. அதன் சித்தாந்தம், தலைமை, தொண்டர்கள் ஆர்.எஸ்.எஸ்.

இயக்கத்தைச் சேர்ந்தவர்களாக இருக்கிறார்கள். அதன் ஸ்தாபனத்தில், ஜனநாயக நெறிமுறைகள் பின்பற்றப்படுவதில்லை. ஆர்.எஸ்.எஸ். சித்தாந்தம் பாசிசத்தின் இந்திய வடிவம். இந்துகளில் ஒரு பகுதியினர் மட்டுமே அதை ஆதரிக்கின்றனர். ஆனால் பா.ஜ. கட்சியில் காங்கிரசில் உள்ள எல்லாக் குறைபாடுகளும் இருக்கின்றன.

பல மாநிலங்களில் ஸ்தல நிலைமைகளுக்கேற்ப ஒரு தலைவரை மட்டுமே பெருந்தலைவராக முன்னிறுத்தி சில அரசியல் கட்சிகள் தோன்றியுள்ளன. அவர்கள் அரசியல் மூலம் பதவிகளைப் பெற்று, ஆதாயம் பெற விரும்புகிறார்கள்.

## ஊழல்

பெரிய அளவிலான ஊழல், அரசியல் மற்றும் காவல்துறையில் குற்றவாளிகளின் ஆதிக்கம் இந்தியாவின் வளர்ச்சிக்கும், ஜனநாயகத்திற்கும் பேராபத்தை ஏற்படுத்தும். பிரிட்டிஷ் அரசாங்கம் சாதாரண மக்களிடமிருந்து வெகுதூரத்தில் இருந்தது. பிரிட்டிஷ் ஆட்சியில் ஊழல் குறைவு. சில அதிகாரிகளே லஞ்சம் வாங்கினர். இந்தியா பொருளாதார வளர்ச்சி அடைந்த போது அதிகாரிகளிடம் பெர்மிட் - லைசன்ஸ் கோட்டா அதிகாரம் ஒப்படைக்கப்பட்டது. நாட்டின் இயற்கை வளங்களைப் பயன்படுத்தித் தொழில் தொடங்குவதற்கு முதலாளிகள் அதிகாரிகளிடம் அனுமதி பெற வேண்டும். ஆகவே அதிகாரிகள் மட்டத்தில் லஞ்சம் தாண்டவமாடியது. இந்தச் சிக்கலின் மூலவேர்களைக் கண்டுபிடித்து நடவடிக்கை எடுக்க அரசாங்கத் தலைவர்கள் முன்வரவில்லை. சில ஆண்டுகளுக்குப் பிறகு ஊழல் அரசாங்கத்தின் உயர்மட்டங்களில் நுழைந்தது. இன்று நீதித்துறையிலும், கல்வித்துறையிலும், ஊடகங்களிலும் ஊழல் நுழைந்துவிட்டது.

தேர்தல்களில் ஊழல் பணம் வெள்ளமெனப் பாய்கிறது. அரசியல் குற்றவாளிகள் இருப்பதால் வாக்குச் சாவடிகள் பலாத்காரமாகக் கைப்பற்றப்படுகின்றன. அதிகாரிகளை வெளியே விரட்டிவிட்டு, வாக்குச்சீட்டுகளில் முத்திரையிட்டு பெட்டிகள் நிரப்பப்படுகின்றன. அதே சமயத்தில் அதிகாரிகளில் பலர் நேர்மையானவர்களாக இருக்கிறார்கள். தொண்டு மனப்பான்மையுள்ள அரசியல்வாதிகளும் இருக்கிறார்கள். அவர்களுக்கு அங்கீகாரம் இல்லாதது வருத்தமளிக்கிறது.

**முடிவுரை:**

இந்தியாவின் அரசியல் அமைப்பின் உறுப்புகள் ஓரளவு தளர்ந்துவிட்டன என்றாலும் நாடு எப்படியோ சீராக இயங்கிக் கொண்டிருக்கிறது. அண்மைக் காலத்தில் மத்திய, மாநில அரசாங்கங்களில் செயல்திறன் குறைந்துவிட்டது. சமூக வாழ்க்கையில் வன்முறை அதிகரித்திருக்கிறது. மக்கள் எதிர்காலத்தைப் பற்றிக் கவலைப்படுகிறார்கள். ஆனாலும் தேர்தல்கள் முறைப்படி நியாயமான முறையில் நடைபெறுகின்றன. ஒவ்வொரு தேர்தலிலும் மக்கள் அரசியல் நிலைமையைப் புரிந்துகொண்டு வாக்களிக்கிறார்கள்; செயல்படத் தவறிய ஆட்சிகளைத் தோற்கடிக்கிறார்கள்.

இந்தியாவின் அரசியல் மற்றும் நிர்வாக அமைப்புகளைப் புதிய சூழ்நிலைக்கேற்ப மாற்றியமைக்க வேண்டும். ஏழைகளின் துன்பங்களைப் போக்குவதற்கு அவை முன்னுரிமை கொடுக்க வேண்டும். சுதந்திரப் போராட்ட காலத்தில் இருந்த தலைவர்களிடம் திறமையும் தியாக உணர்வும் இருந்தன. எதிர்காலத்தில் அப்படிப்பட்ட தலைவர்கள் தோன்றினால்தான் இந்தியா மேலும் முன்னேற்றமடையும்.

# 41

## 2000-ல் இந்தியாவில் பிரச்சினைகளும் புதிய வாய்ப்புகளும்

இந்தியா இருளில் மூழ்கியிருக்கிறது என்று பத்திரிகைகளும் ஆய்வாளர்களும் எழுதுகிறார்கள். சி.தாமஸ் என்பவர் இந்த விமர்சனங்களைச் சுருக்கமாக எழுதியுள்ளார்: "......... மொழிப் போராட்டங்கள், வகுப்புக் கலவரங்கள், இந்திராகாந்தி, ராஜிவ்காந்தி படுகொலை, சீனா மற்றும் பாகிஸ்தான் போர்கள், பஞ்சாபில் பயங்கரவாதத்தின் வளர்ச்சி, காஷ்மீரில் அரசியல் நெருக்கடிகள், அஸ்ஸாமில் இனக்கலவரங்கள், தமிழ்நாட்டில் இந்தி எதிர்ப்புப் போராட்டங்கள், ஊழல், சாதிச் சண்டைகள், கொத்தடிமை முறை, குழந்தைத் தொழிலாளர், பாலியல் வன்முறைகள் மனித உரிமை மீறல்கள் நிலவுகின்றன."

நேரு காலத்தில் நாட்டில் இவ்வளவு பிரச்சினைகள் இல்லை என்று அறிவு ஜீவிகள் கூறுகிறார்கள். "பல ஆண்டுகள் கடந்த பிறகு நேருவின் ஆட்சி பொற்காலம் என்ற கருத்து மேன்மேலும் அதிகரிக்கிறது. நேரு காலத்தில் சிறந்த இலட்சியங்கள் மற்றும் கணிசமான சாதனைகள் இருந்தன. அந்த இலட்சியங்கள் இன்று மறந்து போய்விட்டன. அரசியலில் இன்று சுயநலம் புகுந்துவிட்டதால் மக்கள் அரசியல்வாதிகளை நம்புவதற்கு மறுக்கிறார்கள். இந்திய மக்களின் ஒற்றுமை மற்றும் தன்னம்பிக்கை மேன்மேலும் குறைந்து வருகிறது. இந்திய சமூகம் சிதறிக் கொண்டிருக்கிறது" என்று எஸ்.கோபால் குறிப்பிடுகிறார்.

சுதந்திரம் அடைந்து 60 ஆண்டுகளுக்குப் பிறகு இந்தியாவின் பிரச்சினைகள் அதிகரித்திருக்கின்றன என்பது உண்மையே! ஆனால், பலதுறைகளில் இந்தியாவில் முன்னேற்றம் ஏற்பட்டிருக்கின்றது என்பதையும் மறுக்க முடியாது. இந்திய சமூகத்தில் அடிப்படையான மாற்றங்கள் செய்யப்பட்டுள்ளன. இந்த மாற்றங்களின் போது, நன்மைகளுடன் தீமைகளும் மேற்பரப்புக்கு வந்துவிட்டன.

## தேசிய ஒற்றுமை

இந்தியாவின் ஒற்றுமை சுதந்திரப் போராட்ட காலத்தில் வலுப்பெற்றது. நாடு சுதந்திரம் அடைந்த பிறகு மொழிவாரி மாநிலங்கள் அமைக்கப்பட்டன. பழங்குடி மக்களின் பிரச்சினைகள் தீர்க்கப்பட்டன. பிரிவினைவாத இயக்கங்களின் கோரிக்கைகளை அரசு அவர்களுடன் விவாதித்துத் தீர்வு கண்டிருக்கிறது. மாநிலங்களுக்கிடையில் ஏற்றத்தாழ்வு நீடித்தாலும் எந்த மாநிலமும் வளர்ச்சியடைந்த மாநிலத்தால் சுரண்டப்படவில்லை.

மாநிலங்களில் செல்வாக்குள்ள தலைவர்கள் புதிய கட்சிகளை அமைத்திருக்கிறார்கள். அவர்கள் கூட்டணிகளில் சேர்ந்து மத்தியிலும், மாநிலங்களிலும், அமைச்சரவையில் இடம்பெற்றிருக்கிறார்கள். முன்னைவிட இப்போது தேசிய உணர்ச்சி வலுத்திருக்கிறது. அரசியல் கட்சிகளின் நாடு தழுவிய இயக்கங்கள், ஊடகங்களின் வளர்ச்சி தகவல் தொடர்பு சாதனங்களின் அபரிமிதமான முன்னேற்றம் ஆகியவை நாடு முழுவதிலும் புதிய தேசியப் பண்பாட்டை உருவாக்கியிருக்கின்றன.

நேரு மறைந்த பிறகும் 1971, 1977, 1980, 1984 ஆகிய பொதுத் தேர்தல்களில் வாக்காளர்கள் தேசிய உணர்ச்சியுடன் வாக்களித்தார்கள். (1999-தேர்தலில் பா.ஜ.க. கட்சி தலைமை தாங்கிய கூட்டணி வெற்றியடைந்தது.)

சுதந்திரம் அடைந்து பல ஆண்டுகள் வரை வகுப்புவாத சக்திகள் நாட்டில் தலைதூக்க முடியவில்லை. தேசிய இயக்கம் வளர்த்த மதச்சார்பற்ற தன்மை மக்களிடையே வேரூன்றியிருந்ததே இதற்குக் காரணம். ஆனால், கடந்த 30 ஆண்டுகளில் வகுப்புவாதக் கட்சிகள் அரசியலில் செல்வாக்கு பெற்றுள்ளன. வகுப்புவாதத்தை உடனே ஒழிக்காவிட்டால் ஏற்படக்கூடிய ஆபத்தைப் பஞ்சாபில் பார்த்தோம். பஞ்சாபில் மதம் அரசியலிலிருந்து பிரிக்கப்படவில்லை என்பதால் அங்கே அகாலி வகுப்புவாதம் வளர்ச்சியடைந்தது.

ஒவ்வொரு மாநிலத்துக்கும் வளமான இலக்கிய, கலாசார மரபுகள் இருக்கின்றன. இந்த மரபுகளை வகுப்புவாத சக்திகள் பயன்படுத்துவதற்கு மக்கள் அனுமதிக்கக்கூடாது. மாநிலங்களில் ஆன்மிகப் பிரசாரம் அதிகமாக நடைபெறுகிறது. அந்த ஆன்மிகப் பிரசாரம் வகுப்புவாதத்தை வளர்ப்பதாகவும் இருக்கிறது என்பதை இங்கு குறிப்பிட வேண்டும்.

## ஜனநாயக அரசியல் அமைப்புகள்

இந்தியா சுதந்திரம் அடைந்த பிறகு மூன்று பெரிய போர்களை எதிர்க்க நேரிட்டது. ஆகவே பாதுகாப்புத் துறை மற்றும் இராணுவத்துக்கு அதிகமான நிதி செலவிடப்படுகிறது. எனினும் இந்தியா அன்னிய நிர்ப்பந்தத்துக்குப் பணியாமல் தலைநிமிர்ந்து நிற்கிறது. 1947-க்குப் பிறகு இந்தியாவின் சாதனை என்ன என்று 1972-ஆகஸ்டில் கேட்கப்பட்ட போது, இந்திராகாந்தி "ஒரு சுதந்திரமான நாடாக, ஜனநாயக நாடாக இந்தியா நீடிக்கிறது. இதுதான் இந்தியாவின் மிகப் பெரிய சாதனை!" என்று பதில் அளித்தார்.

1967-க்குப் பிறகு இந்திய மாநிலங்களில் அரசியல் மாற்றங்கள் ஏற்பட்டன. எதிர்க்கட்சிகள் ஆட்சிக்கு வந்தன. 1989-ல் மத்தியிலும் ஆட்சி மாற்றம் ஏற்பட்டது. இந்தியாவின் அரசியல் அமைப்பு மேன்மேலும் அதிகமாக அங்கீகாரம் பெற்றுவிட்டது. அரசு சுரண்டும் வர்க்கங்களுக்குத்தான் உதவி செய்யும் என்று கம்யூனிஸ்டுகள் கோட்பாட்டு ரீதியில் பேசினார்கள். அவர்கள் பல தேர்தல்களில் பங்கெடுத்து மாநில அரசுகளை நடத்திய பிறகு இந்திய அரசியல் அமைப்புச் சட்டத்தை ஆதரிக்கிறார்கள். வகுப்புவாதக் கட்சிகள் இந்திய அரசியலின் மதச்சார்பற்ற தன்மையை ஒழிப்பதற்குப் பாடுபட்டார்கள். ஆனால், இப்பொழுது அவர்கள் கூட மதச்சார்பற்ற தன்மையை பெயரளவுக்கு ஆதரிக்கிறார்கள். புதிதாகத் தோன்றியுள்ள அரசியல் கட்சிகளும், அரசியல் அமைப்புச் சட்டத்துக்கு உட்பட்டு இயங்கிக் கொண்டிருக்கின்றன. 60 ஆண்டுகளுக்கு மேலாக இந்தியாவில் பாராளுமன்ற அரசியல் சிறப்பாக நடைபெறுகிறது. அதனால்தான் இந்தியா அரசியல் ரீதியில் ஓர் அதிசயம் என்று மாரிஸ் ஜோன்ஸ் என்ற சிந்தனையாளர் 1966-ல் கூறியது இன்றும் பொருத்தமாக இருக்கிறது.

## ஜனநாயகத்தை வலுப்படுத்துதல்

இந்திய மக்களுக்கு எழுத்துரிமை, பேச்சுரிமை, சங்கங்கள் அமைப்பதற்கு உரிமை, அரசாங்கத்தைக் கண்டித்துப் பேசுவதற்கு உரிமை அளிக்கப்பட்டுள்ளன. இந்தியக் குடிமகனை எதேச்சதி காரமாகக் கைது செய்ய முடியாது. தேர்தல்களை நியாயமான முறையில் நடத்துவற்கு சுய அதிகாரமுள்ள தேர்தல் கமிஷன் இருக்கிறது. இந்தியாவில் தொடக்கத்திலிருந்து ஜனநாயகம் மற்றும் கருத்துச் சுதந்திரம் மக்களிடம் நிலவி வருகிறது. தீவிரமான கொள்கைகள் (வங்கிகளை நாட்டுடைமையாக்குதல், நிலச் சீர்திருத்தங்கள் இதரவை) ஜனநாயக முறையில் அமுலாக்கப்பட்டுள்ளன. நாடு ஒப்புரவு மற்றும்

சமத்துவத்தை நோக்கி முன்னேறுவதற்கு அரசியல் ஜனநாயகம் தடையாக இருக்கவில்லை.

அன்று இந்தியாவில் மேற்குடியினரும் மத்திய வர்க்கத்தினரும் அரசியல் உணர்ச்சியுடையவர்களாக இருந்தார்கள். இன்று பெண்கள் விவசாயிகள், விவசாயத் தொழிலாளர்கள், ஏழைகள் தங்களுடைய அரசியல் உரிமைகளைப் புரிந்துகொண்டு இருக்கிறார்கள். அடக்குமுறை, பாரபட்சம், புறக்கணிப்பு ஆகியவற்றை அவர்கள் எதிர்க்கிறார்கள்.

வாக்குச் சீட்டு விலைமதிப்பற்றது என்பதை மக்கள் உணர்ந்திருக்கிறார்கள். ஒரு காலத்தில் மிராசுதார் உத்தரவுப்படி கிராம விவசாயிகள் வாக்களித்தார்கள். பிறகு விவசாயிகள் தேர்தல்களில் தங்களுடைய சொந்த முடிவுப்படி வாக்களித்தார்கள். ஒரு குடும்பத்தில் கணவர் ஒரு கட்சிக்கும் மனைவி வேறு கட்சிக்கும் வாக்களிப்பதுண்டு. வாக்காளர்களை மிரட்டுதல் அல்லது பணம் கொடுத்து வாங்குதல் இனிமேல் முடியாது. அவர்கள் கட்சிகளின் திட்டங்களை விவாதித்து தங்களுக்கு நன்மை செய்யக்கூடிய கட்சியை ஆதரிக்கிறார்கள்.

தேர்தலில் சாதிகள் முக்கிய பங்கு வகிக்கின்றன என்பது உண்மையே. ஆனால் தேசிய அரசியலில் முக்கியமான பிரச்சினைகள் எழுப்பப்படுகின்ற பொழுது வாக்காளர்கள் சாதிகளை மறந்து கொள்கைகளுக்கு வாக்களிக்கிறார்கள். 1971-ல் 'வறுமையை ஒழிப்போம்' என்ற கோஷத்தை காங்கிரஸ் கட்சி முன் வைத்தது. 1977-ல் அவசரநிலை எதிர்ப்பை எதிர்க்கட்சிகள் முன்வைத்தன. இத்தேர்தல்களில் வாக்காளர்கள் தேசியத் திட்டங்களை ஆதரித்து வாக்களித்தார்கள்.

தேர்தலில் வெற்றிபெற்ற வேட்பாளர் தொகுதிக்குப் போகாமல் இருப்பதும் வாக்காளர்களை அலட்சியம் செய்வதும் முன்பு இருந்தது. இப்பொழுது வாக்காளர்கள் தங்களுடைய எம்.எல்.ஏ., எம்.பி.க்களிடம் 'தொகுதிக்கு என்ன செய்தீர்கள்?', "எந்தத் திட்டத்தை நிறைவேற்றினீர்கள்?" என்று அச்சமின்றிக் கேட்கிறார்கள். ஆட்சியில் இருக்கின்ற கட்சிகளின் பிரதிநிதிகளைக் கண்டு அவர்கள் அஞ்சுவதில்லை. அவர்களைத் தோற்கடிப்பதற்கும் தயாராக இருக்கிறார்கள். அண்மைக் காலத்தில் வாக்காளரின் வலிமை வளர்த்திருக்கின்றது என்று நாம் கூற முடியும். பஞ்சாயத்து ராஜ் அமுலாக்கப்பட்ட பிறகு கிராம ஏழைகள் அரசியல் நிகழ்வுகளில் கூடுதலாகப் பங்கெடுக்கிறார்கள். அவர்கள் அப்படி பங்கெடுப்பது

# சுதந்திரத்திற்குப் பிறகு இந்தியா

இந்தியாவின் வளர்ச்சிக்கு இன்றியமையாதது. காந்திஜி சாதாரண மக்களை அஹிம்சா முறையில் அரசியலுக்குக் கொண்டு வந்தார். அதனால்தான் இந்தியாவில் சுதந்திரப் போராட்டம் உலக வரலாற்றில் மாபெரும் மக்கள் இயக்கமாக இருந்தது. ஜவஹர்லால் நேரு அரசின் ஐந்தாண்டுத் திட்டங்கள் மக்கள் சமூக மாற்றத்தில் பங்கெடுப்பதை அடிப்படையாகக் கொண்டிருந்தன. அந்தத் திட்டம் நேரு காலத்தில்கூட முறையாக நடைபெறவில்லை என்பது வேறு விஷயம்.

## அரசியல் போராட்ட முறைகள்

அரசியல் கட்சிகள் தொழிலாளர்கள், விவசாயிகள், மாணவர்கள் பொதுமக்கள் ஆகியோர் தங்களுடைய கோரிக்கைகளுக்காக ஆர்ப்பாட்டம் மற்றும் வேலைநிறுத்தங்களைச் செய்கிறார்கள். சத்தியாக்கிரகம், சாலை மறியல், தர்ணா, கடையடைப்பு இதரவை கடைப்பிடிக்கப்படுகின்றன. இவை பெரும்பாலும் அமைதியாக நடைபெறுகின்றன. சில சமயங்களில் வன்முறை நுழைந்துவிடுகிறது. பஸ்கள், ரயில்கள் அரசு மற்றும் தனியார்களுக்குச் சொந்தமான கட்டிடங்கள் தீவைக்கப்படுகின்றன.

அரசாங்கம் மக்களின் கோரிக்கைகளை முறையாகப் பரிசீலித்து நிவாரணம் வழங்க வேண்டும். அரசாங்கம் அல்லது அதிகாரிகளுடைய அலட்சியத்தின் விளைவாக வெகுசனப் போராட்டங்கள் வன்முறையில் முடிகின்றன. அரசாங்கம் அமைதியான போராட்டங்களை அலட்சியம் செய்கிறது; வன்முறை ஏற்பட்டவுடன் கோரிக்கை ஏற்றுக்கொண்டு பணிகிறது என்று 1962-ல் மைரன் வெய்னர் என்ற அரசியல் நோக்கர் எழுதினார்.

இந்தியாவில் காந்திஜி சத்தியாக்கிரகத்தைத் தொடங்கி வைத்தார். போராட்டங்கள் முற்றிலும் அமைதியாக நடைபெற வேண்டும் என்று அவர் வலியுறுத்தினார். சுதந்திர இந்தியாவில் வன்முறைப் போராட்டங்கள் இருக்கமுடியாது என்று அவர் கருதினார். 'சத்தியாக்கிரகம் வேறு, துராக்கிரகம் என்பது வேறு' என்பது காந்திஜியின் கருத்து. குடிமகன் தன்னுடைய எதிர்ப்பை எந்த வடிவத்திலும் காட்டக்கூடாது என்று காந்திஜி சொல்லவில்லை. அஹிம்சை முறையில் எதிர்ப்பைத் தெரிவிப்பது அவருடைய வழிமுறையாக இருந்தது. எனினும் அவருடைய மரணத்துக்குப் பிறகு காந்தியவாதிகளும் காந்தியைப் பின்பற்றாதவர்களும் நடத்திய போராட்ட முறைகளை அவர் ஆதரிக்க மாட்டார்.

## பொருளாதாரச் சாதனை

இந்தியாவில் ஏற்பட்ட பொருளாதார வளர்ச்சியை முந்திய அத்தியாயங்களில் நாம் எழுதியிருக்கிறோம். இந்தியாவில் பொருளாதாரத் தேக்கம் அகற்றப்பட்டுவிட்டது. காலனியப் பொருளாதாரக் கட்டமைப்பு அழிக்கப்பட்டு தற்சார்புடைய சுதந்திரமான பொருளாதாரம் நிறுவப்பட்டிருக்கிறது. அரசியல் சுதந்திரத்தைப் பெற்ற பிறகு பொருளாதாரச் சுதந்திரத்தை நோக்கி இந்தியா முன்னேறியது. இந்தியா உலகப் பொருளாதாரத்தில் இணைந்திருந்தாலும் அது இந்தியாவின் சுதந்திரமான வளர்ச்சியைத் தடை செய்யவில்லை. அன்னிய மூலதனம் இந்தியாவில் குரல் வளையை நெறிக்கவில்லை. இந்தியா பெற்ற அன்னியக் கடன்கள் குறைவுதான். இன்று முக்கியமான எந்தத் தொழிலும் அன்னிய மூலதனத்தின் கட்டுப்பாட்டில் இல்லை. பன்னாட்டுத் தொழில் நிறுவனங்கள் இந்தியப் பொருளாதாரத்தில் அற்பமான பங்கு மட்டுமே வகிக்கின்றன. ஆனால் இந்தியா நவீனத் தொழில்நுட்பத்துக்கு வளர்ச்சியடைந்த நாடுகளை நம்பியிருக்கிறது.

காலனியாதிக்கக் காலத்தில் கிராமங்களில் ஜமீன்தார்களும் மிராசுதார்களும் ஆதிக்கம் செலுத்தினார்கள். விவசாய உற்பத்தி குறைவாக இருந்தது. 1950-க்குப் பிறகு விவசாய உற்பத்தி 3.5 மடங்கு அதிகரித்தது. உணவு தானிய உற்பத்தி ஆண்டுக்கு 3% அதிகரித்தது. பஞ்சங்கள் மறைந்தன.

1950-க்குப் பிறகு தொழில்துறை 22 மடங்கு அதிகமாக வளர்ச்சியடைந்திருக்கிறது. சுதந்திரத்துக்கு முன்பு எந்திரத் தொழில் துறையில் முதலாளித்துவ நாடுகளை இந்தியா நம்பியிருந்தது. அது கணிசமாகக் குறைந்துவிட்டது. மின்சாரம், போக்குவரத்து, வங்கித் தொழில் ஆகியவை அதிகமாக வளர்ச்சியடைந்திருக்கின்றன. இந்தியா நீண்ட தூர ஏவுகணைகளையும், அணுசக்தி ஆயுதங்களையும் சுயமாகத் தயாரிக்கிறது. இந்தியாவில் திறன்மிக்க விஞ்ஞானிகள் அதிகமாக உருவாக்கப்பட்டிருக்கிறார்கள். இந்தியாவின் தேசிய வருமானம் 1950-க்கும் 2004-05-க்கும் இடையில் 10 மடங்கு அதிகரித்திருக்கிறது. இதே காலகட்டத்தில் மக்கள்தொகை அதிகரித்ததை மீறி தனிநபர் வருமானம் 3.3 மடங்கு உயர்ந்திருக்கிறது.

இந்தியாவைப் பாராட்டி ஃபிராங்கெல் என்ற அறிஞர் 1978-ல் பின்வருமாறு எழுதினார்: "1960-களின் பிற்பாதியிலிருந்து 1970-கள் முழுவதும் தீவிரமான உணவுப் பற்றாக்குறை நிலவியது. விலைவாசிகள் மிகவும் உயர்ந்தன. மூலப் பொருட்கள் கிடைக்க வில்லை. தொழில்துறையில் அரசாங்கத்தின் முதலீடுகள் குறைந்தன. அன்னியச் செலாவணி உணவுப் பொருளை இறக்குமதி செய்வதற்குப் பயன்படுத்தப்பட்டது." இன்று இந்த நிலைமை முற்றிலும் மாறிவிட்டது. இந்தியா பொருளாதார ரீதியில் வல்லரசாக இருக்கிறது. 21-ஆம் நூற்றாண்டின் உலகப் பொருளாதாரத்திற்கு இந்தியா முக்கியமான பங்கு வகிக்கும் என்பது உறுதி.

## பொருளாதாரச் சிக்கல்களும் ஆபத்துகளும்

இந்தியாவில் பொருளாதார வளர்ச்சி ஏற்பட்டிருப்பதை ஏற்கெனவே எழுதினோம். நாம் உலக முதலாளித்துவ அமைப்பில் வாழ்ந்துகொண்டிருக்கிறோம். மைய நாடுகள் (Core Countries) மற்றும் சுற்று வட்ட நாடுகள் (Peripheral Countries) என்ற பிரிவினை அமுலில் உள்ளது. மைய நாடுகள் உலகப் பொருளாதாரத்தில் தமது ஆதிக்கத்தைத் தக்க வைத்துக்கொள்வதற்கு எல்லா நடவடிக்கை களையும் மேற்கொள்கின்றன. சுற்றுவட்ட நாடுகளின் பொருளாதாரங் களைப் பலவீனப்படுத்துகின்றன. இந்தியா சுதந்திரமான பொருளாதார வளர்ச்சியைச் சார்ந்திருக்கிறது. மைய நாடுகளின் பொருளாதாரங் களுக்கு அடிமைப்படுகின்ற ஆபத்து இந்தியாவுக்கு ஏற்படாது.

இந்தியாவுக்கும், வளர்ச்சியடைந்த நாடுகளுக்கும் இடையில் உள்ள இடைவெளியைப் போக்க வேண்டும் என்று நேருவும் இந்திராகாந்தியும் முயற்சிகளை மேற்கொண்டனர். கன எந்திரத் தொழில்களை நிறுவினார். மின்சார உற்பத்தியை அதிகப்படுத்தினார்கள். ஐரோப்பாவில் 150 ஆண்டுகளில் ஏற்பட்ட முன்னேற்றத்தை இந்தியா சில பத்தாண்டுகளில் சாதிக்க வேண்டும். நேரு இந்திராகாந்தி ஆகியோரது இலட்சியங்கள் நமக்கு வழிகாட்டுகின்றன. அதே சமயத்தில் தொழில்நுட்பங்கள் அவர்கள் காலத்தில் இருந்ததைக் காட்டிலும் மிகவும் மாறிவிட்டன. உலகப் பொருளாதாரம் முக்கியமான கட்டத்தை அடைந்துவிட்டது. இப்பொழுது நான்காவது தொழிற்புரட்சி நடைபெறுகிறது. கணினி, மைக்ரோ சிப்ஸ், உயிரியல் தொழில்நுட்பம்

இதரவை முன்னேறியிருக்கின்றன. வளர்ச்சி அனைத்தும் மூளைத்திறனோடு சம்பந்தப்பட்டதாக இருக்கிறது. நாம் ஏற்கெனவே குறிப்பிட்ட மைய நாடுகளில் நவீனத் தொழில்நுட்பவியல் குவிக்கப்பட்டு வளர்முக நாடுகளில் நுகர்வுப் பொருட்கள் மட்டுமே உற்பத்தி செய்யப்படக்கூடிய ஆபத்து ஏற்பட்டுள்ளது. இலத்தீன் அமெரிக்க நாடுகளில் பன்னாட்டுத் தொழில்நிறுவனங்கள் பொருளாதாரத்தின் முக்கிய துறைகளைத் தம்வசப்படுத்திக் கொண்டன. உள்நாட்டு உற்பத்தி மற்றும் பரிவர்த்தனை ஆகியவற்றை மைய நாடுகளே முடிவு செய்கின்றன. இது சார்பு நிலை வளர்ச்சி (Dependent development) என்று சொல்லப்படுகிறது. அன்னியத் தொழில்நுட்பங்கள் இந்தியாவுக்குக் கிடைத்தாலும் மூளைத்திறன் நடவடிக்கைகளிலிருந்து இந்தியா ஒதுக்கி வைக்கப்படலாம். இந்த ஆபத்தை இந்தியா சமாளிக்க வேண்டும்.

புதிய தொழில்நுட்பவியல் மனிதனுடைய மூளை சம்பந்தப் பட்டதாக இருப்பதால் கல்வி வளர்ச்சி மிகவும் முக்கியமானது. மாணவர்களின் அறிவாற்றலை வளர்த்து புதிய தொழில்நுட்பவியலை அவர்களுக்கு கற்பிக்க வேண்டும். இந்தியாவில் கல்வி வளர்ச்சி புறக்கணிக்கப்பட்டால், புதிய தொழில்நுட்பவியல் வளராது. எனவே கல்வி அமைப்பையும், பாடத்திட்டங்களையும் மேம்படுத்த வேண்டும்.

இந்தியாவின் சிறந்த மாணவர்கள் சில காரணங்களுக்காக அமெரிக்காவுக்கும், ஐரோப்பாவுக்கும் வேலை தேடிச் செல்கிறார்கள். இதைத் தடுத்து அவர்கள் தாய்நாட்டுக்குப் பயனளிக்கக்கூடிய ஆராய்ச்சியில் ஈடுபடுவதை ஊக்குவிக்க வேண்டும்.

### திட்டங்களின் நோக்கம்

1954-ல் பாராளுமன்றத்தில் பேசுகின்ற பொழுது நேரு பின்வருமாறு கூறினார்:

"இந்தியாவில் 36 கோடி மக்களுக்காக நாம் திட்டமிடுகிறோம்.... 36 கோடி மக்கள் என்ன விரும்புகிறார்கள்....? அவர்களுக்கு உணவு வேண்டும், உடை, இருப்பிடம், சுகாதார வசதி வேண்டும். நாம் சிலருக்காகப் பாடுபடாமல் 36 கோடி மக்களின் வாழ்க்கையை உயர்த்துவதற்குப் பாடுபடவேண்டும்."

"சோஷலிஸ்ட் சமூகத்தில் எல்லோருக்கும் சம வாய்ப்புகள் கிடைக்கும். எல்லோரும் சிறப்பான வாழ்க்கையை அனுபவிக்க முடியும்" என்று நேரு பாராளுமன்றத்தில் இரண்டாவது ஐந்தாண்டுத் திட்டத்தை முன்மொழிந்து பேசினார். மேற்கூறிய நோக்கங்கள் ஓரளவுக்குத்தான் நிறைவேற்றப்பட்டிருக்கின்றன. சமத்துவமும் மனிதநேய சமூக அமைப்பும் இன்னும் ஏற்படவில்லை. 'சிறப்பான வாழ்க்கை' என்பது நாட்டின் பெரும்பான்மையோருக்கு வானத்தில் பிரகாசிக்கின்ற நிலாவைப் போல் இருக்கிறது. அடுத்து வருகின்ற பகுதிகளில் வறுமையைப் பற்றியும் தரமான வாழ்க்கையைப் பற்றியும் எழுதுவோம்.

**வறுமை**

சுதந்திர இந்தியாவில் 1947-ஆம் ஆண்டிலிருந்து பொருளாதார வளர்ச்சி ஏற்பட்டாலும் வறுமை ஒழிக்கப்படவில்லை. இது பெரிய குறை. நாட்டில் வறுமை நிலவினாலும் அது பெருமளவுக்குக் குறைந்திருக்கிறது.

தேசியத் திட்டக் குழு 1960-களின் தொடக்கத்தில் வறுமைக்கோடு என்ற கருத்தை உருவாக்கியது. குறைந்தபட்ச உணவுகூட இல்லாதவர்கள் வறுமைக்கோட்டுக்குக் கீழே இருப்பதாகக் கருதப்பட்டார்கள். சுதந்திரம் அடைந்த தொடக்க ஆண்டுகளைப் பற்றிய புள்ளிவிவரங்கள் அரசாங்கத்திடம் இல்லை. 1970-71-ல் மக்கள் தொகையில் 59% வறுமைக்கோட்டுக்குக் கீழே வசிப்பதாகக் கணக்கிடப்பட்டது. அடுத்து வந்த ஆண்டுகளில் இந்த எண்ணிக்கை குறைந்து கொண்டு வந்தது. 1977-78-ல் 53% ஆகவும் 1983-ல் 44.5%-ஆகவும் 1993-94-ல் 36%-ஆகவும் 1999-2000-ல் 26.1%-ஆகவும் 2004-05-ல் 22.1%-ஆகவும் இருந்தது. இந்தப் புள்ளிவிவரத்தின் எதிர்க்கூறு என்னவென்றால் 24.4 கோடி மக்கள் வறுமையில் வசிக்கிறார்கள் என்பதாகும். அத்துடன் வறுமை ஒவ்வொரு மாநிலத்திலும், ஒவ்வொரு முறையில் இருக்கிறது. 2004-05-ல் மிகவும் அதிகமாக இருந்தது (42.5%). பஞ்சாபில் மிகவும் குறைவாக இருந்தது (9%). நிலமற்ற விவசாயத் தொழிலாளர்கள் சிறு மற்றும் குறுவிவசாயிகள் நகர ஏழைகள் வறுமைக்கோட்டுக்குக் கீழே வாழ்கிறார்கள்.

இந்திராகாந்தி அரசாங்கம் 1970-களின் மத்தியில் வறுமை ஒழிப்புத் திட்டம் மற்றும் வேலைவாய்ப்புத் திட்டங்களை அமுல்படுத்தியது. இப்பொழுதும் அந்தத் திட்டங்கள் வேறு பெயர்களில் அமுலாக்கப் படுகின்றன. கிராமப்புற வேலை உத்திரவாதச் சட்டம் 2006-லிருந்து இந்தியா முழுவதும் அமுலாக்கப்பட்டு வருகிறது. காலனியாதிக்கத்தில் ஏழைகள் பட்டினியாக இருந்தார்கள். 1943-ல் கொடிய வங்காளப் பஞ்சம் ஏற்பட்டது. அதில் இலட்சக்கணக்கான மக்கள் மடிந்தார்கள். 1965-67, 1972-73, 1987-87 ஆகிய ஆண்டுகளில் கடுமையான வறட்சி நிலவியது. ஆனால் மக்கள் பஞ்சத்தால் மரணமடையவில்லை. 1955, 1975, 2002 - ஆம் ஆண்டுகளில் தனிநபருக்குக் கிடைத்த நுகர்வுப் பொருட்களின் அளவு கீழே தரப்படுகிறது:

| ஆண்டு | சமையல் எண்ணெய்கள் கிலோ | வனஸ்பதி கிலோ | சர்க்கரை கிலோ | டீ கிராம் | காப்பி கிராம் | வீட்டுமின்சாரம் கிலோவாட் |
|---|---|---|---|---|---|---|
| 1955 | 2.5 | 0.7 | 5.0 | 362.0 | 67.0 | 2.4 |
| 1975 | 3.5 | 0.8 | 6.1 | 446.0 | 62.0 | 9.7 |
| 2002 | 7.2 | 1.4 | 16.3 | 670.0 | 55.0 | 79.0 |

1950-2005-ஆண்டுகளுக்கு இடையில் பால் உற்பத்தி 17 மில்லியன் டன்களிலிருந்து 97.1 மில்லியன்களாக அதிகரித்தது. தனிநபருக்கு ஏற்கெனவே 124 கிராம் பால் கிடைத்தது. இப்பொழுது தனிநபர் பால் நுகர்வு 124 கிராமிலிருந்து 241 கிராமாக அதிகரித்தது. முட்டை உற்பத்தி 1832 மில்லியனிலிருந்து 46,231 மில்லியனாக உயர்ந்தது. மீன் 0.7 மில்லியன் டன்களிலிருந்த 6.7 மில்லியன் டன்களாக அதிகரித்தது.

நாட்டில் குழந்தைகளுக்கு ஊட்ட உணவு இல்லை. குழந்தைகளும், முதியவர்களும் போதிய சத்துணவு கிடைக்கவில்லை. இன்றைய சமூக அமைப்பு செல்வர்களுக்குச் சாதகமாக உள்ளது. அடுத்தபடியாக, நடுத்தரப் பகுதியினரும் வளமாக இருக்கிறார்கள். அதிகமாகப் பறிக்கப்படுபவர்கள், நகரங்களிலும் கிராமங்களிலும் உள்ள ஏழைகளே.

## தரமான வாழ்க்கை

இந்தியாவில் பெருந்திரளான மக்களுடைய தேவைகள் குறைந்தபட்ச அளவுக்குக் கூட பூர்த்தி செய்யப்படவில்லை. மற்ற வளர்முக நாடுகளோடு ஒப்பிடும்பொழுதுகூட இந்தியா பின்தங்கி

இருக்கிறது. ஐக்கிய நாடுகளின் வளர்ச்சித் திட்டக் (UNDP) கணக்குப்படி மொத்தம் 177 நாடுகளில் இந்தியா 166-ஆவது இடத்தில் இருக்கிறது. சிசு ஆயுள், சிசு மரண விகிதம், கல்வி ஆகிய மூன்றும் இந்தப் புள்ளி விவரக் கணக்குகளில் முக்கிய இடத்தைக் கொண்டிருக்கின்றன.

1950-ல் ஓர் இந்தியனின் ஆயுள் 32-ஆக இருந்தது. 1970-ல் 45.6-ஆகவும் 2004-ல் 63.6 ஆகவும் உயர்ந்தது. இது ஒரு பாராட்டத்தக்க சாதனையே. ஆனால், 2004-ல் சீனாவில் 71.9-ஆகவும் ஸ்ரீலங்காவில் 74.3-ஆகவும் இருந்தது. இந்தியாவில் சிசுமரணம் 1941-ல் 1000-க்கு 227-ஆக இருந்தது. 1970-ல் 130-ஆகவும் 2005-ல் 58-ஆகவும் குறைந்தது. இந்தியாவில் பிரசவத்தின் போது பெண்கள் மரணமடைவதைப் பற்றிய புள்ளி விவரங்களைப் பார்ப்போம்.

இந்தியாவில் 1 லட்சம் பிரசவங்களுக்கு 407 பெண்கள் பிரசவத்தின் போது இறக்கிறார்கள். சீனாவில் இது 58-ஆகவும் ஸ்ரீலங்காவில் இது 92-ஆகவும் உள்ளது. இந்தியாவில் கிராமங்களில் பிரசவ வசதி குறைவாக இருப்பது இதற்குக் காரணம்.

இந்திய மக்களிடம் எழுத்தறிவின்மை மிகவும் அதிகமாக இருக்கிறது. 1950-ல் சுமார் 82% ஆக இருந்தது. 2004-ல் அது 35.1%-ஆகக் குறைந்தது. ஆனால் சீனாவிலும், ஸ்ரீலங்காவிலும் 1997-ல் முறையே 17.1 மற்றும் 9.3%-ஆக இருந்தது. எழுத்தறிவில் ஆண்களைக் காட்டிலும் பெண்களின் நிலை மோசமாக இருந்தது. ஆண்களுடன் ஒப்பிடுகின்ற பொழுது சுமார் 2 மடங்கு பெண்களுக்கு எழுத்தறிவு கிடையாது.

உயர்கல்வி மற்றும் தொழில்நுட்பக் கல்வித் துறைகளில் இந்தியா சிறந்து விளங்குகிறது. கடந்த 15 ஆண்டுகளில் பள்ளிக் கல்வி மேலும் விரிவுபடுத்தப்பட்டிருக்கிறது. பள்ளிக்குச் செல்கின்ற குழந்தைகளின் சதவிகிதம் அதிகரித்திருக்கிறது. கிராமங்களில் மருத்துவ, சுகாதார வசதிகள் மிகவும் குறைவு. பாதுகாக்கப்பட்ட குடிநீர், சுகாதாரம் ஏராளமான இந்தியர்களுக்குக் கிடைக்கவில்லை. கடந்த சில ஆண்டுகளில் குழந்தைகளுக்குப் போலியோ, எலும்புறுக்கி நோய் கக்குவான் ஆகிய நோய்களுக்குத் தடுப்பூசி போடப்படுகிறது. அந்தத் திட்டம் எல்லா மாநிலங்களிலும் வெற்றிகரமாக நடைபெற்றிருக்கிறது.

இந்தியாவின் கிராமப் பகுதிகளில் ஏழைகளுக்குத் தொகுப்பு வீடுகள் கட்டித்தரப்பட்டுள்ளன. ஆனால், முக்கிய நகரங்களில் ஏழைகள் சேரிகளில் வசிக்கிறார்கள். வெயில், மழை, வெள்ளம், புயல் ஆகியவை அவர்களைத் தாக்குகின்றன. நகரங்களில் உள்ள சேரிவாழ்

மக்களுக்குக் கல்வி, சுகாதாரம், போக்குவரத்து, மின்சாரம் ஆகிய வசதிகள் இல்லை.

மின்சார வசதி உள்ள நகரங்கள் மற்றும் கிராமங்களின் எண்ணிக்கை 1950-ஆம் ஆண்டிலிருந்து தொடர்ச்சியாக அதிகரித்திருக்கிறது. 1950-ல் 5.1 பில்லியன் கிலோவாட் மின்சாரம் உற்பத்தி செய்யப்பட்டது. 2006-ல் 617 பில்லியன் கிலோவாட் உற்பத்தி செய்யப்பட்டது. இப்பொழுது நகரங்கள் மற்றும் கிராமங்களில் உள்ள மக்கள் பத்திரிகைகளைப் படிக்கிறார்கள்; தொலைக்காட்சிப் பெட்டிகளின் மூலம் நாட்டு நடப்பை அறிந்துகொள்கிறார்கள்.

இந்தியாவில் மாநிலங்களுக்கு இடையில் தனிமனித வாழ்க்கை வசதிகள் மிகவும் வேறுபடுகின்றன. அரசாங்கம் ஏழைகளுக்குத் தரமான வாழ்க்கையைக் கொடுப்பதற்கு மேற்கூறிய வசதிகளை அதிகப்படுத்த வேண்டும்.

## வாக்குறுதிகளை நிறைவேற்றுதல்

இந்தியாவில் வறுமை, எழுத்தறிவின்மை, நோய, பாலியல் ஒடுக்குமுறை, சமூகக் கொடுமைகள் ஆகியவை நிலவுகின்றன. எனினும், சமூகநீதித் துறையில் இந்தியா பின்தங்கிய நிலைமையை அகற்றுவதிலும், சமூக நீதியை நிலைநாட்டுவதிலும் கணிசமாக முன்னேறியிருக்கிறது. கடந்த 50 ஆண்டுகளில் விவசாய மற்றும் பொருளாதார உற்பத்தி அதிகரித்திருப்பதால் சமூகநீதியை நோக்கி முன்னேற்றம் ஏற்பட்டிருக்கிறது. வளாச்சியை ஒப்புரவுடன் பொருத்திப் பார்க்கும்பொழுது தன் மனம் வேதனையடைகின்றது என்று நேரு கூறுவார். ஆனால், இன்று நாம் அப்படிப் பொருத்திப் பார்க்க முடியும். அடுத்த பத்தாண்டுகளில் இந்தியா வேகமாக முன்னேற்றம் அடையும். பெருந்திரளான மக்கள் தரமான வாழ்க்கையை அனுபவிக்க முடியும்.

இந்தியா உயிர்த்துடிப்பான ஜனநாயகத்தைக் கொண்டிருக்கிறது. ஏழைகள், பெண்கள் மற்றும் ஒடுக்கப்பட்டவர்கள் தங்களுடைய வாழ்க்கையை உயர்த்த வேண்டும் என்று உறுதி கொண்டிருக்கிறார்கள். அவர்களிடம் வாக்குரிமை என்னும் ஆயுதம் இருக்கிறது. அதை முறையாகப் பயன்படுத்தி இந்தியாவில் பல நூறு ஆண்டுகளாகப் படிந்திருக்கின்ற அநீதிகளை ஒழிப்பார்கள். அதற்கு உதவி செய்வதற்கு இந்திய ஜனநாயகத்தை மேலும் வலுப்படுத்துவோம்.

## Select Bibliography

**General**

1. Krishan Bhatia, *The Ordeal of Nationhood*, New York, 1971.
2. Rajni Kothari, *Politics in India*, New Delhi, 1970.
3. Achin Vanaik, *The Painful Transition: Bourgeois Democracy in India*, London, 1990.
4. Francine R.Frankel, *India's Political Economy, 1947-1977*, Delhi, 1978.
5. L.I.Rudolph and S.H.Rudolph, *In Pursuit of Lakshmi: The Political Economy of the Indian State*, Bombay, 1987.
6. Atul Kohli, ed., *India's Democracy*, Princeton, 1988.
7. Shashi Tharoor, *India From Midnight to the Millennium*, New Delhi, 1997.
8. Sunil Khilnani, *The Idea of India*, London, 1997.
9. Paul R. Brass, *The Politics of India Since Independence*, Indian edition, New Delhi, 1992.
10. W.H.Morris-Jones, *Politics Mainly Indian*, New Delhi, 1978.
11. W.H.Morris-Jones, *The Government and Politics of India*, Wistow, Huntingdon, 1987 edition.
12. Robert L.Hardgrave, Jr.and Stanley A.Kochanek, *India: Government and Politics in a Developing Nation*, fifth edition, San Diego, 1993.
13. Daniel Thorner, *The Shaping of Modern India*, Delhi, 1980.
14. Yogendra Singh, *Social Change in India*, New Delhi, 1993.
15. Bipan Chandra, *Essays on Contemporary India*, revised edition, New Delhi, 1999.

16. Aditya Mukherjee, *Imperialism, Nationalism and the Marketing of the Indian Capitalist Class 1927-1947,* New Delhi, 2002.

17. Mridula Mukherjee, *Colonialising Agriculture: The Myth of Punjab Exceptionalism,* New Delhi, 2006.

18. Mridula Mukherjee, *Peasants in India's Non-violent Revolution, Practice and Theory,* New Delhi, 2004.

19. Upendra Baxi and Bhikhu Parekh, eds, *Crisis and Change in Contemporary India,* New Delhi, 1995.

20. Myron Weiner, *The Indian Paradox: Essays in Indian Politics,* New Delhi, 1989.

21. Partha Chatterjee, ed., *Wages of Freedom: Fifty Years of the Indian Nation-State,* Delhi, 1998.

22. Jean Dreze and Amartya Sen, *India: Economic Development and Social Opportunity,* Delhi, 1996.

23. Vijay Joshi and I.M.D. Little, eds *India: Macroeconomics and Political Economy 1964-1991,* Washington, 1994.

24. Bimal Jalan, ed., *The Indian Economy: Problems and Prospects,* New Delhi, 1992.

25. E.J. Hobsbawm, *Age of Extremes: The Short Twentieth Century,* Harmondsworth, 1994.

26. Hiranmay Karlekar, *Independent India: The First Fifty Years,* Delhi, 1998.

27. Amartya Sen, *The Argumentative Indian: Writings on Indian History, Culture and Identity,* Allen Lane, Penguin London, 2005.

## Chapter 2

1. Bipan Chandra, (i) *Essays on Colonialism,* New Delhi, 1999. (ii) *Nationalism and Colonialism in Modern India,* New Delhi, 1979. (iii) *The Colonial Legacy',* in Bimal Jalan, ed., *The Indian Economy: Problems and Prospects,* New Delhi, 1992. (iv) *Modern India,* New Delhi, 1990.

2. Aditya Mukherjee and Mridula Mukherjee, 'Imperialism and the Growth of Indian Capitalism in Twentieth Century', *Economic and Political Weekly* (hereafter EPW), 12 March 1988, reprinted in *Capitalist Development: Critical Essays*, Ghanshyam Shah ed., Bombay, 1990.
3. Irfan Habib, 'Colonialisation of Indian Economy', *Social Scientist*, March 1975.
4. Angus Maddison, *Class Structure and Economic Growth: India and Pakistan Since the Moghuls*, London, 1971.
5. V.B.Singh, *Economic History of India, 1857-1956*, Bombay, 1965.
6. R.Palme Dutt, *India Today*, Bombay, 1949.
7. A.R.Desai, *Social Background of Indian Nationalism*, Bombay, 1959.

## Chapter 3

1. Bipan Chandra, et al., *India's Struggle for Independence 1857-1947*, New Delhi, 1988.
2. Bipan Chandra, (i) *Epic Struggle*, New Delhi. (ii) *Indian National Movement: The Long-term Dynamics*, New Delhi, 1988. (iii) *Essays in Indian Nationalism*, New Delhi, 1993.
3. W.H.Morris-Jones, *The Government and Politics of India*, Wistow, England, 1987 edition.

## Chapter 4-5

1. B.Shiva Rao, ed., *The Framing of India's Constitution: A Study*, New Delhi, 1968.
2. Vidya Dhar Mahajan, *Select Modern Governments*, New Delhi, 17th edition, 1995.
3. V.P. Menon, *The Transfer of Power in India*, Princeton, 1957.
4. Granville Austin, *The Indian Constitution: Cornerstone of a Nation*, Oxford 1966.

5. Subhash C.Kashyap, 'The Framing of the Constitution and the Process of Institution Building', in *A Centenary History of The Indian National Congress,* in B.N. Pande, general editor, Vol.IV., New Delhi, 1990.
6. W.H. Morris-Jones, *The Government and Politics of India,* New York, 1967, first published, London, 1964.
7. S.C.Kashyap, *Our Constitution,* New Delhi, 1994.
8. S.K. Chaube, *Constituent Assembly of India: Springboard of Revolution,* New Delhi, 1973.
9. D.D.Basu, *Introduction to the Constitution of India,* New Delhi, 8th edition, 1984.
10. M.V.Pylee, *Constitutional Government in India,* New Delhi, 4th edition, 1984.
11. David Potter, *India's Political Administrators 1918-83,* Oxford, 1986.

**Chapter 6**
1. S.Gopal, *Jawaharlal Nehru - A Biography,* Vol.2 (1947-1956), London and Delhi, 1979.
2. Rajmohan Gandhi, *Patel: A Life,* Ahmedabad, 1990.
3. V.P.Menon, *Integration of the Indian States,* Madras, 1985, reprint 1985.
4. Sisir K.Gupta, *Kashmir: A Study in Indian Pakistan Relations,* London, 1967.
5. P.Mishra, 'Consolidation of Independence: Challenge and Response', *A Centenary History of the Indian National Congress,* general editor, B.N.Pande, Vol.IV, ed., Iqbal Narain, New Delhi, 1990.

**Chapter 7**
1. Bipan Chandra, 'Indian Nationalism - Redefined', and 'Will the Indian Nation Hold', in Bipan Chandra, *Essays on Contemporary India,* New Delhi, 1993.

2. Boris I. Kluev, *India: National and Language Problem,* New Delhi, 1981.

3. S.Mohan Kumaramangalam, *India's Language Crisis,* Madras, 1965.

4. Hugh Tinker, 'Is, There an Indian Nation', in Philip Mason, ed., *India and Ceylon: Unity and Diversity,* London, 1967.

5. Jyotirindra Das Gupta, *Language Conflict and National Development: Group Politics and National Language Policy in India,* Berkeley and Bombay, 1970.

6. Nirmal Kumar Bose, 'Problems of National Integration', *Science and Culture,* Vol.30, No.4, April 1964.

7. Zoya Hasan, 'Introduction: State and Identity in Modern India', in Zoya Hasan, S.N.Jha and Rasheeduddin Khan, eds, *The State, Political Processes and Identity,* New Delhi, 1989.

8. Rajni Kothari, *Politics in India,* Chapter VIII, New Delhi, 1970.

## Chapter 8

1. Jolly Mohan Kaul, *Problems of National Integration,* New Delhi, 1963.

2. Boris I. Kluev, *India: National and Language Problem,* New Delhi, 1981.

3. Joseph E.Schwartzberg, 'Factors in the Linguistic Reorganization of India', in Paul Wallace, ed., *Region and Nation in India,* New Delhi, 1985.

4. Ather Farouqi, 'The Emerging Dilemma of the Urdu Press in India', *South Asia,* Vol.XVIII, No.2, 1995.

5. Ralph Russell, *'Urdu in India Since Independence',* EPW, 9 January 1999.

## Chapter 9

1. Verrier Elwin, (i) *A Philosophy for NEFA*, Shillong, 1959. (ii) *The Tribal World of Verrier Elwin*, Bombay, 1964.

2. Christoph von Furer-Haimendorf (i) 'The Position of the Tribal Populations in Modern India', in Philip Mason, ed., *India and Ceylon: Unity and Diversity*, London, 1967. (ii) 'The Changing Position of Tribal Population in India', in D.Taylor and M.Yapp, *Political Identity in South Asia*, London, 1979.

3. K.S.Singh, ed., *Tribal Movements in India*, 2 volumes, New Delhi, 1982.

4. Stuart Corbridge, 'The Ideology of Tribal Economy and Society: Politics in the Jharkhand, 1950-1980', *Modern Asian Studies*, Vol.22, No.1, 1988.

5. Nirmal Kumar Bose, (i) 'Change in Tribal Culture Before and After Independence', *Man in India*, Vol.44, No.1, January-March 1964. (ii) 'Integration of Tribes in Andhra Pradesh', *Man in India*, Vol.44, No.2, April-June 1964.

6. Jolly M.Kaul, *Problems of National Integration*, New Delhi, 1963.

7. Urmila Phadnis, *Ethnicity and Nation-Building in South Asia*, New Delhi, 1989.

8. B.K.Roy-Burman, *Indigenous and Tribal Peoples*, New Delhi, 1994.

## Chapter 10

1. Balveer Arora and Douglas V. Verney, *Multiple Identities in a single State*, Delhi, 1993.

2. N.Mukherji and Balveer Arora, *Federalism in India*, New Delhi, 1991.

3. C.N.Vakil, 'National Integration', in J.C.Daruvala, ed., *Tensions in Economic Development in South East Asia*, Bombay, 1961.

4. Ashok Mathur, *The Character of Industrialization in the Indian Economy*, unpublished paper, Jawaharlal Nehru University, New Delhi, May 1998.

5. Jolly M.Kaul, *Problems of National Integration*, New Delhi, 1963.

6. Myron Weiner, *Sons of the Soil: Migration and Ethnic Conflict in India*, Princeton, 1978.

7. Dipankar Gupta, *Nationalism in a Metropolis: The Shiv Sena in Bombay*, New Delhi, 1982.

**Chapters 11 and 13**

1. S.Gopal, *Jawaharlal Nehru - A Biography*, Vols. 2 and 3, London and Delhi, 1979 and 1984.

2. Bipan Chandra, 'Jawaharlal Nehru in Historical Perspective', and 'Nehru and Communalism', in Bipan Chandra, *Ideology and Politics in Modern India*, New Delhi, 1994.

3. B.R.Nanda, *Jawaharlal Nehru: Rebel and Statesman*, Delhi, 1995.

4. B.R.Nanda, P.C.Joshi and Raj Krishna, *Gandhi and Nehru*, Delhi, 1979.

5. Sudipto Kaviraj, 'Apparent Paradoxes of Jawaharlal Nehru', *Mainstream*, 15 November - 13 December 1980.

6. Geoffrey Tyson, *Nehru: The Years of Power*, London, 1966.

7. Bagendu Ganguli and Mira Ganguly, 'Electoral Politics and Partisan Choice', *A Centenary History of the Indian National Congress*, general editor, B.N.Pande, Vol.IV, ed. Iqbal Narain, New Delhi, 1990.

8. Bimal Prasad, *Gandhi, Nehru and J.P.:Studies in Leadership*, Delhi, 1985.

9. E.M.S.Namboodiripad, *Economics and Politics of India's Socialist Pattern*, New Delhi, 1966.

10. W.H.Morris-Jones, *Parliament in India,* London, 1957.

11. B.N.Pande, general editor, *A Centenary History of the Indian National Congress,* Vol.IV, ed. Iqbal Narain, New Delhi, 1990.

**Chapter 12**

1. V.P.Dutt, *India and the World,* New Delhi, 1990.

2. K.Subrahmanyam, 'Evolution of Indian Defence Policy (1947-1964)', in B.N.Pande, general editor, *A Centenary History of the Indian National Congress,* Vol.IV, New Delhi, 1990.

3. B.R.Nanda, ed., *Indian Foreign Policy: The Nehru Years,* Delhi, 1976.

4. Rikhi Jaipal, 'Ideas and Issues in Indian Foreign Policy', in B.N. Pande, ed., *A Centenary History.*

5. V.P.Dutt, *India's Foreign Policy,* New Delhi, 1984.

6. A.K. Damodaran, 'Foreign Policy in Action', in B.N.Pande, ed., *A Centenary History.*

7. S.Gopal, *Jawaharlal Nehru - A Biography,* Vols. 2 and 3, London, 1979 and 1984.

8. Neville George Anthony Maxwell, *India's China War,* London, 1970.

9. M.S.Rajan, *India in World Affairs,* New York, 1964.

10. W.Norman Brown, *The United States and India, Pakistan, Bangladesh,* Cambridge, Massachusetts, 1972.

11. Sisir K.Gupta, *Kashmir: A Study in Indo-Pak Relations,* Bombay, 1966.

**Chapter 14**

1. Rajni Kothari, (i) "The Congress 'System' in India", *Asian Survey,* Vol.IV, No.12, December 1964. (ii) *Politics in India,* Chapter V, New Delhi, 1970.

சுதந்திரத்திற்குப் பிறகு இந்தியா 465

2. S.Gopal, *Jawaharlal Nehru - A Biography*, Vols. 2 and 3, London and Delhi, 1979 and 1984.
3. Stanley A. Kochanek, *The Congress Party of India*, Princeton, 1968.
4. V.M.Siriskar and L.Fernandes, *Indian Political Parties*, Meerut, 1984.
5. All India Congress Committee, *A Contemporary History of the Indian National Congress*, general editor B.N.Pande, Vol.IV, ed. Iqbal Narain, New Delhi, 1990.
6. W.H.Morris-Jones, (i) 'Congress, Dead or Alive', *Pacific Affairs*, Vol.42, No.2, 1969. (ii) 'The Indian Congress Party: A Dilemma of Dominance', in *Politics mainly Indian*, Bombay, 1978. Also in *Modern Asian Studies*, Vol.1, No.2, April 1967. (iii) *The Government and Politics of India*, Chapter 5, Wistow, 1987 edition.

**Chapter 15**

1. Myron Weiner, *Party Politics in India*, Princeton, 1957, Delhi, 1990.
2. Lewis P. Fickett, Jr., (i) *The Major Socialist Parties of India*, Syracuse, New York, 1976. (ii) 'The Praja Socialist Party of India - 1952-1972: A Final Assessment', *Asian Survey*, Vol.13, No.9, September 1973.
3. Howard L. Erdman, (i) *The Swatantra Party and Indian Conservatism*, Cambridge, 1967. (ii) 'India's Swatantra Party', *Pacific Affairs*, Vol. 36, No.4, Winter 1963-64.
4. Bhabani Sengupta, *Communism in Indian Politics*, New York, 1971.
5. Mohit Sen, *Glimpses of the History of the Indian Communist Movement*, Madras, 1997.
6. B.D. Graham, *Hindu Nationalism and Indian Politics: The Origins and Development of the Bharatiya Jan Sangh*, Cambridge, 1990.

7. Hari Kishore Singh, *A History of the Praja Socialist Party,* Lucknow, 1959.

8. Mohan Ram, *Indian Communism,* Delhi, 1969.

9. D.R.Goyal, *Rashtriya Swayam Sewak Sangh,* New Delhi, 1979.

10. Craig Baxter, *The Jan Sangh,* Philadelphia, 1969.

11. Achin Vanaik, 'The Indian Left', *New Left Review,* No.159.

12. Madhu Dandavate, *Evolution of Socialist Politics and Perspective 1934-1984,* Bombay, 1986.

13. E.M.S. Namboodiripad, *Conflicts and Crisis: Political India - 1974,* Bombay, 1974.

14. Haridev Sharma, et al., *Fifty Years of Socialist Movement in India,* New Delhi, 1984.

**Chapter 16 to 19**

1. Inder Malhotra, *Indira Gandhi: A Personal and Political Biography,* London, 1989.

2. Zareer Masani, *Indira Gandhi - A Biography,* London, 1975.

3. Pupul Jayakar, *Indira Gandhi - A Biography,* New Delhi, 1992.

4. Mary C.Carras, *Indira Gandhi: In the Crucible of Leadership,* Bombay, 1979.

5. Morarji Desai, *The Story of My life,* Vol.2, Delhi, 1974.

6. C.P. Srivastava, *Lal Bahadur Shastri,* Delhi, 1995.

7. Tariq Ali, *The Nehrus and the Gandhis,* London, 1985.

8. S.S.Gill, *The Dynasty: A Political Biography of the Premier Ruling Family of Modern India,* New Delhi, 1996.

9. Sudipto Kaviraj, *'Indira Gandhi and Indian Politics',* EPW, 20-27 September, 1986.

10. Rajni Kothari, *Politics in India,* Chapter V, New Delhi, 1970.
11. Rabindra Ray, *The Naxalites and Their Ideology,* Delhi, 1988.
12. Mahendra Prasad Singh, *Split in a Predominant Party: The Indian National Congress in 1969,* New Delhi, 1981.
13. Krishan Bhatia, *Indira: A Biography of Prime Minister Gandhi,* London, 1974.
14. W.H. Morris-Jones, 'India Elects for Change - and Stability', *Asian Survey,* Vol.XI, No.8, August 1971, Berkeley. Also in his *Politics Mainly Indian,* Bombay, 1978.
15. Norman D. Palmer, 'India's Fourth General Elections', *Asian Survey,* Vol.VII, No.5, May 1967.
16. Ashis Nandy, 'Indira Gandhi and the Culture of Indian Politics', in his *At the Edge of Psychology: Essays in Politics and Culture,* Delhi, 1980.
17. Harry W. Blair, 'Mrs.Gandhi's Emergency, The Indian Elections of 1977, Pluralism and Marxism: Problems with Paradigms', *Modern Asian Studies,* Vol.14, No.2, 1980.

## Chapter 18

### A. The JP Movement

1. Ghanshyam Shah, *Protest Movements in Two Indian States: A Study of the Gujarat and Bihar Movements,* Delhi, 1977.
2. Bimal Prasad, *Gandhi, Nehru and J.P.: Studies in Leadership,* Delhi, 1985.
3. Minoo Masani, *Is J.P. the Answer?,* Delhi, 1975.
4. John R.Wood, 'Extra-Parliamentary Opposition in India: An Analysis of Populist Agitations in Gujarat and Bihar', *Pacific Affairs,* Vol.XLVIII, No.3, Fall 1975.
5. Ajit Bhattachariea, *Jayaprakash Narayan: A Political Biography,* Delhi, 1975.

## B. The Emergency

1. Henry, C. Hart, ed., *Indira Gandhi's India*, Boulder (Colorado), 1976.
2. Max Zins, *Strains of Indian Democracy*, New Delhi, 1988. Also in Zoya Hasan, S.N. Jha and Rasheeduddin Khan, *The State, Political Processes and Identity*, New Delhi, 1989.
3. V.P.Dutt, 'The Emergency in India: Background and Rationale', *Asian Survey*, Vol.XVI, No.12, December, 1976.
4. *Seminar*, March 1977, New Delhi.
5. Balraj Puri, 'Fuller Views of Emergency', *EPW*, 15 July 1995.
6. Kuldip Nayar, *The Judgement: Inside Story of the Emergency in India*, New Delhi, 1977.
7. W.H.Morris-Jones, 'Creeping but Uneasy Authoritarianism: India 1975-76', *Government and Opposition*, Vol.12, No.1, Winter 1977.
8. David Selbourne, *An Eye to India: The Unmasking of a Tyranny*, London, 1977.

## C. The Janata Government

1. C.P.Bhambri, *The Janata Party: A Profile*, New Delhi, 1980.
2. Janardan Thakur, *All the Janata Men*, New Delhi, 1978.
3. J.Das Gupta, 'The Janata Phase: Reorganisation and Redirection in Indian Politics', *Asian Survey*, Vol.XIX, No.4, April 1979.
4. Iqbal Narain, 'India 1977: From Promise to Disenchantment', *Asian Survey*, Vol.XVIII, No.2, February 1978.
5. Robert L. Hardgrave, Jr. and Stanley A. Kochanek, *India: Government and Politics in a Developing Nation*, 5th edition, pp.276-82.
6. L.I.Rudolph and S.H. Rudolph, *In Pursuit of Lakshmi: The Political Economy of the Indian State*, Chapter 5, Bombay, 1987.

## Chapter 20

1. Bhabani Sen Gupta, *Rajiv Gandhi: A Political Study,* New Delhi, 1989.
2. Mohan Ram, *Sri Lanka: The Fractured Island,* New Delhi, 1989.
3. Minhaz Merchant, *Rajiv Gandhi: The End of a Dream,* New Delhi, 1991.
4. Nicholas Nugent, *Rajiv Gandhi: Son of a Dynasty,* New Delhi, 1991.
5. Ved Mehta, *Rajiv Gandhi and Rama's Kingdom,* New Haven and London, 1994.
6. S.S.Gill, *The Dynasty: A Political Biography of the Premier Ruling Family of India,* New Delhi, 1996.
7. Raju G.C.Thomas, *Indian Security Policy,* Princeton, 1986.
8. R.Venkataraman, *My Presidential Years,* New Delhi, 1994.
9. Ramesh Thakur, *The Politics and Economics of India's Foreign Policy,* London, 1994.

## Chapter 21

1. Seema Mustafa, *The Lonely Prophet: V.P.Singh, A Political Biography,* New Delhi, 1995.
2. David Butler, Ashok Lahiri and Prannoy Roy, *India Decides: Elections 1952-1995.* New Delhi, 3rd edition, 1995.
3. Paul R.Brass, *The New Cambridge History of India, IV.; The Politics of India Since Independence,* Cambridge, 2nd edition, 1994.
4. R.Venkataraman, *My Presidential Years,* New Delhi, 1994.
5. M.N.Srinivas, ed., *Caste: Its Twentieth Century Avatar,* New Delhi, 1996.
6. Yogendra Yadav, ed al., 'The Maturing of a Democracy', in *India Today,* Vol.XXI, No.16, 1996.

7. Yogendra Yadav, 'Reconfiguration in Indian Politics: State Assembly Elections, 1993-96', *EPW*, Vol.32, Nos. 2-3, 1996.

8. Thomas Blom Hansen and Christophe Jaffrelot, *The BJP and the Compulsions of Politics in India*, Delhi, 1998.

9. V.P.Dutt, *India's Foreign Policy in a Changing World*, New Delhi, 1999.

10. Lalit Mansingh, et al., *Indian Foreign Policy: Agenda for the 21st Century*, New Delhi, 1997.

11. Air Commodore Jasjit Singh, ed., *Nuclear India*, New Delhi, 1998.

12. Amitabh Mattoo, ed., *India's Nuclear Deterrent: Pokhran II and Beyond*, New Delhi, 1999.

13. V.P.Dutt, *India's Foreign Policy Since Independence*, New Delhi, 2007.

14. J.N.Dixit, *India-Pakistan in War and Peace*, Routledge, 2003.

15. Air Commodore Jasjit Singh, *Kargil 1999: Pakistan's Fourth War for Kashmir*, Knowledge World, New Delhi, 1999.

16. C.Raja Mohan, *Impossible Allies: Nuclear India, United States and the Global Order*, New Delhi, 2006.

## Chapter 22

### A.Tamil Nadu

1. S.N.Balasundaram, 'The Dravidian (Non-Brahmin) Movements in Madras', and C.N.Annadurai, 'D.M.K. As I See It', in Iqbal Narain, ed., *State Politics in India, Meerut*, 1967.

2. Pandav Nayak, 'Politics of Pragmatism', in Iqbal Narain, ed., *State Politics in India*, Meerut, 1976.

3. Marguerite Ross Barnett, *The Politics of Cultural Nationalism in South India*, Princeton, 1976.

4. David Washbrook, 'Caste, Class and Dominance in Modern Tamil Nadu: Non-Brahmanism, Dravidianism and Tamil Nationalism', in Francine R.Frankel and M.S.A. Rao, eds, *Dominance and State Power in Modern India: Decline of a Social Order*, Vol.1, Delhi, 1989.

5. Urmila Phadnis, 'The Dravidian Movement and Tamil Ethnicity in India', in her *Ethnicity and Nation-Building in South Asia*, New Delhi, 1989.

## B.Andhra Pradesh

1. Hugh Gray, (i) 'The Demand for a Separate Telengana State in India', *Asian Survey*, Vol.XI, No.5, May 1971. (ii) 'The Failure of the Demand for a Separate Andhra State', Asian Survey, Vol.XIV, No.4 April 1974.

2. G.Ram Reddy, 'Andhra Pradesh: The Citadel of the Congress', in Iqbal Narain, ed., *State Politics in India*, Meerut, 1976.

3. Mohit Sen, 'Showdown in Andhra', *EPW*, 23 December 1972.

4. Dagmar Bernstorff, 'Region and Nation: The Telengana Movement's Dual Identity', in Taylor and Yapp, *Political Identity in South Asia*, London, 1979.

## C.Assam

1. Sanjib Baruah, (i) 'Immigration, Ethnic Conflict, and Political Turmoil - Assam, 1979-1985', *Asian Survey*, Vol.XXVI, No.11, November 1986. (ii) 'Ethnic Conflict or State-Society Struggle', *Modern Asian Studies*, Vol.28, No.3, 1994.

2. Myron Weiner, *Sons of the Soil: Migration and Ethnic Conflict in India*, Princeton, 1978.

3. Hiren Gohain, 'Ethnic Unrest in the North-East', *EPW*, 22 February 1997.

4. J.Das Gupta, 'Ethnicity, Democracy and Development in India: Assam in a General Perspective', in Atul Kohli, ed., *India's Democracy*, Princeton, 1988.

## Chapter 23

### A. West Bengal

1. Atul Kohli, (i) 'West Bengal: Parliamentary Communism and Reform from Above', in Atul Kohli, *The State and Poverty in India*, Cambridge, 1987. (ii) *Democracy and Discontent*, Chapters 6, 10, 13, Cambridge, 1991. (iii) 'Parliamentary Communism and Agrarian Reform: The Evidence from India's Bengal', *Asian Survey*, Vol.23, No.7, July 1983. (iv) 'From Elite Activism to Democratic Consolidation: The Rise of Reform Communism in West Bengal', in Francine R. Frankel and M.S.A. Rao, Eds, *Dominance, and State Power in Modern India: Decline of a Social Order*, Vols. I and II, Delhi, 1989, 1990.

### B. Jammu and Kashmir

1. S.Gopal, *Jawaharlal Nehru - A Biography*, Vols. 2 and 3, London and New Delhi, 1979 and 1984.

2. Balraj Puri, 'Jammu and Kashmir', in Myron Weiner, *State Politics in India*, Princeton, 1968.

3. Ajit Bhattacharjea, *Kashmir- The Wounded Valley*, New Delhi, 1994.

4. B.C. Verghese, 'Fourth Option: Towards a Settlement in Jammu and Kashmir', in Upendra Baxi, Alice Jacob and Tarlok Singh, *Reconstructing the Republic*, New Delhi, 1999.

5. Roop Krishen Bhatt, 'Politics of Integration', in Iqbal Narain, ed., *State Politics in India*, Meerut, 1976.

## Chapter 24

1. Baldev Raj Nayar, (i) *Minority Politics in the Punjab,* Princeton, 1966. (ii) 'Sikh Separatism in the Punjab', in Donald E. Smith, ed., South Asian Politics and Religion, Princeton, 1966.
2. Rajni A. Kapur, *Sikh Separatism: The Politics of Faith,* London, 1986.
3. K.P.S. Gill, *The Knights of Falsehood,* New Delhi, 1997.
4. Amarjit Kaur, ed al., *The Punjab Story,* New Delhi, 1984.
5. Satyapal Dang, *Genesis of Terrorism: An Analytical Study of Punjab Terrorists,* New Delhi, 1988.
6. Amrik Singh, ed., *Punjab in Indian Politics,* Delhi, 1985.
7. Seminar, February 1984.
8. Pramod Kumar, et al., *Punjab Crisis: Context and Trends,* Chandigarh, 1984.
9. Sucha Singh Gill and K.C.Singhal, 'The Punjab Problem: Its Historical Roots', *EPW,* April 1984.
10. Bikash Chandra, *Punjab Crisis - Perceptions and Perspectives of the Indian Intelligentsia,* New Delhi, 1993.

## Chapter 25-33

1. A.M.Khusro, 'Land Reforms Since Independence', in V.B. Singh, ed. *The Economic History of India,* 1857-1956, Delhi, 1965.
2. A.Vaidyanathan, 'The Indian Economy Since Independence (1947-70)', in Dharma Kumar, ed., *The Cambridge Economic History of India,* Delhi, 1984 reprint.
3. Aditya Mukherjee, *Imperialism, Nationalism and the Marketing of the Indian Capitalist Class 1920-1947,* New Delhi, 2002.

4. Aditya Mukherjee and Mridula Mukherjee, 'Imperialism and the Growth of Indian Capitalism in the Twentieth Century', *EPW*, 12 March 1988.

5. Amartya Sen, 'How is India Doing?', *New York Review of Books*, 1982, reprinted in *Mainstream*, 26 January 1983.

6. Amartya Sen, 'Social Commitment and Democracy', *New Thinking Communist*, 1 November 1998.

7. Angus Maddison, *The Word Economy: Vol.I A Millennial Perspective, Vol. II Historical Statistics*, OECD, 2006, Indian edition, New Delhi, 2007.

8. Atul Kohli, 'Politics of Economic Liberalization in India', *World Development*, Vol. 17, No.3, 1989.

9. Atul Kohli, *Democracy and Discontent*, Cambridge, 1990.

10. B.R.Tomlinson, *The Economy of Modern India, 1860-1970*, Cambridge, 1993.

11. Baldev Raj Nayar, *India's Globalisation: Evaluating the Economic Consequences*, New Delhi, 2007.

12. Bimal Jalan, ed., *The Indian Economy: Problems and Prospects*, New Delhi, 1992.

13. Bimal Jalan, *India's Economy in the New Millennium*, New Delhi, 2002.

14. Bipan Chandra, *Essays on Colonialism*, New Delhi, 1999.

15. Amit Bhaduri and Deepak Nayyar, *The Intelligent Person's Guide to Liberalization*, New Delhi, 1996.

16. Dani Rodrik and Arvind Subramanian, 'Why India Can Grow at 7 Percent a Year or More: Projections and Reflections', *EPW*, 17 April 2004.

17. G.S.Bhalla, *Indian Agriculture Since Independence*, New Delhi, 2007.

18. Himangshu, 'Recent Trends in Poverty and Inequality: Some Preliminary Results', *EPW*, 10 February 2007.

19. Jeffrey D. Sachs, *The End of Poverty: Economic Possibilities of Our Time*, New York, 2005.

20. Jeffrey D. Sachs, Ashutosh Varshney and Nirupam Bajpai, eds., *India in the Era of Economic Reforms*, New Delhi, 1999.

21. Kyoko Inoue, *Industrial Development Policy of India*, Tokyo, 1992.

22. K.N.Raj, *Indian Economic Growth: Performance and Prospects*, New Delhi, 1965.

23. K.Sundaram and Suresh D.Tendulkar, 'Poverty Has Declined in the 1990s', *EPW*, 25 January 2003.

24. L.I. Rudolph and S.H.Rudolph, *In Pursuit of Lakshmi: The Political Economy of the Indian State*, Chicago, 1987.

25. Louis J.Walinsky, ed., *Agrarian Reforms as Unfinished Business, The Selected Papers of Wolf Ladejinsky*, New York, 1977.

26. Mridula Mukherjee, *Colonialising Agriculture: The Myth of Punjab Exceptionalism*, New Delhi, 2006.

27. Nariaki Nakazato, 'The Origins of Development Planning in India', in Fumiko Oshikawa, ed., *South Asia under the Economic Reforms*, Osaka, 1999.

28. *National Planning Committee Report*, Bombay, 1949.

29. Nitin Desai, 'Development Planning in India: A Review', in *India Since Independence*, Vol. I, Proceedings of National Seminar, Indian Council of Social Science Research, New Delhi, 1988.

30. Prabhat Patnaik, *The Retreat to Unfreedom: Essays on the Emerging World Order*, New Delhi, 2003.

31. P.C.Joshi, 'Land Reform in India and Pakistan', *EPW*, 26 December 1970.

32. P.S.Appu, 'Tenancy Reform in India', *EPW*, Special Number, August 1975.

33. Prabhat Patnaik, 'Political Strategies of Economic Development', in Partha Chatterjee, ed., *Wages of Freedom: Fifty Years of the Indian Nation-State*, Delhi, 1998.

34. Pranab Bardhan, *The Political Economy of Development in India*, Delhi, 1998 (expanded edition).

35. Purshottamdas Thakurdas, et al., *A Plan of Economic Development for India*, Parts 1 & 2, Harmondsworth, 1945.

36. R.Nagraj, 'Industrial Growth in China and India: A Preliminary Comparison' *EPW*, 21 May 2005.

37. Ruth Heredia, *The Amul India Story*, New Delhi, 1997.

38. S.J.Patel, *Essays on Economic Transition*, Bombay, 1965.

39. Sukhamoy Chakravarty, *Development Planning: The Indian Experience*, Oxford, 1987.

40. T.V.Sathyamurthy, ed., *Industry and Agriculture in India Since Independence*, Delhi, 1995.

41. C.H.Hanumantha Rao, 'Agriculture: Policy and Performance', in Bimal Jalan, ed., *The Indian Economy: Problems and Prospects*, New Delhi, 1992.

42. D.Bandyopadhyay, 'Land Reform in India: An Analysis', *EPW*, Review of Agriculture, June 1986.

43. Daniel Thorner, *The Shaping of Modern India*, New Delhi, 1980.

44. Economic Survey, Government of India, various years.

45. Five Year Plans, I to IX, Planning Commission, Government of India, various dates.

46. Francine R.Frankel, *India's Political Economy 1947-77*, Delhi.

47. G.Kotovsky, *Agrarian Reforms in India*, New Delhi, 1964.

48. G.S.Bhalla, 'Nehru and Planning - Choices in Agriculture', *Working Paper Series*, School of Social Sciences, Jawaharlal Nehru University, New Delhi, 1990.

49. G.S.Bhalla and G.K. Chadha, 'Green Revolution and the Small Peasant - A Study of Income Distribution in Punjab Agriculture', *EPW*, 15 and 22 May 1982.

50. G.S.Bhalla and Gurmail Singh, 'Recent Developments in Indian Agriculture: A State Level Analysis', *EPW*, 29 March 1997.

51. Ghanshyam Shah, ed., *Capitalist Development: Critical Essays*, Bombay, 1990.

52. *Indian National Congress, Resolutions on Economic Policy Programme and Allied Matters 1924-1969*, New Delhi, 1969.

53. Isher J. Ahluwalia, *Industrial Growth in India*, Delhi, 1985.

54. Isher J. Ahluwalia and I.M.D. Little, eds, *India's Economic Reforms and Development: Essays for Manmohan Singh*, Delhi, 1998.

55. J.C.Sandesara, 'Indian Industrialisation: Tendencies, Interpretations and Issues', in *India Since Independence*, Vol. 1, Proceeding of National Seminar, Indian Council of Social Science Research, New Delhi, 1988.

56. Jagdish Bhagwati, *India in Transition: Freeing the Economy*, Delhi, 1994.

57. Jagdish Bhagwati and T.N.Srinivasan, *India's Economic Reforms*, 1993, A Report prepared at the request of Manmohan Singh, Finance Minister of India, reprinted by the Associated Chamber of Commerce and Industry of India, New Delhi.

58. Jagdish N. Bhagwati and Padma Desai, *India: Planning for Industrialisation, Industrialisation and Trade Policies Since 1951,* London, 1970.

59. Jean Dreze and Amartya Sen, *India: Economic Development and Social Opportunity,* Delhi, 1996.

60. S.Mahendra Dev and C.Ravi, 'Poverty and Inequality: All-India and States, 1983-2005', *EPW,* 10 February 2007.

61. *The East Asian Miracle: Economic Growth and Public Policy,* World Bank, New York, 1993.

62. V.B.Singh, ed., *Economic History of India: 1857-1956,* Bombay, 1965.

63. Vijay Joshi and I.M.D. Little, *India: Macroeconomics and Political Economy 1964-1991,* Washington, 1994.

64. Vijay Joshi and I.M.D. Little, *India's Economic Reforms 1991-2001,* Oxford, 1996.

65. Wilfred Candler and Nalini Kumar, *India: The Dairy Revolution,* Washington, 1998.

66. Arjun Sengupta, 'Fifty Years of Development Policy in India', in Hiranmay Karlekar, ed., *Independent India: The First Fifty Years,* Delhi, 1988.

## Chapter 34

1. A.R.Desai, ed., *Agrarian Struggles in India After Independence,* Delhi, 1986.

2. P.Sundarayya, *Telengana People's Struggle and Its Lessons,* Calcutta, 1972.

3. Ravi Narayan Reddy, *Heroic Telengana: Reminiscences and Experiences,* New Delhi, 1973.

4. Barry Pavier, *The Telengana Movement: 1944-51,* New Delhi, 1981.

5. Mridula Mukherjee, 'Communists and Peasants in Punjab: A Focus on the Muzara Movement in Patiala, 1937-53', in Bipan Chandra, ed., *The Indian Left: Critical Appraisals,* New Delhi, 1983.

6. Mridula Mukherjee, 'Peasant Resistance and Peasant Consciousness in Colonial India: Subalterns and Beyond', *EPW,* 1988, 8 and 15 October.

7. Mridula Mukherjee, *Peasants in India's Non-violent Revolution, Practice and Theory,* New Delhi, 2004.

8. Marcus F. Franda, *Radical Politics in West Bengal,* Cambridge, Massachusetts, 1971.

9. Sumanta Banerjee, *In the Wake of Naxalbari: A History of the Naxalite Movement in India,* Calcutta, 1980.

10. Shantha Sinha, *Maoists in Andhra Pradesh,* Delhi, 1989.

11. Sunil Sahasrabudhey, *Peasant Movement in Modern India,* Allahabad, 1989.

12. Tom Brass, ed., *New Farmers' Movements in India,* Ilford, 1995.

13. Gail Omvedt, *Reinventing Revolution: New Social Movements and the Socialist Tradition in India,* London, 1993.

14. Manoranjan Mohanty and Parma Nath Mukherji, eds, *People's Rights and the State in the Third World,* New Delhi, 1998.

## Chapter 35

1. Bipan Chandra, (i) *Communalism in Modern India* (ii) *Ideology and Politics in Modern India,* Chapters 4, 5, 6, 7, New Delhi, 1994. (iii) *Essays in Contemporary India,* Part II, New Delhi, 1993.

2. Pramod Kumar, ed., (i) *Towards Understanding Communalism,* Chandigarh, 1992. (ii) *Polluting Sacred Faith: A Study on Communalism and Violence,* Delhi, 1992.

3. Asghar Ali Engineer, (i) *Communalism in India: A Historical Empirical Study. (ii) Communalism and Communal Violence in India,* Delhi, 1989.

4. Achin Vanaik, *Communalism Contested: Religion, Modernity and Secularization,* New Delhi, 1997.

5. P.N. Rajagopal, *Communal Violence in India,* New Delhi, 1987.

6. S.K.Ghosh, *Communal Riots in India,* New Delhi, 1987.

7. Christophe Jaffrelot, *The Hindu Nationalist Movement and !ndian Politics,* 1925 to the 1990s, London, 1996.

8. S.Gopal, ed., *Anatomy of a Confrontation: The Babri Masjid - Ramjanbhoomi Issue,* New Delhi, 1991.

9. Randhir Singh, 'Theorising Communalism', *EPW,* 23 July 1988.

10. Parveen Patel, 'Communal Riots in Contemporary India: Towards a Sociological Explanation', in Upendra Baxi and Bhikhu Parekh, eds, *Crisis and Change in Contemporary India,* New Delhi, 1995.

11. Gyanendra Pandey, *Hindus and Others: The Question of Identity in India Today,* New Delhi, 1993.

12. D.R.Goyal, *Rashtriya Swayamsevak Sangh,* New Delhi, 1979.

13. Subrata Kumar Mitra, 'Desecularising the State: Religion and Politics in India After Independence', *Comparative Study of Society and History,* Vol. 33, 1991.

**Chapter 36**

1. Aditya Mukherjee and Mridula Mukherjee, eds., *Communalisation of Education, The History Textbook Controversy,* Delhi Historians' Group, 2002, also in *Mainstream,* Annual Number, 22 December 2001.

2. Aditya Mukherjee, Mridula Mukherjee and Sucheta Mahajan, RSS, *School Texts and the Murder of Mahatma Gandhi: The Hindu Communal Project,* New Delhi 2008.

3. Amartya Sen, *The Argumentative Indian: Writings on Indian: Writings on Indian History, Culture and Identity,* London, 2005.

4. Bipan Chandra, *Communalism: A Primer,* Anamika, New Delhi, 2004.

5. Christophe Jaffrelot, *The Hindu Nationalist Movement and Indian Politics, 1925 to the 1990s: Strategy of Identity Building, Implantation and Mobilisation with special reference to Central India,* London, 1996 (first published as *Les nationalists hindoues,* Paris, 1993).

6. Christophe Jaffrelot, ed. *The Sangh Parivar: A Reader,* New Delhi, 2005.

7. *Communalisation of Education: The Assault on History Press Reportage, Editorials, and Articles,* Sahmat, 2002.

8. Desh Raj Goyal, *Rashtriya Swayamsevak Sangh,* New Delhi, 2000.

9. Irfan Habib, Suvira Jaiswal and Aditya Mukherjee, *History in the New NCERT Textbooks: A Report and Index of Errors,* Approved and Published by the Executive Committee, Indian History Congress, Kolkata, 2003.

10. Pralay Kanungo, *RSS's Tryst with Politics: From Hedgewar to Sudarshan,* New Delhi, 2002.

11. *Report of Commission of Inquiry into Conspiracy to Murder Mahatma Gandhi* (Kapur Commission Report), New Delhi, 1970.

12. Romila Thapar, H. Mukhia and B. Chandra, *Communalism and the Writing of Indian History,* Delhi, 1969.

13. *Saffronised and Substantiated: A Critique of the New NCERT Textbooks,* Sahmat, 2002.
14. Sucheta Mahajan, *Independence and Partition: The Erosion of Colonial Power in India,* New Delhi, 2000.
15. *The Communal Problem: Report of the Kanpur Riots Enquiry Committee,* New Delhi, 2005. First published by Sunderlal, Secretary, Kanpur Riots Enquiry Committee in 1933. This was a Report of the committee appointed by the Indian National Congress (Karachi Session 1931) to enquire into the Kanpur riots of March 1931.
16. Achin, Vanaik, *Situating the Threat of Hindu Nationalism: Problem with the Fascist Paradigm,* New Delhi, 1994.

## Chapter 37

1. Eleanor Zelliot, *From Untouchable to Dalit: Essays on the Ambedkar Movement,* New Delhi, 1992.
2. M.N. Srinivas, *The Cohesive Role of Sanskritisation and Other Essays,* Delhi, 1989.
3. Bipan Chandra, et al, *India's Struggle for Independence, 1857-1947,* Chapter 18.
4. Jean Dreze and Amartya Sen, *India: Economic Development and Social Opportunity,* Delhi, 1995.
5. V.Suresh, 'The Dalit Movement in India', in T.V. Sathyamurthy, *Social Change and Political Discourse in India, Vol. 3, Region, Religion, Caste, Gender and Culture in Contemporary India,* 1996.
6. Gail Omvedt, 'The Anti-Caste Movement and the Discourse of Power', in *ibid.*
7. Gail Omvedt, " 'We want the Return of Our Sweat': The New Peasant Movement in India and the Formation of a New Agricultural Policy", in Tom Brass, ed., *New Farmers' Movements in India,* Ilford, 1995.

8. Gail Omvedt, *Dalits and the Democratic Revolution: Dr.Ambedkar and the Dalit Movement in Colonial India,* New Delhi, 1994.

9. M.S. Gore, *The Social Content of an Ideology: Ambedkar's Political and Social Thought,* Bombay, 1993.

10. Francine R. Frankel and M.S.A. Rao, eds, *Dominance and State Power in Modern India: Decline of a Social Order,* Delhi, 1989, 1990.

## Chapter 38

1. Committee on the Status of Women in India, *Towards Equality,* New Delhi, 1974.

2. M.Chaudhuri, *Indian Women's Movement,* New Delhi, 1993.

3. Karuna Chanana, ed., *Socialisation, Education and Women: Explorations in Gender Identity,* New Delhi, 1988.

4. Radha Kumar, *The History of Doing: An Illustrated Account of Movements for Women's Rights and Feminism in India, 1800-1990,* New Delhi, 1993.

5. Joanna Liddle and Rama Joshi, *Daughters of Independence,* Delhi, 1986.

6. Kumkum Sangari and Sudesh Vaid, eds, *Recasting Women,* Delhi, 1989.

7. Madhu Kishwar and Ruth Vanita, eds, *In Search of Answers: Indian Women's Voices from Manushi,* London, 1984.

8. *Manushi,* various issues.

9. Ramachandra Guha, *The Unquiet Woods: Ecological Change and Peasant Resistance in the Himalaya,* Delhi, 1989.

10. Rajni Palriwala and Indu Agnihotri, 'Tradition, the Family and the State: Politics of the Contemporary Women's Movement', in T.V. Sathyamurthy, ed., *Social change and Political Discourse in India, Vol. 3. Region, Religion, Caste, Gender and Culture in Contemporary India,* Delhi, 1996.

11. Ilina Sen, 'Women's Politics in India', in *ibid*.
12. Jean Dreze and Amartya Sen, *India: Economic Development and Social Opportunity*, Delhi, 1995.

**Chapter 39**

1. Achin Vanaik, *The Painful Transition: Bourgeois Democracy in India*, London, 1990.
2. Aditya Mukherjee, *Imperialism, Nationalism and the Making of the Indian Capitalist Class 1920-47*, New Delhi, 2002.
3. Aditya Mukherjee and Mridula Mukherjee, 'Imperialism and the Growth of Indian Capitalism in the Twentieth Century', *EPW*, 12 March 1988.
4. Atul Kohli, *Democracy and Discontent: India's Crisis of Governability*, Cambridge, 1991.
5. Ernesto Laclau, *Politics and Ideology in Marxist Theory*, London, 1977.
6. Francine R. Frankel, *India's Political Economy 1947-77*, Delhi.
7. K.N. Raj, 'The Politics and Economics of Intermediate Regimes', *EPW*, 7 July 1973.
8. L.I.Rudolph and S.H. Rudolph, *In Pursuit of Lakshmi: The Political Economy of the Indian State*, Chicago, 1987.
9. Myron Weiner, *Indian Paradox: Essays in Indian Politics*, ed., Ashutosh Varshney, New Delhi, 1989.
10. Nicos Poulantzas, *Classes in Contemporary Capitalism*, London, 1975.
11. Peter Evans, *Dependent Development: The Alliance of Local Capital in Brazil*, Princeton, 1979.
12. Prabhat Patnaik, 'Political Strategies of Economic Development', in Partha Chatterjee, ed., *Wages of Freedom: Fifty Years of the Indian Nation-State*, Delhi, 1998.

சுதந்திரத்திற்குப் பிறகு இந்தியா 485

13. Pranab Bardhan, (i) *The Political Economy of Development in India,* Delhi, 1998 (expanded edition). (ii) 'Dominant Proprietary Classes and India's Democracy's in Atul Kohli, ed., *India's Democracy,* Princeton, 1988.

14. Ralph Miliband, *Marxism and Politics,* Oxford, 1977.

15. Sudipto Mundle, 'State Characters and Economic Policy', *Social Scientist,* May 1974.

16. Ajit Ray, *Political Power in India,* Calcutta, 1981 edition.

17. B.Berberoghi, *Class, State and Development in India,* New Delhi, 1992.

**Chapter 40 (In addition to books in the General List)**

1. Sudipto Kaviraj, 'On the Crisis of Political Institutions in India', *Contributions to Indian Sociology,* N.S. Vol.18, No.2 1984.

2. Rajni Kothari, (i) 'The Crisis of the Moderate State and the Decline of Democracy', in Peter Lyon and James Manor, eds, *Transfer and Transformation,* Leicester, 1983. (ii) *State Against Democracy: In Search of Humane Governance,* Delhi, 1988.

3. C.P. Bhambri, *The Indian State: Fifty Years,* Delhi, 1997.

4. Atul Kohli, *Democracy and Discontent: India's Crisis of Governability,* Cambridge, 1991.

5. Myron Weiner, (i) *The Indian Paradox: Essays in Indian Politics,* Chapter 3, New Delhi, 1988. (ii) 'The Wounded Tiger: Maintaining India's Democratic Institutions', in Peter Lyon and James Manor, eds, *Transfer and Transformation,* Leicester, 1983.

6. Henry C. Hart, 'The Indian Constitution: Political Development and Decay', *Asian Survey,* Vol. XX, No.4, April 1980.

7. A. Surya Prakash, *What Ails Indian Parliament,* New Delhi, 1995.

8. S.C. Kashyap, 'Parliament: A Mixed Balance Sheet', in Hiranmay Karlekar, *Independent India: The First Fifty Years,* Delhi, 1998.

9. N.S. Saxena, *Law and Order in India,* New Delhi, 1987.

10. P.C. Alexander, 'Civil Service: Continuity and Change', in Hiranmay Karlekar, ed., *Independent India: The First Fifty Years,* Delhi, 1998.

11. David H. Bayley, 'The Police and Political Order in India', *Asian Survey,* Vol. XXIII, No.4, April 1983.

12. *Indian Police Journal,* Special Issue on Police Reforms, Vol.XLVI, No. 1, January-March 1999.

13. Stephen P. Cohen, 'The Military and Indian Democracy', in Atul Kohli, ed., *India's Democracy: An Analysis of Changing State-Society Relations,* Princeton, 1988.

14. Lt. General S.L. Menezes, *Fidelity and Honour: The Indian Army from the 17th to 21st Century,* New Delhi, 1993.

## Chapter 41

1. Rajni Kothari, (i) *Politics in India,* Chapter IX, New Delhi, 1970. (ii) *Democratic Polity and Social Change in India,* Bombay, 1976.

2. Arend Lipjhart, 'The Puzzle of Indian Democracy: A Consociational Interpretation, *American Political Science Review,* Vol. 90, No.2, June 1996.

3. Daniel Thorner, *The Shaping of Modern India,* pp. 138-47.

4. Tarlok Singh, 'Paths of Social Change in a Period of Transition', in Upendra Baxi, Alice Jacob and Tarlok Singh, eds, *Reconstructing the Republic,* New Delhi, 1999.

5. Atul Kohli, *The State and Poverty in India: The Politics of Reform,* Cambridge and Bombay, 1987.

6. Myron Weiner, *The Indian Paradox: Essays in Indian Politics,* Chapter 12, New Delhi, 1989.

7. Ghanshyam Shah, 'Grass-Roots Mobilization in Indian Politics', in Atul Kohli, ed., *India's Democracy,* Princeton, 1988.

8. Bipan Chandra, (i) 'Transformation from a Colonial to an Independent Economy: A Case Study of India', in his *Essays on Colonialism,* New Delhi, 1999. (ii) 'India from 1947 to the 1990s and the Real Danger of Foreign Domination: Peripheralization', in his *Essays on Contemporary India,* revised edition, New Delhi, 1999.

9. Aditya Mukherjee and Mridula Mukherjee, 'Imperialism and the Growth of Indian Capitalism in the Twentieth Century', *EPW,* Vol. XXIII, No.11, 12 March 1988.

10. V.M.Dandekar and N. Rath, 'Poverty in India: Dimensions and Trends', *EPW,* 2 and 9 January 1971.

11. S.D. Tendulkar, 'Economic Inequality in an Indian Perspective', in A. Beteille, ed., *Equality and Inequality,* Delhi, 1983.

12. Amartya Sen, (i) 'Indian Development: Lessons and Non-Lessons', *Daedalus,* Vol.118, 1989. (ii) 'How is India Doing', *New York Review of Books,* reprinted in *Mainstream,* 26 January 1983.

13. Amartya Sen, 'The Doing and Undoing of India', *EPW,* 12 February 1983.

14. Jean Dreze and Amartya Sen, *India: Economic Development and Social Opportunity,* Delhi, 1995.

15. Kirit S. Parekh, ed., *India Development Report 1999-2000,* New Delhi, 1999.
16. United Nations Development Program, *Human Development Report 1999,* New Delhi, 1999.
17. Abusaleh Shariff, National Council of Applied Economic Research, *India Human Development Report,* New Delhi, 1999.
18. Government of India, Ministry of Finance, *Economic Survey 1998-99,* New Delhi, 1999.
19. Ashutosh Varshney, 'The Self-Correcting Mechanisms of Indian Democracy', *Seminar,* 425, January 1995.
20. Tapas Majumdar, 'Education: Uneven Progress, Difficult Choices', in Hiranmay Karlekar, *Independent India: The First Fifty Years,* Delhi, 1998.